நிலம் துப்பாக்கி சாதி பெண்
முன்னாள் புரட்சியாளரின் நினைவலைகள்

நிலம் துப்பாக்கி சாதி பெண்

முன்னாள் புரட்சியாளரின் நினைவலைகள்

கீதா ராமசாமி

தெலங்கானா மார்க்சிய லெனினிய இயக்கத்தின் முன்னாள் போராளி. 1975இல் நெருக்கடிநிலைக் காலகட்டத்தில் தன் கணவர் சிரில் ரெட்டியுடன் தலைமறைவு வாழ்க்கை வாழ்ந்தார். பின்னர் டெல்லிக்கு அருகில் இருக்கும் காசியாபாத்தில் தலித் குழந்தைகளுக்கு ஆங்கிலம் கற்றுக்கொடுத்தார். 1984முதல் அடுத்த பத்து ஆண்டுகள் இப்ராகிம்பட்டினத்தில் உள்ள தலித் மக்களிடையே பணியாற்றி, கொத்தடிமைத் தொழில்முறையை ஒழிக்கவும், நிலமற்ற ஏழைகளுக்கு நில உரிமைகளைப் பெற்றுத் தரவும் போராடியவர்.

‘ஹைதராபாத் புக் டிரஸ்ட்’ பதிப்பகப் பணிகளுக்காக அறியப்பட்டவர். 1980ஆம் ஆண்டுமுதல் தற்போதுவரை சுமார் நானூற்றுக்கும் அதிகமான தலைப்புகளில் புத்தகங்களை இப்பதிப்பகம் வெளியிட்டிருக்கிறது. அலெக்ஸ் ஹேலிமுதல் மகாசுவேதா தேவிவரை உலகம் முழுவதிலுமிருந்து படைப்புகளை மொழிபெயர்த்து, குறைந்த விலையில் பதிப்பித்துத் தரும் முறையை ‘ஹெச்.பி.டி.’தான் தொடங்கி வைத்தது.

‘ஜீனா ஹை தோ மர்னா சீக்கோ: தி லைஃப் அண்ட் டைம்ஸ் ஆஃப் ஜார்ஜ் ரெட்டி’ 2016, ‘இந்தியா ஸ்டிங்க்கிங்: மேனுவல் ஸ்கேவெஞ்சர்ஸ் இன் ஆந்திர பிரதேஷ் அண்ட் தெயர் வொர்க்’, 2005, உள்ளிட்ட பல ஆங்கிலப் புத்தகங்களைக் கீதா எழுதியிருக்கிறார். தெவுலபள்ளி கிருஷ்ணமூர்த்தியின், ‘லைஃப் இன் அனந்தரம்’ உள்ளிட்ட பல தெலுங்குப் படைப்புகளை ஆங்கிலத்துக்கு மொழிபெயர்த்தவர். பி. அனுராதாவின், ‘ப்ரிஸன் நோட்ஸ் ஆஃப் எ வுமன் ஆக்ட்டிவிஸ்ட்’ போன்ற புத்தகங்களின் தொகுப்பாசிரியர்.

ந. வினோத்குமார் (பி. 1987)
மொழிபெயர்ப்பாளர்

நீலகிரி மாவட்டத்தைச் சேர்ந்தவர். பத்திரிகையாளர், மொழிபெயர்ப்பாளர். இதுவரை, நான்கு மொழிபெயர்ப்பு நூல்கள், மூன்று கட்டுரைத் தொகுப்புகள், ஒரு வாழ்க்கை வரலாறு ஆகியவை வெளிவந்துள்ளன.

இவரது 'வேட்டைக்கார ஆந்தையின் தரிசனம்' எனும் கட்டுரைத் தொகுப்பு 2018ஆம் ஆண்டு 'தமிழ்நூல் வெளியீடு மற்றும் தமிழ்நூல் விற்பனை மேம்பாட்டுக் குழுமம்' நடத்திய நான்காவது சென்னை புத்தகத் திருவிழாவில் 'சிறந்த சூழலியல் நூல்' விருது பெற்றது. தற்போது சென்னையில் வசித்துவருகிறார்.

தொடர்புக்கு: ijournalistvinoth@gmail.com

கீதா ராமசாமி

நிலம் துப்பாக்கி சாதி பெண்
முன்னாள் புரட்சியாளரின் நினைவலைகள்

தமிழில்
ந. வினோத்குமார்

காலச்சுவடு பதிப்பகம்

● அன்பார்ந்த வாசகருக்கு,

வணக்கம்.

காலச்சுவடு நூலை வாங்கியமைக்கு நன்றி.

நூலின் உள்ளடக்கம், உருவாக்கம், அட்டைப்படம் இன்ன பிற அம்சங்கள் பற்றிய உங்கள் கருத்துகளையும் ஆலோசனைகளையும் காலச்சுவடு வரவேற்கிறது. தகவல், எழுத்து, வாக்கியப் பிழைகள் தென்பட்டால் அவசியம் தெரிவித்து உதவுங்கள். நூல் தயாரிப்பில் கடும் குறைபாடு இருப்பின் மாற்றுப் பிரதி உங்களுக்குக் கிடைக்கக் காலச்சுவடு ஏற்பாடு செய்யும்.

மின்னஞ்சல்: **publisher@kalachuvadu.com**

காலச்சுவடு நாகர்கோவில் அலுவலகத்திற்குக் கடிதம் அனுப்பலாம்.

தங்கள்
எஸ்.ஆர். சுந்தரம் (கண்ணன்)
பதிப்பாளர் – நிர்வாக இயக்குநர்

Land, Guns, Caste, Woman: The Memoir of a Lapsed Revolutionary
by Gita Ramaswamy

Copyright © Gita Ramaswamy

First published in English by Navayana Publishing Pvt Ltd in 2022

நிலம் துப்பாக்கி சாதி பெண் முன்னாள் புரட்சியாளரின் நினைவலைகள் ✦ அனுபவப் பதிவு ✦ ஆசிரியர்: கீதா ராமசாமி ✦ தமிழில்: ந. வினோத்குமார் ✦ மொழிபெயர்ப்புரிமை: ந. வினோத்குமார் ✦ முதல் பதிப்பு: டிசம்பர் 2023, இரண்டாம் பதிப்பு: மே 2025 ✦ வெளியீடு: காலச்சுவடு பப்ளிகேஷன்ஸ் (பி) லிட்., 669, கே.பி. சாலை, நாகர்கோவில் 629001

nilam tuppaakki caati peN The Memoir of a Lapsed Revolutionary ✦ Experience ✦ Author:Gita Ramaswamy ✦ Translated by: N. Vinothkumar ✦ Translation © N. Vinothkumar ✦ Language: Tamil ✦ First Edition: December 2023, Second Edition: May 2025 ✦ Size: Demy 1 X 8 ✦ Paper: 18.6 kg maplitho ✦ Pages: 496

Published by Kalachuvadu Publications Pvt. Ltd., 669 K.P. Road, Nagercoil 629001, India ✦ Phone: 91-4652-278525 ✦ e-mail: publications@kalachuvadu.com ✦ Printed at: Clicto Print, Jaleel Towers, 42 KB Dasan Road, Teynampet Chennai 600018

ISBN: 978-81-19034-77-2

05/2025/S.No. 1243, kcp 5806, 18.6 (2) uss

எங்களுக்கு உத்வேகமூட்டிய,
தற்போது உயிருடன் இல்லாத
சிரிலுக்கு

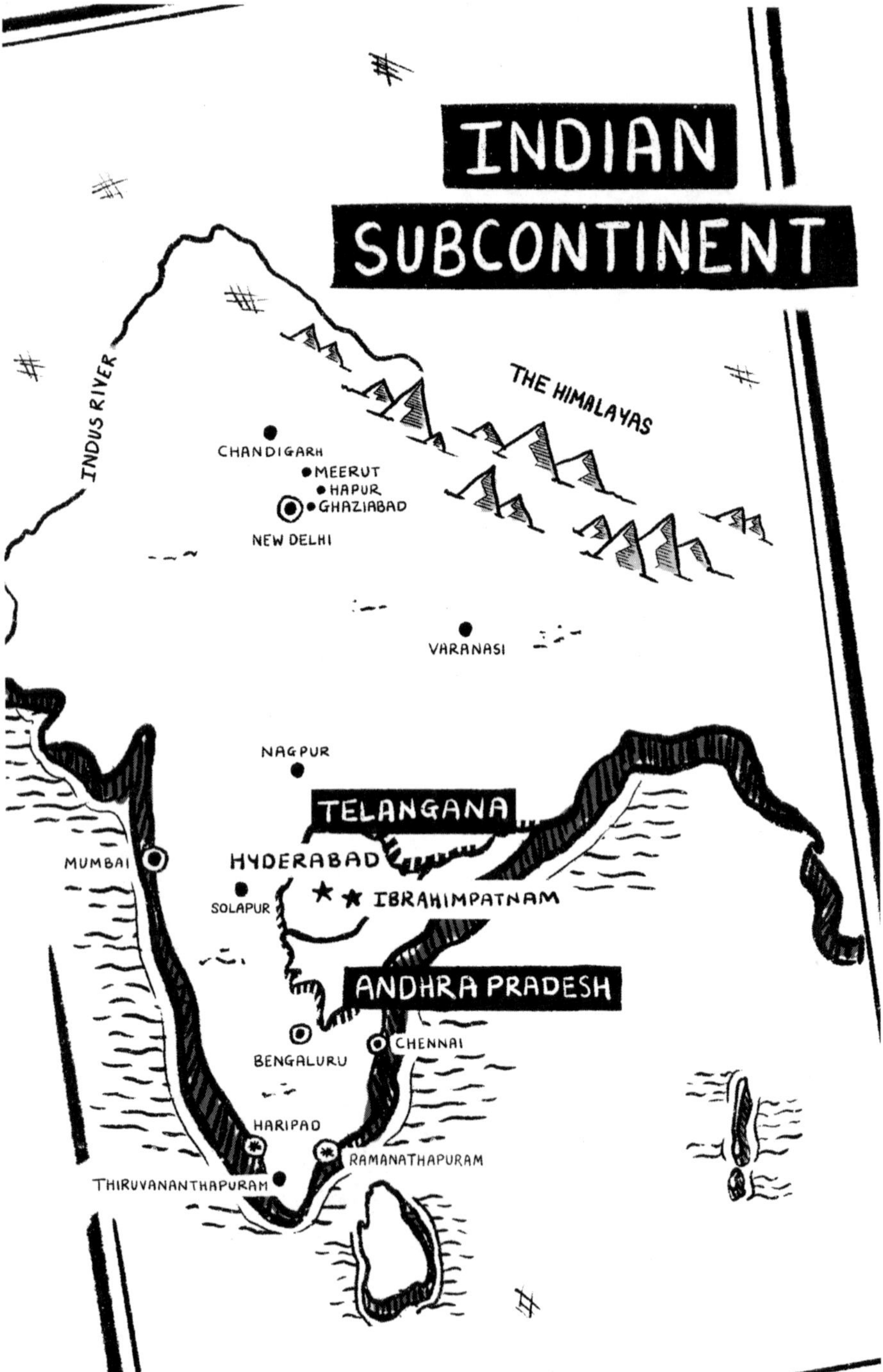
INDIAN SUBCONTINENT
THE HIMALAYAS
INDUS RIVER
CHANDIGARH
MEERUT
HAPUR
GHAZIABAD
NEW DELHI
VARANASI
NAGPUR
TELANGANA
HYDERABAD
IBRAHIMPATNAM
MUMBAI
SOLAPUR
ANDHRA PRADESH
BENGALURU
CHENNAI
HARIPAD
RAMANATHAPURAM
THIRUVANANTHAPURAM
MAP NOT TO SC

TELANGANA
ADILABAD
JAGTIAL
NIZAMABAD
WARANGAL
HYDERABAD
RANGA REDDY
DISTRICT
KHAMMAM
VIKARABAD
PARGI
IBRAHIMPATNAM
KULKACHERLA
KALWAKURTHY
MAHABUB
NAGAR
NAGARJUNA
SAGAR DAM
VIJAYAWADA
KRISHNA RIVER
KARAMCHEDU
CHIRALA
SRIKAKULAM
GURTHEDU
NELLORE
ANANTAPUR
CHALLAVARIPALLE
CHITTOOR
ANDHRA PRADESH
MAP NOT TO SCALE

HYDERABAD CITY
PICKET
MARREDPALLY
CHIKKADPALLI
NIZAM COLLEGE
OSMANIA UN
CAMPUS
KOTI
IMLIBUN
BUS STOP
DABIRPURA
YAKUTPURA
HAYATH
HIMAYAT
SAGAR LAKE
SHE
RANGA REDDY
DISTRICT
MAHESWARAM
JABBARGUDEM
THIMMAPUR
ELIMIN
GHATPALLY
GUDUR
TOOLEKALA
KANDUKUR
CHOUDARIPA
PULIMAMIDI
AKULA-
MAILARAM
MEERKHANPET
BEGARIKANCHA
DABBEDGUDA
NAZDIK
SINGARAM
TATIPART
TALAKONDAPALLI
CHEEPUNUNTALA
SANGAIPALLI
MANDALS
IBRAHIMPATNAM
KANDUKUR
MANCHAL
YACHARAM
CHINTAPALLI
HAYATHNAGAR
TALAKONDAPALLI
MADGUL
MARRIGUDEM
VELDANDA
MAHESWARAM
KALWAKURTHY
CHOUTUPPAL
AJILL
VELDANDA
CHEDURV
KALWAKURTHY
MAHABUBNAGAR DISTRICT

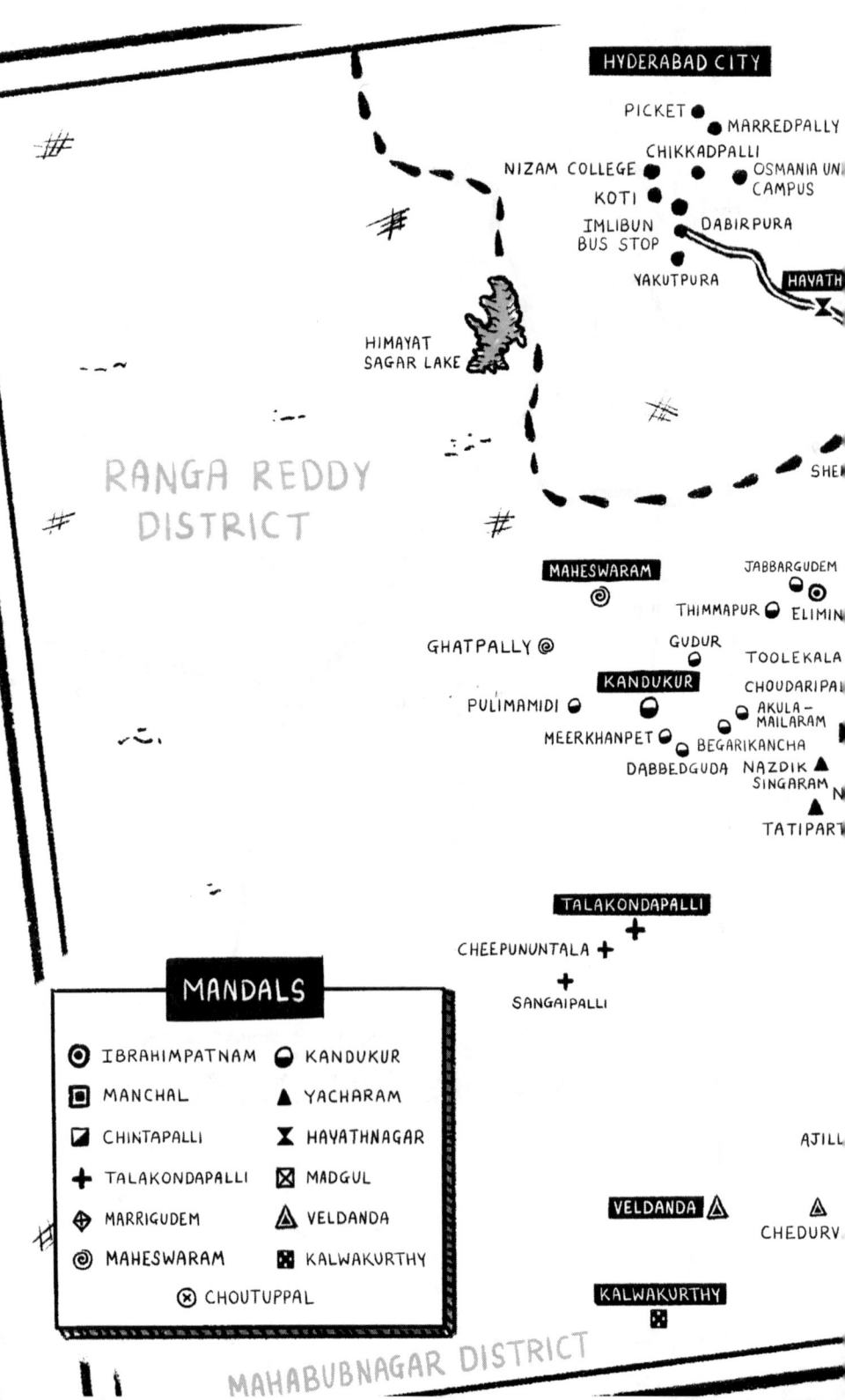

MAPPING THE ITVCS INFLUENCE
DADRI DISTRICT
GHATKESAR
VIJAYAWADA HIGHWAY
DANDUMALKAPURAM
CHOUTUPPAL
POLKAMPALLI
DANDUMAILARAM
VIJAYAWADA HIGHWAY
IBRAHIMPATNAM
CHERLAPATELGUDEM
PPAPAHAD
MANCHAL
HASMATPURA
GUNGAL
RANGAPUR
GADDA MALLAI
GUDEM
JALALMIYAPALLE
ARAM
CHEEDED
MONDIGOURELLI
NANAPARTHY
NALLAVELLI
KISHANPALLI
MAAL
MARRIGUDEM
VOTTIPALLI
POLEPALLI
BATTALAPALLI
KURMAPALLE
VINJAMURU
MADGUL
IRUVEN
CHINTAPALLI
UMANTHALAPALLI
MALLAREDDYPET
NALGONDA DISTRICT
TELANGANA
ANDHRA PRADESH
MAP NOT TO SCALE

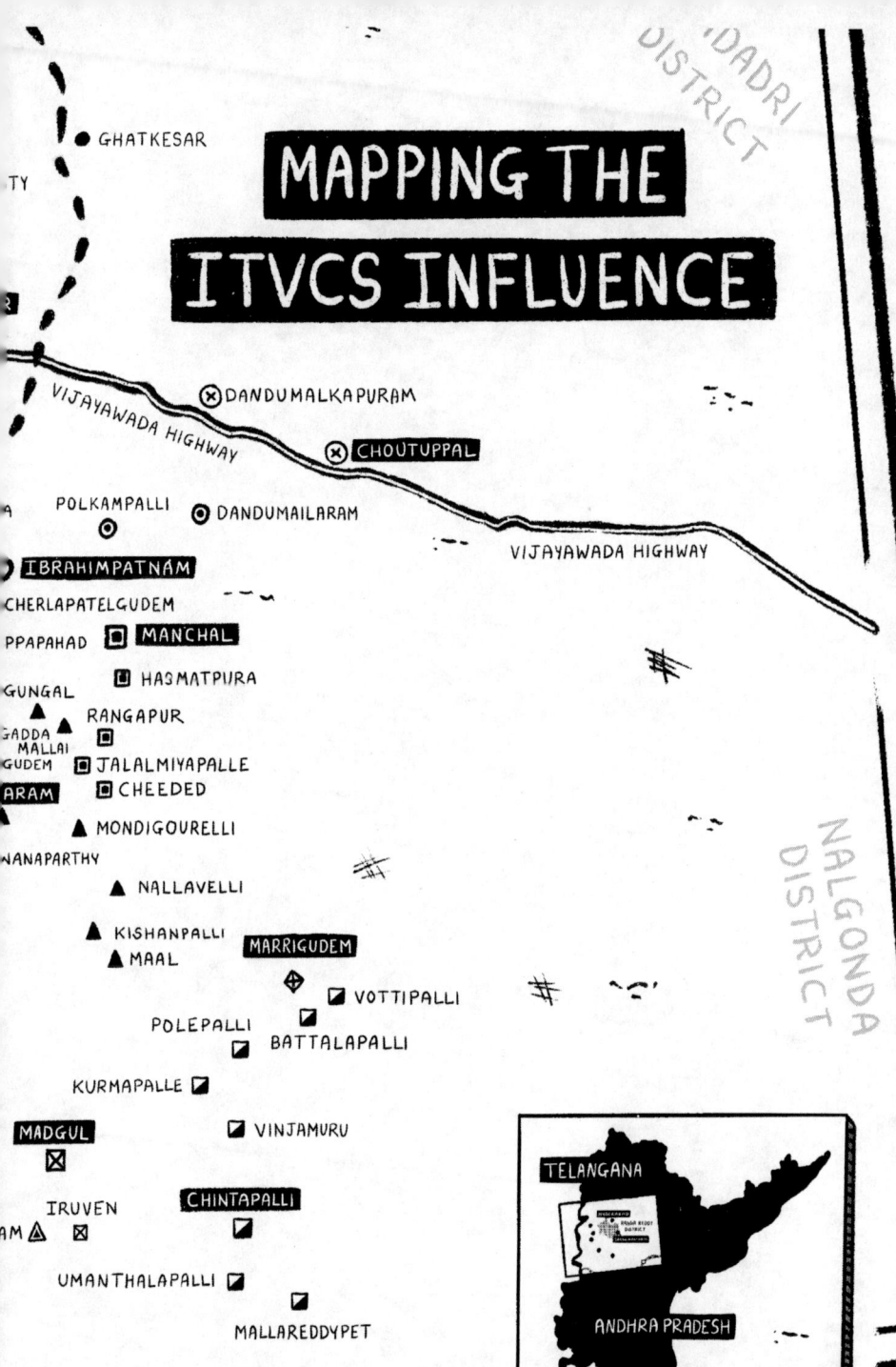

பொருளடக்கம்

முன்னுரை: நான் ஏன் இந்தப் புத்தகத்தை எழுதினேன்?	15
வீட்டில் பிராமணர், பள்ளியில் கத்தோலிக்கர்	25
பல்கலைக்கழகம் தந்த சிந்தனைகள்	42
இடதே இயல்பு: ஒரு நக்ஸலைட்டாக என் வாழ்க்கை	55
நிழலில் கரைந்த புரட்சிப் பாதை	76
அவசர நிலைக்குப் பிறகான வாழ்க்கை	105
ஹைதராபாத் புக் ட்ரஸ்ட்: சொற்களின் உலகம்	119
கடந்து வரவேண்டிய இடர்கள்	137
வளமைக்கும் வறட்சிக்கும் நடுவில்...	149
பாறைகள் விளைந்த நிலம்	171
கைகளை நிறைக்காத கூலி	185
ஆண்டைகளிடமிருந்து பறிக்கப்பட்ட சாட்டை	211
கரம்சேடு வயல்களில் சிந்தப்பட்ட உதிரம்	229
விடுதலையின் விலை ஒரு ரூபாய்	238
அடிமைத்தளைகளை நொறுக்கிய முழக்கங்கள்	269
புலிகளால் துரத்தப்பட்ட வேடர்கள்	281
கவர்மென்ட் காகிதம் எனும் உடைந்த கண்ணாடி	306
சங்கம் எனும் சர்வரோக நிவாரணி	321
அம்பேத்கரை நோக்கி நகர்தல்	350

என் உயிருக்கு வைக்கப்பட்ட விலை	368
முள்ளை முள்ளால் எடுத்தோம்!	388
குடும்பத்தில் ஒரு கொலை	405
தேர்தல் வெற்றி	425
கத்தார் பாடல்	433
அடிபணிந்த ஆதிக்கம்	450
இதயம் அறுக்கும் அன்பு	476
பின்குறிப்பு	491

முன்னுரை

நான் ஏன் இந்தப் புத்தகத்தை எழுதினேன்?

என்னோடும், என்னைச் சுற்றியிருந்த உலகத்தோடும் நான் நிகழ்த்திய உரையாடலின் கதையே இந்தப் புத்தகம். கேரளத்தைப் பூர்வீகமாகக் கொண்ட தமிழ் பிராமணக் குடும்பத்தில் பிறந்தேன். ஐந்து தசாப்தங்களுக்கும் மேலாக, ஹைதராபாத்தின் கடினமான தக்காண நிலப்பரப்பும், அதைச் சுற்றியிருந்த மாவட்டங்களுமே என் வீடாக இருந்தன. பிராவை எரிப்பது மேற்கத்திய நாடுகளில் புரட்சியாகப் பார்க்கப்படும்போது, என்னுடைய பதினான்கு வயதில் அதை அணிந்ததற்காக என் குடும்பத்தில் நான் வேசி எனப் பட்டம் கட்டப்பட்டேன். சிறுவயதில் கணிதத்தின் மீது எனக்குக் கிளர்ச்சியும் காதலும் இருந்தது. 1970களில் நான் நக்சலைட் இயக்கத்தில் ஈடுபட்டு, நெருக்கடிநிலைக் காலகட்டத்தில் தலைமறைவு வாழ்க்கை வாழ்ந்தேன். மூளைச்சலவை செய்யப்பட்டிருப்பதாக என் பெற்றோர்கள் அஞ்சினார்கள். எனவே, மெட்ராஸுக்குக் கூட்டிச்சென்று என்னைக் குணப்படுத்த அதிர்ச்சி வைத்தியம் (எலெக்ட்ரோ கன்வல்சிவ் தெரபி) கொடுத்தார்கள். அதனால் என் நினைவு சிதைந்தது. நண்பர்களால் நான் காப்பாற்றப்பட்டு, ஹைதராபாத்துக்குக் கூட்டிவரப்பட்டேன். ஆனாலும், நான் திருமணம் செய்துகொள்ள விரும்பிய நபரை என்னால் அடையாளம் காண முடியவில்லை. நான் அந்த அளவுக்கு என் நிலை மறந்திருந்தேன். நெருக்கடிநிலை காலகட்டத்தில் நாங்கள் கைது செய்யப்படுவதிலிருந்து தப்பிக்க, என் கணவர் சிரில் ரெட்டியுடன் வட இந்தியாவுக்குச் சென்றேன். அங்கே காசியாபாத்தில் வால்மீகி சமூகத்தினரிடையே வாழ்ந்து, அங்குள்ள

பிள்ளைகளுக்கு ஆங்கிலம் சொல்லிக்கொடுத்தேன். அவ்வப்போது தற்கொலை செய்துகொள்ளலாமா என்றுகூட யோசித்திருக்கிறேன். எங்களை வரவேற்கக் குடும்பங்களோ கட்சியோ இல்லாமல் 1980இல் நாங்கள் ஹைதராபாத்துக்குத் திரும்பினோம். இருந்தும் இந்த நகரம்தான் எங்கள் வீடு. நண்பர்களின் உதவியால், நாங்கள் 'ஹைதராபாத் புக் டிரஸ்ட்' எனும் பதிப்பகத்தைத் தொடங்கினோம். அதன் மூலம் இடதுசாரிய அம்பேத்கரியப் படைப்புகளைக் குறைந்த விலைக்குப் பதிப்பித்தோம். அது என் மனஅழுத்தத்துக்கான மருந்தைப் போல இருந்தது. விரைவிலேயே 'ஹெச்.பி.டி.'யின் முகமாக நான் ஆனேன். இப்போதும் அப்படியே இருக்கிறேன். இருந்தும், இந்தப் பாத்திரத்தோடு என்னால் திருப்திகொள்ள முடியவில்லை. நான் கனவு கண்ட புரட்சி இன்னும் என் கைகளுக்கு வசப்படாமல் இருந்தது. ஆகவே, நான் அமைதியற்று இருந்தேன். அப்போது எனக்கு முப்பது வயது.

அப்படியான சூழலில்தான் நான் இப்ராகிம் பட்டினத்துக்கு வந்தேன். அது 1984. ஹைதராபாத்திலிருந்து தென் மேற்காக ஒரு மணிநேரப் பயணத் தூரத்தில் இருந்தது இப்ராகிம்பட்டினம். ரங்க ரெட்டி மாவட்டத்தின் கீழ் இருந்த அந்தப் பகுதியில் ரெட்டிகள் கோலோச்சினர். பாறைகள் அடர்ந்த இந்த நிலப்பரப்பில், ரெட்டிகளின் ஆதிக்கத்தால் மக்கள் மிகவும் துயரத்துக்கு ஆளானார்கள். தலித்துகள், அதிலும் பெரும்பாலும் மாதிகா சமூகத்தினர், ரெட்டிகளின் கொத்தடிமைகளாக இருந்தனர். இந்த இடத்தில்தான் நான் சுமார் பத்து ஆண்டுகளுக்குத் தலித்துகளால் முன்னெடுக்கப்பட்ட பல்வேறு நிலப் போராட்டங்களில் பங்கேற்றுச் செயல்பட்டேன். எப்படிப்பார்த்தாலும் நான் இந்த இடத்துக்கு ஒரு வெளியாள். எனக்கு அனுபவமில்லாத விஷயங்களில் மூக்கை நுழைத்துக்கொண்டிருந்தேன். மார்க்சிய – லெனினிய இயக்கத்தில் பணிபுரிந்துகொண்டு புரட்சியைப் பற்றிக் கற்பனைசெய்வது ஒருபுறம் என்றால், தங்களிடம் உடைமைகள் என்று சொல்லிக்கொள்ள எதுவுமே இல்லாத மக்களிடையே என்னைப் போன்ற ஒரு பெண் செயல்படுவது முற்றிலும் வேறுவிதமானது. இருந்தும் அந்த மக்கள் தங்கள் இதயங்களிலும் இல்லத்திலும் எனக்குச் சிறப்பான இடமளித்தார்கள்.

ரெட்டிகள் கொடூரமான நிலக்கிழார்கள். தங்களிடம் பணியாற்றும் தொழிலாளர்களின் முதுகில் பெரிய பாறாங்கற்களைக் கட்டிவிட்டுத் 'தண்டனை' என்று சொல்லிப் பல மணிநேரம் வெயிலில் நிற்கவைத்தார்கள். இன்னும் சில கிராமங்களில் புதுமணப் பெண்கள் திருமணம் முடிந்த கையோடு 'தோரா காடி'களுக்குத் (முதலாளிகளின் வீடு) தூக்கி வரப்பட்டு அவர்களின் கன்னித்தன்மை அழிக்கப்பட்டது. நிஜமாகவே தங்கள் குழந்தைகளுக்குப் பாலூட்ட

வேண்டுமா என்பதைச் சோதித்துப் பார்க்க, பாலூட்டும் தொழிலாளத் தாய்மார்களின் மார்பகங்கள் அழுத்திப் பார்க்கப்பட்டன. ஒவ்வொரு கிராமத்திலும் ஏழைகள் தலித்துகளிடையே இதுபோன்று ஏராளமான கதைகள் இருந்தன.

இங்கே நான் தோற்றுப்போன லட்சியவாதியாக வந்தேன். எந்தப் போராட்டத்தாலும், எந்தப் பலனையும் ருசிக்காத ஓர் இளைஞியாக இருந்தபோதும், இங்கிருக்கும் மக்களுக்கு நான் எந்த விதத்திலாவது பயன்படக்கூடும் என்ற நம்பிக்கை இருந்தது. நான் பெரும்பாலும் மாதிகாக்களின் மத்தியிலேதான் வாழ்ந்தேன். தங்களுடைய வாழ்க்கைக்குள் வருவதற்கு என்னை அனுமதித்தார்கள். அவர்களுடைய பாடல்களை எனக்குப் பாடிக் காட்டினார்கள். ‘இந்திராம்மாவைப் போலச் சேலை கட்டு’ என்றார்கள். தங்களுக்கு என்ன தேவை என்பதையும், என்ன வகையான போராட்டத்தை முன்னெடுக்க வேண்டும் என்பதையும் அவர்கள் அறிந்திருந்தார்கள். அவர்களோடு நான், ‘இப்ராகிம்பட்டின தாலுக்கா விவசாயக் கூலிச் சங்கம்’ (அல்லது வெறுமனே சங்கம்) எனும் அமைப்பின் பகுதியாக மாறினேன்.

பல்கலைக்கழகத்தில் கல்வி கற்ற, ரெட்டிகளையும், ராவ்களையும் நண்பர்களாகக் கொண்டிருக்கிற ஒரு பிராமணப் பெண் எப்படி இப்ராகிம்பட்டினத்துக்கு வந்து மாதிகாக்களுடன் தங்கிப் பணியாற்ற முடியும்? ஏன், எப்படி, எப்போது அந்தப் போராட்டங்களில் இருந்து நான் விலகத் தொடங்கினேன்? இதைப் பற்றித்தான் நீங்கள் வாசிக்கப்போகிறீர்கள்.

நான் கிராமங்களில் பணியாற்றிக்கொண்டிருந்தபோது, என் கணவர் சிரில் ரெட்டியிடமிருந்து அளவற்ற ஆதரவு கிடைத்தது. அப்போது அவர் ஹைதராபாத்தில், ஏழைகளுக்குச் சட்ட உதவிகள் புரியும் ‘சலாஹா’ எனும் அமைப்பில் இருந்தார். மக்களின் போராட்டங்களுக்கு உதவ, நாங்கள் இருவரும் இணைந்து திட்டங்கள் தீட்டினோம். மஞ்சள் காமாலையால் பாதிக்கப்பட்டு, சுமார் ஒன்றரை ஆண்டுகளுக்கும் மேலாகப் படுக்கையில் இருந்த போதும், என்னுடைய பணிகளைத் தொடர அவர் ஊக்கப்படுத்திக்கொண்டே இருந்தார். ஆதரவு கொடுத்ததோடு என்னுடைய பிராமணத் தன்மையை சிரில் தொடர்ந்து விமர்சித்துக்கொண்டே இருந்தார். அதன் முதல்படியாக, உணவில்தான் என்னுடைய அந்த பிராமணத் தன்மையை நான் இழந்தேன். பிராமணத்துவத்தின் வாயிலில் ஒவ்வொரு முறையும் புதிய புதிய இறைச்சி வகையை, சிரில் வைத்துக்கொண்டே இருந்தார். பணத்தைச் செலவழிப்பதற்கு யோசனை, சிறிய வணிகர்களுடன் பேரம் பேசுதல், பிராமணர்களுடன் நட்பு கொள்ளுதல், பிராமணர்களின் தோல்வியைப் புரிந்துகொள்ளும்

அதே சமயம் இதர சாதியினரின் தோல்வியைப் புரிந்து கொள்ளாமல் இருப்பது என எந்த ஒரு தவறுக்கும், சிரில் என் பழக்க வழக்கங்களின் மூலத்தையும், அதனால் எனக்கு ஏற்பட்ட முன் தீர்மானத்தையும் சுட்டிக்காட்டுவார். சாதி, மதம், இடம் என எல்லாம் தாண்டிய கலப்பு மணம் செய்துகொண்ட குடும்பத்தில் வளர்ந்த அவருக்கு, என்னை விடச் சாதியத்தின் மோசமான ஒடுக்குமுறை குறித்து மிக நெருக்கமாகத் தெரியும். அவரும் அவரது உடன்பிறந்தவர்களும் இந்தியாவில் உள்ள துயரங்களுக்கு எல்லாம் இந்து பிராமணத்துவம்தான் காரணம் என்பதைச் சரியாக அடையாளம் கண்டிருந்தார்கள். நான் பொதுவெளியில் இயங்குவது அவருக்கு என்றுமே பிரச்சினையாக இருந்ததில்லை. மாறாக, நான் சொல்லுவதைவிடவும் பலவிதமான வழிகளில் எனக்கு அவர் ஆதரவாக இருந்தார். அவர் இல்லாது போயிருந்தால், நான் இங்கு சொல்லும் விஷயங்கள் எதுவும் என்றும் நிகழ்ந்திருக்காது.

எந்த ஒரு பிரதிபலனும் எதிர்பார்க்காமல் எனக்கு உதவி செய்தவர்கள் நிறைய பேர். அவர்களில் முதன்மையானவர்கள் வழக்கறிஞர்களான பொஜ்ஜா தாரகம், ஜி. மனோகர், சி.வி. மோகன் ரெட்டி, சி. பத்மநாபா ரெட்டி ஆகியோர். பிறகு, ஒவ்வொரு கட்டத்திலும் எனக்கு உதவ முன்வந்த குடிமைச் சமூகச் செயற்பாட்டாளர்கள், எங்களின் பணிகளைத் தங்கள் கட்டுரைகள் மூலம் எடுத்துக்கூறிய பத்திரிகையாளர்கள், எண்ணற்ற வழிகளில் ஆதரவளித்த நண்பர்கள் எனப் பலர் உண்டு. அந்த நாட்களில், எப்போதெல்லாம் ஹைதராபாத்துக்குத் திரும்புகிறேனோ அப்போதெல்லாம் நிலக்கிழார்களின் அடியாட்களால் நான் தாக்கப்படும் ஆபத்து எனக்கு இருந்தது. ஹைதராபாத்தில் நாங்கள் குடியிருந்த இடம் மத்தியதர வர்க்கம் குடியிருக்கும் பகுதி. கான்கிரீட் வீடுகளாலும், தகரக் கூரைகள் உடைய வீடுகளாலும் நிறைந்திருந்த அங்கு, சிறு வணிகர்கள், தள்ளுவண்டிக் கடைக்காரர்கள், வீட்டுவேலை செய்பவர்கள் ஆகியோர் வசித்துவந்தனர். ஒவ்வொரு நாளும் எங்களைச் சந்திப்பதற்காக, எங்கள் வீடு கொள்ளாத அளவுக்கு மக்கள் காத்திருப்பார்கள். சிலசமயம், நூற்றுக்கணக்கான மக்கள் லாரிகளில் வந்திறங்குவதை எங்கள் தெரு நிறைய முறை பார்த்திருக்கிறது. தாங்கள் வந்து காத்திருப்பதற்கான கதையை அங்குள்ள குடியிருப்புவாசிகளிடம் பலமுறை சொல்லியிருப்பார்கள்; அதனால் எங்களுக்கு உணவு தருவது, தெருவில் யாரேனும் அந்நியர்கள் வந்தால் உஷார்படுத்துவது எனப் பல உதவிகளைச் செய்தார்கள்.

1970களின் தலைமுறையைச் சேர்ந்தவள் நான். சில விஷயங்களில் நாங்கள் அதிர்ஷ்டசாலிகள். அந்தச் சமயத்தில்

தொடங்கிய பெண் விடுதலை இயக்கம் எங்களைத் துணிச்சலாக இருக்கவைத்தது. அன்றைக்கு இருந்த ஆண்கள் எங்களைப் போட்டியாளர்களாகப் பார்க்கவில்லை. மாறாக, உதவி செய்தார்கள். சொல்லப்போனால், 1980கள் முதல் நான் மிகவும் அதிர்ஷ்டம் செய்தவளாக உணர்ந்தேன். சி.கே. நாராயண் ரெட்டி, எஸ்.ஆர். சங்கரன், என்.வி. ராஜா ரெட்டி, சி. பத்மநாபா ரெட்டி பொஜ்ஜா தாரகம் என ஐந்து மூத்த ஆண்களால் நான் வழிநடத்தப் பட்டேன். வாழ்நாள் முழுவதும் கம்யூனிஸ்ட்டாகவே இருந்த சி.கே. நாராயண் ரெட்டி, நான் சந்தித்ததிலேயே மிகவும் மென்மையான மனிதர். 'ஹைதராபாத் புக் டிரஸ்ட்'டில் என் ஆப்த நண்பராக அவர் இருந்தார். அரசு அதிகாரியாக இருந்த எஸ்.ஆர். சங்கரன், கண்டிப்பான வழிகாட்டியாக இருந்தார். அவர் கொண்டுவந்த சட்டங்கள், திட்டங்கள்மூலம் தலித்துகள் அடைந்த பலன்கள் பல. ஒரு சோஷலிசவாதியாகவும், புத்தகங்களின் காதலராகவும், எதைப் பற்றியும் தெரிந்துகொள்ளும் ஆர்வத்துடனும், தெலங்கானாவிலுள்ள சமூகங்கள் பற்றி ஆழமான அறிவும் கொண்ட என்.வி. ராஜா ரெட்டி, அந்தப் பகுதியின் கலாச்சாரத்துடன் நான் ஒன்றிப்போவதற்கு உதவி செய்தார். மூத்த வழக்கறிஞரான சி. பத்மநாபா ரெட்டி, என் வழக்குகள் பலவற்றைக் கையாண்டிருக்கிறார். பிரபலமான தலித் செயற்பாட்டாளராக அறியப்பட்ட பொஜ்ஜா தாரகத்தோடு நான் நெருக்கமாகப் பணியாற்றியிருக்கிறேன். அந்த ஐந்து பேருமே எனக்காக நேரத்தையும் உழைப்பையும் வழங்கினார்கள்.

என் குடும்பத்தைப் பொறுத்தவரை, என்னால் அவர்களுக்கு உணர்வுரீதியான பாதிப்பு ஏற்படும்போதெல்லாம், என்னை அந்தக் குடும்பத்துக்காரியாக நினைத்துப் பார்க்கக்கூடத் தடை போடப்படுகிறது. நான் பிரச்சினையைக் கொண்டுவரும் உறவுக்காரியாகவும் சினேகிதியாகவும் இப்போது ஆகிவிட்டிருக்கலாம். சமத்துவமின்மை, கட்டுப்பெட்டித்தனம், சகிப்புத்தன்மை இல்லாத சாக்கடை என்று எங்கள் குடும்பங்களை நான் உருவகப்படுத்துவதை என் சகோதரிகளும் அவர்களுடைய குடும்பங்களும் என் பிராமண நண்பர்கள் பலரும் விரும்ப மாட்டார்கள். அதைவிட, இந்தப் புத்தகத்தை எழுதி ஆறிப்போன காயங்களை எல்லாம் நான் மீண்டும் கிளறுகிறேன். தன் வீட்டு அழுக்குத் துணிகளை ஒருவர் வெளியில் காட்டமாட்டார் என்று அவர்கள் நம்புகிறார்கள். ஆனால், நான் மறைக்கப்பட்ட, அவமானகரமான எந்த ஒரு குடும்ப ரகசியத்தைப் பற்றியும் எழுதவில்லை. சொல்லப்போனால், என் குடும்பம் ஒன்றும் அவ்வளவு கொடூரமான ஒன்றல்ல. பெற்றோர் எங்கள்மீது எப்போதும் கை ஓங்கியதே இல்லை. ஆனால் ஓர் எளிய உண்மை

எல்லா இடங்களிலும் இருப்பதுபோல ஆணாதிக்கமும் சாதியக் கட்டுப்பாடுகளும் எங்கள் வீட்டிலும் சகஜமானவையாக இருந்தன. அது இயல்பானது, சூரியோதயம்போல நிரந்தரமானது என்று எங்களுக்குக் காட்டப்பட்டது. நான் எழுதத் தொடங்கியபோது இவை பற்றியெல்லாம் ஆராயாமல் இருக்க முடியவில்லை.

சங்கத்துடன் இணைந்து கிராமங்களில் கூலி உயர்வுக்காகவும் நில உரிமைக்காகவும் சுமார் பத்தாண்டுகள் போராடிய பிறகு, 1998இல் ஹைதராபாத்துக்குத் திரும்பி மீண்டும் 'ஹெச்.பி.டி.' பணிகளைக் கவனிக்கத் தொடங்கினேன். இந்த முறை, எங்கள் அலுவலகத்துக்கு எப்போதெல்லாம் புதிய நபர்கள் தேவைப்பட்டார்களோ அப்போதெல்லாம் இப்ராகிம்பட்டினத்தில் இருக்கும் என் நண்பர்களுக்குத் தகவல் சொல்லிவிடுவேன். அவர்கள் தங்கள் குழந்தைகளை நல்ல இடத்தில் வேலைசெய்ய அனுப்ப வேண்டும் என்று கருதி என்னிடம் அனுப்புவார்கள். 'ஹெச்.பி.டி.'யில் புத்தகங்களை அனுப்பத் தபால் அலுவலகம் செல்வது, வங்கிக்குப் போய் வருவது, வரவு – செலவுக் கணக்குகளைப் பராமரிப்பது, பொதுக்கூட்டங்களில் புத்தகம் விற்பது, பிழை திருத்துவது, பிழை திருத்தப்பட்ட பக்கங்களை எழுத்தாளர்களிடம் கொண்டுசெல்வது எனப் பல வகையான பணிகளில் அந்தப் பதினெட்டு வயதுப் பிள்ளைகள் 'அப்ரென்ட்டிஸ்'களாகப் பயிற்சி பெறுவார்கள். வேலைகள் எதுவும் இல்லாத நேரங்களில், அவர்கள் என்னிடம் இந்தக் கிராமத்தில் என்ன நடந்தது, கிராமங்களில் பெரியவர்களிடம் கேட்ட கதைகள் எனப் பலதைக் குறித்தும் கேட்பார்கள். நான் தொடக்கத்தில் அதுபற்றியெல்லாம் பேசத் தயங்கினேன். இப்ராகிம்பட்டினத்தில் நான் செய்த வேலைகள் எல்லாம், என் தனிப்பட்ட, எனக்கு மட்டுமே உரித்தான புதையலைப் போலச் சில சமயங்களில் மறைத்துவைத்தேன். நான் செய்துமுடித்த விஷயத்தைப் பற்றிப் பேசுவது எனக்குச் சரியாகப் படவில்லை. வலதுசாரிகளால் கொல்லப்பட்ட ஒஸ்மானியா பல்கலைக்கழகத்தின் மாணவர் தலைவர் ஜார்ஜ் ரெட்டிபற்றி நான் 2014இல் எழுதிய வாழ்க்கை வரலாற்றைப் படித்துவிட்டு, 'ஹெச்.பி.டி.'யில் பணியாற்றிய அந்தப் பிள்ளைகள், இப்ராகிம்பட்டின இயக்கம் குறித்தும் நான் எழுத வேண்டும் என்று கேட்டுக்கொண்டார்கள். "அன்றைக்குப் பலருக்கு உந்துதலைத் தந்த அந்த இயக்கத்தின் வரலாற்றை நாங்கள் அறிந்துகொள்ள விரும்புகிறோம்" என்றார்கள். இறுதியாக 2018இல், நீண்ட நாள் நோய்வாய்ப்பட்டிருந்த சிரில் இறந்த பிறகு நான் எழுதத் தொடங்கினேன். அப்போது லீலா முனைவர் பட்ட ஆய்வுக்காக அமெரிக்காவுக்குச் சென்றுவிட்டாள். சிரில் காலமான பிறகு, ஒவ்வொரு நாளையும் தனிமையில் கடப்பது கடினமாக

இருந்தது; செயலபட்டுக்கொண்டே இருக்க விரும்பினேன். நான் மகிழ்ச்சியாக இருந்த அந்தக் காலகட்டத்தைப் பற்றி எழுதுவதன் மூலம் என்னுடைய தனிமையைப் போக்கிக்கொள்ளும் அதே சமயம், எங்கள் வரலாற்றின் ஒரு துண்டை என் இளம் நண்பர்களுக்காகத் தரமுடியும் என்று தோன்றியது.

எழுத்து என்னை இளகவைத்தது. என் கதையை எழுதியதற்காகச் சந்தோஷப்பட்டேன். இந்த நூலின் முதல் வரைவை அபிஷேக் பட்டாச்சார்யா. சைத்ரா ஸ்ரீசைலா என்ற இரண்டு இளம் வாசகர்களிடம் கொடுத்துப் படிக்கச் சொன்னேன். அதைப் படித்துவிட்டு என்னிடம் ஏராளமான கேள்விகளுடன் வந்தார்கள். அதனால் புத்தகத்தை இன்னும் விவரித்து எழுத வேண்டியதாக இருந்தது. முதல் வரைவில், இப்ராகிம்பட்டினத்தின் கதையை மட்டுமே சொல்லியிருந்தேன். அவர்கள், நான் ஏன் இப்ராகிம்பட்டினத்துக்குப் போனேன் என்று கேட்டார்கள். அதனால் நக்சலைட் இயக்கங்களுடனான என் உறவைப் பற்றிச் சொல்ல வேண்டியதாக இருந்தது. பிறகு அவர்கள், நான் ஏன் நக்சலைட் இயக்கத்தில் சேர்ந்தேன் என்று கேட்டார்கள். எனவே, நான் என் குழந்தைப் பருவம் தொடங்கி அனைத்தையும் சொல்ல வேண்டிய கட்டாயம் ஏற்பட்டது. 2020இல் கோவிட் 19 பெருந்தொற்று ஏற்பட்டபோது முதல் வரைவைத் திருத்தி எழுதுவதற்கு எனக்கு நிறைய நேரம் கிடைத்தது. அதே சமயம், அதை எங்காவது பதிப்பிக்கக் கொடுக்க வேண்டும் என்ற ஆவலும் எழுந்தது. இந்தப் புத்தகம்பற்றி ஜி. மனோகர், ஜுமூர் லஹிரி ஆகிய என் நண்பர்களிடம் பேசினேன். அவர்கள் இருவருமே எங்கள் சங்கத்தின் ஒரு பகுதியாகவோ அல்லது சங்கம் தொடங்கப்பட்ட காலத்திலிருந்து அதைக் கவனித்துக்கொண்டவர்கள் வந்தவர்களாகவோ இருந்தார்கள். இந்தப் புத்தகத்தில் இருந்த குறைகளைப் பற்றிச் சொல்லி, அதை எப்படிச் சரிசெய்வது என்றும் சொன்னார்கள். எனினும், 'நவயானா' பதிப்பகத்திடமிருந்து கதை சொல்லல் முறையில் இருந்த இடைவெளிகள் குறித்துக் கடுமையான விமர்சனங்கள் வந்த பிறகுதான், இந்தப் புத்தகத்தை மீண்டும் ஒருமுறை எழுதத் தொடங்கினேன். ஆனால், எழுத எழுத, புத்தகம் அளவிலும், அது பேசுகின்ற விஷயங்களின் பரப்பிலும் விரியத் தொடங்கியது.

சுமார் இருபத்தாறு ஆண்டு கால இடைவெளிக்குப் பிறகு, என் சங்கத்தின் முன்னாள் சக பணியாளர்களை எல்லாம் தொடர்புகொள்ளத் தொடங்கினேன். என் நினைவைத் தூசி தட்டிக்கொள்வதற்காக மட்டுமல்ல, எங்கள் அனைவரையும் முற்று முழுதாக மாற்றிய அந்த இயக்கத்தை மிகச் சரியாக மறுகட்டமைப்பு செய்வதற்கும் அவர்களுடனான உரையாடல் எனக்கு மிகுந்த

உதவி புரிந்தது. ஜுமூர் லஹிரி, சஷி குமார் ஆகியோருடன் இணைந்து, சங்கத்தின் முதல் ஊழியரான சங்கரய்யாவுடன் நீண்ட, நெடிய நேர்காணலை மேற்கொண்டேன். அது மட்டுமே இன்னொரு புத்தகம் எழுதும் அளவுக்கான விஷயங்களைக் கொண்டிருக்கிறது. இந்த நினைவுக்குறிப்பை எழுதுவதன் மூலம் என் சகோதரிகளுடன் மீண்டும் தொடர்புகொண்டேன். அது எனக்கு மிகுந்த மகிழ்வைத் தருகிறது.

சில மனிதர்கள், பெயர்கள், இடங்கள், தேதிகள், நிகழ்வுகள் ஆகியவற்றை நினைவுகொள்வதில் நான் தவறு செய்திருக்கலாம். இந்தப் புத்தகத்தின் வரைவுகளைப் படித்துப் பிழை திருத்தும்போது, என்னால் முடிந்த அளவுக்கு எல்லாக் குளறுபடிகளையும் சரி செய்ய முயன்றிருக்கிறேன். அதற்கு ‘எலெக்ட்ரோ கன்வல்சிவ் தெரபி’யின் மீதுதான் நான் பழி போட முடியும். எனினும், நாம் எல்லோருமே வயதாக ஆக, மறதிக்கு உள்ளாகவே செய்கிறோம். புத்தகத்தின் முதல் சில வரைவுகளைப் படித்தவர்கள், சில தவறுகளைத் திருத்தி இருக்கிறார்கள். திருத்தப்படாத தவறுகள் ஏதேனும் இருந்தால், அது அடுத்த பதிப்பில் திருத்திக்கொள்ளப்படும்.

இப்ராகிம்பட்டினத்தில் நாங்கள் மேற்கொண்ட பணிகளை இந்தப் புத்தகத்தில் மறுகட்டமைப்பு செய்ய எனக்கு நான்கு விதமான விஷயங்கள் துணைபுரிந்தன. முதலாவதாக, 1985 முதல் நான் ‘மெயின்ஸ்ட்ரீம்’ எனும் பத்திரிகைக்குத் தொடர்ந்து எழுதிவந்தேன். அதில் எழுதிய கட்டுரைகள் பெரும்பாலும், இப்ராகிம்பட்டினத்தில் நான் சந்தித்த மனிதர்களைப் பற்றிய சொற்சித்திரங்கள்தான். 1989இல் ‘நாலுபு’ எனும் தலித் சிற்றிதழ் தொடங்கப்பட்டபோது, அதிலும் நான் எழுதத் தொடங்கினேன். இரண்டாவதாக, ‘அன்வேஷி ரிசர்ச் சென்டர் ஃபார் விமென் ஸ்டடீஸ்’ எனும் அமைப்பு 2002இல், ‘ஜுடீஷியல் பிராசஸ் அண்ட் விமென்: நோட்ஸ் ஆன் ரெவென்யூ கோர்ட்ஸ்’ எனும் ஆய்வுக் கட்டுரையை எழுத ஊக்குவித்தது. அதற்காக யச்சாராம் புட்டஜங்கய்யா மற்றும் ததிபர்தி சத்யம்மா ஆகியோரை நேர்காணல் செய்தேன். மூன்றாவதாக, ‘நாலுபு’ இதழில் ஓவியராகப் பணிபுரிந்த நாரு என்பவர், இப்ராகிம்பட்டினத்தில் நாங்கள் மேற்கொண்ட பணிகள் குறித்துப் பத்திரிகைகளில் வெளியான செய்திகளைக் கத்தரித்து, பெரிய அளவிலான காகிதங்களில் ஒட்டிவைத்திருந்த தொகுப்பு. நான்காவதாக, எங்கள் சங்கம் செயல்பட்ட காலத்தில் நாங்கள் சந்தித்த வழக்குகள் குறித்த சில கோப்புகள் என்னிடம் இருந்தன. வருங்காலத்தில் அந்த மக்களுக்கு ஏதேனும் பிரச்சினை ஏற்பட்டால், அவர்களுக்கு அந்த ஆவணங்கள் உதவும் என்றெண்ணி அவற்றைச் சேமித்துவைத்திருந்தேன். இவை அனைத்துமே எங்கள் இயக்கத்தின் காலவரிசை, உள்ளடக்கம் மற்றும் இயக்கத்தின்

வழிமுறைகள் போன்றவற்றை மறுகட்டமைப்பு செய்வதற்கான அடிப்படை ஆவணங்களாகின.

துடிப்பும் திகைப்பும் கொண்ட நக்சலைட்டாக இருந்து, பதிப்பாளராக மாறி, இப்ராகிம்பட்டினத்தில் தலித் மக்கள் தங்கள் போராட்டங்களை முன்னெடுக்கச் செய்வதற்கு ஒரு கருவியாக இருந்ததுவரை நான் மேற்கொண்டது ஒரு நீண்ட பயணம். நான் வந்த வழியில் நிறைய தவறுகளைச் செய்திருக்கிறேன். சமயங்களில் அந்தப் பாதை எங்கே செல்கிறது என்பதுகூட அறியாமல் இருந்திருக்கிறேன். இந்தப் புத்தகம் ஒரு தனிநபரின் நினைவுக் குறிப்பாக இருந்தாலும், இது சங்கம் சந்தித்த போராட்டங்களையும் சாதனைகளையும் சொல்கிறது.

எல்லா நினைவுக் குறிப்புகளுமே பின்னோக்கிய நினைவுகளிலிருந்தே எழுதப்படுகின்றன. எல்லா நினைவுக் குறிப்புகளுமே தெரிவுசெய்யப்பட்ட விஷயங்களை மட்டும் தருகின்றன. நான் சாதியக் கட்டமைப்பில் சலுகை பெற்ற பிரிவைச் சேர்ந்தவன். இதன் மறுபக்கம் உள்ள மனிதர்களுடன் சில ஆண்டுகள் நான் கலந்து உறவாடியிருக்கிறேன். எனவே இப்போது, ஒடுக்கப்பட்ட சமூகத்தின் பக்கமிருந்து சாதியச் சலுகைகளை என்னால் உள்ளுணர்வுடனும் துல்லியமாகவும் விமர்சிக்க முடியும். இந்தக் கதையை எழுதியதன் மூலம், என்னை நானே புரிந்துகொள்ளவும் முயற்சிக்கிறேன். நம் காலத்தில் சலுகைகள் பெற்றவர்களே கதை சொல்வதிலும் ஆதிக்கம் செலுத்துபவர்களாகத் தொடர்வது எனக்குத் தெரியும். எனக்குப் பொருந்தாத விஷயங்களை நான் எழுதாமல் இருக்கவோ திருத்தவோ அழிக்கவோ எனக்கு அதிகாரம் இருப்பது என்பது தெரியும். அந்தக் குறைகளைத்தான் இந்தப் புத்தகம் பேசுகிறது.

மிகுந்த அச்சத்துடனேயே இந்தப் புத்தகத்தை உங்கள் கைகளில் தருகிறேன். பண்படாத முப்பது வயதுப் பெண்ணாக நான் இருந்த காலத்தை, கொஞ்சம் இரக்கம்கொண்டு படியுங்கள். இப்ராகிம்பட்டினம் என்னிடம் விளக்கவுரைகளுடன் வரவில்லை. நான் பார்த்த, அனுபவித்த விஷயங்களின் விளைவுதான் இந்த வேலை. நான் சிக்கியிருந்த சட்டகங்களில் இருந்து வெளியேற முயற்சி செய்திருக்கிறேன். தங்களுடைய வெளியை எடுத்துக் கொண்டதற்காகவும், தங்களுக்கு ஆதரவளித்ததற்காகவும் (பல்வேறு விதமான சூழல்களில் நிச்சயம் அப்படி நடந்து கொண்டிருந்திருப்பேன்), என் பிராமணத்துவச் சலுகைகளைப் போற்றியதற்காகவும் தலித்துகள் என்னை விமர்சிக்கக் கூடும். பொதுவெளியில் என் குடும்பத்தையும் நான் சார்ந்த சமூகத்தைப் பற்றியும் எழுதி, தங்களைப் பேசுபொருளாக்கி இருப்பதாக

எண்ணும் பிராமணர்கள் என்மீது கோபம் கொள்ளக்கூடும். மற்றவர்கள் தங்களின் நிலைகளில் இருந்து விமர்சிப்பார்கள். அத்தனைக்குப் பிறகும், இந்தப் புத்தகத்தை எழுதுவதற்கான தேவை இருக்கிறது என்றே நான் நினைக்கிறேன். நாங்கள் செய்த தவறுகள் எல்லாம் சரிப்படுத்த முடியாதவை என்று சொல்லிவிட முடியாது. திருத்திக்கொள்வதற்கான, மாற்றிக்கொள்வதற்கான இடம் எப்போதுமே இருக்கிறது. சாதியை ஒழிப்பதுதான் இலக்கு என்றால், சவர்ணாக்களை நம்மால் மாற்ற முடியும் என்று நம்புகிறேன். அந்த நம்பிக்கையில் இருந்துதான், இந்தச் சுயவிமர்சனம், சுயவெளிப்பாடு பிறக்கிறது.

1

வீட்டில் பிராமணர், பள்ளியில் கத்தோலிக்கர்

நான் பிறந்ததும் வளர்ந்ததும் கட்டுப்பெட்டி யான பிராமணக் குடும்பம் ஒன்றில்தான். எங்களது குடும்பம் எப்போதும் இடம்மாறிக்கொண்டே யிருந்ததால் நாட்டின் பல்வேறு நகரங்களிலும் நாங்கள் வசித்திருக்கிறோம். என் பெற்றோருக்கு ஐந்து மகள்கள். நான் நான்காவது பிள்ளை. என்னுடைய முதல் அக்கா திருவனந்தபுரத்திலிருந்த எங்களது அம்மா வழிப் பாட்டியின் வீட்டிலும், இரண்டாவது அக்கா பெங்களூருவிலும், மூன்றாமவள் ராஜ்கோட்டிலும், நான் 1953இல் சோலாப்பூரிலும், எனது தங்கை பம்பாயிலும் பிறந்தோம். என் பெற்றோர் தமிழ் பேசினாலும் என்னுடைய அம்மாவின் குடும்பம் சுமார் முந்நூறு ஆண்டுகளுக்கு முன்பே ராமநாத புரத்திலிருந்து திருவனந்தபுரத்துக்கு இடம்பெயர்ந்து விட்டார்கள். திருவனந்தபுரத்தில் வரிசையான வீடுகளைக் கொண்ட கரமன அக்ரஹாரம் எனும் பகுதியில் அவர்கள் வாழ்ந்தார்கள். அந்தப் பழமையான பிராமணக் குடியிருப்புக்கு நாங்கள் அவ்வப்போது சென்று வருவோம். என் பாட்டி அப்போதே விதவையாகிவிட்டவர்; அவரை ஒரு கனிவான நபராகவே நினைவில் வைத்திருக்கிறேன். காவல்துறையில் உதவி ஆய்வாளராக இருந்த சகோதரர் ஒருவர்தான் என் அம்மாவின் குடும்பத்தைப் பொறுப்பேற்று நடத்திவந்தார். இன்னொரு சகோதரர் சற்றே மனநலம் பாதிக்கப்பட்டவராக இருந்தாலும், பிறருக்கு உதவிசெய்யும் பாங்கினால் எங்கள் அனைவரின் அன்பிற்குரியவராக இருந்தார். அது

ஒரு பெரிய குடும்பமாக இருந்தபோதும் நான் கல்லூரிக்குச் சென்ற பிறகு அவர்கள் யாருடனும் எனக்குத் தொடர்பு இருக்க வில்லை.

என் அப்பாவின் குடும்பம் கேரளத்தின் ஆலப்புழை மாவட்டத்தில் உள்ள ஹரிபாடு எனும் பகுதியில் சுமார் நூறு ஆண்டுகளுக்கும் மேலாக வசித்துவந்த நிலக்கிழார் குடும்பம். நகரத்தில் நாங்கள் இருந்த வீடுகளைக் காட்டிலும் அவர்களது வீடு மிகப் பெரியதாக இருந்தது. அந்த வீட்டின் வரவேற்பறையில் முப்பது பேர் சம்மணம் போட்டு உட்காரலாம். அதே அளவுக்குப் பெரியதாக வீட்டின் தாழ்வாரங்களும் இருந்தன. என் அப்பா வழி தாத்தா ஹரிபாட்டில் சார் பதிவாளராக இருந்தார். நான் பிறப்பதற்கு முன்பே அவர் இறந்துவிட்டார். ஆனால் அம்மாமி என்று நாங்கள் அழைக்கும் என் பாட்டியோ என் சிறு வயதில் மிகுந்த தாக்கத்தை ஏற்படுத்தியவராக இருந்தார். ரவிக்கை அணியாத, தலைமயிர் மழிக்கப்பட்ட, நெற்றியில் திருநீறு பூசிய ஒருவராக அவர் என் நினைவில் நிற்கிறார். வரவேற்பறையில் வரிசையாக அமர வைக்கப்பட்ட பேரக் குழந்தைகளுக்கு அவரே சமைத்து, அவரே பரிமாறுவார். சில சமயம் அவர் எங்களுக்குச் சுண்டக் காய்ச்சிய தெரட்டிப்பால் செய்து கொடுப்பார். என் அம்மா லட்சுமி – அல்லது அவரது உறவினர்கள் அழைப்பது போல எச்சுமி, தனது மாமியார் தனக்குச் செய்வினை வைத்துவிட்டதாக நம்பியதுடன், அந்தத் தெரட்டிப்பாலைச் சாப்பிட வேண்டாம் என்று எங்களைப் பயமுறுத்தவும் செய்தார். அதை நான் பெரிதாகக் காதில் போட்டுக்கொள்ளவில்லை. பெரியோர்கள் கொஞ்சம் பித்துப் பிடித்தவர்கள்தான். நானோ என்னை வித்தியாசமானவளாக எண்ணிக்கொண்டிருந்தேன். சிறு வயதில் நமக்கு ஏற்படும் அனுபவங்களும் அகவயமான உணர்தல்களும் நாம் பெரியவர்களாகும்போது நம்முடனே கூட வரும் என்பதை அப்போது நான் அறிந்திருக்கவில்லை. மாமியார் – மருமகள் உறவு எப்போதும் பிரச்சினைக்குரியது என்பதையும், இதை முன்னிட்டு என் பெற்றோர்களுக்கு இடையே ஏற்பட்ட பல சச்சரவுகளையும் நான் இப்போது எண்ணிப் பார்க்கிறேன்.

என் அப்பா கிழக்கேமடம் ஹரிஹர ராமசுவாமி, தபால் மற்றும் தந்தித் துறையில் பொறியாளராகப் பணியாற்றிவந்தார். அவரும் அவரது சகோதரர்களும் திருவனந்தபுரத்தில் உள்ள கல்லூரிகளில் படித்தவர்கள். திருவிதாங்கூர் சமஸ்தான அரசர் பிராமணர்களுக்குப் பரிவு காட்டியதோடு அவர்களுக்கு இலவச உணவும் இருக்க இடமும் வழங்கினார். மகாராஜாவின் சத்திரங்களில் வசித்தும் சாப்பிட்டும், தெருவிளக்குகளின் கீழ் படித்தும் தான் எப்படி முன்னேறினார் என்பதை நாங்கள்

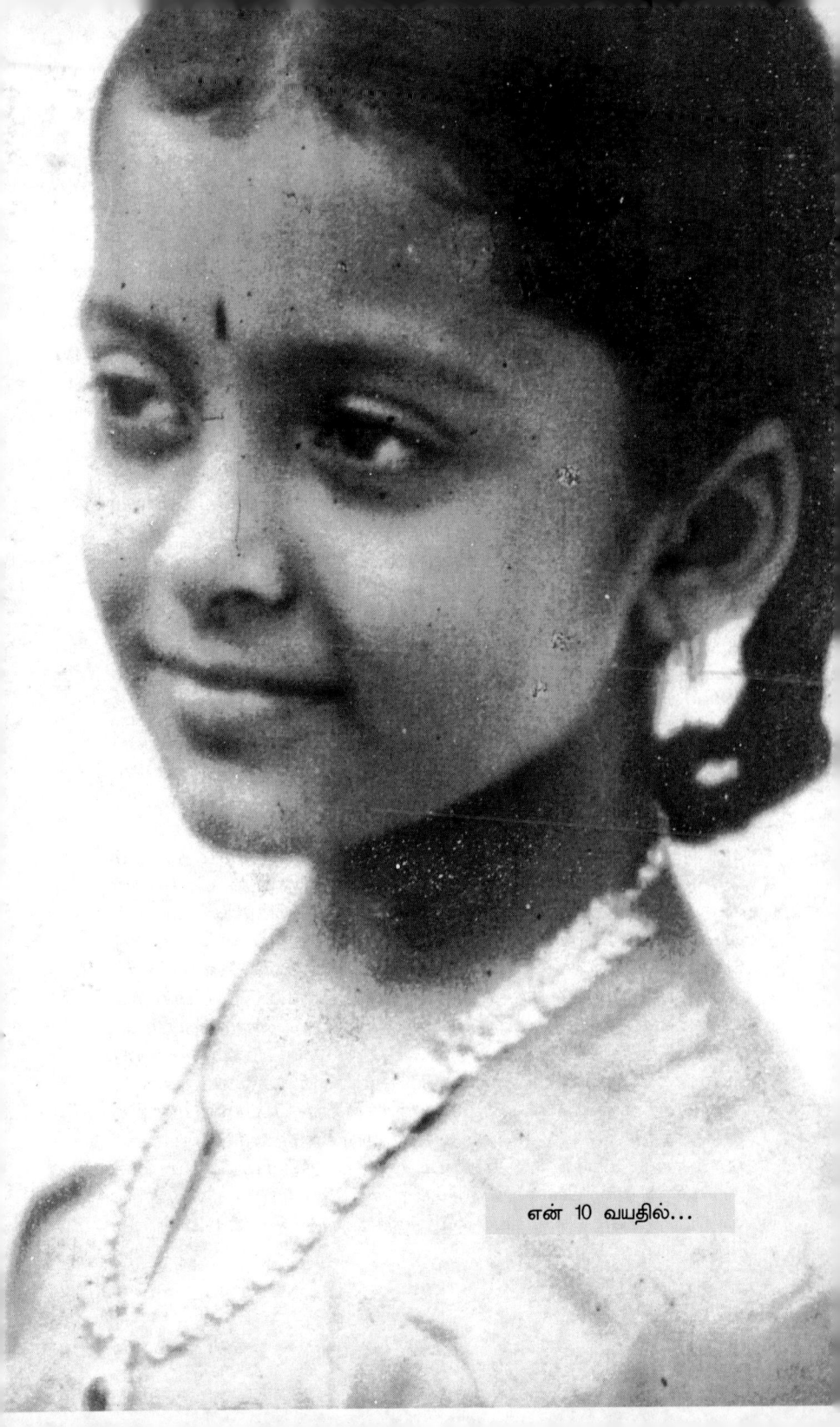

என் 10 வயதில்...

வளர்ந்து வந்தபோது, எங்கள் அப்பா எங்களுக்கு நினைவு படுத்திக்கொண்டேயிருந்தார். நானும் எனது சகோதரிகளும் கன்னியாஸ்திரிகளால் நடத்தப்பட்ட கான்வென்ட் பள்ளிகளில் சேர்க்கப்பட்டோம். அங்கே ஆங்கிலத்தில் பேசினாலும், வீட்டில் தமிழ் பேசினோம். என் பெற்றோருக்கு மலையாளத்தில் எழுதவும் வாசிக்கவும் தெரியும். 1980களுக்குப் பிறகு, குறிப்பாக என்னுடைய இப்ராகிம்பட்டினத்தின் காலங்களில், என் அம்மா எனக்குக் கடிதங்கள் எழுதும்போதெல்லாம் தமிழை மலையாள எழுத்துகளில் எழுதி அனுப்புவார். அந்தக் கடிதங்களை எந்தத் தமிழரும் படிக்க முடியாது. போலவே ஒரு மலையாளி அதைப் படித்தால் அதில் என்ன எழுதப்பட்டிருக்கிறது என்பதைப் புரிந்துகொள்ள முடியாது. எனக்கு வயது ஆக ஆக, என் பெற்றோர் பேசிய விசித்திரமான தமிழையும், சிறு வயதில் நாங்கள் உண்ட உணவு பற்றிய நினைவுகளையும் பத்திரப்படுத்தத் தொடங்கினேன். ஒரு முறை திருவனந்தபுர ஐயர்களின் உணவை ருசிக்க வேண்டும் என்பதற்காகவே ஹைதராபாத்தில் நடைபெற்ற எனக்குத் துளியும் தொடர்பில்லாத திருமண நிகழ்ச்சிக்குச் சென்றேன். எதிர்பாராதவிதமாக எங்கேனும் அவர்களைப் போன்ற பேச்சொலிப்பைக் கேட்க நேர்ந்தால், அந்தக் குரல்களை மிகவும் ஆதுரமாகக் கவனித்தேன். பெற்றோருடனான தொடர்புகளை அறுத்துக்கொண்ட ஒருவருக்கு இப்படியான மணம், சுவை, ஒலி ஆகியவை ஒருவிதமான மயக்கத்தைத் தருபவை.

என் பெற்றோர் மிகவும் தன்மையானவர்கள். எங்களை நோக்கி அவர்கள் எப்போதும் தங்கள் கைகளை உயர்த்தியதில்லை. மனம் புண்படும்படித் திட்டியதில்லை. பிற சாதிகளைச் சேர்ந்த, தங்களுக்குத் தெரிந்தவர்கள், தங்கள் அண்டை வீட்டார்கள், உதவிக்கு அழைக்கப்பட்டவர்கள் என எவரிடத்திலும் கடுகடுப்பைக் காட்டியதில்லை. ஆனபோதும், தாங்கள் பிராமணர் என்பதால் தங்களை உயர்வாக நினைத்துக்கொண்டவர்கள். வீட்டில் எப்போதும் அவர்கள் ஆச்சாரமாக நடந்து கொண்டார்கள். ஆகவே, நாங்கள் வெளியிடங்களில் உண்பதற்குத் தடைவிதிக்கப்பட்டிருந்தது. பரிமாறும்போதுகூட இடது கையால் உணவைத் தொடக்கூடாது. சமையலுக்குப் பயன்படுத்தப்பட்ட எந்தப் பாத்திரத்தையும் தொட்ட பிறகு, நெய் அல்லது தயிர் போன்றவற்றை உடனடியாகத் தொட்டுவிடக் கூடாது. பல காலமாக எங்கள் வீட்டில் வெங்காயத்தைப் பயன்படுத்திய தில்லை. நான் கல்லூரிக்குச் செல்லும்வரை பூண்டு என்பதைப் பார்த்ததேயில்லை. துவைப்பது, பாத்திரம் தேய்ப்பது போன்றவற்றை வேலைக்காரம்மா, எங்கள் வீட்டுக்கு வெளியே உள்ள குழாயடியில் செய்ய, வீட்டுக்கு உள்ளே செய்ய வேண்டிய

பணிகளை எல்லாம் அம்மாவும் நாங்களும் செய்தோம். இவ்வளவுக்கு இடையிலும், ஆச்சாரங்களை எங்களால் மீற முடிந்ததற்குக் காரணம் என் அப்பாவுக்கு அவ்வப்போது பணிமாற்றலாகி, தமிழ்நாட்டுக்கு வெளியே எங்கள் வாழ்க்கையின் பெரும்பகுதி கழிந்ததால்தான். நாங்கள் அக்ரஹாரங்களில் வசித்ததில்லை. மாறாக, அனைத்துச் சாதியினரும் சூழ்ந்திருக்கும் பகுதிகளில்தான் குடியிருந்தோம். ஃப்ளோரா ஃபவுன்டெய்ன் எனும் வரலாற்றுச் சிறப்புமிக்க சின்னத்துக்கு எதிரே இருந்த தபால் மற்றும் தந்தித் துறை கட்டடம்தான் பம்பாயைப் பற்றிய எனது சிறு வயது நினைவு. என் அப்பாவின் அலுவலகம் இரண்டாவது தளத்திலும், எங்கள் வீடு நான்காவது தளத்திலும் இருந்தது. அந்தக் கட்டடத்தின் படிக்கட்டுகள் மரத்தால் செய்யப் பட்டவை. எனவே, அதில் ஏறி இறங்கும்போது உண்டாகிற சப்தத்தை நாங்கள் மிகவும் விரும்பினோம். பம்பாயில் உள்ள கான்வென்ட் ஆஃப் ஜீசஸ் அண்ட் மேரி பள்ளியில்தான் என்னுடைய பள்ளி வாழ்க்கை தொடங்கியது. பிறகு சென்னைக்கு வந்தபோது சாந்தோமில் உள்ள ரோசரி மெட்ரிகுலேஷன் பள்ளியில் நாங்கள் படித்தோம். நான் அப்போது நான்காம் வகுப்பில் இருந்தேன். ஜெஸ்ஸி டி'சோசா, மேரி ஆன், ஷாலினி குரூப், ஹாஷ்மி, ஷீலா ராணி ஆகியோர்தான் என் மிகச் சிறந்த நண்பர்கள். என் ஒன்பது வயது முதல் பதினைந்து வயது வரை சென்னையில்தான் இருந்தோம்.

பெண்கள் சுமக்க விரும்பாத சிலுவையைப் பற்றி நான் அறிந்துகொண்டபோது எனக்குப் பத்து வயதிருக்கும் என்று நினைக்கிறேன். திருவனந்தபுரத்தில் இருந்தபோது, பள்ளிக்குச் செல்லக் கூடாது என்று என் அம்மாவுக்கென்று இருந்த ஒரே ஒரு நல்ல சீருடையைத் தனது அண்ணன் கிழித்து எறிந்தது குறித்து அம்மா எப்போதும் சொல்லிக்கொண்டிருப்பாள். அதைச் சொல்வதன் மூலம் எங்களுக்குக் கிடைத்துள்ள வாய்ப்பு எப்படிப் பட்டது என்பதைப் புரியவைக்க முயன்றுகொண்டிருந்தாள். அதைச் சொல்லுவதன் மூலம் நாங்கள் யாரையும் சார்ந்திருக்காமல் எங்கள் சொந்தக் காலில் நிற்க வேண்டும் என்பதை உணர வைத்துக்கொண்டிருந்தாள். பெண்ணாகப் பிறப்பது என்பது துன்பகரமான வாழ்க்கையைக் கொண்டது என்றும், அதிலிருந்து தப்பிக்க கல்வி ஒன்றே சிறந்த வழி என்றும் எங்கள் மூளையில் பதிய வைத்துக்கொண்டிருந்தாள். சொன்னது அனைத்தும் என் மீது எப்படி ஓர் ஆழமான தாக்கத்தை ஏற்படுத்தின என்பதை அவள் ஒருபோதும் அறியாள். அந்தக் கதைகளைத் திரும்பத் திரும்பக் கேட்பதில் எனக்கு மிகுந்த ஆவல் இருந்தது. என் அம்மாவின் இளமைக் காலத்தை நினைத்துப்

பார்த்து வருந்தியதோடு, அத்தகையதொரு சிக்கலில் நானும் சிக்கப்போவதில்லை என்று உறுதிபூண்டேன். ஒருவிதத்தில் நான் அறிந்த முதல் பெண்ணியவாதி என் அம்மாதான்.

எங்களின் வளர்ப்பு பல வகையில் முரண்பட்டது. உணவு, தீட்டு, துணி, நடவடிக்கை, பண்பாடு ஆகியவை குறித்து மரபார்ந்த கடுமை இருந்தாலும், இன்னொரு புறம் ஆங்கில மொழிக் கல்வி மற்றும் மேற்கத்திய பொழுதுபோக்கு அம்சங்களான ஆங்கில மொழிப் படங்கள் பார்த்தல், ஆங்கிலப் புத்தகங்கள் படித்தல், ஆங்கிலப் பாடல்களைக் கேட்டல் ஆகியவற்றுக்கு அனுமதி இருந்தது. இவையெல்லாம் கல்வி மற்றும் வேலைவாய்ப்புக்கு உதவி செய்யும் என்ற கண்ணோட்டமே இருந்தது. அதுபோக, எங்களது கிறித்துவ நண்பர்கள் எங்கள் வீட்டுக்கு வருவதும், நாங்கள் அவர்கள் வீட்டுக்குச் செல்வதும் வழக்கமாக இருந்தது. நாங்கள் ஐந்து சகோதரிகளும் கர்நாடக சங்கீதத்தில் தேர்ச்சி பெற்றிருந்தோம். எம்.எஸ். சுப்புலட்சுமியின் *'வெங்கடேச சுப்ரபாதம்'* கேட்டவாறே காலை ஐந்து மணிக்குக் கண் விழிப்பதுதான் எங்கள் வழக்கம். அதேபோல நாங்கள் சென்னையில் இருந்தபோது எல்லா கச்சேரிகளுக்கும் அழைத்துச் செல்லப்பட்டோம்.

எனக்கு நான்கு வயதாக இருந்தபோதே கதைப் புத்தகங்களை வாசிக்கத் தொடங்கிவிட்டேன். எனக்குப் படிக்க எதுவும் இல்லாதபோது, டெலிபோன் டைரக்டரி, அட்லஸ், ரயில் அட்டவணை ஆகியவற்றைப்படித்து என் நேரத்தைப்போக்கினேன். அவை என்னை நனவுலகிலிருந்து கனவுலகுக்கு எடுத்துச் சென்றன. சுவாரஸ்யமான பெயர்கள், தொலைவிலுள்ள இடங்கள், நதிகள் மற்றும் மலைகள், ரயில் பயணங்கள் ஆகியவற்றைச் சுற்றிக் கதைகளை நெய்துகொண்டிருப்பேன். புனைவுகளின் வாசகி நான். கையில் ஏதேனும் புத்தகம் இல்லை என்றால் நான் கவலையாகக் காணப்படுவேன். எனிட் ப்ளைட்டன் முதல் ரிச்மால் கிராம்ப்டன்னின் வில்லியம் புத்தக வரிசை, ஏ.ஏ. மிலைன், சி.எஸ். லீவிஸ் ஆகியவற்றைத் தொடர்ந்து டால்ஸ்டாய், டாஃப்ன் து மொரியர், சார்லஸ் டிக்கன்ஸ், ஜேன் ஆஸ்டென், சோமர்செட் மாம் மற்றும் தாமஸ் ஹார்டி என என் வாசிப்பு வளர்ந்தது. இவர்களில் பலரது எழுத்துகள் எங்கள் பள்ளிப் புத்தகங்களில் பாடமாக இருந்தன. வாசிப்பு என் எல்லைகளை விரிவுபடுத்தியதுடன், என் குடும்பம் வழங்க இயலாத வாய்ப்புகளையும் வழங்கியது. ஹெமிங்வே, ஸ்டீன்பெக் போன்றோரின் எழுத்துகளைத் தேர்வு செய்து படிப்பதும் மற்றும் இ.எச். கார், கார்டன் சைல்ட் போன்ற அபுனைவு எழுத்தாளர்களின் படைப்புகளை வாசிப்பதும் கல்லூரி படிக்கும்

காலத்தில்தான் சாத்தியமாயிற்று. புத்தகங்கள் என்னைப் பகுத்தறிவு மிக்க, சுதந்திரமான, எல்லாவற்றுக்கும் அர்த்தம் கொண்ட ஓர் உலகத்தை எனக்கு அறிமுகப்படுத்தின.

என்னுடைய வளரிளம் பருவத்தில் அறிவியல் எனும் புதுவகையான சிந்தனையோட்டத்தில் அழைத்துச் செல்லப் பட்டேன்! சடங்குகளையும் மூடநம்பிக்கைகளையும் நான் கேள்விக்கு உட்படுத்திக்கொண்டிருந்த நேரத்தில் உயிரியலும் இயற்பியலும் எனக்கு மிகப்பெரிய விடுதலை உணர்வை அளித்தன. அந்த மௌனப் புரட்சியின்போது அறிவியல்தான் என்னைத் தாங்கிப் பிடித்தது. பள்ளி நாட்களில் என்னை ஈர்த்த அறிவியல் ஆசிரியர் என்று யாரையும் என்னால் சொல்ல முடியவில்லை என்றாலும், அந்தக் காலத்தின் அறிவியல் புத்தகங்கள் மிகவும் புரட்சிகரமானவை. உயிரியல் என்பது மனித உடலைப் படிப்பது பற்றியதாக இருந்தாலும், மாதவிடாய் எப்படிச் செயலாற்றுகிறது என்பதைப் பற்றிய புரிதலை ஏற்படுத்தியது. மாதவிடாய் என்பது இயற்கையான செயல்பாடு, அது மகப்பேறுடன் தொடர்புடையது என்பதை அறிந்துகொண்டேன். உணவு கெட்டுப்போவது அதில் உள்ள உயிரிகளால் தானே தவிர, மாதவிடாய் ஏற்பட்ட பெண் தொடுவதால் அல்ல என்பதை உணர்ந்துகொண்டேன். பிரசவமாவதும், பிள்ளை பெறுவதும் உடலுறவால் அன்றி, எதிர் பாலினத்தவருடன் பேசுவதால் அல்ல. பூமி சுழல்வதும், சூரியன் ஒளிர்வதும், வெள்ளம் பெருக்கெடுப்பதும் இயற்கை நிகழ்வுகளே தவிர, எந்த ஒரு கற்சிலையின் இயக்கத்தாலும் அல்ல. இயற்கையைப் பற்றிய அறிவு எனது சமூக வாழ்க்கைக்கு மிகவும் இன்றியமையாதது என்பதைக் கண்டுகொண்டேன். அற்புதங்கள் பற்றியும் இவ்வுலகம் இயங்கும் முறை பற்றியும் இயற்பியல் பாடப்புத்தகங்கள் போதித்தன. ஐரோப்பாவில் ஏற்பட்ட ஞானம் குறித்தும், அங்கு எழுந்த போர்கள் குறித்தும் வரலாற்றுப் பாடப் புத்தகங்கள் பேசின. ஆக, இந்தப் போர்களை எல்லாம் மக்கள் ஏற்கெனவே போரிட்டு வென்றிருக்கிறார்கள்.

அநேகமாக எல்லா விஷயங்களையும் தர்க்க ரீதியாக நம்மால் விளங்க வைக்க முடியும் என்பதும், அறியாததைக் கண்டு நாம் அச்சப்படத் தேவையில்லை என்பதும் எனக்கு மிகுந்த ஆச்சரியத்தை உண்டாக்கின. என்னுடைய உடலில் மாற்றங்கள் தென்பட்டபோதும், அவற்றின் காரணமாகப் பிராமணக் குடும்பங்களில் கொடுக்கப்படும் நிர்பந்தங்களையும் நான் எதிர்கொண்டிருந்த வேளையில், பள்ளியில் அறிவியல் பாடம் மிகவும் அழுத்தம் திருத்தமாக என்னுள் புகுத்தப்பட்டது. என் பகுத்தறிவும் உணர்ச்சிவயப்பட்ட சுயமும் வீட்டில் பின்பற்றப் படும்; மூடநம்பிக்கைகளுக்கு எதிராக ஒருமுகப்படுத்தப்பட்ட

எதிர்ப்பில் இறங்கின. மாதவிடாய் குறித்து எனக்கு எந்தச் சிந்தனையும் இல்லாத வேளையில் நான் மாதவிடாய்க்கு ஆளாக நேர்ந்தது. மாதவிடாய் தொடர்பான அனுஷ்டானங்களை என் குடும்பம் பின்பற்றியது. என் சகோதரிகள் என்னைவிட்டுத் தனியே உட்கார்ந்தார்கள். அவர்களுக்குத் தனியே உணவு பரிமாறப்பட்டது. தனியாகத் தூங்கினார்கள். வீட்டின் இதர அறைகளுக்குச் செல்லாமல் பார்த்துக்கொண்டார்கள். மூன்று நாட்களுக்குப் பிறகு, அவர்கள் தொட்ட அனைத்தையும் கழுவி விடுவது குறித்துப் பெரும் விவாதமே நடைபெற்றது. அந்த மூன்று நாட்களில், எத்தனை முறை குளித்தாலும் தீட்டுப் போகாது என்று கருதப்பட்டது. அறிவுக்குக் கொஞ்சமும் தொடர்பில்லாத இந்த ஆச்சாரங்களை நான் மதிக்கவேயில்லை. எனக்குப் பதிமூன்று வயதானபோது பள்ளியில் ஒரு நாள், என் சீருடையின் பின்புறம் ரத்தக் கறை இருப்பதைப் பார்த்து என் தோழிகள் கெக்கலித்தார்கள். 'கறை படியும் அளவுக்கு நான் எங்கே உட்கார்ந்தேன்?' என்ற கேள்வியோடு நான்பாட்டுக்கு விளையாடிக் கொண்டிருந்தேன். சிறிது நேரத்தில் யாரோ என் அக்கா ஒருவரை அழைத்து வந்தார்கள். அவளிடம் பதற்றம் தெரிந்தது. நான் இப்போதே வீட்டுக்குக் கிளம்ப வேண்டும் என்று என்னைக் கட்டாயப்படுத்தினாள். 'எதற்காக?' என்று கேட்டேன். 'நாம் வீட்டுக்குப் போயே ஆக வேண்டும்' என்று விசும்பலுடன் கிசுகிசுத்தாள். வீட்டுக்கு வந்ததும் அவள் அழுது தீர்த்தாள். 'அந்த ரத்தக் கறையோடே அவள் எல்லோர் முன்னாடியும் நடந்து திரிந்தாள்' என்று கதறினாள். 'இப்போது எல்லோருக்கும் தெரிந்துவிட்டது' என்றாள். 'அதனால் என்ன?' என்று அம்மா கேட்டாள். 'அது ஒரு பெண்கள் பள்ளி. எல்லா பெண்களுக்கும் மாதவிடாய் ஏற்படுவது சகஜம்தானே' என்றாள். என் அக்காவோ 'சரிதான். ஆனால் இது யாருக்கும் தெரியக் கூடாது அல்லவா?' என்று விசும்பினாள். 'இனி நான் பள்ளிக்குப் போக மாட்டேன்' என்று பொருமினாள். இந்த மாதவிடாய் எல்லாம் என்னை ஒன்றும் செய்துவிடவில்லை. ஆனால், அதையொட்டி எனக்கு விதிக்கப்பட்ட புதிய கட்டுப்பாடுகள்தான் என்னை ஆத்திரமூட்டின. மாதவிடாய் குறித்துப் படிக்கத் தொடங்கினேன். அது குறித்த அறிவியல் பூர்வமான விளக்கமும் எனக்குத் தெரியும். இதைப் பற்றி என் வகுப்பினரோடு பேசிக்கொண்டிருந்தபோது, பிராமணரல்லாத வீடுகளில் ஒரு பெண் பூப்பெய்தினால் அதைக் கொண்டாடுவார்கள் என்பதை அறிந்து ஆச்சரியப்பட்டேன். தங்களது மகள் பெரிய மனுஷியாவது குறித்து அவர்களின் பெற்றோர்கள் உண்மையிலேயே பெருமிதம் கொண்டார்கள். ஆனால் இங்கோ, நான் மாதவிடாய்க்கு ஆளானது பற்றி என் அக்கா புலம்புகிறாள். என் அம்மாவோ 'இன்னொரு மகள்

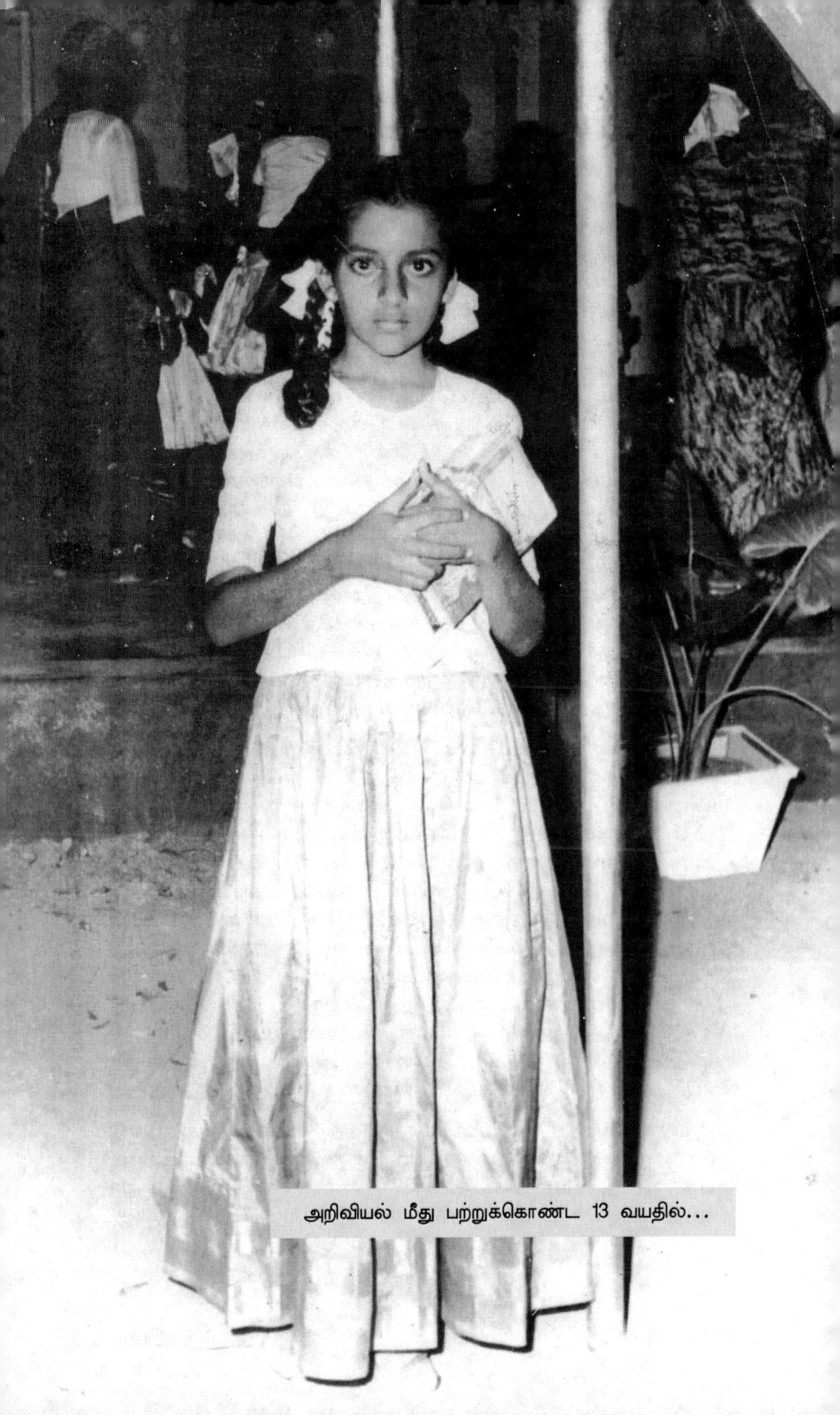

அறிவியல் மீது பற்றுக்கொண்ட 13 வயதில்...

திருமணத்துக்குத் தயார்' பட்டியலில் வந்துவிட்டாளே என்று குமைந்தாள்.

எங்கள் வீட்டில் ஆறு பெண் மக்கள். ஒவ்வொருவரும் மூன்று நாட்களுக்குத் தனித்திருப்போம். ஆனபோதும், திருவனந்தபுரத்திலும் ஹரிபாட்டிலும் வீட்டுக்கு விலக்கான பெண்கள் தனித்திருக்க ஒதுக்கப்பட்ட மங்கலான ஓர் அறையைப் போன்று பம்பாயிலோ அல்லது சென்னையிலோ நாங்கள் வசித்த வீடுகளில் தனி அறைகள் இருக்கவில்லை. ஆனாலும், மாதவிடாய் காலங்களில் நாங்கள் எதையும் தொட்டுவிடக் கூடாது. ஊறுகாயோ அல்லது குழம்போ, எதை நாங்கள் தொட்டாலும் அது கெட்டுப்போய்விட்டதாகக் கருதப்பட்டது. மாதவிடாய்க் காலத்தில் நாங்கள் பூஜையறைக்குச் சென்றால் எங்கள் கண்கள் குருடாகிவிடும் என்று எங்களைப் பயமுறுத்தினார்கள். இளம் கன்று பயமறியாதல்லவா? என் சின்ன வயதில் எதையெல்லாம் செய்யக் கூடாது என்று சொன்னார்களோ அதை எல்லாம் முயன்று பார்த்திருக்கிறேன். ஊறுகாய் பாட்டில், குழம்பு என்று எல்லாவற்றையும் தொட்டுப் பார்த்தேன். அவை கெட்டுப் போய்விட்டதா என்பதை மதிய சாப்பாடு அல்லது இரவு உணவு வரை நான் காத்திருந்து பார்த்தேன்; கெடவில்லை. நான் பூஜையறைக்குச் சென்று சின்னச் சின்ன சிலைகளைத் தொட்டுப் பார்த்தேன். அடுத்த சில நாட்களுக்கு நான் குருடாகிவிடுவேனோ என்று காத்திருந்து பார்த்தேன். அப்படி எதுவும் நடக்கவில்லை.

எங்களின் தீட்டுப் போக, உச்சந்தலை முதல் உள்ளங்கால் வரை நன்றாக நீரை வார்த்துக் குளித்து, எங்கள் உடைகள், படுக்கை விரிப்புகள் ஆகியவற்றை நன்றாகச் சலவை செய்தோம். மாதவிடாய் ஆரம்பித்து முதல் மூன்று நாட்களுக்குத்தான் தீட்டு. ஆனால் எங்கள் வீட்டில் ஐந்து நாட்களுக்குக் கடைப்பிடித்தோம். இதுதான் மரபார்ந்த கட்டுப்பெட்டித்தனங்களுக்கு எதிராக என்னை நிற்க வைத்தது. 'எனக்கு இன்னும் மாதவிடாய் முடியவில்லையே. அப்புறம் எப்படி நான் சுத்தமானவளாக இருப்பேன்?' என்று அம்மாவைக் கேட்டேன். 'உஷ்... மூன்று நாள் ஆச்சாரம் முடிந்துவிட்டது' என்பாள் அவள். 'அப்படி என்றால் இந்த ஆச்சாரத்தில் எந்த உண்மையும் இல்லையா?' என்றேன். 'இது நம் வழக்கம்' என்றாள் அம்மா. அது எனக்குத் திருப்திகரமான பதிலாக இருக்கவில்லை.

பிராமண மரபுகளுடன் என் தலையை முட்டிக்கொள்வது இங்கிருந்துதான் தொடங்கியது. நான் குருடாகவில்லை என்றால் அப்போது நிச்சயமாகக் கடவுள் இல்லை என்றே பொருள். குறைந்தபட்சம் சமூகம் உருவாக்கி வைத்துள்ள கற்பிதத்திலாவது

கடவுள் என்ற ஒன்று இல்லை. நான் எதையும் எல்லாவற்றையும் கேள்வி கேட்கத் தொடங்கினேன். என் கேள்விகளைக் கேட்டு என் அம்மா சோர்வடைவாள். 'ஏன என்று எனக்குத் தெரியாது. ஆனால் நம் முன்னோர்கள் இப்படித்தான் சொல்லிவைத்தார்கள்' என்பது மட்டுமே அவளது பதிலாக இருக்கும். நான் வாசிக்கும் புத்தகங்கள் இவை பற்றி என்ன சொல்கின்றன என்பதை ஆராய்ந்தேன்.

நாங்கள் தரையில் உட்கார்ந்துதான் சாப்பிடுவோம். பல பிராமணக் குடும்பங்களில் உங்கள் தட்டைச் சுற்றிச் சோற்றுப் பருக்கைகள் சிந்தப்படுவதைப் பெரிதாக எடுத்துக்கொள்ள மாட்டார்கள். நன்றாக மென்று துப்பிய முருங்கைக்காய், கறிவேப்பிலை, மாங்காய்த் தோல், மிளகாய் போன்றவை தட்டு அல்லது இலையின் ஓரத்தில் வைக்கப்படும். அவற்றை வெறுங்கையினால் அப்புறப்படுத்திவிட்டு, தரையைத் துடைத்து விடுவார்கள். அவற்றைப் பார்க்கும்போது எனக்குக் குமட்டிக் கொண்டு வரும். விளக்குமாறால் இவற்றைச் சுத்தம் செய்தால்தான் என்ன? அவற்றைச் சுத்தப்படுத்த நான் கையில் விளக்குமாறை எடுத்தால், உடனே என் அக்காக்கள் எந்தவொரு முகச்சுழிப்பும் இல்லாமல் அவற்றை வெறுங்கையால் சுத்தப்படுத்தத் தயாராகி விடுவார்கள். என் அப்பாவுடன் நான் எப்போதும் வாதம் புரிந்ததில்லை. நான் கேட்கும் கேள்விகளுக்கு என் அம்மாதான் அப்பாவிடமிருந்து வாங்கிக் கட்டிக்கொள்வாள். என் அப்பா என் மீது ஆதிக்கம் செலுத்தியதில்லை என்றாலும், அவர் ஆணாதிக்க மனோபாவம் கொண்டவராக இருந்தார். அவர் சொல்வதுதான் சட்டம். அவர் எடுப்பதுதான் இறுதி முடிவு. புராணங்களில் இருந்தும், இதர குடும்பங்களில் இருந்தும் உதாரணங்களை எடுத்து என் கேள்விகளுக்கு அம்மா சமாதானம் செய்ய, என் அப்பாவோ வெறுமனே சிரித்துவிட்டு 'இதுதான் சட்டம்' என்பார். என் அம்மாவுடன் நான் எப்போதும் சண்டை யிட்டுக் கொண்டேயிருப்பேன். ஒரு நாளில் பலமுறை தன் தலையில் தானே அடித்துக்கொண்டு 'நீ யாருக்குத்தான் பிறந்தியோ?' என்று வேதனைப்படுவாள். எங்கள் வீட்டில் நான் மட்டும்தான் கறுப்பு. கறுப்பான பெண்ணை யார் திருமணம் செய்துகொள்வார் என்று சதா சர்வகாலமும் என் அம்மா விசனப்பட்டாள். இந்த விசனம் என்னை ஒரு தீர்மானத்துக்குத் தள்ளியது. நான் யாரையும் மணந்துகொள்ளப் போவதில்லை. திருமணம் செய்துகொள்வதைவிட என் வாழ்க்கையை நானே பார்த்துக்கொள்ள முடிவெடுத்ததோடு, வெள்ளை நிறத் தோலையும் மரபார்ந்த அழகை எதிர்பார்ப்பவர்களிட மிருந்தும் நான் தள்ளியே இருந்தேன்.

என் அம்மாவுடன் நான் நடத்திய பல சண்டைகளில் ஒன்று உள்ளாடை குறித்தானது. மார்க்கச்சை, ஜட்டி, பாவாடை என எல்லாவற்றையும் நாங்களே தைத்து அணிந்து வந்தோம். ரவிக்கை அணிவது பரவலாவதற்கு முன்பு கிராமப்புறங்களில் பெரும்பாலும் மார்க்கச்சைதான் அணிந்திருந்தார்கள். ஒரே துணியால் தைக்கப் பட்ட அந்த மார்க்கச்சை மார்புகளை இறுக்கிப்பிடிக்கும். அது மார்புகளைத் தட்டையாக வைத்திருப்பதுடன், அதன் முடிச்சுகள் சதா துருத்திக்கொண்டேயிருக்கும். என் பள்ளியில் பெரும்பாலான பெண்கள் பிரா அணிந்திருப்பார்கள். நானும் அணிய விரும்பினேன். அது அணிந்துகொள்வதற்குச் சுலபமாக இருந்தது. அந்த பிராவின் பட்டைகள் சீருடைக்கு வெளியே அப்பட்டமாகத் தெரியும். என் அம்மா அதற்கு மறுத்துவிட்டார். 'தேவடியாள்கள் தங்கள் மார்பைக் காட்டிப் பிழைப்பு நடத்த இப்படித்தான் அணிவார்கள். நல்ல குடும்பத்துப் பெண்கள் இப்படியெல்லாம் அணிய மாட்டார்கள்' என்றாள் அம்மா. எனக்கென்று பிரா வாங்குவதற்காகவே நான் சேமிக்கத் தொடங்கினேன். பேருந்தில் செல்வதற்குப் பதிலாக நடக்கத் தொடங்கினேன். மற்ற பெண்களுக்குத் துணி தைத்துக் கொடுத்தேன். பிறகென்ன, நானும் பிரா அணியத் தொடங்கினேன். என் புரட்சி வெற்றி பெற்ற பிறகு, என் சகோதரிகளும் பிரா அணியத் தொடங்கினார்கள். அவர்கள் என் கசப்பான போராட்டத்துக்கு ஆதரவு தெரிவிக்கவில்லை. ஆனால் பலனை மட்டும் அனுபவித்தார்கள். 1970களில் என் சகோதரிகளை அவர்களின் பிரசவக் காலங்களில் பார்த்துக்கொள்ள அமெரிக்கா செல்லத் தொடங்கியதும் என் அம்மாவும் மார்க்கச்சையை விடுத்து, இறுதியில் பிரா அணியத் தொடங்கினாள்.

அடிக்கடி வேறு வேறு பள்ளிகள் மாறியது என் வளரிளம் பருவத்துச் சிந்தனைகளைத் தெளிவாக்கியது. மகளிர் மட்டும் பள்ளியில் இருந்து கன்னியாஸ்திரிகள் நடத்திய ரோசரி மெட்ரிகுலேஷன் பள்ளிக்குத் தாவி அங்கிருந்து ராயப்பேட்டை யில் உள்ள ஆதர்ஷ் கேந்திரியா வித்யாலயா எனப் பல பள்ளிகளில் படித்தேன். அவ்வப்போது பணி மாற்றலுக்கு உள்ளானதால் எங்கள் ஐவரையும் கான்வென்ட் பள்ளியில் சேர்த்துப் படிக்க வைக்கவும், 'சீட்' கிடைக்கப் பெறவும் பெரும் சிரமத்துக்கு உள்ளானார் எங்கள் அப்பா. எனவே, கட்டணம் குறைவான கேந்திரிய வித்யாலயா அல்லது மத்திய அரசுப் பள்ளிகள் அவரை மிகவும் ஈர்த்தன. 'கே.வி.' எனப்படும் கேந்திரிய வித்யாலயா பள்ளிகள் அவ்வப்போது பணி மாற்றலுக்கு உள்ளாகும் மத்திய அரசு ஊழியர்கள் மற்றும் ராணுவத்தினருக்காகத் தொடங்கப்பட்டவை. தனியார் பள்ளிகளின் உலகத்துக்கு வெளியே இருந்தன கே.வி. பள்ளிகள். இந்த இரண்டுக்கும் எப்போதும் தொடர்பு இருந்ததில்லை.

மேலும் கே.வி. பள்ளிகளை 'அரசுப் பள்ளிகள்' என்று ஏளனமாகப் பார்க்கும் போக்கும் இருந்தது. எனக்குப் பதினான்கு வயதான போது அப்படிப்பட்ட கே.வி. பள்ளி ஒன்றில் சேர்க்கப்பட்டேன். எனக்கு இந்த மாற்றல் கடுப்பாக இருந்தது. காரணம், அந்நாட்களில் (ஏன் இன்றும்கூட) ஆங்கிலவழிக் கல்வி வழங்கியதால் உயர்வாகக் கருதப்பட்ட தனியார் பள்ளிகளுக்கு கே.வி. பள்ளிகள் சற்று இளப்பம்தான். ஆனால் என் வாழ்க்கை இங்குதான் மலர்ந்தது.

சென்னையில் இருந்த கே.வி. பள்ளியில் நான் ஓராண்டு மட்டுமே படித்தேன். பிறகு 1968இல் என் அப்பாவுக்கு ஹைதராபாத்துக்குப் பணி மாற்றல் வந்தது. அங்கு நானும் என் தங்கையும் பிக்கெட் எனும் இடத்தில் இருந்த கே.வி. பள்ளியில் சேர்க்கப்பட்டோம். அங்கே நாங்கள் கிழக்கு மாரெத்பள்ளி எனும் நவீன அக்ரஹாரத்தில் வசித்து வந்ததோடு, பள்ளிக்கு நடந்தே சென்று வந்தோம். சென்னையைப் போன்று ஜனநெரிசல் இல்லாமல், இதமான தட்பவெப்ப நிலை, மரங்கள் அடர்ந்த வீதிகள், அகலமான சாலைகள் மற்றும் பலவிதமான மக்களை ஹைதராபாத் கொண்டிருந்தது. ராயப்பேட்டையை விட பிக்கெட் கே.வி. பள்ளியில் எனக்குக் கிடைத்த அனுபவங்கள் சிறப்பானவையாக இருந்தன.

இங்குதான் பையன்கள் என்று சொல்லப்படும் ஜீவன்களைப் பார்த்தேன். வேறு வேறு வடிவங்களில், அளவுகளில், சிந்தனை யோட்டங்களில் அவர்கள் இருந்தார்கள். தமிழர் ஆதிக்கம் கொண்ட கான்வென்ட் பள்ளிகளைப் போல அல்லாது, இந்திய அளவிலான பிரதிநிதித்துவத்துடன் பிக்கெட் கே.வி. பள்ளி முதல் நாள் தொடக்கத்திலேயே ஆளைக் கவிழ்ப்பதாக இருந்தது. எப்போதும் இறுக்கமாகவும் கடுமையான கண்காணிப்பும் கொண்ட கன்னியாஸ்திரிகளைப் போல அல்லாது, இங்குள்ள ஆசிரியர்கள் மிகவும் அன்புள்ளம் கொண்டவர்களாகவும் சுதந்திர மானவர்களாவும் இருந்தார்கள். பாடம் தொடர்பான திறன்கள் இங்கு முக்கியத்துவம் பெறவில்லை. மாறாக விளையாட்டுத் திறன்களும், பிரபல்யமும்தான் மாணவர்களிடையே அதிகம் மதிக்கத்தக்கவையாக இருந்தன. ஒப்பீட்டளவில் மிகச்சிறந்த நிர்வாகம் அந்தப் பள்ளியில் இருந்தது. பையன்களை விடப் பெண்கள் உண்மையாகவே மிகவும் நன்றாக நடத்தப்பட்டார்கள். நாங்கள் விளையாட்டில் ஈடுபட ஊக்குவிக்கப்பட்டோம். எல்லாவற்றுக்கும் மேலாக அறிவியல் பாடம் கற்றுக்கொடுக்கும் முறை எங்களுக்கு விடுதலையுணர்வை அளித்தது.

வீட்டில் பிராமணராகவும், பள்ளியில் கத்தோலிக்கராகவும் என்னை அலைக்கழித்த இறுக்கம் மறைந்தது. முதன்முறையாக 'இவள் பிராமண வகுப்பைச் சேர்ந்தவளா இல்லையா?' என்ற

கேள்வியில் இருந்து தப்பித்தேன். என்ன உணவைக் கொண்டு வந்திருக்கிறார் என்று டிப்பன் பாக்ஸை எட்டிப் பார்த்து அவர் என்ன சாதி என்பதை அறிந்துகொள்ளும் பார்வையிலிருந்தும் தப்பித்தேன். பள்ளியில் படித்த பல குழந்தைகளும் ராணுவக் குடும்பப் பின்னணியில் இருந்தும், நாட்டின் பல்வேறு இடங்களில் இருந்தும் வந்தவர்கள். பள்ளிகளுக்கு இடையேயான போட்டிகளில் பங்கெடுப்பது, தீவிர இசைப் பயிற்சி, உற்சாகமான விளையாட்டு, ஓரளவு ஜனநாயகப்பூர்வமான நடைமுறை என 'எக்ஸ்ட்ரா கரிக்குலர்' எனும் பாடத்திட்டம் சாரா நடவடிக்கைகள் பல அந்தப் பள்ளியில் இருந்தன. பத்தாம் வகுப்பில் நாங்கள் முன்னெடுத்த வேலை நிறுத்தம் ஒன்றை நினைத்துப் பார்க்கிறேன். அது புதிதாகக் கட்டப்பட்ட பள்ளி என்பதால், பல வகுப்பறைகளில் போதிய அளவுக்கு அறைகலன்கள் இல்லாததால், மாணவர்கள் பலர் தரையில் உட்கார வேண்டிய நிலை ஏற்பட்டது. ஒவ்வொரு வகுப்பும் வேறொரு வகுப்பிலிருந்து மேஜை நாற்காலிகளை எடுத்துக் கொண்டு போவது வழக்கமாக இருந்தது. இதனால் வெறுப்படைந்த நாங்கள் பாடவேளையை மறுத்துவிட்டு, போராட்டத்தில் குதித்தோம். கூட்டம் போடுவது, பள்ளிக்கு உள்ளேயே பேரணி செல்வது, பள்ளி முதல்வரிடம் மனு கொடுப்பது எனப் பல செயல்களை முன்னெடுத்தோம். இறுதியில் எங்களுக்குத் தேவையான அறைகலன்கள் கிடைத்துப் போராட்டம் வெற்றியடைந்தது.

என் பள்ளி இறுதி ஆண்டில் நான்தான் மாணவர் தலைவராக இருந்தேன். அதில் எனக்குப் பெருமை. காரணம், அதற்கு முன்பு வரை பையன்கள் மட்டுமே மாணவர் தலைவராக இருந்தனர். இப்போது காலை பிரார்த்தனைகளை நான்தான் முன்னெடுத்தேன். 'அட்டேன்ஷன்', 'ஸ்டேன்ட் அட் ஈஸ்' என்று நானே கட்டளைகளைப் பிறப்பிக்கவும் செய்தேன். ஹைதராபாத்–செக்கந்தராபாத்தில் உள்ள ஐந்து கே.வி. பள்ளிகளுக்கு இடையிலும் இதர பள்ளிகளுடனும் அவ்வப்போது போட்டிகள், நிகழ்ச்சிகள் போன்றவை நடக்கும். என் பள்ளி சார்பாகப் பேச்சு மற்றும் வினாடி வினா போட்டிகளில் பங்கேற்றேன். மேலும் செகந்தராபாத்தில் இருந்த 'ஹை ஒய் கிளப்' எனும் இளைஞர் கிறிஸ்தவச் சங்கத்தின் குழு ஒன்றிலும் நான் சேர்ந்தேன். ஒய்.எம்.சி.ஏ. வில் உள்ள பெரியோர்களின் தலையீடு இல்லாமல் முழுக்க முழுக்க இளையோர் மட்டுமே அந்தக் குழுவை நடத்தி வந்தார்கள். மாரெத் பள்ளியில் இரண்டு மகள்களைக் கொண்ட பெற்றோரால் இந்தக் குழு பரவலாக எடுத்துச் செல்லப்பட்டது. தங்கள் சுற்றத்தில் உள்ள பிராமணக் குழுக்களில் காணமுடியாத பல பொருள் பொதிந்த நடவடிக்கைகளை

இந்தக் குழுவில் தங்கள் மகள்கள் பெற முடியும் என்று அவர்கள் நம்பினாாகள். அந்த மகள்களின் தந்தையானவர், ஜிட்டு கிருஷ்ணமூர்த்தியால் மதனப்பள்ளியில் தோற்றுவிக்கப்பட்ட ரிஷி வேலி பள்ளியில் தங்கிப் படித்தவர். ஆகவே, அவர் திறந்த மனத்துடன், காலத்திற்கேற்ப சுதந்திரமாகச் சிந்திக்கும் வாய்ப்பைக் கொண்டிருந்தார். என் பெற்றோரைச் சந்தித்து எங்களை அந்தக் குழுவில் சேரச் சொல்லி அவர் வலியுறுத்தினார். அப்படிச் சேர்வதன் மூலம் எங்களுக்கு எந்த ஒரு விபரீதமும் ஏற்படாதவாறு கவனித்துக்கொள்வதாக உறுதியளித்தார். அந்தக் குழுவில் விவாதங்கள், கலந்துரையாடல்கள், வினாடி வினா போட்டிகள், சுற்றுலா செல்வது, அனைவரும் ஒன்றாகக் கூடிக் களிப்பது எனப் பல நடவடிக்கைகள் இருந்தன. ஒரு பையனையும் பெண்ணையும் தனியே சந்திக்க வாய்ப்பளிக்காத நகரம் ஒன்றில் இப்படியான குழு மிகப்பெரிய வரப்பிரசாதமாக இருந்தது. சில பல ஜோடிகளும் அங்கே உருவாயின.

நான் பன்னிரண்டாம் வகுப்பை முடித்த நேரத்தில் தன்னம்பிக்கை மிகுந்த ஓர் இளைஞியாக என்னைக் கருதிக் கொண்டேன். பொது இடங்களில் நானே தனித்துப் பயணிக்க முடியும் என்பதுடன், எந்த ஒரு பையனுக்கும் நான் சளைத்தவள் அல்ல என்பதிலும் உறுதியாக இருந்தேன். பள்ளிக்கு வெளியே நான் பங்கெடுத்த நடவடிக்கைகள்தான் என்னுடைய தன்னம்பிக்கைக்கு வலுவூட்டின.

1971இல் நான் பள்ளியைவிட்டு வெளியேறியபோது பிராமண மரபுகளில் இருந்தும் வெளியேற முடிவுசெய்தேன். அந்தச் சிலுவையைச் சுமப்பது ஒரு பெண்ணுக்கு மிகுந்த பாரமானது. அந்தப் பாரத்திலிருந்து வெளியேற எனக்கான வேலைவாய்ப்பைத் தேடிக்கொள்வது மட்டுமே ஒரே வழி என்று நினைத்தேன். ஆனால், அதில் புதிய பிரச்சினைகள். பள்ளியில் நான் கணிதத்தில் கெட்டிக்காரி என்பதால் ஐஐடியில் சேர விரும்பினேன். சி.பி.எஸ்.இ. பாடத்திட்டத்தில் முதல் பத்து இடங்களுக்குள் வரும் மாணவர்களுக்கு ஐஐடியில் சேர அப்போதெல்லாம் பெரிய சிக்கல் ஒன்றும் இருக்கவில்லை. அந்த மாணவர்களில் நானும் ஒருத்தி. ஆனால், என் அப்பாவுக்குப் பிடிக்கவில்லை. காரணம், அவரால் அவ்வளவு செலவழிக்க முடியாது என்பது மட்டுமல்ல, ஒரு பெண் அவளது வீட்டை விட்டு வெகுதொலைவில் தங்கிப் படிக்க அவரது மனம் ஏற்கவில்லை என்பதும்தான். நாங்கள் ஹைதராபாத்துக்குக் குடிபெயர்ந்தபோது, சென்னையில் மருத்துவக் கல்லூரி ஒன்றில் படித்துக்கொண்டிருந்த என் அக்காவைக் கல்லூரி விடுதியில் சேர்க்க வேண்டியதாகிவிட்டது. எனவே, மீண்டும் தனது மகள்களில் ஒருவரை விடுதியில்

விடுவதற்கு என் அப்பா முன்வரவில்லை. அவர்களது கஷ்டம் எனக்கும் புரிந்தது. இன்னொரு அக்கா தனது படிப்பைப் பாதியில் நிறுத்திவிட்டு வேலைக்குப் போக வேண்டியிருந்தது. நானுமே கூடத் தேசியத் திறனறித் தேர்வு மூலம் ஐந்து ஆண்டுகளுக்கான கல்வி உதவித்தொகையை வென்றிருந்தேன். பட்டப்படிப்பின் போது ரூ. 250, பட்டமேற்படிப்பின்போது ரூ. 450 என்பதெல்லாம் அந்தக் காலத்தில் பெரிய தொகை. அந்தத் தொகை இளநிலை அறிவியல் படிக்கும் மாணவர்களுக்கு மட்டுமே வழங்கப்படும். அந்தத் தொகை குடும்பச் செலவுகளுக்குப் பயன்படுத்தப்பட வேண்டும் என்று என் அப்பா வேண்டினார். அந்தக் காலத்தில் ஐஐடியில் பட்டப்படிப்பிலோ அல்லது பட்டமேற்படிப்பிலோ அறிவியல் பாடங்களை வழங்கவில்லை என்பதால், அங்குச் சேர்வதைப் பற்றிய கேள்வி எழவே இல்லை.

ஐஐடியில் சேர முடியாமல் தடுக்கப்பட்டதுடன், 1971ஆம் ஆண்டு நடந்த இன்னொரு விஷயமும் என்னை வெகுவாகப் பாதித்தது. இருபத்தி நான்கு வயதான என் அக்கா ஒருத்தி அவளது கணவனால் தடியால் தாக்கப்பட்டாள். அவளை நான் எப்போதும் ஆச்சரியமாகப் பார்த்து வந்திருக்கிறேன். எங்கள் எல்லோரையும் எந்த ஒரு புகாருமின்றி நன்றாகக் கவனித்துக்கொண்டாள். நன்றாகப் படிக்கவும் செய்தாள். கணிதப் பட்டமேற்படிப்பில் முதல்நிலையில் தேர்ச்சி பெற்றாள். வீட்டுக்கு உள்ளேயும் வெளியேயும் சாமர்த்தியமாகப் பேசவும் சுறுசுறுப்பாக வேலைகளைக் கவனிக்கவும் செய்தாள். 1971இல் அவளுக்குத் திருமணமாகும் முன்பு வரை, வங்கி ஒன்றில் அவள் அதிகாரியாகப் பணியாற்றினாள். ஐம்பது ஆண்டுகளுக்கு முன்பு மத்திய தரக் குடும்பத்திலிருந்து வந்த பெண் ஒருத்தி மேலாண்மைப் பொறுப்பில் அமர்வது என்பது பெரிதாகப் பார்க்கப்பட்ட விஷயம். அவளுக்குத் திருமணமான (பெற்றோர் பார்த்துவைத்த திருமணம்தான்!) சில நாட்களில் அந்தத் தாக்குதல் நடைபெற்றது. அவளது சம்பளத்தைத் தனியாகச் சேமித்து வைத்துக்கொள்ளாமல் (என் அம்மாவின் யோசனைதான்) தனக்கே தர வேண்டும் என்று அவளது கணவன் அவளைப் படுத்தினான். மாரெத்பள்ளியில் எங்கள் தெருவுக்கு அடுத்த தெருவில்தான் அவர்கள் இருந்தார்கள். கையில் குழந்தையுடன் அழுதவாறு எங்கள் வீட்டுக்கு வந்தாள். அதற்கு முன்பு வரை அவள் அப்படி நடந்துகொண்டதில்லை. அவ்வளவு பொறுமையானவள் அவள்.

என் அக்காவை ஒருவர் அப்படி அழவைக்க முடியும் என்பதை என்னால் நம்பவே முடியவில்லை. அது உண்டாக்கிய மரத்துப்போன சோகத்தை நான் எதிர்கொள்வது அதுவே முதன்முறை. சின்னவர்கள் நாங்கள் வேடிக்கை மட்டுமே பார்க்க

முடிந்தது. எதிர்த்து ஒரு வார்த்தை பேச நாங்கள் அனுமதிக்கப்பட வில்லை. ஆனால், அந்த நிகழ்வு என்னை ஆழமாகப் பாதித்தது. உங்களை ஒன்றுமில்லாமல் போகச் செய்யக் கூடிய வலிமையைக் கொண்ட அமைப்பில் நீங்கள் என்ன செய்தால்தான் என்ன? அந்த நிகழ்வைச் சரிசெய்ய எங்கள் பகுதியில் இருந்த பிராமணப் பெரியோர்கள் எல்லாம் ஒன்று சேர்ந்து இரு வீட்டாரிடமும் அறிவுரைகள் சொல்லி என் அக்காவை அவளது புகுந்த வீட்டுக்கு அனுப்பிவைத்தார்கள். பிரிந்து வாழ்தல் என்பது அந்தச் சாதியில் நடக்காத ஒன்று. அது இன்னொரு பெண்ணுக்குத் தனியாக இருப்பதற்கான தைரியத்தைத் தந்துவிடும் என்பதால். 'நீ திரும்பிப் போக வேண்டாம், எங்களுடன் எப்போதும் இரு' என்று என் அக்காவிடம் எங்கள் பெற்றோர் சொன்னாலும் அவள் மீண்டும் தன் கணவனிடம் சென்ற போது அவர்கள் ஒன்றும் சொல்லாமல் இருந்தார்கள்.

எனக்குள் அன்று நான் அமைதியாக முடிவு செய்தேன். நான் திருமணம் செய்துகொள்ளப் போவதில்லை. ஆண்களால் மேற்கொள்ள முடிகிற வெறுப்புச் செயல்களுக்கு என்னை நான் உட்படுத்திக்கொள்ளப் போவதில்லை. இதுகுறித்து என் வீட்டில் பேசக்கூட முடியாது. இதை என் அக்கா படிக்கும்வரை, அவளுக்கு நேர்ந்த துன்பம் என்னையும் தாக்கியது என்பதை அவள் அறியப்போவதில்லை.

நான் பள்ளியை முடித்தபோது எனக்கு நானே இரண்டு சத்தியங்களைச் செய்துகொண்டேன். ஒன்று, நான் எந்த ஆணுக்கும் கீழ்ப்படிய மாட்டேன். இரண்டு, என்னால் முடிந்த அளவுக்கு என் முழு ஆற்றலைப் பயன்படுத்தி என்னால் சாத்தியமாகக் கூடிய விஷயங்களைச் செய்வேன். எனக்கு இனி வானமே எல்லை.

நிலம் துப்பாக்கி சாதி பெண்

2

பல்கலைக்கழகம் தந்த சிந்தனைகள்

1971ஆம் ஆண்டு, ஹைதராபாத்தில் உள்ள கோட்டி மகளிர் பல்கலைக்கழகக் கல்லூரியில் பி.எஸ்சி. (கணிதம், இயற்பியல், வேதியியல்) படிப்பில் சேர்ந்தேன். ஹைதராபாத்தில் வசித்து வந்த கர்னல் ஜேம்ஸ் அச்சீல்ஸ் கிர்க்பாட்ரிக் எனும் பிரித்தானியர் ஒருவரால் 1798ஆம் ஆண்டு கட்டப்பட்ட அழகான வளாகம் அது. அங்கு படித்த காலத்தில் அந்தக் கட்டடம் களையிழந்திருத்தது. முதன்மைக் கட்டடத்தில் இருந்த வகுப்பறையில் சுவர்களில் இருந்து காரை பெயர்ந்து வந்தது. கூரையில் இருந்து நீர் ஒழுக, அந்தக் கூரையின் கைம்மரத்தில் புறாக்கள் குடியிருந்தன. கட்டடத்தின் இதர பகுதிகள் எங்களின் புழங்குதலுக்கு அப்பாற்பட்டு இருந்ததால், பெரும்பாலான நேரம் அந்த வளாகத்தின் பின்புறம் ஒருகாலத்தில் யானை லாயமாக இருந்த இடத்தில்தான் வகுப்புகள் நடந்தன. ஆரம்பத்தில் சுமார் அறுபது ஏக்கர் பரப்பளவு கொண்டிருந்த அந்த இடம், நான் படிக்கச் சேர்ந்த காலத்தில் நாற்பத்தியிரண்டு ஏக்கருக்குச் சுருங்கிவிட்டிருந்தது. கட்டடத்தைத் தவிர, அந்தக் கல்லூரியும் எனக்கு மிகப்பெரும் ஏமாற்றத்தைத் தந்தது. இருபாலர் பள்ளிகளில் படித்துவிட்டு வந்த எனக்கு, அந்தக் கல்லூரியின் நடைமுறைகள் எனது சுதந்திரத்தைப் பறிப்பதாக இருந்தன. அங்கிருந்த பெண்கள் இரண்டு குழுக்களாகப் பிரிந்திருந்தார்கள். இரண்டு குழுக்களும் எதிரிகள் அல்ல. ஆனால், ஒவ்வொருவரும் ஏதோ ஒரு குழுவுடன் இயல்பாகவே ஐக்கியமாகிவிட்டிருந்தார்கள்.

இஸ்லாமியப் பெண்கள் கல்லூரிக்குப் பர்தாவுடன் வருவார்கள். அதைக் கல்லூரி வாசலில் கழற்றிவிட்டு, அருகில் உள்ள திரையரங்குக்குக் காலைக் காட்சிக்கோ அல்லது கோட்டி தாஜ் மகால் ஹோட்டலுக்கோ செல்வார்கள். இது என் அறியாமையைக் குத்தியது. ஆண்களின் பார்வையிலிருந்து தப்பிக்க வேண்டு மானால் பெண்கள் வீட்டிலேயே இருந்திருக்க வேண்டும் என்று நினைத்திருந்தேன். உடுப்பி பிராமணர்களால் நடத்தப்பட்ட தாஜ்மகால் ஹோட்டல்கள் மிகவும் பிரபலமானவை. செகந்திராபாத்தில் உள்ள தாஜ் ஹோட்டல் இளைஞர்கள் மத்தியில் பெரும் வரவேற்பைப் பெற்ற ஒன்று. நாராயணகுடாவில் உள்ள தாஜ் ஹோட்டல், முற்போக்குச் சிந்தனை கொண்ட இளைஞர்களின் புகலிடமாக இருந்தது. கோட்டி தாஜ் ஹோட்டலுக்குப் பெரும்பாலும் பெண்கள்தான் வருவார்கள். அபித்ஸ் எனும் இடத்தில் உள்ள ஹோட்டலுக்கு ஆணும் பெண்ணும் எனக் கலந்துகட்டிக் கூட்டம் வரும்.

நான் அப்போது முன்தீர்மானம் கொண்ட இந்துப் பெண்ணாக இருந்தேன். நேரடியாக மோதுவது, பேச்சு வார்த்தைக்கு உட்படுவது, அடிபணிவது என்று அதிகாரத்தை எதிர்ப்பதற்குப் பல வழிகள் உண்டு என்பதைப் புரிந்துகொள்ள எனக்கு வெகுகாலம் ஆனது. நான் நக்சலைட்டில் சேர்ந்த நாளடைவில், என் அப்பாவுடன் பேச்சுவார்த்தை மேற்கொள்வதையோ அல்லது அவரிடம் அடிபணிவதையோ வழக்கமாக வைத்திருந்தேன். இந்துப் பெண்கள் பாடப்புத்தகங் களில் மட்டுமே தங்களின் முகத்தைப் புதைத்துக் கொள்வார்கள். வேறு எதையுமே படிக்க மாட்டார்கள். எதையும் எதிர்பார்க்காத அந்த ஆண்டு மிகவும் துயரகரமானது. அந்தச் சமயத்தில் இருந்து நான் நினைவு கூரும் ஒரே விஷயம், நான் ஐஐடியில் சேரத் தடைசெய்யப்பட்ட கசப்புணர்வுதான்.

அங்கு எனக்கிருந்த ஒரே நிம்மதி, பிராமணரல்லாத குழுவுடன் எனக்கிருந்த நட்புதான். அவர்கள் எந்த மரபுக்கும் கட்டுப்படாதவர்களாக இருந்தார்கள். சுமீத் சித்து என்ற சீக்கியப் பெண் மிகவும் யதார்த்தவாதியாகவும் எளிமையானவளாகவும் இருந்தாள். நான் மாதவிடாய் கால வலிகளால் சுணங்கிப் போகும்போதெல்லாம் அவள்தான் என்னை வெகுதூரம் நடக்க வைத்து வலிகளைப் போக்கினாள். கீதா பட்டேல், கிரண் மிர்சந்தானி ஆகியோரும் எங்கள் குழுவில் இருந்தார்கள். பல ஆண்டுகளுக்குப் பிறகும் சுமீத்துடன் மட்டும்தான் தொடர்பு வைத்திருந்தேன். ஹைதராபாத்தில் உள்ள மண்டல ஆய்வுப் பரிசோதனைக்கூடத்தில் அவளது குடும்பம் தங்கியிருந்த விசாலமான குடியிருப்பில்தான் நாங்கள் எப்போதும் சந்தித்துக்

கொள்வோம். அங்கு அவளுக்கென்று தனியறை இருந்தது. என் நண்பர்களின் குடும்பங்கள் எல்லாம் எங்களைவிட வசதியானதும் வித்தியாசமானதாகவும் இருந்தன. அவர்களுடன் செலவிட்ட பொழுதுகள் எல்லாம் உண்மையில் அறிவார்ந்த செயல்பாடு களாகவே இருந்தன. அவர்களது வாழ்க்கையில் சடங்குகள், சமய நிகழ்வுகள் என எதுவும் இல்லை. அவர்கள் வசதியாக இருப்பதற்கு இதுவொரு காரணமாக இருக்கலாம். தங்களது பெற்றோர்களுடன் அவர்களுக்கு இருந்த உறவு சுலபமானதாக இருந்தது. மரபைத் தங்கள் தோள்களில் தூக்கிச் சுமக்க வேண்டிய நிர்பந்தம் அவர்களுக்கு இல்லை. பகுத்தறிவுடன் கூடிய வாழ்க்கையாகவே அவர்களது வாழ்க்கை இருந்தது. அவர்கள் தங்களது உடைகளைத் தினமும் துவைப்பதுகூட இல்லை. வெறுமனே காற்றில் காயப் போடுவார்கள். அந்த நாள் அவர்கள் குளிக்கவில்லையென்றால், அவர்கள் மீது வானம் இடிந்து விழாது. அவர்கள் ஒவ்வொரு நாளும் சுவை மிகுந்த உணவைச் சாப்பிட்டார்கள். ஒருநாள் சோலே பத்தூர், அடுத்த நாள் முட்டை புர்ஜி, இன்னொரு நாள் கிழங்கு பரோட்டா எனச் சாப்பிட்டார்கள். உணவுக்குப் பின்பான பதார்த்தம் என்பது பாயாசத்துடன் மட்டும் நிற்கவில்லை. முட்டையும் பாலும் சேர்த்த தின்பண்டம், தர்பூசனி, ஸ்ரீகண்ட், சாக்லேட் கேக் என விதவிதமாக இருந்தன. தங்களது ஒன்றுவிட்ட ஆண் உறவினர்களுடன்கூட அவர்கள் நெருக்கமாக இருந்தார்கள். மாறாக, பெரும்பாலான பிராமணக் குடும்பங்களில் ஒவ்வொன்றுமே தனித் தனியாகப் பிரிக்கப்பட்டிருந்தன. எங்கள் ஐவருக்கும் எங்கள் அம்மா தந்த அறிவுரை இதுதான்: "எந்த ஆணையும் நம்பாதீர்கள். உங்கள் அப்பாவைக் கூட நம்பாதீர்கள். ஒரு பையனுக்குப் பக்கத்தில் நீங்கள் அமர்ந்தால், நீங்கள் கர்ப்பிணியாகிவிடுவீர்கள். நீங்கள் ஒரு வேலையைத் தேடிக்கொள்ள வேண்டும். உங்களது சுய சம்பாத்தியத்தில் நீங்கள் சொந்தக் காலில் நிற்க வேண்டும்".

இவ்வளவு வித்தியாசமான, ஆர்வத்தைத் தூண்டக் கூடிய நண்பர்கள் இருந்தும், கல்லூரி வாழ்க்கை என்னவோ சுவாரசிய மற்றதாகவே இருந்தது. எனது முதலாண்டு முடிவில் நான் முடிவு செய்துவிட்டேன். இதற்கு மேல் என்னால் இங்கிருக்க முடியாது. வேறு சில வாய்ப்புகளைத் தேடினேன். ஓஸ்மானியா பல்கலைக் கழகத்துக்கு உட்பட்ட பல்கலைக்கழக அறிவியல் கல்லூரியில், பி.எஸ்சி. சிறப்பு வகுப்பைக் கண்டடைந்தேன். ஹானர்ஸ் படிப்பைப் போன்றதுதான் இதுவும் என்றாலும், மூன்று பாடங்களை நானாகவே தேர்வு செய்து படிக்க வேண்டும் என்ற அழுத்தம் இருந்தது. அதற்காக நான் கவலைப்படவில்லை. வேதியியல் பாடத்திலிருந்து, புள்ளியியல் பாடத்தை நான் தேர்வு செய்ய வேண்டிய கட்டாயத்துக்கு உள்ளானாலும் கூட,

ஓஸ்மானியாவில் சேர்ந்துவிட நான் தயாராகவே இருந்தேன். சுமீத் சித்துவும் என்கூடவே வந்துவிட்டாள். என் அப்பா இதற்குத் தடையேதும் சொல்லவில்லை. வருங்காலத்தில் என்ன நடக்கப் போகிறது என்பதை அவர் சற்றேனும் ஊகித்திருப்பாரேயானால் என்னுடைய கல்விக்கு முழுக்குப் போட்டிருப்பார்.

ஜூன் 1972இல், ஓஸ்மானியாவில் பி.எஸ்சி. இரண்டாமாண்டு படிப்பில் சேர்ந்தேன். கணிதம், இயற்பியல் மற்றும் புள்ளியியல் படிப்புகள் என் தேர்வுப் பாடங்களாக இருந்தன. ஓஸ்மானியா பல்கலைக்கழகம் கவர்ச்சிகரமானதாகவும். வகுப்பறைகள் விசாலமாகவும் இருந்தன. கால் போன போக்கில் அலைவதற்கு நீண்ட தாழ்வாரங்களும் சுத்தமாக கழிவறைகளும் இருந்தன. நிறைய திறந்தவெளி இடங்கள் இருந்தன. ஒவ்வொரு நாளும் வளாகத்துக்கு வருவது மிகவும் மகிழ்ச்சியளிக்கக் கூடிய ஒன்றாக வும், பலதரப்பட்ட மாணவர்களின் இருப்பு ஈர்ப்புக்குரியதாகவும் இருந்தது. ஆண்கள், பெண்கள், கிராமத்திலிருந்து வருபவர்கள், நகரத்தில் இருந்து வருபவர்கள், பர்தா அணிந்த பெண்கள், தாவணி கட்டிய பெண்கள், கால்சட்டை அணிந்த பெண்கள் எனப் பலவிதமாக மாணவர்கள் இருந்தார்கள். அறிவியல் கல்லூரி கட்டடம் கொஞ்சம் சோர்வளிக்கக் கூடியதாக இருந்தாலும் கலைக்கல்லூரி கட்டடமும் நூலகமும் பாரம்பரிய பாணியில் கட்டப்பட்டிருந்தன. காண்பதற்கு அவ்வளவு அழகு. அறிவியல் கல்லூரி சற்றுச் சோம்பி இருந்தது. இங்கும்கூட மாணவர்கள் பாடப் புத்தகங்களில் மட்டுமே கவனம் செலுத்தினார்கள். ஆனால், கலைக் கல்லூரி மிகவும் கலகலப்பாக இருந்தது. அழகான பெண்கள், ஆளுமை மிக்க இளைஞர்கள், அறிவார்ந்த பேராசிரியர்கள், ஆழ்ந்த, பரந்த வாசிப்பைக் கொண்ட மாணவர்கள் என ஆரவாரமாக இருந்தது. இந்தச் சமயத்தில் நான் கேட் மில்லெட், ஜெர்மெய்ன் க்ரீர், க்ளோரியா ஸ்டீனெம் மற்றும் பல பெண்ணிய எழுத்தாளர்களை வாசிப்பவளாகவும், இதே அலைவரிசையில் வாசிக்கும் நண்பர்களைத் தேடுபவ ளாகவும் இருந்தேன்.

அந்த ஆண்டு ஜூன் மாதம் ஓஸ்மானியா பல்கலைக் கழகத்தில் நான் சேர்வதற்கு முன்பு, அங்கு நடைபெற்ற ஒரு சம்பவம் என் வாழ்க்கையைத் திருப்பிப் போடக் கூடிய ஒன்றாக இருந்தது. ஏப்ரல் 14ஆம் தேதி, பல்கலைக்கழக வளாகத்தில் இருந்த தொழில்நுட்பப் பல்கலைக்கழகத்தில் நடைபெற்ற கல்லூரி களுக்கு இடையேயான வினாடி வினா போட்டியில் நான் பங்கேற்றிருந்தேன். பிற்பகல் சுமார் நான்கு மணி வாக்கில் அந்தக் கட்டடத்தின் முன்பு ஆர்ப்பாட்டம் நடைபெற்றது. அதனால் வினாடி வினா போட்டி ரத்து செய்யப்பட்டுவிட்டதை என்று

தெரிவிக்கப்பட்டது. மாணவர் ஒருவர் கொல்லப்பட்டுவிட்ட தாகவும் ஆகவே அசம்பாவிதங்கள் நடைபெறலாம் என்றும் தெரிவிக்கப்பட்டது. 'யார் அந்த மாணவர்?' என்று எங்களுக் குள்ளே கேட்டுக்கொண்டோம். 'யாரோ ஜார்ஜ் ரெட்டி என்ற முரடனாம்' என்று எனக்குச் சொல்லப்பட்டது. அவன் இன்னொரு தாதா போல என்று எண்ணிக்கொண்டேன். பிறகு அதை மறந்தும்விட்டேன். நான் ஓஸ்மானியாவில் சேர்ந்த பிறகுதான் ஜார்ஜ் ரெட்டி யார் என்பதையும் அவர் எதற்காகக் கொல்லப்பட்டார் என்பதையும் அறிந்துகொண்டேன். 1960களின் பிற்பகுதியில், அந்தக் கல்லூரியில் பண்ணையார்த்தனம், பிரிவினைவாதம், சில்லறை அரசியல் எனப் பல பிரச்சினைகள் இருந்தன. நான் கல்லூரியில் சேர்ந்த போதும் அத்தகைய பிரச்சினைகளில் அகில பாரதிய வித்யார்த்தி பரிஷத் (ஏபிவிபி) அமைப்புதான் ஈடுபட்டிருந்தது. பாரதிய ஜனதா கட்சிக்கு முன்னோட்டமான ஜன சங்கத்தின் மாணவர் பிரிவுதான் ஏபிவிபி. அது ராஷ்ட்ரிய ஸ்வயம்சேவக் சங்கம் என்ற இந்துப் போராளி அமைப்பால் வழிநடத்தப்பட்டது. அந்தக் கல்லூரியில் நாராயண தாஸ் என்ற பிரச்சாரகர் மேற்கண்ட பிரச்சினைகளில் அதிக ஈடுபாடு காட்டிவந்தார். ஆந்திர பிரதேசத்தின் இதர பகுதிகளில் சத்தமே இல்லாமல் இருந்த ஜன சங்கம், ஓஸ்மானியா பல்கலைக்கழக வளாகத்தை எப்படியோ கைப்பற்றியிருந்தது.

இந்தக் குழு, பல்கலைக்கழக நிர்வாகம், தேர்வுகள் நடத்துவது, மாணவர் விடுதி மற்றும் கல்லூரி வளாகத்துக்கு அருகிலிருந்த சிறு குடியிருப்புகள் என எல்லாவற்றையும் தனது கட்டுப்பாட்டுக்குள் வைத்திருந்தது. ஜார்ஜ் ரெட்டி அந்தக் கட்டுப்பாடுகளை எல்லாம் தகர்த்து எறிந்தார். மிகக் குறுகிய காலத்திலேயே அவரும் அவரது சகாக்களும் மாற்றுக் கருத்து களுக்கான மேடை ஒன்றை உருவாக்கியதோடு மட்டுமில்லாமல், கல்லூரியில் இடதுசாரி புரட்சிகர மாணவர் இயக்கத்தைத் தோற்றுவிக்கவும் செய்தார்கள். வியட்நாம், கியூபா, தென் அமெரிக்கா, ஐரோப்பா மற்றும் நக்சல்பாரி என உலகம் முழுக்க நடைபெற்று வந்த மாணவர் மற்றும் புரட்சிகர இயக்கங்களால் தாக்கம் பெற்றவராக அவர் இருந்தார். முற்போக்கு ஜனநாயக மாணவர்கள் என்ற உணர்ச்சிமிக்கக் குழு ஒன்றை அவர்கள் தொடங்கினார்கள். பிற்பாடு அந்தக் குழு முற்போக்கு ஜனநாயக மாணவர்கள் சங்கம் என்று பரிணமித்தது.

தங்களது கோட்டையைக் கை நழுவவிட்ட கோபத்தில், ஜார்ஜ் ரெட்டியை ஆர்.எஸ்.எஸ். அமைப்பு ஏப்ரல் 14ஆம் தேதி பொறியியல் கல்லூரி விடுதியில் வைத்து, காவல்துறை அலுவலர்கள் கண் முன்பு கொன்று போட்டது. ஒன்பது பேர்

மீது கொலைக் குற்றமும் சாட்டப்பட்டது. அனைவரும் பின்னர் விடுவிக்கப்பட்டார்கள். இந்தச் சம்பவத்தில் மாநில அரசின் கையலாகாத்தனத்தை எதிர்த்து, ஜார்ஜின் நண்பர்களும் அவரது தம்பி சிரில் முதலானோர் அந்தக் கொலைக்கு நீதிகேட்கவும் பழிவாங்கவும் துடித்தார்கள்.

இந்தச் சமயத்தில், என் அலைவரிசைக்கு ஒத்துப்போகக் கூடிய சில இளம் ஆண்களுடன் நான் நட்பு கொண்டிருந்தேன். என் வகுப்புத் தோழனான பிரதீப் புர்குலாவும் அதில் சேர்த்தி. அவன் ஜார்ஜின் தீவிர ஆதரவாளன். பிரதீப்பின் அண்ணன் புர்குலா நர்சிங் ராவ், தெலங்கானா ஆயுதப் போராட்டத்தின் போது மாணவ கம்யூனிஸ்ட்டாகச் செயலாற்றியவர். அவரது சகோதரி ரமா மேல்கோட் கூட இடதுசாரி ஆதரவாளர்தான். பிறகு பள்ளிக் காலத்தில் 'ஹை ஓய்' அமைப்பிலிருந்து என் கூடவே இருக்கும் கோபால் மற்றும் சஷி. இவர்கள் இருவரும் ஓஸ்மானியா வளாகத்தில் படிக்காவிட்டாலும் கூட, ஓய்.எம். சி.ஏ.வின் அடுத்த அமைப்பான 'யுனி ஓய்' எனும் பல்கலைக்கழக மாணவர்களுக்கான அமைப்பில் நாங்கள் ஒன்றாக இருந்தோம். பிரதீப்பும் அவர்களின் நண்பன் என்று பிற்பாடுதான் தெரியவந்தது. இடதுசாரி அமைப்பைப் போன்ற ஒரு குழுவை ஏற்படுத்த வேண்டும் என்று நாங்கள் எல்லோரும் ஒன்று கூடினோம். கல்லூரி வளாகத்தில் இருந்த இதர மாணவர்களோடும் தொடர்புகளை ஏற்படுத்திக்கொண்டோம். அவ்வப்போது ஒன்றுகூடி இரானி கஃபேயிலும், கிரிக்கெட் போட்டிகளைப் பார்க்கும்போதும் அரசியல் மற்றும் உள்ளூர் நிகழ்வுகளைப் பற்றிப் பேசிக்கொண்டிருப்போம். நாங்கள் வெகுதூரம் நடந்தோம். எல்லாவிதமான கூட்டங்களிலும் கலந்துகொண்டோம். அந்தக் குழு என்னை ஆதரவாக அணைத்துக்கொண்டது. கோபால் அன்பானவனாகவும் துணிச்சல் மிக்கவனாகவும் இருந்தான். பிரதீப்போ அமைதியானவனாகவும் யாருடனும் ஒட்டாத வனாகவும் இருந்தான். சஷி அறிவார்ந்தவனாக இருந்தாலும், அவன் எப்போது என்ன செய்வான் என்பதை நாம் ஊகிக்க இடம்கொடாதவனாக இருந்தான். என்னைப் புற வாழ்க்கைக்கு அறிமுகப்படுத்திய இந்தக் குழுவினால் நான் பெரும் பலனடைந்தேன். எனது உலகம் வண்ணங்களால் நிரம்பியிருந்தது. மாறி வரும் உலகத்தில் என் மனத்தில் நம்பிக்கையை விதைக்கும் புத்தகங்கள் எனக்கு அறிமுகமாயின. இவை குறித்து ஆழமாக விவாதிக்கிற கூட்டங்களுக்கு எல்லாம் நான் சென்று வந்தேன். அதுவும் வளரிளம் பருவ ஆண் நண்பர்களுடன். என் வாழ்க்கையில் முதன்முதலாக நான் காதலில் விழுந்ததும் அப்போதுதான். ஆனாலும் நாங்கள் உடலுறவு கொள்ளவில்லை. என் தலைமுறை

ஏன் இந்த விஷயங்களில் ஈடுபடுவதை எல்லாம் தடுத்து வைத்திருந்தது என்று எண்ணி நானும் அவ்வப்போது ஆச்சரியப் படுவேன். புரட்சிகரச் சிந்தனை பாலியல் வேட்கையை மட்டுப்படுத்திவிடுமா என்ன? அல்லது இந்தச் சமூகத்தின் கட்டுப்பெட்டித்தனம் காரணமா? நான் பலருடன் நெருங்கிப் பழகினாலும் என் வாழ்க்கையைப் பகிர்ந்துகொள்ளப்போகும் நபர் யார் என்று ஆச்சரியப்பட்டுக்கொண்டே இருந்தேன். பாலியல் வேட்கை கொண்டு அதை அறிய முற்படுவதற்கான காலம் அதுதான். இன்னும் சொல்லப்போனால் என்னை விட வயதில் மூத்த நண்பர் ஒருவருடன் உடலுறவு கொள்ளும் விருப்பத்தை அவரிடம் நான் தெரிவித்தேன். அதற்குக் காரணம், என் வயதொத்த நண்பர்கள் உடலுறவு குறித்து சிந்திக்காத வர்களாக இருந்தார்கள். இதில் சோகம் என்னவென்றால், அந்த மூத்த நண்பரே என் விருப்பத்தை ஏற்றுக்கொள்ள மென்மையாக மறுத்துவிட்டார்.

1971ஆம் ஆண்டு நாக்பூரில் நடைபெற்ற இளைஞர் காங்கிரஸ் கூட்டம் ஒன்றில் நாங்கள் கலந்துகொண்டோம். இடதுசாரிகளாக இருப்பதனாலேயே வேறு கட்சிக் கூட்டங்களில் கலந்துகொள்ள வேண்டாம் என்ற எந்தவொரு கட்டுப்பாடு களையும் நாங்கள் வைத்துக்கொள்ளவில்லை. நாக்பூரில் விமலா ராமச்சந்திரன், சஞ்சய பாரு ஆகியோரும் கலந்துகொண்டனர். ஒரு சின்ன கலந்துரையாடல் நிகழ்வில் இந்திரா காந்தியைக் கூட நாங்கள் சந்தித்துப் பேசினோம். விமலா என் பள்ளிக்காலத் தோழி. தவிர, 'ஹை ஒய்' மற்றும் 'யுனி ஒய்' அமைப்புகளிலும் ஆர்வமாகச் செயல்பட்டு வந்தாள். பள்ளிக் கல்வித்துறையில் அதுவும் குறிப்பாக அரசுப் பள்ளிகளில் மாணவியரின் கல்வி தொடர்பாகப் பணியாற்றச் சென்றுவிட்டாள். சஞ்சயாவோ, பொருளாதாரம் படித்துவிட்டு, இதழியலில் பணிபுரிந்து, பிரதமர் மன்மோகன் சிங்கின் ஊடக ஆலோசகராகப் பிரதமர் அலுவலகத்தில் பணியாற்றிய தனது அனுபவங்களைப் பற்றிய நினைவுக் குறிப்புகளைப் புத்தகமாக எழுதி வருகிறார். அதே ஆண்டு பம்பாயில் நடைபெற்ற இளைஞர் காங்கிரஸ் கூட்டம் ஒன்றில் கலந்துகொண்டேன். ஆனால், அங்கு பணம் தண்ணீராக வாரி இறைக்கப்படுவதையும், பெண்கள் சிலர் இளம் காங்கிரஸ் தலைவர்களுடன் ஈஷிக் கொண்டுத் திரிவதையும் பார்த்து எனக்குக் குமட்டிக்கொண்டு வந்தது. அதுபோன்ற அரசியல் எனக்குத் தேவையில்லை என்பதை அப்போதே நான் உணர்ந்து கொண்டேன். இந்த விஷயங்கள் எல்லாவற்றையும் என் பெற்றோர்களிடமிருந்து நான் மறைத்துவிட்டேன். வகுப்புக்குச் செல்லாமல் விடுப்பு எடுத்தேன். இதர கல்வி நிறுவனங்களில்

இருந்து நிகழ்ச்சிக்கு அழைப்பு வந்திருக்கிறது என்று போலியாகப் பத்திரிகைகளை அச்சிட்டு, நான் நெடுந்தொலைவுப் பயணங்களை மேற்கொண்டேன்.

அந்தச் சமயத்தில் சிறந்த பேச்சாளராகவும் நான் அறியப் பட்டிருந்தேன். கால்சட்டை அணிந்துகொண்டு கம்பீரக் குரலில் பேசி வந்தேன். 1972ஆம் ஆண்டு ஜார்ஜ் ரெட்டியின் முதலாம் ஆண்டு நினைவையொட்டி உரைவீச்சு ஒன்றை வழங்க வேண்டும் என்று நண்பர்கள் என்னைக் கேட்டுக்கொண்டபோது, நான் மகிழ்ச்சியுடன் ஒப்புக்கொண்டேன். எனது முறையான அரசியல் நுழைவுக்கு இது ஆரம்பமாக இருந்தது. நான் வெளிப்படையாக வும் தைரியமாகவும் இடதுசாரிக் குழு ஒன்றுடன் என்னை அடையாளப்படுத்திக்கொண்டேன். ஜார்ஜ் ரெட்டியின் ஆதரவாளர்களாகவும், அவரது அரசியலுடன் தங்களை அடையாளப்படுத்திக்கொள்பவர்களாவும் அந்தக் குழுவைச் சேர்ந்தவர்கள் இருந்தார்கள். அதில் இருந்த இளைஞர்கள் அறிவார்ந்தவர்களாகவும் மரியாதைக்குரியவர்களாகவும், தங்கள் வாழ்க்கையை எப்படியாவது அர்த்தமுள்ளதாக்கிக்கொள்ள வேண்டுமென்று கருதுபவர்களாகவும் இருந்தார்கள். அரசியலைப் பற்றிப் பரந்துபட்ட வாசிப்பையும் அதுகுறித்து விவாதம் செய்பவர்களாகவும் அவர்கள் இருந்தார்கள். இந்தச் சமயத்தில் சே குவேரா, ரெஜிஸ் டெப்ரே, டானியல் கோஹன் பென்டிட், ழான் பால் சார்த்தர், நோம் சாம்ஸ்கி ஆகியோரை வாசித்து வந்தேன். மார்க்ஸையும், லெனினையும் கூட நான் படிக்க முயற்சித்தேன். ஆனால் முடியவில்லை. மாறாக, எங்கெல்ஸ், ட்ராட்ஸ்கி, பால் ஸ்வீஸி, லியோ ஹியூபர்மேன், க்ளாரா செட்கின், ரோஸா லக்ஸம்பர்க், எரிக் ஃப்ரோம், ஈ.எச்.கார் ஆகியோரைப் படிப்பது சுலபமாக இருந்தது. அந்தச் சமயத்தில் தெளிவாகவும் உணர்வுகளைத் தூண்டும் விதத்தில் எழுதுபவராகவும் எனக்கு மாவோதான் தெரிந்தார். இந்திய அரசியலைப் புரிந்து கொள்ளப் பரிந்துரைக்கப்படும் ஆர்.பி.தத்தின் ‘இந்தியா இன்று’ புத்தகத்தை வாசிப்பதும் மறுவாசிப்பு செய்வதுமாகவும் இருந்தேன். எனது ‘பூர்ஷுவா’ புத்தகங்களையும் நான் தொடர்ந்து படித்துக்கொண்டேதான் இருந்தேன். சோமர்செட் மாம், ஜேன் ஆஸ்டென், ஜேம்ஸ் ஹெர்ரியட் ஆகியோரை என்னால் கைவிட முடியாது. புனைவை நான் மிகவும் விரும்பினேன்.

1972 மற்றும் 1973ஆம் ஆண்டுக்கு இடைப்பட்ட காலம் என்பது உண்மையிலேயே மிகவும் கனிந்த காலமாக இருந்தது. கல்லூரியின் சூழல் எனக்கு மிகவும் பிடித்துப்போனது. இடதுசாரி அரசியல், நான் அதுவரை கற்றது, முற்போக்கு ஜனநாயக மாணவர் சங்கத் தோழர்களுடன் உரையாடியது ஆகியவற்றை எளிதில்

புரிய வைத்தது. அந்தச் சமயத்தில் ஐஐடியில் இருந்து எனக்கு அழைப்பு வந்திருந்தால், நிச்சயம் அதை ஏற்றுக்கொண்டிருக்க மாட்டேன். எனக்கான அழைப்பை நான் கண்டுகொண்டேன். இளைஞர்கள் மற்றும் விளிம்புநிலை மனிதர்களால் வழிநடத்தப் பட்ட புதிய, தீவிரமான மற்றும் தலைகீழ் மாற்ற நடவடிக்கைகள் உலகை இழுத்துச் சென்ற காலத்தைச் சேர்ந்த தலைமுறையினள் நான். வரலாற்றின் அந்தத் தருணம், அனைவரும் ஒன்று கூடிப் பெரும் புரட்சியை ஏற்படுத்திச் சுரண்டல்மிக்க ஒடுக்கும் சமூகத்தை மொத்தமாகத் திருப்பிப் போட்டுவிட முடியும் என்ற நம்பிக்கையைத் தோற்றுவித்தது. அப்போது வியட்நாம் மீதான போருக்கு எதிராக அமெரிக்காவில் பெரும் போராட்டம் நடைபெற்றது. ஆப்பிரிக்காவிலும் ஆசியாவிலும் ஏகாதிபத்தியத் துக்கு எதிராகப் பெரும் முழக்கங்கள் தோன்றி வந்தன. அமெரிக்காவில் நடைபெற்றுவந்த கருஞ்சிறுத்தை இயக்கம், ஐரோப்பாவில் பல மாணவர் போராட்டங்கள், தொடக்க நிலை பெண் விடுதலை இயக்கம், சீனத்தில் நடைபெற்ற கலாச்சாரப் புரட்சி எனப் பல போராட்டங்கள் உலகம் முழுவதும் நடைபெற்றன. இந்தியாவில் அப்போது சுதந்திரம் கிடைத்து அதனால் பெரும் பயன் ஒன்றும் இல்லாமல் போவது குறித்து மக்களுக்கு ஆற்றாமை இருந்தது. அதைத் தொடர்ந்து நக்சல்பாரி இயக்கத்தின் மேலும் ஏமாற்றம் இருந்தது. இதோ, அடுத்தத் திருப்பத்தில் புரட்சி வந்துவிடுமென்றும், நாங்கள் அதன் நாயகர்களாக இருப்போம் என்றும் நம்பினோம்.

இந்தக் காரணங்களால் என் வீட்டில் நான் உறுதி மிக்கவளாகத் தோற்றமளித்தேன். வெறுமனே கேள்வி கேட்டுக் கொண்டோ அல்லது குறுகுறுப்புடனோ இருக்கவில்லை. என்னுடைய வாழ்க்கை எப்படி இருக்க வேண்டுமென்பதைத் தீர்மானிப்பவளாக நான் இருந்தேன். ஒவ்வோர் ஆண்டும் கோடைக் காலத்தில் என் குடும்பம் கோயில்களுக்கு யாத்திரை செல்லும். ஆனால் நான் கோயிலுக்கெல்லாம் போக விரும்ப வில்லை. எனக்கு மாதவிடாய் ஏற்பட்டுவிட்டது என்று சொல்லி விடுவேன். இப்போது என் அம்மாவுடன் நான் அவ்வளவாக விவாதிப்பதில்லை. அவருக்குப் பதிலாக அப்பாவிடம் விவாதிக்கிறேன். அவரோ என்னை அச்சுறுத்தினார். ஏதேனும் கூட்டத்துக்குச் சென்றுவிட்டு வீட்டுக்குத் தாமதமாக வந்தால், அவர் வாசலில் நின்றுகொண்டு என்னை வீட்டுக்குள் அனுமதிக்க மாட்டார். பக்கத்து வீட்டுக்காரர்கள் எட்டிப் பார்க்கும் அளவுக்கு அவர் என்னை வசைபாடுவார். பொதுவெளியில் அவருடன் நேருக்கு நேர் மோதுவதை நான் வெறுத்தேன். சாலையில் நின்று கொண்டு அவரது ஆவேசப் பேச்சைக் கேட்பது என்னைச் சோர்வுக்கு உள்ளாக்கியது. என்னுடைய கனவுகளை எல்லாம்

என் குடும்பத்துக்காக நான் கைவிட நினைக்கும்போதெல்லாம், அதற்கு எதிரான நினைவுகள் என்னை அலைக்கழித்தன. உடல் முழுக்கச் சுற்றும் உடைகள், நகைகள், பூசைகள், கொடுங்கோலன் ஒருவனுக்கு வாழ்க்கைப்படுதல் போன்ற நினைவுகள் என்னை அச்சுறுத்தும். இவை நான் ஒருபோதும் என் கனவுகளைக் கைவிட்டுவிடக் கூடாது என்ற உறுதியை பலப்படுத்தின. என் அக்காவுக்கு நேர்ந்த சம்பவம், அவளுக்குக் கிடைத்த வாழ்க்கையை விட வேறு எந்த ஒரு வாழ்க்கையும் சிறப்பானது என்று எண்ண வைத்தது.

நான் ஓஸ்மானியா பல்கலைக்கழகத்தில் சேர்ந்த ஓராண்டுக்குப் பிறகு, 1973ஆம் ஆண்டு கோடைக்காலத்தில் மூன்று பெண்கள் தங்களது பட்டமேற்படிப்பைத் தொடர அங்குச் சேர்ந்தார்கள். அவர்கள் வேறு எங்கோ தங்களது பட்டப்படிப்பை முடித்திருந்ததால், இங்கு எனக்கு அவர்கள் மூத்தவர்களாக இருந்தார்கள். நந்து என்று பரவலாக அறியப்படும் லலிதா, விமலா ராமச்சந்திரனின் தங்கை. எனவே, அவளை எனக்கு ஏற்கெனவே தெரியும். அவள் கணிதப் புலத்தில் சேர்ந்திருந்தாள். ருக்மினி மேனன், லலிதா என்ற மற்ற இருவர் கலைப் புலத்தைச் சேர்ந்தவர்கள். மின்னி என்றும், மீனா மேனன் என்றும் அறியப் பட்ட ருக்மினி மேனன் என் அக்காவின் கல்லூரித் தோழி ஆவாள். ஆகவே அவளையும் எனக்கு முன்பே தெரிந்திருந்தது. அவளுக்கு முற்போக்கு ஜனநாயக மாணவர் சங்கத் தோழன் ஸ்ரீகிருஷ்ணாவுடன் காதல் ஏற்பட்டிருந்ததால் அவளாகவே எங்கள் குழுவில் இணைந்துவிட்டாள். அரசியல் அறிவியல் பட்ட மேற்படிப்பில் அவளது வகுப்புத் தோழியாக இருந்தவள் லலிதா. நாங்கள் நான்கு பேரும் மிகவும் மகிழ்ச்சியான பொழுதுகளைக் கொண்டிருந்தோம். மின்னி அழகானவளாகவும், பலகுரலில் பேசுபவளாகவும், துடிப்பானவளாகவும் இருந்தாள். அவளுக்குப் பல முகங்கள் இருந்தன. 1980–களில் பம்பாயின் கிர்னி கம்கர் சங்கர்ஷ் சமிதி (மில் பணியாளர் நடவடிக்கைக் குழு) அமைப்பில் தொழிற்சங்கவாதியாகவும், 2000–வருடங்களில் தொண்டு நிறுவனங்களுக்கு ஆலோசகராகவும் அவள் செயல்பட்டாள். லலிதா, அன்வேஷி எனும் பெண்ணிய அமைப்பைத் தோற்றுவித்து அதில் நிறுவனர் உறுப்பினராக இருந்து வருவதோடு, யுகந்தார் எனும் தொண்டு நிறுவனத்திலும் பணிபுரிகிறாள். அமைதியாகவும் உற்சாகமானவளாகவும் இருந்த நந்து, வங்கியில் பணியாற்றிவந்த பத்தாண்டுகளுக்குள் மாரடைப்பினால் இறந்தாள். அவள் சாகும்போது அவளது குழந்தைக்கு ஒரு வயது. நாங்கள் ஒரு குழுவாகக் கூடி புத்தகங்கள் வாசிப்பது, நிகழ்ச்சிகளை ஒருங்கிணைப்பது ஆகியவற்றை மேற்கொள்ளும்போது உதவிக்கு யாருமில்லாத கோபக்காரப் பெண்கள் என்ற நிலையில் இருந்து

எல்லா அதிகாரங்களையும் பெற்ற பெண்களாக நாங்கள் உருமாறினோம். இந்தச் சிறு மாணவர் குழு, இந்தியக் குடிமக்களாகச் சமூகத்தில் காலடி எடுத்து வைக்கும் அதே சமயம், எங்களது உரிமைகள் இன்னும் விரிவடைந்துகொண்டே செல்லுவதாகத் தெரிந்தது.

கோட்டி மகளிர் கல்லூரியில் இருந்து அடுத்தடுத்து பெண்கள் விலகுவதை நான் பார்த்திருக்கிறேன். ஒரு கட்டத்துக்கு மேல் பெண்களுக்குக் கல்வி என்பது தேவையில்லாதது என்று அவர்களது பெற்றோர்கள் நினைக்கிறார்கள். கல்வி கற்கும் உரிமை மட்டுமே எங்களுக்கு இருந்தது. யாரோ ஒரு அந்நியருக்கு எங்களைத் திருமணம் முடித்துக்கொடுப்பார்கள். அது எங்களை வாழ்நாள் முழுவதும் சோகத்திலேயே உழல வைக்கும். புகுந்த வீட்டில் எங்களை அடிமைகளாக மனமுவந்து ஏற்றுக்கொள்ள எங்கள் பெற்றோர்கள் நிறைய பணத்தை வரதட்சணையாகக் கொடுக்க வேண்டும். நாங்கள் சௌகரியமாக இருக்க எங்களுக்கென்று பொதுவெளிகள் எதுவுமே இல்லை. சாலைகளில், வகுப்பறைகளில், ஹோட்டல்களில் என எங்கும் நாங்கள் பாலியல் சீண்டலுக்கு ஆளாகிறோம். எங்கள் உடலை வியாபாரமாக்கும் விதத்தில் எங்கு நோக்கினும் ஆபாசமான விளம்பரப் பதாகைகள் தொங்குகின்றன.

குடிமக்களுக்கு உரிமைகள் உண்டு என்கிற எனது உள்ளுணர்வு, என் கடந்த கால வாசிப்பு மற்றும் அரசியல் ஈடுபாடுகளால் கட்டமைக்கப்பட்டது. தற்போது, ஒத்த கருத்துடைய நண்பர்களால் எங்கள் சிந்தனையில் மாற்றம் ஏற்பட்டது. அதனால் சிறு சிறு நிகழ்வுகளை நாங்கள் ஒருங்கிணைத்தோம். கல்லூரி வளாகத்தில் பாலியல் சீண்டலுக்கு எதிரான பிரச்சாரத்தை மேற்கொண்டோம். நகர்ப் புறங்களில் பெண்களை ஆபாசமாகச் சித்திரிக்கும் விளம்பரப் பதாகைகள் மீது கறுப்பு மை பூசி ஆபாசத்துக்கு எதிராகப் பிரசாரம் செய்தோம். தவிர எங்களுக்கு எந்த மேடையில் இடம் கிடைத்தாலும் அங்கு நாங்கள் மிகச் சிறப்பாகச் செயல்பட்டோம். ஓஸ்மானியா பல்கலைக்கழகத்தில் மொழியியல் கற்பித்து வந்த பி. லஷ்மி பாய் எனும் பெண்ணியவாதி பேராசிரியருடன் நாங்கள் அவ்வப்போது சந்திப்புகளை மேற்கொண்டோம். ஜார்ஜ் ரெட்டியைக் குறித்து அவருக்கு நிறைய தெரிந்திருந்தது. வாசிக்க, சிந்திக்க, உரையாட அவர் எங்களை உற்சாகமூட்டினார். ஆனாலும், இடதுசாரி அமைப்புகளுக்கு உள்ளிருந்த பிரிவினைவாதம் தனது கோர முகத்தைக் காட்டத் தவறவில்லை. மார்க்சிய லெனினிய கட்சிகளின் வேறொரு அரசியல் பிரிவிலிருந்த ஒருவரை லஷ்மி

திருமணம் செய்துகொண்ட பிறகு, நாங்கள் அவரிடமிருந்து விலகியிருந்தோம்.

அந்தக் காலத்தில் எங்களை எது அதிகம் உற்சாகமூட்டியது என்பதை இந்தக் காலப் பெண்கள் தெரிந்துகொண்டால் அவர்களுக்கு ஆச்சரியமாக இருக்கும். ஓஸ்மானியா பல்கலைக் கழகத்தில் கணிதம் கற்பித்த வனஜா ஐயங்கார் என்ற பேராசிரியரை நாங்கள் பெரிதும் போற்றினோம். கட்டுப்பெட்டியான தமிழ் பிராமணக் குடும்பத்திலிருந்து வந்த அவர், கேம்ப்ரிட்ஜ் பல்கலைக் கழகத்தில் படித்து,இடதுசாரி மாணவ இயக்கங்களில் செயல்பட்டு, மோஹித் சென் என்பவரை மணந்து, பிற்காலத்தில் இந்திய கம்யூனிஸ்ட் கட்சியின் முழு நேர ஊழியராகத் தொண்டாற்றி, மீண்டும் ஹைதராபாத்துக்குத் திரும்பி ஆசிரியப் பணியில் ஈடுபட்டிருந்தார். அழகான, கருணையுள்ளம் கொண்ட அந்தச் சீமாட்டி, ஆசிரியர்களுக்கான ஓய்வறையில் புகைப்பிடித்துக் கொண்டிருப்பார். அவர் புகைப்பிடிப்பதைக் காண, நான் அவ்வப்போது அந்த அறைக்குச் சென்று வருவேன். அவர் புகைப்பிடிப்பதைப் பார்த்தால்தான் எனக்கு அந்த நாள் முழுமை பெறும். ரெட்டி கல்லூரியில் கற்பித்து வந்த சத்யம்மா ஸ்ரீநாத் தனது ஸ்கூட்டரில் ஓஸ்மானியா பல்கலைக்கழகத்தைத் தாண்டி சீறிப் பாய்வார். ஒரு பெண் அப்படிச் செய்வதைப் பார்க்க எவ்வளவு ஆனந்தம். வீணா சத்ருக்னா என்ற பெண்ணியவாதி மருத்துவரும் ஸ்கூட்டர் ஓட்டுவார். அதைவிடப் பெரிய விஷயம், அவர் எப்போதும் அரைக்கை ரவிக்கைதான் அணிவார்!

பிறகு எம். சாந்தா (பிற்காலத்தில் சாந்தா சின்ஹா) தனது காதலருடன் வீட்டை விட்டு ஓடிய சம்பவம் பெரும் பரபரப் பானது. நான் பார்த்த மனிதர்களிலேயே சாந்தா மிகவும் அன்பானவர். என்னுடைய நெருங்கிய நண்பர்களில் அவரும் ஒருவர். ஹைதராபாத் பல்கலைக்கழகத்தில் அவர் அரசியல் அறிவுப் புலத்தில் கற்பித்து வந்தார். மமிடிபுடி வெங்கட்ரங்கய்யா அறக்கட்டளை என்ற ஒன்றை உருவாக்கி அதன் மூலம் குழந்தைத் தொழிலாளர் முறை ஒழிப்புக்காகப் போராடியவர். பிற்காலத்தில் குழந்தைகள் உரிமைகள் பாதுகாப்புக்கான தேசிய ஆணையத்தின் முதல் தலைவராகச் சேவையாற்றினார். ஆனால் கல்லூரியில், அவரது காதல் விவகாரம்தான் எங்கும் நிறைந்திருந்தது. தன் வகுப்புத் தோழர் அஜய் சின்ஹாவிடம் அவர் காதலில் விழுந்தார். ஆனால் அவரது புதூர் திராவிடக் குடும்பமோ அவருக்கு வீட்டில் மாப்பிள்ளை பார்த்திருந்தனர். அவரது காதலைத் தெரிந்து கொண்டு அவரை வீட்டுக்குள்ளேயே அடைத்து வைத்திருந்தனர்.

எங்களது முற்போக்கு ஜனநாயக மாணவர் சங்கம் அவரை மீட்க முயற்சி செய்தது. மஹிபால் ரெட்டி என்ற தோழர் தபால்காரரைப் போன்று வேடமிட்டு, சாந்தா தங்க வைக்கப்பட்டிருந்த மாரெத்பள்ளி வீட்டுக்குச் சென்றார். அவரைத் தொடர்ந்து கார் ஒன்றும் பின்னால் சென்றது. 'சாந்தாவுக்குத் தந்தி' என்று சொல்லி அழைத்தார். அவரது குடும்பத்தினர் அந்தத் தந்தியைத் தங்களிடம் கொடுக்குமாறு கேட்டும் அவர் தர மறுத்துவிட்டார். 'அவரது கையெழுத்தைப் பெற வேண்டும்' என்றார். சாந்தா வெளியே வந்தபோது அவர் விரைவாக காரில் ஏற்றப்பட்டார்.

இதே போன்ற மகிழ்ச்சிக்குரிய இன்னொரு காதல் ஓட்டம், ஜார்ஜ் ரெட்டியின் நெருங்கிய நண்பர்களில் ஒருவரான விஜய் குல்கர்னியுடையது. முற்போக்கு ஜனநாயக மாணவர் சங்கத்தை உருவாக்கியவர்களில் அவரும் ஒருவர் என்றாலும், ஜார்ஜின் மரணத்துக்குப் பிறகு சங்க நடவடிக்கைகளில் இருந்து அவர் விலகி இருந்தார். கல்லூரியில் எம்.ஏ. படித்து வந்த, ஏற்கெனவே திருமணமான பெண் ஒருவருடன் அவர் காதல் வயப்பட்டிருந்தார். பிறகு அந்த ஜோடி டெல்லிக்குப் பறந்தது.

இந்தச் சம்பவங்களை எல்லாம் அவர்களது குடும்பத்தினர் கரித்துக் கொட்டினார்கள். வலது, இடது என்ற அரசியல் நிலைப்பாடுகளுக்கெல்லாம் அங்கு வேலை இல்லை. ஆனால் அந்தச் சம்பவங்களை எல்லாம் மரபார்ந்த சிந்தனைக்கும் பெண் ஒடுக்குமுறைக்கும் எதிராக விடுக்கப்பட்ட சவால்களாகவே நாங்கள் கருதினோம்.

3

இடதே இயல்பு:
ஒரு நக்ஸலைட்டாக
என் வாழ்க்கை

1973ஆம் ஆண்டு ஆரம்பத்தில், ஆந்திரப் பிரதேசத்தில் மூன்று பிரதான நக்ஸலைட் குழுக்கள் செயல்பட்டு வந்தன. கூடவே, இன்னும் சில சிறுசிறு குழுக்கள் தங்களைக் கட்சியாக முன்னிறுத்திக் கொள்ளாமல் செயலாற்றி வந்தன. வெளியாட்களுக்கு, இந்தக் குழுக்களைப் பிரித்தறிவதில் இடர்ப்பாடுகள் இருந்தன. அதற்குக் காரணம் எல்லாக் குழுக்களுமே சற்றேக்குறைய ஒரே மாதிரியான பெயர்களைக் கொண்டிருந்ததும், தங்கள் அமைப்பின் பெயரோடு 'சிபிஐ-எம்எல்' என்ற சொற்களைச் சேர்த்துக் கொண்டதும்தான். இதில் உள்ள இன்னொரு சிக்கல், அந்த அமைப்புகள் எல்லாம் தங்களின் பெயர்களை அவ்வப்போது மாற்றியபடி இருந்தன. அந்தக் குழுக்கள் மேலும் வேறு வேறு குழுக்களாகப் பிரியவும் செய்தன. அதனால் மேலும் குழப்பம் அதிகரித்தது. உதாரணத் துக்கு, இந்தப் புத்தகத்தை நான் எழுதும்போதுகூட ஓஸ்மானியா பல்கலைக்கழகத்திலேயே முற்போக்கு ஜனநாயக மாணவர் சங்கம், முற்போக்கு மகளிர் குழு ஆகிய அமைப்புகளே மூன்று வகையாக இருக்கின்றன. தவிர, தெலங்கானா, ஆந்திரப் பிரதேசம் ஆகிய இரு தெலுங்கு மாநிலங்களிலும் குறைந்தபட்சம் பதினைந்து விதமான எம்.எல். (மார்க்சிஸ்ட் லெனினிஸ்ட்) குழுக்கள் இருக்கின்றன. ஆங்கில எழுத்துகளைக் கொண்ட இந்தக் குழுக்களை அறிந்துகொள்வதில் உள்ள குழப்பத்தைத் தவிர்ப்பதற்காக, உள்ளூர்

வழக்கில் அங்குள்ள தலைவர்களின் பெயரால் அந்தக் குழுக்கள் அறியப்படலாயின. எம்.எல். குழுக்கள் எல்லாம் படிநிலை அமைப்பு கொண்டவை. தங்களுக்கே உரித்தான தெளிவான தலைமைத்துவ வடிவமைப்பைக் கொண்டிருப்பவை. அதனால் தலைவர்களின் பெயர்களை வைத்து குழுக்களை அறிந்து கொள்வது சுலபமானது. 1973இல் ஆந்திரப் பிரதேசத்தில் இருந்த மூன்று முக்கியமான குழுக்கள் என்று சந்திர புல்லா ரெட்டி (சிபி) குழு, தரிமேலா நாகி ரெட்டி (டி.என்) குழு, கே.எஸ். (கொண்டப்பள்ளி சீதாராமய்யா) குழு ஆகியவற்றைச் சொல்லலாம்.

1973ஆம் ஆண்டு தொடக்கத்தில், எனக்குத் தெரிந்த நிறைய இளைஞர்கள் முறையாக, எனினும் ரகசியமாக, சிபிஐ எம்.எல் சந்திர புல்லா ரெட்டி குழுவில் இணைந்தார்கள். இந்தக் குழு ஆந்திரப் பிரதேசப் புரட்சிகர கம்யூனிஸ்ட் கட்சி என்றும் சொல்லப்படுகிறது. நானும் அதில் இணைந்தேன். அதில் இணைந்ததற்கான சாட்சி, உடையில் ஏற்பட்ட மாற்றம்தான். அதுவரை நான் அணிந்துவந்த கால்சட்டைகளைத் துறந்து, புடவைக்கு மாறினேன். எனது காதணிகளைக் கழற்றிவிட்டேன். அதற்குப் பிறகு நான் எந்த நகைகளையும் அணிந்ததில்லை. என்னைத் தொடர்ந்து, எங்களது மகளிர் குழுவிலிருந்து நிறைய தோழிகள் இந்தக் கட்சியில் இணைந்தார்கள். கட்சியில் இணைவதென்பது பெரிய காரியமாக இருக்கவில்லை. கட்சிக்கு உள்ளேயும் வெளியேயும் இருந்த என் நண்பர் குழாமில் எந்த மாற்றமும் இல்லை. நாங்கள் என்ன செய்துகொண்டிருந்தோமோ அதைத் தொடர்ந்தோம். என்னவொன்று, இப்போது நாங்கள் முன்னமே திட்டமிட்டுக் கட்டுக்கோப்பாகச் செய்கிறோம்.

1973 முதல் 1975ஆம் ஆண்டு மத்தியில் அவசர நிலை பிரகடனப்படுத்துவதற்கு இடைப்பட்ட காலம் வரை, தீவிரமான செயல்பாடுகளால் நிரம்பி இருந்தது. எங்களது இயக்கம் வளர்ந்துகொண்டிருந்தது. பதினைந்து உறுப்பினர்கள் என்ற அளவில் இருந்து ஐந்நூறு உறுப்பினர்கள் என்று வளர்ந்தோம். ஹைதராபாத் ஓஸ்மானியா பல்கலைக்கழகத்திலிருந்து மாநிலம் முழுவதும் எங்களது கட்சி அறிமுகமாகியிருந்தது. 1973 ஆகஸ்ட் மாதம், அத்தியாவசியப் பொருட்களின் விலை உயர்வைக் கண்டித்து நாங்கள் மாபெரும் போராட்டத்தை நிகழ்த்தினோம். அந்தப் போராட்டங்கள் நகரம் முழுவதும் உள்ள கல்லூரிகளிலும் மாநிலத்தின் எல்லா மாவட்டங்களிலும் சிறிதும் பெரிதுமாக ஏற்பாடு செய்யப்பட்ட கூட்டங்களாக இருந்தன. நாங்கள் ஏற்பாடு செய்த பேரணிகளில் ஆயிரக் கணக்கில் மாணவர்கள் திரண்டு வந்து கலந்துகொண்டார்கள். எங்கள் பல்கலைக்கழக வளாகத்தில்

நாங்கள் ஆங்கிலமும் டெக்கானி ஹிந்தி எனப்படும் தக்கானி மொழியும் பேசினோம். 1970களின் தொடக்கத்தில், தெருக்களில் எங்குப் பார்த்தாலும் தக்கானி மொழிதான காதில் விழுமே தவிர தெலுங்கு அல்ல. கடற்கரையோர ஆந்திராவில் இருந்து வந்த மக்கள் தெலுங்கு மட்டுமே பேசினார்கள். அவர்கள் அப்போது ஹைதராபாத்துக்குள் பெரிய அளவில் நுழைந்திருக்கவில்லை. கிராமப்புறங்களில் தெலுங்கு மட்டுமே பேசி வந்த மாணவர்கள், நகரக் கல்லூரிகளில் சேர்ந்த குறுகிய காலத்திலேயே தக்கானி மொழியைக் கற்றுக்கொள்ளத் தொடங்கிவிடுவார்கள். மத்திய அரசுப் பள்ளிக்கூடத்தில் படிப்பவளாகவும், பிராமணக் குடும்பத்தில் வாழ்பவளாகவும், என் வர்க்க மக்களுடன் மட்டுமே பழக வாய்ப்புக் கொண்டிருந்தவளாகவும் இருந்த எனக்குத் தெலுங்கு பேச இயலவில்லை. பல்வேறு மாவட்டங்களுக்குக் கட்சி தொடர்பான துணைஅமைப்புகளை ஏற்படுத்துவதற்காக நான் அனுப்பப்பட்ட போதுதான் என் பணியினூடாகவே அந்த மொழியைப் பேசக் கற்றுக்கொண்டேன். ஆந்திரப் பிரதேசத்துக்கு உள்ளிருந்தும் சில சமயம் வெளி மாநிலங்களில் இருந்தும் வந்த கட்சித் தலைவர்களைச் சந்திக்கும் வாய்ப்புக் கிடைத்தது. அந்தச் சமயம் ‘ஃபோகஸ்’ என்ற அறிவிப்புப் பலகைப் பத்திரிகை ஒன்றைக் கலைக் கல்லூரியில் நாங்கள் நடத்தி வந்தோம். இளம் தலைவர்களை அடையாளம் காணவும், அவர்களைப் போராட்டங்களில் ஈடுபடுத்தவும், அவர்கள் கட்சி உறுப்பினர்களாவதற்கு முன்பு அவர்களை வழிநடத்தவும் எங்களைக் கட்சி ஊக்கப்படுத்தியது.

ஆண்களும் பெண்களும் பங்கெடுத்துக்கொள்ளும் இரவு நெடுநேரம் வரைக்கும் நீளும் சந்திப்புகளில் நாங்கள் அவ்வப்போது கலந்துகொண்டோம். அந்தக் கூட்டங்களில் வரிசையாக நாங்கள் உட்கார்ந்துகொண்டு, அங்கு நடைபெறும் விவாதங்களைத் தவற விட்டுவிடாமல் கவனித்து வந்தோம். எனக்குக் கர்நாடக இசையில் பயிற்சி இருந்ததால், 1974ஆம் ஆண்டு கட்சியால் ஏற்படுத்தப் பட்ட அருணோதயா எனும் கலாச்சார அமைப்பில் பங்கேற்க அழைக்கப்பட்டேன். பாட்டும் வீதி பாகவதமும் (தெருக்கூத்து போன்றது) தெலுங்கில்தான். பாடலும் நாடகமும் கலந்த கலவையாகப் பாகவதம் இருக்கும். பொதுவாக, மகாபாரதக் கதையைத்தான் பாகவதமாக உள்ளூர் மொழியில் அரங்கேற்று வார்கள். இந்தக் கலை வடிவத்தை எங்களது கட்சிப் பணிகளுக் காக வீதி நாடகமாக மாற்றிக்கொண்டோம். எங்களது பாகவதம் புராணக் கதைகளைச் சொன்னதில்லை. ஜார்ஜ் ரெட்டியின் வாழ்க்கையை அடிப்படையாக வைத்தும், இந்திய முதலாளிகள் அரசின் உதவியோடு மக்களை எவ்வாறு சுரண்டுகிறார்கள்

என்பதைப் பற்றியும் நாங்கள் நடத்திய நாடகங்களை இப்போது நான் நினைத்துப் பார்க்கிறேன். அந்த நாடகங்களைத் தெலங்கானாவில் ஆயுதம் தாங்கிய விவசாயிகள் போராட்டத்தில் ஈடுபட்ட கனூரி வெங்கடேஸ்வரா ராவ் என்பவர்தான் இயக்கினார். அவரே கதை எழுதி, இசைக்கோவையை மேம்படுத்தி, ஹார்மோனியத்தையும் வாசித்தார். எங்கள் நாடகங்கள் நடன அசைவுகளைக் கொண்டிருந்தன. எங்களது நடிகர்கள் பாடவோ (அல்லது பாடுவது போல நடிக்கவோ) செய்தார்கள். நாடகத்தைப் பற்றி விளக்கும் இரண்டு நபர்களில் ஒருவரான நான், மேடையோரத்தில் தாளக்கருவிகளை வைத்துக்கொண்டு எங்கள் பாடல்களைக் குழுவாகப் பாடுவதும், இதர நடிகர்களுக்குப் பின்னணிக் குரல் கொடுப்பதுமாக இருப்பேன். எனக்கு ஹிந்தி மொழிதான் தெரியும் என்பதால் பாடல்களின் வரிகளை தேவநாகரி எழுத்தில் எழுதி வைத்துக்கொள்வேன். சில மாதங்களுக்காவது தினசரி ஒத்திகை பார்ப்பதும், நாங்கள் முற்றிலும் தயாரான பிறகு அடுத்தடுத்து இரவு முழுக்க நீளும் நாடகங்களை அரங்கேற்றுவதுமாக இருந்தோம்.

1974 ஏப்ரல் மாதத்தில், ஒஸ்மானியா பல்கலைக்கழகத்தில் இருந்த சில பெண்கள் எல்லாம் ஒன்று சேர்ந்து முற்போக்கு மகளிர் சங்கம் என்ற ஓர் அமைப்பை உருவாக்கினோம். அதற்கு எங்கள் கட்சி ஆதரவு தந்தது. அதுதான் முதல் முற்போக்கு மகளிர் சங்கம் ஆகும். புரட்சிகர மாணவர் சங்கத்தின் மகளிர் அமைப்பு உருவாக இருந்ததால் நந்து எங்களைவிட்டுப் பிரிந்து சென்றுவிட்டாள். நிஜாம் கல்லூரியில் நடைபெற்ற எங்கள் சங்கத்தின் முதல் கூட்டத்தில், நாங்கள் சிறு அறிக்கை ஒன்றை வெளியிட்டோம். எங்கள் சங்கம் இருபது உறுப்பினர்களைக் கொண்டிருந்தது. இதை ஏற்படுத்துவதற்குக் கடின உழைப்பு தேவையாக இருந்தது. எனது ஞாபகம் சரியாக இருந்தால், நாங்கள் ஒரு நான்கு பேர் கோட்டி மகளிர் கல்லூரி, ராம்கோட் நவஜீவன் கல்லூரி, ஆந்திரா மகிளா சபா, புனித பிரான்சிஸ் கல்லூரி, வனிதா மகாவித்தியாலயம் என நகரத்திலிருந்த எல்லா மகளிர் கல்லூரிக்கும் சென்று ஆதரவு திரட்டினோம். தவிர, நிஜாம் கல்லூரி, ஒஸ்மானியா மற்றும் காந்தி மருத்துவக் கல்லூரிகள், ஜவாஹர்லால் நேரு தொழில்நுட்பப் பல்கலைக்கழகம், சர்தார் பட்டேல் கல்லூரி என இருபாலர் படிக்கும் கல்லூரிக்கும் சென்றோம்.

நாங்கள் அப்போது வழங்கி வந்த ‘மகளிர் அணி திரட்டல்’ என்ற சொல்லாடல், அவ்வளவு சுலபமாக இருந்துவிடவில்லை. கல்லூரிகளுக்குள் நுழைந்து, எங்கெல்லாம் பெண்கள் கூட்டமாக இருக்கிறார்களோ அங்கே நின்று அவர்களிடம் பாலியல்

வன்கொடுமை (அந்தக் காலத்தில் நாங்கள் அதை 'ஈவ் டீசிங்' என்று சொல்லி வந்ததை நினைத்து வருந்துகிறேன்), வரதட்சணைக் கொடுமை, உயரும் விலைவாசி போன்ற விஷயங்கள் குறித்து விவாதிக்க அவர்களை ஊக்கப்படுத்தினோம். முற்போக்கு ஜனநாயக மாணவர் சங்க உறுப்பினர்களின் சகோதரிகள் யாரேனும் எந்தக் கல்லூரியில் படித்தாலும், அவர்கள் மூலமாகச் சில பெண்களைத் திரட்ட முயற்சித்தோம். ஓஸ்மானியா பல்கலைக்கழகத்தில் பிச்சி நரசிம்ம ரெட்டி என்ற பாரதிய ஜனதா கட்சியின் தொண்டர் ஒருவர் கலைக்கல்லூரியில் பயின்றுவந்த மின்னியை முறைகேடாகத் தொட முயற்சித்தபோது, நாங்கள் சினம் கொண்டு பெரிய பேரணி ஒன்றை ஏற்பாடு செய்து கலைக் கல்லூரியிலிருந்து துணைவேந்தரின் இல்லம் வரைக்கும் சென்றோம். இதுதான் முற்போக்கு மகளிர் சங்கத்தின் வளாக அளவிலான முதல் பெரிய போராட்டமாகும். 1975ஆம் ஆண்டு ஜனவரி மாதம், ஆபாசத்துக்கு எதிரான பிரச்சாரத்தை மேற்கொண்டோம். சாலைகளிலும் திரையரங்குகளுக்கு வெளியேயும் வைக்கப்பட்டிருந்த ஆபாச விளம்பரப் பதாகைகளின் மீது தார் பூசி அழிப்பதில் அலாதி ஆர்வம் கொண்டிருந்தோம். எங்களுடைய காரியத்தை ஆர்வமாக வேடிக்கை பார்த்தவர்களிடம் எங்களது செயல்பாட்டுக்குப் பின்னுள்ள காரணத்தை விளக்கினோம். காம உணர்வை மெலிதாகத் தூண்டும் சில படச் சுவரொட்டிகளில் பெண்களின் மார்பகங்கள் பெரிதுபடுத்தப்பட்டும், அவர்களது தொடைகளை வெளிச்சமிட்டுக் காட்டியபடியும் இருந்தன. மேலும், கார், பிளேடு போன்றவற்றை விற்கும் விளம்பரச் சுவரொட்டிகளில் இடம்பெற்றிருந்த அழகான பெண்களின் படங்களையும் தார் பூசி அழித்தோம். இந்த விளம்பரங்களில் ஏன் பெண்ணுடல் தேவைப்படுகிறது என்று கேள்விகளை எழுப்பினோம்.

1972 மற்றும் 1973ஆம் ஆண்டுகளில் தொடர்ந்து பருவ மழை பொய்த்ததால், நாட்டின் பெரும்பாலான பகுதிகள் கடும் வறட்சியைச் சந்தித்தன. எல்லாப் பகுதிகளிலிருந்தும் உணவு தானியக் கையிருப்பு குறைவாக இருந்தபடியால், விலைவாசி உயர்வு கடுமையாக இருந்தது. அப்போதுவரை, இந்தியா உணவுதானியங்களை இறக்குமதி செய்து வந்தது. வங்கதேசத்துடனான போர் நாட்டின் அந்நியச் செலாவணி கையிருப்பை அதிகமாக விழுங்கியது. அதிக விலைகொடுத்து உணவுதானியங்களை இறக்குமதி செய்ததால், மிச்சமிருந்த அந்நியச் செலாவணியும் கரைந்துகொண்டே இருந்தது. மழை இல்லாதது, விவசாய உற்பத்தி குறைந்தது ஆகிய காரணங்களால் மின்சார உற்பத்தியும் குறைந்துபோனது. எனவே, முழுமையாக

உற்பத்தி செய்யப்பட்ட பொருட்களுக்கும் தேவை குறைவாகவே இருந்தது. இதனால் தொழிற்சாலைத் தயாரிப்புகளும் குறைந்து போயின. இது வேலைவாய்ப்பின்மையைக் கடுமையாக அதிகரித்தது. 1973இல் கச்சா எண்ணெயின் விலையேற்றத்தால் ஏற்பட்ட எண்ணெய் விலை உயர்வும் நாட்டின் அந்நியச் செலாவணியை முழுவதுமாகக் கரைத்தது. ஆகவே, பெட்ரோலியப் பொருட்கள் மற்றும் உரங்களின் விலையும் கடும் விலையேற்றத்துக்கு உள்ளாகின. 1972, 73இல் 22 சதவீதமாக இருந்த விலைவாசி உயர்வு, 1974இல் 20 சதவீதத்துக்கு அதிகமாகவும், 1975இல் 25 சதவீதமாகவும் இருந்தது. ஆந்திரப் பிரதேசத்தில் மட்டுமல்ல, நாடு முழுக்கவே பெரும் கொந்தளிப்பு இருந்த காலகட்டம் அது. 1975ஆம் ஆண்டு ஆரம்பத்தில் முற்போக்கு ஜனநாயக மாணவர் சங்கம் மேற்கொண்ட விலையேற்றத்துக்கு எதிரான பிரச்சாரத்தில் எங்களை ஈடுபடுத்திக்கொண்டோம்.

அதே காலகட்டத்தில், ஹைதராபாத்தில் மட்டுமல்லாது, முற்போக்கு ஜனநாயக மாணவர் சங்கம் எங்கெல்லாம் செயல்பட்டுக் கொண்டிருந்ததோ அங்கெல்லாம் வரதட்சணைக் கொடுமைக்கு எதிரான பிரச்சாரங்களை நாங்கள் முன்னெடுத்தோம். கைமாறாக, கட்சி சார்ந்த பணிகளை ஹைதராபாத்தின் குடிசைப் பகுதிகளில் மாணவர்கள் மூலமாக ஒருங்கிணைப்பதற்கு முற்போக்கு மகளிர் சங்கம் உதவி செய்தது.

எங்கள் பணிகளுக்கு இளம்பெண்களிடமிருந்தும் மாணவிகளிடமிருந்தும் கலவையான எதிர்வினைகள் வந்தன. நாங்கள் அவர்களை அதிகமாக அச்சமூட்டிவிட்டதாகவே நான் நினைத்தேன். அந்நியர்களை எவ்வாறெல்லாம் நாங்கள் துன்பத்துக்கு ஆளாக்கியிருக்கிறோம் என்பதை நினைத்து இப்போது நான் தலையில் அடித்துக்கொள்கிறேன். வழக்கறிஞரும் எழுத்தாளருமான கே.பாலகோபால் என்பவரின் சகோதரி மாதவி, ஆந்திரா மகிளா சபாவில் படித்துவந்தார். நாங்கள் அவளது கல்லூரிக்குச் சென்றிருந்தபோது எங்களது செயல்பாடுகளில் அவளுக்கு இருந்த ஆர்வத்தை வெளிப்படுத்தினாள். விடுவேனா நான்? அடுத்தமுறை நான் எங்கேனும் தென்பட்டால், அவள் தலைதெறிக்க ஓடும் அளவுக்கு அவளைப் போட்டு கஷ்டப்படுத்தி யிருக்கிறேன். பெரும்பாலான பெண்கள் எங்களிடமிருந்து விலகியே இருந்தார்கள். சிலர் எங்களிடம் நெருங்கி வந்தார்கள். இன்னும் சிலரே எங்களுடன் தொடர்பில் இருந்தார்கள்.

எங்கள் கட்சியில் நான்கு பெண்கள் மட்டுமே இருந்தோம். ஆனால் நாங்கள் உறுதிமிக்கவர்களாகவும், விஷய ஞானம் கொண்டவர்களாகவும், உரத்துப் பேசுபவர்களாகவும் இருந்தோம்.

தோழர்களுடனான சந்திப்புகளின்போது, எங்களுக்கு முதலில் உணவு தருவார்கள். நாங்கள் எங்கே படுத்துக்கொள்ளப் போகிறோம் என்பதுதான் பிரதானமான விஷயமாக இருக்கும். பொதுவாகச் சொல்வதென்றால், நாங்கள் நல்லபடியாகவே கவனிக்கப்பட்டோம். இது எங்களது சுயகௌரவத்தையும் தன்னம்பிக்கையையும் அதிகப்படுத்தியது. நாங்கள் யாரும் அதுவரை மாட்டு இறைச்சியை உண்டதில்லை. கட்சிச் சந்திப்புகளின்போது நாங்கள் அதைச் சாப்பிடக் கற்றுக் கொண்டோம். அதைச் சமைக்கும் ஆண்கள் ஒன்றும் பெரிய சமையல்காரர்கள் இல்லை என்பதால், கறி அவ்வளவு சுலபமாக வெந்திருக்காது. எனவே, அதை நாங்கள் வெகுநேரம் மென்று கொண்டேயிருக்க வேண்டியதாக இருந்தது. தவிர, நாங்கள் நிறைய 'சிங்கிள் டீ' குடித்தோம். எங்கள் மொழியில் 'சிங்கிள் டீ' என்றால் ஒரு கோப்பையில் பாதி அளவு. கூடவே சிகரெட்டும் பீடியும். காதலிலும் விழுந்தோம்; பிரிந்தோம். வசதியாக இருந்த நண்பர்கள் கொடுத்த உடைகளை அணிந்துகொண்டோம். பேருந்தில் செல்வதற்கு எங்களிடம் அவ்வப்போது காசு இல்லாமல் போனதால் நிறைய தூரம் நடக்கக் கற்றுக்கொண்டோம்.

நாங்கள் பொதுஜன இயக்கத்தின் ஒரு பகுதியாக இருந்தோம். எல்லோருக்கும் விடுதலை அளிக்கும் பொதுஜன இயக்கம். மனப்பான்மைகள் மாறும்; கருத்துருவாக்கம் ஏற்படும்; உறவுகள் கூடும்; ஒற்றுமை கண்டறியப்படும்; துணிச்சல் பிறக்கும்; வீரம் நமக்கே தெரியாமல் வெளிப்படும். தனக்குள் இருக்கும் திறமையைத் திடீரென்று ஒருவர் கண்டுகொள்வார். எங்களுக்கு மட்டுமல்ல, எங்கள் கட்சியிலிருந்த இளம் ஆண்களுக்கும் இதே போன்ற அனுபவங்கள் ஏற்பட்டிருக்கக் கூடும். அதுவொரு தனித்துவமான காலம். முற்போக்கு ஜனநாயக மாணவர் சங்கத்திலிருந்த ஆண்கள் மற்ற ஆண்களைப் போல ஆணாதிக்கம் கொண்டவர்களாக, சமூகத்தில் அதிகார வர்க்கத்தில் இருப்பவர்களாக இருந்திருக்கக் கூடும். ஆனால் எதுவோ ஒன்று அவர்களிடமிருந்த ஆணாதிக்கத்தை மொத்தமாக நொறுக்கியது. அவர்களில் சிலரை இப்போது சந்திக்கும்போது நான் இதை உணர்கிறேன். எங்கள் கட்சியிலிருந்த ஆண்கள் எங்களை மரியாதையுடன் நடத்தவே செய்தார்கள். நாங்கள் அவர்களுடன் நெருங்கிப் பழகியிருந்தபோதும், எங்களுடன் அவர்கள் மோசமாக நடந்து கொண்ட ஒரு சம்பவம் கூட என் நினைவில் இல்லை. சிலருடனான எங்களது நெருக்கம் வாழ்க்கை முழுக்கத் தொடர்கிறது. ஆம், நாங்கள் வித்தியாசமானவர்கள் தான். ஆனால் அந்த வித்தியாசம் எங்களை அவர்களுக்கு எந்தவிதத்திலும் சமமற்றவர்களாக மாற்றிவிடவில்லை.

நான் சிரிலை 1973ஆம் ஆண்டுதான் முதன்முதலில் சந்தித்தேன். நாங்கள் கட்சியில் இணைந்தபோது எங்களது உண்மையான அடையாளத்தை மறைத்துக்கொள்ள எங்களுக்குப் புனைபெயர்கள் வழங்கப்பட்டிருந்தன. தலைமறைவானவர் களைப் பாதுகாப்பதற்கான ஓர் உத்தி அது. கட்சிகளில் இருந்தவர்கள் பொதுவாக அவர்களது புனைபெயர்களால்தான் அறியப்பட்டார்கள். கட்சியில் சேர்ந்த காலத்திலிருந்து சிரில் தலைமறைவாகத்தான் இருந்தார். அவருக்கு விஜய் என்ற பெயர் வழங்கப்பட்டிருந்தது. கட்சியின் மாணவர் அணி பிரிவுக்கு அவர்தான் தலைவராக இருந்தார். அதாவது, நாங்கள் அனைவரும் அவருக்குத்தான் கீழ்ப்படிய வேண்டும். அப்போதுதான் ஜார்ஜ் ரெட்டியின் தம்பிதான் அவர் என்பதைத் தெரிந்துகொண்டேன். புரட்சிகரச் சிந்தனையில் நான் அடித்துச் செல்லப்பட்ட காலம் அது. நான் ஜார்ஜைச் சந்தித்ததே இல்லை. எனவே, என் மனதில் அவர் ஒரு இலட்சியவாத மனிதராக உருக்கொண்டிருந்தார். ஆனால் சிரிலோ, ஜார்ஜ் பற்றிய எனது கற்பனையில் இருந்து வெகுதொலைவில் இருந்தார். அவர் அதிகம் பேசமாட்டார். மேலும் பெண்களிடமிருந்து எப்போதும் விலகியே இருந்தார். ஒவ்வொரு விஷயத்தையும் கவனமாக உற்றுப் பார்ப்பவர், நியாயமான, பக்கச் சார்பில்லாத தீர்ப்பை முன்வைப்பவர் என்பதைப் புரிந்துகொள்ள எனக்குப் பல சந்திப்புகள் தேவைப் பட்டன. அந்தச் சமயத்தில் நான் அறிந்திராத இன்னொரு குணாதிசயமும் அவரிடம் இருந்தது. அவருக்கு ஒருவரைப் பிடிக்கவில்லையென்றாலோ அல்லது இக்கட்டான சூழலில் இருந்தாலோ, கடுமையாக நடந்துகொள்வார். அந்தக் கடுமை கைகலப்பு வரைக்கும் இட்டுச் செல்லக் கூடியதாகவும் இருக்கும்.

சிரிலைத் திருமணம் செய்துகொண்ட பிறகு, அவரது ஆளுமையின் நல்ல, கெட்ட பக்கங்கள் இரண்டையுமே நான் பார்த்திருக்கிறேன். அவரது நிலையற்ற மனநிலை குறுகிய காலத்திலேயே என்னைக் கஷ்டப்படுத்தினாலும்கூட, அவர்தான் அதனால் அதிக இன்னலுக்கு உள்ளானார். அதற்குக் காரணம் இல்லாமல் இல்லை. அவரும், சமயங்களில் நானும் சிலரால் சமூகப் புறக்கணிப்புக்கு உள்ளானோம். ஆரம்பத்தில் நாங்கள் இருவருமே 'இவர்தான் என்னுடைய இணையர்' என்று கருதிக்கொள்ளவில்லை. அது 1975இல் தான் நிகழ்ந்தது. இன்னும் சொல்லப்போனால் திருமணம் செய்துகொள்ள முடிவெடுத்த போது, நாங்கள் இருவரும் காதலில் இருந்தோமா என்பதே கூடச் சந்தேகம்தான். ஒரு புரட்சிகர வாழ்வுக்கு இவர் சரியான இணையர்தான் என்று நாங்கள் இருவருமே கருதியிருக்கக் கூடும்.

இன்றும்கூட, அந்தச் சமயத்தில் நடைபெற்ற திருமணங் களை எல்லாம் நினைத்துப் பார்க்கிறபோது, அவையெல்லாம்

இதர திருமணங்களிலிருந்து எவ்வளவு தூரம் வித்தியாசமாக இருந்துள்ளன என்பதை அறிந்து வியக்கிறேன். தம்பதியினர் இடையே அழுத்தமான உறவிருந்தது. மனைவியார்கள் சுதந்திரமாகவே இருந்தார்கள். எங்கள் இயக்கத்தில் இருந்த பெண்கள் எல்லாம் தங்களுக்கென்று ஒரு வேலையைத் தேடிக்கொண்டார்கள். சிலர் தங்கள் இணையருக்கு முன்போ அல்லது பின்போ கட்சியிலிருந்து விலகினார்கள். சிலர் தங்கள் இணையரை விவாகரத்து செய்தார்கள். எங்கள் ஆண் தோழர்கள் அந்த முடிவுகள் அனைத்தையும் மதிக்கவே செய்தார்கள். அவர்கள் சமைக்கவும், வீட்டைச் சுத்தம் செய்யவும், குழந்தைகளை வளர்க்கவும் செய்தார்கள். இது அந்தக் காலகட்டத்தில் நாட்டிலிருந்த அப்போதைய வயதினரிடம் கேள்விப்படாத ஒன்று.

எனினும், தங்கள் வீட்டுச் சகோதரிகள் என்று வரும்போது முற்போக்கு ஜனநாயக மாணவர் சங்கத் தோழர்கள் அவ்வளவு தூரம் பெண்ணியவாதிகளாக இருந்துவிடவில்லை. அது ஏதோ, எங்களுக்கு மட்டுமே கிடைத்த நல்வாய்ப்பு போன்றும், வேறு பெண்களுக்கு அத்தகைய சமத்துவம் இல்லை என்பதாகவும் தோன்றியது. மதுசூதனின் தங்கை அவளுக்குப் பொருத்தமில்லாத ஒருவனிடம் காதல் வயப்பட்டிருக்கிறாள் என்று தெரிந்தவுடன் அவள் சிரிலின் தங்கை ஜிப்ஸி தங்கியிருக்கும் ஒடிசாவுக்கு அனுப்பப்பட்டாள். எந்த வேலையும் இல்லாமல் வெறுமனே பொழுதைப் போக்குகிற கணவனாகத் தகுதியில்லாத ஒருவன் என்று அவளது காதலனைப் பற்றிய எண்ணம் இருந்தது. எங்களது விஷயத்திலோ, எங்களது சுயத்தை நாங்கள் இழந்துவிடாமலிருக்க அனுமதிக்கப்பட்டது மட்டுமின்றி, அப்படி இருக்கவும் உற்சாகப்படுத்தப்பட்டோம். தோழர்கள் தங்களது பூர்ஷுவா வாழ்க்கைக்குத் திரும்பிய பிறகு, அவர்களுக்குள் சில விஷயங்கள் உதிர்ந்துபோயின. குறைந்தபட்சம் சிரிலை முன்வைத்தாவது அதை என்னால் அழுத்தமாகச் சொல்ல முடியும். அந்தச் சமயத்தில் பெண்ணியத்துக்கும் பொதுவுடைமைக்கும் இடையே எந்த முரண்களும் இருப்பதாக எனக்குப் படவில்லை. அவை இரண்டுக்கும் வேறு வேறு பார்வைகள் உண்டு என்று எண்ணினேனே தவிர, அவற்றை ஒன்றாகவே பார்த்தேன். வர்க்கம், நிலப்பரப்பு என விரிந்த நோக்கில் பொதுவுடைமை ஒரு பக்கம் செயல்பட, இன்னொரு பக்கம், கலாச்சாரம், குடும்ப அமைப்பு மற்றும் உறவுகளுக்குள் இருக்கும் பிரச்சினைகள், மனப்பாங்குகள் ஆகியவற்றில் பெண்ணியம் செயல்படுகிறது. நான் கட்சியில் இருந்தபோது, சமூகத்தின் எல்லாப் பிரச்சினைகளுக்கும் கம்யூனிசத்திடம் தீர்வு உண்டு என்றும், சமூகம் மற்றும் தனிநபர் பிரச்சினைகளுக்குப் பெண்ணியத்திடம் தீர்வு உண்டு என்றும் நம்பினேன். நான் இவ்வாறு கருதிக்கொண்டதற்குக் காரணம்

சிபிஐ எம்.எல். என்ற ஒருங்கிணைந்த கட்சியின் ஒரு பகுதியாக நாங்கள் இருக்கவில்லை. மாறாக, நாங்கள் கட்சிக்குள் இருந்த சிறு குழு மட்டுமே. கட்சியில் இணைந்த இரண்டு மூன்று ஆண்டுகளுக்குள்ளாகவே அந்தக் குழுவின் பெரும்பாலான உறுப்பினர்கள் விலகிவிட்டார்கள். அந்த அளவுக்கு கம்யூனிஸ்ட் இயக்கத்தின் பாரத்தை நாங்கள் சுமக்கவில்லை. மேலும், பெண்ணியம் உட்பட பல்வேறு துறைகளில் அதன் குருட்டாம்போக்குத்தனத்தை நியாயப்படுத்துவதற்கான தேவை இருப்பதாதவும் தோன்றவில்லை.

இடதுசாரி அமைப்பில், பிராமணர்கள் வெகுவாகக் கேலி, கிண்டலுக்கு உள்ளானார்கள். அதற்கு எங்களது உணவுப் பழக்கங்கள், உடலுழைப்பில்லாத வாழ்க்கைமுறை, எங்கள் முன்னோர்கள் செய்த பாவங்கள் எனப் பலவும் காரணமாக இருந்தன. முதன்முறையாக, என் குடும்பத்தைப் பற்றியும், நான் சார்ந்திருக்கிற சாதியைப் பற்றியும் அவற்றின் மீது நான் முன் வைக்கும் விமர்சனங்களிலிருந்து, மற்றவர்கள் முன் வைக்கும் விமர்சனங்கள் மாறுபட்ட கோணத்தில் இருப்பதைக் கண்டேன். மெல்லிய சீண்டல்கள் தவிர, தினசரி வாழ்வில் நாம் எதிர்ப்படுகிற எதார்த்தமான, நடைமுறை சாதிக் கட்டமைப்பைக் குறித்து இடதுசாரி வட்டங்களில் விசாரணைக்கு உட்படுத்துவதில்லை. உங்களது பிராமணத்துவத்தின் எல்லாக் குணங்களோடும் இடதுசாரி அமைப்புகளில் சேர முடியும். வசதியாகவும் இருக்க முடியும். மற்றவர்களைப் போல நீங்கள் மாட்டுக்கறியைச் சாப்பிட மறுக்கலாம். உங்களைப் போன்றே பிராமணர் ஒருவரை எந்தக் கேள்விக்கும் இடம்கொடாமல் மணந்துகொள்ளவும் முடியும். இது எப்படியென்றால், சாதியைப் புறம்தள்ளுவதான் மூலம், சாதியை ஒழித்துவிட்டதாக எண்ணிக்கொள்வதற்கு நிகரானது. 1985இல் கரம்சேடு படுகொலை நிகழ்த்தப்படும் வரையிலும் எனக்கோ, என்னைப் போன்றவர்களுக்கோ சாதி ஒன்றும் அவ்வளவு பெரிய பிரச்சினையாகத் தெரியவில்லை. வர்க்கப் பிரச்சினையே எங்கள் மனங்களை ஆட்கொண்டிருந்தது. வர்க்கப் பிரச்சினை போல் அல்லாது சாதி என்பது தனிப்பட்ட ஒருவரின் பிரச்சினையாகவே நாங்கள் அப்போதுவரை கருதினோம். தீவிர இடதுசாரி வட்டங்களில் கூடச் சாதி ஒரு கருத்தியல் விஷயமாகப் பார்க்கப்படவில்லை. சாதி எல்லா இடத்திலும் இருந்தது. ஆனால் அபூர்வமாகவே விவாதிக்கப்பட்டது.

கரம்சேடுவில் நடந்த சம்பவம் எல்லாவற்றையும் மாற்றியது. ஆந்திரப் பிரதேசத்தில் பிரகாசம் மாவட்டத்தில் உள்ள ஒரு கிராமம்தான் கரம்சேடு. அங்குக் கம்மா எனும் ஆதிக்க சாதியினரால் தலித் பெண்கள் பாலியல் வன்கொடுமைக்கு ஆளானது மட்டுமல்லாமல், ஆறு தலித்துகள் படுகொலை

செய்யப்பட்டார்கள். சுரண்டல் வர்க்கத்துக்கு எதிராக உயர்ந்து வந்த தலித் எதிர்ப்புணர்வை ஒடுக்கும் விதமாக இந்தப் படுகொலை நிகழ்த்தப்பட்டது. இந்த அதிர்ச்சிகரமான சமபவம் செல்வாக்கு மிகுந்த தலித் மகாசபை அமைப்பை முன்னுக்குக் கொண்டு வந்தது. அதுவரையில், சாதியையும் பிராமணியத்தையும் கண்டு கொள்ளாமல் இருந்த என்னைப் போன்றவர்களுக்கு, அவை இரண்டும் தவிர்க்கமுடியாத பிரச்சினைகள் என்பதைப் புரிய வைத்தது அம்பேத்கரியர்கள்தான். 1989, 90இல் வெளியான மண்டல் ஆணையத்தின் அறிக்கையும், அதனால் ஏற்பட்ட விளைவுகளும் சாதியை மையப் பிரச்சினையாக மாற்றின.

எனினும், 1970களின் தொடக்ககால நக்ஸலைட் ஆண்டு களில், சாதியைத் தவிர்த்துவிட்டுப் போவது சுலபமாகவும் வசதியாகவும் இருந்தது. அந்த இயக்கத்தில் சேர்ந்த பட்டியலினத்தினரும், பிற்படுத்தப்பட்ட வகுப்பினரும் சாதி தொடர்பான கேள்விகளை இயக்கம் தவிர்ப்பது, அதை எதிர்கொள்ள மனமில்லாமல் இருப்பது போன்றவற்றை அனுபவித்திருப்பார்கள். அதை மேலும் சிக்கலாக்கும் விதமாக, கட்சியில் ஒருவர் இன்ன சாதியைச் சேர்ந்தவர் என்பதைத் தெரிந்துகொள்வது மிகவும் கடினமானது. காரணம் அங்கு எல்லோருமே அவரவர்க்கான புனைபெயர்களால்தான் அழைக்கப்பட்டார்கள். இஸ்லாமியர் ஒருவருக்கு இந்துப் பெயர், கிறிஸ்தவர் ஒருவருக்கு முஸ்லிம் பெயர் என அந்தப் பெயர்கள் இருக்கும். ஹைதராபாத் குழுவில், கோழி இறைச்சியை விட மாட்டிறைச்சிதான் விரும்பி உண்ணப்படும். இது தெலங்கானாவுக்கே உரித்தான குணம். அங்குப் பிராமணர்கள் உட்பட முன்னேறிய வட்டத்தில் உள்ள அனைவரும் மாட்டிறைச்சி சாப்பிடுவது குறித்து எந்த ஒரு பிரச்சினையும் இல்லாதவர்களாக இருந்தார்கள். யாருமே தங்களுக்கென்று ஆடைகளை வாங்கியதில்லை. இயக்கத்துக்கு வெளியே இருக்கும் நண்பர்கள் அளித்த ஆடைகளைத்தான் அணிந்தோம். எங்கள் குழுவில் குறைந்த அளவில் தலித்துகளும் சூத்திரர்களும் இருக்கவே செய்தார்கள். எனினும் சாதி குறித்து அவர்கள் தங்கள் கருத்துகளை வெளிப்படுத்தியதில்லை. 1990இல் வெளியான மண்டல் ஆணைய அறிக்கை, பிற்படுத்தப்பட்ட வகுப்பினர்க்குத் தேவைப்பட்ட உந்துதலை, கல்வி மற்றும் வேலைவாய்ப்பில் இட ஒதுக்கீட்டை அறிமுகப்படுத்தியதன் மூலம் தந்தது. கிராமங் களில் கட்சி செய்த பணி என்பது பெரும்பாலும் ஏழை விவசாயிகள் இடையேதான். அம்பேத்கரிய இயக்கங்கள் போன்று தலித்துகளுக்காக என்று குறிப்பாக எதையும் கட்சி மேற்கொண்டதில்லை. ஹைதராபாத்தைச் சேர்ந்த மாணவர் குழு என்பது முழுக்க முழுக்கப் பிராமணர்கள், ரெட்டிகள்,

பொருளாதார வசதிமிக்க இஸ்லாமியர்கள், வேலமாக்கள் என ஆதிக்கச் சாதி செயற்பாட்டாளர்களால்தான் நிரம்பியிருந்தது. பெண்கள் குழுவிலும் பெரிய மாற்றம் எதுவும் இல்லை.

கட்சிக்குள் சாதியத்தைக் கொண்டு வந்த ஒரு சம்பவத்தைப் பற்றி இப்போது நினைத்துப்பார்க்கிறேன். நகர கமிட்டி சந்திப்பு (கட்சியில் நிறைய கமிட்டிகள் பல்வேறு தளங்களில் செயல்பட்டன) ஒன்றில் கட்சியில் முழுநேரப் பணியாளர்களுக்கு மாதச் சம்பளம் போன்று நிதி உதவி தேவை என்பது குறித்து விவாதித்தோம். நாங்கள் ஆளுக்கு 150 ரூபாய் போதும் என்று முடிவு செய்தபோது, ரஜாரி எனும் தலித் செயற்பாட்டாளர் ஒருவர், தனக்கு அதிகமாகத் தர வேண்டும் என்று கோரிக்கை வைத்தார். 'என் அப்பா இறந்துவிட்டார். என் அம்மா ஓஸ்மானியா பல்கலைக்கழகத்தில் நான்காம் நிலை ஊழியராகப் பணிபுரிந்து ஓய்வு பெற்றுவிட்டார். நான் கட்சியில் முழு நேரமாக இருப்பதால், என்னுடைய இல்லாமையை ஈடுகட்ட வீட்டுக்கும் நான் கொஞ்சம் பணம் தர வேண்டும்' என்றார். அதைக் கேட்டு இதர தோழர்கள் எல்லாம் அவமானத்தில் கூனிக்குறுகியதோடு, அவருக்கு அதிக சம்பளத்தையும் கொடுத்தார்கள்.

அது மிகவும் பதற்றமான சூழலாக இருந்த நேரம். எங்கு நோக்கினும் தீவிரமான புரட்சி. இருந்தாலும், தலித் மாணவர்கள் ஒன்றாக இணைந்து தங்களுடைய பிரச்சினைகளைப் பேசாத வரையில், சாதி குறித்த விவாதங்கள் முன்னணிக்கு வருவதற்கு வாய்ப்பே இல்லை. அதற்காக நாங்கள் முயற்சி செய்யாமலும் இல்லை. நான் இந்தப் புத்தகத்தை எழுதிக் கொண்டிருந்த போது, சசி எனும் நெருங்கிய தோழர் ஒருவர், கட்சிக்குள் தனியான தலித் மாணவர் அமைப்பு வேண்டுமென்று முனைவர் ஜி.சந்தர் என்பவர் கோரிக்கை வைத்ததாகவும், ஆனால் அதைக் கட்சி ஏற்றுக்கொள்ளவில்லை என்றும் சொன்னார். முற்போக்கு ஜனநாயக மாணவர் சங்கத்தின் தொடக்கக் கால செயற்பாட்டாளர்களில் ஒருவர்தார் சந்தர். 'ஊரு மனதிரா, வாத மனதிரா' (இந்த ஊரும் எங்களுடையது, இந்தச் சேரியும் எங்களுடையது) என்ற பிரபலமான பாடலை எழுதிய கவிஞர் குடா அஞ்சய்யா என்பவரின் அண்ணன்தான் இந்த சந்தர். சிரில், பழைய ஹைதராபாத் நகரத்திலிருந்த அறை ஒன்றிலிருந்து செயல்பட்டு வந்தாரா அல்லது கட்சியினரோடு தங்கியிருந்தாரா என்பது எனக்குத் தெரியவில்லை. எங்களுடைய பணிகள் குறித்து அவர் இருந்த அறையில்தான் விவாதிப்போம். அதிலாபாத்தில் உள்ள மாலாக்கள் எனும் சாதியைச் சேர்ந்தவர்கள் சந்தரும் அஞ்சய்யாவும். நன்றாகப் பேசவும் துணிச்சல் மிக்கவர்களாகவும் அவர்கள் இருந்தார்கள். பல்கலைக்கழக விடுதியிலிருந்த தலித்

மாணவர்களும் கட்சியின் நிராகரிப்பை எதிர்த்தார்கள். காரணம், கட்சி தனியான பெண்கள் அமைப்பு ஒன்றை ஏற்படுத்துவதற்கு உதவி செய்தபோது, தலித்துகளுக்கு மட்டும் தனியான ஓர் அமைப்பை அது ஏன் நிராகரிக்கிறது என்பதுதான்.

1974ஆம் ஆண்டு, பெற்றோர்களுடனான எனது உறவு மிகவும் சிக்கலுக்கு உள்ளானது. பொதுவெளியில் நிகழ்த்தப்படும் நிகழ்ச்சிகளில் நான் அதிகளவு பங்குகொள்வது குறித்து எனது தந்தை தொந்தரவுக்கு உள்ளானாலும், அந்த நிகழ்ச்சிகள் எல்லாம் நக்ஸலைட் கருத்தியலுடன் தொடர்புடையவை என்பது பற்றி அவர் அறிந்திருக்கவில்லை. நான் அதிக நேரம் வெளியே சுற்றுவதுதான் அவர்களது தலையாய பிரச்சினை. ஒவ்வொரு முறையும் நான் வீட்டுக்கு வரும்போது, வாசலில் காத்திருக்கும் எனது தந்தை காது கிழிய வைவார். அவர் என் பெயரைச் சொல்லித் திட்டவில்லை. ஆனால் ஒரு பெண் எதையெல்லாம் செய்யக்கூடாதோ அதையெல்லாம் நான் செய்வதாகச் சொல்லித் திட்டுவார். நான் என்னதான் தீவிரமான புரட்சி சிந்தனைகளைக் கொண்டிருந்தாலும், அந்த வசைபாடுதல்களால் நான் மிகவும் அவமானத்துக்கு உள்ளானேன். 'நாலு பேர் நம்மைப் பற்றி என்ன நினைப்பார்கள்' என்ற கேள்வி என்னை உறுத்திக் கொண்டிருக்கும். இந்தச் சமயத்தில், நான் தொலைபேசியைப் பயன்படுத்துவதற்கு வீட்டில் தடை விதிக்கப்பட்டது. நான் கூட்டங்களில் கலந்துகொள்ள வேண்டும் என்றால், அதை மாரெத்பள்ளியில் இருந்த சாந்தா சின்ஹா எனும் எனது தோழி ஒருத்தியின் மூலம் தூது சொல்லி அனுப்புவார்கள். அவளிடமிருந்து வரக்கூடிய தொலைபேசி அழைப்புகளை ஏற்பதற்கு மட்டும் நான் அனுமதிக்கப்பட்டிருந்தேன். முதலில் சாந்தா என்னைஅழைப்பாள். பின்னர் வீட்டில் உள்ளவர்கள் எனக்குத் தொலைபேசியைத் தந்ததும், எதிர்முனையில் சாந்தாவுக்குப் பதிலாக வேறொருவர் என்னிடம் சொல்ல வேண்டிய செய்திகளைச் சொல்வார். சாந்தாவுக்கு அஜய் சின்ஹாவுடன் அப்போது திருமணமாகிவிட்டிருந்தது. அவர் ஜார்ஜ் ரெட்டியின் குழுவில் இருந்தவர். எனினும் இது குறித்து என் தந்தைக்குத் தெரியாது. அவருக்குத் தெரிந்ததெல்லாம், மாரெத்பள்ளியில் வசித்து வந்த மமிடிபுடி ஆனந்தம் எனும் பட்டயக் கணக்கரின் மகள்தான் சாந்தா என்ற தகவல் மட்டும்தான்.

1974ஆம் ஆண்டு பி.எஸ்.சி.யை முடித்துவிட்டுப் புள்ளியியலில் எம்.எஸ்.சி படிக்கச் சேர்ந்தேன். நான் விரும்பியது கணிதம்தான், காரணம் அதன் நேர்த்தியும் அது தரும் சவால்களும்தான். ஆனால், கடுமையான உழைப்பைக் கோரும் அந்தப் படிப்புக்கு ஒதுக்க என்னிடம் போதுமான நேரம் இல்லை. ஏனென்றால்

நான் இப்போது மாணவர் மற்றும் பெண்கள் இயக்கங்களில் முழுமையாகக் கவனம் செலுத்தத் தொடங்கியிருந்தேன். அந்த ஆண்டு ஏப்ரல் மாதம் என் தந்தை என்னைத் தனியே அழைத்து, ‘நான் மெட்ராஸுக்கு டிரான்ஸ்ஃபர் கேட்கப் போகிறேன். நீயும் எங்களுடன் வருகிறாயா?’ என்றார். அதற்கு நானும் ஒப்புக் கொண்டேன். அந்தச் சமயம் அப்படிப் பொய்யாக ஒப்புக் கொண்டதை நினைத்து நான் இப்போது கொஞ்சம் வெட்கப் படத்தான் செய்கிறேன். நான் ஹைதராபாத்தை விட்டுப் போகமாட்டேன் என்பது எனக்குத் தெரியும். நான் தனிமையாக இருந்து எனது வாழ்க்கையை நடத்தப் போவதை எண்ணி சந்தோஷப்பட்டேன். ஆனால் அதை என் தந்தையிடம் சொல்கிற துணிச்சல் எனக்கு இருக்கவில்லை. அவர்கள் என்னை விட்டுப் போய்விட்டால் போதும். வீட்டில் எனக்குள்ள பிரச்சினைகள் அனைத்தும் தீர்ந்துவிடும் என்று எண்ணினேன். அவர் மெட்ராஸுக்குக் கேட்ட பணிமாற்றல் வந்துவிட்டது. அப்போது நான் ஒரு குண்டைத் தூக்கிப் போட்டேன். 'நான் வரமாட்டேன்!'

இந்த விஷயத்தை முன்னிட்டுப் பல்கலைக்கழக வளாகத்தில் தகராறு ஏற்பட்டது. அதில் பேராசிரியர்கள், நண்பர்கள் மற்றும் அவர்களது பெற்றோர்கள் என அனைவரும் கலந்துகொண்டனர். அந்தக் கோடைகாலத்தில், எனது பி.எஸ்.சி. தேர்வுகளை முடித்த கையோடு,என் வீட்டைவிட்டு வெளியேறி என் முன்னாள் வகுப்புத் தோழர் பர்குலா பிரதீப் என்பவரின் வீட்டில் தஞ்சமடைந்தேன். அவரது குடும்பம் எனக்கு அப்படியொரு ஆதரவைத் தந்தது. பிரதீப்பின் அம்மா, அவரது சகோதரர்கள் ஐவர், அத்துடன் அவர்களது குடும்பம், அவரது சகோதரி ரமா மற்றும் அவரது குடும்பம் எனப் பெரிய குடும்பம் அது. அனைவரும் ஒரே வீட்டில் வசித்து வந்தார்கள். குழப்பம், பயம், கோபம், அடுத்து என்ன செய்வது என்ற திட்டம் இல்லாமை என நான் அப்போது இருந்த நிலையில், அவர்களது அரவணைப்பு ஆறுதலாக இருந்தது. பிரதீப்பின் அண்ணி டாக்டர் மங்குதா நர்சிங் ராவ் என்பவர் என்னைத் தினமும் பல்கலைக்கழகத்துக்குக் கூட்டிச் சென்று பின்பு வீட்டுக்கு அழைத்து வருவார். அப்போதெல்லாம் என் தந்தை தேர்வுகள் நடைபெற்றுக் கொண்டிருந்த இயற்பியல் துறையின் அறைக்கு அருகே நின்றுகொண்டு என்னைத் திட்டிக் கொண்டிருப்பார். பேராசிரியர்கள், என் நண்பர்களின் பெற்றோர்கள் என அனைவரிடமும் என் விஷயத்தைச் சொல்லி என்னை வீட்டுக்கு அழைத்துச் செல்ல முயன்றார். சுமீத் சித்துவின் அப்பா அறிவாளி. அவரிடமும் இப்படிச் சொல்லியிருக்கிறார். அதற்கு அவர் தந்த பதில்: ‘நீங்க போங்க ராமசாமி. உங்க மகளை அவள் போக்குல விடுங்க. அவ நிச்சயம் வீட்டுக்கு வருவா.

அவளைக் கட்டுப்படுத்த நினைச்சா, அவ உங்களை விட்டுப் போயிடுவா!'. இந்தச் சமயத்தில்தான், பிரதீப்பின் குடும்பம் என்னைப் பற்றி நான் சிந்திப்பதற்கான இடத்தையும் வாய்ப்பையும் வழங்கியது. அவர்கள் எனக்கு அப்படியான ஓர் அடைக்கலத்தை வழங்காமல் போயிருந்தால், நான் என்ன செய்திருப்பேன் என்பது எனக்கே தெரியாது.

இது என் வாழ்க்கையின் இரண்டாவது திருப்புமுனை. நான் இப்போது பின்வாங்குவதாக இல்லை. நான் கல்வி கற்பதற்கான நிதி உதவியைப் பெற்றிருந்தேன். அதை வைத்துக்கொண்டு என்னால் பிழைத்துக்கொள்ள முடியும். என்னுடைய பட்டமேற்படிப்பை ஹைதராபாத்திலேயே தொடரவும் முடியும். இதற்கு மேல் எதுவும் செய்ய முடியாது என்று என் குடும்பத்துக்குத் தெரிந்துபோயிற்று. அவர்கள் ஒரு சமரசத்துக்கு வந்தார்கள். என்னுடைய அக்காவும் அவளது கணவனும் வசிக்கும் வீட்டில் தங்க வேண்டும். அதற்கு நான் சம்மதித்தேன். 1974 கோடைக்காலத்தில் என் குடும்பம் மெட்ராஸுக்குப் போன பிறகு, மாரெத்பள்ளியிலிருந்த என் அக்காவின் வீட்டுக்குச் சென்றுவிட்டேன். அங்கே பெரிய கட்டுப்பாடுகள் என எல்லாம் இல்லை. என் அக்காவும் மாமாவும் என் பெற்றோரைப் போன்று கேள்விகள் கேட்கவில்லை. ஆகவே, எனது கட்சிப் பணிகளைப் பெரிய அளவுக்குப் பிரச்சினையில்லாமல் தொடர்ந்தேன். இளநிலையை முடித்துவிட்டு, ஓஸ்மானியா பல்கலைக்கழகத்தில் புள்ளியியலில் பட்டமேற்படிப்பைத் தொடர்ந்தேன். என் குடும்பத்தின் கட்டுப்பாடுகளிலிருந்து விலகி என்னால் தனித்திருக்க முடியும் என்று நம்பினேன். எல்லா வகையிலும் நம்பிக்கை கொண்ட இருபத்தியோரு வயது இளம் பெண்ணாக அப்போது நான் இருந்தேன். ஏற்கெனவே பாதி கிணறு தாண்டிவிட்டதாக நினைத்தேன். 1975ஆம் ஆண்டு அவசர நிலைப் பிரகடனம் வந்து, நான் வீட்டை விட்டு முழுமையாக வெளியேறியபோது பெரிய அளவில் நிம்மதியடைந்தேன்.

1974இல் என் குடும்பம் மெட்ராஸுக்குச் சென்றுவிட்ட பிறகு, என் கட்சி என்னை பனாரெஸ் நகரத்துக்கு அனுப்பியது. அதுவும் எப்படி? என் இடுப்பைச் சுற்றி பணத்தை வைத்திருக்கும் பெல்ட்டைக் கட்டிவிட்டும், பெரிய தகரப் பெட்டியைத் தந்தும் அனுப்பினார்கள். அவர்கள் கொடுத்திருந்த முகவரிக்கு அவற்றைக் கொண்டு சேர்க்க வேண்டும். ரயிலை விட்டு இறங்கியதும், சைக்கிள் ரிக்சா ஒன்றை அமர்த்திக்கொண்டேன். அந்த முகவரியை நெடுநேரம் தேடியும் எங்களால் கண்டுபிடிக்க முடியவில்லை. இதனால் சோர்வடைந்த ரிக்சாகாரர் என்னைக்

கீழே இறக்கிவிட்டுவிடப் போவதாகப் பயமுறுத்தினார். அது என்னை உண்மையாகவே பயமுறுத்தியது. காரணம், இந்த பாரத்தைத் தூக்கிக்கொண்டு என்னால் நடக்க முடியாது. வளைந்து வளைந்து செல்லும் தெருக்களில் ஒன்றில் இறுதியாக நான் அந்த முகவரிக்கான வீட்டைக் கண்டடைந்தபோது அங்கு சத்யநாராயணன் சிங், ஹெயஸ்ரீ ராணா, மேலும் இருவர் இருப்பதைக் கவனித்தேன். அவர்கள் எல்லோரும் நாங்கள் அதுவரை கேள்விப்பட மட்டுமே செய்திருந்த எம்.எல். தலைவர்கள். அவர்கள் இருக்கும் அறையில், நானும் இருப்பதைக் குறித்துப் புளகாங்கிதம் அடைந்தேன். சத்தியநாராயணன் சிங், 1952இல் ஜம்ஷெட்பூரில் டாடாக்களுக்கு எதிராகத் தொழிலாளர்களைத் திரட்டிப் போரிட்டு அதனால் எட்டு ஆண்டுகள் சிறையில் இருந்தவர். அவர்தான் எங்கள் கட்சியின் பொதுச் செயலாளர். ஜெயஸ்ரீ ராணா மேற்கு வங்கத்தைச் சேர்ந்த ஒரு தலைவர். சிபிஐ–எம்.எல். கட்சிக்குள்ளே போல்ஷ்விக் கட்சியைத் தொடங்கியவர். அதனாலேயே அவர் குறிப்பிடத்தகுந்த தலைவர். நான் அணிந்து வந்த பெல்ட்டில் முழுக்க முழுக்க ரொக்கப் பணமும், நான் கொண்டு வந்த டிரங்குப் பெட்டியில் துப்பாக்கிகளும் இருந்தன. நான் விக்கித்து நின்றாலும் அங்கு வெகுநேரம் இருக்கவில்லை. அடுத்த நாளே பெரிய அளவில் சுமைகள் எதுவும் இல்லாமல் கிளம்பிவிட்டேன். என் தலைவர்களைப் பார்த்த மகிழ்ச்சி மட்டும் மனம் முழுக்க நிறைந்திருந்தது.

அப்போது சிரில்தான் கட்சிக்குள் எங்களுக்கான தொடர்புப் புள்ளியாக இருந்தார். அவரிடம் 'அனுபவமற்ற ஒரு பெண்ணிடம் எப்படித் துப்பாக்கிகளையும் பணத்தையும் கொடுத்து அனுப்பலாம்?' என்று கோபமாகக் கேட்டு சண்டை யிட்டேன். பெட்டியில் என்ன இருக்கிறது என்று போலீஸார் கேட்டிருக்கலாம் அல்லது ரயில் நிலையத்தில் பாரம் தூக்குபவர் ஏன் பெட்டி இவ்வளவு கனக்கிறது என்று சந்தேகப் பட்டிருக்கலாம். இப்படி எது வேண்டுமானாலும் நடந்திருக்கலாம். மேலும், அந்த இடத்தை என்னால் கண்டுபிடிக்க முடியாமல் போயிருந்தால் நான் பனாரெஸிலேயேதான் கிடந்திருக்க வேண்டும். 'இதே காரணங்களுக்காகத்தான் நாங்கள் உன்னைத் தேர்வு செய்தோம்' என்று அமைதியாகப் பதிலளித்தார் சிரில். 'நீ பாதுகாப்பாகவே இருந்திருப்பாய். உன்னை யாரும் சந்தேகப் பட்டிருக்க மாட்டார்கள். மேலும் இதைச் செய்ய உனக்கு மட்டுமே துணிச்சல் உண்டு' என்றார். அவரது பதில் என்னைத் திருப்திப்படுத்தவில்லை. எனினும் இதுபோன்ற செயல்கள் எனக்கு விலைமதிக்க முடியாத அனுபவமாக இருந்தன.

நாங்கள் நிறைய வாசிக்கவும் செய்தோம். இதர இடங்களில் என்ன நடக்கிறது, அவை எப்படி நடக்கின்றன மற்றும் இயக்கங்கள் எப்படி உருவாகிவந்திருக்கின்றன என்பவை பற்றியெல்லாம் தெரிந்துகொள்ள பெருமளவில் அறிவுத் தாகம் இருந்தது. இவை குறித்துப் படிக்கத் தேவையான புத்தகங்கள் எல்லாம் அப்போது அவ்வளவு சுலபத்தில் கிடைத்துவிடவில்லை. அவை நிச்சயமாகப் பொது நூலகங்களில் இருக்கவில்லை. இதனால் அந்தப் புத்தகங்களைப் படிப்பதற்கான வாசிப்புப் பசி அதிகமாகியது. சாரல் சர்கார், வீணா சத்ருகனா, ரமா மேல்கோட் போன்ற எங்களது மூத்த நண்பர்களின் வீடுகளில் புத்தகங்களுக்காவும் உணவுக்காகவும் சூறையாடினோம். சாரல் சர்கார், ஹைதராபாத் மேக்ஸ் முல்லர் பவனில் ஜெர்மன் மொழியைக் கற்றுக்கொடுத்து வந்தார். எங்களிடமிருந்து ஒளித்து வைத்திருக்கும் பதப்படுத்தப் பட்ட பாலைக் குடிப்பதற்காகவும், அரசியல் பற்றி விவாதிக்கவும் ஹிமாயத்நகரில் உள்ள அவரது அறையில்தான் நாங்கள் அவ்வப்போது தஞ்சமடைவோம். நாளடைவில் அவர் முன்னாள் ஜெர்மன் கன்னியாஸ்திரி மரியா மீஸ் என்பவரை மணந்து கொண்டார். அவரும் தன்னளவில் ஒரு புகழ்பெற்ற பெண்ணிய வாதியும் எழுத்தாளரும் ஆவார். வீணா சத்ருகனா ஒரு மருத்துவர். பின்னாளில் அன்வேஷி எனும் அமைப்பை நிறுவியவர்களில் ஒருவர். அவரது கணவர் எம்.சத்ருகனா உற்சாகமானவர். ஹைதராபாத் கல்லூரி ஒன்றில் ஆசிரியராகப் பணியாற்றிக் கொண்டே 'எகனாமிக் அண்ட் பொலிட்டிக்கல் வீக்லி இதழுக்கும் எழுதி வந்தார். எங்களுக்காக அடிக்கடி அவர்தான் சமைப்பார். வீணா செய்யமாட்டார் என்பதல்ல. ஆனால், பெண்களை விட ஆண்கள் மிகவும் ரசித்துச் சமைக்கிறார்கள் என்று நாங்கள் அன்று கருதியதை இன்று நினைத்துப் பார்க்கிறேன்.

எந்த விதமான சித்திரவதைக்கும் நாங்கள் தயாராகவே இருந்தோம். ஒருவருக்கொருவர் பேசியும் சித்திரவதைக்கு உள்ளானவர்களின் எழுத்துகளைப் படித்தும் அந்தச் சமயத்தில் அவர்கள் எப்படி அதையெல்லாம் சகித்துக்கொண்டார்கள் என்பதை அறிந்துகொண்டோம். ஆனால் போகப் போக நாங்கள் தெரிந்து கொண்டது என்னவென்றால், எந்த ஒரு பேச்சும் வாசிப்பும் ஒருவரைச் சித்திரவதையை எதிர்கொள்ளத் தயார் செய்ய முடியாது என்பதையும், எப்படி எங்களது தோழர்கள் சிலர் பல்வேறு சமயங்களில் சித்திரவதைக்கு ஆளானார்கள் என்பதையும்தான்.

கட்சியின் கலாசாரப் பிரிவாக, 1974இல் தொடங்கப்பட்ட அருணோதயா எனும் அமைப்பில் நான் இணைந்தேன். யாரும் என்னைக் கட்டாயப்படுத்தவில்லை. எனக்கே முதலில்

விருப்பமாகத்தான் இருந்தது. ஆனால் 1975இல், அவசர நிலை பிரகடனம் செய்வதற்கு முன், அந்த ஆர்வம் வடியத் தொடங்கியது. அனந்தபூரில் நடைபெற்ற மாநாடு ஒன்றில் கத்தாரும் பூபால் ரெட்டியும் பாடுகிறார்கள் என்பதைக் கேள்விப்பட்டேன். அதே மாநாட்டுக்கு லலிதாவும் நானும் வீதி பாகவதத்தை நிகழ்த்தச் சென்றிருந்தோம். கத்தாரும் பூபால் ரெட்டியும் சிபிஐ எம்.எல் கட்சியின் கலாச்சாரப் பிரிவைச் சேர்ந்தவர்கள். அந்தக் குழு 1980இல் மக்கள் யுத்தக் குழு என்று பரிணமித்தது. அன்று அவர்களது நிகழ்ச்சி பெரும் வரவேற்பைப் பெற்றது. அது பாட்டாளி வர்க்க மரபில் ஊறிப்போயிருந்தது. பாரம்பரிய மாகத் தெலங்கானா வட்டார வழக்கில் இந்துப் புராணங்களைச் சொல்ல பயன்படுத்தப்படும் புர்ராகதா எனும் நாட்டுப்புற வடிவத்தைத் தன் பாடல்களுக்குக் கத்தார் பயன்படுத்தியிருந்தார். அந்தப் பாடல்கள் எல்லாம் உயிருள்ளவையாக, உடனடியாக முளைத்தவையாக, உணர்வுகளை எழுப்புபவையாக, கற்பனையைத் தூண்டுபவையாக இருந்தன. ஆயினும் அந்தப் பாடல்களுக்குப் பின்னால் நிறைய திட்டமிடலும், பயிற்சியும், சிந்தனையோட்டமும் இருந்திருக்க வேண்டும். நாங்களோ பாடப்புத்தகத்தில் இருக்கும் தெலுங்கு மொழியில் பாடினோம். எங்களது பாடல்கள் கர்நாடக இசையை ரசிக்கும் பிராமணர்களிடம்தான் எடுபட்டது. தவிர, எங்களால் பாட மட்டுமே முடிந்தது. கத்தாரைப் போல எங்களால் உணர்வுகளைக் கொண்டு வர முடியவில்லை. மேடைக்காகவே பிறந்தவர் போல கத்தார். நாங்களோ வெறும் நடிகர்கள்.

இனி நான் அருணோதயாவில் ஈடுபடப் போவதில்லை என்று முடிவெடுத்தேன். அப்படி ஈடுபடுவதில் எந்த ஒரு அர்த்தமும் இருப்பதாக எனக்குத் தெரியவில்லை. தொடர் பயணங்கள் செய்து மக்கள் முன்னால் என்னை வெளிப்படுத்திக்கொள்வது எனக்குப் பெரும் ஆயாசத்தைத் தந்தது. என்னுடைய முடிவு கட்சிக்குப் பெரும் அதிர்ச்சியாக இருந்திருக்கும். காரணம் மேடையில் இரண்டு இளம்பெண்கள் பாடுவதும் நடிப்பதும் நிகழ்ச்சிக்குப் பெரிய அளவில் மக்களை ஈர்க்கும் விஷயமாக இருந்தது. எல்லோரும் என் முடிவை எதிர்க்க, நீலம் ராமசந்திரய்யா (அல்லது சுருக்கமாக என்.ஆர். அப்படித்தான் அவர் அழைக்கப்பட்டார்) எனக்கு ஆதரவு தெரிவித்தார். என்னை என் போக்கில் விட மற்றவர்களையும் கேட்டுக் கொண்டார். குர்னூல் மாவட்டத்திலிருந்து வந்த என்.ஆர்., ஆந்திரப் பிரதேசச் சட்டமன்றத்தில் மேலவை (அது இருசபைகளைக் கொண்டதாக இருந்தவரை) உறுப்பினராக இருந்தவர். அவரை நான் மதிக்கவும் விரும்பவும் செய்தேன். பிறர் பேசுவதைக் காதுகொடுத்துக் கவனிப்பவராக இருந்தார்.

தேவைப்பட்டால் மட்டுமே ஏதேனும் கேள்விக்கு அவர் பதில் தருவார். மிகவும் தேவை என்றால் மட்டுமே தனது கருத்துகளைத் தெரிவிப்பார். அவர் எங்களுடன் இருந்தவரை, எங்களை எங்கள் போக்கிலேயே விட்டார். கடந்த காலத்தில் கம்யூனிஸ்ட் கட்சியில் இருந்த நடைமுறைகளின் அடிப்படையில் எங்களுக்கு அவர் அவ்வப்போது சில யோசனைகளைச் சொல்வார். அவை எங்களுக்கு விலைமதிக்க இயலாத அறிவுரைகளாக இருந்தன. உதாரணத்துக்கு, முதன்முதலில் முற்போக்கு மகளிர் சங்கம் தொடங்கலாம் என்பதைப் பற்றி அவரிடம் விவாதித்துக் கொண்டிருந்தபோது, அவர் எங்களின் வாதங்களைக் கேட்க மட்டுமே செய்தார். நாங்கள் என்னவெல்லாம் செய்ய வேண்டும் என்பது பற்றி அவர் ஒன்றும் சொல்லவில்லை. முற்போக்கு ஜனநாயக மாணவர் சங்கப் பணிகளை விவாதிக்கும்போது மட்டுமே நிறைய பேசினார்.

நான் இருந்த முற்போக்கு மகளிர் சங்கம், கட்சியுடன் சேர்ந்து இருந்ததால் லாபமும் அடைந்தது; நஷ்டமும் அடைந்தது. போராட்டத் தந்திரங்களைக் கற்றுக்கொள்வது, நிகழ்ச்சிகளுக்குத் திட்டமிடுதல், பரந்த அளவில் மக்களிடம் அறிமுகமாகி யிருந்தது போன்றவை எங்களுக்கு லாபம். நக்ஸலைட்டுகள் என்பதால் மக்கள் எங்கள் மகளிர் சங்கத்தைப் பார்த்துப் பயந்தனர். அதுதான் பெரிய நஷ்டம். பொதுவெளியில் கட்சிக்கும் எங்களுக்கும் தொடர்பு ஏதுமில்லை என்று சொன்னாலும், எங்களால் யாரை ஏமாற்ற முடியும்? ஹைதராபாத்தில் இன்றும் சில வட்டங்களில் நான் ஒரு நக்ஸலைட்டாகத்தான் அறியப் படுகிறேன். இத்தனைக்கும் அந்தக் கதையெல்லாம் முடிந்து நாற்பது ஆண்டுகளுக்கும் மேலாகிவிட்டது.

முற்போக்கு ஜனநாயக மாணவர் சங்கத்துடன் நெருங்கிய தொடர்பில் இருந்தது முற்போக்கு மகளிர் சங்கம். நாங்கள் மாணவர்களாக இருந்த காரணத்தால், இதர அமைப்புகளில் உள்ள மாணவர்களுடனும் நாங்கள் தொடர்பில் இருந்தோம். உணர்ச்சிமயமான அந்த அமைப்புகளையெல்லாம் இரண்டு பிரச்சினைகள் தொந்தரவுக்கு உள்ளாக்கின. ஒன்று, கட்சிக்கு தொண்டர்களைச் சேர்க்க வேண்டிய கட்டாயம் இருந்தது. இரண்டு, அவசரநிலை பிரகடனப்படுத்தப்பட்டது. எந்த ஒரு இடதுசாரிக் கட்சிக்கும் தொண்டர்களைச் சேர்க்க வேண்டிய நிர்பந்தம் இருந்துகொண்டேயிருந்தது. இன்றும்கூட பல இடதுசாரி அமைப்புகளுக்கு அப்படித்தான். இடதுசாரிக் கட்சித் தலைவர்கள் இந்த விஷயத்துக்கு அதிக முக்கியத்துவம் கொடுப்பார்கள். அவர்கள் தாங்களாகவே அமைப்புகளை இரண்டாகப் பிரித்து மக்களை ஒவ்வொரு அமைப்பிலும் சேரச்

செய்தார்கள். இதர அமைப்புகளுடன் சேர்ந்து பணியாற்றுவதில் இடதுசாரிக் கட்சிகளுக்கு இருக்கும் தயக்கத்துக்குக் காரணம், இந்தத் தொண்டர் படையை எங்கே இழந்துவிடுவோமோ என்கிற பயம்தான். இதே காரணத்துக்காகத்தான் சுதந்திரமான, வெளிப்படையான விவாதங்களையும், பரந்த வாசிப்பையும் ஆதரிக்கவில்லை. மாணவர்கள் மிக விரைவாக முழு நேரப் பணியாளர்களாகத் தள்ளப்பட்டார்கள்; மாற்றப்பட்டார்கள். தொழில்முறை புரட்சியாளர்களாக மாற்றப்பட்டார்கள். இதன் அர்த்தம் என்னவென்றால், பொதுக்கூட்டங்கள், பல்வேறு விதமான மக்களுடன் பணியாற்றுவது போன்ற கடமைகளைக் கொண்ட பெரிய அளவிலான பணிகளை முன்னெடுப்பதில் குறைந்த அளவே தயாரிப்பு உள்ளது என்பதுதான். அவர்களது குடும்பத்தினருடனான உறவு எப்படித் தொடர்கிறது என்பது பற்றி அங்குப் பேச்சே இல்லை. பெண் தொண்டர்களுக்குப் பிறந்த குழந்தைகளைப் பற்றி எந்தச் சிந்தனையும் கட்சியிடம் இல்லை. அதனால் ஏற்படும் பாதிப்புகள் குறித்துக் கட்சிக்குக் கிஞ்சித்தும் அக்கறையில்லை. கட்சியில் இருக்கும்போது அடுத்த கட்ட நகர்வு எப்படியிருக்கும் என்பது பற்றியோ அல்லது வருங்காலம் நமக்கு என்ன வைத்திருக்கிறது என்பது குறித்தோ மருந்துக்குக் கூட விவாதம் இல்லை. கருத்தியல் ரீதியாகக் கட்சிப் பணியாற்றும் இளம் தொண்டர்களிடம் தாங்கள் விரைவில் சோர்ந்துபோவதிலிருந்து தப்பிக்க எந்த முன்தயாரிப்பும் அவர்களிடம் இல்லை. இந்தக் கடுமையான உழைப்பால் ஏற்படும் மனநலம் மற்றும் இருத்தலியல் பிரச்சினைகளை எப்படிக் கையாள்வது என்பது குறித்து அவர்களுக்கு எந்தப் பயிற்சியும் ஆதரவும் இல்லை. தங்களைச் சுற்றி ஒரு ஆதரவான அமைப்பை ஏற்படுத்திக் கொள்வதற்கு அவர்கள் பயிற்றுவிக்கப் படவில்லை. கட்சியில் சேர்ந்த சில காலத்திலேயே நிறைய பேர் கட்சியை விட்டு விலகுவதற்கு இவையும்கூட காரணமாக இருக்கலாம். இடதுசாரிக் கட்சிகளில் தொண்டர் தேய்வு விகிதம் மிகவும் அதிகமாக இருக்கிறது.

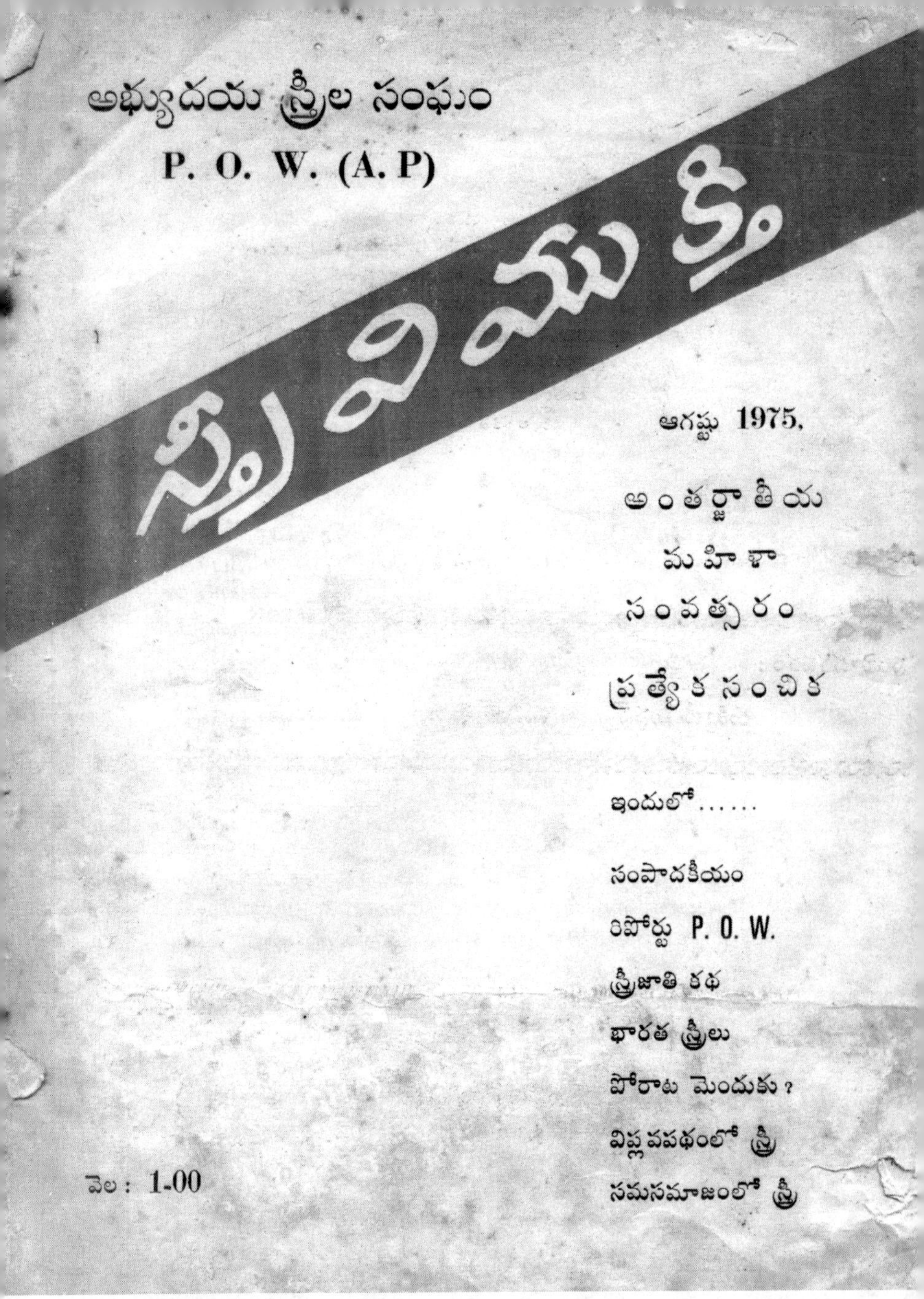

అభ్యుదయ స్త్రీల సంఘం
P. O. W. (A.P)

స్త్రీ విముక్తి

ఆగష్టు 1975,

అంతర్జాతీయ మహిళా సంవత్సరం ప్రత్యేక సంచిక

ఇందులో......

సంపాదకీయం
రిపోర్టు P. O. W.
స్త్రీజాతి కథ
భారత స్త్రీలు
పోరాట మెందుకు?
విప్లవపథంలో స్త్రీ
సమసమాజంలో స్త్రీ

వెల: 1-00

ஆந்திரப் பிரதேசத்தின் 'முற்போக்கு மகளிர் அமைப்பு' கொண்டுவந்த 'ஸ்திரி விமுக்தி' பத்திரிகையின் 1975 ஆகஸ்ட் மாத பிரதி.
விலை 1 ரூபாய்

4

நிழலில் கரைந்த புரட்சிப் பாதை

1975ஆம் ஆண்டு ஜூன் 25ஆம் தேதி அவசரநிலைப் பிரகடனம் அறிவிக்கப்பட்டபோது எனக்கு வயது இருபத்தியொன்று. அரசியல் ரீதியாகச் செயல்பட்டுவந்த எனக்கும் என் நண்பர்களுக்கும் அது ஒரு முக்கியமான காலகட்டமாக இருந்தது. இந்தப் புத்தகத்தை நான் எழுதிக்கொண்டிருக்கும் நேரத்தில், நாற்பத்தைந்து ஆண்டுகள் கழித்தும், அவசரநிலைக் காலகட்டத்தைத்தான் எங்கள் வட்டத்தின் பலரது வாழ்க்கையில் குறிப்பானதாக அடையாளப்படுத்தி வைத்திருக்கிறோம். அவசரநிலை பிரகடனப்படுத்த பட்ட உடனே, எங்களில் பலரை தலைமறைவாகப் போகச் சொன்னது கட்சி. கட்சி சொன்னதால்தான் தலைமறைவானோமே தவிர, நாங்களாகவே அப்படிப் போக முடிவெடுத்திருப்போமா என்பது சந்தேகமே. அந்தச் சமயத்தில் நான் கட்சியின் நகர கமிட்டித் தலைவராக இருந்தேன். மாணவர் குழுக்கள், மகளிர் அமைப்புகள், தொழிலாளர் சங்கங்கள் மற்றும் குடிசை வாழ் பகுதிச் செயல்பாடுகள் எனப் பல பொறுப்புகளைக் கவனிக்க வேண்டியதாக இருந்தது. எங்களுக்கு அவசரநிலை என்பது மிகவும் புதிது. கிட்டத்தட்ட ஃபாசிச ஆட்சி. அதைப் பற்றி நாங்கள் புத்தகங்களில் மட்டுமே படித்திருந்தோம். எனவே, கட்சியின் ஆணையை எந்தவொரு கேள்வியுமின்றி ஏற்றுக்கொண்டோம். தன் மீது எந்த வழக்கும் இல்லாத போதும் 1973ஆம் ஆண்டு முதல் சிரில் தலைமறை வாகவே இருந்தார். ஜார்ஜின் சகோதரர் என்பதோடு கட்சியில் மிகவும் முக்கியமான பொறுப்பையும்

வகித்து வந்ததால், அவரது நடவடிக்கைகள் கண்காணிக்கப் படும் என்று எங்களுக்குச் சொல்லப்பட்டது. அப்படிக் கண்காணிப்பு வளையத்துக்குள் வந்துவிட்டால், அது கட்சிக்கு மிகவும் ஆபத்தாக முடியும். மேலும் மாணவர்களிடையே அது மேற்கொண்டுவரும் செயல்பாடுகளையும் வெளிச்சம் போட்டுக் காட்டிவிடும். களச் செயல்பாடுகளும் அதனோடு கூடிய எங்கள் அடையாளமும் நிச்சயமற்றது என்பது மெல்லத்தான் புரிந்தது. எங்களால் ரொம்ப நாட்களுக்குத் தலைமறைவாக இருந்துவிட முடியும் என்று தோன்றவில்லை.

அந்தச் சமயத்தில், எங்களைத் தலைமறைவாகச் சொன்னது ஒரு முன்னெச்சரிக்கை நடவடிக்கைதான் என்று எங்களுக்குச் சொல்லப்பட்டது. கொஞ்ச நாள் சென்ற பிறகுதான் அது எவ்வளவு சரியான முடிவு என்று தெரிந்தது. காரணம், எங்களில் பலர் அடுத்தடுத்துக் கைதுசெய்யப்பட்டார்கள். அவசரநிலை அறிவிப்பு வந்த உடனே எம். சத்ருகனா, டாக்டர் வீணா சத்ருகனா, சி.என்.சாரி ஆகியோர் கைதுசெய்யப்பட்டார்கள். மூவருமே பேராசிரியர்கள், மதிப்பிற்குரிய பொறுப்பில் இருப்பவர்கள். அவர்கள் மட்டுமல்லாது, ஹைதராபாத்திலிருந்த பொஜ்ஜா தாரகம், வரவர ராவ், நிக்கிலேஸ்வர், ஜ்வாலாமுகி, முன்னாள் சிபிஐ எம்.எல். செயற்பாட்டாளர் சி.கே.நாராயண் ரெட்டி போன்ற அறிவாளுமைகள் பலர் கைதுக்கு உள்ளானார்கள்.

முற்போக்கு ஜனநாயக மாணவர் சங்கத்தின் பிரபல தலைவராக இருந்தவர் ஜம்பாலா பிரசாத். துணிச்சலானவர், சமரசமற்றவர், துடிப்பானவர் என்று பலவாறாகப் போற்றப் பட்ட அவரது வாழ்க்கை, ஜார்ஜின் படுகொலைக்குப் பிறகு முற்றிலுமாக மாறிப்போனது. அவரைக் கடற்கரையோர ஆந்திராவில் இருந்த தொழிலாளர்களை அணி திரட்ட, கட்சி அனுப்பிவைத்தது. நீலம் ராமச்சந்திரய்யாவுடன் (என்.ஆர். என்று அழைக்கப்பட்டவர்) விஜயவாடாவில் கைதுசெய்யப்பட்ட அவர், சித்திரவதை செய்யப்பட்டு 1975 நவம்பரில் கொல்லப் பட்டார். எப்போதும் பயன்படுத்தப்படும் அமங்கல வார்த்தை தான் அப்போதும் பயன்படுத்தப்பட்டது. அவர்கள் 'என்கவுன்ட்டர்' செய்யப்பட்டார்கள். என்.ஆர். எங்களுக்கு நெருக்கமாக இருந்தாலும்கூட, அவர் கொல்லப்பட்டது எதிர்பார்க்கப்பட்ட ஒன்று, காரணம் அவர்தான் கட்சியின் உயர்மட்டத் தலைவர். ஆனால் ஜம்பாலா கொல்லப்பட்டதுதான் எங்களை உலுக்கிப்போட்டது. அதன் மூலம் எங்களுக்குச் சொல்லப்பட்ட செய்தி, அடுத்து இறக்கப்போவது எங்களில் யாராகவும் இருக்கலாம் என்பதுதான். மாநிலம் முழுவதும், எங்கள் கட்சியைச்

சேர்ந்தவர்களும், இதர குழுக்களைச் சேர்ந்தவர்களும் கைது செய்யப்பட்டுச் சித்திரவதைக்கு உள்ளானார்கள்.

அவசரநிலை எங்களிடையே பெரிய அளவில் முதல் பிளவை உருவாக்கியது. எல்லோருமே இயக்கத்தில் தொடர்ந்து ஈடுபட வேண்டுமென்று ஆர்வம் காட்டவில்லை. சிலர் தங்களது கல்லூரித் தேர்வுகளை எழுத நினைத்தார்கள். ஜூன் மாதம் செமஸ்டர் முடிவதற்கும் அவசரநிலை அறிவிக்கப்படுவதற்கும் நேரம் சரியாக இருந்தது. சிலரோ தங்களது குடும்பத்தினரின் வெறுப்பைச் சம்பாதிக்க விரும்பவில்லை. மிகச் சிறந்த கல்வியாளர்களாக வருவதற்கான அனைத்துத் திறன்களோடும் நாங்கள் கல்லூரிக்குள் மாணவர்களாக நுழைந்தோம். எங்களது ஆசிரியர்கள், பெற்றோர்களின் எதிர்பார்ப்புக்கிணங்க நாங்கள் படித்து முடித்து நல்ல வேலைக்குச் செல்வதா? அல்லது மாணவர்களாக இருந்துகொண்டு நாங்களும் கற்றுக்கொண்டு எங்களைச் சுற்றியுள்ளவர்களுக்கும் கற்பித்து ஒரு புரட்சியின் மூலம் மாற்றத்துக்கு உழைப்பதா? இந்த இரண்டு தேர்வுகளுக்கு இடையில் நாங்கள் அலைக்கழிக்கப்பட்டோம். நானோ பெரும் லட்சியங்களைக் கொண்டிருந்தேன். திருமணம் செய்துகொள்ளக் கூடாது. பதிலாக, நல்ல வேலைக்குச் சென்று யாரையும் சார்ந்திருக்காமல் நான் சுதந்திரமாக வாழ முன்னரே முடிவெடுத்திருந்தேன். படிப்பு ரீதியாக நான் எப்படியும் வெற்றிகரமான ஆள்தான். அப்படியிருக்கும்பட்சத்தில், இவை எல்லாவற்றையும் நான் கைவிட்டுவிட வேண்டுமா? என் நண்பர்களில் சிலர் இந்த விஷயத்தில் மிகவும் கவனமாக இருந்தார்கள். அவர்கள் தேர்வும் எழுதினார்கள். குடும்பத்தைப் பகைத்துக்கொள்ளாமலும் இருந்தார்கள். ஏனென்றால், அவர்களுக்குக் குடும்பம் எப்போதாவது உதவிக்கு வரும் ஒரு பாதுகாப்பு வலை. அப்படியிருக்கும்போது நான் மட்டும் ஏன் முட்டாள்த்தனமாக முடிவெடுக்க வேண்டும்? எனினும், புரட்சி எனும் சிந்தனை என்னை வாரிச் சுருட்டிக்கொண்டது.

பயணங்கள் போவது, வெளியில் தங்குவது, நண்பர்களுடன் தங்குவது எனப் பல வகைகளில் வீட்டைவிட்டு வெளியே சென்று தலைமறைவாகிவிடுவதை ஆண் தோழர்கள் எப்போதும் செய்து வந்தனர். எனவே, தலைமறைவாவது ஒன்றும் அவர்களுக்குக் கடினமான காரியம் அல்ல. ஆனால் பெண்களுக்கோ அது, 'செய் அல்லது செத்து மடி' என்பது போன்ற நிலை. ஒருமுறை வீட்டைவிட்டுச் சென்றுவிட்டால், மீண்டும் திரும்பிவருவது ஒன்றும் அவ்வளவு சுலபமில்லை. என்னைப் பொறுத்தவரை, அவசரநிலைக்கு முன்னரான காலமும் நரகமாகவே இருந்தது. 'எக்கேடோ கெட்டுப் போ' என்று சொல்லும் அளவுக்கு என்

குடும்பத்தை நான் படுத்திவிட்டதால், அவர்களிடமிருந்து முழுவதுமாகப் பிரிந்துசெல்ல அவசரநிலை என்னைத் தள்ளிய போது அது எனக்குப் பெரிய நிம்மதியைத் தந்தது.

எண்ணிலடங்கா செயற்பாட்டாளர்கள் தலைமறைவாகிப் போவது மக்கள் இயக்கங்களுக்குப் பல விளைவுகளை ஏற்படுத்தின. எங்கள் செயல்பாடுகளின் தொடர்ச்சி அறுந்தது. அதிலும் எங்களில் பலர் புதியவர்கள். நாங்கள் முதிர்ச்சி யற்றவர்களாக இருந்தோம். எங்கள் அனுபவங்களின் மூலம் நாங்கள் கற்றுக்கொள்வதற்கான போதுமான நேரம் வாய்க்க வில்லை. நாங்கள் ஒருங்கிணைந்து ஒற்றைக் குறிக்கோளை நோக்கிப் பணியாற்றும் அளவுக்கு எங்கள் குழு வலிமை கொண்டிருக்க வில்லை. ஒரே இரவில், நண்பர்கள் பலர் கைதுக்கு உள்ளானார்கள். நாங்களும் கைதாகிவிடக் கூடாது என்பதைக் கட்சி வலியுறுத்திக் கொண்டே இருந்தது. புதுவிதமான அனுபவமாக இருந்ததாலும், ஆர்வமிகுதியான இளைஞர்களாக இருந்ததாலும் ஆரம்பத்தில் இது சுவாரஸ்யமானதாக இருந்தது. ஆண் தோழர்கள் தங்களது நண்பர்களின் அறைகளில் தங்கிக்கொள்ள, பெண்கள் நாங்கள் இதர குடும்பத்தினருடன் தங்கிக்கொண்டோம். குடும்பங்கள் தங்கள் வீட்டு மகள்களை எப்போதும் கண்காணித்து வந்ததால், தலைமறைவாகிப்போவது என்பது மகள்களுக்கும் அவர்களது குடும்பங்களுக்கும் இடையிலான சமன்பாடுகளை முழுவதுமாக மாற்றியமைத்தது. முன்பின் அறிமுகமில்லாத குடும்பங்களில் எங்களைத் தங்கவைத்தது கட்சி. அவை பெரும்பாலும் ஏழைக் குடும்பங்கள். மேலும் அவை யாரோ ஒரு கட்சித் தோழருக்கு உறவாக இருக்கும். ஒவ்வொரு குடும்பமும் ஒரு மாணவியைத் தங்கள் வீட்டில் வைத்துக்கொள்ள ஒப்புக்கொண்டன. எப்போதும் இல்லாதபடி எங்கள் வாழ்க்கை முழுமையாக மாறிப்போனது. மத்திய தரக் குடும்பச் சூழலிலிருந்து ஏழைக் குடும்பத்தில் ஒருவரானோம்.

ஒரு குறிப்பிட்ட சில குடும்பங்களுக்குள் நான் அவ்வப்போது மாறி மாறித் தங்க வேண்டியிருந்தது. ஒரே அறையில் வசிக்கும் குடும்பத்துடன் நான் தங்கியிருக்கிறேன். அங்கு மதியமும் இரவும் சாப்பாட்டுக்குப் புளி ரசம்தான். காபி, டீ போன்றவை மருந்துக்குக்கூட இல்லை. சில சமயம், சாப்பாட்டுக்கு மிளகாய் பஜ்ஜி சேர்த்துக்கொள்ளப்படுவதும் உண்டு. கழிவறை குறித்துக் கேட்கவே வேண்டாம். பல குடும்பங்களுடன் சேர்ந்து அதை நாங்கள் பயன்படுத்திவந்தோம். தண்ணீருக்கு எப்போதும் பற்றாக்குறையாகவே இருந்தது. ஒரே அறையில் தங்கி இருந்ததால் எங்களுக்குச் செய்வதற்கு வேறு வேலையும் இல்லை. சாப்பாடு மிகவும் எளிமையாக இருந்ததால், சமையல் சார்ந்த வீட்டு

வேலைகள் குறைவாகவே இருந்தன. அந்தக் குடும்பத்துடன் நான் உரையாடினேன் என்றாலும், எனக்கு அது புதுவித அனுபவமாக இருந்ததால், என்னால் அவர்களுடன் இயல்பாக இருக்க முடிய வில்லை. நான் எப்போதும் என் நண்பர்களோடு மட்டும்தான் கொஞ்சம் சௌகரியமாக உணர்வேன். 1968ஆம் ஆண்டு முதல் நான் ஹைதராபாத்தில் இருந்தாலும், என்னால் நன்றாகத் தெலுங்கு பேச முடியாது. தவிர, கிராமப்புறப் பகுதிகளிலிருந்து வரும் மாணவர்களுடன் எனக்குப் பெரிய அளவில் தொடர்புகள் இருந்ததில்லை. என் நண்பர்கள் ஆங்கிலம் அல்லது தக்கானி உருது மொழி பேசினார்கள். வெளி உலகத்துடன் மிகவும் குறைந்த அளவே தொடர்புள்ள பெண்களும், கிராமங்களிலிருந்து வந்த மாணவர்களும் தவிர்த்து, பெரும்பாலானவர்கள் உருதுதான் பேசினார்கள். எனக்குத் தெரிந்த கொஞ்சமே கொஞ்சம் தெலுங்கை வைத்துக்கொண்டு நான் தங்கியிருந்த குடும்பத்தின் நட்பைச் சம்பாதிக்க விரும்பினேன். ஆனால் அது மிகவும் கடின மானதாக இருந்தது. வாழ்க்கை இங்கே மிகவும் வித்தியாசமாகவும், நான் அதுவரையில் தெரிந்துவைத்திருந்ததைவிடக் கடினமாகவும் இருப்பதை உணர்ந்தேன். இப்படித்தான் ஏழைகள் வாழ்கிறார்கள் என்று சொன்னால் 'அவர்களை முன்னேற்றுகிறோம் பார்' என்று சவடால் விடும் கற்பனாவாத இலட்சியங்கள் மிகவும் கடின மானவையாகத் தோன்றின. அந்த இடத்திலிருந்து வெளியேறி எனக்கான தனியறையைப் பார்த்துக்கொள்ள முடிவுசெய்தேன். எப்போதும் ஒரு மூலையில் கிடந்து நாள் முழுவதும் படித்துக் கொண்டிருப்பேன். வெளியே போய் வர இது பாதுகாப்பான தருணமென்று தெரிந்த பிறகே, இரவில் வெளியே வந்து நடமாடுவேன்.

கட்சிக் கூட்டங்கள் எப்போதும் இரவிலேயே நடைபெற்று, இரவு முழுவதும் நீண்டன. தலைமறைவாக இருந்த தோழர்கள் குடியிருக்கும் வீடுகளைத் தவிர்த்து, வேறு சில தோழர்களின் வீடுகளில் அந்தக் கூட்டங்கள் நிகழ்ந்தன. அப்படி ஒரு வீடுதான் பட்லோல்லா இந்திரா ரெட்டி எனும் முற்போக்கு ஜனநாயக மாணவர் சங்கத்தின் செயற்பாட்டாளருடையது. அவர் சமூகநல விடுதிகளில் சங்கத்தின் சார்பில் செயல்பட்டு வந்தார். அவர் வாடகை அறை ஒன்றைத் தன் நண்பர்களுடன் சேர்ந்து நடத்தி வந்தார். சட்டக் கல்லூரி மாணவர் சங்கத்தின் தலைவராகவும் விளங்கியவர் அவர். அவசரநிலைக் காலத்தில் கைதுசெய்யப்பட்ட இந்திரா, சுமார் பதினெட்டு மாதங்கள் சிறையில் இருந்தார். 1985ஆம் ஆண்டில் தெலுங்கு தேசம் கட்சியில் சேர்ந்து, என்.டி. ராமா ராவ் அரசில் அமைச்சராகவும் சேவையாற்றினார்.

கட்சிக் கூட்டங்களுக்காக நாங்கள் தேர்வு செய்யும் அறைகள் எப்போதும் சிறியதாகவும, கதவு ஜன்னல்கள் மூடப்பட்டும் இருக்கும். அங்கிருந்த ஆண் தோழர்களால், அந்த அறையில் எப்போதும் சிகரெட் புகை சூழ்ந்திருக்கும். பெண்களுக்கு அது எப்போதும் தொந்தரவாகவே இருந்தபடியால் நாங்கள் அவ்வப்போது அவர்களுடன் புகைப்பதை நிறுத்துமாறு சண்டைபிடிக்க வேண்டியிருந்தது. இதை சாக்காக வைத்துக் கொண்டு, ‘பொண்ணுங்களால சிகரெட் பிடிக்க முடியாது’ என்று வம்புக்கு இழுத்து, எங்களில் சிலரைப் புகைப்பிடிக்கவும் வைத்தார்கள். கூட்டம் முடிந்த பிறகு, ரிக்சாவில் எங்கள் குடியிருப்புகளுக்கு நாங்கள் திரும்பினோம். பேருந்தில் பயணிப்பதை நினைத்துக்கூடப் பார்க்க முடியாது. அந்தக் காலத்தில், பெண்களை ஓரிடத்தில் இறக்கிவிட்டவுடன், மீண்டும் அவர்களைத் தங்கள் இருப்பிடங்களுக்குப் பாதுகாப்பாகக் கொண்டு சேர்க்கும் வரை ரிக்சாக்கள் வாசலிலேயே காத்திருக்கும். அப்போது ஏன் யாரும் எங்களைப் பாலியல் தொழிலாளிகளாகக் கருதவில்லை என்று நான் இப்போது நினைத்து அதிசயிக்கிறேன். பாலியல் தொழிலாளிகள் எப்படி இயங்குவார்கள் என்று எனக்கு அப்போது தெரிந்திருக்கவில்லை என்பது என்னவோ உண்மை தான்.

இந்தத் தலைமறைவு வாழ்க்கை காரணமாக, நாங்கள் கல்லூரியிலிருந்து இடைநிற்க வேண்டியிருந்தது. அதனால் கட்சி சாராத பல நண்பர்களை எங்களால் பார்க்க முடியவில்லை. எங்களின் உலகம் சுருங்கத் தொடங்கியது. அப்போதுதான் அதுவரை நாங்கள் கொண்டிருந்த ஊக்கமும் மகிழ்ச்சியும் வடியத் தொடங்கின. அவசரநிலைக்கு முன்புவரை, பகலில் யாரை வேண்டுமானாலும் சந்திக்கலாம். ‘கல்லூரிக்குப் போகிறேன், சினிமாவுக்குப் போகிறேன், பிக்னிக் போகிறேன் அல்லது வெறுமனே எனது தோழி சுமீத்தின் வீட்டுக்குச் செல்கிறேன்’ என்று சொல்லிவிட்டு பெற்றோர்களின் கட்டுப்பாடுகளிலிருந்து தப்பிக்க முடிந்தது. ஒருமுறை, நாக்பூரில் நடந்த காங்கிரஸ் கட்சிக் கூட்டத்துக்குச் சென்றேன். அங்குதான் இந்திரா காந்தியைச் சந்தித்தோம். அந்தக் கூட்டத்தில் கலந்துகொள்ள என் பெற்றோரிடம் அனுமதி வாங்குவது எப்படி என்று யோசித்தேன். கருத்தரங்கு ஒன்றில் கலந்துகொள்ளக் கேட்டு வேறொரு கல்லூரியிலிருந்து எனக்கு அழைப்பிதழ் வந்திருப்பதாக வீட்டில் காட்டினேன். உண்மையில், அந்த அழைப்பிதழை நானேதான் வடிவமைத்தேன். அந்த அழைப்பிதழை என் வீட்டுக்கும் என் தோழிகளின் வீட்டுக்கும் தபால் செய்தேன். ஆனால் அப்போது

நாங்கள் தலைமறைவாக இருக்கிறோம். அதற்கென்று சில விதிகள் உண்டு. இப்போது எங்களால் அதிகாலை வேளையிலோ அல்லது அந்தி மாலை வேளையிலோதான் வெளியே செல்ல முடிந்தது. ஒருவர் இடதுசாரி சிந்தனைகளுக்கு ஆதரவாக இருக்கிறாரே என்றோ அல்லது எங்களுடன் நீண்ட நாட்களாகத் தொடர்பில் இருக்கிறாரே என்றோ, அவரது இருப்பிடத்துக்குச் சென்றுவிட முடியாது. நாங்கள் சிறிய வீடுகளில் தங்கியிருந்ததால் அதற்கேற்றபடி உடை அணிந்துகொள்ள வேண்டும். நான் நினைத்தபோது அந்த வீட்டில் பாடிவிட முடியாது. ஏதேனும் ஒரு பாட்டை முணுமுணுத்தால் உடனே நான் குடியிருக்கும் வீட்டினர், அவ்வாறு பாடினால் கூட பாலியல் தொழிலாளியாக மக்கள் நினைத்துக் கொள்வார்கள் என்று என்னை எச்சரித்தனர். அவ்வாறு ஏதேனும் நடந்தால், அத்தோடு நான் தொலைந்தேன்.

அவ்வளவு ஏன்... எங்கள் கட்சித் தோழர்களைச் சந்திக்க வேண்டுமென்றால் கூடக் குறிப்பிட்ட நேரத்தில் மட்டும்தான் சந்திக்க முடியும். இந்த விதிகளுக்கு ஒத்துப்போக எங்களுக்குச் சில காலம் ஆனது. வேறு சில பிரச்சினைகளும் இருந்தன. யாரேனும் ஒருவர் கைதுக்கு உள்ளானால், உடனடியாக அவர் அடிக்கடி வந்து செல்லும் அறைகள் காலி செய்யப்பட்டுவிடும். காரணம், சித்திரவதையின்போது கைதுக்கு உள்ளான தோழர், தான் தஞ்சமடையும் இடங்களைக் காட்டிக்கொடுத்துவிடக் கூடும் என்ற அச்சம்தான். இது எங்களை அடிக்கடி வீடற்றவர்களாக்கியது. எனக்குத் தஞ்சம் கொடுத்தால் எங்கே தங்களுக்கும் ஆபத்து வருமோ என்ற அச்சத்தின் காரணமாக, என் நண்பர்கள் சிலர் வீடுகளால் நான் திருப்பி அனுப்பப்பட்டேன். ஒரு முறை நான் மலேரியாவால் பாதிக்கப்பட்டு 105 டிகிரி காய்ச்சலால் அவதிப்பட்டேன். நண்பர் ஒருவர் தனக்குத் தெரிந்த மருத்துவரிடம் என்னைக் கூட்டிச் சென்றார். ஆனால் அவரோ எனக்கு மருத்துவம் பார்க்க மறுத்துவிட்டார்.

அவசரநிலைக்கு இடையிலும், காதல் உறவுகள் பூக்கத்தான் செய்தன. எங்கள் நண்பர்களின் வீடுதான் காதலர்களுக்கான கூடு. அங்கு முழு இரவும் எங்களுக்கானது. உரையாட மட்டும்தான், வேறொன்றுமில்லை. நாங்கள் யாராலும் அடையாளம் காணப்படாத இடங்களில் மட்டும் இரவில் நகரத்தைச் சுற்றி நடை பயின்றோம். அதிகாலை மற்றும் அந்திமாலை வேளைகளில் காவல்துறையினரும் நுண்ணறிவுத் துறையினரும் எங்கள் முகங்களை அடையாளம் காணுவதற்குச் சிரமப்பட்டார்கள். அவர்கள் மட்டுமல்ல, எங்களுக்கு அறிமுகமானவர்கள் கூட எங்களை அடையாளம் கண்டுகொள்ள கஷ்டப்பட்டார்கள். மற்றபடி, பகல் நேரங்களில் நாங்கள் வெளியே செல்வதே இல்லை.

எங்கள் அரசியல் செயல்பாடுகளுக்குக் குறுக்காகத் திருமண பந்தமோ அல்லது வேறு உறவுகளோ வந்துவிடுமோ என்று வேதனைப்பட்டோம். இந்தக் காலத்தில், அலெக்சாண்ட்ரா கொல்லோன்டை என்பவரின் *'தி ஆட்டோபயோகிராஃபி ஆஃப் எ செக்சுவலி எமான்சிபேட்டட் கம்யூனிஸ்ட் வுமன்'* மற்றும் *'செக்சுவல் ரிலேஷன்ஸ் அண்ட் தி கிளாஸ் ஸ்ட்ரகிள்: லவ் அண்ட் தி நியூ மொராலிட்டி'* ஆகிய புத்தகங்களை விழுந்து விழுந்து படித்தோம். என்னளவில் அந்த இரண்டு புத்தகங்களும் பைபிளுக்கு இணையானவை. நான் வாசித்ததிலேயே அவர் மட்டும்தான் மார்க்ஸியவாதியாகவும் பெண்ணியவாதியாகவும் இருந்தார். ஷீலா ரவ்போத்தம் என்பவர் கூட கொல்லோன்டை போன்று மார்க்ஸியவாதியாகவும் பெண்ணியவாதியாகவும் இருந்தார் என்றாலும், கொல்லோன்டை என்னைப் போன்று கட்சிப் பணியாற்றியவர் என்பதால் அவரை மனதிற்கு நெருக்க மாக உணர்ந்தேன். அவர் பெண்ணுரிமைகளுக்காகக் குரல் கொடுத்தவர். அதே சமயத்தில், பாலியல் என்பது பசி, தாகம் போன்று இயல்பான மனித உணர்வு என்று வாதிட்டவர். எங்கள் கட்சியின் மூத்தவர்களோடு நாங்கள் பாலியல் தொடர்பான விஷயங்களைப் பேசியதில்லை. அதனாலோ என்னவோ எனக்கு அவர் முக்கியமாகப்படுகிறார். கொல்லோன்டை இல்லை என்றால், நான் திருமணமே செய்துகொண்டிருக்க மாட்டேன். இந்தியாவுக்கு வெளியே பெரும்பாலான கம்யூனிஸ்ட் தலைவர்கள் திருமணம் செய்துகொண்டதும் எனது முடிவுக்கு ஆதரவாக இருந்தது. மாவோவுக்கு நான்கு மனைவிகள் இருந்தனர். லெனின், பிடல் காஸ்ட்ரோ, சே போன்றவர்களைப் பற்றிச் சொல்ல வேண்டியதில்லை. இவ்வாறு இந்தியாவிலிருந்து உதாரணம் காட்ட முடியவில்லை. காரணம், குறைந்த அளவிலான கம்யூனிஸ்ட் தலைவர்கள் மட்டுமே திருமண பந்தத்துக்குள் இருந்தார்கள். அவர்களிலும் மிகச் சிலரது மனைவிமார்கள் மட்டுமே அந்தத் தலைவர்களோடு சேர்ந்து புரட்சி இயக்கங்களில் பங்கேற்றிருந்தார்கள். எங்கள் கட்சியில் இருந்த தலைவர்கள் எல்லோரும் தங்கள் குடும்பத்தைத் தலைமுழுகி இருந்தார்கள். சிலருக்குத் திருமணம் தாண்டிய உறவுகளும் இருந்தன.

1975ஆம் ஆண்டு ஜூலை மாதம், சிரிலும் நானும் திருமணம் செய்துகொள்ள முடிவெடுத்தோம். எங்கள் முடிவை கட்சித் தலைவர்களுக்கும் நண்பர்களுக்கும் தெரிவித்தோம். இது நடந்த குறுகிய காலத்திலேயே, ஒரு பொய் மூலம் நான் எனது வீட்டுக்கு அழைக்கப்பட்டேன். அது ஏதோ இந்திப் படத்தின் கதை போன்று இருந்தது. என்னுடைய அம்மாவுக்கு மாரடைப்பு ஏற்பட்டு விட்டதாக எனது குடும்பத்தினர் ஹைதராபாத்திலிருந்த என் நண்பர் ஒருவருக்குத் தகவல் அனுப்பினார்கள். அந்தச் செய்தி

என் கட்சியையும் எட்டியது. எனக்கு இதில் சந்தேகம் இருந்தாலும், எனது தோழர்கள் நான் கட்டாயம் வீட்டுக்குச் சென்றாக வேண்டும் என்றார்கள். உடனடியாக மெட்ராஸுக்கு ரயிலேறினேன். அங்கு போய்ச் சேர்ந்த பிறகுதான் வசமாகச் சிக்கிக்கொண்டதைப் புரிந்துகொண்டேன். அம்மா ஆரோக்கிய மாகத்தான் இருந்தார். என்னுடைய அக்காவுக்கு இரண்டாவது குழந்தையும் பிறந்திருந்தது. இன்னொரு அக்காவுக்குக் கல்யாணம் நிச்சயிக்கப்பட்டிருந்தது. அவர்கள் அனைவரும் அப்போது எனக்குக் கடிவாளம் போட முடிவு செய்திருந்தார்கள். அவர்கள் என்னை ஓர் அறையில் வைத்து என்னைப் பூட்டினார்கள். என்னை ஏதாவது செய்துவிடுவார்களோ என்று எண்ணி நானும் உள்ளேயிருந்து கதவைப் பூட்டிக்கொண்டேன். என் ஜன்னலுக்கு வெளியே சிறிய தோட்டம் இருந்தது. அதைத் தாண்டி மெட்ராஸ் மியூஸிக் அகாடமிக்குப் பின்னே சி.ஐ.டி. காலனி பிரதான சாலை ஓடியது. அது பொருளாதாரத்தில் வசதி படைத்தவர்கள் வாழும் பகுதி. எனவே அங்கு நிறைய பிராமணக் குடும்பங்கள் தனி வீடுகளில் குடியிருந்தனர்.

நான் மூன்று நாட்களுக்கு அடைபட்டிருந்தேன். அந்த நாட்களில், வெளியே சென்றுகொண்டிருந்த வழிப்போக்கர்களிடம் உதவி கேட்டேன். அவர்களிடம் நான் இருபத்தியோரு வயதானவள், என் பெற்றோர்கள் என்னை அடைத்துவைத்திருக் கிறார்கள், என்னை வெளியே விடச் சொல்லுங்கள் என்று கதறினேன். என் அக்காவோ ஜன்னலுக்கு அருகில் நின்று கொண்டு அவர்களிடம் நான் ஒரு நக்சலைட் என்று சொல்லிக் கொண்டிருந்தாள். இதனால் அவர்கள் பயந்துகொண்டு தங்கள் வழியே சென்றுவிட்டார்கள். அந்த வழிப்போக்கர்களில் சிலரோ நான் நியாயப்படி சுட்டுக்கொல்லப்பட வேண்டியவள் என்றும், நல்லவேளையாக என் பெற்றோர்கள் என்னை அடைத்து மட்டும் வைத்திருக்கிறார்கள் என்றும் பேசிக்கொண்டார்கள். பொதுமக்களிடமிருந்து எந்த ஒரு உதவியும் கிடைக்காததால், நான் அடங்கிப்போனேன். என் ஜன்னலுக்கு வெளியே, இருபது அடிக்கும் குறைவான தூரத்தில் மக்கள் நின்றிருந்தார்கள். ஆனால் யாருமே என் கோரிக்கைக்குச் செவி சாய்க்கவில்லை. அந்த நகரம் என்னைக் கைவிட்டது. என்னை நிர்கதியாக விட்டுவிட்டது. அவமானத்தாலும் மன உளைச்சலாலும் சிக்குண்ட நான், தெருவே கேட்குமளவுக்கு என்னால் முடிந்த அளவுக்குக் கத்தினேன். ஆனால் யாரும் திரும்பிக்கூடப் பார்க்கவில்லை. மூன்று நாட்களும் எனக்கு உணவு தரப்படவில்லை. ஆனாலும் கழிவறையைப் பயன்படுத்தவும், தண்ணீர்க் குழாயிலிருந்து நீர் அருந்தவும் மட்டும் நான் அனுமதிக்கப்பட்டிருந்தேன். என் அக்கா மகனுக்காக அமெரிக்காவிலிருந்து தருவிக்கப்பட்ட

என்ஃபமில் எனும் குழந்தைகளுக்கான பவுடர் அடங்கிய சில டப்பாக்கள் அந்த அறையில் இருந்தன. அவற்றில் ஒரு டப்பாவை எடுத்துச் சாப்பிட்டேன். என்னால் அதைக் கீழே வைக்கவே முடியவில்லை.

மூன்று நாட்களுக்குப் பிறகு எனது வீட்டாரை உள்ளே விட்டேன். ஏனென்று எனக்குத் தெரியவில்லை. ஒருவேளை பசியின் காரணமாகவும் இருக்கலாம். அவர்கள் உடனடியாக என்னை பூந்தமல்லி சாலையில் இருந்த ராம ராவ் என்ற மனநல நிபுணரிடம் அழைத்துச் சென்றார்கள். அவரிடம் என் வயதைச் சொல்லி, என் விருப்பத்துக்கு மாறாக எப்படி என் வீட்டார் என்னை அடைத்து வைத்தார்கள் என்று கதறினேன். எனக்கு மனநிலை பிறழவில்லை என்றும், எதார்த்தத்துடன் எனக்கான தொடர்பு அறுந்துவிடவில்லை என்றும், அது பற்றி நான் முழு விழிப்புணர்வுடன் இருக்கிறேன் என்றும் அவரிடம் மன்றாடினேன். ஆனால் நான் சொன்ன எதையும் அவர் காதில் போட்டுக் கொள்ளவில்லை. மாறாக என் தந்தையிடம் என்னைக் குணப்படுத்திவிடுவதாகச் சொன்னார். இதே போன்ற பிரச்சினையுடன் பெங்களூருவிலிருந்து வந்த ஓர் இளைஞனையும் தான் குணப்படுத்தி இருப்பதாகச் சொன்னார். நக்சலைட்டுகள் எனக்குச் செய்த மூளைச்சலவையை, தான் மீண்டும் மூளைச்சலவை செய்வதன் மூலம் என்னைக் குணப்படுத்திவிடுவதாகச் சொன்னார். நான் நினைவிழக்கச் செய்யப்பட்டு எனக்கு 'எலக்ட்ரிக் ஷாக்' கொடுக்கப்பட்டது. எந்த உதவியும் கிடைக்காத அந்தக் கையறு நாட்களை நினைத்துப் பார்க்கும்போது எனக்கு இப்போதும் கண்ணீர் முட்டுகிறது. என்னை ஏன் அவர்கள் கொன்று போட்டிருக்கக் கூடாது? ஒரு மிருகத்தைப் போல என்னை ஏன் சித்திரவதை செய்தார்கள்? என்னைப் போலவே சித்திரவதைக்கு உள்ளானவர்களை ராமா ராவின் மருத்துவமனையில் பார்த்தேன். நிலையில்லாத பார்வையுடனும், எச்சில் வழியும் வாயுடனும், கைகால்கள் ஒத்திசைவு இல்லாமலும் ஜோம்பிகளைப் போல வீல் சேரில் அவர்கள் தள்ளிச் செல்லப்படுவதைப் பார்த்தேன். ராமா ராவை நான் ரொம்ப காலத்துக்கு வெறுத்தேன். அவர் மேல் நான் வழக்குப் பதியலாமா? அவரைப் பற்றி ஊடகத்தின் முன் வெளிச்சம் போட்டுக் காட்டலாமா? சில இரவுகளில் அவரை நான் கொல்லுவது போன்று கற்பனை செய்து நிம்மதி அடைந்திருக்கிறேன். அவரை தெருவில் எங்கேனும் நான் பார்த்திருந்தால், நிச்சயம் அவரைத் தாக்கியிருப்பேன்.

இந்த நிகழ்வுக்குப் பிறகு வெகுகாலத்துக்கு நான் மெட்ராஸுக்குச் செல்லுவதை வெறுத்தேன். பல ஆண்டுகளாக

இந்த நிகழ்வு குறித்து யாருடனும் பகிர்ந்துகொண்டதில்லை. அந்த நிகழ்வு ஆழமான காயத்தை ஏற்படுத்தியது. அதை நான் மறந்துவிடவே நினைக்கிறேன். அந்த நிகழ்வை மீண்டும் நினைத்துப் பார்க்கக் கூட அவ்வளவு வேதனையாக இருக்கிறது. அந்த நினைவுகள் எட்டிப் பார்க்கும்போதெல்லாம் என்னால் மௌனமாக அழ மட்டுமே முடிந்திருக்கிறது. இந்த விஷயங்கள் குறித்து நான் மனம் திறந்து பேசுவதற்குச் சுமார் இருபத்தி மூன்று ஆண்டுகள் தேவைப்பட்டன. மருத்துவர் வீணா சத்ருகனா, ஸ்ரீவித்யா நடராஜன் ஆகியோருடன் 'டேக்கிங் சார்ஜ் ஆஃப் அவர் பாடீஸ்' எனும் புத்தகத்தில் மனநலம் சார்ந்த அத்தியாயம் ஒன்றை நான் எழுதியபோதுதான் இந்த நிகழ்வைச் சொல்வதற் கான வாய்ப்புக் கிடைத்தது. வீணாவிடமும் மனநலச் செயற்பாட்டாளர் பார்கவி தவாருடனும் (அந்த அத்தியாயத்தின் இன்னொரு எழுத்தாளர்) இந்த நிகழ்வைச் சொல்லிவிட்டு ரொம்ப நேரம் அழுதேன். இந்தப் புத்தகத்தில் அதைப் பற்றி எழுதும்போதும் அழுதேன். ஒவ்வொரு முறையும் எழுதியதைச் சரிபார்த்துத் திருத்தும்போது மீண்டும் மீண்டும் அழுதேன். இதனால் நீண்ட நேரம் இடைவெளி எடுத்துக்கொள்ள வேண்டி யிருந்தது. நான் ஏன் இவ்வளவு வேதனைக்கு உள்ளாகிறேன் என்று என்னால் ஒருபோதும் புரிந்துகொள்ள முடியவில்லை. அந்தச் சமயத்தில் நான் பட்ட கஷ்டம் மட்டுமல்ல, ஞாபக சக்தி குறைந்து போனது மட்டுமல்ல, மூளையின் சில பணிகள் பாதிப்படைந்தது மட்டுமல்ல, அந்த 'எலக்ட்ரோ கன்வல்சிவ் தெரபி'க்கு முன்பு என்னிடமிருந்த வலிமையும் ஆர்வமும் குறைந்து போனது மட்டுமல்ல என் வேதனைக்குக் காரணம். மொத்தக் குடும்பமும் நமக்கு எதிராகத் திரும்பும்போது, அந்தத் துரோகத்தை எதிர்கொள்ள நமக்குத் திராணி இல்லாது போவதுதான் மிகவும் வேதனைக்குரிய விஷயம். ஒரு துன்பத்திலிருந்து நம்மைக் காப்பாற்ற நம்மவர்கள் இருக்கிறார்கள் என்று நாம் நம்பும்போது அங்கு எதிரிகள் என்று யாருமில்லை. நீதி என்று எதுவுமில்லை. பழிவாங்கல் என்று எதுவுமில்லை. நக்சலைட்டுகளுடன் சேர்ந்த தங்கள் மகளைக் 'காப்பாற்ற' வேண்டும் என்ற என் பெற்றோரின் பரிதவிப்பை என்னால் புரிந்துகொள்ள முடிகிறது. ஆனால் என் சகோதரிகள். . ? எல்லோருமே படித்தவர்கள். அவர்களாவது எனக்குத் துணை நின்றிருக்க வேண்டுமல்லவா?

இந்த நிகழ்வு நடந்து நாற்பத்தி நான்கு ஆண்டுகளுக்குப் பிறகு 2019ஆம் ஆண்டு கேரளத்தில் ஓர் இந்துப் பெண் இஸ்லாமியர் ஒருவரைக் காதலித்துத் திருமணம் செய்துகொண்டது மட்டு மல்லாமல் தானும் இஸ்லாம் மதத்துக்கு மாறிவிட்டது குறித்த செய்தி வெளியானது. அதைத் தொடர்ந்து ஹாதியா தன்

பெற்றோரால் வீட்டில் சிறை வைக்கப்பட்டார். அதை நீதிமன்ற மும் சில குடிமைச் சமூகங்களும் ஆதரித்தன. இந்தச் செய்தி என்னைப் பெரிதும் வருத்தியது. எங்களின் தலையெழுத்து இன்றும் இப்படித்தான் இருக்கிறது.

இருபது நாள் 'மனநலச் சிகிச்சை'க்குப் பிறகு பல முறை அதே மருத்துவரிடம் 'செக் அப்' களுக்கு நான் கூட்டிச் செல்லப் பட்டேன். என் பெற்றோர் எனக்காக என்னென்ன திட்டங்களைத் தீட்டி வைத்திருக்கிறார்களோ அதன்படி நான் நடப்பது போல நடித்தேன். ஐஏஎஸ் தேர்வுக்கும் ஐஐஎம்மில் சேர்ந்து படிப்பதற்கும் விண்ணப்பித்தேன். கர்நாடக சங்கீதத்தைக் கற்றுக்கொள்வதற்கும் சம்மதம் தெரிவித்தேன். அந்தப் புதிய நடைமுறைகள் கொஞ்சம் கொஞ்சமாக வழக்கத்துக்கு வரும் நேரத்தில், நான் அங்கிருந்து தப்பிக்க முயன்றேன். ஆனால் படுதோல்வியைச் சந்தித்தேன். என் தந்தையார் எங்களை ஒரு கல்யாணத்துக்குக் கூட்டிச் சென்றிருந்தார். அங்கு நான் கழிவறையைப் பயன்படுத்த வேண்டும் என்று கேட்டேன். அதற்கு அனுமதி கிடைத்தவுடன், திருமண மண்டபத்திலிருந்து வெளியே ஓடி, ஒரு டாக்ஸியைப் பிடித்து, ஐஐடி மெட்ராஸுக்கு காரை விடச் சொன்னேன். அங்கே என் நண்பர்கள் சிலர் இருந்தார்கள். என்னிடம் பணம் வேறு இல்லை. நான் டிரைவரிடம் பேசும்போது மிகவும் பதற்றமாக இருந்திருக்க வேண்டும். அவர் நான் சொன்ன இடத்துக்குத்தான் என்னைக் கூட்டிச் சென்றார். ஆனால் என்னை இறக்கிவிட்ட பிறகு அவர் போலீஸுக்குத் தகவல் சொல்லியிருக்க வேண்டும். அதே நேரம், நான் கடத்தப்பட்டுவிட்டதாக என் தந்தையார் வேறு போலீஸில் புகார் அளித்திருந்தார். நான், எனது நண்பர்களைக் கண்டு பிடிப்பதற்குள், போலீஸ், என் தந்தை மற்றும் சில குடும்ப நண்பர்கள் ஐஐடிக்கு வந்துவிட்டிருந்தார்கள்.

ஐஐடியின் முதன்மையரும் அப்போது வந்துவிட்டார். நாங்கள் இருந்தது கொஞ்சம் வெட்டவெளியான இடம். அப்போது அங்கு அரங்கேறிய நாடகத்தில் ஒவ்வொரு நடிகரும் தங்கள் பணியை எப்படிச் செய்தார்கள் என்பது இப்போதும் என் மனத்தில் பசுமையாக இருக்கிறது. எக்காரணத்தைக் கொண்டும் ஒரு வெளிநபரைக் கல்லூரி வளாகத்துக்குள் அனுமதிக்க முடியாது என்றும், என்னை உடனடியாக அந்த இடத்தைவிட்டுச் செல்லுமாறும் முதன்மையர் உத்தரவிட்டார். என் நண்பர்கள் அமைதியாக இருந்தார்கள். போலீஸாரோ நான் கடத்தப்பட்டுவிட்டதாகப் புகார் கொடுக்கப்பட்டிருப்பதால் அடுத்த மூன்று நாட்கள் நான் எங்கே இருக்கிறேன் என்று ஒவ்வொரு நாளும் காவல் நிலையத்துக்குச் சென்று தகவல்

தெரிவிக்க வேண்டும் என்று உத்தரவிட்டார்கள். என் பள்ளிக் கால நெருங்கிய தோழி ஜெயஸ்ரீ சீனிவாசனின் தந்தையும் அங்கு இருந்தார். ஆனால், எதற்காக அங்கே இருந்தார் என்பது தெரிய வில்லை. அவரிடமும் இதர குடும்ப நண்பர்களிடமும் அந்த மூன்று நாட்களுக்கு அவர்களின் வீடுகளில் தங்கிக்கொள்கிறேன் என்று கெஞ்சினேன். அதற்குப் பிறகு நான் ஹைதராபாத்துக்குச் சென்றுவிடுவேன் என்றும் சொன்னேன். ஆனால் யாரும் ஒரு வார்த்தைகூடப் பேசவில்லை. அன்று என் தந்தையுடன் திரும்ப வேண்டியதாக இருந்தது. ஆனாலும் நான் நம்பிக்கையை விடவில்லை.

இதற்கிடையே, நான் வீட்டில் சிறைவைக்கப்பட்டிருப்பதை அறிந்துகொண்ட ஹைதராபாத் நண்பர்கள், சசியை அனுப்பி என்னை மீட்கும் நடவடிக்கையில் இறங்கினார்கள். ஐஐடி நண்பர்கள் மூலம் ஜெயஸ்ரீ சீனிவாசனை சசி தொடர்பு கொண்டார். ஏனென்றால் ஜெயஸ்ரீயை மட்டும்தான் என் குடும்பம் நம்பியது. அவள் மூலமாக சசி எனக்கு ஒரு தகவலைப் புத்தகம் ஒன்றில் மறைத்துவைத்துக் கொடுத்து அனுப்பினார். நானும் அவ்வாறே தகவல் அனுப்பினேன். குறைந்த காலத்தில் நாங்கள் ஒரு திட்டம் தீட்டினோம். என் அக்காவுக்கு இன்னும் ஒரு வாரத்தில் திருமணம் நடக்கவிருந்தது (எனது திட்டத்தின் மூலம் அவளது திருமண விழாவை நான் பாழடித்துவிட்டதாக இன்றும் பொருமிக்கொண்டிருக்கிறாள்). குறித்த நேரத்தில், என் அக்கா மகளுடன் இசை வகுப்புக்குச் செல்ல வீட்டிலிருந்து கிளம்பினேன். வீட்டை விட்டு வெளியேறியதும், தெருமுனையை நோக்கி ஓடினேன். அங்கு எனக்காக இன்னொரு நண்பர் மோட்டார் பைக்கில் காத்திருந்தார். இதற்குள் என் அக்காள் மகள் ‘சித்தி ஓடுகிறாள்... சித்தி ஓடுகிறாள்...’ என்று கத்த ஆரம்பித்துவிட்டாள். மோட்டார் பைக்கில் ஏறி அமர்ந்து இன்னொரு நண்பரின் வீட்டுக்குச் சென்றோம். அங்கே நான் ஆடைகளை மாற்றிக் கொண்டேன். கூந்தலையும் கொஞ்சம் சரி செய்து கொண்டேன். மீண்டும் பைக்கிலேயே மெட்ராஸிலிருந்து பெங்களூர் செல்லும் வழியில் சுமார் எழுபது கிலோமீட்டர் தூரத்திலிருந்த அரக்கோணத்துக்குச் சென்றோம். மீண்டும் நான் கடத்தப்பட்டுவிட்டதாக என் தந்தை புகார் அளிப்பார். அதனால் தமிழ்நாடு எல்லையைத் தாண்டிச் சென்றுவிட வேண்டிய கட்டாயத்தில் இருந்தேன். அரக்கோணத்தில் சசியைச் சந்தித்தேன். அங்கிருந்து பெங்களூருவுக்குச் சென்று ஹைதராபாத்துக்குச் செல்லும் பேருந்தைப் பிடித்தோம். அதன் பிறகு சில காலத்துக்கு நான் என் பெற்றோரைச் சந்திக்கக் கூடாது என்ற முடிவில் இருந்தேன். இந்தப் புத்தகத்தை நான் எழுதும்போது சில தகவல்களைச் சரிபார்த்துக்கொள்வதற்காக நண்பர்களிடம்

பேசினேன். தப்பிச்சென்ற அந்தச் சமயத்தில் நான் சுயநினைவில் இல்லை என்று சசி சொன்னார். நாங்கள் ஹைதராபாத்துக்கு வந்துகொண்டிருந்தபோது, தோழர் ஜம்பாலா சுட்டுக் கொல்லப் பட்ட செய்தியை என்னிடம் சசி தெரிவித்தபோது அதை நான் உள்வாங்கிக்கொண்டதாகவே தெரியவில்லை என்றார்.

1975ஆம் ஆண்டு நவம்பர் மாதம் முற்றிலும் மாறுபட்ட நிலப்பரப்புக்கு வந்தது முதல் என்னிடம் எதுவுமே சரியாக இல்லை என்பதை உணர்ந்தேன். போலீஸ் கண்காணிப்பு, கைதுகள், சித்திரவதைகள் ஆகியவை எங்கள் தோழர்கள் பலரை மிகவும் அச்சுறுத்தலுக்கு ஆளாக்கியிருந்தன. எங்கள் வழிகாட்டி நீலம் ராமசந்திரய்யாவுடன் சேர்த்து தோழர் ஜம்பாலா பிரசாத் 'என்கவுன்ட்டர்' செய்யப்பட்டிருந்தார். இந்தப் பேரிழப்பு எங்கள் தோழர்கள் பலரை உலுக்கியிருந்தது. என்னைச் சந்தித்ததில் அவர்களுக்கு மகிழ்ச்சிதான். ஆனால் நான் எவ்வளவு குழப்பத்தில் இருந்தேன் என்பதை அவர்களால் கண்டுகொள்ள முடியவில்லை. இதை நான் சிரிலைச் சந்தித்தபோதுதான் உணர்ந்தேன். அவர் யார் என்று என்னால் அறிந்துகொள்ள முடியவில்லை. நான் ஊரில் இல்லாத அவர் நேரத்தில் தாடி வளர்த்திருந்தார். கூட்டம் ஒன்றின்போது, அந்த நபர் யாரென்று எனக்குத் தெரியவில்லை என்று யாரோ ஒருவரிடம் சொன்னபோது, அவர்தான் நான் திருமணம் செய்துகொள்ளப் போகும் நபர் என்று சொன்னார்கள். நான் நிம்மதி இழந்தேன். 'அவர் யார் என்றுகூட எனக்குத் தெரியாது' என்றேன். அதன் பிறகு வந்த சில நாட்களில் என் பழைய நண்பர்களைக் கொஞ்சம் கொஞ்சமாக அடையாளம் கண்டுகொண்டேன். மிக விரைவில் 'என்கவுன்ட்டருக்கு' உள்ளாகப்போகும் மதுசூதன் ராஜும் அவர்களில் ஒருவர். அவரது வீடு எப்போதும் எங்களுக்காகத் திறந்திருக்கும். எங்களை அவரது குடும்பம் அவ்வளவு ஆதரவாக அரவணைத்துக்கொண்டது. மதுவின் தந்தை எர்ரகட்டா மனநல மருத்துவமனை சூப்பிரண்டென்ட்டாகப் பணியாற்றியவர். அவரிடம் மெட்ராஸில் எனக்கு அளிக்கப்பட்ட 'ஷாக் ட்ரீட்மென்ட்' குறித்தும், அதனால் இப்போது எனக்கு ஏற்பட்டிருக்கும் குழப்பத்தைப் பற்றியும் சொன்னேன். அவர் என் விரல்களை மடக்கச் சொன்னார். பிறகு கைகளை. பிறகு அவற்றை வெவ்வேறு நிலைகளில் நகர்த்தச் சொன்னார். வெவ்வேறு விதமாக நடக்கச் சொன்னார். பல கேள்விகளைக் கேட்டார். இறுதியில், என் நினைவின் ஒரு பகுதியை நான் இழந்திருப்பதாகச் சொன்னார். ஆயினும் என்னால் சகஜமாக வாழ்க்கையை நடத்த முடியும் என்றார். அவ்வளவு தான். அதற்கு மேல் அவர் வேறெதுவும் சொல்லவில்லை. எனக்கு நிம்மதி பிறந்தது. நான் சுதந்திரமாக இருக்கிறேன். உயிரோடு இருக்கிறேன். அதுவும் முழுமையாக! என்னால் யார்

ஒருவரின் தொலைபேசி எண்ணையும் நினைவுக்குக் கொண்டு வர முடியவில்லை. ஆனால் முன்போ, எண்களையும் பக்கங்களையும் அச்சடித்தாற்போன்று ஞாபகம் வைத்துக் கொள்ளும் சக்தி இருந்தது. மின்னற்பொழுதே நேரத்தில் அவற்றைப் பார்த்து என் நினைவில் பதிவு செய்துகொள்ளும் திறனும் இருந்தது. தொலைபேசி எண்களைக் குறித்துக்கொள்ள எனக்கு எப்போதும் காகிதங்கள் தேவைப்பட்டதில்லை. இந்தத் திறமையை நான் இழந்துவிட்டிருந்தேன். கணிதம் மீதிருந்த காதலையும் நான் இழந்திருந்தேன். என் தோழர்கள் யாரும் இதைக் கவனிக்கவில்லை. அவர்கள் அந்தந்த நேரத்தின் நிகழ்வுகளில் ஆழ்ந்திருந்தார்கள். 'எலக்ட்ரோ கன்வல்சிவ் தெரபி' குறித்தோ அல்லது அது ஏற்படுத்திய விளைவுகள் குறித்தோ யாருடனும் என்னால் பகிர்ந்துகொள்ள முடியவில்லை. சிரிலிடம் கூட!

கட்சியின் இளம் தொண்டர்கள் பலர் போலீஸில் சரணடைந்தார்கள். சிலர் கைதுக்கு உள்ளானார்கள். சிலர் மாநிலத்துக்கு வெளியே இருந்த தங்கள் உறவினர்களுடன் தங்கித் தலைமறைவானார்கள். கட்சியிலிருந்தும் காவல்துறையிட மிருந்தும் அவர்கள் விலகியே இருந்தார்கள். தோழர்கள் தஞ்சம் அடைந்த இடங்கள் எல்லாம் தேடுதல் வேட்டைக்கு உள்ளாகின. விஷயங்களை உடனடியாகக் கவனத்துக்குக்கொண்டு செல்ல வேண்டிய தலைவர்கள் பலரின் தொடர்புகளைத் தொண்டர்கள் இழந்தார்கள். கட்சியில் இருந்த படிநிலை கலைந்திருந்தது. எல்லாமே குழப்பத்தில் இருந்தன. நான் மெட்ராஸிலிருந்து ஹைதராபாத்துக்குத் திரும்பிய உடனே நவம்பரிலோ அல்லது டிசம்பரிலோ சிரிலுடன் எனக்குத் திருமணமானது. அது கட்சி நடத்திவைத்த திருமணமாக இருந்தது. மெட்ராஸுக்குச் செல்லும் முன்பே நாங்கள் திருமணம் செய்துகொள்ள முடிவெடுத்திருந்தோம் என்றாலும், அப்போது நான் குழப்பத்தில் இருந்தேன். நாங்கள் உடனடியாகத் திருமணம் செய்துகொள்ள வேண்டுமென்று கட்சித் தலைவர்கள் வலியுறுத்தினார்கள். அது தொண்டர்களை உற்சாகப்படுத்தும் என்றார்கள். பொதுவாகக் கட்சி ஏற்பாடு செய்யும் திருமணங்கள் எல்லாம் வெட்டவெளியில் பொதுக்கூட்டத்தைப் போல நடைபெறும். தம்பதியர் மேடையில் அமர்ந்திருக்க, அவர்களுக்குப் பின்னே மார்க்ஸ் படமும் செங்கொடியும் வைக்கப்பட்டிருக்கும். கீழே தொண்டர்கள் நாற்காலிகளில் அமர்ந்திருக்க, தலைவர் ஒருவர் விஸ்வாசம், காதல், புரட்சி குறித்து உரையாற்றுவார். பிறகு தம்பதியர் 'நாங்கள் ஒருவரை ஒருவர் நன்றாகப் பார்த்துக்கொள்வோம். புரட்சிக்கு உண்மையாக இருப்போம்' என்கிற ரீதியில் சத்தியப் பிரமாணம் செய்துகொண்டு மாலை மாற்றிக்கொள்வார்கள். அவ்வளவுதான்.

அத்துடன் திருமண விழா நிறைவு பெற்றுவிடும்! எங்கள் கட்சித் தலைவர் சந்திர புல்லா ரெட்டி, எங்களின் திருமணத்துக்குத் தலைமை தாங்கினார். ராயலசீமாவின் நிலச்சுவாந்தார் வீட்டுப் பிள்ளை அவர். மாணவப் பருவத்தில் சுதந்திரப் போராட்டத்தில் ஈடுபட்டவர். ஹிமாயத்சாகர் ஏரிக்கு அருகிலிருந்த ராமசந்திரா ரெட்டியின் பண்ணையில் இருந்த ரகசிய அறையில் திருமணம் நடைபெற்றது. மிகச் சரியாகச் சொல்லுவதென்றால், தலைமறைவுத் திருமணம் அது. எங்கள் திருமணத்தில் பங்கு கொண்டவர்களுக்கு வாழைப்பழம் வழங்கப்பட்டது. பிறகு நாங்கள் சத்தியப் பிரமாணம் எடுத்துக்கொண்டோம். சந்திர புல்லா சிறிய உரை ஒன்றை நிகழ்த்திவிட்டு எங்களுக்குத் திருமணமாகிவிட்டதாக அறிவித்தார்.

ஹைதராபாத்தில் சிரிலும் நானும் தபிர்புரா, யகுத்புரா போன்ற இடங்களில் எட்டுக்கு எட்டு என்ற அளவிலான வாடகை அறைகளில் வாழ்க்கையைத் தொடங்கினோம். அங்கிருந்த கழிவறையைப் பல குடும்பங்களுடன் சேர்ந்து பகிர்ந்துகொள்ள வேண்டிய சூழல். இங்குதான் சீமெண்ணெய் அடுப்பில் சமைக்கக் கற்றுக்கொண்டேன். அதற்கு முன்பு நான் சமைத்ததில்லை. ஆனால், கூடமாட உதவி செய்திருக்கிறேன். சிரிலும் நானும் (ஏன் இதர தோழர்களும்கூட) மூடியுடன் கூடிய ஒரே ஒரு பாத்திரம் மட்டும் வைத்திருந்தோம். அந்தப் பாத்திரத்தில் அரிசி பொங்க, மூடியில் ஆம்லெட் தயாராகும். எங்களில் யாரேனும் ஒருவர் மூடியைத் தட்டாகப் பயன்படுத்திக்கொள்வோம். இன்னொருவர் நேரடியாகப் பாத்திரத்திலிருந்து எடுத்துச் சாப்பிடுவோம். திருமணமான புதிதில் ஐந்து ரூபாய் கொடுத்து தாலிக்கொடி ஒன்றை வாங்கிக் கொண்டேன். இல்லையென்றால், அருகிலிருக்கும் குடும்பங்கள் என் மீது சந்தேகம் கொண்டு, எங்களுக்குத் திருமணமாகவில்லையா என்று கேள்வி கேட்டுத் துளைத்தெடுத்துவிடுவார்களே..! ஆண்களைப் போல் அல்லாது, பெண்கள் எப்போதும் தங்களுக்குத் திருமணமாகிவிட்டது என்பதை இதுபோன்ற அடையாளங்களால் தெரியப்படுத்திக் கொண்டே இருக்க வேண்டும். அதன் மூலம் தான் ஒருவருக்கு அடிமையாகிவிட்டதையும், எனவே, இன்னொரு ஆணுக்கு இடமில்லை என்பதையும் அறிவித்துக்கொண்டே இருக்க வேண்டும். ஆனால் பத்து நாளில் அறுந்துவிடும் அளவுக்கு வலிமையற்ற நூல் அது. அதற்குப் பிறகு வேறொன்றை வாங்கிப் போட்டுக்கொள்ள எனக்கு நேரமே கிடைக்கவில்லை. அதைத் தொடர்ந்து வேறு வேறு இடங்களில் நாங்கள் வசித்தபோது ஒரு திருமணமான இந்துப் பெண் அணிந்திருக்க வேண்டிய எந்தவாரு அடையாளமும் இல்லாமல் மகிழ்ச்சியாக வாழ்ந்தேன். அப்போதிலிருந்து வேறு எந்த விஷயத்தைவிடவும் சமூகம்

கவலைப்படும் இந்த அடையாளங்கள்தான் நமது மூளையை அதிக அளவில் ஆக்கிரமித்திருக்கின்றன என்பதை உணர்ந்தேன். சில சமயம் அத்தகைய அடையாளங்களை நாம் கொண்டிருந்தால், பிறரது தீர்மானத்துக்குள் நாம் அடைபடாமல் தப்பிக்கலாம்.

1975 மற்றும் 1976ஆம் ஆண்டுக்கு இடைப்பட்ட காலத்தில், அடக்குமுறை அதிகரித்து, எங்கள் இருப்பிடங்கள் அடிக்கடி காவல்துறையின் கண்காணிப்புக்குள் வந்ததால், ஹைதராபாத்தை விட்டுப் பலமுறை வெளியேற வேண்டிய சூழல் ஏற்பட்டது. சிரிலுக்கு எப்படியாவது எங்கேனும் ஓர் இடம் கிடைத்துவிடும். ஆனால் தம்பதியராக நாங்கள் தங்க வேண்டும் என்றால் அது கடினமாக இருந்தது. ஆகவே, நான் தனியாக டெல்லிக்குச் சென்று ஐஏஎஸ் அதிகாரி பி.என்.யுகந்தார் வீட்டில் ஒரு மாதம் தங்கினேன். அவரது குடியிருப்பு விக்யான் பவனுக்கு எதிரில் இருந்தது. 1983ஆம் ஆண்டு என்.டி. ராமா ராவ் அறிமுகப்படுத்திய இரண்டு ரூபாய்க்கு அரிசித் திட்டம் முதற்கொண்டு பல பிரபலமான மக்கள் நலம் சார்ந்த திட்டங்களுக்குப் பின்னால் யுகந்தாரின் பங்களிப்பு இருந்தது. அவரது மனைவி பிரபாவதி திருப்பதியில் ஆசிரியையாகப் பணியாற்றி வந்ததால், யுகந்தார் மட்டும் டெல்லியில் வசித்து வந்தார். அவர் ஒரு மிகச் சிறந்த பேச்சாளர். ஆனால், நாங்கள் உணவுக்காகச் சண்டையிட்டுக் கொள்வோம். காரணம் எங்கள் இருவருக்கும் வேறு வேறு ருசி. வேறு வேறு ரசனை. எனவே ஆளுக்கொரு விதமாகச் சமைக்கத் தலைப்பட்டோம். அவர் ரசத்தில் அதிக அளவில் வெங்காயம் சேர்த்துக்கொள்வார். அது எனக்கு ஒப்புக்கொள்ளாது. இங்குதான் சிரிலுக்குக் காரல் என்ற இன்னொரு அண்ணன் இருக்கிறார் என்றும் அவரும் ஓர் ஐஏஎஸ் அதிகாரி என்பதும் தெரியவந்தது. யுகந்தாரும் காரலும் ஒருவருக்கொருவர் அறிமுகமாகி இருந்தார்கள். காரலும், ஐஏஎஸ் அதிகாரியான அவரது மனைவி சத்வந்த் கௌரும் நான் டெல்லியில் இருப்பதை அறிந்தவுடன் என்னைச் சந்திக்க விரும்பினார்கள். எனக்கு சிரிலின் குடும்பத்தாரைப் பற்றி எதுவும் தெரியாது என்ற வருத்தம் ஒருபுறமிருக்க, இன்னொரு பக்கம் நாங்கள் எவ்வளவு தூரம் எங்கள் குடும்பத்தினருடன் தொடர்பில் இருந்தோம் என்பதை இது காட்டுகிறது.

அவசரநிலை காலகட்டத்தின் அனுபவமும் நீண்ட நாட்கள் தலைமறைவு வாழ்க்கை வாழ்ந்ததும் கட்சியின் மீது எங்களுக் கிருந்த நம்பிக்கையைச் சீர்குலைத்தன. முதன்முறையாக, ஹைதராபாத்திலிருந்த இதர தோழர்களைச் சந்தித்தோம். வாரங்கல் மற்றும் கம்மம் ஆகிய பகுதிகளில் அவர்கள் தஞ்சமடைந்திருந்த இடங்கள் காவலர்களின் தேடுதல் வேட்டைக்கு

உள்ளாகியிருந்தன. ஆகவே, கட்சியின் உத்தரவை மீறி ஹைதராபாத்திலிருந்த தங்கள் நண்பர்களின் இடங்களைத் தேடிப் போனார்கள். தொண்டர்களைக் கட்சிக்கு விசுவாசமாக வைத்திருக்க என்னென்ன கதைகள் எல்லாம் புனையப்பட்டன என்பதைப் பற்றி ஒளிவுமறைவில்லாமல் அவர்கள் பகிர்ந்து கொண்டார்கள். காடுகள் சுதந்திரமான பகுதி, அங்குப் புரட்சிகரமான சட்டங்கள் பின்பற்றப்படும் என்று முன்பே எங்களுக்குச் சொல்லப்பட்டது. அந்த வாக்குறுதிகள் எல்லாம் பொய் என்பதைக் காட்டிலிருந்து காவலர்களால் துரத்தப்பட்ட தோழர்கள் சாரங்கபாணி, மோகன் ராஜ் யாதவ், பப்லா வெங்கடேஸ்வரா ராவ் ஆகியோர் சொன்னார்கள். பெண்கள் எவ்வாறு நடத்தப்பட்டார்கள், மயக்கப்பட்டார்கள், பாலியல் வன்கொடுமைக்கு ஆளானார்கள் என்று கேள்விப்பட்டோம். எப்படிச் சகோதரர்கள் ஒருவருக்கு ஒருவர் துரோகமிழைத்தார்கள், எப்படித் தான் பெற்ற குழந்தையைத் தூக்கியெறிந்துவிட்டுத் தாய்மார்கள் சென்றார்கள் என இப்படிப் பல கொடுமையான கதைகளைக் கேள்விப்பட்டோம். புரட்சி என்பது இரவு கேளிக்கை விருந்து அல்ல என்பதில் எந்தச் சந்தேகமும் இல்லை. ஆனால் புரட்சியாளர்களுக்கிடையே இருந்த காதல் மற்றும் தோழமை ஆகியவற்றால் அது புளித்துப் போய்விட்டது. தலைமறைவு வாழ்க்கை என்பது எங்கள் மக்களிடமிருந்து பிரிந்திருப்பது. அவர்கள் தோளில் சாய்ந்துகொள்ள முடியாது. தவிர, எங்களுக்கு ஏற்படுகிற இன்னல்களை நாங்கள் மட்டுமே தனியே எதிர்கொள்ள வேண்டும். இதுபோன்ற பல கதைகள் ஒவ்வொரு தோழரிடமிருந்தும் வெளிப்பட்டன.

இளம் தொண்டர்களை அணுகும்போது கட்சி மிகவும் கவனமாக இருந்தது. இந்த இடத்தில் நீலம் ராமசந்திரய்யா குறித்துச் சொல்லியாக வேண்டும். தான் ‘என்கவுண்ட்டரில்’ சுட்டுக்கொல்லப்படுவதற்கு முன்புவரை, மிகவும் கருணையுடன் அவர் எங்களைக் கையாண்டார். ஆங்கிலம் பேசக் கூடிய, தெலுங்கர்கள் அல்லாத, கல்லூரி வளாகத்தில் ஒருவித ஈர்ப்புடன் சுற்றித்திரிந்த எங்களைப் போன்ற சிலர் கட்சியின் இதர உறுப்பினர்களைக் காட்டிலும் வித்தியாசமாக இருந்தோம். தோழர்களின் பிள்ளைகள் அல்லது கட்சி நடவடிக்கைகளால் ஈர்க்கப்பட்ட இளைஞர்கள் எனக் கட்சியின் மூத்த உறுப்பினர்களின் பிரதிபலிப்பாகவே இளம் தொண்டர்கள் இருந்தார்கள். ஜார்ஜ் ரெட்டியாலும் அவரது செயற்பாடுகளாலும் ஈர்க்கப்பட்டு ஒரு பெரும் கூட்டம் கட்சிக்குள்ளே வந்தது. அதனால் நாங்கள் இதர தொண்டர்களிடமிருந்து வித்தியாசப்பட்டிருந்தோம். எங்களில் பெரும்பாலும் சலுகைகள் பல கொண்ட, வசதியான மத்திய தர, நகரப் பின்னணியிலிருந்து வந்தவர்கள். எங்களில்

பலர் பிராமணர்கள் என்பதோடு வெளிப்படையாகப் பேசக் கூடியவர்களாகவும் இருந்தார்கள். ஹைதராபாத் தவிர இதர மாவட்டங்களிலிருந்து வந்த கட்சியினரின் பின்னணி இப்படி யானதாக இருக்கவில்லை. எனினும் அவர்களில் பலர் ஆதிக்கச் சாதியினராகவும், நிலம் பல கொண்ட உயர்குடியினராகவும் இருந்தார்கள்.

1976ஆம் ஆண்டு, மார்ச் மாதம் என்று நினைக்கிறேன். சந்திரா புல்லா ரெட்டியும், அவரது இணையர் ராதாக்காவும் சிரில் மற்றும் என்னுடன் தங்க வந்தபோதுதான் இதைப் புரிந்து கொண்டேன். 1975 நவம்பரில் என்.ஆர். கொல்லப்பட்ட பிறகு, சந்திரா புல்லா ரெட்டிதான் எங்களைக் கையாண்டார். பிரச்சினையே அப்போதுதான் முளைக்க ஆரம்பித்தது. கட்சியை நடத்துவதில் சந்திரா புல்லா ரெட்டியின் பாணிக்கும் என்.ஆர். பாணிக்கும் இடையே நிறைய வேறுபாடுகள் இருந்தன. சி.பி. சர்வாதிகாரியாக இருந்தார். யாருக்கும் காதுகொடுத்துக் கேட்கமாட்டார். தான் மட்டுமே பேசிக்கொண்டிருப்பார். பின்னோக்கிப் பார்த்தால், அவசரநிலையே எங்களைக் கட்சியை விட்டு ஓடச் செய்தது. சி.பி. அதை இன்னும் தீவிரப்படுத்தினார். புரட்சி என்பது மக்களுக்கு நன்மை பயக்கும் என்ற நினைப்பில் தான் நாங்கள் கட்சியில் சேர்ந்தோம். 1976 மார்ச்சில், சி.பி. தஞ்சமடைந்திருந்த இடம் தேடுதல் வேட்டைக்கு உள்ளானது. ஆகவே, கூட்டுக் குடும்பமாக இருந்தால் அது தலைமறைவு வாழ்க்கைக்குக் கொஞ்சம் பாதுகாப்பாக இருக்கும் என்பதால், நாங்கள் நான்கு பேரும் அம்பர்பேட் எனும் பகுதியில் மூன்று அறைகள் கொண்ட பெரிய வீடொன்றை எடுக்க முடிவு செய்தோம். சி.பி. மற்றும் அவரது இணையர் ராதாக்காவின் நடத்தை என்னை முழுமையாக வாயடைக்கச் செய்தது. வீட்டை நடத்தும் பொறுப்பை அவர் ஏற்றுக்கொண்டார். அவர் கோழிக்கறி சமைத்தார். நாங்களோ மாட்டிறைச்சி உண்பவர்கள். நாங்கள் எப்போதும் விலை உயர்ந்த இறைச்சியை உண்டதில்லை. சாமானியர்கள் என்ன சாப்பிடுகிறார்களோ அதையே நாமும் சாப்பிடுவோம் என்ற வழக்கத்தைக் கொண்டிருந்தோம். ராதாக்கா அவ்வப்போது துணிகள் வாங்கி அதைத் தைக்கக் கொடுத்தார். நாங்களோ எங்கள் மீது இரக்கப்பட்டு எங்களது நண்பர்கள் கொடுத்த ஆடைகளை அணிந்து வந்தோம். தவிர, அவர் நிறைய செலவு செய்தார். எங்களுக்கிடையே வேலைகளைச் சமமாகப் பிரித்துக்கொண்டோம். இங்கு, ராதாக்கா சி.பி. குளிக்க நீர்போட்டுத் தருவது, சோப் போட்டு விடுவது, துவாலையால் துவட்டிவிடுவது, சாப்பாடு எடுத்து வைப்பது, அவருக்கு அருகில் நின்றுகொண்டு பரிமாறுவது என எல்லாப் பணிவிடைகளும் செய்தார். தவிர, வீட்டின் எல்லா வேலைகளுடன், சி.பி.யின்

துணிகளையும் துவைத்துப் போட்டார். அவர்களை அருகில் இருந்து பார்த்த காரணத்தினால் அவர்களால் யாரையேனும் புரட்சிகர வாழ்வுக்கு இட்டுச் செல்ல முடியுமா என்று வியந்தேன்.

அவர்கள் வந்த பதினைந்தே நாளில் இதை ஒரு பிரச்சினை யாக மாற்றினேன். கட்சியின் உத்தரவுகள் படி நடக்கும் சில 'சுதந்திரமான பகுதிகள்' இருக்கிறதென்றும், அங்கு வருவாய், காவல்துறை மற்றும் பஞ்சாயத்து ராஜ் போன்ற அரசுத் துறைகள் எதுவும் இருக்காதென்றும் எங்களிடம் கட்சி ஏன் பொய் சொன்னது என்பதைக் குறித்து சி.பி.யிடம் கேட்டேன். காடுகள் சுதந்திரமானவை என்று எங்களுக்குச் சொல்லப்பட்டது. ஆனால் காட்டில் தங்குவதற்கு இடமில்லாமல் அலைந்த தோழர்கள் பலரை நாங்கள் சந்தித்தோம். அப்படி என்றால் என்னதான் நடக்கிறது? காட்டிலிருந்து நகரத்துக்குத் தஞ்சமடைய வந்த தோழர்கள், நகரத்தில் எங்களைப் போன்ற தோழர்கள் அல்லல் படுவதைப் பார்த்து ஆச்சரியப்பட்டார்கள். அவர்களுக்குக் கல்லூரி வளாகம் சுதந்திரமானது என்று சொல்லப்பட்டது. ராதாக்கா ஏன் உங்களுக்கு இந்தப் பணிவிடைகளை எல்லாம் செய்ய வேண்டும் என்று சி.பி.யைக் கேட்டேன். எதற்காக கோழிக்கறியைச் சாப்பிடுகிறீர்கள், ஏன் உங்களுக்கென்று புதிதாகத் துணிகள் வாங்குகிறீர்கள் என்றும் கேட்டேன். அடிமட்டத் தொண்டர்களுக்கும் உங்களுக்கும் இடையில் ஏன் இந்த வேறுபாடு என்றேன். அதற்குப் பதிலளிக்கும் விதமாக சி.பி. புத்தகம் ஒன்றை என் முன்னால் வீசியெறிந்தார். 'இதை அவர்களால் படிக்க முடியுமா?' என்றார். 'நீயும் நானும் படிக்க முடியும். அவர்களால் முடியாது. நம்மையும் மக்களையும் போட்டுக் குழப்பிக் கொள்ளாதே' என்றார். 'நாம் வித்தியாசமானவர்கள். நாம் தலைவர்கள்' என்றார். நாம் எப்படி ஆளப் பிறந்தோம், அவர்கள் எப்படி நம் ஆளுகையின் படி நடத்தப்பட வேண்டும், நாம் அறிந்த செய்திகளை அவர்கள் ஏன் அறிந்திருக்கவில்லை என்று இப்படித் தனது சொற்பொழிவை நிகழ்த்தினார். அதுவும் ஆயுதமேந்திய போராட்ட காலகட்டத்தில், வெறுமனே விவாதம் செய்யும்போது அல்ல.

இளம் தொண்டர்கள் மத்தியில் காத்திரமான உரையாடல்கள் நடைபெற்றுக்கொண்டிருந்த நேரத்தில் இது நிகழ்ந்தது. எங்கள் இயக்கத்தைப் பற்றி நாங்களே விமர்சிக்கும் நிலைக்கு வந்தோம். ஜார்ஜின் காலம் தொட்டு ஓஸ்மானியா பல்கலைக்கழகத்துக்கு அருகிலிருந்த குடிசைப் பகுதிகளில் அவர்களது பிரச்சினைகளுக்காக ஆர்ப்பாட்டங்கள் எல்லாம் நடைபெற்று வந்தன. அந்தப் பகுதிகள் விரைவிலேயே கட்சிக்கு ஆள்பிடிக்கும் இடமாக மாறிப்போனது. மக்களின்

பிரச்சினைகளைச் சுற்றி இயக்கத்தைக் கட்டி எழுப்ப வேண்டும் என்ற சிந்தனை கிஞ்சித்தும் இருக்கவில்லை. இதர எம்.எல். அமைப்புகளுடன் சேர்ந்து பணியாற்றும்போது நாங்கள் பின்பற்றிய நடவடிக்கைகள் கேள்விக்குரியவை. நாங்கள் அதிகாரத்தில் இருந்தால், தீவிரத்தன்மையுடன் அவர்களை அழிப்பதில் முனைப்பு காட்டியிருப்போம். அவர்கள் அதிகாரம் கொண்டிருந்தால், அவர்களது திட்டங்களைச் சிறுமைப்படுத்த முயற்சித்தோம். இதர அமைப்புகளும் இதேபோலவே எங்களிடமும் நடந்துகொண்டன. ஜனநாயக மாணவர் கழகம் (சிபிஐ எம்எல் நாகி ரெட்டி குழுவுக்கு உட்பட்டது) மற்றும் தீவிர மாணவர் சங்கம் (பீப்பிள்ஸ் வார் குழுவுக்கு உட்பட்டது) ஆகிய அமைப்புகளுடன் எங்களுக்கு இருந்த வேறுபாடுகள் முழுமையாக சிந்தாந்தத்தின் அடிப்படையிலானது என்று சொல்லிவிட முடியாது. ஜி.எம். அஞ்சய்யா என்பவருடன் இணைந்து செகந்திராபாத்திலும் ஹைதராபாத்திலும் உள்ள குடிசைப் பகுதிகளிலும் களப்பணியாற்றினோம். அஞ்சய்யாவின் உழைப்பை நாங்கள் எடுத்துக்கொண்டதோடு மட்டுமல்லாமல் அவரைப் போல மக்களை ஓரணியில் திரட்ட முடியாமல் நாங்கள் தோற்றுப் போனோம். அஞ்சயா ஒரு வழக்கறிஞர். முன்னாள் சோசலிசவாதி. செகந்திராபாத்தில் உள்ள குடிசைப் பகுதிகளின் முன்னேற்றத்துக்காக உழைத்தவர். வீட்டுப் பட்டா, குடிநீர் மற்றும் மின்சார வசதி போன்ற அடிப்படைத் தேவைகளுக்காக அந்தக் குடிசைப் பகுதிகளில் நிறைய போராட்டங்களை முன்னெடுத்தவர். சிறந்த பேச்சாளரான அவர் 1967ஆம் ஆண்டு செகந்திராபாத் சட்டமன்றத் தொகுதியில் ஜன சங்கத்தின் வேட்பாளராகப் போட்டியிட்டவர். தன் மீது மக்களுக்கு அதிருப்தி உண்டாக்கும் வகையிலான சில முறைகேடான ரியல் எஸ்டேட் விஷயங்களில் தொடர்பு கொண்டவர். சசியும் நானும் அவருடன் பணியாற்ற அனுப்பி வைக்கப்பட்டோம். அந்தக் குடிசைப் பகுதிகளில் நாங்கள் கடினமாக உழைக்க வேண்டியிருந்தது. அஞ்சய்யாவின் தலைமைத்துவத்தை அந்தப் பகுதிகளில் மட்டம்தட்டி, மக்களை எங்கள் கூட்டங்களுக்கு அழைத்துச்சென்றோம். இதை அறிந்துகொண்ட அவர் எங்களை அங்கிருந்து வெளியேற்றி விட்டதோடு அல்லாமல் எங்களுடன் எந்தத் தொடர்பையும் வைத்துக்கொள்ள வேண்டாம் என்று தனது ஆதரவாளர்களுக்குக் கட்டளையுமிட்டார்.

சின்னத்தனமான காரணங்களுக்காக இதர அமைப்புகளுடன் எங்களது மனப்போக்கு இப்படித்தான் இருந்தது. 'ஆயுதப் போராட்டம் ஜிந்தாபாத்', 'நக்சல்பாரி ஜிந்தாபாத்', 'சீனத் தலைவர் எங்கள் தலைவர்', 'துப்பாக்கி முனையிலிருந்தே

அதிகாரம் பிறக்கிறது' என்று பேரணி செல்லும்போது கோஷம் எழுப்பியதற்காகத் தீவிர மாணவர் சங்கத்தை நாங்கள் விமர்சித்தோம். அப்படியான கிளர்ச்சிக் கோஷங்கள் சாமானிய மக்களிடம் எந்தத் தாக்கத்தையும் ஏற்படுத்தாது என்பதோடு, எங்களது அமைப்புகளைக் காவல்துறைக்கும் காட்டிக் கொடுத்துவிடும். அதிகரித்து வரும் விலைவாசிக்கு எதிராக நகரத்தில் இன்ன இடங்களில் போராட்டம் நடத்தினார்கள் என்று மக்கள் வெளிப்படையாக எங்கள் அமைப்புகள் பற்றிக் காவல்துறைக்குச் சொன்னதால், காட்டிலுள்ள எங்களது தோழர்கள் மீதான காவல்துறையின் அழுத்தம் சற்றே குறைந்தது. கோடைக்காலத்தில் காட்டில் பதுங்கியிருப்பது மிகவும் கடினமான ஒன்று. குளங்களில் மட்டுமே நீர் இருந்தது. அவையும் காவல்துறையின் கண்காணிப்பில் இருந்தன.

மக்கள் என்ன எதிர்பார்க்கிறார்கள், அவர்களுடைய தேவை என்ன என்பவற்றை அறிவதற்கு நான் எடுத்துக்கொண்ட முயற்சிகளும் கூட ஜனநாயக ரீதியானவை என்று கருதிவிட முடியாது. அதிக அளவில் மக்களின் மனங்களை வென்று அவர்களைக் கட்சியில் இணைக்க வேண்டும் என்பதுதான் என் லட்சியமாக இருந்தது. 1976ஆம் ஆண்டின் பிற்பகுதியில், சிபிஐ (மார்க்சிஸ்ட்) கட்சியிலிருந்து விலகி, மக்களின் நலன்களைப் பேசுவதைவிடுத்து, அரசியல் அதிகாரத்தைக் கைப்பற்ற மேலிருந்து எம்.எல். நடவடிக்கைகள் வழி நடத்தப்பட்டன. படிநிலை ஆழமாக வேரூன்றியிருக்கும் கட்சியில், எல்லா விஷயங்களும் ஜனநாயக ரீதியாக நடக்கும் வாய்ப்பு மிகவும் குறைவு. நகரத்தில் உள்ள இளம் தொண்டர்கள் குறித்து சி.பி.பிரிவின் சிபிஐ எம்.எல். தலைவர் ராம் நரசய்யா குற்றம் சுமத்தினார். 'கிராமத்திலிருந்து வரும் மக்களை நாம் 'நில்' என்று சொன்னால் நிற்பார்கள், 'உட்கார்' என்று சொன்னால் உட்காருவார்கள். ஆனால் இவர்கள் (நகரத் தொண்டர்கள்) ஆயுதப் போராட்டத்தின்போது விவாத நிகழ்ச்சி வைக்க முயற்சிக்கிறார்கள்' என்றார். ஜனநாயகப்படுத்தப்பட்ட மத்தியத்துவம் என்பது மிகவும் பிரச்சினைக்குரியது. பெரும்பான்மை மக்கள் எடுத்த முடிவைக் கேள்வி கேட்க தனி நபரோ, தலைமையோ கேள்விக்குட்படுத்த முடியாது. கோட்பாட்டளவில் உங்களது பிரச்சினைகளைத் திரும்பத் திரும்பக் குறிப்பிட்ட குழுவில் மட்டுமே எடுத்துரைக்க முடியும். ஆனால் உங்கள் தோழர்கள் உட்பட பலர், உங்கள் பிரச்சினைகள் குறித்து பெரும் அயர்ச்சிக்கு ஆளாவார்கள். காரணம். அந்தப் பிரச்சினைகள் மீதான விவாதங்கள் கட்சியின் கொள்கையில் எந்த மாற்றத்தையும் ஏற்படுத்தாது. ஜனநாயகப் படுத்தப்பட்ட மத்தியத்துவம் என்பது வேறொன்றுமில்லை, மத்தியத்துவம்தான். என்ன, ஒரு விஷயம் அரசியல் ரீதியானது

என்று தலைவர்களால் கருதப்பட்டால் மட்டுமே அவை விவாதத்துக்கு எடுத்துக்கொள்ளப்படும். ஜனநாயகப்படுத்தப் பட்ட மத்தியத்துவம் என்ற ஒற்றை ஆயுதத்தால் தனக்குள் விவாதத்தையும் உரையாடல்களையும் தானே அழித்துக் கொண்டது கட்சி.

கட்சியில் இருந்தால் அதிக அளவில் மக்களைச் சென்று சேர முடியாது என்பதை அக்காலகட்டத்தின் குருட்டுத்தனமான அரசியல் எங்களுக்கு உணர்த்தியது. இந்தியாவில் நிலவும் ஒடுக்குமுறைக்குக் காரணங்களாக எம்.எல். அமைப்புகள் மூன்று விஷயங்களைத் தெரிவுசெய்துவைத்திருந்தது. அரை நிலப்பிரபுத்துவம், அரை காலனியாதிக்கம், பூர்ஷ்வா வணிகத் தரகர்கள் ஆகியவையே அந்த மூன்று விஷயங்கள். இந்த மூன்று சொற்பதங்கள் அடிக்கடித் தேய்வழக்குகளாகப் பயன்படுத்தப் பட்டதாலோ என்னவோ அவற்றைக் கேட்பதே இப்போ தெல்லாம் எனக்கு மிகுந்த கோபத்தை ஏற்படுத்துகிறது. வரதட்சணைச் சாவுகள் முதல் விவசாயிகள் தற்கொலைகள் வரை தொட்டதற்கெல்லாம் இந்த மூன்று விஷயங்கள்தான் காரணம் என்றும், நாம் அவற்றைப் பற்றி விவாதிக்க வேண்டும் என்றும், அவற்றை எதிர்த்துப் போராட வேண்டும் என்றும் எல்லா விவாதங்களிலும் சொல்லப்பட்டது. என் கனவுகளில் கூட இந்த மூன்று வார்த்தைகள் என்னைப் பாடாய்ப்படுத்தின. இந்த மூன்று விஷயங்கள் அல்லாது ஒரு பிரச்சினையை அலசி ஆராய்ந்தோமா என்றால் இல்லை. கட்சியும் அதன் பல்வேறு குழுக்களும் என ஒவ்வொன்றின் ஆவணங்களிலும் இந்த 'மூன்று மலை'களைத்தான் எதிர்த்துப் போராட வேண்டும் என்று அறைகூவின. 'எவ்வழியிலேனும் தீர்வு' என்கிற இன்னொரு விஷயத்தை மிகவும் பிரச்சினைக்குரியதாக நான் பார்த்தேன். அரசு பயன்படுத்துகிற வழிமுறைகளைக் கொண்டே அதை ஆட்சியிலிருந்து தூக்கி எறிந்துவிட்டு, மீண்டும் புதிய அரசை நம்மால் உருவாக்க முடியுமா? புரட்சி என்ற ஒற்றை இலக்கை நோக்கிப் பயணித்து, சமூகத்தின் எல்லா மட்டங்களிலும் மாற்றத்தை ஏற்படுத்தாது, அதிகாரத்தை மட்டும் கைப்பற்றினால் போதுமா? போலவே வன்முறையின் மூலம் தீர்வு எனும் கட்சியின் நிலைப்பாட்டிலும் எனக்குச் சம்மதமில்லை. அதிர்ச்சியளிக்கும் பல கோரக் கொலைச் சம்பவங்களை 'பீப்பிள்ஸ் வார் குரூப்' எனும் அமைப்பு செய்துவந்தது. அச்சத்தை ஏற்படுத்தி அதன் மூலம் நிலைமையைக் கட்டுக்குள் கொண்டு வருவதுதான் அந்தக் கொலைகளின் நோக்கம் என்பதாக அமைப்பு கருதியது. எம்.எல். அமைப்புகளின் வன்முறைகளால் மிகவும் பாதிக்கப்பட்டது வறியவர்கள்தான். எம்.எல். அமைப்புகளின் வன்முறை, அதைவிடக் கொடுமையான அரச வன்முறையை

அழைத்து வந்தது. சிறந்த தொழில்நுட்பம் உயர்ந்த அதிகாரம் கொண்ட இந்திய அரசு, தன்னுடைய உயரத்துக்குத் தகுதியில்லாத இந்தப் போராட்டக் குழுக்களின் எந்தச் சவாலையும் விட்டுவைப்பதாக இல்லை. எண்ணியதற்கு நேர்மாறான விளைவுகளையே வன்முறை ஏற்படுத்தியது. ஏற்கெனவே உள்ள கம்யூனிஸ்ட் கட்சிகளின் இருப்புக்குச் சவால்விடுவதையே அடிப்படையாகக் கொண்ட அந்த எம்.எல். அமைப்புகள் தங்களது ஆயுதப் போராட்டத்தைத் தனிமனிதப் பழிவாங்குதலுக்கு மட்டுமே பெருமளவு பயன்படுத்திக்கொண்டன.

1976ஆம் ஆண்டில், சிரிலும் நானும் கட்சி மீதான விமர்சனப் பார்வைகளை ஆவணமாகத் தொகுத்து அதைக் கட்சியின் பல்வேறு குழுக்களுக்குச் சுற்றுக்கு விட்டோம். போலவே கட்சியின் வெளியீடுகளை எதிர்த்தும் பணியாற்றி வந்தோம். என்.ஆர். எங்களது கருத்துகளைக் கவனித்துக் கேட்ட நாட்களிலிருந்து கட்சியின் நிலைமை இப்போது வெகுவாக மாறிவிட்டது. இப்போது கட்சியின் கருத்துக்கு எதிராக மாற்றுக் கருத்துகளை முன்வைப்பவர்களைத் தனது எதிரிகளாகச் சித்திரிக்கத் தொடங்கியது. கட்சியை விமர்சிப்பவர்களை அவசரநிலைக் கொடுமைகளைக் கண்டு பயந்தவர்கள் என்றது. நாங்கள் முன்வைத்த விமர்சனங்கள், கட்சியிலிருந்த இதர இளம் தொண்டர்களையும் யோசிக்க வைத்தது. விசாகப்பட்டினம் வரை தூரமான இடங்களுக்குக் கட்சிப் பணியாற்ற அனுப்பி வைக்கப்பட்டவர்களும் எங்களைப் போலவே சிந்திக்கத் தொடங்கியிருந்தார்கள். எங்களைப் போல சுமார் இருபது அல்லது முப்பது பேர் கட்சிக்குள் இருந்தார்கள் எனினும், சிரிலும் நானும் மட்டுமே எங்களது எதிர்ப்பை வெளிப்படையாகத் தெரிவித்தோம். இதனால், நாங்கள் பிரச்சினைக்குரியவர்கள் என்று கருதி எங்களுக்கான மாதாந்திர ஊதியம் ரூ. 150 நிறுத்தப் பட்டது. எங்களை யாரும் சந்திக்க வேண்டாம் என்று மற்றவர் களுக்கும் கட்டளையிடப்பட்டது.

புரட்சிகர இயக்கங்கள் வன்முறையைக் கையில் எடுப்பது குறித்து நான் ஒரு நிலைப்பாட்டை எடுப்பதற்கு முன், மிகவும் கவனமாக இருக்கிறேன். சில நேரங்களில் வன்முறைகள் நியாயப் படுத்தப்பட்டிருக்கலாம். எப்போது எப்படி என்று கேட்டால் நான் தலையைச் சொறிவேன். ஆனால் நான் பணியாற்றிய இயக்கத்தில், அதிலும் குறிப்பாக 'பீப்பிள்ஸ் வார் குரூப்' அமைப்பை மிகவும் அருகிலிருந்து கவனித்து வந்ததால், கட்சி மேற்கொண்ட வன்முறைகள் எதுவும் நியாயப்படுத்த முடியாதவை என்று என்னால் சொல்ல முடியும். மக்கள் தாங்களாகவே முன்னெடுக்கும் வன்முறை குறித்து நான் இப்படிச் சொல்ல

முடியாது. ஆனால், இரண்டு தெலுங்கு மாநிலங்களில் கட்சி மேற்கொண்ட வன்முறை என்பது மிகவும் கொடூரமானது, திட்டமிடப்பட்டது, தேவையால் அன்றி தனது அதிகாரத்தை நிலைநிறுத்திக்கொள்வதற்காகவே மேற்கொள்ளப்பட்டது. நகரத்தில் நாங்கள் எப்போதும் வன்முறையில் ஈடுபட்டதில்லை. எங்கள் யாரிடமும் எந்த ஆயுதமும் இருக்கவில்லை. இருந்தாலும், அந்தக் கொடூரங்களை நாங்கள் அறிந்திருந்தோம். முற்போக்கு ஜனநாயக மாணவர் சங்கத்தின் மூத்த தோழர் சத்தியநாராயணா, வாரங்கலில் உள்ளூர் கட்சி உறுப்பினர் ஒருவரால் கொல்லப் பட்டார். காரணம், அந்த உறுப்பினர், சத்தியநாராயணாவைத் துரோகி என்று நினைத்துவிட்டார். அவசர நிலைக் காலத்தில் நகரக் குழு ஒன்றின் செயலாளராக நான் இருந்தபோது சலபதி ராவ் என்ற தோழர் காவல்துறையில் சரணடைய முடிவெடுத் துள்ளதாக அறிந்தோம். அவர் அவ்வாறு சரணடைந்தால், பல்வேறு இடங்களில் தஞ்சமடைந்திருக்கும் தோழர்களின் பாதுகாப்புக்கு ஆபத்து. இதை விவாதிப்பதற்கான கூட்டம் ஒன்றில், 'நாம் ஏன் அவரைக் கொன்றுவிடக் கூடாது?' என்று கேட்டேன். நல்லவேளை, என்னுடைய கருத்தை யாரும் அப்போது தீவிரமாக எடுத்துக்கொள்ளவில்லை என்பதை நினைத்து இப்போது நிம்மதி அடைகிறேன். பல காலம் கழித்துச் சலபதியைச் சந்தித்து அவருடனான நட்பைப் புதுப்பித்துக் கொண்ட போது அவரிடம் இதைப் பற்றிச் சொன்னேன். அதற்குப் பிறகுதான் என் மனதிலிருந்த பாரம் இறங்கியது.

1975, 76 காலகட்டத்தில் இருந்ததைவிடவும் இந்தக் கேள்விக்கு இப்போது என்னால் தெளிவாகப் பதில் சொல்ல முடியும். நர்மதா பச்சோ அந்தோலன், சத்தீஸ்கர் முக்தி மோர்ச்சா, சிப்கோ இயக்கம் போன்றவை எவ்வாறு மக்கள் இயக்கங்கள் செயல்பட வேண்டும் என்பதைக் காட்டிச் சென்றுள்ளன. மக்கள்தான் புரட்சிகர இயக்கங்களின் குருதி ஓட்டம். எந்த ஒரு புரட்சி இயக்கமானாலும், அதனுடைய நலத்துக்கு ஜனநாயக வழிமுறைகள் முக்கியம் என்பதை மேற்கண்ட இயக்கங்கள் சொல்லுகின்றன.

எங்களுக்கு எதிராகக் கட்சி தனது வெறுப்பைத் தீவிரமாகக் காட்டி வந்த கணத்தில், எல்லாம் ஒரு முடிவுக்கு வந்தன. சிறிய அளவிலான மாணவர் குழு, கட்சியிலிருந்து விலகத் தீர்மானித்தது. இனியும் எங்களை யாரும் தட்டி வைக்க முடியாது என்று நிமிர்ந்தோம். இனி மக்கள் மத்தியில் எப்படிப் பணியாற்றப் போகிறோம்? எங்களுடைய செயல்பாடுகள் என்னவிதமாக இருக்கப்போகின்றன? மக்களே இயக்கத்தை நிர்வகிப்பார்கள்

என்பதை நாங்கள் எப்படி உறுதிசெய்வது? புரட்சியின் குறிக்கோள் அவர்களது மனதுக்கும் வாழ்க்கைக்கும் நெருக்கமாக இருக்க வேண்டும் இல்லையா? இந்த விஷயங்கள் எல்லாம் எங்கள் மனதைக் குடைந்தாலும், இவை பற்றி எந்த ஓர் உரையாடலும் கட்சியில் நிகழவில்லை. கட்சிக்கு, நாங்கள் எப்படி அதன் திட்டங்களை மக்களுக்கு எடுத்துச் செல்லப்போகிறோம் என்பது மட்டுமே கவலை. மக்களிடம் என்ன சொல்ல வேண்டும், கட்சி லாபமடையும் வகையில் எப்படி மக்களைத் திரட்ட வேண்டும் ஆகியவற்றை மட்டுமே கட்சி எங்களுக்குச் சொல்லித்தந்தது. இந்த விஷயம் குறித்துப் பெரும் கோபம் எங்களிடையே இருந்தது. நாங்கள் கட்சியில் சேர்ந்த புதிதில், மாவோவின் படைப்புகள் எங்கள் மத்தியில் பிரபலமானவையாக விளங்கின. மக்களுக்கு மரியாதையையும் களநிலைமையை உணர்ந்து செயல் படுதலையுமே மாவோவின் படைப்புகள் அழுத்திச் சொல்லின. நாங்கள் இதைப் பற்றி உரையாடிக்கொண்டே இருந்தோம். ஆனால், கட்சியின் இயங்குமுறை இவற்றை அடிப்படையாக வைத்திருக்கவில்லை. மேலும், தனது இருப்பைப் பரவலாக்கு வதையும், தொண்டர்களின் எண்ணிக்கையை அதிகரிப்பதையும் மட்டுமே தனது முக்கியக் குறிக்கோளாக வைத்திருந்தது. எல்லாமே அரசியல் அதிகாரத்தைக் கைப்பற்றத்தான்.

எங்கள் தலைவர்களிடம் இப்படித் தொடர்ந்து வலியுறுத்தினோம்: 'நாங்கள் தயாராகவில்லை. இதுபோன்ற முழக்கங்களை எல்லாம் மக்களிடம் எடுத்துச் செல்ல முடியாது. மேலே இருப்பவர்களின் சிந்தனைகளை மட்டும் வைத்துக்கொண்டு நம்மால் வெகுதூரம் பயணிக்க முடியாது'. புரட்சியின் தேவை பற்றியோ அல்லது ஆயுதப் போராட்டத்தின் தேவை குறித்தோ நாங்கள் கேள்வி எழுப்பவில்லை. ஆனால் அந்தப் போராட்ட வடிவங்கள் பற்றி எங்கள் கருத்துகளை மட்டுமே தெரிவித்தோம். இறுதியாக நாங்கள் கட்சியைவிட்டு வெளியேறியபோது, எந்தவிதமான கட்டுப்பாடுகளும் இல்லாமல், எந்தவிதமன முழக்கங்களும் இல்லாமல் மக்களிடையே செயலாற்ற வேண்டும் என்பது மட்டுமே நினைவில் மேலோங்கியிருந்தது. மக்கள் வெறுமனே எங்கள் திட்டங்களை ஏற்றுக்கொள்ள வேண்டும் என்பதில்லை. மாறாக, மக்களுக்குத் தேவையான திட்டங்களுக் காகப் பணியாற்ற வேண்டும் என்று முடிவெடுத்தோம்.

1976ஆம் ஆண்டு நவம்பரில் சுமார் இருபது அல்லது முப்பது பேருடன் சிரிலும் நானும் கட்சியை விட்டு விலகினோம். தொடர்ந்து, கட்சி எங்களை நீக்கிவிட்டதாகத் தெரிவித்தது. அது நாங்கள் எதிர்பார்த்ததுதான். தனது தொண்டர்கள் தன்னை

விட்டு நீங்குகிறார்கள் என்பதைக் கட்சியால் ஜீரணித்துக்கொள்ள முடியவில்லை. கையில் பணமோ, தங்குவதற்கு இடமோ இல்லாத நிலையில் நாங்கள் ஹைதராபாத்துக்குச் செல்ல வேண்டிய தாகியது. காவல்துறை ஒரு பக்கம், எங்களை எதிரியாகப் பார்க்கும் கட்சி இன்னொரு பக்கம் என இரண்டு தரப்புக்கும் இடையில் நாங்கள் சிக்கிக்கொண்டோம். ஆகவே, ஹைதராபாத்தில் இருப்பது உத்தமம் இல்லை. மாணவர் குழுவும் பெருமளவு கட்சியை விட்டு வெளியேறிவிட்டது. இன்னும் பலர் அரசிடம் சரணடைந்தார்கள். அல்லது சொல்லிக்கொள்ளாமல் கட்சியி லிருந்து விலகினார்கள்.

அரசியல் அல்லாத வாழ்க்கை ஒன்றை அமைத்துக்கொள்ள சிரிலுக்கோ அல்லது எனக்கோ வாய்ப்பில்லை. மக்களுடன் இணைந்து பணியாற்ற எங்கள் இருவருக்கும் தனித்தனியாக அழுத்தமான காரணங்கள் இருந்தன. தனது சகோதரனின் லட்சியத்தை நிறைவேற்ற முழுநேர ஊழியனாகக் கட்சிக்குள் வந்த சிரிலுக்கு, இப்போது அதுவே வாழ்க்கையானது. என்னளவில், என்னுடைய பாலங்கள் அனைத்தையும் வசீகரமான முறையில் எரித்துவிட்டேன். நான் என் குடும்பத்திடம் திரும்பிப் போக வழியே இல்லை.

1976 டிசம்பரில், ஹைதராபாத்திலிருந்து சிரிலின் அண்ணன் காரல் வசிக்கும் சண்டிகருக்குச் சென்றோம். காவல்துறையின் கண்காணிப்பைத் தவிர்க்க, கடினமான ரயில் பயணங்களை மேற்கொண்டோம். எங்களின் உடைமைகள் வெறும் இரண்டே சாக்குப் பைகளில் அடங்கிவிட்டன. மிகவும் அச்சத்துக்குரிய பயணம் அது. சிரிலும் நானும் எது சிறந்த வழி என்று சண்டையிட்டுக்கொண்டோம். மத்தியப் பிரதேசத்தின் இடார்ஸி சந்திப்பில் நாங்கள் வேறொரு ரயிலைப் பிடிக்க வேண்டும். அங்கு எங்கள் இருவருக்குள் சண்டை வந்துவிட்டது. சாக்குப் பைகளில் இருந்த உடைமைகளை வெளியே தூக்கி வீசிக்கொள்ளும் அளவுக்கு அந்தச் சண்டை வலுத்துவிட்டது. அங்கிருந்த மக்கள் கூட்டம் எங்களை ஒருமாதிரியாகப் பார்த்தது. பிறகு நாங்கள் சமாதானமானோம். வடக்கு நோக்கிச் செல்லும்போது, சிரிலின் குடும்பத்தைக் குறித்து அதிகம் தெரிந்துகொண்டேன். அவர்கள் ஐவர். காரலையும் அவரது இணையர் சத்வந்த்தையும் பற்றி எனக்கு ஏற்கெனவே தெரியும். அதுபோலவே ஜார்ஜும். அவர்களது பெரிய அக்கா டான் (ஜிப்ஸி என்றும் அழைக்கப் படுகிறார்), ஒடியாவைச் சேர்ந்த ஒருவரைத் திருமணம் செய்துகொண்டு புவனேஸ்வரில் ஆசிரியராகப் பணியாற்றினார். ஒடிசாவின் ஜேபூரில் பள்ளி ஒன்றை அவர் நடத்தி வந்தார். மூன்றாமவர் ஜாய் (லாவண்யா). அவர் கன்னடர் ஒருவரைத்

திருமணம் செய்துகொண்டு மைசூருவில் ஆசிரியராகப் பணியாற்றினார். நான்காமவர் ஜார்ஜ். சிரில்தான் கடைக்குட்டி. ஜிப்ஸியும் லாவண்யாவும் தங்களது வீட்டைக கட்சியிலிருந்து வெளியேறியவர்களுக்கு மட்டுமல்லாது, தங்கள் வீட்டுக்கு அருகில் உள்ள விளிம்புநிலை மக்களுக்காகவும் எப்போதும் திறந்தே வைத்திருந்தார்கள். அவர்கள், அந்த மக்களுக்குக் கல்வியறிவு கொடுத்தார்கள். அவர்கள் ஒரு வேலையைத் தேடிக்கொண்டு அதில் சேரும்வரை, அவர்களுக்குத் துணையாக நின்றார்கள். அவர்களுக்கு மிகவும் கடினமான இளம் பருவம் வாய்த்தது. பிராமணச் சமூகம் எப்படி உறவுகளையும் குழந்தைகளையும் நிர்க்கதியாக விட்டுச்செல்லும் என்பதை நேரடியாக அனுபவித் திருந்ததால், தனிநபரோ அல்லது எந்த இயக்கமோ அந்த வழக்கத்தை மாற்ற முன்வந்தால் அவர்களுக்கு உதவி செய்யத் தயாராக இருந்தார்கள் அந்த இரண்டு பெண்கள். எங்கள் வாழ்க்கை முழுவதும் அவர்கள் உதவி செய்தார்கள். சிரிலின் மரணத்துக்குப் பிறகும் உதவி செய்தார்கள்.

சண்டிகரில், எங்களுக்கு ஒரு வேலை கிடைக்கும்வரை, காரல் மாதா மாதம் பண உதவி செய்தார். எனினும் நாங்கள் காரலுடன் தங்கியிருக்கவில்லை. அது எங்களுக்குப் பாதுகாப்பானதும் அல்ல. நாங்கள் தனியே ஒரு வீட்டை வைத்துக்கொண்டோம். காரல் கொடுத்த பணத்தில் அதற்கான வாடகை மற்றும் இதர செலவுகளைக் கவனித்துக்கொண்டோம். தொண்டுப் பணியாகவோ அல்லது சீர்திருத்தப் பணியாகவோ அல்லாமல், மக்களுடன் பணியாற்றும் வாய்ப்பு ஏதேனும் இருக்கிறதா என்பதை நாங்கள் தேடிக்கொண்டிருந்தோம். நாங்கள் பாதுகாப்பாகப் பணியாற்ற எங்களுக்குப் புதிய அடையாளங்கள் தேவைப்பட்டன. அவசர நிலை மிக விரைவில் முடிவுக்கு வரும் என்பதை அப்போது யாருமே எதிர்பார்த்திருக்கவில்லை. எங்களது தோழர்கள் பி.கே. மூர்த்தி, நீட்டா ஆகியோர் புதிய அடையாளங் களுடன் மத்தியப் பிரதேசத்தில் பணியாற்றுவதாகக் கேள்விப் பட்டோம். தமிழைப் பூர்வீகமாகக் கொண்ட மூர்த்தி புரட்சியில் ஈடுபடுவதற்காக வியட்நாமிலிருந்து இந்தியா திரும்பியவர். அவர் பம்பாயில் நீட்டாவைத் திருமணம் செய்துகொண்டார். இருவரும் சி.பி. குழுவில் சேர்ந்து மத்தியப் பிரதேசத்தின் சிந்த்வாரா பகுதியில் கட்சிப் பணியாற்றினார்கள். அங்கு மூர்த்தி சுரங்கத்தில் பணியாற்றினார் (2020 ஆரம்பத்தில் மூர்த்தி இறந்துவிட்டார்). இன்னொரு உதாரணமாக, சங்கர் குஹா நியோகி எனும் தோழர் சத்தீஸ்கரில் சுயமான தொழிலாளர் இயக்கம் ஒன்றைக் கட்டி எழுப்பினார். கூலி வேலை செய்யும் குடும்பங்களின் தினசரி தேவைகளான கல்வி, சுகாதாரம் ஆகியவற்றுக்கான

போராட்டத்தைத் தான் நடத்தி வந்த சத்தீஸ்கர் முக்தி மோர்ச்சாவில் இணைத்துக்கொண்டார். இந்த உதாரணங்கள் எல்லாம் எங்களை உந்தித் தள்ளின.

எங்களுக்குப் புதிய அடையாளங்களை உருவாக்கிக்கொள்ள, சிரிலும் நானும் பஞ்சாபி மொழியைக் கற்றுக்கொண்டு, பத்தாம் வகுப்புத் தேர்வையும் அந்த மொழியிலேயே எழுதினோம் (முதல் வகுப்பில் தேர்ச்சி வேறு பெற்றோம்!). இந்த அடையாளங்கள் எல்லாம் வெறும் காகித ஆவணங்கள். அவை எப்போதும் எங்களுக்கு உதவப் போவதில்லை. 1977ஆம் ஆண்டு மார்ச் மாதத்தில் அவசர நிலை முடிவுக்கு வந்தது. இந்திரா காந்தியைத் தோற்கடித்து ஜனதா கட்சி ஆட்சியில் அமர்ந்தது. இவ்வளவுக்குப் பிறகும், தேடுதல் வேட்டை அறவே இல்லை என்பது நன்றாகத் தெரியும்வரையில் நாங்கள் சண்டிகரை விட்டு வெளியேறவில்லை.

அவசரநிலைக் காலம் என்னில் ஏற்படுத்திய இழப்பு, எனது குரல். அவசரநிலையின் தொடக்கம் முதல், பொதுமேடைகளில் என்னால் தன்னம்பிக்கையுடன் பேச இயலவில்லை. எந்த மேடையில் ஏறினாலும் என்னை ஒரு மோசடிக்காரியாகவே நான் உணர்ந்தேன். மாணவர்கள் மத்தியிலும், குடிசைப் பகுதியினர் மத்தியிலும் நாங்கள் விதைத்த புரட்சிகர அரசியல் மீது, நானே நம்பிக்கை இழந்தது இதற்கு ஒரு காரணமாக இருக்கலாமென்று நினைக்கிறேன். கற்றறிந்த ஆண்கள், பெண்கள் மீது எனக்கு அவநம்பிக்கை வந்துவிட்டது. அவர்கள் தங்கள் பேச்சுக்களால் மக்களை இக்கட்டான சூழ்நிலைகளுக்கு இட்டுச் செல்கிறார்கள்.

5

அவசர நிலைக்குப் பிறகான வாழ்க்கை

அவசரநிலை காலகட்டத்துக்குப் பிறகு வாழ்க்கை நல்ல முறையில் இருந்திருக்க வேண்டும். ஆனால் அப்படி இல்லை. 1977 மார்ச்சில் அவசரநிலை முடிவுக்கு வந்தபோது, நாங்கள் சண்டிகரிலிருந்து டெல்லிக்கு வந்துவிட்டோம். 1980கள் வரைக்கும் நாங்கள் வட இந்தியாவில்தான் இருந்தோம். ஏனென்றால், ஆந்திரப் பிரதேசத்தில் காவல்துறை யினரால் எங்களுக்கு என்ன மாதிரியான சிக்கல்கள் ஏற்படும் என்று தெரியாது. மக்களுடன் இணைந்து நாங்கள் பணியாற்ற விருப்பம் கொண்டிருந்தாலும், ஆந்திரப் பிரதேசம் எங்களது தேர்வாக இல்லை. அதற்குக் காரணம், கட்சியும் காவல்துறையும்தான். தவிர, அங்கு நாங்கள் திரும்பிச் செல்வதற்கு எங்களுக்குக் குடும்பங்கள் எதுவும் இருக்கவில்லை. எங்களின் நண்பர்களோ, ஹைதராபாத்துக்குத் திரும்பி, பல்வேறு நெருக்கடிகளுக்கு மத்தியில் தங்களது வாழ்க்கையை மீண்டும் கட்டியெழுப்பினார்கள்.

டெல்லியில் எங்களுக்கு ஒரு வேலை தேவைப் பட்டது. கல்வி ஆராய்ச்சி மற்றும் பயிற்சிக்கான தேசிய கவுன்சிலில் (என்.சி.இ.ஆர்.டி) விஜயா முலே என்பவருடன் இணைந்து குழந்தைகளுக்கான திட்டம் ஒன்றில் ஆறு மாத காலம் பணியாற்றினேன். அக்கா என்று பலரால் அன்புடன் அழைக்கப்படும் விஜயா முலே, என்னைத் தனது சிறகுகளுக்குள் பாதுகாத்து, வாழ்நாள் முழுவதும் கூடவே வரும் நண்பரானார். அவசரநிலை என்னுள் ஏற்படுத்தியிருந்த

கரடுமுரடான தாக்கத்தை அவர் மென்மையாக்கினார். சிரிலும் நானும் அவருடன் பல முறை தங்கியிருக்கிறோம். அவர் எங்களை வரவேற்பதில் அவ்வளவு அன்பு இருந்தது. அவர் நன்றாகச் சமைப்பார், ரசனையான இசையைக் கேட்பார், தன் வாழ்நாள் முழுவதும் தான் கடந்துவந்த எத்தனையோ மனிதர்கள் குறித்துப் பேசுவார். தன் சொந்த வாழ்க்கையில் தனக்கு ஏற்பட்ட சோகங்களை அவர் என்னுடன் பகிர்ந்துகொண்டிருக்கிறார். அவர்தான் சிரிலும் நானும் சட்டப்பூர்வமாக முறைப்படி திருமணம் செய்துகொள்ள வேண்டும் என்று வலியுறுத்தினார். அவருடைய அறிவுரையைச் சிரமேற்கொண்டு எங்கள் திருமணத்தை நாங்கள் தீஸ் ஹசாரி நீதிமன்றத்திலுள்ள பதிவாளர் அலுவலகத்தில் பதிவுசெய்துகொண்டோம். ஜார்ஜ் ரெட்டியின் நெருக்கமான நண்பர்களில் ஒருவரும் மருத்துவருமான பிரதாப் பொத்துலூரி, அவரது இணையர் மன்மோகினி கவுர் ஆகியோர் சாட்சிகளாக இருந்தனர். 1900 முதல் 1950 வரையில் தெலங்கானாவில் தலித் இயக்கத்தை முன்னெடுத்த பிரபல செயற்பாட்டாளர் பி.ஆர்.வெங்கட்சுவாமியின் மகன்தான் பிரதாப்.

சிரில் ஒரு பொறியியல் பட்டதாரி. எனவே அந்தத் துறையில், சில மாதங்கள் ஒரு வேலையில் இருந்தார். என்.சி.இ.ஆர்.டி.யில் விஜயாவுடன் எனது பணி முடிந்தவுடன், உத்திரப் பிரதேசத்தின் காசியாபாத் பகுதிக்குக் குடிபெயர்ந்தோம். அது டெல்லியின் புறநகர்ப் பகுதியில் இருந்தது. அந்தச் சிறு நகரத்தில் நாங்கள் சுற்றித் திரிந்தபோது, துப்புரவுப் பணியில் உள்ள வால்மீகி சமூகத்தினர்தான் மிகவும் ஏழைகள் என்பதைக் கண்டு கொண்டோம். காசியாபாத்தில் ரயில் நிலையத்துக்குப் பக்கத்தில் உள்ள சிறிய காலனி ஒன்றில், வீடொன்றை வாடகைக்கு எடுத்தோம். வால்மீகியினர் வசிக்கும் பகுதியிலேயே எங்களுக்கு இடம் இல்லை. அந்தச் சமூகத்தில் ஆண்கள் ரயில்வே போன்ற நிறுவனங்களில் துப்புரவுப் பணியாளர்களாகவும், அவர்களது மனைவிமார்கள் காசியாபாத்தில் உலர் கழிவறைகளைச் சுத்தம் செய்பவர்களாகவும் இருந்தார்கள். ஒரு மாலை நேரம் அவர்களிடம் சென்று ‘நாங்கள் உங்களுக்கு எந்த வகையிலாவது உதவ முயற்சிக்கிறோம்’ என்று சொன்னோம். ‘நாங்கள் என்ன செய்யட்டும்?’ படித்த இந்தத் தென்னிந்திய தம்பதியைப் பார்த்து அவர்கள், ‘எங்கள் குழந்தைகளுக்கு ஆங்கிலம் சொல்லிக் கொடுங்கள்’ என்றனர். அந்தச் சமயத்தில் அது எனக்குப் பெரும் அதிருப்தியை உண்டாக்கியது. ஆனால், அவர்கள் எதைக் கேட்டார்களோ அதன்படி நடந்தோம். நாங்கள் குழந்தைகளுக்கு ஆங்கிலமும், பெண்களுக்குத் தையல் கலையும் சொல்லிக் கொடுத்தோம். விரைவிலேயே, பெரியவர்களும் இந்தி பேச, படிக்கக் கற்றுக்கொள்வதற்கு எங்களிடம் வந்தார்கள். நாங்கள்

அவற்றைச் சரியாகச் செய்தபடியால், எங்கள் பணியில் அவர்களுக்கு முழு திருப்தி இருந்தது. மருத்துவ உதவியைப் பெறுவதற்கு உதவுவது போன்ற அவர்களின் இதர பிரச்சினைகளுக்கு நாங்கள் உதவி செய்தாலும், அரசியல் ரீதியாக அவர்களிடையே பணியாற்றுவது எட்டாக்கனியாகவே இருந்தது.

நாங்கள் செய்யும் பணிக்கு எந்தவிதமான கவனத்தையும் கோரவில்லை. காரணம் அந்தக் கவனத்தால் நாங்கள் காவலர்களின் இலக்காகிவிடக் கூடாது. திருமணம், குடும்ப விழாக்கள் ஆகியவற்றுக்கு வால்மீகியினர் எங்களைக் கூட்டிச் செல்வதோடு எங்களைப் பெருமிதமாக அவர்களின் உறவினர்கள் முன்னால் காட்சிப்படுத்துவார்கள். விரைவிலேயே, மீரட், ஹபூர் ஆகிய இடங்களிலிருந்து இதேபோன்ற நோக்கத்தோடு எங்களைப் பலர் அணுகினர். அவர்களது வாழ்க்கையைச் சுற்றி நிகழும் நிகழ்ச்சிகளை விஜயா முலேவின் உதவியுடன் இந்தி மொழியில் நான் தயாரித்துக்கொண்டேன். அந்தக் குறிப்புகளுக்கு ஏற்றவாறு நானே ஓவியங்களும் வரைந்தேன். அந்த ஓவியங்களுக்கான கருவை நிஜ வாழ்க்கையிலிருந்து எடுத்துக்கொண்டேன். அந்தக் குறிப்புகளின் நாயகி ஆஷா. கையில் விளக்குமாறுடன் இருக்கும் அவள் துப்புரவுப் பணியாளர் ஆவார். அவளது வாழ்க்கையிலிருந்து எடுக்கப்பட்ட நிஜமான போராட்டங்களை ஓவியமாகப் பயன்படுத்தி உள்ளேன். அந்தச் சிறு புத்தகத்தை உருவாக்கியது குறித்து நான் பெருமையடைகிறேன். குழந்தைகளுக்கு இந்தி கற்பித்தலில் அந்தப் புத்தகம் பயன்பட்டது. ஒவ்வொரு பக்கத்திலும் ஐந்து புதிய எழுத்துகள், அந்த எழுத்துகளைக் கொண்டு உருவாக்கப்பட்ட சொற்கள் மற்றும் ஆஷாவைப் பற்றியும், அவளது தினசரி வாழ்க்கை குறித்தும் பத்திகள் இடம்பெற்றிருக்கும்.

வால்மீகி சமூகத்தினர் எங்களை நல்லமுறையில் கவனித்துக் கொண்டார்கள். பெரும்பாலும் அவர்களுடன்தான் எங்களது இரவு உணவு. பதமாகச் சுட்டு எடுத்த ரொட்டியும், பன்றி இறைச்சியும் எங்களுக்கு ஒவ்வொரு இரவும் கிடைத்தது. எங்கள் காலனியின் முன்பு அசிங்கம் செய்துவிட்டுச் சுற்றித் திரியும் பன்றிகளின் இறைச்சிதான் அவை. அதைச் சாப்பிடுவதால் வயிற்றில் குடல்புழு உருவாகுமோ என்று அஞ்சினேன். எந்த வீட்டிலேனும் இனிப்பு தயார் செய்தால், அந்த வீட்டுக்காரர்கள் எங்களை அவர்களது வீட்டுக்கு விருந்துக்கு அழைத்துச் சென்று விடுவார்கள். அந்தக் காலனியில் எனக்குப் பாதுகாப்பாக இருந்தது ஜோகிந்தர் எனும் வால்மீகி சமூகத்தைச் சேர்ந்த சிறுவனும், சமர் சமூகத்தினர் வசிக்கும் குடிசைப் பகுதியிலிருந்த சரண்சிங்கும் தான். இருவருக்கும் பன்னிரண்டு வயதுதான். எங்களைப் பற்றியும், எங்கள் வாழ்க்கையைப் பற்றியும் தெரிந்துகொள்வதில்

அவர்களுக்கு மிகுந்த ஆர்வம் இருந்தது. அவர்கள் என்னை அடிக்கடி வந்து சந்திப்பார்கள். எங்கள் வீட்டைச் சுற்றிப் பார்ப்பார்கள். புத்தகங்களைப் புரட்டுவார்கள். கேள்விகளால் என்னைத் துளைத்தெடுப்பார்கள். நான் நகரத்துக்குச் செல்லும் போது, அவர்களுக்கும் விடுமுறை இருக்கும்பட்சத்தில், என்னுடன் சேர்ந்துகொள்வார்கள். காசியாபாத்தை விட்டு ஹைதராபாத்துக்கு நாங்கள் திரும்பியபோது, இவர்களிடமிருந்து பிரிய நேர்ந்தது. இவர்கள் பிற்காலத்தில் எப்படி வளரப் போகிறார்கள் என்ற கவலை எனக்குள் இருந்தது. 2021ஆம் ஆண்டில் டெல்லிக்குச் சென்றிருந்தபோது, காசியாபாத்துக்குச் சென்றிருந்தேன். இன்று அந்த நிலப்பரப்பு முற்றிலும் மாறி விட்டதால் அந்தக் காலனியைக் கண்டுபிடிப்பதில் மிகுந்த சிரமம் இருந்தது. காசியாபாத்திலிருந்த என் மக்களுக்கு என்ன ஆனது? சுமார் 41 ஆண்டுகள். ஆரம்பத்தில் சில காலம் நாங்கள் கடிதப் போக்குவரத்து கொண்டிருந்தோம். ஹைதராபாத்தில் எனது முகவரி மாறிவிட்டதால், நான் அவர்களுக்குக் கடிதம் எழுதினா லொழிய அவர்கள் எனது முகவரியை அறிந்துகொள்ள எந்த முகாந்திரமும் இல்லை. கடந்த காலத்தைக் கடாசிவிட்டு, நிகழ்காலத்தில் தொலைந்துபோகும் ஆள் நான் என்பதால், நானும் அவர்களுக்கு எந்தக் கடிதமும் எழுதவில்லை.

இறுதியாக காசியாபாத் ரயில் நிலையத்துக்கு அருகில் நான் வால்மீகியினரின் குடிசைப் பகுதியைக் கண்டடைந்தேன். சுமார் நாற்பது ஆண்டுகளுக்கு முன்பு அங்குள்ள பெண்களுக்கும் குழந்தைகளுக்கும் நான் ஆசிரியராக இருந்தேன், அவர்களை இப்போது நான் சந்திக்க முடியுமா என்று அங்குள்ள சிலரிடம் என் கதையைக் கூறினேன். அவர்களோ, அந்தக் குடிசைப் பகுதி மிகவும் சமீபத்தில் அதாவது, சுமார் இருபது ஆண்டுகளாகத்தான் அங்கிருக்கிறது என்றார்கள். 'நீங்கள் சொல்லும் குடிசைப் பகுதியைக் கண்டுபிடிப்பது மிகவும் சிரமம்' என்றார்கள். 'அப்படியே நீங்கள் கண்டுபிடித்தாலும், நீங்கள் எதிர்பார்க்கும் அந்த மக்கள் இன்னும் உயிரோடுதான் இருப்பார்கள் என்று நினைக்கிறீர்களா? எங்களுக்கு நாற்பது வயது ஆவதற்கு முன்பே நாங்கள் குடித்தே செத்துப்போவோம்' என்றார்கள். இருந்தும் நான் அவர்களிடம் மன்றாடினேன். தொடர்ந்து என்னை அவர்களின் குடிசைப் பகுதிக்குப் பின்னுள்ள பாழடைந்த கட்டடங்களை உடைய, சாக்கடையைத் தாண்டிச் செல்ல வேண்டிய, பன்றிகள் சுற்றித் திரிகிற இன்னொரு குடிசைப் பகுதிக்கு அழைத்துச் சென்றார்கள். அந்தப் பாழடைந்த கட்டடங்களின் முன்னால் பல்வேறு பகுதிகளிலிருந்து வந்தவர்கள் கடை விரித்திருந்தார்கள். எனக்குத் தெரிந்த எந்த வால்மீகியேனும் அந்தக் கடைகளில் இருப்பார்களோ என்று ஒவ்வொரு

கடையாகத் தேடிச் சென்றேன். அவர்கள் நான் தேடிச் சென்ற நபர்களின் பெயர்களைக் கேட்டார்கள். என் நினைவிலிருந்த ஒரே பெயர் ஜோகிந்தர். 'ஆம். அவருடைய வீடு இங்கு பக்கத்தில்தான் இருக்கிறது. ஆனால் அவர் இப்போது அங்கு இல்லை. அவரது சகோதரரும் மச்சினியும்தான் அங்கே இருக்கிறார்கள். ஆனால் அவர்களால் உதவ முடியுமா? அவளோ உடல்நலமில்லாமல் இருக்கிறாள். அவனோ கிட்டத்தட்ட குருடாகிவிட்டான்' என்றார் ஒரு பெண்மணி.

நான் அந்த வீட்டுக்குச் சென்று 'யாரேனும் இருக்கிறீர்களா?' என்றேன். உள்ளிருந்து ஒரு நபர் வெளியே வந்தார். அவரிடம் என் கதையைச் சொன்னேன். அவர் பெயர் கியானி. ஜோகிந்தரின் சகோதரர். 'நீங்கள் கீதா ராமசுவாமிதானே?' என்றார். ஆமென்று தலையாட்டியதும், அவர் என்னை உள்ளே அழைத்தார். என்னை உள்ளே அழைப்பதில் அவருக்கு ஆரம்பத்தில் தயக்கம் இருந்தது. சில கேள்விகளைக் கேட்டு, நான் சொன்ன பதில்கள் அவருக்குத் திருப்தி அளித்ததால் அவர் மிகவும் உற்சாகமாகிவிட்டார். 'என் சகோதரரின் வாழ்க்கையையும் மற்றவர்களின் வாழ்க்கையையும் நீங்கள் மாற்றிவிட்டீர்கள். உங்களால்தான் அவர்கள் படித்தார்கள். நல்ல வேலைக்கும் போகிறார்கள்' என்றார் கியானி. அந்தப் பகுதியில் பெரும்பாலான மக்கள் வேறு இடங்களுக்குப் போய் விட்டதாகவும், குடும்பங்கள் பெருத்துவிட்டதால் சிலர் தங்களது வீடுகளை விற்றுவிட்டதாகவும், கொஞ்சமேகொஞ்சம் பேர் மட்டும் அந்தப் பகுதியில் இன்னும் தங்கி இருப்பதாகவும் சொன்னார். நான் அங்கிருந்த காலத்தில் நடைபெற்ற சில சின்னச் சின்ன விஷயங்களை அவர் நினைவுகூர்ந்தார். பின்பு, தன் வீட்டில் மதிய உணவு சாப்பிட்டுவிட்டு இரவும் அங்கேயே தங்கிக்கொள்ள வேண்டும் என்றார். ஆனால் அந்த வேண்டுகோளை என்னால் ஏற்றுக்கொள்ள இயலவில்லை. எனினும் அந்த குடிசைப் பகுதியிலிருந்து வெளியேறும்போது, கியானி என் கையில் ஐந்நூறு ரூபாய் நோட்டைத் திணித்தார். 'ஐயோ வேண்டாம்' என்றேன். அதற்கு அவர் 'என் சகோதரி எப்போது என்னைப் பார்க்க வந்தாலும் அவளுக்குக் கொஞ்சம் பணம் கொடுப்பேன். அதுபோலத்தான் இதுவும்' என்றார். கண்ணீரோடு நான் அதைப் பெற்றுக்கொண்டேன்.

அடுத்த சில மணி நேரத்தில், ஜோகிந்தர் மற்றும் சரண் சிங்கிடமிருந்து தொலைபேசி அழைப்புகள் வந்தன. 1978இல் சுமார் பன்னிரண்டு வயதுச் சிறுவனாக இருந்த ஜோகிந்தர், இப்போது அமிர்தசரஸ் விமான நிலைய மேலாளராக இருக்கிறான். காசியாபாத்தின் சமர் குடிசைப் பகுதியிலிருந்த சரண் சிங் இன்று நொய்டாவில் வழக்கறிஞராக இருக்கிறான். அடுத்தடுத்து பத்து

நிமிடங்களுக்குள் இருவரும் பேசினார்கள். இருவரும் வெவ்வேறு சம்பவங்களை நினைவுகூர்ந்தார்கள். அவர்களது குரலில் உற்சாகம் தெரிந்தது. 'உங்களால்தான் எங்கள் வாழ்க்கை மாறியது' என்றார்கள். அன்று மாலை சரண்சிங்கைக் காசியாபாத்தில் சந்தித்தேன். அவன் என் காலில் விழுந்து ஆசி பெற விரும்பினான். அரை மணி நேரம் கழித்து, 'என் மனம் இன்னும் நிறையவில்லை. உங்களுடன் நான் இன்னும் பேச வேண்டும். இங்கே தங்குங்கள்' என்றான். நாங்கள் இருவரும் இப்போதும் தொடர்பில் இருக்கிறோம். போலவே சிரிலும் நானும் கற்பித்த இதர குழந்தைகளும் என்னுடன் தொடர்பில் இருக்கிறார்கள். அவர்கள் பெங்களூரு, குவாஹாத்தி மற்றும் பல இடங்களில் பணியில் இருக்கிறார்கள். காசியாபாத்தில் நாங்கள் இரண்டு ஆண்டுகளுக்கு மேலாக இருந்தோம். டெல்லியிலிருந்த தன் அலுவலகத்துக்கு சிரில் ரயிலில் போய் வந்தார். தொடர் கல்விக்கான பொதுத்துறை நிறுவனங்களின் மையத்தில் ஆய்வு செய்வது, பயிற்சியளிப்பது போன்ற பணிகளைச் செய்துவந்தார். அது தொழிலாளர் படிப்புகளுக்கான நிறுவனமாகும். அந்த மையத்தின் இயக்குநர் நிதிஷ் டே என்பவரிடம் யுகந்தார் சிபாரிசு செய்திருந்ததால், சிரிலுக்கு அந்தப் பணி கிடைத்தது.

இருந்தாலும், வாழ்க்கை அதிருப்தியாக இருந்தது. காரணம் நான் இன்னும் அரசியல் கனவைக் கொண்டிருந்தேன். ஆனால் இங்கோ, நாங்கள் தொண்டு நிறுவன ஊழியர்களாகிவிடுவோம் போலத் தோன்றியது. 1970களில், அரசு சாரா அமைப்புகளில் இணைந்து பணியாற்றுவது 'தொண்டு ஊழியங்கள்' என்று சிறுமைப்படுத்தப்பட்டது. அப்போதும் நக்சல்பாரிக் கனவுகள் மறைந்து போகவில்லை. எங்கள் தலைமுறையைச் சேர்ந்த சிலருக்கு மிகவும் மரியாதைக்குரிய பணி என்பது அரசியல் பணியாகத்தான் இருந்தது. மக்களை அணி திரட்டுவதும், அரசுக்கு எதிராகப் போராடுவதும், அரசியல் அதிகாரத்தைக் கைப்பற்றுவதும்தான் அவர்கள் மேற்கொள்ள விரும்பிய பணிகளாக இருந்தன. நீங்கள் இன்று வாசிக்கும் இவான் இல்லிச் அல்லது கிராம்ஸி அல்லது வேறு எந்த ஒரு கோட்பாட்டாளரையும் நாங்கள் அப்போது வாசித்திருக்கவில்லை. டெல்லியின் வால்மீகிக் குழந்தைகள் முதல் மீரட் வரை, குழந்தைகளுக்கு நான் ஆங்கிலம் கற்பித்தபோதும், புரட்சிக்கு அருகில் என்னால் நெருங்கக்கூட முடியவில்லை. நாங்கள் அந்த மக்களுக்குப் பிரியமானவர்களாக இருக்கலாம், ஆனால் அவர்களை வழிநடத்தி அரசுக்கு எதிராகப் போராட வைக்க முடியாது. என் அளவிலோ அல்லது வால்மீகியினருக்கோ என் கசப்புணர்வின் காரணமாக எந்தவிதத்திலும் நான் பயனுள்ள நபராக இருக்கவில்லையோ என்று தோன்றியது. 1978இல் ஆங்கிலக் கல்வியின் முக்கியத்துவத்தை வால்மீகியினர் அறிந்து

கொண்டார்கள். நவீன உலகத்துக்குச் செல்லும் கதவாக ஆங்கிலக் கல்வியை அவர்கள் கருதினார்கள். துப்புரவுப் பணியில் ஈடுபட வேண்டியிருக்காத ஒரு எதிர்காலம் அந்தக் கல்வியால் கிடைக்கும் என்று அவர்கள் நம்பினார்கள். எங்களின் வருங்காலம் எப்படி யிருக்கும் என்று தெரியாமலேயே காசியாபாத்தில் எங்களின் பணிகள் மூலம் நாங்கள் தயாராகிக் கொண்டிருந்தோம். அந்தப் பணிகள் எங்களைக் கட்சிப் பணிகளிலிருந்து திசைமாற்றியது. புரட்சிக்கு ஒரே நேர்வழி என்று எதுவுமில்லை என்பதை உணர வைத்தது. தவிர, புரட்சி என்பது ஒற்றைக் குறிக்கோள் அல்ல, மாறாக ஒவ்வொரு மட்டத்திலும் ஒவ்வொரு நாளும் சாதிக்க முடிகிற லட்சக்கணக்கான குறிக்கோள்களை உடையது என்பது புரிந்தது.

❍

1975 ஆம் ஆண்டு நான் அனுபவித்த வீட்டுச் சிறைவாசம் மற்றும் 'எலக்ட்ரோ கன்வல்சிவ் தெரபி' ஆகியவற்றுக்குப் பிறகு சில ஆண்டுகள் என் பெற்றோரைச் சந்திக்கவில்லை. *1979* ஆம் ஆண்டு என்னுடைய நெடுநாளைய நண்பர் கோபால் என்பவர் மூலம் என்னுடைய பெற்றோர் என்னை ஒரே ஒரு முறையாவது பார்க்க விரும்புவதாக அறிந்தேன். எனக்கு நேர்ந்த துன்பங்களுக்காக அவர்கள் வருந்துவதாகவும் கோபால் தெரிவித்தார். என்னை வீட்டுக்கு அழைக்க இது ஒரு ஏமாற்று வேலையாக இருக்கலாமோ என்று குழம்பினேன். அவர்கள் சமீபத்தில் கேதார்நாத்துக்கு யாத்திரை சென்று வந்ததாகவும் கோபால் கூறினார். டெல்லியி லிருந்து ஹைதராபாத்துக்கு நான் திரும்பிக்கொண்டிருந்த போது, என் பெற்றோரைப் பார்க்க முடிவெடுத்தேன். வாரங்கலில் இறங்கி, மெட்ராஸுக்கு ரயில் பிடித்தேன். சி.ஐ.டி. காலனியிலிருந்த அந்தப் பழைய வீட்டுக்குச் சென்றபோது, என் அப்பாதான் கதவைத் திறந்தார். 'நடந்த எல்லாவற்றுக்கும் நான் மன்னிப்புக் கேட்கிறேன்' என்பதுதான் அவர் சொன்ன முதல் வார்த்தை. நான் நெக்குருகிப் போனேன். எங்களுக்குள் மீண்டும் பழைய நல்ல நாட்கள் அரும்பிவிட்டதைப் போல உணர்ந்தேன். சூடான சண்டைகள், கசப்பான குற்றச்சாட்டுகள் எல்லாமே ஒரு நொடியில் மறைந்துவிட்டன. முன்பை விட அவர்களை இன்னும் அதிகமாக நேசிக்க ஆரம்பித்தேன். அவர்கள் உட்பட எல்லோரும் கஷ்டப் பட்டிருக்கிறோம். மிகவும் அறிவார்ந்த குழந்தை, ஆண் குழந்தை இல்லாத கவலையைத் தீர்த்துவைக்கப் பிறந்தது போல வந்த குழந்தை, அவர்களது நினைவில் மிகவும் மோசமான சூழ்நிலையில் சிக்குண்டவளாய் நிற்கிறாள்.

இப்போது அவர்கள் என்னை எந்த விதத்திலும் அவமானப் படுத்த ஆர்வமாக இருக்கவில்லை. எனக்காக அவர்கள்

எதையேனும் வாங்கிக் கொடுக்க வேண்டும் (வாங்கியும் தந்தார்கள்) என்று நினைத்தால், முதலில் என்னைக் கேட்டுவிடுகிறார்கள். 1981ஆம் ஆண்டு ஜனவரி மாதம் என் அப்பாவும் 1998ஆம் ஆண்டில் என் அம்மாவும் இறந்து போகும் வரையில், எங்களுக்கிடையே எந்த மன வருத்தமும் இருக்கவில்லை. அடிக்கடி நான் அவர்களை வந்து பார்த்துக்கொண்டிருந்தேன். விஜயவாடா அல்லது சித்தூருக்கு எப்போது சென்றாலும் மெட்ராஸில் என் பெற்றோரைச் சந்திப்பதை வழக்கமாக்கிக் கொண்டிருந்தேன். அவர்களின் வேண்டுகோளுக்கு இணங்க என் சகோதரிகளின் பிரசவங்களின்போது நான் கூடமாட உதவியும் செய்து வந்தேன். அப்போது நான் மட்டும்தான் 'வேலையற்று' இருந்தேன். அதாவது, குழந்தைகள் இல்லாத, கணவனை கவனித்துக்கொள்ள வேண்டும் என்று அவசியமில்லாத வேலையற்ற ஒருத்தியாக இருந்தேன். என் அக்காவினதும், என் தங்கையினதும் என்று இரண்டு பிரசவங்களை நான் பார்த்தேன். இருந்தும் எங்களுக்கிடையே மிகப் பெரிய தூரம் இருந்தது. இந்தப் புத்தகத்தின் இரண்டாவது வரைவை முடிக்கும் வரையில் 1975ஆம் ஆண்டில் எனக்கு நடந்த சம்பவத்தைப் பற்றி அவர்களிடம் நான் எதுவும் பேசவில்லை. இதற்கு ஒரு முடிவே இல்லை. எனக்கு ஆதரவாக அவர்கள் நிற்கவில்லையே என்று நான் வேதனைப்பட, அவர்களோ எங்களின் பெற்றோருக்கும் தங்களுக்கும் பெரிய பிரச்சினையை நான் உண்டுபண்ணிவிட்டதாக அவர்கள் கோபப்பட்டார்கள். எங்கள் பெற்றோர் மிகவும் கட்டுப்பெட்டியான குடும்பப் பின்னணியிலிருந்து வந்தவர்கள். அவர்கள், குறிப்பாக என் அம்மா, வேறு எந்த ஒரு சமூகத்துடனும் உறவாடிப் பழக்கமில்லாதவர். ஆனால், என் சகோதரிகள் எல்லாம் நன்றாகப் படித்தவர்கள். எல்லாச் சமூகத்திலிருந்தும் அவர்களுக்கு நண்பர்கள் இருந்தார்கள். சமூகத்தின் எல்லாத் தளங்களிலிருந்தும் வரக்கூடிய மக்களைச் சந்திக்கும் வாய்ப்பைக் கொண்ட பணியில் இருந்தார்கள். என் அப்பா என்னிடம் மன்னிப்புக் கேட்டார். 1992ஆம் ஆண்டில் நான் குழந்தை பெற்றுக்கொள்ள விரும்பிய போது, 'நான் பெற்றெடுத்த மகள்களிலேயே நீதான் இப்போது சந்தோஷமாக இருக்கிறாய். உனக்கு என்ன விருப்பமோ அதைத் தொடர்ந்து செய். மற்றவர்களைப் போல நீயும் குழந்தை பெற்றுக்கொள்ளாதே. அது என்ன வகையான பிரச்சினைகளைக் கொண்டு வரும் என்று உனக்குத் தெரியாது' என்று என் அம்மா சொன்னார். என் பெற்றோருடன் நான் சமாதானமாகிவிட்டேன். ஆனால் என் சகோதரிகளுடன் அல்ல. நான் என் பெற்றோர்களைக் கஷ்டப்படுத்தியதற்குத் தண்டனையாகத்தான் சிரிலுக்கு நாள்பட்ட நோய் இருந்திருக்கிறது என இன்றும்கூட என் சகோதரி ஒருத்தி சொல்லிக்கொண்டிருக்கிறாள்.

என்றாவது ஒரு நாள் என் சகோதரிகள் சிலருடன் நான் சமாதானம் கொள்ளலாம். நாற்பத்தைந்து ஆண்டுகளுக்குப் பிறகு ‘எலக்ட்ரோ கன்வல்சிவ் தெரபி’ குறித்தும், நான் எழுதிக் கொண்டிருந்த இந்தப் புத்தகத்தைப் பற்றியும் சொன்னபோது, அவர்கள் தந்த அறிவுரை இது: ‘நம் பெற்றோர்களைக் குற்றம் சொல்லாதே. எங்களையும் குற்றம் சொல்லாதே. அவர்களுக்கு மகனாக இருந்தது நீ மட்டும்தான். மற்றவர்கள் உன்னை ஆச்சரியமாகப் பார்க்கும்படி ஒரு ஐ.ஏ.எஸ். அதிகாரியாகவோ, முன்னணி விஞ்ஞானியாகவோ அல்லது ஒரு முதலமைச்ச ராகவோ வருவாய் என்று நம்பினார்கள். ஆனால் அந்தக் கனவை எல்லாம் சுக்குநூறாய் உடைத்துவிட்டு, மற்றவர்களைக் கொல்லும், தனது உறுப்பினர்களை வறுமையில் வாடவிட்ட ஓர் இயக்கத்தில் போய் நீ சேர்ந்துவிட்டாய். நம் அம்மா உன்னைக் காப்பாற்ற மிகவும் போராடினார். எனவே, நாங்கள் அவரது பேச்சைக் கேட்க வேண்டியதாக இருந்தது’ என்றார்கள்.

தங்களின் பெற்றோருடன் வாழ்ந்துவரும் என் நண்பர்கள் சிலரைப் பார்க்கும்போது, எனக்குள் எதையோ இழந்த உணர்வு தோன்றும். என்னுள் ஏதோ வெற்றிடம் உருவாகும். எதைக் கொண்டும் அதை நிரப்ப முடியாது. சிரிலின் குடும்பம் என்றும் என் குடும்பமாகவே இருந்தது. அந்த அளவுக்கு அவர்கள் என்னை கவனித்துக்கொள்கிறார்கள். இருந்தும் மதிப்புமிக்க எதையோ ஒன்றை நான் கைநழுவவிட்டுவிட்டதைப் போல உணர்கிறேன். என்னதான் நமக்கு வயதானாலும் நாம் குழந்தைகளாகவே இருக்கிறோம். நான் பதின்மூன்று வயது சிறுமியாகவே இப்போதும் என்னைக் கருதிக்கொள்கிறேன். என் இருபது வயது சுயத்திற்காக இப்போதும் நான் வருந்துகிறேன். இன்றும் என்னைச் சிறுமியாகக் கருதிக்கொண்டாலும் பழைய உலகம், அதன் மீதிருந்த பிடிப்பு ஆகியவற்றை ஒருபோதும் என்னால் மீட்டெடுக்க இயலாது. நீங்கள் என்னவாக இருக்கிறீர்களோ அப்படியே உங்களை ஏற்றுக்கொள்ள வேண்டிய பொறுப்பு உங்கள் குடும்பங்களுக்கு இருக்கிறது. கொலைகாரர்களையும் வன்புணர்வாளர்களையும் கூட ஏற்றுக்கொள்கிற குடும்பங்கள் உண்டு. எனினும், என்னளவில் என் வீட்டாருக்கு நான் அந்நியமாகிப் போனேன். எனில், எல்லோரும் நடந்து சென்ற வழியிலிருந்து விலகிப் போனதற்காகப் பெண்கள் கொடுக்க வேண்டிய விலைதான் இதுவா?

○

காசியாபாத்தில் இருந்தபோது நாங்கள் ‘*விப்லவா சந்தேஷம்*’ (*புரட்சியின் செய்தி*) எனும் தெலுங்குப் பத்திரிகைக்கு ஆதரவளித்தோம். அது ‘பீப்பிள்ஸ் வார் குரூப்’ அமைப்பிலிருந்து

விலகிய இங்குவா மல்லிகார்ஜுனா ஷர்மா என்பவரால் நடத்தப்பட்டுவந்தது. அவரும் எங்களைப் போலவே வேறொரு மாற்று வேலையைத் தேடிக்கொண்டிருந்தார். சிரில் வாங்கிய 600 ரூபாய் மாதச் சம்பளத்தில், 300 ரூபாயை ஷர்மாவுக்கு அனுப்பிக் கொண்டிருந்தோம். அதோடு அந்த இதழில் எழுதியும் வந்தோம். எனக்கு நேரம் இருக்கும்போதெல்லாம் காசியாபாத் நகரத்தைச் சுற்றி வந்தேன். அங்கிருக்கும் சந்தைகளுக்குச் சென்று, டீக்கடைகளுக்கு வெளியே உட்கார்ந்துகொண்டு, மக்களின் உரையாடல்களைக் கேட்டவாறு, அங்கு நிலவும் பல்வேறு வகையான பேச்சு வழக்குகளை அவதானித்தவாறு என நேரத்தைப் போக்குவேன். உள்ளூர் உணவுவகைகளை உண்ணப் பழகியிருந்தேன். இப்படியான வழிகளில் அந்த நகரத்தின் கலாச்சாரத்துக்கு என்னைப் பழக்கிக்கொள்ள முயன்று கொண்டிருந்தேன். என் அண்டை வீட்டாரைப் போலவே நானும் கரி அடுப்பில் சமைக்கப் பழகினேன். அவர்களிடமிருந்து பல்வேறு விதமான உணவுவகைகளைச் செய்யக் கற்றுக்கொண்டேன். ரயில் நிலையத்துக்குப் பக்கத்தில் இருந்த ரயில்வே காலனியில் வசித்து வந்தோம். ஒரே ஒரு அறைதான் என்றாலும் அந்த வீட்டை நான் விரும்பத் தொடங்கியிருந்தேன். மாலை நேரங்களில் கரி அடுப்பில் சுடப்படும் கோதுமை ரொட்டியின் மணம் காற்றில் கலந்திருக்கும். அண்டை வீட்டார் அனைவரும் நட்பாகவே இருந்தார்கள். இவ்வளவுக்கிடையிலும் ஹைதராபாத்துக்குத் திரும்பவே என் மனம் விரும்பியது. அதுதான் என் அரசியல், உணர்வு ரீதியான வீடு. சந்தோஷமில்லாமல் அச்சத்துடனேயே இருந்தேன். நான் சில விஷயங்களைச் செய்ய முயற்சித்து அதில் தோல்வியுற்றேன். கட்சி நம்மைக் காப்பாற்றும் என்ற எண்ணத்தில் என் குடும்பத்தை விட்டுவிட்டேன். இப்போது இரண்டுமே இல்லை. இரண்டுமே மோசமாகிவிட்டது. இப்போது புதிய இடத்தில் புதிய நண்பர்களுடன் இருக்கிறேன்.

நான் ஓர் அந்நியமான கலாச்சாரத்தில் இருந்தேன். எது நடந்தாலும் வாழ்க்கையில் எந்த ஓர் அர்த்தமும் இருப்பதாகப் படவில்லை. காசியாபாத்தில் பணியாற்றுவதற்கு முன்பு, நான் வங்கித் தேர்வு ஒன்றை எழுதியிருந்தேன். தேர்வும் பெற்று விட்டேன். பணிக்கு வந்து சேருமாறு அழைப்பு வந்தபோது நான் அதை ஏற்றுக்கொள்ளவில்லை. அருகிலிருந்த மீரட் பல்கலைக் கழகத்தில் பட்டமேற்படிப்புக்கு விண்ணப்பித்திருந்தேன். ஆனால் தேர்வு எழுதவில்லை. என் உண்மையான சான்றிதழ்களைத் திரும்பப் பெறுவதற்குக்கூட நான் பல்கலைக்கழகத்துக்குப் போகவில்லை. அதை வைத்துக்கொண்டு என்ன செய்வது என்ற எண்ணம்தான் அப்போது இருந்தது. எப்படியும் என் முதுநிலைப் படிப்பை நான் முடிக்கப் போவதில்லை. தவிர, முறையான ஒரு பணியைத் தேர்ந்தெடுத்துக்கொள்ளப்போவதும் இல்லை.

இந்தச் சமயத்தில்தான் நான் நரம்பு மண்டலப் பாதிப்புக்கு உள்ளானேன். எல்லாமே சாம்பல் நிறமாக இருந்தது. நாள் முழுக்க வீட்டைத் துடைப்பதையே வேலையாக வைத்துக்கொண்டி ருந்தேன். சிரில் காலை அலுவலகத்துக்குச் சென்றுவிட, நான் மதியம்போல வால்மீகியினரின் குடியிருப்புக்குச் செல்வேன். ஆனால் சக்தியோ, விருப்பமோ இருக்காது. எப்போதாவதுதான் புத்தகங்களை வாசித்தேன். குறைவாகவே அண்டை வீட்டாருடன் உரையாடினேன். நான் முழுமையாக உடைந்துபோவதிலிருந்து என்னைக் காப்பாற்றியது வால்மீகியினர்தான். அவர்களுடைய அன்பும் தேவைகளும் என் நேரத்தையும் சக்தியையும் மீட்டுக் கொடுத்தன.

ஒன்றிரண்டு முறை, தற்கொலை செய்துகொள்வதற்காக அருகிலிருந்த தண்டவாளத்துக்குச் சென்றிருக்கிறேன். 'போ, போய் சாவு' என்ற சிரிலின் பேச்சுதான் நான் தற்கொலை செய்துகொள்வதிலிருந்து என்னைத் தடுத்துநிறுத்தியது. அந்த வசவைக் கேட்டவுடன் அங்கிருந்து திரும்பிவிடுவேன். நான் தற்கொலை செய்துகொள்வதிலிருந்து தடுக்கவில்லையே என்று அவர் மீது எனக்குக் கோபமாக இருந்தது. எனக்காக இரங்காமல் போனதற்காக அவர் மீது கடுப்பாக இருந்தது. 'உனக்கு இது தேவைதான். நீ ஏற்றுக்கொள்ளத்தான் வேண்டும்' என்று அவர் சொல்வது போலிருக்கும். அவ்வளவு வித்தியாசம் எங்களுக் கிடையே இருந்தது. எவ்வளவு கடினமான தருணங்களையும் அவர் சுலபமாக ஏற்றுக்கொண்டு விடுவார். அந்தந்தச் சூழ்நிலை களுக்கு ஏற்ப அவர் தன்னைத் தகவமைத்துக்கொள்வார். ஆனால் நானோ அதைப் பற்றிப் புலம்பிக்கொண்டே இருப்பேன். இதுதான் மன அழுத்தத்தின் முதல் அறிகுறி என்பதைத் தெரிந்துகொள்ள எனக்கு ரொம்ப காலம் பிடித்தது. மருத்துவ ரீதியாக அதற்கு அப்படி ஒரு பெயர் இருப்பதுகூட எனக்குத் தெரியாது. எனக்குத் தெரிந்தது எல்லாம் எனக்குள் மிகவும் பாரமான துயரம், சோகம் ஆகியவற்றைச் சுமந்துகொண்டிருக்கிறேன் என்பது மட்டும்தான். எல்லாமே அர்த்தமற்றதாக இருந்தது. வாழ்க்கை வீண் என்று தோன்றியது. கட்சியை விட்டு விலகிய பிறகு என்னைப் போலவே, குறிப்பாகப் பெண்கள், இதுபோன்று உடைந்துபோனார்கள் என்பதைக் கேள்விப்பட்டேன். இயக்கத்தில் சேர்வதற்காகவும் பணியாற்றுவதற்காகவும் அவர்கள் நிறைய தியாகங்களைச் செய்திருந்ததால் அவர்கள்தான் அதிகமாகத் துயருற்றார்கள். எம்.எல். இயக்கங்கள் குறித்து அச்சம் கொண்டிருந்த என் நண்பர்கள் பலரை நான் இழந்துவிட்டிருந்தேன். நானும், என் தோழர்களும் புரட்சி வராது என்று உணர்ந்த பொழுதில், எம்.எல். இயக்கம் சர்வாதிகாரப் போக்குடனும் குறுகிய மனப்பான்மையுடனும் செயலாற்றுகிறது என்று தெரியவந்த நேரத்தில், அந்த இயக்கத்தின் இருத்தலுக்கு அடிப்படையான

காரணம் எதுவென்று அறிந்துகொண்ட பிறகு, சமத்துவ மின்மையை ஒழிப்பது அந்த இயக்கத் தலைவர்களின் லட்சியம் இல்லை என்று புரிந்துகொண்ட தருணத்தில், எங்களின் உலகம் சுக்குநூறாக உடைந்தது.

எங்களுடைய பழைய உலகம், பழைய சமூகத்துக்கே நாங்கள் திரும்பிச் செல்ல வேண்டியதாக இருந்தது. ஆண்கள் சீக்கிரமாகவே தங்களை மாற்றிக்கொண்டார்கள். எங்கே தங்கள் வாழ்க்கையை விட்டுவிட்டு வந்தார்களோ, அதே இடத்திலிருந்து தங்களின் பயணத்தைத் தொடர்ந்தார்கள். கல்வியோ, வேலையோ அல்லது தங்களின் சொந்தத் தொழிலோ, மதுபான வியாபாரமோ அல்லது மையநீரோட்ட அரசியல் என எங்கிருந்து வந்தார்களோ மீண்டும் அங்கேயே சென்றுவிட்டார்கள். பெண் தோழர்கள் சிலர் மீண்டும் தங்கள் வாழ்க்கையைத் தொடங்கினார்கள் என்றாலும், பெரும்பாலானவர்கள் தங்கள் வாழ்க்கையை மாற்றிய அரசியலுடன் ஒன்றிப் போய்விட்டார்கள். பழையபடி குடும்ப அமைப்புக்குள் போக முடியாது என்பதால் இதே அரசியலை நாங்கள் வைத்துக்கொள்வதா? அல்லது அந்த அரசியலுடன் இரண்டறக் கலந்துவிட்டதால், ஆண்களைப் போல அதை உதறித் தள்ள முடியவில்லையா? பழைய வழக்கத்தின்படி வாழ்வதென்றால் வாழ்க்கை அர்த்தமற்றுப் போகும். எங்களின் புதிய வாழ்க்கை முறைக்கு ஓர் அர்த்தத்தைக் கண்டுபிடித்தாக வேண்டிய அவசியம் உள்ளது. கட்சியை விட்டு விலகியது, புதிய வாழ்க்கையை வடிவமைத்துக்கொள்வது, புதிய வாழ்வாதாரத்தைத் தெரிவு செய்துகொள்வது, புதிய நண்பர்களை ஏற்படுத்திக்கொள்வது, புதிய குடும்ப உறவுகளை உருவாக்கிக் கொள்வது என அனைத்துமே கடினமாக இருந்ததால், எங்கள் புதிய வாழ்க்கைக்கான அர்த்தத்தைக் கண்டுகொள்வதும் கடினமாக இருந்தது.

இந்தக் காலகட்டத்தில் டெல்லியில் பத்திரிகையாளராகப் பணிபுரிந்து வந்த ஹைதராபாத்தைச் சேர்ந்த ஷீலா ரெட்டி எனும் என் தோழி மிகவும் உதவியாக இருந்தாள். அவ்வப்போது அவளுடன் தங்குவது, ஊர் சுற்றுவது, என் கவலைகளைப் பகிர்ந்துகொள்வதுமாக இருந்தேன். அவள் இல்லையென்றால், நான் இப்போது இங்கு இருந்திருக்க மாட்டேன். மேலும், நான் அங்குச் சற்றும் எதிர்பாராத, என்னை விட வயதில் மூத்த, ஹைதராபாத்தில் மகப்பேறு நிபுணராகப் பணியாற்றிய டாக்டர் சரோஜினி ரெட்டியுடனும் எனக்கு நட்புக் கிடைத்தது. அப்போது அவரது கணவர் கே.வி.ரகுநாத ரெட்டியுடன் அவர் டெல்லியில் வசித்து வந்தார். அவர் ஆந்திரப் பிரதேசத்திலிருந்து தேர்வு செய்யப்பட்ட மாநிலங்களவை உறுப்பினராக இருந்தார். செல்வந்தர்கள் வசிக்கும் லுடியென்ஸ் டெல்லியின் சாஜஹான்

ரோட்டில் அவர்களுக்கு அரசுக் குடியிருப்பு ஒன்று இருந்தது. சரோஜினி ரெட்டி ஹைதராபாத்திலிருந்தபோது நான் முற்போக்கு ஜனநாயக மாணவர் சங்கத்துக்காகவும், முற்போக்கு மகளிர் அமைப்புக்காகவும் நன்கொடை வாங்க பலமுறை அவரிடம் சென்றிருக்கிறேன். ஒவ்வொரு மாதமும் அவர் எனக்கு 25 ரூபாய் தருவார். அவருடைய மகன் ஸ்ரீநாத் எங்களுக்கு உற்ற தோழன். ஹைதராபாத்தில் நிலோஃபர் மருத்துவமனையின் சூப்பிரண்டெண்டன்ட்டாக, புகழ்பெற்ற மகப்பேறு நிபுணராக, அழகானவராக, கருணை மிகுந்தவராக இருந்த அவரைக் கண்டு அப்போது நான் அஞ்சியிருக்கிறேன். டெல்லியிலோ தனிமையில் வாடும் இல்லத்தரசியாக அவர் இருந்தார். அவருடன் பேசுவதும் ஆந்திரா சமையலைப் பகிர்ந்துகொள்வதும் ஹைதராபாத்துக்கே சென்றுவந்ததைப் போன்ற உணர்வை எனக்குள் ஏற்படுத்தும். இங்கு அவர் பெரிதாக எந்த வேலையுமற்று இருந்தார். ரகுநாத ரெட்டி எப்போதும் பணி விஷயமாகச் சுற்றிக்கொண்டே இருப்பார். எனவே, ஆகாயத்துக்குக் கீழே உள்ள அனைத்து விஷயங்களையும் பற்றி நாங்கள் விவாதித்துக்கொண்டிருப்போம். என் வாழ்க்கையில் மீண்டும் ஓரளவாவது சகஜ நிலைமையை ஏற்படுத்தியதில் அவர் எந்த அளவு பங்காற்றியிருக்கிறார் என்பது அவருக்குத் தெரியப்போவதில்லை. 2015ஆம் ஆண்டு ஆகஸ்ட் மாதம் அவர் காலமானபோது, நம் வாழ்க்கையில் ஒருவர் எவ்வளவு முக்கியமானவராக இருந்தார் என்பதை அவர் உயிருடன் இருக்கும்போதே சொல்லிவிட வேண்டும் என்று உணர்ந்துகொண்டேன்.

ஹைதராபாத்துக்குத் திரும்புவதற்கு எனக்குப் பெரும் விருப்பம் இருந்தது. இந்தக் காலத்தில் பல்வேறு உடல் உபாதைகளுக்கு நான் ஆளானேன். நாள்பட்ட மூச்சுக்குழாய் அலர்ஜி, நாள்பட்ட சிறுநீர்க்குழாய்த் தொற்று, மலேரியா எனப் பல தொந்தரவுகள் என்னை அழுத்திப்போட்டன. வாழ்நாள் முழுக்க நான் போராட வேண்டிய நோய்கள் எல்லாம் இந்தக் காலகட்டத்தில்தான் என்னைப் பாதித்தன. எனக்கு ஏற்பட்ட சிறுநீர்க்குழாய்த் தொற்று, சிறுநீரகம் வரை சென்றுவிட்டது. ஆகவே, பாதிப்படைந்த ஒரு சிறுநீரகத்தை அறுவைச் சிகிச்சை செய்து நீக்கிவிட மருத்துவர்கள் அறிவுறுத்தினார்கள். அப்போது 1992ஆம் ஆண்டு ஆசியா பங்கேற்பு ஆய்வு மையத்தை நிறுவிய ராஜேஷ் டான்டன் என்பவர் டேவிட் வெர்னர் என்பவர் எழுதிய 'வேர் தேர் இஸ் நோ டாக்டர்: எ வில்லேஜ் ஹெல்த் கேர் ஹேண்ட்புக்' (டாக்டர் இல்லாத இடத்தில்: உடல்நலப் பராமரிப்புக் கையேடு) என்ற புத்தகத்தை எனக்கு அன்பளித்தார். அவர், என் நெருங்கிய தோழியும் சஹேலி எனும் அமைப்பின் நிறுவனர்களில் ஒருவருமான கல்பனா மேத்தாவின் கணவராவார். சிறுநீர்க் குழாய்த் தொற்று என்பது மிதமிஞ்சிய வைரஸ்

செல்களினால் ஏற்படும் ஒன்று எனவும், அதை அதிக அளவில் நீர்க் குடித்து சிறுநீர்க் கழிப்பதன் மூலம் வெளியேற்ற வேண்டும் என்றும் வெர்னர் அந்தப் புத்தகத்தில் சொல்லியிருந்தார். அதைப் படித்தவுடன் நான் மற்ற எல்லா வேலைகளையும் ஒதுக்கிவிட்டு, வெளியில் சுற்றுவதை ஒரு மாதம் நிறுத்திவிட்டு குவளை குவளையாகத் தண்ணீர்க் குடித்தேன். வாளிவாளியாகச் சிறுநீர் கழித்தேன். ஒரே மாதத்தில் என் சிறுநீர் சகஜநிலைக்கு வந்தது. அப்போது முதல் இப்போது வரை அதே சகஜநிலையில் உள்ளது. இதன் மூலம், என் உடலைப் பற்றி முழுமையாக அறிந்து கொள்வதன் முக்கியத்துவத்தைப் புரிந்துகொண்டேன். என் உடல் வழியாகவே எனக்கு ஏற்படும் நோய்களைச் சரிப்படுத்திக் கொள்ளவும் தொடங்கினேன்.

அவசரநிலை காலத்துக்குப் பிறகு பல ஆண்டுகள் நான் எங்கே சென்றாலும் என்னை யாரேனும் பின்தொடர்கிறார்களா என்று பார்த்துக்கொண்டே இருந்தேன். நண்பர்களுடன் புதிய இடங்களுக்குப் போவதற்கோ அல்லது புதிய நண்பர்களை ஏற்படுத்திக்கொள்வதற்கோ எனக்குப் பெரும் சிக்கல் இருந்தது. எல்லாவற்றைப் பற்றியும் எனக்கு ஒரு சந்தேகம் இருந்துகொண்டே இருந்தது. எதிர்பாராத எது ஒன்று எனக்கு நடந்தாலும் அதற்குப் பின் காவல்துறை இருக்குமோ என்று அஞ்சினேன். அந்த அளவுக்கு அவசரநிலைக் காலத்தின் தாக்கம் எங்களில் பலருக்கு இருந்தது. அது காவல்துறை குறித்த பயம் மட்டுமோ அல்லது புதிய நண்பர்களை ஏற்படுத்திக்கொள்வதில் உள்ள தயக்கம் மட்டுமோ அல்ல. எங்கள் உறவினர்கள், நண்பர்கள் என எல்லோரையும் சந்தேகக் கண்ணுடனேயே பார்த்துவந்தோம். தலைமறைவு வாழ்க்கையின்போது சிரிலின் பெயர் விஜய். அப்போது மட்டுமல்ல, அதற்குப் பிறகு வெகுகாலம் வரை சிரிலை நான் விஜய் என்றுதான் அழைத்து வந்தேன். என்னைப் பலரும் ஜோதி என்றோ நளினி என்றோ அழைத்து வந்தார்கள். எங்களுடைய பெயர்கள், அடையாளங்கள், உறவுமுறைகள் என எல்லாமுமே மாறின.

இத்தனைக்குப் பிறகும், எம்.எல். இயக்கத்தில் நான் கழித்த சில ஆண்டுகளைக் குறித்து எனக்கு எப்போதும் எந்தவொரு வருத்தமும் இருந்தது இல்லை. சித்தாந்த நெருக்கடி, தனிப்பட்ட துயரங்கள் ஆகியவைதான் எங்கள் விழுமியங்களைச் சோதித்துப் பார்த்தன; எங்கள் முதுகெலும்புகளை வளைந்துகொடுக்காமல் இருக்கச் செய்தன. தீவிரமான இயக்கம், அவசரநிலை, ஜனநாயகம் மற்றும் உரிமைகளுக்கான மக்கள் போராட்டங்கள் ஆகியவை எங்கள் வாழ்க்கையைச் செழுமைப்படுத்திய நிகழ்வுகளாகும்.

6

ஹைதராபாத் புக் ட்ரஸ்ட்: சொற்களின் உலகம்

எங்களால் இறுதியாக 1980ஆம் ஆண்டு ஹைதராபாத்துக்குத் திரும்ப முடிந்தது. அங்குச் சென்று நாங்கள் விரும்பும் அரசியல் பணிகளை மேற்கொள்ள முடியும் என்று அஜய் சின்ஹா நம்பிக்கை தெரிவித்தார். ஜார்ஜ் மற்றும் சிரிலின் நெருங்கிய நண்பரான அஜய், ஓஸ்மானியா பல்கலைக்கழகத்தில் அரசியல் அறிவியல் பேராசிரியராக இருந்தவர். நாங்கள் ஹைதராபாத்துக்குத் திரும்பிய சில காலத்திலேயே, வலிப்பு நோயின் காரணமாக இருபத்தி ஒன்பது வயதில் அஜய் காலமானார்.

இங்குத் திரும்புவதற்கு முன்பு எங்களுக்கு முன் இருந்த பல வாய்ப்புகளையும் அலசிப் பார்த்தோம். எங்களைப் போலவே எங்கள் தோழர்கள் பலர் பல கேள்விகளுடன் இருந்தனர். நான் புனே மற்றும் பம்பாய்க்குச் சென்று, முன்பு எம்.எல். அமைப்புகளில் இருந்து பின்னர் விலகினாலும் மக்களுடன் இணைந்து பணியாற்ற விருப்பம் கொண்டுள்ள பல்வேறு செயற்பாட்டாளர்களைச் சந்தித்தேன். சொல்லி வைத்தாற்போல் அனைவருக்குமே அடுத்து என்ன செய்வது என்பதுதான் தலையாய கேள்வியாக இருந்தது. சிரில் சட்டம் படித்து, மக்கள் இயக்கங்களுக்குச் சட்டப்பூர்வமான உதவிகளைச் செய்ய வேண்டும் என்று முடிவெடுத்தார். இந்தச் சமயத்தில் ஹைதராபாத்தில் சிரிலின் மாமா சி.கே. நாராயண் ரெட்டியைச் சந்தித்தோம். அவர் சாரு மஜூம்தாரின் சிபிஐ – எம்.எல் அமைப்பில் இருந்தவர். பின்னாளில்

சித்தூர் மாவட்டத்திலிருந்து இரண்டு முறை சட்டமன்ற உறுப்பினராகத் தேர்வு செய்யப்பட்டவர். அவரை எல்லோரும் அன்பாக சி.கே. என்றுதான் அழைத்தார்கள். சந்திர புல்லா ரெட்டியை சி.பி என்றும், நீலம் ராமசந்திரய்யாவை என்.ஆர். என்றும் அழைப்பது போல 1940–கள் முதல் 1960–கள் இடையிலான காலகட்டத்தைச் சேர்ந்த கம்யூனிஸ்ட்டுகள் தங்கள் தோழர்களை அவர்களது முன்னெழுத்துகளைக் கொண்டு விளிப்பது வழக்கமாக இருந்தது.

அவசரநிலைக் காலகட்டத்தில் சிறையில் இருந்த சி.கே., அதற்குப் பிறகு கட்சியில் இருப்பதில்லை என்று முடிவெடுத்தார். பின்னர் 1977ஆம் ஆண்டு முதல் இடதுசாரி இலக்கியங்களை வெளியிட்டுவந்தார். மேரி டைலரின் ‘*மை இயர்ஸ் இன் ஏன் இந்தியன் ப்ரிசன்*’, வில்லியம் ஹின்டனின் ‘*ஃபான்ஷென்: எ டாக்குமென்ட்ரி ஆஃப் ரெவல்யூஷன் இன் எ சைனீஸ் வில்லேஜ்*’, எட்கர் ஸ்னோவின் ‘*ரெட் ஸ்டார் ஓவர் சைனா*’ மற்றும் டெட் ஆலன், ரிச்சர்ட் கார்டன் ஆகியோரின் ‘*தி ஸ்கேல்பெல், தி ஸ்வார்ட்: தி ஸ்டோரி ஆஃப் டாக்டர் நார்மன் பெத்யூன்*’ ஆகிய புத்தகங்களின் தெலுங்கு மொழிபெயர்ப்புகள்தான் அவரது பதிப்பகம் மூலம் வெளிவந்த ஆரம்பகால வெளியீடுகள். அவருடனான எங்களது சந்திப்பு அசாதாரணமானது. சிரிலும் அவரது உடன்பிறந்தோரும் தங்களது தந்தை வழி உறவுகளிட மிருந்து விலகிஇருந்தார்கள். தங்களது பெற்றோரின் சாதி, மத, உள்ளூர்க் கலப்புத் திருமணம் சிரிலின் தந்தை வழி உறவுகளை அதிருப்தி கொள்ளச் செய்திருந்தது. எனவே, அவர்களை சிரில் தனது உறவுக்காரர்களாக எப்போதும் அங்கீகரித்ததில்லை. நான் அவர்களை உறவினர்களாகக் கருதுவதையும் அவர் விரும்ப வில்லை. எனினும், சி.கே.யைத் தனது தோழராகக் கருதுவதில் சிரிலுக்கு எப்போதும் பிரச்சினை இருந்ததில்லை.

சித்தூர் மாவட்டத்தின் சல்லவரிப்பள்ளி எனும் கிராமத்தில் நிலக்கிழார் குடும்பம் ஒன்றின் இளைய மகனாகப் பிறந்தார் சி.கே. திருப்பதியில் பள்ளிக் கல்வி கற்ற அவர், மதனபள்ளியில் கல்லூரி படிக்கும்போது சோசலிசவாதிகளின் தொடர்பால் அரசியல் பிரக்ஞையைப் பெற்றார். ஜெயப்பிரகாஷ் நாராயணன் தென்னகப் பகுதிகளுக்கு வந்திருந்தபோது அவருடன் சுற்றியிருக்கிறார். 1950–களின் ஆரம்பத்தில், சோசலிச வாதிகளின் தொடர்பைத் துண்டித்துக்கொண்டு கம்யூனிஸ்ட் கட்சியில் சேர்ந்தார். அந்தக் கட்சி இரண்டாக உடைந்தபோது மார்க்சிஸ்ட் கம்யூனிஸ்ட் (சிபிஐ – எம்) கட்சியுடன் இணைந்து கொண்டார். நக்சல்பாரி இயக்கம் தோன்றியபோது சாரு மஜூம்தாரின் தலைமையிலான சிபிஐ எம்.எல் அமைப்பில்

சேர்ந்து, குண்டூர் மாவட்டத்திலுள்ள பிரசித்தி பெற்ற மலைக் குகைகள் கொண்ட குத்திகொண்ட பிலாம் எனும் இடத்தில் நடைபெற்ற அந்த அமைப்பின் முதல் கூட்டத்திலும் கலந்து கொண்டார். 1971ஆம் ஆண்டு அவர் கைதான பிறகு, அந்த அமைப்பிலிருந்து வெளியேறிவிட்டார். பலமுறை கைதுக்கு உள்ளான அவர், எமர்ஜென்ஸி காலத்திலும் கைதானார். சிறையிலிருந்து விடுதலையான பிறகு, 'ஜனதா பிரசுரனலு' என்ற பெயரில் பதிப்பகம் ஒன்றைத் தொடங்கினார். பின்னாளில் அது அனுபமா பிரசுரனலு என்று விளங்கியது.

சி.கே. உடன் நான் பழகத் தொடங்கிய பிறகு, அவரது அமைதியான தோற்றத்தைக் கண்டு நான் மையலுற்றேன். நாட்கள் செல்லச் செல்ல, என் தந்தையிடம் நான் காணாத அன்பையும் ஆதரவையும் அவரிடத்தில் கண்டேன். அவர் விரும்பாவிட்டாலும் கூட, அவரிடமிருந்து எதையும் மறைக்க வேண்டிய அவசியம் எனக்கு இருக்கவில்லை. அவ்வளவு நல்ல மனிதராக அவர் இருந்தார். என்றாலும், ஏதாவது ஒரு விஷயத்தில் அவருக்குக் கோபம் ஏற்பட்டால், அது விரைவில் தணியாது. அப்போது அவர் மிகவும் கடுமையாக இருப்பார். என்னால் அவருக்குக் கோபம் உண்டாகும்படி எதுவும் செய்ய முடியாது என்பதால் நான் கலங்காமல் இருந்தேன். அவருடைய மனதுக்கு நல்ல மனிதர்கள் என்று தோன்றியவர்களை எல்லாம் எவ்வளவு சிரத்தையாகப் பார்த்துக்கொள்வாரோ அப்படியே என்னையும் கவனித்துக்கொண்டார். அவருக்கு மனிதர்களில் நல்லவர்கள், கெட்டவர்கள் என்ற இரண்டு பிரிவினர் மட்டும்தான். இதர கம்யூனிஸ்ட் தலைவர்கள் போல் எப்போதும் முழங்கிக்கொண்டு இருப்பவராக அல்லாமல், மற்றவர்கள் சொல்வதைக் காது கொடுத்துக் கேட்கும் இயல்புள்ளவராக சி.கே. இருந்ததுதான் அவரது தனிச் சிறப்பு என்று சொல்லலாம்.

ஒவ்வொரு நாள் காலையிலும் தான் சார்ந்த மக்களைத் தொலைபேசியில் அழைத்துப் பேசுவார். ஒரு எம்.எல்.ஏ.வாக, அவர் அரசு அதிகாரிகளையும் அரசியல்வாதிகளையும் சந்திப்பார். ஒரு கம்யூனிஸ்ட்டாக, கட்சிக்கு நிதி கேட்டு அலைவார். தன்னுடன் பயணிக்கும் சினிமா, வணிகம் போன்ற துறை சார்ந்தவர்களையும் சந்திப்பார். ஒரு பதிப்பாளராக, எழுத்தாளர்கள், மொழிபெயர்ப்பாளர்கள், வாசகர்கள் எனப் பலரின் தொடர்பு அவருக்கு இருந்தது. சித்தூர் மற்றும் அதனைச் சுற்றியுள்ள பகுதிகளில் மருத்துவஉதவி தேவைப்படுபவர்களை மருத்துவமனைக்கு அழைத்துச் சென்று, மருத்துவர்களைச் சந்தித்து, அவர்களது சிகிச்சைக்கு ஆகும் செலவுகளுக்குத் தேவையான நிதியை ஏற்பாடு செய்து கொடுப்பார். ஒரு

மத்தியஸ்தராக இருந்து பலரது குடும்பப் பிரச்சினைகளைத் தீர்த்துவைப்பார். வேலையில்லாதவர்களுக்கு வேலை வாங்கிக் கொடுப்பார். இவ்வாறு அவர் முயற்சிக்காத விஷயங்கள் என்று எதுவுமே இல்லை. அனைத்துக்கும் மேலாக, அவர் செய்த எல்லாவற்றிலும் அறத்தைக் கடைப்பிடித்தார். தான் கொண்ட கொள்கைகளுக்கு உண்மையாக எப்போதுமே அவர் இருந்தார்.

நான் பலமுறை அவருடன் பேருந்திலும் ரயிலிலும் ஆந்திரப் பிரதேசம் முழுக்கப் பயணித்து, அவர் களத்தில் பணியாற்றுவதை அருகிலிருந்து பார்த்திருக்கிறேன். மக்கள் வழுக்கி விழுந்து விடுவார்கள் என்பதால் சாலையோரத்தில் யார் யாரோ வீசிச் சென்ற வாழைப்பழத் தோல்களைச் சேகரித்துக் குப்பைத் தொட்டியில் போடுவார். தங்கள் மனைவிமார்களையும், வீட்டு வேலைக்காரர்களையும் கீழ்த்தரமாக நடத்தும் ஆண்களை அவரால் சகித்துக்கொள்ள முடியாது. தனது சொந்த வாழ்க்கையிலும் அரசியலிலும் இரட்டை வேடம் போடாமல் இருந்த அவர் போன்ற கம்யூனிஸ்ட்டுகளுடன் பணியாற்றுவது மிகவும் மகிழ்வுக்குரியதாக இருந்தது. 1990களில், ஹைதராபாத்திலிருந்த தெரு நாய்ப் பிரச்சினையைக் கையிலெடுத்துப் போராடினார். என்னுடைய தனிப்பட்ட பிரச்சினைகளுக்காகவும் அவரிடத்தில் நான் சென்றிருக்கிறேன். சிரிலுடனான சண்டை, நண்பர்களுடனான கருத்துவேறுபாடுகள், பெற்றோர் மற்றும் சகோதரிகள் உடனான எனக்கிருந்த கசப்புணர்வு என என்னுடைய எல்லாப் பாரங்களையும் அவர் தோள்களில் இறக்கிவைத்தேன். அவர் எப்போதும் என்னைக் கைவிட்டதில்லை.

சி.கே.யும் நானும் மாறுபட்டது புத்தகங்கள் பற்றிய பேச்சு வரும்போது மட்டும்தான். பழமைவாத மார்க்சியத்தில் ஊறிப் போனதால் அந்தக் கருத்தியல் மீது வைக்கப்படும் எந்த விமர்சனத்தையும் அவர் விரும்பமாட்டார். ஸ்டாலினின் எண்ணற்ற அக்கிரமங்கள் (எனக்கு அக்கிரமங்கள், சி.கே.வுக்கோ அவை அந்தச் சமயத்தில் தேவைப்பட்ட இடையீடுகள்), கம்போடியாவின் கெமர் ரூஜ், ஈ.எம்.எஸ். நம்பூதிரிப்பாட் மீதான அருந்ததி ராயின் *'தி காட் ஆஃப் ஸ்மால் திங்க்ஸ்'* புத்தகத்தில் உள்ள விமர்சனம் என முடிவுறா விவாதங்களை மேற்கொண்டிருந்தோம். ஆனால் மகளிர் இயக்கங்கள், தலித் இயக்கங்கள் மற்றும் சுகாதாரம், கல்வி போன்ற சில முக்கியமான விஷயங்களில் எங்களுக்குள் ஒற்றுமையிருந்தது. அவருடன் இணைந்து பதிப்பக வேலைகளில் பணியாற்றும்போது காந்தியின் *'ஹிந்த் ஸ்வராஜ்'* புத்தகத்தைத் தெலுங்கில் மொழிபெயர்க்கலாம் என்று நான் யோசனை தெரிவித்தபோது அவர் தன் பணியை ராஜினாமா செய்துவிடுவேன் என்று மிரட்டினார். காந்தி மக்களுக்குப் பயன்படும்படியாக எதுவும் எழுதவில்லை என்று அவர் கருதினார்.

எம்.எல். அமைப்புகளிலிருந்து வெளியேறிய இதர செயற்பாட்டாளர்களை சிரிலும் நானும் சந்தித்தோம். எம்.எல். இயக்கங்களில் தேர்வு செய்து வாசிக்கும் பழக்கமோ, வாசித்தது குறித்து விவாதிக்கும் வழககமோ இல்லாமல் இரண்டுக்கும் இடையே பெரிய இடைவெளி இருந்ததை நாங்கள் உணரத் தலைப்பட்டோம். ஆகவே புத்தகங்களைப் பதிப்பிப்பதற்கான தேவை இருந்தது. அவ்வாறு செய்வதன் மூலம் செயற்பாட்டாளர் களிடையே அதிகரித்துவரும் ஆரோக்கியமான விவாதங்களுக்கு வலுசேர்க்க முடியுமென்று தோன்றியது. அப்படி ஒரு அறிவுச் செயல்பாடு தெலுங்கு மொழி வழியாக நடைபெறவில்லை. எனவே, அதில் நாங்கள் கால்பதித்தோம். நாங்கள் சி.கே.வுடன் இணைந்து பணியாற்றத் தொடங்கியபோது, கொல்லா வெங்கய்யா எனும் இன்னொரு கம்யூனிஸ்ட் தலைவரின் மகனும் கால்நடை மருத்துவருமான வீரய்யா சவுத்ரி மற்றும் கொல்லா வெங்கய்யாவின் நண்பரும் குண்டூர் கல்லூரியில் பேராசிரிய ராகப் பணிபுரிந்தவருமான சி. பாரத்துடு ஆகியோர் வந்து இணைந்ததால் எங்கள் குழு இன்னும் விரிவடைந்தது. நாங்கள் எல்லாம் ஒன்றிணைந்து சங்கமாகவோ அல்லது தனியார் நிறுவனமாகவோ அல்லாமல், அறக்கட்டளை ஒன்றை ஏற்படுத்தினோம். எங்களுக்கு வழிகாட்டியது சாந்தா சின்ஹாவின் தந்தையும் பட்டயக் கணக்கருமான மாமிடிபுடி ஆனந்தம்தான். பதிப்புச் சுதந்திரத்தை நசுக்கப்பார்க்கும் அரசு இருக்கும் சூழ்நிலையில், ஓர் அறக்கட்டளையாகச் செயல்பட்டால்தான் நாங்கள் சுதந்திரமாக இயங்க முடியும் என்றார் அவர். ஒரு சித்தாந்தத்துக்குப் பக்கச் சார்பானவர்கள் என்ற தோற்றம் வாசகர்களிடையே ஏற்படாதபடி ஹைதராபாத் புக் ட்ரஸ்ட் என்று ஒரு பொதுவான பெயரை நாங்கள் தேர்ந்தெடுத்தோம். அப்போதிருந்த பதிப்பகங்களின் பெயர்கள் வெளிப்படையாகத் தங்கள் சித்தாந்தங்களைத் தெரிவிப்பதாக இருந்தன. அருணதாரா (சிவப்பு நட்சத்திரம்), பீஸ் புக் சென்டர், நவோதயா (புதிய விடியல்), பிரஜாசக்தி (மக்கள் சக்தி) போன்றவற்றை அதற்கு உதாரணங் களாகச் சொல்லலாம். அதுபோன்ற எந்த அடையாளத்தையும் நாங்கள் தவிர்த்தோம். 1980ஆம் ஆண்டு பிப்ரவரி மாதம் சி.கே., பாரத்துடு, கவிஞரும் பத்திரிகையாளருமான எம்.டி.கான், வித்தால் ராஜன் மற்றும் என் முன்னிலையில் ஹைதராபாத் புக் ட்ரஸ்ட் பதிவுசெய்யப்பட்டது. வித்தால் ராஜன் அப்போதுதான் கனடாவிலிருந்து திரும்பி, ஹைதராபாத் அட்மினிஸ்ட்ரேட்டிவ் ஸ்டாஃப் காலேஜில் சேர்ந்திருந்தார். சேர்ந்த ஒரு மாதத்தி லேயே அவர் ஹெச்.பி.டி. யிலிருந்து ராஜினாமா செய்துவிட்டார். ஆனால் இதர அறங்காவலர்கள் எங்களோடு இணைந்து பணியாற்றினர்.

Hyderabad Book Trust

A GROUP of us have formed the Hyderabad Book Trust to systematically bring out progressive publications in Telugu. Our main objective is to bring out low-priced works in Telugu, which while assisting the democratic movement, will reach out to the widest sections of people, educating, enthusing and developing scientific and rational values from the actual problems and contradictions within society. We are planning to translate great works in other languages, publish works by Telugu writers, bring out low-priced series depicting people and events that have changed society and man, bring out illustrated books and comics for children too. Our objective is one of starting a book movement, encompassing neo-literates and illiterates.

Our first set of books include translations of

(1) "The Scalpel and the Sword" by Ted Allan and Sydney Gordon.
(2) "Two Measures of Rice" by Thakazhi Sivasankara Pillai.
(3) "Poems of Vemana" edited by Dr N Gopi.

We appeal to those interested in this venture to send us their ideas, suggestions, etc. All contributions to the Trust are tax-deductible under Section 80G.

GITA RAMASWAMY

Hyderabad Book Trust,
10-1-17/2 First Floor,
Shyamnagar,
Hyderabad-500 004,
June 24.

1980 ஆகஸ்ட் 2 தேதியிட்ட 'எகனாமிக் அண்ட் பொலிட்டிக்கல் வீக்லி' இதழில் 'ஹைதராபாத் புக் டிரஸ்ட்' சார்பில் வெளியான வேண்டுகோள்

முதலில் நாங்கள் மூன்று புத்தகங்களைக் கொண்டு வரத் தீர்மானித்தோம். *'தி ஸ்கேல்பல், தி ஸ்வார்ட்: தி லைஃப் ஆஃப் டாக்டர் நார்மன் பெத்யூன்'* புத்தகத்தின் மொழிபெயர்ப்பு *ரக்தஷுருவுலு* (ரத்தக் கண்ணீர்). இது ஏற்கெனவே சி.கே.வின் அனுபமா ப்ரெஸ் வெளியிட்டு, பிரபலமாக இருந்தது. தகழி சிவசங்கரப் பிள்ளையின் *'ரண்டிடங்கழி'* புத்தகத்தின் மொழிபெயர்ப்பு *கூலி கிஞ்சலு* (இரண்டு படி அரிசி) மற்றும் என்.கோபி தொகுத்த *வேமன வாதம்* (வேமனாவின் கவிதைகள்) ஆகிய புத்தகங்கள்தான் அவை. வேமனா என்பவர் பதினேழாம் நூற்றாண்டுக் கவி. அவர் ஒரு தத்துவவியலாளரும்கூட. எளிமையான மொழிக்காகவும் சாதி, ஒழுக்கம் ஆகியவற்றைக் குறித்த வட்டாரச் சொலவடைகளுக்காகவும் பெயர் பெற்றவை அவரது கவிதைகள். இந்த மூன்று புத்தகங்களும் எங்களது இடதுசாரி சிந்தாந்தத்தைப் பிரதிநிதித்துவப்படுத்திய அதே நேரத்தில் ஏற்கெனவே இருந்த இடதுசாரி பதிப்பகங்களிடமிருந்து எங்களைத் தனித்துத் தெரியவும் வைத்தன.

எங்கள் பணிகளைத் தொடங்க முதலில் 25,000 ரூபாயை ஏற்பாடு செய்தோம். பதிப்பகச் செலவு மட்டும்தான். மற்றபடி புத்தகங்களை 'எடிட்' செய்வது உட்பட அனைத்துப் பணிகளும் தன்னார்வ முறையில் மேற்கொள்ளப்பட்டன. எங்களது நிதி நிலைமை சுமாராக இருந்தது. நானும், கிருஷ்ணா என்ற இன்னொரு ஊழியரும் மாதம் 500 ரூபாயை ஊதியமாகப் பெற்றோம். ஓரியண்ட் லாங்மேன் பதிப்பகத்தின் தலைவராக இருந்த ஜே.ராமேஷ்வர ராவ், அவரது அலுவலகத்துக்குப் பின்புறம் இரண்டு அறைகளை இலவசமாக அளித்தார். அதுதான் எங்களுடைய அலுவலகமாக இருந்தது. அவரது மகள் லட்சுமி எனக்கு உற்ற தோழி. விரைவிலேயே அறக்கட்டளைக்குத் தேவையான நிதியைத் திரட்டத் தொடங்கினோம். எங்கள் அறக்கட்டளையில் சேரும் உறுப்பினர்களுக்கு 25 சதவீதத் தள்ளுபடியில் புத்தகங்கள் விற்பனை செய்யப்படும் என்று அறிவித்தோம். புத்தகங்கள் கொண்ட அட்டைப் பெட்டிகளைத் தூக்கிக்கொண்டு எங்குச் செல்வதானாலும் பொதுப் போக்குவரத்தையே தேர்வு செய்தோம். என் சொந்தப் பொருட்கள் தோள்பையில் இருக்க, என் இரண்டு கைகளிலும் புத்தகப் பெட்டிகள் இருக்கும். ஆரம்பக் காலங்களில் இது ஒரு பெரிய விஷயமாகத் தெரியவில்லை. ஆனால் நாட்கள் செல்லச் செல்ல, புத்தகங்களின் எண்ணிக்கை அதிகரிக்க அதிகரிக்க இருபது கிலோ பெட்டிகளைத் தூக்கிச் செல்வது எனக்குச் சுமையாக இருந்தது. இதனால் எனக்கு நாள்பட்ட முதுகுவலி ஏற்பட்டது. அப்போது எனக்குப் பணிச்சூழலியல் குறித்து அறிவு இருந்திருக்கலாமே என்று இப்போது வருத்தப்படுகிறேன்.

1980இல் ஹைதராபாத் புக் ட்ரஸ்ட்டை உருவாக்கியது என் மன அழுத்தங்களுக்குச் சரியான மருந்தாக அமைந்தது. பதிப்பக வேலைகளில் நான் உற்சாகமாகக் குதித்தேன். எனக்குப் புத்தகங்கள் பிடிக்கும். ஆக, ஒரு பதிப்பகம் தொடங்குவதைவிட வேறென்ன சிறந்த காரியம் இருந்துவிட முடியும்? தொடக்க ஆண்டுகளில் ஹெச்.பி.டி. மிகப் பெரிய அளவில் பேசப்பட்டது. சி.கே.வும் நானும் குக்கிராமங்கள், நகரங்கள், மாநகரங்களுக்குச் சென்று எழுத்தாளர்கள், சிந்தனையாளர்கள், செயற்பாட்டாளர்கள் பலரையும் சந்தித்தோம். இரண்டு மேஜைகள், ஒரு பெட்ரோமாக்ஸ் விளக்கு கொண்டு ஒவ்வொரு நகரத்தின் மையத்திலும் நாங்கள் நகரும் புத்தகக் கடைகளை ஏற்படுத்தினோம். புத்தகங்களை விற்பனை செய்வதற்காகவும் மற்றவர்களது கருத்துகளை அறியவும் எல்லாவிதமான செயற்பாட்டாளர்களையும் நாங்கள் சந்தித்தோம். சிபிஐ, எம்.எல். என அனைத்து அமைப்பிலும் இருக்கும் தோழர்களுடன் உண்டு உரையாடினோம். கிராமமோ, நகரமோ... அங்கு எங்களுக்குத் தெரிந்த தோழர் யாரும் இல்லை என்றால் பேருந்து மற்றும் ரயில் நிலையங்களில் தூங்கினோம். இத்தனைக்கும் இடையில், மொழிபெயர்ப்புகளைச் செய்யவும், புதிதாகப் புத்தகங்களை எழுதவும் மக்களைப் பணித்தோம். அலெக்ஸ் ஹேலியின் 'ரூட்ஸ்' புத்தகத்தின் மொழிபெயர்ப்பான ஏடுதராலு (ஏழு தலைமுறைகள்), முதல் மூன்று புத்தகங்களுக்குப் பிறகு வந்தது. அது ஹெச்.பி.டி.யின் மிகவும் பிரபலமான புத்தகமாக அமைந்துவிட்டதோடு, கடந்த நாற்பது ஆண்டுகளில் அதிக முறை மறுபதிப்புக்கு உள்ளான புத்தகமாகவும் திகழ்கிறது.

தெலுங்குப் பதிப்புலகம் கிட்டத்தட்ட தேக்கநிலை அடைந்து விட்ட சமயத்தில் ஹெச்.பி.டி.யின் வருகை அமைந்தது. சிபிஐ(எம்) கட்சியின் பிரஜாசக்தி மற்றும் சிபிஐ கட்சியின் விசாலாந்தரா ஆகிய இரண்டு கம்யூனிஸ்ட் கட்சிகளின் பதிப்பகங்களால்தான் பெரும்பாலான புத்தகங்கள் பதிப்பிக்கப்பட்டு வந்தன. அவையுமே கூட அப்போது மந்தமாகத்தான் செயல்பட்டன. ஏற்கெனவே பதிப்பிக்கப்பட்ட கம்யூனிஸ்ட் படைப்புகளை மறுபதிப்பு மட்டுமே செய்துவந்தன. அப்போது வரலாற்றாசிரியர் கம்பம்பதி சத்ய நாராயணா மற்றும் புனைவு எழுத்தாளர் மஹிதர் ராம்மோகன் ராவ் ஆகியோர் எங்கள் அலுவலகத்துக்கு வந்தார்கள். அவர்கள் இருவருமே தத்தமது துறைகளில் ஜாம்பவான்கள். கம்பம்பதியின் 'எ ஸ்டடி ஆஃப் தி ஹிஸ்டரி அண்ட் கல்ச்சர் ஆஃப் தி ஆந்திராஸ்' எனும் புத்தகம் 1975ஆம் ஆண்டு சிபிஐ கட்சியின் பீப்பிள்ஸ் பப்ளிஷிங் ஹவுஸ் எனும் பதிப்பகப் பிரிவு மூலம் வெளியிடப் பட்டது. பொருள்முதல்வாதக் கண்ணோட்டத்திலிருந்து ஆந்திராவின் அரசியல், பொருளாதார மற்றும் சமூக வரலாற்றைப் பதிவு செய்த முதல் புத்தகம் அது. மஹிதர் அந்தப் புத்தகத்தை

மொழிபெயர்த்தார். ஆனால், கட்சியின் தலைமைப் பதிப்பகமான விசாலாந்தரா அதைப் பதிப்பிக்க முன்வரவில்லை. காரணம், அது கட்சியின் பழமைவாதக் கருத்தியலிலிருந்து விலகியிருப்ப தாக அந்தப் பதிப்பகத்தினர் கருதினர். நாங்கள் குறுகலான மனப்பான்மை கொண்டிருக்காமல், அந்தப் புத்தகத்தை வெளியிடுவோம் என்ற நம்பிக்கையில் அவர்கள் எங்களைச் சந்திக்க வந்தார்கள். எமர்ஜென்ஸிக்கு முன்பு நடைபெற்ற முற்போக்கு மகளிர் அமைப்பின் பேரணி ஒன்றில் கடைசி வரிசையில் தானும் நடந்து வந்ததாக கம்பம்பதி நினைவுகூர்ந்தார். 'நான் பரந்த மனம் கொண்டவனாக இருக்கும்பட்சத்தில், நீங்கள் அப்படி இருக்கலாம்' என்று எங்களைச் சம்மதிக்க வைக்க முயற்சித்தார். உண்மையில், அந்தப் பிரதி எங்களுக்கான ஆசிர்வாதம் என்றே சொல்ல வேண்டும். 1981ஆம் ஆண்டு நாங்கள் அதைப் புத்தகமாக வெளியிட்டதும் நல்ல வரவேற்பு கிடைத்தது. மஹிதரின் மொழிபெயர்ப்பு துல்லியமாக இருந்ததாகப் பாராட்டப்பட்டது. அந்தப் புத்தகத்தின் இரண்டு தொகுதிகளை யும் இத்தனை ஆண்டுகளாகப் பலமுறை மறுபதிப்பு செய்துள்ளோம். தங்களின் மரணம்வரை இருவருமே எங்களுடன் தொடர்ந்து பயணித்தார்கள். நான் விஜயவாடாவுக்குப் பயணிக்கும்போதெல்லாம் அவர்கள் இருவரில் யாருடனாவது தங்குவது வழக்கமாக இருந்தது. என்னை எப்போதும் அன்பாக வரவேற்று உபசரித்தார்கள். கம்யூனிஸ்ட் இயக்கங்களின் கதைகள், குடும்ப ராவ், சாரதா மற்றும் சலம் போன்ற காலம்சென்ற எழுத்தாளர்களின் கதைகள், தெலுங்கு இலக்கிய உலகின் அன்றைய நிலை என என்னிடம் நிறைய பகிர்ந்து கொண்டிருக்கிறார்கள். எனக்கு முன் வேறு யாரிடமாவது அந்த அளவுக்கு அந்தக் கதைகளை எல்லாம் சொல்லியிருப்பார்களா என்று தெரியாது.

மிக விரைவிலேயே மற்ற எழுத்தாளர்களும் மொழிபெயர்ப்பாளர்களும் எங்களுடன் இணைந்து பணியாற்ற ஆர்வம் காட்டினார்கள். 1981ஆம் ஆண்டு சரிபள்ளி கிருஷ்ண ரெட்டி என்பவர் எழுதிய *உப்பென்னா* (சூறாவளி) என்ற நாவலை வெளியிட்டோம். அது 1940ஆம் ஆண்டு ஏற்பட்ட தெலங்கானா விவசாயிகளின் புரட்சி பற்றியது. வழக்கறிஞர் பொஜ்ஜா தாரகம் பத்திரிகை ஒன்றில் எழுதிய *போலீஸுலு அரெஸ்ட் சேஸ்தி* (காவல்துறையினர் உங்களைக் கைது செய்தால்) என்ற தொடர் மிகவும் பிரபலமானது. அதை நாங்கள் 1981ஆம் ஆண்டு புத்தகமாக வெளியிட்டோம். இன்றுவரையிலும் அது நாங்கள் பதிப்பித்த வெற்றிகரமான புத்தகங்களில் ஒன்றாக உள்ளது. பல தலைமுறை செயல்பாட்டாளர்களுக்கும் இந்தப் புத்தகம் வரப்பிரசாதமாக அமைந்தது. எங்களுடைய எட்டாவது புத்தகம் 1981ஆம் ஆண்டு

பதிப்பித்த *கிரஹனால கதா* (கிரகணத்தின் கதை) என்பதாகும். இது மஹிதர் நளினிமோகன் என்ற பிரபல வானியல் விஞ்ஞானியால் எழுதப்பட்டது. அறிவியல் மற்றும் அதன் இயக்கம் குறித்து மக்களுக்கான மொழியில் எளிமையாக எடுத்துச் சொன்ன முதல் புத்தகம் அதுதான். மாஸ்கோ பல்கலைக்கழகத்தில் முனைவர் பட்டம் பெற்று தேசிய இயற்பியல் ஆய்வுக்கூடத்தில் பணியாற்றிய நளினிமோகன் எங்களுக்காகப் பல அறிவியல் புத்தகங்களை எழுதினார்.

1982ஆம் ஆண்டு எங்களுக்குச் சிறந்த ஆண்டாக அமைந்தது. காலம்கடந்து நிற்கும் பல புத்தகங்களை அந்த ஆண்டு வெளியிட்டோம். 1970களில் ஆங்கிலத்தில் வெளிவந்த *'ஃபார் பிகினர்ஸ்'* எனும் தொடக்க நிலையில் உள்ளோருக்கான புத்தகங்களை மொழிபெயர்க்கும் முயற்சியில் இறங்கினோம். முதலாவதாக, மெக்சிகோவின் பிரபல கார்ட்டூனிஸ்ட் ரியஸ் என்பவர் எழுதிய 'மார்க்ஸ் ஃபார் பிகினர்ஸ்' எனும் புத்தகத்தை கே.பாலகோபால் மொழிபெயர்க்க வெளியிட்டோம். இந்தப் புத்தகம்தான் நாங்கள் ஆப்செட் அச்சுத் தொழில்நுட்பம் வழியாக வெளியிட்ட முதல் புத்தகம். அதுவரை எங்களின் எல்லாப் புத்தகங்களும் 'லெட்டர் பிரஸ்' மூலம் அச்சுக் கோக்கப்பட்டன. அதற்குப் பிறகு வந்த ஆண்டுகளில், *'லெனின். . ., மாவோ. . ., கியூபா...'* மற்றும் *'டாஸ் கேப்பிட்டல் ஃபார் பிகினர்ஸ்'* உள்ளிட்ட புத்தகங்களை மொழிபெயர்த்தோம். ஆனால் அவை ஒன்றும் அவ்வளவாகப் போகவில்லை. தனஞ்செய் கீர் எழுதிய அம்பேத்கர் வாழ்க்கைச் சரிதத்தை அடிப்படையாகக் கொண்டு பி. விஜய பாரதியால் எழுதப்பட்ட ஒரு புத்தகத்தை 1982ஆம் ஆண்டு பதிப்பித்தோம். அதற்குப் பிறகு நாங்கள் பதிப்பித்த அம்பேத்கரிய இலக்கியங்கள் பலவற்றிற்கு அந்தப் புத்தகம்தான் முன்னோடி. எங்களது அடுத்த மைல்கல் சாதனை என்பது *'வேர் தேர் இஸ் நோ டாக்டர்'* என்ற தலைப்பில் டேவிட் வெர்னர் என்பவர் எழுதிய நூலை *வைத்தியுடு லேனி சோட்டா* (டாக்டர் இல்லாத இடத்தில்) என்று மருத்துவர் அலூரி விஜயலட்சுமி மொழிபெயர்க்க வெளியிட்டோம். அது பல ஆண்டுகள் 'பெஸ்ட் செல்லர்' ஆக இருந்தது.

அதே ஆண்டு நாங்கள் வங்க எழுத்தாளர் மகாஸ்வேதா தேவியின் படைப்புகளையும் மொழிபெயர்க்கத் தொடங்கியிருந்தோம். அவரது *ஸ்ரீ ஸ்ரீ கணேஷ் மஹிமா* என்ற புத்தகத்தைச் சூரம்புடி சீதாராம் மொழிபெயர்த்தார். அதுதான் நாங்கள் மொழிபெயர்த்த மகாஸ்வேதா தேவியின் முதல் புத்தகம். அதற்குப் பிறகு *ஹசார் சுராஷிர் மா, ஆரண்ய அதிகார், தாயின், பசாய் துடு, ருடாலி* (நான்கு கதைகளின் தொகுப்பு) மற்றும் *சோலி கே*

பீச்சே (ப்ரீஸ்ட் ஸ்டோரீஸ்) என அவரது பல நூல்களை மொழிபெயர்த்து வெளியிட்டோம். சூரம்புடி சீதாராம் எங்களுக்கு வரமாக வந்து வாய்த்தார். அவர் மூலமாக வங்காள மொழியிலிருந்து நேரடியாகத் தெலுங்குக்கு மேற்கண்ட புத்தகங்கள் பலவற்றைக் கொண்டு வர முடிந்தது. அப்போது சீதாராம் கல்கத்தாவில்தான் பணியாற்றினார். அவர் குடியிருந்த வீட்டின் முதலாளி அம்மா அவரிடத்தில் எப்போதும் விபூதிபூஷன் பந்த்யோபாத்யாயின் ஆரண்யக் நாவலிலிருந்து பல வரிகளைச் சொல்லிக்கொண் டிருப்பாராம். அதனால் ஈர்க்கப்பட்ட சீதாராம், விரைவிலேயே வங்காள மொழியைக் கற்று அந்த நாவலை அதன் மூல மொழி யிலேயே படித்து, அதைத் தெலுங்கிலும் மொழிபெயர்த்தார்.

நாங்கள் மொழிபெயர்த்த அத்தனை எழுத்தாளர்களும் எங்களுக்கு அனுமதி வழங்கியது மாபெரும் பேறு. அலெக்ஸ் ஹேலியின் ரூட்ஸ் (வேர்கள்) புத்தகத்தை மொழிபெயர்க்க அவரிடம் அனுமதி கேட்டபோது 'அனுமதி வழங்கப்பட்டது' என்ற இரண்டே வார்த்தையில் கடிதம் எழுதினார். ரியஸ், மேரி டைலர் மற்றும் பல வெளிநாட்டு எழுத்தாளர்கள் தங்களது சம்மதத்தை உடனே தெரிவித்தார்கள். அந்தக் காலத்தில் எழுத்தாளர்கள் பலர் இடதுசாரி மற்றும் பெண்ணிய இயக்கங்கள் பால் ஈர்க்கப்பட்டிருந்தனர். மேலும் அப்போது அவர்களுக்கு பதிப்பக ஏஜென்ட்டுகளின் தொல்லையும் பெரிதாக இல்லை. அதனால் புத்தகங்களை மொழிபெயர்க்க அனுமதி வாங்குவதில் பெரிய சிக்கல்கள் இருக்கவில்லை. ஹெச்.பி.டி. தனது எந்த வெளியீடுகளுக்கும் காப்புரிமை கோரியதில்லை. மற்றவர்கள் எங்களின் புத்தகங்களைப் பயன்படுத்துவதிலோ அல்லது மீளுருவாக்கம் செய்வதிலோ எங்களுக்கு எந்தப் பிரச்சினையும் இல்லை. அந்தப் புத்தகங்களில் உள்ள அறிவு அனைவருக்கும் சென்று சேர வேண்டும் என்பது மட்டுமே எங்களது குறிக்கோள்.

1980 முதல் 1985 வரையிலான முதல் ஐந்து ஆண்டுகளில், எழுத்தாளர்கள், மொழிபெயர்ப்பாளர்கள் மற்றும் வாசகர்கள் ஆகியோரிடையே எங்களுக்கு மிகச் சிறப்பான வரவேற்பு இருந்தது. 'லெட்டர் பிரஸ்' மூலம் நாங்கள் பதிப்பித்த புத்தகங்கங்கள் சுமார் 3 ஆயிரம் என்ற எண்ணிக்கையிலும், ஆப்செட் பிரஸ் புத்தகங்கள் சுமார் 5 ஆயிரம் என்ற எண்ணிக்கையிலும் விற்பனை யாயின. அந்தச் சமயத்தில் இது பெரிய விஷயம். காரணம், அப்போது தெலுங்கு பதிப்பாளர்கள் யாரும் ஆயிரம் பிரதிகளுக்கு மேல் புத்தகங்களை அச்சிட மாட்டார்கள். அவை புனைவுகளாக இல்லாதபோது. இந்தக் காலத்தில் நாங்கள் வெளியிட்ட மிக முக்கியமான நூல்கள் என்றால் டொமிடிலா பார்ரோ து ஷுங்காரா என்பவர் மொயிம்மா வியெஸ்ஸர் என்பவரோடு

இணைந்து எழுதிய *மா கதா (லெட் மீ ஸ்பீக்! டெஸ்டிமொனி ஆஃப் டொமிடிலா, எ வுமன் ஆஃப் தி பொலிவியன் மைன்ஸ்)*, ஹோவார்ட் ஃபாஸ்ட்டின் *ஸ்பார்டகஸ்*, இ.ஹெச்.கார் எழுதிய *சரித்திரா அன்டே ஏமிதி? (வாட் இஸ் ஹிஸ்டரி)*, என்.சி.இ.ஆர்.டி. புத்தகங்கள் (அவை 1977 மற்றும் 1980 காலத்தில் மத்தியில் ஆட்சியிலிருந்த ஜனதா கட்சியால் ரத்து செய்யப் பட்டன), ரொமிலா தாப்பரின் *தரதரால பாரத சரித்திரா (ஏன்ஷியன்ட் இந்தியா)* மற்றும் பிபன் சந்திராவின் *அதுனிகா பாரத சரித்திரா (மாடர்ன் இந்தியா)* ஆகியவைதான். இந்தக் காலகட்டத்தில் நாங்கள் கல்வி தொடர்பாகவும் நூல்கள் வெளியிட்டோம். அவற்றில் டெட்ஸுகோ குரொயானகியின் *ரயிலு படி (டோட்டோ சான்: தி லிட்டில் கேர்ள் அட் தி வின்டோ)*, கிஜுபாய் ஆங்கிலத்தில் எழுதிய புத்தகங்கள் (கிஜுபாய் படேகா என்பவர் குஜராத்தி மொழியில் சிறார் இலக்கிய முன்னோடி), சோவியத் (உக்ரேன்) கல்வியாளர் அன்டன் மகரென்கோ மற்றும் கிருஷ்ண குமார் ஆகியோர் எழுதிய புத்தகங்கள் அடங்கும்.

இதே காலகட்டத்தில், ஒரு ரூபாய் விலையில், சுமார் பதினாறு முதல் எழுபது பக்கம் வரை கொண்ட சிறு வெளியீடுகளை வெளிக்கொண்டு வரும் முயற்சியில் இறங்கினோம். கோடவதிகன்டி குடும்ப ராவ், டாக்டர் குருகுலா மித்ரா மற்றும் ரொமிலா தாப்பர் போன்றோர் பகுத்தறிவு, வேதங்களின் புரட்டு, அறிவியல் மனப்பான்மையை வளர்த்துக்கொள்வது எனப் பல்வேறு விஷயங்கள் தொடர்பாக எழுதிய சிறு கட்டுரைகள் இந்த வெளியீடுகளில் இடம்பெற்றிருந்தன. அவை உடனடியாகப் பிரபலமடைந்தன. தற்காலிகமாக நாங்கள் நடத்திவந்த புத்தகக் கடைகள் மூடப்பட்டு, பெரிய புத்தக அங்காடிகளில் எங்களது வெளியீடுகள் இடம்பிடித்த பிறகு, இந்தச் சிறு வெளியீடுகளைக் கொண்டுவருவது கொஞ்சம் கொஞ்சமாக நின்று போனது. அதற்குக் காரணம், பெரிய கனமான புத்தகங்களுக்கு இருப்பது போன்ற முதுகுத்தண்டு கொண்ட கட்டமைப்பு, இந்தச் சிறு வெளியீடுகளுக்கு இருக்காது என்பதுதான். அதனால் அவற்றைக் காட்சிப்படுத்த முடியாது. சிறார் புத்தகங்களை வெளியிடும் முயற்சியிலும் இறங்கினோம். ஆனால், அவை எல்லாம் மிகவும் செலவு பிடிக்கும் விஷயங்களாக இருந்தன. காரணம் அவற்றுக்கு நிறைய ஓவிய வேலைப்பாடுகள், வண்ணங்கள், தரமான காகிதம், சந்தைப்படுத்தும் தொடர்புகள் போன்றவை தேவைப்பட்டதால் அந்த யோசனையை நாங்கள் கைவிட்டோம்.

ஹெச்.பி.டி.யில் பணியாற்றுவது எனக்குத் தேவையான ஆசுவாசத்தை அளித்தது. நான் கட்சியில் இருக்கும்போது,

தெலுங்கர்களின் தினசரி வாழ்க்கை குறித்து எதையும் அறிந்து கொள்ள முடிந்ததில்லை. மாணவர்களிடத்திலும், குடிசை வாழ் பகுதி மக்களிடத்திலும் நான் அறிந்துகொண்டது மிகவும் குறைவு அதையும் எமெர்ஜென்ஸி கெடுத்தது. அதன் பிறகு என்னைப் போன்ற நபர்களுடன் மட்டுமே பயணிக்கத் தொடங்கியிருந்தேன். நண்பர்களை விட்டு விலகி காசியாபாத்தில் நான் செய்த பணி எனக்குத் தேவையான பிடிப்பை வழங்கவில்லை. அதை ஹெச். பி.டி. தந்தது. இரண்டு தெலுங்கு மாநிலங்களின் (நிர்வாக ரீதியாக அப்போது ஒரே மாநிலம்) பல்வேறு பகுதிகளுக்குச் செல்லும் வாய்ப்புக் கிடைத்தது. அங்குப் பல்வேறு பின்னணிகளிலிருந்து வந்த மக்களைச் (கற்றவர்கள்தான் பெரும்பாலும்) சந்தித்தேன். வறியவர்கள் தொடர்பாக அவர்கள் வெளிப்படுத்திய வேதனை களிலிருந்து ஏழைகளின் வாழ்க்கை எவ்வாறு இருக்கும் என்பதை ஊகித்துக்கொண்டேன். நான் தெலுங்கு படிக்கவும் எழுதவும் கற்றுக் கொண்டேன். மேலும், இரண்டு வகையான தெலுங்கு வட்டார வழக்கில் சுலபமாகப் பேசவும் செய்தேன். எழுத்தாளர்கள், மொழிபெயர்ப்பாளர்கள், கவிஞர்கள், செயற்பாட்டாளர்கள், பேராசிரியர்கள், புத்தக விற்பனை யாளர்கள், பதிப்பாளர்கள் எனப் பலரையும் நான் சந்தித்தேன். இரண்டு தெலுங்கு மாநிலங்களிலும் சுமார் நூற்றுக்கும் அதிகமான வீடுகளுக்குச் சென்றிருப்பேன். நாங்கள் எப்போதும் ஹோட்டல் களில் தங்கியது இல்லை. பணத்தைச் சேமிக்க முடியும் என்பது (எங்களிடம் குறைவாகத்தான் இருந்தது) ஒருபுறம் இருந்தாலும், மக்களிடம் இன்னும் நெருங்கிப் பழக முடியும் என்பது இன்னொரு முக்கியக் காரணம். அவர்கள் மூலம் எங்களுக்கு ஏதாவது உதவிகள் கிடைக்கலாம். மக்களின் வீடுகளில் தங்குவதும் அந்த வீட்டின் பெண்களுடன் பழகுவதும் எனக்குத் தெலுங்கு கலாச்சாரம், உணவு, இசை, பொழுதுபோக்கு ஆகியவை பற்றிப் பரந்த கண்ணோட்டத்தை வழங்கின. அதற்கு முன்னால் அவை பற்றி எனக்கு ஒன்றும் தெரிருந்திருக்கவில்லை. பகுத்தறிவாளர் கூட்டம், பாரதிய ஜனதா கட்சியின் கூட்டம் என எல்லா வகையான கூட்டங்களிலும் நான் புத்தகங்கள் விற்றேன். பா.ஜ.க.வின் கூட்டங்களிலும் கூட வாசகர்கள் யாராவது இருப்பார்கள் என்று நினைத்தேன். இதன் மூலம், நகரத்தின் மத்தியில் இந்தப் பெண் ஏன் புத்தகம் விற்றுக்கொண்டிருக்கிறாள் என்ற குறுகுறுப்புடன் என்னைக் கவனிக்கும் நூற்றுக்கும் அதிகமான பார்வை யாளர்களிடம் புத்தகங்கள் தொடர்பாக என்னால் உரையாடல் ஒன்றைத் தொடங்க முடிந்தது.

இவை எல்லாவற்றினூடும் நான் சி.கே.யின் பாதுகாப்பான, அன்பு மிகுந்த பார்வையின் கீழ்தான் இருந்தேன். தொடக்கத்தில் எனக்கு உதவியாக இருந்தபோதும், நாட்கள் செல்லச் செல்ல

நான் எங்குச் செல்ல வேண்டும், எங்குத் தங்க வேண்டும், யாரைச் சந்திக்க வேண்டும் என்பவை குறித்து வழிகாட்ட மட்டுமே செய்தார். அவர் மூலம் தீர்வு கிடைக்கும் என்ற நம்பிக்கையில், என் எல்லாப் பிரச்சினைகளையும் அவரிடத்தில் கொண்டு சென்றேன். ஆனால், ஒருமுறை என் பிரச்சினை ஒன்றிற்கு அவர் எதிர்வினையாற்றிய விதம் என்னைக் குழப்பத்தில் ஆழ்த்தியது. நான் விஜயவாடாவுக்குத் தனியாக, பணி நிமித்தம் சென்றிருந்த போது, வழக்கறிஞரும் முன்னாள் கம்யூனிஸ்ட்டுமான கரந்தி ராம்மோகன் ராவ் என்னைப் படுக்கைக்கு அழைத்தார். இதனால் அதிர்ச்சியடைந்த நான் இதுகுறித்து சி.கே.யிடம் முறையிட்டேன். அவரைப் போன்ற கீழ்த்தரமான ஒரு நபரிடம் என்னை அறிமுகம் செய்துவைத்ததற்காக சி.கே. மீது கோபம் கொண்டேன். அவரோ ‘ஆனால் ஒன்றும் நடக்கவில்லையே’ என்று சொன்னதோடு நிறுத்திக்கொண்டார். அப்படியான அவரது அமைதியான எதிர்வினையை என்னால் புரிந்துகொள்ள முடியவில்லை. மேலும் அந்த வழக்கறிஞர் எனக்கு ஏற்படுத்திய வேதனையை அவர் புரிந்துகொள்ளவும் இல்லை. இதனால் அடுத்த பத்து ஆண்டுகளுக்கு நான் விஜயவாடா செல்லுவதைத் தவிர்த்தேன். எப்போது அந்த நகரத்தின் வழியாக ரயில் சென்றாலும், நான் தலைகவிழ்ந்துகொண்டேன்.

இந்த நிகழ்வும், இதைப் போன்று பெங்களூரு இந்தியன் இன்ஸ்டிட்யூட் ஆஃப் சயின்ஸில் உள்ள பேராசிரியர் ஒருவருடனான நிகழ்வையும் தவிர்த்து, பல்வேறு விதமான மக்கள் வட்டங்களில் நான் தன்னம்பிக்கையுடன் பயணிக்கத் தொடங்கினேன். மேலும் எமர்ஜென்ஸியால் என்னில் தோன்றி யிருந்த சித்த பிரமையிலிருந்து கொஞ்சம் கொஞ்சமாக வெளியேறிக் கொண்டிருந்தேன். சந்தேகத்துக்கு இடமான, மத்திம வயது ஆண்களைத் தவிர்க்கத் தொடங்கிய அதே நேரத்தில் வெளிப்புறப் பார்வைக்கு என்னைக் கடுமையானவளாகக் காட்டிக் கொள்ளவும் செய்தேன். இரண்டு, மூன்று முறை புத்தகங்களை மெய்ப்புப் பார்ப்பது பற்றியும், ஓவியர்களுடன் புத்தக அட்டைப் படங்களுக்காகப் பணியாற்றுவது பற்றியும், கடனுக்குப் புத்தகம் வாங்கிச்செல்லும் வியாபாரிகளிடமிருந்து பணத்தை வசூல் செய்வது பற்றியும் நான் மெல்ல மெல்ல கற்கத் தொடங்கினேன். இதில் கடைசியாகச் சொன்னது மிகவும் முக்கியம். காரணம், அந்த வேலைக்கு சி.கே. சரிப்பட்டு வரமாட்டார். வாய்ப்பிருந்தால், தன் புத்தகங்களை இலவசமாகக்கூடக் கொடுத்துவிடுவார். விசாலாந்தரா மற்றும் பிரஜாசக்தி போன்ற புத்தகக் கடை முதலாளிகள், மேலாளர்கள் ஆகியோரிடம் பணத்தை வசூல் செய்யும்போது மிகவும் கடுமையாகப் பேசக் கற்றிருந்தேன். ஒரு

சமயம், கடை முதலாளி ஒருவரை வழிக்குக் கொண்டு வர, அவரது கடை கண்ணாடிகளை உடைத்துவிடுவேன் என்று சொல்லி கற்களைக் கையில் எடுத்துக்கொண்டு மிரட்டினேன். நான் அப்படி நடந்துகொண்டதற்குக் காரணம், ஒருவேளை கண்ணாடியை உடைத்தால் காவல்துறையினர் என் மீது வழக்கு மட்டுமே போடுவார்கள் (ஒரு பெண் ஏன் கல்லைத் தூக்கி எறிய வேண்டும் என்று காவலர்களே கூட ஆச்சரியப்படலாம்), ஆனால் அந்தக் கடை முதலாளியோ உடைந்த கண்ணாடியை மாற்ற ஆயிரம் ஆயிரமாகச் செலவு செய்ய வேண்டும் என்பதுதான். எதிர்பார்த்தபடியே இது எனக்குக் கெட்ட பெயரை வாங்கித் தந்தது. இத்தனைக்கும் எங்களுக்குச் சேர வேண்டிய நிலுவைத் தொகையை மட்டுமே கேட்டேன். இருந்தும் பிசனாரி, கஞ்சத்தனம் மிக்கவள் என என் முகத்துக்கு நேராகவே பலரால் வசைபாடப் பட்டேன். ஆனால் ஹெச்.பி.டி. எப்போதும் பணத்தை இழக்க வில்லை.

1984ஆம் ஆண்டின் முடிவில், ஹெச்.பி.டி., ஆந்திரப் பிரதேசம் முழுக்கப் பரவலான கவனத்தைப் பெற்றிருந்ததோடு, சிறந்த எழுத்தாளர்களையும், மொழிபெயர்ப்பாளர்களையும் தன் தொடர்பில் வைத்திருந்தது. எங்களது புத்தகங்கள் நன்றாக விற்பனையாயின. பணம் சரளமாக வரத் தொடங்கியிருந்தது. எங்களால் மேலும் இரண்டு ஊழியர்களைப் பணிக்கு அமர்த்தி, கூட்டங்களுக்குச் செல்லவும், புத்தகங்களை விற்கவும் முடிந்தது. பால் ரெட்டி (பின்னாளில் மலுப்பு பப்ளிகேஷன்ஸ் என்ற பதிப்பகத்தைத் தொடங்கியவர்), கே. சுரேஷ் (பின்னாளில் மஞ்சி புஸ்தகம் எனும் பதிப்பகத்தைத் தொடங்கியவர்) போன்ற சில நண்பர்கள் ஹெச்.பி.டி. புத்தகங்களை மாநிலத்தின் பல்வேறு மாவட்டங்களுக்குக் கொண்டுசென்று விற்பனை செய்ய தங்கள் நேரத்தை ஒதுக்கினார்கள். விஸ்வேஸ்வர ராவ் (பின்னாளில் ஸ்ரீ ஸ்ரீ பப்ளிகேஷன்ஸ் என்ற பதிப்பகத்தைத் தொடங்கினார்), சுப்பய்யா (பின்னாளில் சரித்ரா பப்ளிகேஷன்ஸ் தொடங்கியவர்) போன்று ஹெச்.பி.டி.யில் பணியிலிருந்து பின்னாளில் வெற்றிகரமான பதிப்பாளர்களாக வலம் வந்தவர்களும் உண்டு. முற்போக்கு மகளிர் அமைப்பிலிருந்த சந்தியா போன்றவர்கள் ஹெச்.பி.டி.யில் பணியாற்றி, பின்னாளில் பிரபலமான செயற்பாட்டாளர்களாகவும் உயர்ந்தவர்கள் உண்டு. ஹெச்.பி.டி. தொடங்கப்பட்டபோது சில தீவிர இடதுசாரி இயக்கங்கள் எங்களைச் சந்தேகத்துடன் பார்த்தார்கள். ஆனால், எங்களது புத்தகப் பட்டியல் அவர்களது சந்தேகத்தைத் தீர்த்து வைத்ததோடு அல்லாமல் அவர்களது தொடர்ந்த ஒத்துழைப்பையும் கொண்டு வந்து சேர்த்தது. அம்பேத்கரிய இலக்கியங்களைப்

பதிப்பித்ததன் மூலம் பல தலித் இயக்கங்களுடன் எங்களுக்கு உறவு முகிழ்த்தது. *வைத்தியுடு லேனி சோட்டா (டாக்டர் இல்லாத இடத்தில்)* போன்ற புத்தகங்கள் எங்களைச் சுகாதாரத் துறையில் பணியாற்றும் பல தொண்டு நிறுவனங்களுடனான அறிமுகத்தை ஏற்படுத்தித் தந்தன. கல்வி சார்ந்த புத்தகங்களை நாங்கள் வெளியிடத் தொடங்கியபோது சர்வ சிக்சா அபியான், ராஜீவ் காந்தி மிஷன் போன்ற அரசுத் திட்டங்களுக்கு எங்களைக் கொண்டுசேர்த்தது. இந்தக் காலகட்டத்தில் இதர அமைப்பு களுடன் இணைந்து புத்தகங்களை வெளியிடத் தொடங்கி யிருந்தோம். அப்படி நாங்கள் வெளியிட்ட முதல் புத்தகம் *பாரதிய பரிஷ்ரமிக பரிணாமம்* என்பதாகும். டி.ஆர்.கட்கில் எழுதி *1924*ஆம் ஆண்டு வெளிவந்த *'தி இன்டஸ்ட்ரியல் எவால்யூஷன் ஆஃப் இந்தியா'* எனும் புத்தகத்தின் மொழிபெயர்ப்புதான் அது. அதை *1988*ஆம் ஆண்டு இந்திய வரலாற்று ஆய்வுக் கழகம் எனும் அமைப்புடன் இணைந்து நாங்கள் வெளிக்கொண்டுவந்தோம். மேலும் தேசிய மொழிபெயர்ப்புத் திட்டம், பொஜ்ஜா தாரகம் அறக்கட்டளை, அவ்னேஷி மகளிரியல் மையம், சென்டர் ஃபார் தலித் ஸ்டடீஸ் போன்ற பல அமைப்புகளுடன் இணைந்து பல புத்தகங்களை வெளியிட்டோம்.

குறைந்த விலையில் புத்தகங்களை விற்பனை செய்ததால், எங்களுக்குக் குறைந்த அளவே ஊதியம் கிடைத்தது. ஆரம்பத்தி லிருந்தே ஹெச்.பி.டி.யில் ஊதிய சமத்துவம் கடைப்பிடிக்கப் பட்டு வந்தது. *1980*களில் அனைவருக்குமே *500* ரூபாய் தான் ஊதியம். அதுவே *2000*ஆம் ஆண்டு *5,000* ரூபாயாகவும், *2019*ஆம் ஆண்டு *12,000* ரூபாயாகவும் இருந்தது. ஊதியம் சமமாக இருந்ததற்குக் காரணம் பேக்கிங், விநியோகம் போன்ற பணிகளில் இருந்த பணியாளர்கள் விசுவாசமாகவும் நேர்மையாகவும் இருந்ததுதான். ஆனால் உயர் பொறுப்புகளில் இருந்த பணியாளர்களுக்கு இந்த ஊதிய சமத்துவம் நேரெதிராக இருந்தது. காரணம், அவர்களில் பலர் இன்னும் லாபகரமான பணி வாய்ப்புகளைத் தேடிச் சென்றார்கள். எங்களது அலுவலகமும், புத்தகங்களும், தொலைபேசிகளும், கணினிகளும் அனைத்துப் பணியாளர்களும் பயன்படுத்துபவையாக இருந்தன. *2010*ஆம் ஆண்டுவரை யாரேனும் ஒரு பணியாளர் எங்களது அலுவலகத்தை அவர்கள் தங்கும் இடமாகப் பயன்படுத்தி வந்தார்கள். அவ்வளவு ஏன், சிரிலும் நானுமே கூட *1997*ஆம் ஆண்டு வரை அங்கேதான் தங்கியிருந்தோம். தொலைபேசி களைத் தவறாகப் பயன்படுத்துவது, அலுவலக நேரத்துக்குப் பிறகு சில தகாத உறவுகளுக்கு அலுவலகம் பயன்படுத்தப்பட்டது போன்றவை காரணமாக, அலுவலகத்தைத் தங்கும் இடமாகப் பயன்படுத்தும் வழக்கம் முடிவுக்கு வந்தது.

இவ்வளவுக்கு நடுவில், சிரில் தனது சட்டப் படிப்பை முடித்து 1984ஆம் ஆண்டு ஹைதராபாத் பார் கவுன்சிலில் வழக்கறிஞராகப் பதிவு செய்துகொண்டார். மிக விரைவிலேயே ஜே. பார்த்தசாரதி, வி. சத்தியநாராயணா போன்ற மூத்த வழக்கறிஞர்களுடன் இணைந்து பணியாற்றத் தொடங்கினார். சிரில் விளிம்புநிலை மக்கள் தொடர்பாக சட்டப் போராட்ட நடவடிக்கைகளில் ஈடுபட்டிருந்த காரணத்தால், எங்களுக்குப் பல ஆர்வமான இளம் வழக்கறிஞர்களுடன் அறிமுகம் ஏற்பட்டது. தன் நண்பர்களுடன் இணைந்து 'சலஹா' எனும் வறியவர்களுக்கான சட்ட உதவி மையம் ஒன்றைச் சிரில் உருவாக்கினார்.

○

1981ஆம் ஆண்டு மாரடைப்பு காரணமாக என் தந்தையார் காலமானார். அப்போது அவருக்கும் அறுபத்தியோரு வயது. அந்த ஆண்டுதான் மெட்ராஸ் அண்ணா நகரில் தன் பேரக் குழந்தைகளுடன் எஞ்சிய நாட்களைச் செலவிட ஒரு வீட்டைக் கட்டியிருந்தார். அவரது இறப்பு எனக்குப் பேரிடியாக இருந்தது. நாங்கள் ஒன்றாகச் செலவிட்ட நேரம் மிகவும் குறைவு. நாங்கள் இருவரும் ஒருவரை ஒருவர் இன்னும் சிறப்பாகப் புரிந்து கொண்டிருக்கலாம் என்று நினைத்தேன். அவர் இறப்பதற்கு ஒரு மாதம் முன்பு நான் மெட்ராஸுக்குப் போய் வந்தேன். அப்போது என்னை ரயிலேற்றி விட பேருந்தில் என் கூட வருவேன் என்று அவர் ஒற்றைக் காலில் நின்றார். அது பின்னிரவு. நான் மெட்ராஸிலிருந்து விஜயவாடாவுக்குத் திரும்ப இருந்தேன். அப்போது இரண்டு காரணங்களால் அவர் மீது எனக்குக் கோபமாக இருந்தது. ஒன்று, நானே ரயில் நிலையத்துக்குத் தனியாகச் சென்றுவிட முடியும் என்பது. இன்னொன்று, இந்த இரவில் வயதான காலத்தில் அவர் என்னுடன் பயணிப்பது தேவையில்லாதது. இதனால் நான் ரயிலேறும் வரை அவரிடம் சண்டையிட்டுக்கொண்டே இருந்தேன். இது என்னைப் பல ஆண்டுகள் அலைக்கழித்தது. அன்று அப்படி நடந்து கொண்டதற்காகப் பல முறை வருந்தினேன். அன்று நான் ஏன் அவரிடம் அன்பாக நடந்துகொள்ள முடியவில்லை?

அவர் இறந்தபோது, நான் சில நாட்கள் மெட்ராஸில் இருந்தேன். அப்போது சிரிலும் என்னுடன் இருந்தார். ஒவ்வொரு நாளும் பிராமணர்களுக்கு உணவிடுவது முதற்கொண்டு பல்வேறு சடங்குகள் நடைபெற்றவாறு இருந்தது. அப்போது சிரிலும், என் தங்கையும் நானும் பக்கத்து அறையில் சீட்டு விளையாடிக் கொண்டிருந்தோம். அந்தச் சமயத்தில் என் அம்மாவுக்கு அறுபது வயது கூட ஆகியிருக்கவில்லை. இப்போது அந்த வீட்டில் அவர்

சில சமயம் தனியாக இருக்க வேண்டும். சில சமயம் தன் மகள்களுடன் தங்கியிருக்க வேண்டும். அவர்களில் மூன்று பேர் அமெரிக்காவில் இருந்தார்கள். ஒருமுறை என்னைப் பார்க்க வந்திருந்தபோது, அவர் என்னுடனேயே தங்கியிருக்க விரும்பினார். தன்னுடைய மகள்களிலேயே சிக்கல்களும் இல்லாதவர் நான் ஒருத்திதான். என்னால் அவளுக்கு எந்த இடர்ப்பாடும் இல்லை என்று அவர் சொன்னார். அந்தச் சமயத்தில் நான் பெரும்பாலும் இப்ராகிம்பட்டினத்தில்தான் இருந்தேன். தவிர, அலுவலகத்தின் அறை ஒன்றில் தங்கியிருக்கும் நாங்கள், அவரை ஹைதராபாத்தில் எப்படி வசதியாக வைத்துக் கொள்வது என்று யோசித்தேன். சிரில் அது குறித்துக் கவலைப் பட்டிருக்க மாட்டார். ஆனால் நிச்சயமாக நான் அவரைப் பார்த்துக்கொள்ள வேண்டும் என்றும், பணிவிடை செய்ய வேண்டும் என்றும் எதிர்பார்த்திருப்பார். தந்தையின் இறப்புக்குப் பிறகு என் அம்மாவை அடிக்கடி சந்தித்தேன். இப்போது அவருக்கு நான் தேவை. நான் தாய் போன்றும், அவர் என் குழந்தை போன்றும் நான் உணர்ந்த தருணம் அது.

ஆசிரியராகப் பணியாற்றியவர், ஆற்றல்மிகு பேச்சாளர் மற்றும் ஆழமான எழுத்தாளர். மாலா எனும் சாதியைச் சேர்ந்த அவர், பின்னாளில் பொஜ்ஜா தாரகத்துடன் இணைந்து கரம்சேடு வன்முறையில் பாதிக்கப்பட்டவர்களின் போராட்டத்தை முன்னெடுத்துப் பிரபலமானவர். செல்வாக்கு மிக்க தலித் மகாசபை எனும் அமைப்பைக் கட்டமைத்த தளகர்த்தர்களில் ஒருவர். அவர் என்னிடம், 'நீங்கள் சிறந்த இலக்கியங்களை வெளியிடுகிறீர்கள். ஆனால் உங்கள் புத்தகங்கள் எல்லாம் வசதியானவர்கள் வீட்டில் படிக்கப்படாமல் உள்ளன. ஆனால் மாற்றத்தை விரும்பும் எவரும் வாசித்து அறியாதவர்களாக இருக்கிறார்கள்' என்றார். அதற்கு என்னிடம் பதில் இல்லை. எச்.பி.டி.யின் நீட்சி குறிப்பிட்ட எல்லைக்குட்பட்டது. ஏழைகளிடையே மேற்கொள்வதற்கு நேரடியான பணிகள் ஏதுமில்லை என்பதால் அதற்கு மாற்றாக இந்தப் பதிப்பகத்தை நடத்துவதுபோல எனக்குத் தோன்றியது.

திருமணத்துக்குப் பிறகு சிரிலும் நானும் குழந்தைகள் பெற்றுக்கொள்ள வேண்டாம் என்று முடிவெடுத்திருந்தோம். எங்களது வாழ்க்கையை முழுநேரச் செயற்பாடுகளுக்கு அளித்திருந்தோம். மேலும் எங்களைப் போன்ற முழு நேரச் செயற்பாட்டில் இருக்கும் பெற்றோர்கள் தங்கள் குழந்தைகளை வைத்துக்கொண்டு எவ்வளவு சிரமம்பட்டார்கள் என்பதை நெருக்கமாகப் பார்த்தும் இருந்தோம். அப்பா, அம்மா ஆகிய இருவரில் பெரும்பாலும் அம்மாவுக்குத்தான் களச் செயற்பாட்டிலும் ஈடுபட்டு குழந்தைகளை வளர்க்க வேண்டிய பொறுப்பும் இருந்தது. நான் அப்படிச் செய்ய விரும்பவில்லை. குழந்தைகள் வேண்டாம் என்று முடிவெடுத்திருந்ததால், எங்களை யாரும் சார்ந்திருக்கவில்லை. அதனால் கவலை இல்லாமல் இருந்தோம். என் தந்தையார் இறந்துவிட்டார். என் தாயோ கொஞ்சம் கொஞ்சமாக மனநலப் பாதிப்புகளுக்கு ஆளாகத் தொடங்கியிருந்தார். என் பிறந்த வீட்டிலிருந்து நான் மிகவும் தொலைவில் இருந்தேன். சிரிலுக்கும் எனக்கும் இடையில், ஒருவிதப் புரிதல் இருந்தது. அதாவது, அவரவர்க்கு என்ன விருப்பமோ அதைச் செய்வது, இன்னொருவர் அவருக்கு எல்லாவிதத்திலும் ஒத்துழைப்பு நல்குவது என்பதுதான் அந்தப் புரிதல். எனக்கு முப்பது வயதாகியிருந்தது. நம்பிக்கையுடனும், திடகாத்திரமாகவும் இருந்தேன். உலகம் என்னை அழைத்துக் கொண்டே இருந்தது.

1980களின் ஆரம்பம், களச்செயற்பாடுகளை மேற்கொள்வதற்கான சூழலைக் கொண்டிருந்தது. அவசரநிலை தோற்கடிக்கப்பட்டிருந்தது. நாடு முழுவதும் பல்வேறு வகையான, தனித்துவமான அரசியல் தலைவர்கள் தோன்றியிருந்தார்கள். பெண்ணிய

வாதிகள் அனைத்தைப் பற்றியும் கேள்வி எழுப்பியவாறு இருந்தார்கள். காங்கிரஸ் கோட்டையாக இருந்த பல பகுதிகளில், பிராந்தியக் கட்சிகள் ஊடுருவத் தொடங்கியிருந்தன. இந்து வலதுசாரி என்று சொல்லக்கூடிய அளவுக்கு எந்த அமைப்பும் அப்போது இருக்கவில்லை. மத்திய அரசு பலவீனமாக இருந்தது. ஊடகங்களும் மாநிலங்களும் பேசிவந்த 'பிரிவினைவாதப் போக்குகள்' அதிகரித்து வந்தன. தெலங்கானாவின் சிர்சிலா, ஜக்தியால் ஆகிய பகுதிகளில் விவசாய இயக்கங்கள் மறுமலர்ச்சி அடையத் தொடங்கின. இன்னொரு புறம், கொண்டபள்ளி சீதாராமய்யாவின் தலைமையிலான 'பீப்பிள்ஸ் வார் குரூப்', மக்களின் மனங்களை வெற்றிகொண்டிருந்ததோடு, தங்களது விசித்திரமான தந்திரங்கள் மூலம் அதிகாரத்துக்குச் சவால்விடவும் செய்தார்கள். அவர்களை அழித்தொழிப்பது அல்லது அவர்களுடன் சமரசமாகப் போவது என இரண்டு நிலைகளிலும் அவர்களுடன் உறவாடிவந்தது மாநில அரசு. இந்த இருநிலை ஊசலாட்டத்தைத் தங்களுக்குச் சாதகமாகப் பயன்படுத்தி, அந்த அமைப்பு தன்னை விஸ்தரித்துக்கொண்டிருந்தது. அவர்கள் விவசாயிகளை ஒருங்கிணைத்து, நிலச்சுவாந்தார்கள் ஆக்கிரமித்துள்ள இடங்களில் செங்கொடியை நட்டார்கள். இதனால் நிலச்சுவாந்தார்கள் தெலங்கானாவில் நகரங்களை நோக்கித் தெறித்து ஓடினார்கள். தலித்துகளுக்காக டீக்கடைகளில் வைக்கப்பட்டிருந்த தனிக்குவளைகள் அடித்து நொறுக்கப்பட்டன. அமைப்பின் பல்வேறு அணிகளும், உள்ளூர் உறுப்பினர்களும் கிராமங்களில் தனி நீதிமன்றம் ஒன்றை நடத்தினார்கள். அங்குத் தவறு செய்தவர்கள், நிலச்சுவாந்தார்கள், அரசியல் எதிரிகள் தண்டிக்கப்படலானார்கள். சிங்கரேனி நிலக்கரிச் சுரங்கம் இந்த அமைப்பின் கீழ் கொண்டுவரப்பட்டது. இத்தனைக்கும் அந்த அமைப்பின் சிகாசா எனும் தொழிலாளர் சங்கம் பதிவு பெறாத ஒன்று. காவல்துறையினர், அரசியல்வாதிகள் மற்றும் ஐ.ஏ.எஸ். அதிகாரிகள் குறிவைத்துக் கடத்தப்பட்டனர். இவையெல்லாம் மக்களிடையே அந்த அமைப்புக்கு நல்ல பெயரைப் பெற்றுத் தந்தன. இளைஞர்கள் அந்த அமைப்பின்பால் ஈர்க்கப்பட்டார்கள். அந்த அமைப்புக்கான ஆதரவு பெருகியபடியே இருந்தது.

அரசு சாரா தொண்டு நிறுவனங்கள்கூட அப்போது புரட்சி மொழி பேசிவந்தன. போங்கிர் என்ற பகுதியில் இயங்கிவந்த 'காம்ப்ரிஹென்சிவ் ரூரல் ஆப்பரேஷன்ஸ் சர்வீஸ் சொஸைட்டி' எனும் அமைப்பும் வளர்ந்துவரும் தொண்டு நிறுவனங்களுக்கான பொதுஜனத் தொடர்பு நிறுவனமாக இயங்கி வந்த 'தி ரூரல் டெவலப்மென்ட் அட்வைசரி சர்வீசஸ்' எனும் அமைப்பும் அப்போது தீவிரமாகப் புரட்சி பேசிய இரண்டு முக்கிய அமைப்புகளாகும். அவை ஏழை மக்களை ஒன்றுதிரட்டி,

புரட்சிமொழி பேசின. இதனால் அவற்றுக்கு இருந்த தொண்டு முகம் மறையத் தொடங்கியது. இடதுசாரி இயக்கங்களை விட்டு வெளியேறிய பலர் இந்தத் தொண்டு நிறுவனங்களில் கூட்டம் கூட்டமாகச் சேர்ந்தார்கள். இந்த அமைப்புகள் மாலாக்கள், மடிகாக்கள், பிற்படுத்தப்பட்ட சமூகங்கள் ஆகியவற்றுடன் பணியாற்றி, அவர்களை உரிமை சார்ந்து போராட ஒன்றிணைத்தன. ஆயுதம் ஏந்தாமல், உள்ளூர் மக்களுடனும் அரசு அலுவலர்களுடனும் இந்த அமைப்புகள் இயங்கி வந்ததால், எம்.எல். அடையாளத்தை வெறுத்த சக தோழர்கள் பலர், இவற்றுடன் இணைந்து பணியாற்றினர்.

சிரிலும் நானும் எம்.எல். உறுப்பினர்களுடன், குறிப்பாக, 'பீப்பிள்ஸ் வார் குரூப்' அமைப்பினருடன் அவ்வப்போது சந்திப்புகளை நடத்தி வந்தோம். அவர்களை நாங்கள் மதித்தோம். அவர்களின் உத்தமமான பணிகளை அங்கீகரித்தோம். நாங்கள் சந்தித்த சிலர், ஏழைகளுக்கு மற்றும் இதர புரட்சிகரக் குழுக்கள் ஆகியவற்றுக்கு எதிரான தங்களது வன்முறை, சாதி மற்றும் பாலின சமத்துவம் ஆகியவற்றிலிருந்து அவர்கள் விலகிச் செல்வது, தங்கள் தலைவர்களால் பாலியல் வன்கொடுமைக்கு ஆளாகும் பெண்கள், அதிலாபாத், கம்மம், கரீம்நகர் ஆகிய இடங்களில் உள்ள பீடி மற்றும் டெண்டு இலை ஒப்பந்ததாரர்களிடம் அவர்கள் செய்யும் வழிப்பறி, மக்கள் போராட்டங்களை நீர்த்துப் போகச் செய்வது, ஹைதராபாத் மற்றும் தெலங்கானாவின் முக்கிய நகரங்களில் உள்ள ரியல் எஸ்டேட் அதிபர்களிடமிருந்து இவர்கள் செய்த வசூல், லஞ்சம் கொடுத்துக் காரியம் சாதிக்க வேண்டிய இடத்தில் தங்கள் உறுப்பினர்களை வைத்திருப்பது, பழங்குடிகளைக் காட்டிலும் காடுகளை ஆக்கிரமித்தவர்களுடனான நெருக்கம் (அவ்வாறு ஆக்கிரமிப்பு செய்தவர்களில் பலர் கடலோரப் பகுதிகளின் முன்னாள் கம்யூனிஸ்ட் கம்மாக்கள் மற்றும் எம்.எல். தலைவர்களின் உறவினர்கள்) எனப் பலவற்றைப் பற்றி வெளிப்படையாகப் பேசினார்கள். நாங்கள் சந்தித்தவர்கள் அன்பாகவும், மதிப்புடனும், தங்கள் பணிக்குத் தங்களை முழுமையாக ஒப்புக்கொடுத்தும் இருப்பவர்களாக இருந்தார்கள். போலீஸ் என்கவுன்ட்டர்களில் அவர்கள் இறக்கும்போது நாங்களும் அந்தத் துயரத்தில் பங்கெடுத்தோம். என்றாலும், ஜனநாயக மையத்துவம் என்ற பெயரில் கட்சிக்குள் விவாதங்களை அனுமதிக்காத, படிநிலை அமைப்பில் இயங்குகின்ற, மக்களின் பிரச்சினைகளுக்குத் தீர்வு காண்பதைக் காட்டிலும் அதிகாரத்தைக் கைப்பற்ற நினைப்பது ஆகியவற்றில் எங்களுக்கு உடன்பாடில்லை. தனிப்பட்ட சந்திப்புகளில் இந்த விஷயங்களைப் புரட்சிகரத் தலைவர்கள் ஆமோதித்தாலும், இவற்றைப் பொதுவெளியில் அங்கீகரிக்க அவர்கள் முன்வரவில்லை.

1984ஆம் ஆண்டு சலாஹா தொடங்கப்பட்டது. சிரில் மற்றும் அவரது நண்பர்கள் ஜி. மனோகர், ஜே. பார்த்தசாரதி, ஜனார்த்தன், சி.வி. மோகன் ரெட்டி ஆகியோரால் தொடங்கப்பட்ட அந்த அமைப்பு, மக்கள் இயக்கங்கள் தங்களுடைய அனுகூலத்துக்கு ஏற்றவாறு எப்படிச் சட்டத்தைப் பயன்படுத்திக்கொள்வது என்பதைப் புதிய வழிகளில் முயற்சித்துப் பார்க்க ஏற்படுத்தப் பட்டது. அதில் பணியாற்றிய எல்லோருமே ஹைதராபாத்தில் உள்ள ஆந்திரப் பிரதேச உயர்நீதிமன்றத்தில் வெற்றிகரமாக வழக்கறிஞர் தொழிலை நடத்தி வந்தார்கள். குறிப்பாக, மனோகர் பப்ளிக் பிராசிக்யூட்டர் ஆகவும், மோகன் ரெட்டி, ஆந்திர பிரதேசத்தின் அட்வகேட் ஜெனரலாக இரண்டு முறையும் பணியாற்றினார்கள். அவர்களுடன் இணைந்து கொண்டவீட்டி அர்ஜுன் ரெட்டி, கே. ஜெய்ராஜ், நல்லபு பிரஹலாத் ஆகிய வழக்கறிஞர்களும் பணியாற்றினர். ஏழைகளுக்காகக் கட்டணமின்றி வழக்குகளை எடுத்து நடத்தவே வழக்கறிஞர்களைக் கொண்டிருந்தது சலாஹா. தனக்கு இருக்கும் எல்லா வரம்பு களுக்குள்ளும் இருந்துகொண்டே, ஏழைகள் பயன்படுத்தக் கூடிய ஆயுதமாக, சட்டம் இருக்கும் என்று சிரில் நம்பினார். ஆனால் இதைச் செய்வதற்கு வழக்கறிஞர்களுக்கும், ஏழைகளை ஒன்று திரட்டுவதற்கும் ஓர் அமைப்பு ஆரம்பத்தில் தேவையாக இருந்தது. மேலும் அரசுப் பணியாளர்கள் மற்றும் நீதிமன்றம் ஆகியவற்றின் ஒத்துழைப்பும் ஈடுபாடும் தேவைப்பட்டன. இவற்றுக்கும் மேலாக, அரசு அதிகாரிகள் மட்டத்தில் இந்த விஷயத்துக்காக ஆதரவும் வேண்டப்பட்டது. மக்கள் பிரச்சினைகளைக் கையாளும் அரசு சாரா தொண்டு நிறுவனங்களுடன் இணைந்து பணியாற்றிய சலாஹா, அவற்றுக்காகப் பயிற்சி வகுப்புகளையும் நடத்தியது. நீதிமன்றத்துக்கு உள்ளேயும் வெளியேயும் சிரில் மேற்கொண்ட பணி அவரை பொஜ்ஜா தாரகம், பத்மநாப ரெட்டி, பி.எஸ்.ஏ. சுவாமி (பின்னாளில் 1995 முதல் 2004 வரை, ஆந்திர பிரதேச உயர் நீதிமன்றத்தின் நீதிபதியாகப் பணியாற்றினார்) போன்ற வழக்கறிஞர்களுடன் அறிமுகத்தை ஏற்படுத்தியது. முன்னாள் சுயேட்சை எம்.எல்.ஏ. பொஜ்ஜா அப்பளசுவாமியின் மகனும், கவிஞர் போயி பீமண்ணாவின் மருமகனுமான பொஜ்ஜா தாரகம், பிரபல தலித் செயற்பாட்டாளர் ஆவார். இவரைப் பற்றி நான் ஏற்கெனவே இரண்டு பின்புலங்களில் – ஒன்று, அவசரநிலைப் பிரகடனத்தின்போது அவர் கைது செய்யப் பட்ட பின்னணி, இரண்டு, நாங்கள் வெளியிட்ட அம்பேத்கரின் படைப்புகளை மொழிபெயர்த்தவர் என்ற பின்னணியில் – குறிப்பிட்டிருக்கிறேன். இந்தக் காலத்தில் நான் அவரைப் பற்றி அதிக அளவு தெரிந்துகொண்டதால், அவரைப் பற்றி இன்னும் கொஞ்சம் சொல்ல வேண்டும்.

பொஜ்ஜா தாரகம், மனித உரிமைப் போராளி. அவர் ஒரு அம்பேத்கரியர். புகழ்பெற்ற கவிஞர் மற்றும் எழுத்தாளர். தவிர, மூத்த வழக்கறிஞர். அவரது பணிகள் ஆந்திர பிரதேசம் மற்றும் தெலங்கானாவின் ஒவ்வொரு கிராமத்திலும் சென்று சேர்ந்திருக் கிறது. மேலும் அவரது சொற்கள், இரண்டு மாநிலங்களிலும் உள்ள ஒவ்வொரு தலித் வீட்டிலும் எதிரொலித்திருக்கிறது. பெண்ணியவாதிகள், சூழலியலாளர்கள், மனித உரிமைப் பாதுகாவலர்கள், வீடற்றவர்கள், தொழிற்சாலைப் பணியாளர்கள், நகர்ப்புற ஏழைகள், இஸ்லாமியர்கள், ஆதிவாசிகள் மற்றும் விளிம்புநிலையில் உள்ள அனைவருக்காகவும் உழைப்பவர்கள் என எல்லாவிதமான செயற்பாட்டாளர்களையும் அவர் தன்பால் ஈர்த்திருக்கிறார். அவரது பணிகள் ஒப்புமை கூற முடியாதவை. அவரை அவரது வீட்டில் முதன்முறையாக நான் சந்தித்தபோது, அவர் செயற்பாட்டாளர் ஒருவரை இப்படியாகக் கேள்வி கேட்டுக்கொண்டிருந்தார்: 'நீங்கள் இதுவரை சிறைக்குச் சென்ற தில்லை. நீங்கள் இதுவரை கைது செய்யப்பட்டதில்லை. அப்படி யிருக்கும்போது, உங்களை எப்படிச் செயற்பாட்டாளர் என்று நீங்கள் அழைத்துக்கொள்கிறீர்கள்?'. நான் திகைத்தேன். இது நடந்தது 1980களில். அப்போது புரட்சியாளர்கள் பலர் எல்லா விதமான இயக்கங்களில் இருந்தும் விலகிச்சென்று மைய நீரோட்டத்தில் புதையலைத் தேடிப் புறப்பட்டிருந்தனர். மக்களைத் தீவிரவாதத்தில் குதிக்கச்சொல்ல, அவர் ஒன்றும் மாவோயிஸ்ட் தலைவர் அல்ல. அவசரநிலை காலகட்டத்தில் கூட, பரவலான புரிந்துணர்வும் திறந்த மனதுடனும் இருந்தவர் அவர். தேர்ந்த வாசிப்பு, கவிதை முதல் நாடகம் வரை பரவலான ஆர்வம் ஆகியவற்றைக் கொண்டிருந்தார். அவருடன் கரம்சேடுவுக்கு மேற்கொண்ட நீண்ட பயணங்களில் இசை உள்ளிட்ட பல தலைப்புகளில் அவருடன் உரையாடியிருக்கிறேன். தான் ஒரு வழக்கறிஞராக இருந்திருக்காவிட்டால், ஒரு இசையமைப்பாளராகவோ அல்லது நாடகக் கலைஞராகவோ வந்திருப்பேன் என்று அவர் பலமுறை சொல்லியிருக்கிறார்.

கடலில் கோதாவரி ஆறு கலக்கும் கரையில் அமைந்திருக்கும் கிழக்கு கோதாவரி மாவட்டத்தின் கோனசீமா பகுதியில் பச்சலநாடுகுடா எனும் குக்கிராமத்தில் பிறந்தவர் பொஜ்ஜா தாரகம். அவரது தந்தை பொஜ்ஜா அப்பளசுவாமி அம்பேத்கரால் ஈர்க்கப்பட்ட தலித் தலைவர். இரண்டு முறை சுயேட்சையாக சட்டமன்றத்துக்குத் தேர்வானவர். அவர் தலித் குழந்தை களுக்காகப் பள்ளிகள் திறந்தார். தன் மனைவி மவுலம்மாவுக்குப் படிக்கவும் எழுதவும் கற்றுத் தந்தார். தவிர, சமூகச் சீர்திருத்தத்துக்காக ஏற்படுத்தப்பட்ட பிரம்ம சமாஜத்திலும் தன்னை அர்ப்பணித்துக்கொண்டவர். 1942ஆம் ஆண்டில்,

'அம்பேத்கர் பட்டியலினப் பேரவை' எனும் அமைப்பு ஒன்றை அவர் ஏற்படுத்தினார். ஒரு புரட்சியாளராக, தனது பகுதியில் உள்ள தலித்துகள் தங்கள் நிலங்களின் மீதான உரிமையை விட்டுக்கொடுக்காமல் இருக்க, ஆயுதமேந்திப் போராடவும் செய்தார். தனது ஆசிரியர் பயிற்சிக் காலம் முழுவதும் தன்னைத் தன் வீட்டில் வைத்துப் பார்த்துக்கொண்ட பிராமண சமூகச் சீர்திருத்தவாதியும், கிழக்கு கோதாவரி மாவட்டத்தின் கல்வி அதிகாரியாகவும் இருந்த கம்பம்பதி தாரகம் என்பவரின் நினைவாகவே தனது மகனுக்கு பொஜ்ஜா தாரகம் என்று பெயரிட்டார்.

1960களின் மத்தியில்தான் தாரகம் தனது தந்தையின் நிழலில் இருந்து வெளியேறினார். நிஜாமாபாத்தில் அவர் வழக்கறிஞராகப் பணியாற்ற, அவது மனைவி விஜயபாரதி உள்ளூரில் இருந்த கல்லூரியில் ஆசிரியராகப் பணியாற்றினார். ஏழைகளின் வழக்குகளைக் கையில் எடுப்பது, கிராமங்களில் உள்ள ஏழைகள் மற்றும் தலித்துகளுக்கு எதிரான பிரச்சினைகளில் உண்மை அறியும் குழுவை அமைப்பது, கிழக்கு கோதாவரி மாவட்டத்தில் தீண்டாமை மற்றும் சாதிய வன்கொடுமைகளுக்கு எதிராகப் போராட 'அம்பேத்கர் யுவஜனா சங்கம்' என்ற அமைப்பை ஏற்படுத்த உதவியது எனத் தாரகம் பலவிதங்களில் செயலாற்றினார். இவற்றின் காரணமாக, அவசரநிலை காலகட்டத்தில் இரண்டு ஆண்டுகள் சிறைத் தண்டனையும் பெற்றார். 1978ஆம் ஆண்டில் ஹைதராபாத்தில் உள்ள தெலுங்கு அகாடமியில் அதிகாரியாகப் பணியாற்ற விஜயபாரதிக்கு (பின்னாளில் அவர் அந்த அகாடமியின் இயக்குநராகவும் உயர்ந்தார்) வாய்ப்பு வந்தபோது, தானும் அங்கே நகர்ந்தார். ஆந்திரப் பிரதேச உயர்நீதிமன்றத்தில் வழக்கறிஞராகப் பணியாற்றத் தொடங்கியதுடன், கிராமம், நகரம் என, தலித்துகள் மற்றும் ஏழைகள் எங்குச் சாதிய வன்கொடுமைக்கு ஆளானாலும், சிறை வைக்கப்பட்டாலும், அவர்களுக்காகப் போராடும் தனது வழக்கத்தைத் தொடர்ந்தார். 1984ஆம் ஆண்டு கரம்சேடு படுகொலை நடைபெற்றபோது அவர் அரசின் ப்ளீடராக இருந்தார். அந்தப் படுகொலையைத் தொடர்ந்து அதற்கு எதிர்ப்புத் தெரிவிக்கும் விதமாகத் தனது பதவியை ராஜினாமா செய்தார். இந்த ஒரு காரணத்தாலேயே அவர் உயர்நீதிமன்ற நீதிபதியாகும் வாய்ப்பை இழந்தார் என்று பலரும் சொல்லுவதுண்டு.

கரம்சேடு படுகொலைக்குப் பிறகு, தலித்துகளை அவர்களாகவே ஒன்றிணைய உதவி செய்தார். மேலும் அந்தப் படுகொலையில் பாதிக்கப்பட்ட குடும்பங்களின் மறுவாழ்வு, நீதிமன்ற வழக்குகள் ஆகியவற்றையும் அவர் கவனித்துக்

கொண்டார். இவை எல்லாம் தலித் மகாசபை எனும் அமைப்பை நிறுவ அடித்தளமிட்டன. 1989ஆம் ஆண்டில், ஆந்திரப் பிரதேசத்தில் பகுஜன் சமாஜ் கட்சிக் கிளையைத் தொடங்க உதவி புரிந்தார். உத்தரப் பிரதேசத்தில் அந்தக் கட்சி பாரதிய ஜனதா கட்சியுடன் கூட்டணி வைத்ததால், அதிலிருந்து 1994ஆம் ஆண்டு விலகினார். பிறகு 1995ஆம் ஆண்டு இந்தியக் குடியரசுக் கட்சியில் இணைந்தார். ஆனால் 2011ஆம் ஆண்டுத் தேர்தலில் அந்தக் கட்சியின் தலைவர் ராம்தாஸ் அத்வாலே பா.ஜ.க.வுடன் கூட்டணி வைத்ததால், அதிலிருந்தும் விலகினார். எனினும் 2016ஆம் ஆண்டு தான் இறக்கும் வரையில், தேசிய அமைப்பிலிருந்து விலகி ஆந்திரப் பிரதேச மாநிலத்தின் தனித்த இந்தியக் குடியரசுக் கட்சியுடன் தனது பயணத்தைத் தொடர்ந்தார். நீதிமன்றத்துக்கு உள்ளும் புறமும் களமாடிய வீரர் அவர். யாருமே எடுக்க முன்வராத வழக்குகளை எல்லாம் அவர் தன் கையில் எடுத்தார். கரம்சேடு (1984), சுந்துரு (1991), லஷ்மிபேட்டா (2012) என அந்த வழக்குகளின் பட்டியல் நீளும். இந்த வழக்குகளின் பாரம் முழுவதையும் அவரே தன் தோள்களில் தூக்கிச் சுமந்தார். என்கவுன்ட்டர் கொலைகளைக் கட்டாயமாக கிரிமினல் வழக்குகளாகப் பதிவு செய்யப்பட வேண்டும் என்று உச்ச நீதிமன்றம் முக்கியமான உத்தரவை வழங்குவதற்குக் காரணமாக இருந்தவரே தாரகம்தான். (இந்த உத்தரவு 2007ஆம் ஆண்டு பிறப்பிக்கப்பட்டது. அதற்கு முன்புவரை, என்கவுன்ட்டர் நடந்தால், கொல்லப்பட்டவர் மீதுதான் வழக்கு புனையப்பட்டதே தவிர, காவல்துறையினர் மீது எந்த வழக்கும் பதிவு செய்யும் நடைமுறை இருக்கவில்லை. இந்த உத்தரவுக்குப் பிறகு, 'என்கவுன்ட்டர்' செய்த காவலர் மீதும் வழக்குப் பதிவு செய்யும் நடைமுறை வழக்கத்துக்கு வந்தது அவரது '*போலீஸ் உங்களைக் கைது செய்தால்*' என்ற புத்தகம், எச்.பி.டி. வெளியீடாகப் பரவலான கவனத்தைப் பெற்றது. அது பல லட்சக்கணக்கான பிரதிகள் விற்பனையானதுடன், எண்ணற்ற இளைஞர்கள் மற்றும் பெண்களின் உயிர்களையும் உடல்களையும் காப்பாற்றியிருக்கிறது.

ஆந்திரப் பிரதேச உயர்நீதிமன்றத்தில் புகழ்பெற்ற குற்றவியல் வழக்கறிஞர் பத்மநாப ரெட்டி. ஏழைகளின் வழக்கறிஞர் என்று பரவலாக அறியப்பட்ட அவர், பணமுள்ள மனிதரின் வழக்குக்கு எவ்வளவு உழைப்பைச் செலுத்துவாரோ அதே அளவுக்கான உழைப்பை ஏழைகளின் வழக்குகளுக்கும் செலுத்தினார். அவர் அனைந்திந்திய வழக்கறிஞர்கள் சங்கத்தின் தலைவராகவும் இருந்தார். பி.எஸ்.ஏ.சுவாமி என்ற வழக்கறிஞரோ, பிற்படுத்தப்பட்ட மக்களின் உரிமைக்காகத் தொடர்ந்து போராடியவர். இப்படி ஒரு கூட்டணி கூட இருக்கும்போது, நான் மீண்டும் களத்துக்குச் செல்ல உத்தேசித்தேன். எச்.பி.டி.யில்

என் பணி தொடர்பான அதிருப்தியை நான் வெளிப்படுத்திய போது, சி.கே.வும் சிரிலும் எனக்கு ஆர்வமான வேறு விஷயங்களில் கவனம் செலுத்துமாறு ஊக்கப்படுத்தினார்கள். இத்தனைக்கும், எச்.பி.டி.யை நடத்தும் பொறுப்பு முழுவதும் அவர்கள் மீதுதான் விழும்என்று தெரிந்தும் என்னை அவர்கள் உற்சாகப்படுத்தினார்கள்.

மார்க்சிய லெனினியம் அல்லாத, அகிம்சையைப் பின்பற்றும், தீவிரமான மக்கள் இயக்கத்தைக் கட்டமைக்கவே முடியாதா? மானுட நேயத்தையும் ஜனநாயக முறைமைகளையும் மக்கள் இயக்கங்களின் உள்ளார்ந்த விஷயமாக மாற்ற முடியாதா? இப்ராகிம்பட்டினத்துக்கு நான் சென்றபோது எனக்கென்று ஒரு திட்டம் இருந்தது. ஏழைகளுக்காகத் தற்சார்புள்ள, வலுவான இயக்கம் ஒன்றை எழுப்ப நினைத்தேன். சி.பி.ஐ. மற்றும் சி.பி.ஐ.(எம்) ஆகிய கட்சிகளின் பெரும்பாலான விவசாயச் சங்கங்களில் மத்திய தர, பணக்கார விவசாயிகளே தலைமைப் பொறுப்புகளில் இருந்தார்கள். அங்கே அவர்களது தேவைகள்தான் அந்த அமைப்புகளின் கோரிக்கைகளாக இருக்கும். நன்கு கற்ற, சட்டம், அரசு அமைப்புகள், ஊடகம் எனப் பல்வேறு குழுக்களிடமும் தொடர்புகொண்ட ஒருவர், இவை எதுவும் இல்லாத மக்களிடையே பணியாற்றினால் நன்றாக இருக்குமே என்று நினைத்தேன். இவை அத்தனையையும் கொண்டிருக்கும் என்னை, ஏதேனும் ஓர் அமைப்பில் இணைத்துக்கொண்டால், அவர்கள் தேவைக்கு ஏற்றவாறு நான் கற்றுக்கொண்ட விஷயங்களை அவர்கள் பயன்படுத்திக்கொள்ளலாமே என்று நினைத்தேன். இவ்வாறான குழப்பமான சிந்தனையில் நான் இருந்தேன். இதை எப்படி நடைமுறைப்படுத்துவது என்பது பற்றி எனக்கு எந்த யோசனையும் இல்லை. கிராமப்புற ஏழைகளுக்கு வர்க்க ரீதியான ஒடுக்குமுறைதான் முக்கியப் பிரச்சினை என்று கருதினேன்.

1984ஆம் ஆண்டு தொடக்கத்தில், ஸ்த்ரீ சக்தி சங்கடானா எனும் பெண்ணியக் குழு ஒன்றுடன் இணைந்து '*சவாலக்ஷா சந்தேககலு: ஸ்த்ரீலு ஆரோக்யம், சம்ஸ்க்ருதி, ராஜகீயலு*' (பத்து லட்சம் கேள்விகள்: மகளிர் ஆரோக்கியம், பண்பாடு, அரசியல்) என்ற புத்தகத்தைப் பதிப்பிக்கும் பணியில் ஈடுபட்டிருந்தேன். 1970களின் பிற்பகுதியில் உருவான இந்த அமைப்பு, களச் செயல்பாடு மற்றும் அறிவுச் செயல்பாடு என இரண்டிலும் கவனம் செலுத்தி வந்தது. '*வீ வேர் மேக்கிங் ஹிஸ்டரி*' (நாங்கள் வரலாற்றைப் படைத்துக்கொண்டிருந்தோம்) எனும் முன்னோடிப் பெண்ணியப் புத்தகம் இந்த அமைப்பிலிருந்து வந்ததுதான். '*சவாலக்ஷா சந்தேகலு*' என்பது 1980களின் தொடக்கத்தில் ஒரு தலைமுறை பெண்களை ஈர்த்த அமெரிக்கப் பெண்ணியக் குழு (பாஸ்டன் வுமென்ஸ் ஹெல்த் புக் கலெக்டிவ் மொழிபெயர்ப்பாளர்) பதிப்பித்த '*அவர் பாடீஸ், அவர்செல்வ்ஸ்*'

எனும் புத்தகத்தின் தெலுங்கு மொழிபெயர்ப்பாகும். இந்தப் புத்தகத்தை மொழிபெயர்க்கத் தொடங்கியபோது, இந்தியாவின் சுகாதாரம் மற்றும் நலக்கேடுகளைப் பெண்ணியப் பார்வையிலிருந்து பார்க்க வேண்டும் என்று முடிவு செய்தோம். அந்தப் புத்தகத்தின் பல அத்தியாயங்களை மொழிபெயர்த்த முக்கியக் குழுவில் நான் ஓர் அங்கத்தினராக இருந்தேன். சுகாதாரப் பிரச்சினைகள் மற்றும் ஏழைப் பெண்கள் சந்திக்கும் இதர பிரச்சினைகள் குறித்து அவர்களை நேர்காணல் செய்து அதுகுறித்த பதிவை நான் செய்ய வேண்டும் என்று முடிவானது. இதைச் செய்யும்போது நான் மெல்ல மெல்ல கிராமத்தில் தங்கி, பணியாற்றும் தன்மைக்கு என்னைத் தகவமைத்துக்கொள்வேன் என்று கருதினேன்.

இந்தக் காலகட்டத்தில் ஆந்திரப் பிரதேசத்தில் இருந்த தலித் அமைப்புகளோடு சிரிலும் நானும் மிகவும் நெருக்கமானோம். எச்.பி.டி. ஏற்கெனவே மராத்தி எழுத்தாளர் பாபுராவ் பகுலின் சிறுகதைகளை *'தலித் கதலு'* என்ற தலைப்பில் தெலுங்கில் மொழிபெயர்த்து வெளியிட்டது. தொடர்ந்து பி.விஜயபாரதி எழுதிய *'அம்பேத்கரின் ஜீவித சரித்ரா'* எனும் அம்பேத்கரின் வாழ்க்கை வரலாற்றை வெளியிட்டோம். *'தலித் கதலு'* புத்தகத்தைப் பகுத்தறிவாளர் கத்தி பத்மா ராவ் 1982ஆம் ஆண்டு கூட்டம் ஒன்றில் வெளியிட்டார். அதன் பிறகு நானும் அம்பேத்கரிய இயக்கக் கூட்டங்களில் கலந்துகொள்ளத் தொடங்கினேன். 1980களின் தொடக்கத்தில் இந்தக் கூட்டங்கள் பெரும்பாலும் அம்பேத்கர் யுவஜனா சங்கம் மற்றும் பட்டியலினப் பணியாளர்கள் நலச்சங்கம் ஆகியவற்றால் ஒருங்கிணைக்கப் பட்டன. ஒவ்வோர் ஆண்டும் ஏப்ரல் 14ஆம் தேதி டேங்க் பண்ட் எனும் பகுதியில் இருக்கும் அம்பேத்கர் சிலை அருகே பெரிய அளவில் கூட்டங்கள் நடைபெற்றன. இந்தக் கூட்டங்களில் நான் புத்தகங்கள் விற்பதோடு, அங்கு என்ன பேசப்படுகிறது, எப்படிப் பேசப்படுகிறது என்பவற்றைக் கவனித்துக்கொண்டிருப்பேன். இடதுசாரிகளின் கூட்டங்களில் இருந்து இந்தக் கூட்டங்கள் முற்றிலும் மாறுபட்டிருந்தன. மார்க்ஸ், லெனின், மாவோ போன்றவர்களின் புகைப்படங்களுக்குப் பதிலாக அம்பேத்கரின் படங்கள் வியாபித்திருந்தன. அந்தக் கூட்டங்களில் அவர் பேசிய பேச்சும், எழுப்பிய கோஷங்களும் எனக்குப் புதுமையாக இருந்தன. இங்குள்ள மக்கள் மாநிறத்தில் (இடதுசாரிக் கூட்டங்களில் வெண்ணிற உயர்சாதியினர்கள்தான் நிரம்பி இருப்பார்கள்) இருந்தார்கள். அவர்கள் வெள்ளை நிற ஆடைகளை அணிந்திருந்தார்கள் (இடதுசாரிகள் அபூர்வமாகத்தான் வெள்ளை நிற ஆடைகளை உடுத்துவார்கள்). பேச்சாளர்கள் ஆளும் வர்க்கம், முதலாளிகள் மற்றும் மூன்று மலைகளான ஏகாதிபத்தியம்,

நிலவுடைமை, தரகு முதலாளி வர்க்கம் ஆகியவற்றின் மீது வசைமாரிகள் பொழியவில்லை. மாறாக, இடதுசாரிகள் தொடக்கத்தில் இருந்தே அரவணைத்துச் சென்றிருக்க வேண்டிய அன்றாடங்காய்ச்சிகளைப் பற்றி அவர்கள் பேசினார்கள். அவர்கள் எவ்வாறு குடியிருப்பதற்குக் குறைந்தபட்ச வசதிகள் கொண்ட வீடுகள் இல்லாமல் இருக்கிறார்கள் என்பது பற்றியும், நகரங்களில் அவர்களுக்கு அவர்கள் சாதியின் காரணமாக மறுக்கப்படும் வேலைவாய்ப்புகள் பற்றியும், அவர்கள் எவ்வாறு தீண்டப்படாதவர்களாக மாற்றப்பட்டு, கிராமங்களில் இருந்து ஒதுக்கிவைக்கப்பட்டிருக்கிறார்கள் என்பது பற்றியும் அவர்கள் பேசினார்கள். அந்தக் கருத்துரையாளர்கள் அன்றாடங்காய்ச்சிகள் எதிர்கொள்ளும் வன்கொடுமைகள் பற்றியும், எவ்வாறு அவர்களின் குழந்தைகள் சுரண்டல் சூழ்நிலையில் வளர்கின்றன என்பது பற்றியும் பேசினார்கள்.

சிக்கட்பள்ளியில் இருந்த எங்கள் வீட்டிலிருந்து, நடக்கும் தூரத்தில் இருந்தது தாரகம் குடும்பம். அதனால் நாங்கள் அவ்வப்போது அவர்கள் வீட்டுக்குச் சென்று வருவோம். என் தலித் நண்பர்கள் பலரை அவர்களது வீட்டில்தான் நான் சந்தித்து நட்பு கொண்டு, அம்பேத்கரிய அரசியலில் ஆழம் காணத் தொடங்கினேன். விஜயபாரதி என்னை நெருக்கமாக அணைத்துக் கொண்டார். மெல்ல மெல்ல அவர்கள் எனக்கு உறவானார்கள்.

தொண்டு நிறுவனங்களுடனான தன் சட்டப் பணிகள் மூலம் பால் திவாகரை அறிந்திருந்தார் சிரில். பால், அவரது மனைவி ஆன்னி நமலா, அப்போது கைக்குழந்தையாக இருந்த அவர்களின் மூத்த மகன் ஆனந்த் ஆகியோருடன் ஹைதராபாத்தி லிருந்து சுமார் நாற்பது கிலோமீட்டர் தொலைவில் உள்ள இப்ராகிம்பட்டினம் தாலுக்காவில் உள்ள ஜலால்மியா பள்ளியில் வசித்து வந்தார்கள். 1998ஆம் ஆண்டு தலித் மனித உரிமை களுக்கான தேசிய பிரசாரம் எனும் அமைப்பை உருவாக்கியவர் பால் திவாகர். அவர் அப்போது தண்ணீர் மேம்பாட்டுச் சங்கம் எனும் தொண்டு நிறுவனத்தில் பணியாற்றிவந்தார். அவர் எனக்கு அவரது வீட்டில் இடம்கொடுத்ததோடு, தன்னுடைய தொடர்பு களையும் எனக்கு அறிமுகப்படுத்தி வைத்தார். அந்தச் சமயம் அவர் சித்தூருக்குக் குடிபெயர்ந்து அங்கு தனது சொந்தத் தொண்டு நிறுவனம் ஒன்றைத் தொடங்கத் திட்டமிட்டிருந்தார்.

அப்படித்தான் நான் இப்ராகிம்பட்டினத்துக்கு வந்து சேர்ந்து, ‘சவாலக்ஷா சந்தேஹலு’ புத்தகத்துக்குப் பணியாற்றத் தொடங்கினேன். இங்கு தான் என் வாழ்க்கை முழுமையாக மாறியது.

8

வளமைக்கும் வறட்சிக்கும் நடுவில்...

இப்ராகிம்பட்டினத்துக்கு நான் முதன்முறையாகச் சென்றபோது எனக்கு முப்பது வயது. ஹைதராபாத்திலிருந்து தென்கிழக்காகச் சுமார் முப்பது கிலோமீட்டர் தூரத்திலிருக்கும் ரங்க ரெட்டி மாவட்டத்தில் இப்ராகிம்பட்டினம் இருந்தது. உள்ளூர் வாசிகள் அதை ஈரப்பட்டினம் என்றழைத்தார்கள். நானும்கூடத்தான். அங்குச் செல்வதற்கு இம்லிபன் பேருந்து நிலையத்திலிருந்து பேருந்து மூலமாகச் செல்ல வேண்டும். பேருந்து நிலையத்தைச் சுற்றி பெரிய புளியமரத் தோப்பு இருந்ததால் அதனை 'இம்லிபன்' என்று அழைக்கப்பட்டது (இந்தியில் 'இம்லி' என்றால் 'புளி' என்று பொருள் – மொழிபெயர்ப்பாளர்). நகரத்தின் தென்பகுதியில் இருந்த அந்தப் பேருந்து நிலையம் ஒரு காலத்தில் எந்த ஒரு பகட்டும் இல்லாதிருந்தது. நவீனமான, புதிய பேருந்து நிலையம் கட்டுவதற்காக 2018ஆம் ஆண்டு, அந்தப் பழைய பேருந்து நிலையம் தெலங்கானா அரசால் இடிக்கப்பட்டது. இம்லிபன்னிலிருந்து நான் வழக்கமாகச் செல்லும் பேருந்து, நாகார்ஜுனா சாகர் அணைக்குச் செல்லும் குறுகலான சாலையில் பயணித்து, ஐந்து கிலோமீட்டர் தூரத்தில் நகரத்தின் வெளிப்புறப் பகுதிக்கு வந்துவிட்டது. இங்கிருந்து, விஜயவாடா தேசிய நெடுஞ்சாலையிலிருந்து பிரிந்து செல்லும் மேடும் பள்ளமுமான சாலை தொடங்கியது.

அந்தச் சாலையில் பயணிக்கும் எவர் ஒருவரும், ஜூன் முதல் அக்டோபர் வரை, கம்பு, ஆமணக்கு

மற்றும் ஏரி, குளங்களுக்கு அருகில் மரகதப் பச்சையென ஜொலிக்கும் சின்னச் சின்ன நெல் வயல்களையும் காண முடியும். அந்த நிலத்தைச் சீத்தாப்பழ மரங்கள் நிறைத்திருந்தன. செப்டம்பர் முதல் நவம்பர் வரையில் அந்த மரங்களில் பழங்கள் கொழுத்துத் தொங்கும். நிறைய பழங்கள் காய்ப்பதால், சாலையில் போவோர் வருவோர் எல்லாம் அவற்றைப் பறித்துச் சாப்பிட அனுமதிக்கப் பட்டிருந்தனர். எப்போதாவது கருவேலம், வேப்பம், புளியமரங்கள் தென்படும். மிக அரிதாகவே ஆலமரம் தென்படும். செம்மறியாடு களையும் வெள்ளாடுகளையும் மேய்க்கும் ஆட்டுக்காரர்களை ஆண்டு முழுவதும் பார்க்க முடியும். தூரத்திலிருந்து பார்த்தாலும் அவர்களை அடையாளம் கண்டுவிட முடியும். காரணம் அவர்கள் அணிந்திருக்கும் போர்வை. கோங்கடி என்றழைக்கப்படும் அந்தப் போர்வை, பெரும்பாலும் கருப்பு நிறத்திலும், ஓரத்தில் சிவப்பு நிறத்திலும் இருக்கும். அவர்களின் தோளில் குச்சி ஒன்று தொங்கிக் கொண்டிருக்கும். அதன் முனையில் உணவும் நீரும் இருந்த பை இருக்கும். வழிப்போக்கர்கள் குறித்து ஆடு மேய்ப்பவர்களுக்கு எப்போதும் ஓர் ஆர்வம் இருக்கும். நீங்கள் நின்றால், அவர்களாகவே உங்களிடம் வந்து ஒரு சிறு அரட்டை அடித்துவிட்டுப் போவார்கள்.

அந்தச் சாலையில் இன்னும் கீழே இறங்கி வந்தால், சட்டென பெரிய கிரானைட் பாறைகள் எழும்பி நிற்பதைப் பார்க்க முடியும். அந்தப் பாறைகள் பல அளவுகளில், பல வடிவங்களில் இருக்கும். நகர்ந்துகொண்டிருக்கும் பேருந்தின் ஜன்னல் வழியே அந்தப் பாறைகளைச் சற்றே உன்னித்துப் பார்த்தால், அவற்றில் ஒரு மனிதன் தூங்கிக்கொண்டிருப்பது போலவும், குழந்தையைத் தாய் ஒருத்தி தூக்கிக்கொண்டிருப்பது போலவும், ஒரு ட்ரேயில் முட்டைகள் இருப்பது போலவும், பெண்ணொருத்தி குடத்தைச் சுமந்துகொண்டிருப்பது போலவும், ஒரு சிங்கத்தின் தலையைப் போலவும் அவை தோற்றம் கொள்ளும். இந்தச் சாலையில் நான் மேற்கொண்ட பல பயணங்களின்போது, ஒன்றின் மேல் ஒன்றாக, ஆபத்தான முறையில் நின்று கொண்டிருக்கும் இந்தப் பாறைகளின் கோணங்கள் அப்படியேதான் இருக்கிறதா அல்லது ஏதேனும் மாற்றங்கள் நிகழ்ந்திருக்கிறதா என்பதைக் கவனித்திருக்கிறேன். அந்தப் பாறைகள் எல்லாம், மனித நாகரிகத்தில் முன் தோன்றிய ராட்சச உயிரினங்களின் விளையாட்டு பொம்மைகளா? எனக்கு விருப்பமான சில பாறைகளின் மீது நான் எப்போதும் ஒரு கண் வைத்திருந்தேன். கடைசியில், நான் இருக்கப்போகும் இடமே பாறைகளால் நிரம்பிய நிலமாயிற்று. எப்போதெல்லாம் நான் கடற்கரைப் பகுதி ஆந்திரப் பிரதேசத்தில் இருக்கிறேனோ, அப்போதெல்லாம் என்னுடைய பாறைகளின் பிரிவாற்றாமையை உணர்ந்தேன். அதேபோல டெல்லியிலிருந்து நான் வீட்டுக்குத் திரும்பும்போது, ஹைதராபாத் நகரத்தின் வெளியே இருக்கும்

கட்கேசர் பகுதிக்கு அருகில் பெரிதாக எழும்பி நிற்கும் பாறைகளைப் பார்க்கும்போது என் வயிற்றில் பட்டாம்பூச்சிகள் பறக்கும். கண்களில் நீர் திரளும்.

கிராமத்துக்குப் போகிற சாலைகள் எல்லாம் ஒவ்வொரு நாளின் வெவ்வேறு பொழுதுகளில் வெவ்வேறு கதாபாத்திரங் களால் நிறைந்திருக்கும். அதிகாலை வேளையில் சிறுவர்கள் ஆடுகளையும் ஆநிரைகளையும் மேய்ச்சலுக்கு ஓட்டிச் செல்வார்கள். ஆண்களோ, ஏர் கலப்பையுடன் காளைகளை ஓட்டிச் செல்வார்கள். இளம்பெண்களோ தண்ணீர்க் குடங்களைத் தங்கள் இடுப்பில் வைத்துச் சென்றுகொண்டிருப்பார்கள். கொஞ்சம் காசு வைத்திருக்கும் விவசாயிகள், கூட்டமே இல்லாத டீக்கடைகளில் பலவீனமான மரபெஞ்சுகளில் அமர்ந்துகொண்டு தேநீரை உறிஞ்சிக்கொண்டிருப்பார்கள். வருங்காலத்தில் அரசியல்வாதிகளாக வர விரும்புபவர்கள் மரங்களின் கீழ் உட்கார்ந்துகொண்டு தங்களின் எடுபிடிகள் சூழ வம்பளந்து கொண்டிருப்பார்கள். மதிய நேரத்தில், ஊரும் வீதியும் காலியாகிவிட்டிருக்கும். குடிகாரர்கள் மட்டுமே, தங்களுக்குத் தாங்களாகவே ஏதோ பாடிக்கொண்டிருப்பார்கள். மாலை சாயும் போது, காலை பாடிய அதே பல்லவிதான். தங்கள் கால்நடை களுடன் சிறுவர்கள் திரும்பி வந்துகொண்டிருப்பார்கள். கலப்பை மற்றும் காளைகளுடன் ஆண்களும், இடுப்பில் குடங்களுடனும் குழந்தைகளுடனும் இளம் பெண்களும் சிறுமிகளும் இரவு உணவு தயாரிக்க ஓடிக்கொண்டிருப்பார்கள். இரவில், குடிகாரர்கள் கள்ளுக்கடைகளிலிருந்து திரும்புவார்கள். அந்நியர்களைப் பார்த்தும், தங்கள் பகுதியில் நுழையும் இதர நாய்களை நோக்கியும் நாய்கள் குரைத்துக்கொண்டிருக்கும்.

சமூக அமைப்பில, தெலங்கானாவின் தென் பகுதியில் உள்ள இதர கிராமங்களைப் போலத்தான் இப்ராகிம்பட்டினமும். சுதந்திரத்துக்கு முன்பு, நிஜாம்களின் ஆளுகைக்குள்தான் அந்தப் பகுதியும் இருந்தது. அவர்களுக்குக் கீழ், தோரா என்றழைக்கப் பட்ட நிலச்சுவான்தார்கள், நிலங்களைத் தங்கள் கட்டுப்பாட்டில் வைத்திருந்ததோடு அவற்றை நிர்வகிக்கவும் செய்தார்கள். அந்தத் தோராக்கள் பெரும்பாலும் ரெட்டி சமூகத்தைச் சார்ந்தவர் களாகவே இருந்தார்கள். எனினும் சில வேலமாக்கள் சமுதாயத்தைச் சார்ந்தவர்களும் இருந்தார்கள். பிராமணக் கட்டமைப்பில், ரெட்டிக்கள் (வேலமாக்களும்தான்) சூத்திரர் களாகக் கருதப்பட்டார்கள். ஆயினும், அவர்கள்தான் ரொம்பக் காலமாகத் தெலங்கானா கிராமங்களில் ஆண்ட சாதியினராக இருந்து வந்திருக்கிறார்கள். நிஜாம்களின் ராஜ்ஜியம் வளமையின் இரண்டு முனைகளில் இருந்தது. இந்து மற்றும் முஸ்லிம்

செல்வந்தர்கள், நகரத்தில், தங்கள் காடிக்களில் (கோட்டைகள்) ஆடம்பரமான வாழ்க்கையையும், வறியவர்கள் பசியிலும், ஆரோக்கியமற்ற சூழலிலும், கடுமையான உடல் உழைப்பைச் செலுத்தக்கூடியவர்களாகவும் இருந்தார்கள்.

1948க்கு முன்பு வரை தங்களுக்கும், நிஜாம்களுக்குமான நில வரி என்றும், விவசாயிகளிடமிருந்து கொள்ளையடித்தார்கள். அவர்களுக்கு ஆள் பலம் இருந்தது. தங்கள் கிராமங்களில் அவர்கள் வைத்ததுதான் சட்டமாகவும் இருந்தது. கைத்தொழில் செய்யும் சாதிகளிடமிருந்தும், மாலா மற்றும் மடிகா எனப்படும் சேவையாற்றும் சாதிகளிடமிருந்தும் தங்களுக்குத் தேவையான விஷயங்களைக் காசில்லாமல் பெற்று வந்தார்கள். தெலங்கானா ஆயுதப் போராட்டம் பிறந்தபோது, அது நிஜாம்களின் பல பகுதிகளிலும் பரவியது. தெலங்கானா விவசாயிகள் இயக்கம் அல்லது தெலங்கானா ஆயுதப் போராட்டம் (அப்படித்தான் கம்யூனிஸ்ட்டுகள் அழைக்கிறார்கள்) என்பது அந்த மாநிலத்தில் நவீன வரலாற்றில் மிக முக்கியமான காலகட்டமாகும். அங்கிருந்த நிலங்களின் மீதான உரிமை என்பது இயல்பிலேயே மிகவும் சுரண்டல் முறை கொண்டது. நாற்பது சதவீத நிலங்கள் நேரடியாக நிஜாம்களால் (தெலுங்கில் சர்ஃப் – இ – காஸ் எனப்படும், நிஜாம்களின் பூர்வீக நிலங்கள்) அல்லது அவர்களால் மேட்டுக்குடியினருக்கு வழங்கப்பட்ட ஜாகிர் (குறுகிய காலத்துக்கான) எனப்படும் கொடை நிலங்களாகவோ இருந்தன (இவ்வாறு நிலக்கொடை பெற்றவர்கள் ஜாகிர்தார்கள் என்றழைக்கப்பட்டனர். – மொழிபெயர்ப்பாளர்). மீதமுள்ள அறுபது சதவீத நிலங்கள், அரசின் நில வருவாய் முறையின் கீழ் இருந்தது. அவற்றில் பயிர் செய்து வந்த மக்களுக்குச் சட்டப்பூர்வமாக எந்த ஓர் உரிமையோ அல்லது நிலத்திலிருந்து வெளியேற்றப்படுவதிலிருந்து பாதுகாப்போ வழங்கப்படவில்லை. வெட்டி எனப்படும் கட்டாய உழைப்பைக் கோரும் சுரண்டல் முறைகள் பரவலாக இருந்தன.

முதலாம் உலகப் போர், விவசாயிகளின் நிலைமையை மோசமாக்கியதுடன், அவர்களது கடன் சுமையையும் உயர்த்தியது. 1930களில், பெரிய நிலச்சுவான்தார்கள் அந்த விவசாயிகளின் பெருமளவு நிலங்களைக், கட்டாய உழைப்பைக் கோரியோ அல்லது கொடுத்த கடனுக்காகவென்றோ கைப்பற்றினார்கள். ஒரு சில நிலச்சுவான்தார்கள் சுமார் 30,000 முதல் 1,00,000 ஏக்கர்கள் வரையில் நிலங்களை வைத்திருந்தார்கள். மேலும், 550 நிலச்சுவான்தார்கள் சுமார் 60 முதல் 70 சதவீதம் வரையிலான பயிர் செய்யக் கூடிய நிலங்களைக் கொண்டிருந்தார்கள். 1930களின் மத்தியில் ஆந்திர மகாசபை என்ற அமைப்பின்

கீழ் ஹைதராபாத்தின் கிராமப்புறங்களில் கம்யூனிஸ்ட்டுகள் திரண்டபோது, அவர்களுக்கு மாபெரும் வெற்றி கிட்டியது. 1940களில் ஆரம்பத்தில், தெலங்கானாவின் வடக்கு மற்றும் கிழக்குப் பகுதிகளில் இருந்த கிராமங்களின் நிலங்கள் மொத்தமாக அவர்களின் ஆளுகைக்குள் வந்தன.

நிலச்சுவான்தார்களுக்கு, நிஜாம்களிடமிருந்தும் முஸ்லிம் மேட்டுக்குடியினரிடமிருந்தும் மட்டும் ஆதரவு கிடைக்க வில்லை. 'இத்திஹாட் உல் முஸ்லிமீன்' எனும் முஸ்லிம் பிரிவினை வாத அமைப்பிடமிருந்தும் அவர்களுக்கு ஆதரவு கிடைத்தது. அந்த அமைப்பு, இந்தியாவிடமிருந்து ஹைதராபாத்துக்குச் சுதந்திரம் வேண்டி இயங்கி வந்தது. அவர்களுக்கு நிஜாம்களின் ஆதரவு இலை மறை காயாக இருந்தது. 1946ஆம் ஆண்டு, கம்யூனிஸ்ட்டுகளின் தலைமையில் விவசாயிகள் ஒரு வெளிப்படையான கிளர்ச்சியைத் தொடங்கினார்கள். அதை ஒடுக்க காவல்துறை, அவர்களுக்கு உதவ 'ரசாகர்' எனும் நிஜாம்களின் கூலிப்படையை ஏவிவிட, அதற்குப் பதிலடியாக, கம்யூனிஸ்ட்டுகள் தங்களுக்கான ஆயுதப் படைகளை உருவாக்கி னார்கள். 1948ஆம் ஆண்டு வாக்கில், நான்காயிரத்துக்கும் அதிகமான கிராமங்களில் கம்யூனிஸ்ட்டுகள் தங்கள் ஆளுகையைக் கொண்டுவந்தார்கள். அதே ஆண்டு, இந்திய ராணுவத்தின் நுழைவும், ஹைதராபாத் நிஜாமை இந்தியாவுடன் இணைத்தது மான நிகழ்வுகள், கம்யூனிஸ்ட்டுகளை இந்திய அரசுக்கு எதிராக வெளிப்படையாக நிறுத்தின. 1951ஆம் ஆண்டு கம்யூனிஸ்ட்டு களின் போராட்டம் கைவிடப்பட்டது.

அந்தப் போராட்டம், ஆயிரக்கணக்கான ஏக்கர் நிலங்களை வைத்திருந்த பெரிய ஜாகிர்தார்களின் முதுகெலும்பை உடைத்தது. ஆனாலும் கிராமங்களில் நிலவி வந்த அதிகாரக் கட்டமைப்பில் எந்தவொரு மாற்றமும் இருக்கவில்லை. ஹைதரா!!பாத் நிஜாம் தன்னோடு இணைக்கப்பட்டவுடன், ஒன்றிய அரசு அரை மனதாகவே நிலச் சீர்திருத்தங்களை மேற்கொண்டது. அதுவுமே கூட, விவசாயிகளின் இயக்கத்தை முற்றிலுமாக ஒடுக்கிய பிறகே நடந்தது. ரெட்டி தோராக்கள் இதர சாதியினர் மீதான தங்களின் அதிகாரத்தைச் செலுத்திக்கொண்டே இருந்தார்கள். தவிரவும், அந்தப் பகுதியின் அரசியலிலும் மிக முக்கியமான பங்களிப்பைச் செய்தனர். எல்லா ரெட்டிக்களும் தோராக்கள் இல்லை. அவர்களில் பெரும்பாண்மையினர் 'படேல்' என்று அழைக்கப் பட்டனர். அவர்கள் பரம்பரை பரம்பரையாக வகித்து வந்த பதவியினால் அவர்களுக்கு அந்தப் பெயர். 'மலி படேல்' என்றால் கிராம அலுவலர், 'போலீஸ் படேல்' என்றால் சட்டத்தை அமல்படுத்தும் அலுவலர் என்று நிறைய 'படேல்' பதவிகள்

இருந்தன. போலவே எல்லா ரெட்டிக்களும் நிலச்சுவான்தார்கள் கிடையாது. அவர்களில் ஆயிரக்கணக்கானவர்கள் விவசாயக் கூலிகளாகவும் இருக்கின்றனர். எனினும், கூலி வேலை செய்யும் ரெட்டிக்கள் கூட 'படேல்' என்று கௌரவமாக அழைக்கப் படுகின்றனர். ஒரு மாலா நில உடைமையாளர் ஒரு ரெட்டி கூலியின் குடிசைக்குச் சென்று, 'படேலா, பணிக்கொஸ்தாவா?' (படேல், எனக்காக வேலை செய்ய வருவாயா?) என்று கேட்பதை நான் பார்த்திருக்கிறேன். என்றாலும், எங்கெல்லாம் தீண்டாமை யும், சாதிப் படிநிலையும் பரவலாக இருக்கிறதோ, அங்கெல்லாம் மரியாதைக்குரிய தலித் முதியோர்கள், ரெட்டிச் சிறுவர்களால் பெயர் சுருக்கப்பட்டுத்தான் அழைக்கப்படுகிறார்கள். எல்லம்மா என்பது எல்லி என்றாகிவிடும்.

நான் இப்ராகிம்பட்டினத்தில் எனது பணியைத் தொடங்கிய போது, நீக்கமற நிறைந்திருந்த சாதிப் பாகுபாடுதான் என்னை முதலில் அறைந்தது. எந்த ஒரு கிராமத்துக்குப் போனாலும், அங்கே உங்களிடம் கேட்கப்படும் முதல் கேள்வி உங்கள் பெயரல்ல. உங்கள் சாதிதான். இன்னும் குறிப்பாகச் சொல்லுவதென்றால், 'மீரு எமிதொல்லு?' என்றுதான் கேட்பார்கள். அதன் பொருள், 'நீங்கள் என்னவாக இருக்கிறீர்கள்?' என்பது. சாதிதான் முதலும் முடிவும் என்று இருக்கும் இதர மொழி நிலப்பரப்புகளில் இருப்பதைப் போல, இங்கும் முதலில் உங்களை இன்ன சாதி என்ற வரையறைக்குள் கொண்டு வந்த பிறகுதான், தொடர்பு கொள்ளுதலோ அல்லது பழகுவதோ நடக்கும். இங்கே சாதி என்பது இறுக்கிப் பின்னப்பட்ட வலை. ஒன்றுக்குள் ஒன்று இணைந்த சாதிகள் வைத்ததுதான் இங்கே சட்டம். உங்கள் வேலை என்ன, உங்களுடன் வேலை பார்ப்பவர்கள் யார், உங்கள் நண்பர்கள் யார், உங்கள் கல்வித் தகுதி, நீங்கள் தங்கி இருக்கும் இடம், நீங்கள் குடியிருக்கும் கிராமம், உங்கள் குடும்பத்தினரின் சுகாதார நிலை, உங்கள் வீட்டில் நீங்கள் என்ன சாப்பிடுகிறீர்கள், உங்கள் பண்பாட்டு ரசனை, எந்தப் பாடலை நீங்கள் பாடுகிறீர்கள் அல்லது பாராட்டுகிறீர்கள், ஒரு இக்கட்டிலிருந்து எவ்வளவு விரைவாக உங்களால் மீள முடியும், எந்தச் சாமியை நீங்கள் கும்பிடுகிறீர்கள், எப்போது, எப்படி இறப்பீர்கள் என எல்லா வற்றையுமே ஆட்சி செய்வது சாதிகள் தான்.

தெலங்கானாவில் உள்ள பாட்டாளி வர்க்கம் பெரும்பாலும் பட்டியலினச் சமூகங்களில் இருந்துதான் உருவாகியுள்ளது. அவர்களில் மாலாக்கள் (ஏரி, குளங்களை கவனித்துக்கொள்வது, ஈமச்சடங்குகள் செய்வது ஆகியவற்றுடன் விவசாயக் கூலிகளாக வும் உள்ளவர்கள்), மடிகாக்கள் (செருப்பு தைப்பவர்கள், விவசாயக் கூலிகள், ரெட்டி நிலச்சுவான்தார்களிடம் அடியாட்களாகச்

சேவகம் புரிந்தவர்கள்) தான் பெரும்பான்மை. தவிர, மங்கலிக்கள் (நாவிதர் மற்றும் மருத்துவச்சிகள்), சக்கிலியர்கள் (வண்ணான் மற்றும் வண்ணாத்திகள்), கும்மாரிகள் (குயவர்கள்), கம்மாரிகள் (தச்சர்கள்), வோட்லா (இரும்புக் கொல்லர்கள்), கொல்லா குர்மா (ஆடு மேய்ப்பர்கள்), தெலகா (தோட்ட வேலையாட்கள், செக்கில் எண்ணெய் எடுப்பவர்கள்), பேஸ்தா (மீனவர்கள்), கௌடர்கள் (கள் இறக்குபவர்கள்) போன்ற இதர பிற்படுத்தப்பட்ட சமூகத்தினரும் பாட்டாளிகளாகவே இருந்தனர். இவர்களின் மக்கள்தொகை எண்ணிக்கை, ஒவ்வொரு பகுதியிலும் வேறுபடும். இருந்தாலும், தென்னகத் தெலங்கானாவில் மாலாக்களை விட மடிகாக்கள் தான் பெரும்பான்மையினர். மாலா மற்றும் மடிகா சாதிகளில் பல உட்பிரிவுகள் உண்டு. எனினும், இப்ராகிம் பட்டினத்தில் பைந்த்லா (மடிகா சாதி உட்பிரிவு), பேகரி, டொம்மாரி, தக்காலி ஆகிய சாதிகள்தான் இருந்தன. தீண்டாமை இங்குப் பரவலாக இருந்தது. கிராமங்களுக்கு வெளியே காலனிகளில்தான் தலித் மக்கள் வாழ்ந்துவந்தார்கள். திருமணம் மற்றும் பொது நிகழ்ச்சிகளின்போது, அவர்களுக்குத் தனியே உணவு பரிமாறப்பட்டது. மற்ற சாதியினர் அவர்கள் வீடுகளில் உண்பதில்லை. தங்கள் இல்லங்களில் நடக்கும் திருமண நிகழ்வு களுக்கு மற்ற சாதியினர் அழைக்கப்பட்டால், அவர்களுக்கான உணவு தலித் அல்லாதவர்களால் சமைக்கப்படும். பெரும்பாலான கிராமங்களில், டீக்கடைகளில் தேநீர் எல்லோருக்கும் பொதுவான டம்ளர்களில் வழங்கப்பட, மடிகா மற்றும் மாலா சாதியினர் மட்டும் தாங்கள் குடித்த டம்ளரைக் கழுவி வைத்துவிட்டு வர வேண்டும். மஹபூப்நகர் மாவட்டத்தையொட்டிய கிராமங்களில் தலித்துகளுக்குத் தனி டம்ளரில் தேநீர் வழங்கப்பட்டது. பள்ளிக்கூடங்களில் தீண்டாமை சற்றுக் குறைவு என்றாலும், பெரும்பாலான தலித் குழந்தைகள் கால்நடை மேய்ப்பர்களாக இருந்த சூழலில், அது பற்றிய கேள்வியே எங்கும் எழுப்பப்பட வில்லை.

பெரும்பாலான கிராமங்களின் எல்லைகளில் சின்னச் சின்ன குடியிருப்புகள் இருந்தன. அவை மாலா அல்லது லம்பாடி (நாடோடிகளான அவர்கள் பட்டியலினப் பழங்குடிகளாவர்) சாதியினரின் இருப்பிடங்களாக இருக்கும். அல்லது வருவாய் கிராமம் என்ற வகைப்பாட்டுக்குள் வராத ஒரு சிறிய பகுதியாக இருக்கும். அதுபோன்ற குக்கிராமங்களில் தேர்தலில் தேர்ந்தெடுக்கப்பட்ட அமைப்புகளைக் கொண்டிருக்காது. எனவே, நிதி, அங்கன்வாடி, பள்ளிகள், ரேஷன் கடைகள் மற்றும் இதர அடிப்படை பொதுஅமைப்புகள் ஆகியவற்றை அணுக வேண்டுமென்றால் அவை பெரிய கிராமங்களையே சார்ந்திருக்க வேண்டியிருக்கும்.

நான் இங்குப் பணியாற்றிய காலத்தில் (ஏன், இப்போதும் கூடத்தான்), தெலங்கானாவிலிருந்து வரும் ஒவ்வொரு ரெட்டியையும் அவர்கள் கிராமங்களில் நடந்த குற்றங்களுக்காக, கொத்தடிமைக் கூலிகள் மீது நிகழ்ந்த குற்றங்களுக்காக, குறைவான கூலிக்காக, இன்னொருவரிடமிருந்து பிடுங்கப்பட்ட நிலங்களுக்காக, ஏழைகள் மீது நடத்தப்பட்ட வன்முறைகளுக்காக, பெண்களைப் பாலியல் ரீதியாகத் துன்புறுத்தியதற்காக என ஒவ்வொரு குற்றத்துக்காகவும் அவர்களைச் சந்தேகப்பட்டேன். இதற்குக் காரணம், நான் சென்ற இடங்களில் எல்லாம் ஏழை மக்கள் தங்கள் நில உடைமையாளர்கள் குறித்து மோசமாகவே பேசினார்கள். ஒரு நிலஉடைமையாளர் நகரத்தில் இருக்கும்போது ஒரு சுதந்திர விரும்பியாக, ஒரு செயற்பாட்டாளராக, ஒரு புரட்சியாளராக இருக்கலாம். ஆனால் கிராமத்தில் அவர் எப்போதும் ஒரு கொடுங்கோலர்தான்.

இப்ராகிம்பட்டினத்திலிருந்து தெற்காக நாற்பத்தி நான்கு கிலோமீட்டர் தூரத்தில் இருக்கிறது மர்ரிகுடெம் என்கிற இடம். அங்குப் புருஷோத்தம் ரெட்டி என்ற பல்கலைக்கழகப் பேராசிரியர் மற்றும் சூழலியலாளரின் குடும்பம் எவ்வாறு நிலச்சீர்திருத்தச் சட்டங்களைத் தங்கள் இஷ்டத்துக்கு வளைத்துள்ளது என்பதைக் கேள்விப்பட்டேன். ஓஸ்மானியா பல்கலைக்கழக அரசியல் அறிவியல் துறையின் தலைவராகவும், அங்குத் தாராளவாதிகளின் தலைவராகவும் இருந்த மதுசூதன் ரெட்டியின் குடும்பமும் இவ்வாறே சட்டங்களை வளைத்தது பற்றி அந்தக் கிராமம் முழுவதற்குமே தெரியும். ஒருமுறை எங்கள் கூட்டம் ஒன்றிற்கு ஓஸ்மானியா பல்கலைக்கழகப் பொருளாதாரத் துறை பேராசிரியர் திப்ப ரெட்டியைப் பேச அழைத்தபோது, தனது மனைவி புலிமாமிடி தோராக்களுக்கு உறவினர் என்றும், எனவே தான் பேச வந்தால் அது தன் குடும்பத்தில் குழப்பத்தை ஏற்படுத்தும் என்றும் சொல்லி, எங்கள் அழைப்பை நிராகரித்தார். ஜப்பார்குடெம் என்ற கிராமத்தில் ரெட்டி நில உடைமையாளர்களால் கொல்லப்பட்ட மடிகா ஒருவர் குறித்த வழக்கு ஒன்றுக்காக எங்களின் சார்பில் ஆஜரான மோகன் ராவ் என்ற சிறப்பு அரசு வழக்கறிஞரே கூட, தண்டூர் கிராமத்தில் நிலம் சார்ந்த ஒரு வழக்கில் சட்டத்துக்குப் புறம்பாக நின்றார். நல்ல ரெட்டிக்களைவிட கெட்ட ரெட்டிக்களே அதிகமாக இருந்தனர். மேலும் நல்ல ரெட்டி போலத் தோற்றம் கொள்ளும் ஒருவரிடம் கெட்ட ரெட்டி எப்போதும் ஒளிந்து கொண்டிருப்பார்.

தெலங்கானாவில் மிகவும் வெளிப்படையாக நிலச் சீர்திருத்தச் சட்டங்கள் மீறப்பட்டன. 1971ஆம் ஆண்டு,

இரண்டாவது நிலச் சீர்திருத்தச் சட்டம் அமலுக்கு வந்தபோது, ஜக்தியால் பகுதியில் இருந்த வேலமா நிலக்கிழார்களால் தங்களிடமிருந்த நிலங்களின் ஆவணங்களில் எந்தத் தில்லுமுல்லும் செய்யமுடியவில்லை. அதற்குக் காரணம், அதைச் செய்வதற்கான பயிற்சி பெற்ற நபர்கள் அவர்களிடம் இல்லை என்று, இப்ராகிம்பட்டினத்தில் எங்களது நிலப் போராட்டத்துக்கு ஆதரவளித்த காங்கிரஸ் நாடாளுமன்ற உறுப்பினர் சொக்கா ராவ் சொன்னார். எனவே, ரொம்ப காலத்துக்கு, நில ஆவணங்கள் எல்லாம் லாரிகளிலும் பேருந்துகளிலும் ஹைதராபாத்துக்குத் தூக்கிச் செல்லப்பட்டு, அங்கு ஓய்வு பெற்ற தாசில்தார்கள் மற்றும் வருவாய் ஆய்வாளர்கள் ஆகியோரைக் கொண்டு, அந்த ஆவணங்களில் திருத்தங்கள் மேற்கொள்ளப்பட்டன. தேவையான மாற்றங்களைச் செய்தவுடன், மீண்டும் அந்த ஆவணங்கள் ஜக்தியாலுக்குக் கொண்டு செல்லப்பட்டன. எனில், பல்கலைக் கழக வளாகங்களிலும், நிலச்சுவான்தார்களுக்கு எதிரான போராட்டக் களங்களிலும் தாராளவாதம் குறித்துப் பேசியவர்களால், கிராமங்களில் ரெட்டிக்கள் செய்த இந்த அநியாயத்துடன் எவ்வாறு ஒத்துப் போக முடிகிறது? தாராளவாதம் பேசும் ரெட்டிக்களால் தெலங்கானாவில் கடைப்பிடிக்கப்பட்டு வந்த பண்ணை – யார்த்தத்தை எவ்வாறு நிராகரிக்க முடிகிறது?

ஆதிக்கச் சாதியில் பிறந்த எங்களைப் போன்றவர்கள், விளிம்பு நிலைச் சமூகத்தினர் ஏன் எங்கள் மீது எப்போதும் கோபம்கொள்கிறார்கள் என்று நான் பலமுறை யோசித்திருக்கிறேன். சாதியச் சுரண்டல் இருக்கிறது என்பதை ஏற்றுக்கொண்டு, அதிலிருந்து எங்களை மீட்டுக்கொள்ள எங்களால் முடிந்த சில விஷயங்களை விளிம்புநிலை மக்களின் நலனுக்காகச் செய்கிறோம் என்று நான் நம்பினேன். ஆனால் விளிம்புநிலை மக்களோ எங்கள் முன்னோர்கள் அவர்களிடம் எவ்வாறு நடந்துகொண்டார்கள், குறைந்த கூலிக்கு எப்படி தங்களிடம் வேலை வாங்கினார்கள், எவ்வாறு வேலை செய்ய நிர்பந்திக்கப்பட்டனர், விவசாயிகளின் நிலத்தையும் விளைச்சலையும் கைப்பற்றியது, தங்கள் பெண்களைப் பாலியல் வன்கொடுமைக்கு ஆளாக்கியது, தங்கள் குழந்தைகள் மாட்டுக் கொட்டகைகளில் வேலை செய்ய கட்டாயப் படுத்தப்பட்டது, தங்கள் மீது செலுத்தப்பட்ட வன்முறை, ஏழைகள் எல்லாம் ஒன்றுசேர்ந்துவிடக் கூடாது என்று தோராக்கள் செய்த கொடூர அரசியல் ஆகியவற்றையெல்லாம் நினைவுபடுத்தினார்கள். தோராக்களின் குழந்தைகள் எல்லாம் நல்லதொரு வாய்ப்புகளுக்காக, ‘சாதிக்கும் எங்களுக்கும் எந்தச் சம்மந்தமும் இல்லை’ என்று சொல்லிக்கொள்ள முடிகிற நகரத்துக்கோ, அமெரிக்காவுக்கோ அல்லது ஐரோப்பாவுக்கோ பறந்துவிட்டார்கள் என்று அவர்களுக்குத் தெரியும். ஆனால்

இங்கோ, அவர்களைச் சுற்றி எப்போதும் சாதி சுழன்றுகொண்டே இருக்கிறது என்று சொல்லுகிறார்கள். தோராக்களின் குழந்தைகளுக்கு வாய்த்த அந்தப் பசுமையான வாய்ப்புகள் எல்லாம் தங்கள் முன்னோர்களிடமிருந்து உறிஞ்சப்பட்ட உழைப்பு என்பது அவர்களுக்குத் தெரியும். அப்படியிருக்கும் பட்சத்தில், கடந்த காலத்தை மறந்துவிடுவது சரிதானா? இப்ராகிம்பட்டினத்தில் நான் மேற்கொண்ட பணியின் மூலம் தெரிந்துகொண்டது என்னவெனில், குண்டாராம் ரெட்டிக்கள், புலிமாமிடி ரெட்டிக்கள் மற்றும் எலிமிநெடு ரெட்டிக்கள் ஆகியோரின் சந்ததியினர் தங்கள் குழந்தைகளை தாராளவாத விழுமியங்களைக் கற்றுக்கொடுக்கும் அமெரிக்காவில் வளர்க்கப் படுகிறார்கள் என்பதைத்தான். அவர்களுடைய தந்தையர்களும் தாத்தாக்களும் தங்களின் கிராமத்தில் என்னவெல்லாம் செய்தார்கள் என்பதை அவர்களால் மறக்க முடியுமா? தெலங்கானாவில் உள்ள நிலக்கிழார்களுக்குக் குருதியில் நனைந்த சரித்திரம் உள்ளது என்பதை நிச்சயமாகச் சொல்ல முடியும். அவர்களிலே சில விதிவிலக்குகளும் இல்லாமல் இல்லை. நான் பங்கேற்றிருந்த 'இப்ராகிம்பட்டினம் தாலுக்கா விவசாயக் கூலிச் சங்கம்' எனும் விவசாயக் கூலிகளின் சங்கம் உள்ளிட்ட சிலவற்றை, சில ரெட்டிக்கள் ஆதரித்தார்கள். அவர்களில் பெரும்பாலான வர்கள் இதர இடங்களிலிருந்து வந்தவர்கள். அவர்களுடைய சொந்த கிராமங்களில் இதுபோன்ற விவசாயிகள் போராட்டங் களுக்கு ஆதரவளித்திருப்பார்களா என்பது சந்தேகம்தான்.

பொதுஜன ஞாபகத்தில், சர்வாதிகாரம், சாதிய அடிமை முறை ஆகியவற்றைப் பேசாதபடிக்கு, அந்த விஷயங்களைச் சுற்றி மௌனமான ஒரு சுவர் எழுப்பப்பட்டிருக்கிறது. எந்த ஒலியும் புகாதபடிக்கு எழுப்பப்பட்டிருக்கிற அந்தச் சுவர், தோராக்களின் சந்ததியினர் மத்தியில்தான் எழும்பியிருக்கிறது என்பதில் எந்தச் சந்தேகமும் இல்லை. தங்கள் முன்னோர்கள் செய்த தவறுகளை எல்லாம் நியாயப்படுத்த இரண்டு வாதங்களை முன்வைக்கின்றன. பல தோரா குடும்பங்கள். ஒன்று, தங்களின் முன்னோர்கள் எல்லாம் ரொம்பவும் நல்ல எஜமானர்கள். அவர்கள் தங்களிடம் வேலை செய்த ஜீத்தகல்லுவை (தெலுங்கில், கொத்தடிமை என்பதன் பன்மைச் சொல். – மொழிபெயர்ப்பாளர்) அடித்ததே இல்லை. இரண்டு, தங்கள் குடும்பத்து ஆண்கள் ஜீத்தகல்லுவின் மனைவிகள், மகள்கள், சகோதரிகள் ஆகியோருடன் உறவு கொண்டதில்லை. மற்றவர்கள் அப்படி இருந்திருக்கலாம், ஆனால் தங்கள் வீட்டு முன்னோர்கள் அப்படி நடந்துகொண்டதில்லை.

தெலங்கானா ரெட்டிக்கள் மற்றும் வேலமாக்களின் இன்றைய செல்வச் செழிப்புக்கும், தங்களிடம் பணியாற்றிய

விவசாயக் கூலிகளிடமிருந்து சுரண்டப்பட்ட உழைப்புக்கும் தொடர்பிருக்கிறது. தங்கள் முன்னோர்கள் செய்த தவறுக்காக அவர்களின் குழந்தைகளைக் குற்றம் சொல்வது சரிதானா? ஒரு சாதியச் சமூகத்தின் பண்புகளோடு ஒன்றிப்போய்விட்டதற்காக மக்களைக் குற்றம் சொல்ல முடியுமா? தங்களிடம் பணியாற்றிய கூலிகளைச் செலவுகளாக எண்ணிக் கொன்றுபோட்ட மன்சிரெட்டியின் குழந்தைகளை, அவர்களின் முன்னோர்கள் செய்த கொலைகளுக்காகக் குற்றம் சொல்ல முடியுமா? இன்று நாம், பண்ணையார் சர்வாதிகாரம், சாதிய அடிமைமுறை ஆகியவை மானுடத்துக்கு எதிரான குற்றங்கள் என்று ஒப்புக் கொள்ளும் நிலைக்கு வந்திருக்கிறோம். முன்னாள் தோராக்களின் குடும்பத்தினர் கடந்த காலங்களில் நடந்த குற்றங்களுக்குப் பொறுப்பாக முடியாதுதான். நம் முன்னோர்கள் மீது நாம் ஆதிக்கம் செலுத்த முடியாதுதான். எனினும், தங்கள் பெயரால் நடைபெற்ற சுரண்டல்களுக்காக நிச்சயம் தோராக்களின் சந்ததியினர் பொறுப்பேற்க வேண்டும். ஏனென்றால், அந்தச் சுரண்டல்களிலிருந்து அவர்கள் பயனடைந்திருக்கிறார்கள். நம்முடைய குடும்பங்கள், கடந்த காலத்தில் நடத்திய கொடூரமான செயல்களை மறைப்பதற்குப் பதிலாகவோ அல்லது திரிப்பதற்குப் பதிலாகவோ, அவற்றைக் குற்றம் என்று ஏற்றுக்கொண்டு, அவற்றைப் பற்றிப் பேச வேண்டும். அந்தக் கதைகளை மீண்டும் சொல்வதன் மூலம் நம்மால் ஞானம் பெற முடியும்.

ரெட்டிகளுக்கு இருக்கும் செல்வாக்கினால், தெலுங்கு பேசும் இரண்டு மாநிலங்களிலும் பல இடங்களின் பெயர்கள் பிரபலமான ரெட்டி நிலக்கிழார்களின் நினைவாகச் சூட்டப்பட்டுள்ளன. தெலங்கானா அரசியலின் மையமாக இருந்த இப்ராகிம்பட்டினம் உள்ள ரங்க ரெட்டி மாவட்டம், கொண்டா வெங்கட ரங்க ரெட்டி என்பவரின் நினைவாகப் பெயர் சூட்டப்பட்டுள்ளது. அவர் ஒரு சுதந்திரப் போராட்ட வீரர். போலவே ராயலசீமாவின் கடப்பா மாவட்டம் 2009ஆம் ஆண்டு முன்னாள் முதலமைச்சர் ஒய்.எஸ். ராஜசேகர ரெட்டியின் நினைவாக ஒய்.எஸ்.ஆர். மாவட்டம் என்று பெயர் மாற்றம் கண்டது. தெலங்கானா மற்றும் ஆந்திரப் பிரதேசத்தில் ரெட்டிகளின் எண்ணிக்கை மக்கள் தொகையில் வெறும் 6.5 சதவீதம்தான். எனினும் அரசியல் மற்றும் சமூகத் தளத்தில் இவர்கள்தான் இந்த இரண்டு மாநிலங்களிலும் ஆதிக்கம் செலுத்தும் சமூகத்தினராக உள்ளனர். 2018ஆம் ஆண்டு, தெலங்கானா சட்டமன்றத்தின் 119 எம்.எல்.ஏ.க்களில் 40 பேர் ரெட்டி சமூகத்தைச் சேர்ந்தவர்களாவர். 1956ஆம் ஆண்டு, ஆந்திரப் பிரதேச மாநிலம் உருவானபோதிருந்து ஆட்சியில் இருந்த 16 முதலமைச்சர்களில் 12 பேர் ரெட்டி சமூகத்தவர் என்பது குறிப்பிடத்தக்கது. அவர்களில் இரண்டு பேர், இரண்டு முறை

ஆட்சியில் இருந்திருக்கிறார்கள். அப்படியெனில் 14 முறை ரெட்டிக்கள் ஆட்சியில் அமர்ந்திருக்கிறார்கள். 1984ஆம் ஆண்டு காலகட்டத்தில், கம்மா சமூகத்திலிருந்து வந்த நடிகரும் அரசியல்வாதியுமான என்.டி.ராம ராவ் தலைமையில், அந்தச் சமூகத்தினர்தான் ஆதிக்கம் செலுத்தினர். இன்னும் சொல்லப் போனால், கடற்புறப் பகுதிகளில் உயர்ந்து வந்த கம்மா சமூகத்தின் ஆதிக்கமும், அதனால் ரெட்டி மற்றும் வேலமா சமூகத்தினரின் ஆதிக்கம் குறைந்துபோனதாலும் ஏற்பட்ட அதிருப்தியால்தான் தனித் தெலங்கானா வேண்டும் என்ற கோரிக்கையே எழுந்தது என்றுகூடச் சொல்லலாம்.

❍

இப்ராகிம்பட்டினம் என்றால் 'இப்ராகிமின் நகரம்' என்று பொருள். கி.பி. 1550 முதல் 1580 வரையிலான தனது முப்பது ஆண்டு ஆட்சிக்காலத்தில் சுல்தான் இப்ராகிம் குதுப் ஷா கட்டிய ஏரியின் நினைவாகச் சூட்டப்பட்டதுதான் அந்தப் பெயர். ஹைதராபாத்தில் உள்ள ஹுசேன்சாகர் ஏரிக்குப் பிறகு கட்டப்பட்டது இந்த ஏரி. சுமார் 1,300 ஏக்கர்களுக்கு மேல் பரந்து விரிந்த இப்ராகிம்பட்டினம் ஏரிதான், திண்டி முதல் மஹபூப்நகர் வரை, சுமார் 150 கிலோமீட்டர் தொலைவுக்குத் திட்டமிடப்பட்டு கட்டப்பட்ட ஏரிகளில் கடைசி ஏரி. குடிநீர் மற்றும் விவசாயப் பாசனத்துக்காக இந்த ஏரி கட்டப்பட்டது. திண்டி ஏரியில் நீர்வரத்து அதிகாமாகும்போது, அந்த உபரி நீர், அதற்குப் பக்கத்தில் அடுத்தடுத்து உள்ள ஏரிகளுக்கு வந்து, கடைசியாக ஒரு மதகு வழியே இப்ராகிம்பட்டினம் ஏரிக்கு வந்து சேரும். இன்று அந்த ஏரியில் ஒரு சொட்டு நீர் கூட இல்லை. தவிர, அந்தச் சங்கிலித் தொடர் ஏரிகளும் அழிக்கப்பட்டுவிட்டன. இப்ராகிம்பட்டினம் தாலுக்காவில் உள்ள கிராமங்களின் பெயர்கள் எல்லாம் தக்கானி மற்றும் தெலுங்கு மொழிகள் கலந்த கலவையாக இருக்கின்றன. அதற்குக் காரணம், ஹைதராபாத் நிஜாம்கள் பல நூற்றாண்டுகளுக்குத் தெலங்கானா, மாரத்வாடா, வட கர்நாடகம் ஆகிய பகுதிகளை ஆண்டு வந்ததுதான்.

தனது ஆளுகையின் கீழ் இருந்த நிலக்கிழார்களின் மூலமாக நிஜாம்கள் ஆண்டு வந்தார்கள். அவர்கள் பைகாஸ் (தங்களுக்கென்று நீதிமன்றங்கள், அரண்மனைகள் மற்றும் ராணுவம் ஆகியவற்றைக் கொண்டிருந்த மூத்த பிரபுக்கள்), சமஸ்தானங்கள் (குறுநில ராஜ்ஜியங்கள்), ஜாகிர்தார்கள் மற்றும் தேஷ்முக் (இந்த இரண்டு பிரிவினருமே நிறைய நிலங்களைக் கொண்டிருந்தனர்) என்று அவர்கள் பலவகையினராக இருந்தனர். நிஜாம்களுக்குச் சேவைபுரிந்ததற்காக ஜாகிர்தார்களுக்கு நிலங்கள் வழங்கப் பட்டன. ஆனால் தேஷ்முக்குகளோ, தங்களுக்கு வழங்கப்பட்ட

நிலங்களில் இருந்து வரும் வருவாயை அரசுக்குச் செலுத்த வேண்டும். பெரும்பாலான ஜாகிர்தார்கள் இஸ்லாமியர்களாக இருந்தனர். அதேபோல இந்து தேஷ்முக்குகள், ரெட்டி, வேலமா மற்றும் பிராமண சமுதாயத்தைச் சேர்ந்தவர்களாக இருந்தனர். ஆனால் ஆச்சரியமாக, நிஜாமாபாத்துக்கு அருகிலிருந்த திக்பள்ளி சமஸ்தானம் ஒருகாலத்தில் பிற்படுத்தப்பட்ட சமூகத்திலிருந்து வந்த தேஷ்முக் ஒருவரின் ஆளுக்கைக்குக் கீழ் இருந்தது குறிப்பிடத்தக்கது. இந்த நிலக்கிழார்கள் தவிர்த்து, நிஜாம்களுக்குச் சொந்தமாகவே நிலங்கள் இருந்தன. தெலங்கானாவின் மொத்த நிலத்தில் சுமார் 30 சதவீத நிலங்கள் அவர்களுடையதுதான். இந்த நிலங்களில் இருந்து வந்த வருமானமும் நேரடியாக நிஜாம்களின் கஜானாவுக்குச் சென்றன. நிஜாம்களின் நிலங்களை எல்லாம் கவனித்துக்கொள்ளவும், அவற்றை நிர்வகிக்கவும் ஜாகிர்தார்கள் மற்றும் தேஷ்முக்குகளின் ஆதரவு மிகவும் இன்றியமையாததாக இருந்தது. அவர்களின் காலத்தில் தெலங்கானா முழுவதுமே விவசாயிகள் மீது அநியாயத்துக்கு வரி விதிக்கப்பட்டது. மட்டுமல்ல, சட்டத்துக்குப் புறம்பாக மக்களை அவர்களது நிலங்களில் இருந்து வெளியேற்றுவதும், ‘வெட்டி’ என்ற முறையின் மூலம் மக்களிடமிருந்து இலவசமாகப் பொருள் மற்றும் சேவைகளைப் பெற்றுக்கொள்வதும் பரவலாக இருந்தது. குடிமக்களுக்குச் சமூக அல்லது அரசியல் உரிமை என்பது கிஞ்சித்தும் இருந்தது கிடையாது.

இந்தப் பண்ணையார்த்தனங்களுக்கு எதிராக 1930களில் எதிர்ப்புக் கிளம்பத் தொடங்கியது. அதை முன்னெடுத்தது 1929ஆம் ஆண்டு ஆரம்பிக்கப்பட்ட ஆந்திரா மகாசபை என்ற அமைப்பாகும். அந்த அமைப்பு 1940 மற்றும் 1942 காலகட்டத்தில் கம்யூனிஸ்ட்டுகளிடம் சென்றது. ‘வெட்டி’ முறையை ஒழித்தல், விவசாயிகளின் உரிமைகளைப் பாதுகாத்தல் மற்றும் உழுபவருக்கே நிலம் சொந்தம் என்பன உள்ளிட்ட இலக்குகளை முன்வைத்து அவர்கள் போராடினார்கள். வடக்கு மற்றும் மேற்கு தெலங்கானா பகுதிகளில் இந்த அமைப்பு காத்திரமாகக் களமாடி வந்தது. 1940களின் மத்தியில், அவர்கள் ஆயுதப் போராட்டத்தைக் கையில் எடுத்தனர். தேஷ்முக் மற்றும் ஜாகிர்தார்களுக்கு எதிராக கம்யூனிஸ்ட்டுகள் ஆயுதம் தாங்கிப் போராடத் தொடங்கிய அதே காலகட்டத்தில்தான் ஆந்திர மகாசபையினரும் ஆயுதத்தைக் கையில் ஏந்தினர். 1947இல் இந்திய ஒன்றியத்துடன் இணைவதற்கு நிஜாம் ஒப்புக்கொள்ளவில்லை. எனவே, 1948 செப்டம்பர் மாதம், ‘ஆபரேஷன் போலோ’ என்ற பெயரில் இந்திய ராணுவம் தெலங்கானாவுக்குள் நுழைந்தது. உடனே நிஜாமின் ராணுவம் இந்தியாவிடம் சரணடைந்தது. அப்போது தங்களிடம் இருந்த நிலங்களை எல்லாம் விட்டுவிட்டுப் பெரும்பாலான முஸ்லிம்

ஜாகிர்தார்கள் ஊரைவிட்டு ஓடினர். மேற்கு தெலங்கானாவில் ஆர்.எஸ்.எஸ்., காங்கிரஸ், ஆரிய சமாஜம் ஆகியவற்றின் பின்புலத்தில், வலதுசாரி இந்துக்கள் ஆயிரக்கணக்கான முஸ்லிம்களைக் கொன்றுபோட்டார்கள். ஹைதராபாத்தில் பல்லாயிரக்கணக்கான இஸ்லாமியர்கள் வேலை இழப்பு, வாழ்வாதார இழப்பு ஆகிய தொல்லைகளுக்கு ஆளானார்கள். 'ஆபரேஷன் போலோ'வின் போதும், அதற்குப் பிறகும் சுமார் இருபத்தி ஏழாயிரம் முதல் நாற்பதாயிரம் வரையிலான மக்கள் இறந்திருப்பார்கள் என்பது அரசின் எண்ணிக்கை. 2013 வரை பொதுமக்கள் பார்வையிலிருந்து ரகசியமாக வைக்கப்பட்டிருந்த பண்டிட் சுந்தர்லால் ஆணையத்தின் 1948ஆம் ஆண்டு அறிக்கை, இதே எண்ணிக்கையைத்தான் குறிப்பிடுகிறது. ஆனால் வேறு சில ஆய்வாளர்களோ, இரண்டு லட்சத்துக்கும் அதிகமானவர்கள் அந்தக் காலகட்டத்தில் இறந்திருக்கலாம் என்று சொல்லுகிறார்கள்.

அதற்குப் பிறகு, ஒன்றிய அரசுடன் ஐக்கியமான ஹைதராபாத் நிஜாம், ஹைதராபாத் மாநிலத்தின் முதல் ராஜபிரமுகராக (ஆளுநர்) நியமிக்கப்பட்டார். எனினும் இப்போது அவருக்கு எந்த அதிகாரமும் இல்லை. முன்னர் அவரிடமிருந்த அதிகாரங்கள் அனைத்தும் தற்போது இந்திய ராணுவத்திடம் இருந்தது. 'ஆபரேஷன் போலோ'வைத் தலைமையேற்று நடத்திய மேஜர் ஜெனரல் ஜே.என்.சௌத்ரி, ராணுவ ஆளுநராக 1949 டிசம்பர் மாதம் வரை பணியாற்றினார். இந்திய சிவில் சர்வீஸ் மூலம் தேர்வான எம்.கே.வெள்ளோடி, ஹைதராபாத்தின் முதல் முதலமைச்சராக 1950 ஜனவரியில் நியமிக்கப்பட்டார்.

1932 மற்றும் 1934 ஆகியவற்றுக்கு இடைப்பட்ட நிஜாம்களின் ஆட்சிக் காலத்தில்தான் முதன்முறையாக நில அளவை முழுமையாக மேற்கொள்ளப்பட்டது. 1954ஆம் ஆண்டு, புதிய அரசு, மற்றொரு முழுமையான அளவையை மேற்கொண்டது. 1954 மற்றும் 1955 ஆகிய இடைப்பட்ட ஆண்டுகளில் இந்திய சிவில் சர்வீஸ் துறை, ஹைதராபாத்தில் நிலஉடைமை குறித்து முழுமையான பதிவை உருவாக்கியது. யாரிடம், எந்தப் பகுதி நிலம், எவ்வளவு இருக்கிறது என்பதை அந்தப் பதிவின் மூலம் தெரிந்துகொள்ள முடிந்தது. அந்த ஆவணம் 'கஸ்ரா பஹானி' என்று அழைக்கப்பட்டது. இது ஒரு முக்கியமான முன்னெடுப்பாக அமைந்ததற்குக் காரணம், அதற்கு முன்பு வரை இந்த நில ஆவணங்கள் எல்லாம் ஜாகிர்தார் மற்றும் ஜமீந்தார்களால் தயாரிக்கப்பட்டன. 1954ஆம் ஆண்டுக்குப் பிறகு, அந்த ஆவணங்கள் எல்லாம் பண்ணையார்களின் உத்தரவுக்குக் கீழ்ப்படிந்து நடந்த சில அடிமட்ட அரசு அலுவலர்களிடம் இருந்தன. ஆனால் அந்த ஆண்டு தயாரிக்கப்பட்ட ஆவணங்கள்

எல்லாம் பெருமளவுக்கு உண்மையாக, அதிகாரப்பூர்வமானதாக இருந்தன. அதற்குக் காரணம், எந்த ஒரு பாகுபாடும் பார்க்காத அலுவலர்கள் குழுவால் தயாரிக்கப்பட்டவை என்பதுதான்.

நிஜாமின் வீழ்ச்சிக்குப் பிறகு நிலங்களைக் கைப்பற்றும் பணி தொடங்கியது. ஒவ்வொரு கிராமத்திலும், ரெட்டிகள் மற்றும் வேலம பண்ணையார்கள், இஸ்லாமிய நிலவுடைமை யாளர்களைத் துரத்திவிட்டு அவர்களின் நிலங்களைக் கைப்பற்றிக்கொண்டனர். ரெட்டிக்களும் வேலமாக்களும் பட்வாரிகளாகவும் (ஒரு கிராமத்தில் உள்ள நிலங்களை எல்லாம் மேலாண்மை செய்யும் கணக்கர்) படேல்களாகவும் இருந்ததால், அந்த நிலங்களுக்கான பட்டாக்களில் வெறுமனே தங்கள் பெயரை மட்டும் எழுதிவிட்டு, அந்த நிலங்களுக்குச் சொந்தக் காரரானார்கள். வடக்கு மற்றும் கிழக்கு தெலங்கானாவில் (குறிப்பாக, நல்கொண்டா, வாரங்கல், கரீம்நகர், கம்மம் ஆகிய மாவட்டங்கள் மற்றும் நிஜாமாபாத்தின் சில பகுதிகள்), தெலங்கானா விவசாயிகளின் ஆயுதக் கிளர்ச்சியைப் பார்த்த பகுதிகளில், பணக்கார மற்றும் மத்தியதர விவசாயிகள், ஜாகிர்தார்கள் மற்றும் இஸ்லாமியர்களின் நிலங்களை எடுத்துக் கொண்டனர். தாங்கள் பண்ணையார்களாக இல்லாதபோதும், பல இஸ்லாமிய நிலவுடைமையாளர்கள் தங்கள் நிலங்களைவிட்டு ஓடிப் போனார்கள்.

தெலங்கானாவின் நிர்வாகம் ராணுவத்தின் கைகளுக்கு வந்த பிறகு, 1950ஆம் ஆண்டு நிலச்சுவாந்தார்களின் ஆசைகளைத் தவிடுபொடியாக்கும் குத்தகைப் பாதுகாப்புச் சட்டம் இயற்றப் பட்டது. குத்தகை நிலங்களில் வெள்ளாமை செய்யும் குத்தகைதாரர்களுக்கு இந்தச் சட்டம் சில சலுகைகளை வழங்கியது. அதன்படி, குத்தகைதாரர்களைக் கட்டாயப்படுத்தி நிலங்களில் இருந்து வெளியேற்ற முடியாது. மேலும் குறைந்த விலையில் நிலங்களை வாங்குவதற்கும் அவர்களுக்கு வாய்ப்பளிக்கப்பட்டது. குத்தகைக்குச் செலுத்த வேண்டிய வாடகையும்கூட குறைவாகத் தான் விதிக்கப்பட்டது. சந்தையில் நான்கில் ஒரு பங்கு வாடகை கொடுக்க வேண்டியிருந்தால், குத்தகைதாரர்களுக்குப் பத்தில் ஒரு பங்கு என்ற ரீதியில் வாடகை விதிக்கப்பட்டது. கடலோர ஆந்திராவிலிருந்து அதிகாரிகள் அழைத்து வரப்பட்டு, நிலஅளவைப் பணிகள் மேற்கொள்ளப்பட்டன. 1955ஆம் ஆண்டு, பல இடங்களில், விளிம்புநிலைச் சமூகங்களில் இருந்து வந்த மக்களை, பாதுகாக்கப்பட்ட குத்தகைதாரர் என்று கஸ்ரா பஹானியில் பதிவு செய்யப்பட்டனர். இந்தச் சட்டத்தின் மூலம் குத்தகைதாரர்களுக்கு, அவர்கள் இருக்கும் நிலத்தின் மீதான உரிமை என்பது பத்தில் ஒன்பது பங்காக உள்ளது என்பதை

நிலக்கிழார்களால் பொறுத்துக்கொள்ள முடியவில்லை. எனவே, குத்தகைதாரர்கள் எல்லாம் வன்முறை மூலம் நிலங்களில் இருந்து வெளியேற்றப்பட்டார்கள். அவர்களுக்கு அளிக்கப்பட்ட நில ஆவணங்கள் எல்லாம் பொய்யான வாக்குறுதிகள், சாராயம் ஆகியவற்றின் மூலம் குத்தகைதாரர்களிடமிருந்து பறிக்கப்பட்டன. மாறாக, குத்தகைக்காரர்கள் பலமாக இருந்த நல்கொண்டா மாவட்டத்தின் சூர்யபேட்டை பகுதியிலோ அல்லது ஆதிக்கச் சாதியினர்களாகக் குத்தகைக்காரர்கள் இருக்கும்பட்சத்திலோ, அவர்களிடமிருந்து நிலங்களை அபகரிக்கப் பண்ணையார்களால் முடியவில்லை. அத்தகைய குத்தகைதாரர்கள், தங்கள் நிலங்களின் முதலாளிகளுக்கு வாடகை கொடுக்காததோடு, நிலங்களைச் சொந்தமாக்கிக்கொள்ள அவர்களுக்குப் பணமும் தரப்படவில்லை. வருவாய் அதிகாரிகளுக்கு லஞ்சம் கொடுப்பதன் மூலம், நில ஆவணங்களில் மாற்றம் செய்யப்படுவதோ அல்லது தாய்ப் பத்திரங்கள் காணாமல் போவதோ நடந்தன. கோடாட் என்ற பகுதியில், தேசிய ஊரக மேம்பாட்டு நிறுவனம் நிலஅளவை மேற்கொண்டபோது அதில் நானும் பங்கேற்றிருந்தேன். அந்தப் பகுதியில், பாதுகாக்கப்பட்ட குத்தகைதாரர் பதிவேட்டில் இருந்த அனைவரிடமும் நிலங்கள் இருந்தன. ஆனால் அதுவே விகாரபாத் எனும் பகுதியில், பாதுகாக்கப்பட்ட குத்தகைதாரர் பதிவேட்டில் இருந்த யாரிடமும் நிலங்கள் இருக்கவில்லை. காரணம், அவர்கள் எல்லோரும் தலித் மக்கள். ஆம் ... நீங்கள் நிலம் ஒன்றைச் சொந்தமாக வைத்துக்கொள்ள இயலுமா, இயலாதா என்பதைச் சாதிதான் முடிவு செய்தது.

1956ஆம் ஆண்டு, ஹைதராபாத் பிளவுற்றது. இன்று தெலங்கானா என்று அறியப்படும் பகுதி ஆந்திரப் பிரதேசத்துடன் இணைக்கப்பட்டது. மாரத்வாடா பகுதி மகாராஷ்டிரத்துக்குச் சென்றது. கன்னடம் பேசும் பகுதிகள் கர்நாடகத்துடன் இணைந்தன. தெலங்கானாவில் ரெட்டி, வேலமா சமூகத்தினர் மட்டுமே எப்போதும் நிலங்களை வைத்திருந்தனர். பிராமணர்களும் ஓரளவுக்கு நிலங்கள் வைத்திருந்தனர். கவுடர்கள், தெலகர்கள், முன்னூரு காப்புக்கள் ஆகிய சமூகத்தினர், சின்ன அளவில் நிலங்களைச் சொந்தமாக வைத்திருந்தனர். தலித்துகளுக்கோ சுத்தமாக நிலமே இல்லை. எல்லாக் கிராமத்திலும் 'இனாம்' நிலங்கள் (செய்த உதவிக்காக வழங்கப்பட்ட அன்பளிப்பு நிலங்கள்) இருந்தன. அந்த நிலங்கள் மீது எல்லாச் சாதியினருக்கும் பாத்தியதை உரிமை உண்டு. மங்கலிக்கு (நாவிதர்) மங்கலி இனாம் நிலம் என்றும், சக்கிலிக்கு (வண்ணார்) சக்கிலி இனாம் நிலம் என்றும், மாதிகா, மாலா ஆகியோருக்கு முறையே மாதிகா இனாம் நிலம், மாலா இனாம் நிலம் என்றும் இருந்தன. ஒரு ஏக்கரோ அல்லது குறைவாகவோ இருக்கும் அந்த நிலத்தில்,

மாதிகா அல்லது மாலா மக்களுக்குச் சில ஆண்டுகளுக்கு ஒரு முறை மட்டுமே, அதுவும் சுழற்சி அடிப்படையில்தான் கிடைத்துவந்தது.

தெலங்கானா விவசாயிகள் போராட்டம், ரெட்டி, வேலமா உள்ளிட்ட பல சாதியினருக்கும் நில உரிமையைக் கொண்டு வந்தது. ரெட்டிக்களும் வேலமாக்களும் ஏற்கெனவே வெள்ளாமை செய்து வந்தவர்கள் என்பதால், சிறந்த நிலங்களை அவர்கள் எடுத்துக்கொண்டனர். இடைச்சாதியினரும், கைவினைக் கலைஞர் சாதிகளைச் சார்ந்தோரும் ஜாகிர்தார்களிடமும் தேஷ்முக்கு களிடமும் தாங்கள் இழந்த நிலங்களை மீட்டுக்கொண்டார்கள். பொது மேய்ச்சல் நிலங்களும் புறம்போக்கு நிலங்களும் மாலா மற்றும் மாதிகா சாதியினருக்குக் கிடைத்தன. பின்னாளில் இந்த நிலங்களைப் பண்ணையார்கள் ஆக்கிரமிப்புச் செய்தபோது எதிர்ப்பு எழுந்தது. இந்த நிலங்களில் தலித் மக்கள் பலர் குத்தகைக் காரர்களாக இருந்தனர். கஸ்ரா பஹானி ஆவணங்களிலும் அவ்வாறே பதிவுசெய்யப்பட்டிருந்தனர். பாதுகாக்கப்பட்ட குத்தகைக்காரர் பதிவேடுகளிலும் அவர்களின் பெயர்கள் இருந்தன. எங்கே இதுபோன்ற உரிமைகளால் அந்த நிலங்கள் தலித்துகள் வசமாகிவிடுமோ என்று அஞ்சிய பண்ணையார்கள், 1954ஆம் ஆண்டுக்குப் பிறகான காலகட்டங்களில், தலித்துகளை அவர்களது நிலங்களில் இருந்து விரட்டியடித்தனர்.

1940களில் தெலங்கானாவின் இதர பகுதிகளில் நிகழ்ந்த கம்யூனிஸ்ட் இயக்கம், இப்ராகிம்பட்டினத்தைச் சென்றடைய வில்லை. அந்தச் சமயத்தில், முஸ்லிம் ஜாகிர்தார்களிடமிருந்து நிலங்களைக் கைப்பற்ற ரெட்டிக்கள் அத்தகைய போராட்டங் களைப் பயன்படுத்திக்கொண்டனர். ஜப்பர்குடெம் கிராமத்தில் மாதிகா சமூகத் தலைவர் யச்சாராம் புத்தஜங்கையா கூறும்போது, "ஜாகிர்தார்களின் வீடுகளைச் சூறையாட ரெட்டிக்கள் எங்களை வற்புறுத்தினர். தங்கம், நில ஆவணங்கள் போன்றவற்றை அவர்கள் எடுத்துக்கொண்டு, அரிசி மூட்டைகளையும் கள்ளையும் எங்களுக்குத் தந்தனர்" என்றார்.

1985 ஜூன் முன்பு வரை, அதாவது வட்டங்கள் உருவாக்கப் படுவதற்கு முன்பு, ஆந்திரப் பிரதேசம் தாலுக்காவைத்தான் அடிமட்ட அளவிலான வருவாய் நிர்வாக அலகாகக் கொண்டிருந்தது. அந்தத் தாலுக்காவின் நிலவருவாயை வசூலிப்பது, கிராமக் கணக்குகளை மேற்பார்வையிடுவது, தனக்குக் கீழ் உள்ள வருவாய் ஆய்வாளர்களுக்கு உத்தரவுகள் வழங்குவது ஆகியவற்றைத் தாசில்தார்தான் மேற்கொண்டு வந்தார். ஹைதராபாத் நகரத்தின் தென் பகுதியைச் சுற்றியுள்ள ரங்கரெட்டி மாவட்டத்தில் பதினோரு தாலுக்காக்கள் இருந்தன. அதில்

இப்ராகிம்பட்டினம் தாலுக்கா அறுபத்தி மூன்று வருவாய் கிராமங்களையும், பல குக்கிராமங்களையும் கொண்டிருந்தது. 1985 ஜூன் மாதம், அந்தத் தாலுக்கா யச்சாராம், இப்ராகிம் பட்டினம் மற்றும் மன்ச்சல் என மூன்று வட்டங்களாகப் பிரிக்கப் பட்டது. அதன் பிறகு வட்டங்கள்தான் அடிமட்ட அளவிலான வருவாய் அலகாக மாறின. அந்த மூன்று வட்டங்கள் உருவாக்கப் படுவதற்கு முன்புவரை, இப்ராகிம்பட்டினத்தில் சுமார் ஓராண்டுக் காலம் பணியாற்றினேன். அந்தப் பகுதி மிகவும் பின் தங்கிய இடமாகக் கருதப்பட்டது. பாசனத்துக்காக அந்தப் பகுதி மக்கள் ஏரிகளையும், பருவகால நீரூற்றுகளையும், கிணறுகளையும் மட்டுமே சார்ந்திருக்க வேண்டியிருந்தது. சோளமும் ஆமணக்கும் தான் அந்தப் பகுதியின் முக்கிய மானாவாரிப் பயிர்கள். மொத்த நிலங்களில் சுமார் 10 சதவீதம் மட்டுமே பாசனப் பகுதியாக இருந்தது. அதில் நெல் மற்றும் தக்காளி, கத்தரி போன்ற காய்கறிகள் விளைவிக்கப்பட்டன.

அங்கு மாதிகா சமூகத்தினரோடு, பெரும்பாலான தெலகா, சக்கிலி, மங்கலி, கொல்லா, கூர்மா, கம்மாரி, வோட்ரங்கி, கும்மாரி போன்ற சமூகத்தினரும் நிலமற்ற கூலிகளாகவே இருந்தனர். மாதிகாவினருடன் ஒப்பிடும்போது மாலா சமூகத்தினர் குறைவாகவே அங்கிருந்தனர். எனினும், கல்வி பெறுவதற்கான வசதிகள் மாதிகாவைக் காட்டிலும் மாலா மக்களுக்குத்தான் இருந்தன. பெரும்பாலான மாலா குடும்பங்களில் ஒருவரேனும் பணிக்குச் செல்பவராக இருந்தார். இவர்களுடன், ரெட்டி அல்லது காப்பு ரெட்டி என்று தங்களை அழைத்துக்கொண்ட பணக்கார மற்றும் மத்தியதர காப்பூ விவசாயிகளும், சில பிராமணர்களும், எப்போதாவது தென்படும் கூர்மா (கால்நடை மேய்ப்பர்கள்) மக்கள் ஆகியோர் அந்தப் பகுதியில் இருந்தனர். வியாபாரத்திலும் அரசு வேலைகளிலும் ரெட்டி சமூக விவசாயிகளின் கைகள்தான் ஓங்கியிருந்தன. அவர்களிடம் மட்டும்தான் டிராக்டர், டில்லர், மில் போன்ற கருவிகளுடன், இயந்திர உதவியோடு வேளாண்மை செய்வதற்கான இதர வசதிகளும் இருந்தன. கிராமத்துக்குத் தேவையான மின்சாரம், சாலை, கட்டடங்கள், ஏரிகளைத் தூர்வாருதல் போன்ற அனைத்துப் பணிகளுக்குமான ஒப்பந்தங்கள் எல்லாவற்றையும் அவர்களே பெற்று வந்தார்கள்.

உள்ளாட்சி அமைப்புகளிலும் ரெட்டிக்களே அதிக அளவில் இடம்பெற்றனர். எந்தெந்த இடங்களில் எல்லாம் இடஒதுக்கீட்டின் மூலம் நேரடியான அரசியல் அதிகாரங்கள் கிடைப்பதில் தங்களுக்குத் தடைகள் ஏற்படுகிறதோ, அங்கெல்லாம் தங்களுக்குப் பதிலாகத் தங்களின் எடுபிடிகளை நிறுத்தினார்கள். பெரிய விவசாயிகள் எல்லாம் விவசாயப் பணிகளை முற்றிலுமாகத்

தங்களிடம் வேலை செய்யும் விவசாயக் கூலிகளிடம் ஒப்படைத்தனர். அதற்குக் காரணம், பெரும்பாலானவர்களுக்கு ஹைதராபாத்தில் வேலையோ அல்லது வியாபாரமோ இருந்ததால், விவசாயம் செய்வது அவர்களுக்கு இரண்டாம் பட்சமாகத்தான் இருந்தது. என்றாலும், கிராமத்தில் தங்களின் அதிகாரத்தைச் செலுத்துவதற்கும், அரசியலில் ஒரு பிடிமானம் கிடைக்கவும், வாக்கு வங்கியைத் தக்க வைக்கவும், ஒப்பந்தங்கள் பெறவும், தங்களுக்குச் சாதகமான கொள்கைகளைக் கொண்டு வருவதற்கும் அவர்களுக்கு விவசாயம் தேவைப்பட்டது.

விவசாயம் நடைபெறாத பருவ காலங்களில், பெரும்பாலான விவசாயக் கூலிகளும், குறு விவசாயிகளும் நகரத்துக்குப் பிழைப்பு தேடிச் சென்றார்கள். சிலர் நல்கொண்டா மாவட்டத்தில் நாகார்ஜுனா சாகர் அணைக்கு இடப்புறமாக இருந்த கால்வாய்ப் பகுதிக்கு விவசாயக் கூலிகளாகச் சென்றனர். வேறு சிலர் கட்டட வேலை, ரிக்ஷா ஓட்டுதல், சாலைப் பணிகள் போன்ற வேலைகள் தேடி நகரத்துக்குச் சென்றனர். கோடைக்காலம் என்பது வேலைவாய்ப்பில்லாத நீண்ட பருவமாகும். பெண்கள் அந்தப் பருவத்தைக் காத்திருக்கும் காலமாகக் கருதினார்கள். தங்கள் குடிசைகளின் மண் சுவர்களில் சாய்ந்துகொண்டு நேரத்தைப் போக்கும் சமயமாக அது இருந்தது. 1980களில், ஒரு குடும்பத்தில் இரண்டு அல்லது மூன்று பையன்கள் இருந்தால், அவர்களில் ஒருவன் நிச்சயமாக நகரத்துக்கு அனுப்பப்பட்டு, அங்கு பேக்கரியிலோ அல்லது ஹோட்டலிலோ அல்லது ஃபாக்டரியிலோ வேலை செய்ய நிர்பந்திக்கப்படுவான். அவனுக்கு 150 ரூபாய் மாதச் சம்பளத்துடன் சாப்பாடும் கிடைத்தது. அந்தக் காலத்தில் 'ஹம்சா' எனப்படும் மோட்டா அரிசி வகை, கிலோவுக்கு இரண்டு அல்லது மூன்று ரூபாய்க்கும், நல்ல தரமான அரிசி ஏழு அல்லது எட்டு ரூபாய்க்கும் விற்கப்பட்டது. கூலியைவிடச் செலவுகள் அதிகமாக இருந்தன. அவர்கள் செய்த வேலைகளும், நீண்ட நேரத்தையும், கடின உழைப்பையும் கோருவதாக இருந்தன. அப்போதெல்லாம் இரண்டு வகையான விவசாயக் கூலிகள் இருந்தனர். தினக் கூலிக்கு ஆண்களும் பெண்களும் வேலை செய்தது ஒரு வகை. பெயர்தான் தினக் கூலியே தவிர, அவர்களுக்கு வார இறுதியில்தான் கூலி கொடுக்கப்பட்டது. இரண்டாவது வகை, ஜீத்தகல்லு எனப்படும் கொத்தடிமைகள். இதில் ஆண்கள் மட்டும்தான். இவர்கள், ஓர் ஆண்டின் மொத்தச் சம்பளத்தையும் கடனாக வாங்கி, அதை அடைப்பதற்காகக் கொத்தடிமையாக உழைத்தனர். விவசாயப் பருவமான உகாதியின் போதுதான் இந்தக் கடன் கொடுக்கும் வைபவம் நிகழும். அவர்களுக்கு வழங்கப்பட்ட கடன்தொகை, மாதாமாதம் அவர்களுக்கு வழங்கப் படும் சம்பளத்திலிருந்து பிடித்துக்கொள்ளப்படும். சில

முதலாளிகள் அவர்கள் கொடுத்த கடனுக்கான வட்டியையும் சேர்த்துக் கணக்குப்போட்டு, அதை ஜூத்தகல்லுக்களின் சம்பளத்தில் பிடித்தம் செய்துகொள்வார்கள். தினக் கூலிகளைப் போலல்லாமல், இந்தக் கொத்தடிமைகள் நேரம் காலம் இல்லாது உழைக்க வேண்டும். அதிகாலை நான்கரை மணியிலிருந்து இரவு வரை வேலை செய்துகொண்டே இருக்க வேண்டும்.

1984 வாக்கில், விவசாயக் கூலிகள் ஓராண்டுக்கு 600 முதல் 700 ரூபாய் வரை சம்பாதித்தனர். அந்தச் சமயத்தில் ஆண்களுக்கான தினக் கூலி மூன்று முதல் நான்கு ரூபாய் வரையிலும், பெண்களுக்கு எட்டு அணா முதல் இரண்டு ரூபாய் வரையுமாக இருந்தது. இதுவுமே கூட அப்போது நிலவிய பருவம், வேலைகளின் தன்மை ஆகியவற்றைப் பொறுத்துத்தான் வழங்கப் பட்டது. அப்போது, உற்பத்தித்திறம் மற்றும் பொருளாதாரம் ஆகியவற்றின் அடிப்படையில், ஆந்திரப் பிரதேசம் நான்கு மண்டலங்களாகப் பிரிக்கப்பட்டிருந்தது. இப்ராகிம்பட்டினம் இருந்த மண்டலத்தில், குறைந்தபட்ச ஊதியம் என்பது மாதத்துக்கு 135 ரூபாயாக நிர்ணயம் செய்யப்பட்டது. 1986இல் இது 150 ரூபாயாக உயர்த்தப்பட்டது. தொடர் வேலைவாய்ப்பு மற்றும் மக்கள் வாங்கிய கடன் ஆகியவற்றின் காரணமாக இவ்வளவு குறைந்த அளவுக்கு மாதக் கூலி நிர்ணயம் செய்யப்பட்டிருந்தது. எனில், சட்டம் நிர்ணயம் செய்த கூலிக்கும், நடைமுறையில் விவசாயக் கூலிகளுக்கு வழங்கப்பட்ட கூலிக்கும் இடையில் எவ்வளவு தூர வித்தியாசம் இருந்திருக்கும் என்பதை நீங்கள் கற்பனை செய்துகொள்ளலாம். ஒரு கொத்தடிமை எவ்வளவு சம்பாதிக்கிறார் என்பதற்கு ஏற்ப அவர்கள் அடையாளப்படுத்தப் பட்டனர். பெரும்பாலான சிறுவர்கள் ‘குண்டேடு ஜீத்தகல்லு’ என்று அடையாளப்படுத்தப்பட்டனர். ஒரு ‘குண்டா’ என்பது இருபது சீர் (ஒரு சீர் என்பது 933 கிராம்) நெல் ஆகும். அதாவது, அவர்களுக்கு மாதத்துக்கு இருபது சீர் நெல் கூலியாக வழங்கப் பட்டது. அந்த நெல் அளவின் அன்றைய மதிப்பு இருபது ரூபாய். அதேபோல ‘மூடு குண்டேலு ஜீத்தகாது’ (மூன்று குண்டா கொத்தடிமை)என்று அடையாளம் காணப்பட்ட பெரியவர்களுக்கு மூன்று குண்டா, அதாவது அறுபது சீர் நெல்தான் கூலியாக வழங்கப்பட்டது.

மாதிகா பெண்கள் தாங்கள் வேலை செய்யும் முதலாளி களின் வீடுகளில், சாணம் தெளித்து வாசலைப் பெருக்க வேண்டும். மாட்டுத் தொழுவங்களைச் சுத்தம் செய்ய வேண்டும். இது மிகவும் கடினமான பணி. காரணம் என்னவென்றால், ஒரு வீட்டின் வாசலே ஏக்கர் அளவில் இருக்கும். அந்த வேலைக்குக் கூலியாக, ஆண்டுக்கு ஒரு முறை மட்டமான சேலையும் ஜாக்கெட்டும்

கிடைக்கும். அதாவது, ஒரு நாளைக்குப் பதினைந்து பைசா என்பதாகத்தான் அவர்களது உழைப்பு கருதப்பட்டது. அந்த வீட்டின் முதலாளி கொஞ்சம் இளகியவராக இருந்தால், நெல் புடைக்கும்போது மீந்திருக்கும் நெல் மணிகளை வேலைக்காரப் பெண்கள் எடுத்துச் செல்ல அனுமதிக்கப்படுவார்கள். அதுவும் கூட, அந்தப் பெண்கள் அவரது காட்டில் வேலை செய்தால் மட்டுமே இந்தச் சலுகை வழங்கப்படும்.

நான் அங்கு மேற்கொண்ட எல்லாப் பயணங்களின்போதும், ஆண்கள் டீக்கடைகளில் உட்கார்ந்துகொண்டு, பீடி குடித்துக் கொண்டும் இருக்க, பெண்கள் எப்போதும் உழைத்துக் கொண்டிருந்ததைப் பார்த்திருக்கிறேன். வேலையிலிருந்து வீட்டுக்கோ, அல்லது வீட்டிலிருந்து வேலைக்கோ அவர்கள் எப்போதும் ஓடிக்கொண்டே இருந்தனர். தங்களுக்கு வேலை இல்லாத நாட்களில், ஆண்கள் அருகிலிருந்த வாரச் சந்தைக்கோ (அங்குப் புதன்கிழமைச் சந்தையில், காய்கறி, பழங்கள், மளிகை மற்றும் அனைத்து வகையான மாமிசங்கள், உயிருள்ள கால்நடைகள் விற்கப்பட்டன) அல்லது சினிமா பார்க்க திரையரங்கத்துக்கோ சென்றனர். ஆனால் பெண்கள் அந்த நேரத்தைச் சுள்ளி பொறுக்குவதற்கும், பாய் முடைவதற்கும், பழைய துணிகளைத் தைப்பதற்கும் பயன்படுத்திக்கொண்டார்கள். தங்கள் பிள்ளைகள் வளர்ந்து, தங்களுக்கென குடும்பங்களை ஏற்படுத்திக்கொண்ட பிறகு, பொழுதுபோக்க பெண்களுக்கு நிறைய நேரம் கிடைத்தது. ஆனால் அவர்கள் எப்போதும் சாதிப் பஞ்சாயத்துகளின் பகுதியாக இருந்தது இல்லை.

பெரும்பாலான வறிய குடும்பங்களில், பிள்ளைகள் கல்வி பெறுவது என்பது அரிது. 1975ஆம் ஆண்டு முதல் அரசு அமைத்த அங்கன்வாடிகள் எல்லாம் பெரிய கிராமங்களில்தான் இருந்தன. அந்த அங்கன்வாடிகளுக்குத் தங்கள் குழந்தைகளை அனுப்புவதிலிருந்து தலித் மக்கள் தடுக்கப்பட்டனர். அப்படியே ஒரு பெண்குழந்தை பள்ளிக்குச் சென்றுவிட்டாலும்கூட, குடும்பத்தில் இன்னொரு குழந்தை பிறந்தவுடன், அந்தப் பெண்ணைப் பள்ளிக்குச் செல்வதிலிருந்து நிறுத்தி, அந்தக் குழந்தையைக் கவனித்துக்கொள்ளும் பொறுப்பு அவளிடம் ஒப்படைக்கப்படும். காரணம், அவளது தாய் வேலைக்குச் சென்றுவிடுவதுதான். ஆண் குழந்தைகளுக்கோ வேறு மாதிரியான சிக்கல். குடும்பத்தில் ஏதேனும் பிரச்சினை என்றால், உடனே ஆண்பிள்ளைகளை ஆடு மாடு மேய்ப்பதற்கு அனுப்பி வைக்கப்பட்டுவிடுவார்கள்.

இப்ராகிம்பட்டினத்தின் விளிம்புநிலைப் பகுதிகளில், 1940களின் பிற்பகுதியில் தெலங்கானா விவசாயப் போராட்டம் நிகழ்ந்தது. அந்தப் பகுதியின் கிராமங்கள் எல்லாம் அந்தப்

போராட்டத்தால் எந்தத் தாக்கத்தையும் பெற்றிருக்கவில்லை. எனினும், சிலர் அந்தப் போராட்டத்தில் தங்களை ஈடுபடுத்திக் கொண்டார்கள். அந்தப் போராட்டங்களில் இருந்து, மாலா மற்றும் மாதிகா மக்கள் விலகியிருந்தனர். நான் அங்கிருந்த சமயத்தில், ஒரு சில கிராமங்களை மார்க்சிஸ்ட் கம்யூனிஸ்ட் கட்சி (சி.பி.எம்) தங்கள் கட்டுப்பாட்டுக்குள் கொண்டு வந்திருந்தது. காங்கிரஸ் மற்றும் பா.ஜ.க.வை விட மிகவும் கொடூரமான முறையில் அவர்கள் அந்தக் கிராமங்களைத் தங்கள் கட்டுப்பாட்டுக்குக் கொண்டு வந்ததாக எனக்குச் சொல்லப் பட்டது. இன்னொரு இயக்கம் அல்லது கட்சி அந்தக் கிராமங்களில் நுழைவதை கம்யூனிஸ்ட்டுகளால் பொறுத்துகொள்ளவே முடிய வில்லை. அவர்கள் தங்கள் தொண்டர்களை விவாதம் செய்யவோ அல்லது மாற்றுக் கருத்துகள் தெரிவிக்கவோ அனுமதிக்கவில்லை. பின்னாளில் அதை நான் நேரடியாகக் கண்டேன்.

9

பாறைகள் விளைந்த நிலம்

1984 ஆகஸ்ட் மாதத்தில்தான் முதன்முறையாக நான் இப்ராகிம்பட்டினத்துக்குச் சென்றேன். அந்த நகரத்திலிருந்து பதினெட்டு கிலோமீட்டர் தொலைவில் இருந்த ரங்கபூர் பகுதியில் ஜலால்மியா பள்ளி எனும் குக்கிராமத்தில் இருந்தது பால் திவாகரின் வீடு. அங்குதான் அப்போது நான் தங்கினேன். அந்த வீட்டின் உரிமையாளர் பெயர் ஜலால்மியா. தக்கானிய மொழியில் 'மியா' என்பது பெயருக்குப் பின்னால் சேர்க்கக் கூடிய மரியாதைக்குரிய விகுதி. 1948ஆம் ஆண்டு மேற்கொள்ளப்பட்ட காவல்துறை நடவடிக்கை மற்றும் அதனால் நிகழ்ந்த நிஜாம்களின் வீழ்ச்சிக்கு முன்பு, அந்தப் பகுதியில் சுமார் ஆயிரம் ஏக்கர்களுக்கு மேலான நிலங்களைக் கொண்டிருந்தார் ஜலால்மியா. எனவே, அந்தப் பகுதிக்கு அவரது நினைவாகப் பெயர் சூட்டப்பட்டது. அவருக்கென்று பெரிய வீடும் இருந்தது. அவரது ஏவல்களைப் புரிய அவருக்கென ஏவலாளிகள் சிலர் இருந்தனர். அவர்கள் அனைவரும் குயவர், கொல்லர், நாவிதர் மற்றும் மாலாக்கள் எனப் பலதரப்பட்ட சமூகத்தைச் சேர்ந்தவர்களாக இருந்தார்கள். 1948 நிகழ்வுக்குப் பிறகு, அந்தப் பகுதியில் இருக்கும் ஒரே இஸ்லாமியனாக அங்கிருப்பது உசிதமல்ல என்று அவருக்குத் தோன்றியது. எனவே, அவர் தனது வீட்டைப் பலருக்கு வாடகைக்கு விட்டு விட்டு ஹைதராபாத்துக்கு ஓடினார். 2020ஆம் ஆண்டு இந்தப் புத்தகத்தை நான் எழுதும்போதுதான் இந்தத் தகவல் எனக்குத் தெரிய வந்தது. 1984ஆம் ஆண்டு நான் அங்கிருந்த சமயம், ஜலால்மியாவின் வீட்டில் பால் திவாகர் வாடகைக்கு வசித்து வந்தார். பால் திவாகரின்

தந்தை என்.டி.ஆனந்த ராவ் சாமுவேல், தென்னிந்திய திருச்சபையில் (சி.எஸ்.ஐ) பாதிரியாராக இருந்தார். தனது மகனைப் பார்க்க அவ்வப்போது அவர் ஜலால்மியா பள்ளிக்கு வருவார். பெண்களுக்குப் பாதிரியார்ஸ்தானம் அளிப்பதைச் சட்டப்பூர்வ மாக்கியதில் பெரும் பங்காற்றியவர் என்பதால், அந்தப் பகுதியில் மிகவும் மதிக்கப்படுகிற ஒரு நபராக அவர் இருந்தார். பாதிரியாராகவும் ஆயராகவும் இருந்த அவர், ஆயர் மன்ற விவாதங்களின்போது, மகளிருக்குப் பாதிரியார் ஸ்தானம் வழங்குவது குறித்து நிறைய வழிகாட்டுதல்களை வழங்கி யிருக்கிறார். அவரது முயற்சியால், இறையியல் பயிற்சி முடித்த பெண்கள் பாதிரியாராகலாம் என்று 1980ஆம் ஆண்டு, சி.எஸ்.ஐ. தீர்மானம் நிறைவேற்றியது. பால் திவாகருடன் இருந்த சமயத்தில் இத்தகவலை நான் அறிந்திருக்கவில்லை. அந்த அளவுக்கு அவர் தந்தை மிகவும் எளிமையானவராகவும், எளிதில் அணுகக் கூடியவராகவும், அமைதியானவராகவும் தோற்றமளித்தார். பால் திவாகருடன் அவரது சகோதரர் சாலமனும் இருந்தார். அமெரிக்காவுக்குப் படிக்கச் செல்லவதற்குத் தயாராகிவந்த அவருக்கு அப்போது வயது இருபத்தியிரண்டு. நான் அங்குச் சென்ற முதல் இரண்டு நாட்கள் அந்த வீட்டையும், அந்தச் சின்ன ஊரையும் சுற்றிச்சுற்றி வந்தேன். அங்குதான் நான் புக்கைய்யாவை யும் (பின்னாளில் அவர் என்னுடன் இணைந்து பணியாற்றினார்) அவர் குடும்பத்தினரையும் சந்தித்தேன். குறிப்பாக அவரது அப்பா வழி அத்தையைப் பற்றிச் சொல்ல வேண்டும். அந்த ஊரிலேயே கலப்பை எடுத்த ஒரே பெண் அவர் மட்டும்தான். அந்நாட்களில் நான் பெரும் அமைதிக்குலைவுக்கு ஆளாகியிருந்தேன். இந்த வினோதமான ஊரில், வினோதமான வீட்டில் நான் என்னதான் செய்துகொண்டிருக்கிறேன்? இப்படி ஒரு ஊரில், இங்கு வாழும் மனிதர்களோடு நான் பணியாற்ற முடியும் என்று நான் எப்போதாவது நினைத்துப் பார்த்திருக்கிறேனா?

விளிம்புநிலைப் பெண்களின் சுகாதாரப் பிரச்சினைகள் குறித்து புத்தகம் எழுதுவது என்ற வெளிப்படையான ஒரு காரணத்துக்காக நான் இங்கே வந்திருக்கிறேன். நான் ஜலால்மியா பள்ளி மற்றும் அங்கிருந்து நடக்கும் தொலைவில் இருந்த சீடெட் கிராமம் ஆங்கிய ஊர்களுக்குச் சில ஆய்வு வினாப் பட்டியலுடன் சென்றேன். என்றாலும், என்னால் அங்கிருந்த மக்களுடன் உரையாட முடியவில்லை. அங்கிருந்த மக்களின் பார்வை, பேச்சு, வாடை, மொழி ஆகியவற்றை அதற்கு முன்பு நான் அனுபவித்திருக்கவில்லை. எல்லாமே முற்றிலும் வித்தியாசமாக இருந்தன. அங்கிருந்து நான் எடுத்துச் செல்வதற்கு நிறைய இருந்தது எனினும், ஒவ்வொன்றையும் ஒவ்வொரு நாளில் தெரிந்து கொள்ளலாம் என்கிற பதற்றத்தில் இருந்தேன்.

அங்கு ஒரு வாரம் இருந்துவிட்டு ஹைதராபாத்துக்குத் திரும்பி என்னை ஆசுவாசப்படுத்திக்கொண்டேன். அந்தப் பகுதியை, அங்கிருக்கும் சில மனிதர்களைத் தெரிந்துகொண்ட பிறகு, இப்போது நான் முற்றிலும் களத்தில் இறங்கிச் செயல்பட வேண்டும். அங்கு என்னுடைய போக்குவரத்துக்குச் சில விஷயங்களை ஏற்பாடு செய்தாக வேண்டும். ராயலசீமாவின் தெற்காக இருந்த சித்தூருக்குக் கூடிய விரைவில் பால் திவாகரன் குடிபெயர்ந்துவிடுவார். அதற்குப் பிறகு நானே சொந்தமாக எல்லாவற்றையும் ஒருங்கிணைத்துக்கொள்ள வேண்டிய நிலையில் இருந்தேன். என் முப்பதாவது வயதில் நான் சைக்கிள் ஓட்டக் கற்றுக்கொண்டேன். காரணம், இப்ராகிம்பட்டினத்தில் பேருந்து வசதிகள் இல்லை. தவிர, கிராமங்கள் எல்லாம் அருகருகே இருந்ததால், சைக்கிளிலேயே சென்றுவிட முடியும். ஆனால் நான் சைக்கிள் விடக் கற்றுக்கொண்டது என்னவோ ஹைதராபாத்தில் தான். சாந்தா சின்ஹாவிடமிருந்து கடன் வாங்கிய சைக்கிளில் மேற்கு மாரெத்பள்ளியின் சந்துகளில் நான் சைக்கிள் ஓட்டிப் பழகினேன். கீழே விழுந்து பல முறை எனக்குச் சிராய்ப்புகள் ஏற்பட்டது. அந்தச் சமயங்களில், மிகச் சிறந்த களச் செயற்பாட்டாளரும், கஸ்தூர்பா காந்தி மகளிர் கல்லூரியின் முதல்வருமான வித்யாராணி நரசிம்மா ராவ் எனக்கு ஆறுதலாக இருந்தார். என் காயங்களைக் கழுவி, ஐயோடினில் முக்கிய பஞ்சை வைத்து எனக்குக் கட்டுப்போடுவார். அந்நாட்களில் நான் டவுசர் அணிவதை விட்டுவிட்டு சேலை கட்டப் பழகியிருந்தேன். சேலை அணிந்துகொண்டு சைக்கிள் ஓட்டக் கடினமாக இருந்ததால், என் தோழிகள் சிலரிடமிருந்து சல்வார் கமீஸ்களைக் கடனாகப் பெற்றேன்.

நான் ஜலால்மியாபள்ளிக்குத் திரும்பியபோது, தான் அமெரிக்கா செல்வதற்குச் சாலமனுக்கு இன்னும் கொஞ்ச காலம் இருந்தது என்பதைத் தெரிந்துகொண்டேன். அந்த யோசனையை யார் தந்தது என்று தெரியவில்லை. நாங்கள் இருவரும் இப்ராகிம்பட்டினத்தின் கிராமங்களைச் சுற்றிவர முடிவெடுத்தோம். தெலங்கானா வட்டார வழக்கில் தன்னால் உரையாட இயலாமல் போனாலும், சாலமனுக்குத் தெலுங்கு மொழி சரளமாகவே வந்தது. படுக்கையைக் கட்டிக்கொண்டு, நாங்கள் இருவரும் சைக்கிளில் கிளம்பினோம். மக்கள் என்ன தருகிறார்களோ அதுதான் எங்களுக்கு உணவு. பெரும்பாலும் அரிசி அல்லது சோள ரொட்டிதான் கிடைத்தது. அதை ஊறுகாயைத் தொட்டுக் கொண்டு சாப்பிட்டோம். அந்த உணவுக்கு நாங்கள் இரண்டு ரூபாய் கொடுத்தோம். எங்கே மக்கள் இடம் தந்தார்களோ அங்கே எங்கள் படுக்கையை விரித்துக்கொண்டு நன்றாகத் தூங்கினோம். இதெல்லாம் நடந்தது 1984ஆம் ஆண்டின் செப்டம்பர் அல்லது

அக்டோபர் மாதத்தில். அந்தப் பொழுதுகள் அருமையானவை. பருவநிலையும் ஒத்திசைவாக இருந்தது. நானோ, சாலமனோ யாருக்கும் பதில் சொல்லத் தேவையில்லாமல் இருந்தது. நாங்கள் செய்வதற்கு எந்த வேலையும் இருக்கவில்லை. நாங்கள் போக நினைக்கிற இடத்துக்கு சைக்கிளை மிதித்தோம். நிற்க விரும்பிய இடத்தில் நின்றோம். நேரம் போவதே தெரியாமல் பாறைகளின் அமைப்பைப் பார்த்தவாறே பேசிக்கொண்டிருப்போம். இரவில், அருகில் ஏதாவது ஊரில் தங்கினோம்.

ஜலால்மியா பள்ளியிலிருந்து வெளியே செல்வதற்கு நாங்கள் மூன்று வழிகளைத் தெரிவு செய்து வைத்திருந்தோம். வட மேற்காகச் சென்றால், ரங்கப்பூர், கட்டமல்லைகுடெம் மற்றும் குங்கல் ஆகிய பகுதிகளின் வழியாகத் தேசிய நெடுஞ்சாலை 565ஐ அடைய முடியும். அந்தச் சாலை ஹைதராபாத்தையும் நாகார்ஜூனா சாகர் அணையையும் இணைத்தது. கிருஷ்ணா நதியில் கட்டப்பட்டிருக்கும் இந்த அணை, தெலங்கானாவையும் ஆந்திராவையும் இரண்டாகப் பிரிக்கிறது. அந்த நெடுஞ்சாலையைத் தாண்டி மேற்காகச் சென்றால், பெத்துலாவை அடைந்து, அங்கிருந்து தெற்காக சிந்துலா, நந்திவனபார்த்தி ஆகிய இடங்களைத் தாண்டி, மேற்காக யசாரம் பகுதியை அடைந்து மீண்டும் அந்த நெடுஞ்சாலையை அடைய முடியும். ஜலால்மியா பள்ளியிலிருந்து வடக்காகச் சென்றால், மீண்டும் ரங்கப்பூரை அடைந்து, ஐபாலா, அருட்லா, மாஞ்சல் ஆகிய இடங்களுக்குச் செல்லலாம். தெற்காக, சீட்டெட் மற்றும் தாத்பள்ளி ஆகியவற்றைக் கடந்து, கல்லும் குழியுமாக இருந்த ரச்சகொண்டாவை அடைந்து, பிறகு தென்கிழக்காகச் சென்று, மொண்டிகவுரேலி, சிந்தபட்லா, நல்லவேலி ஆகிய பகுதிகளைக் கடந்து, மால் என்கிற இடத்தில் மீண்டும் அதே தேசிய நெடுஞ்சாலையை அடைந்தோம்.

இப்ராகிம்பட்டினத்தில் சைக்கிள் ஓட்டுவது சாதாரண காரியம் அல்ல. நான் எப்போதெல்லாம் குழந்தைகளையும் கால்நடைகளையும் பார்க்கிறேனோ அப்போதெல்லாம் என் சைக்கிள் சமநிலை தவறியது. கொஞ்சம்கொஞ்சமாக என்னைச் சரிப்படுத்திக்கொண்டேன். சாலமன் ஒரு நல்ல பேச்சுத் துணை. எப்போதும் மலர்ச்சியாக இருந்தார். கிராமத்து மக்களும் நட்பாகவே இருந்தார்கள். எங்கள் இருவருக்கும் சாதி குறித்துப் பெரிதாக எந்தப் பிரக்ஞையும் இல்லை. எனவே, எங்கே உணவு கிடைக்கிறதோ அங்கே நாங்கள் உண்டோம். கிராமத்தினர் கேட்ட கேள்விகளுக்கெல்லாம் நாங்கள் வெளிப்படையாகப் பதில் சொன்னோம். இப்படி நாங்கள் சுமார் இரண்டு வாரங்கள் சைக்கிளில் சுற்றியிருப்போம். சாலமன் போன பிறகு, நான் கொஞ்ச நாட்கள் ஜலால்மியா பள்ளியில் இருந்துவிட்டு, பிறகு

குங்கலில் ஒரு வீட்டை வாடகைக்கு எடுத்துக்கொண்டேன். பால் திவாகரும் ஆன்னியும்கூட சித்தூருக்குப் போய்விட்டார்கள்.

குனிகன்டி என்றுதான் குங்கல் கிராம மக்கள் தங்கள் ஊரை அழைத்தனர். அது ஜலால்மியா பள்ளியிலிருந்து நான்கு கிலோ மீட்டர் தூரத்திலும், நாகார்ஜுன சாகர் நெடுஞ்சாலையிலிருந்து அரை கிலோமீட்டர் தூரத்திலும் இருந்ததால் குங்கலிலிருந்து பக்கத்திலுள்ள கிராமங்களுக்குச் செல்வது சுலபமாக இருந்தது. என்னுடைய அறைக்கு வெளியே குழி கழிப்பறை இருந்தது பெரும் நிம்மதியாக இருந்தது. காரணம், திறந்தவெளியில் மலம் கழித்து எனக்குப் போதும்போதும் என்றாகிவிட்டது. அந்தக் கழிவறையைப் பயன்படுத்திய பிறகு, அதன் மீது பிளீச்சிங் பவுடர் தெளிக்கப் பழகிக்கொண்டேன். தவிர, என் அறையிலிருந்து கொஞ்ச தூரத்தில் இருந்த கை பம்ப்பில் ஒவ்வொரு நாளும் நீர்ப் பிடித்து வருவேன். சீமெண்ணெய் அடுப்பில், களிமண் பாத்திரங்களில், பால் காய்ச்சி, சமைத்தேன். கொஞ்சம் அரிசி, கொஞ்சம் காய்கறிகள் அல்லது கொஞ்சம் பருப்பு ஆகியவைதான் பெரும்பாலும் என் உணவு. சமயங்களில் நான் வாங்கி வைத்த பால் தயிராகும்போது அதை ஊற்றிச் சாப்பிட்டால் மிகவும் ருசியாக இருக்கும். இன்னும் சில நேரங்களில் கோழிக்கறி கூடச் சமைத்தேன். விறகடுப்பில், மண் பானையில் சமைக்கும்போது, அந்த உணவு தேவாமிர்தமாக இருந்தது.

எனது அறையில் போதுமான வெளிச்சம் இருக்காது. அடிக்கடிப் பரணில் இருந்து பாம்போ, தேளோ கீழே படுத்திருப்பவர்கள் மீது விழுந்துதொலைக்கும் என்று ஏற்கெனவே கிராமத்தினர் என்னை எச்சரித்திருந்தனர். மடிகா சமூகத்தினர் இருக்கும் பகுதிக்குச் சற்று அருகில், சுமார் ஐம்பதடி தூரத்தில்தான் எனது அறை இருந்தது. அந்த அறையின் உரிமையாளர் ஒரு முஸ்லிம். அவர் இப்ராகிம்பட்டினம் டவுனில் வசித்துவந்தார். இதுவே ஏதேனும் ஒரு ரெட்டியிடமிருந்து அறையை வாடகைக்கு எடுத்திருந்தால், நான் செய்கிற வேலைக்கு நிச்சயம் வாடகைக்குவிட்டிருக்கவே மாட்டார்.

தான் பணியாற்றி வந்த 'வாட்டர் டெவலப்மென்ட் சொசைட்டி' என்ற அமைப்பில் இருந்த தன் சகாக்களை, பால் திவாகரன் எனக்கு அறிமுகப்படுத்திவைத்தார். நான் வெளியே செல்லும் நேரங்களில் என்னுடன் துணைக்கு இருக்குமாறு அவர்களைஎல்லாம் கேட்டுக்கொண்டார். அவரது அமைப்பில் சங்கரய்யா, புக்கைய்யா, ராமுலு, ஞானேஸ்வரி, சத்யவதி மற்றும் பலர் இருந்தனர். இவர்களில் முதல் மூன்று பேர் உள்ளூர்க்காரர்கள். எனவே, அவர்கள் என்னுடன் தொடர்ந்து பணியாற்றினர். ஜலால்மியா பள்ளியிலிருந்து ஒரு கிலோமீட்டர் தூரத்திலிருந்த

பால் திவாகரின் மகன் ஆனந்தைத் தூக்கிக்கொண்டிருக்கிறார்
ஜலால்மியப்பள்ளியைச் சேர்ந்த புக்கய்யா.
அவருக்கு இடப்புறம் இருப்பவர் சங்கரய்யா.

சீட்டெட் கிராமத்தில் சங்கரய்யா வசித்துவந்தார். புக்கைய்யா ஜலால்மியா பள்ளிக்காரர். ராமுலு ஹஸ்மத்புராவிலிருந்தார். அது மாஞ்சல் எனும் இடத்துக்கு அருகில் இருந்தது. சங்கரய்யாவும் புக்கைய்யாவும் ஓரளவு எழுதப் படிக்கத் தெரிந்தவர்களாக இருந்தனர். ஆனால், ராமுலு பள்ளிக்கூடத்துக்குச் செல்லாம லேயே பல விஷயங்களைத் தெரிந்துவைத்திருந்தார். ஒரு விபத்தில் தனது கால் ஒன்றை இழந்த அவர், ஊன்றுகோல் துணையுடன் வாழ்ந்து வந்தார். நான் அங்கிருந்த சில ஆண்டுகளுக்குப் பிறகு, ஜெய்ப்பூரில் இருந்து அவருக்கு செயற்கைக் கால் வாங்கிப் பொருத்தினோம். ரப்பரால் செய்யப்பட்ட அந்த செயற்கைக் காலைப் பயன்படுத்தி அவர் நடக்கும்போது, பார்க்கிறவர்களுக்கு அவர் ஒரு மாற்றுத் திறனாளி என்பதே தெரியாது. சங்கரய்யா இன்று மையநீரோட்ட அரசியலில் செயல்பட்டுவருகிறார். தன்னுடைய கிராமத்தின் தலைவராகக்கூட அவர் சேவை புரிந்திருக்கிறார். சாந்தா சின்ஹாவுடன் சேர்ந்து ‘ஷ்ரமிக் வித்யாபீட’த்தில் பணியாற்றிய புக்கைய்யா, இளம் வயதிலேயே

இறந்துவிட்டார். ராமுலுவோ, மக்களுக்கும் அந்தப் பகுதி அரசு அமைப்புகளுக்கும் இடையில் பாலமாக இருந்துகொண்டு இன்னும் பணியாற்றிவருகிறார். சத்யவதியோ 'ரீட்ஸ்' என்ற தன் சொந்தத் தொண்டு நிறுவனத்தைத் தொடங்கிப் பணியாற்றி வருகிறார். '*சத்யவதி: கான்ஃப்ரன்டிங் காஸ்ட், க்ளாஸ் அண்ட் ஜெண்டர்*' எனும் அவரது வாழ்க்கை சரிதத்தை வசந்த் கண்ணபிரான் என்பவர் எழுதி 2015ஆம் ஆண்டு வெளியானது.

ஏதேனும் சந்திப்புகளுக்கும், திருமணம் போன்ற நிகழ்ச்சிகளுக்கும் மட்டுமே கிராமங்களுக்குச் சென்ற எனக்கு, அந்தக் கிராமங்கள் நான் கற்றுக்கொள்வதற்கான நல்ல களங்களாக இருந்தன. அதுவரை நான் கொண்டிருந்த நம்பிக்கைகள் எல்லாவற்றையும் உதறிவிட்டுப் புதிய விஷயங்களைக் கற்றுக்கொள்ளத் தயாராக இருந்தேன். நாங்கள் எங்கெல்லாம் சென்றோமோ அங்கெல்லாம் என்னிடத்தில் மக்கள் கேட்பதற்கும், மக்களிடம் நான் கேட்பதற்கும் நிறைய கேள்விகள் இருந்தன. அவர்கள் ஏன் அப்படிச் சொல்லுகிறார்கள், அவர்கள் என்ன சாப்பிடுகிறார்கள், எதனால் குறிப்பிட்ட சில உணவுவகைகளை மட்டும் அவர்கள் உண்ணுகிறார்கள், அவர்கள் எப்படி வேலை செய்கிறார்கள், யார் ஒருவரது மனைவியை அடிக்கிறார், அவர்கள் என்ன கூலி பெறுகிறார்கள், அவர்கள் வாங்கும் கடன்களுக்கு எவ்வளவு பணத்தை வட்டியாகக் கட்டுகிறார்கள், ரெட்டி நிலக்கிழார்களுடனான அவர்களின் உறவு எத்தகையது, அவர்கள் ஏன் பிராமணப் பூசாரிகள் மீது இரக்கம் கொண்டிருக்கிறார்கள் என இப்படி நிறைய கேள்விகள் எனக்குள் இருந்தன. கிராமத்து வாழ்க்கை சுவாரஸ்யமாகவும், வண்ணமயமாகவும், வீரியமாகவும் இருந்தது. நான் கேட்ட ஒவ்வொரு கேள்விகளுக்கும் நிறுத்தி, நிதானமாகப் பதில் சொல்லவும், விளக்குவதற்கும் அந்த மக்களுக்கு நிறைய நேரம் இருந்தது. பேருந்துக்குக் காத்திருப்பதானால்கூட அதில் ஒரு உற்சாகம் இருந்தது. நகரத்தில் எதுவெல்லாம் எரிச்சலூட்டக் கூடிய விஷயமாக இருக்கின்றனவோ அவையெல்லாம் இங்கு இயல்பான ஒன்றாக இருந்தன. நாள் முழுக்க அரட்டையடித்துக் கொண்டிருக்கக் கூடிய நிறைய பேரை நான் பேருந்துநிலையங்களில் பார்த்திருக்கிறேன். பேருந்துகள் எப்போதும் மிகச் சரியான நேரத்துக்கு வந்ததில்லை. சில நேரம் வராமலேயே கூடப் போவதுண்டு. நான் இப்ராகிம்பட்டினத்தில் இருக்கும்போது கடிகாரத்தைப் பார்க்கவே இல்லை. மாறாக, நான் நுழைந்திருக்கும் புதிய உலகத்தை உன்னிப்பாகக் கவனிக்கத் தொடங்கியிருந்தேன்.

உதாரணத்துக்கு, உணவை எடுத்துக்கொள்ளுங்கள். நான் பெரும்பாலும் காலை நேரத்தில் உணவு உண்டதில்லை. மதிய

உணவுகூட மாலை நான்கு மணி அளவில்தான். நான் படுக்கச் செல்வதற்கு இரவு இரண்டு மணியாகிவிடும். தங்களது இருப்பிடத்துக்குச் சிலர் எங்களை வரச்சொல்லி இருப்பார்கள். நாங்கள் அங்குச் செல்லும் நேரம் எங்களை அழைத்தவர் அங்கு இருக்க மாட்டார். நீங்கள் ஒரு கேள்வி கேட்க, அதற்குச் சம்மந்தமில்லாத முற்றிலும் வேறான பதில் உங்களுக்குக் கிடைக்கும். எல்லாருமே எந்த விஷயத்துக்கும் தாமதமாகத்தான் வந்தார்கள். அவர்கள் காலை என்று சொன்னால், அது அதிகாலை 5 மணி முதல் நண்பகல் 12 மணி வரை இருக்கும். இப்ராகிம்பட்டினத்தில் நான் தொடர்ந்து கேள்வி கேட்டுக்கொண்டிருப்பது குறித்து யாரும் என்மீது கோபம் கொள்ளவில்லை. என்னுடன் கதைப்பதற்கு நிறைய பேர் ஆர்வமாக இருந்தார்கள்.

அங்குக் கொசுக்கள் இல்லை. மலைப்பாங்கான அந்தப் பகுதியில் நீர் தேங்காமல் வழிந்துசெல்லும்படி, இயற்கையான வடிகால் அமைப்பு இருந்ததால் அந்தக் கிராமங்கள் எல்லாம் சுத்தமாக இருந்தன. நான் தெரிந்துகொள்வதற்கு அங்கு நிறைய தாவரங்களும் பறவைகளும் இருந்தன. பாம்பு, தேள், அட்டை மற்றும் பல ஊர்வன உயிரிகள் நம் வீட்டுப் பக்கம் வராமலிருக்க என்ன செய்ய வேண்டும் என்பதை எல்லாம் கற்றுக்கொண்டேன். இரவில் வெளியே செல்வதானால், ஒருவர் தன் கையில் கம்பு வைத்திருக்க வேண்டும். நாம் நடக்க நடக்க, அவ்வப்போது அந்தக் கம்பைத் தரையில் தட்டிக்கொண்டே இருந்தால், மனிதர்கள் வருவதை உணர்ந்து பாம்புகள் நம் திசைக்கு வராது. பரண்கள் அவ்வப்போது சுத்தம் செய்யப்பட்டுக்கொண்டே இருக்க வேண்டும். அப்போதுதான் இரவில் நாம் தூங்கும்போது, தேளோ அல்லது இதர விஷ உயிரினங்களோ நம்மீது விழாமலிருக்கும். வயல்வெளி அல்லது ஓடைகளைக் கடக்கும்போது, நாம் அட்டைகளைக் குறித்துக் கவனமாக இருக்க வேண்டும். ஆனால் இவை எல்லாவற்றையும்விட மிகவும் கொடிய விஷயமாக இருந்தது கோழிப்பேன்தான். அங்குள்ள மக்கள் பெரும்பாலோர் கோழி மற்றும் கால்நடைகளைத் தங்கள் குடிசைகளுக்குள்ளே வைத்துப் பராமரித்தார்கள். கண்ணுக்குத் தெரியாத பேன் அந்தக் கோழிகளுக்கு இருந்தால், அவை நமக்கு உறக்கமில்லா இரவுகளைத் தரும். நம் துணி, படுக்கை ஆகியவற்றைச் சுடு நீரில் போட்டுத் துவைத்தால் ஒழிய அந்தப் பேன் ஒழியாது. தவிர நாமும் சுடுநீரில் குளிக்க வேண்டும்.

நாங்கள் சென்ற இடங்களில் எல்லாம் ஒவ்வொரு பாறையும் தங்களுக்கென்று ஒரு பெயரைக் கொண்டிருந்தன. மேகலகுட்டா என்றால் ஆட்டின் முகத்தைப் போன்ற பாறை. நக்கலகுட்டா என்றால் நரியின் முகத்தைப் போன்ற பாறை. மந்திகள் அதிகமாக

வசிக்கும் பாறைக்குக் கொண்டேன்குலகுட்டா என்று பெயர். பொல்லோனிகுட்டா என்றால் அந்தப் பாறைகள் எல்லாம் வெள்ளையாக இருக்கும். பாறையின் மீது சிறிய சிலை போன்று காணப்பட்டதால் அதற்குத் தேவுனிகுட்டா என்று பெயர். பாய்சாகேப் என்ற முஸ்லிம் துறவியின் மருவிய பெயரில் பசவகுட்டா என்ற பாறைகூட உண்டு. இப்ராகிம்பட்டினத்தில் இருந்து பதினைந்து கிலோமீட்டர் தூரத்தில் இருந்த ரச்சகொண்டா பகுதியைப் போல நான் சென்ற பகுதிகளில் எல்லாம் பரந்த புறம்போக்கு நிலங்களும், பல மைல்தூரத்துக்கு வெறுமனே பாறைகளும் மட்டுமே இருந்தன. வயல்வெளிகள் எல்லாம் கொஞ்சமே கொஞ்சம்தான். அதுவும் தூரதூரமாக இருந்தன. அவற்றிலும் எப்போதும் சோளம் அல்லது ஆமணக்கு ஆகியவையே விளைந்தன. அதனால் ஒவ்வோர் ஆண்டும், அக்டோபர் மாதத்துக்குப் பிறகு அந்த நிலங்கள் எல்லாம் காய்ந்து, கால்நடைகள் மேய்வதற்கான பகுதிகளாக இருக்கும். அந்தப் பகுதிகளில் நாங்கள் நடந்துசெல்லும்போதோ அல்லது சைக்கிளில் செல்லும்போதோ அங்கு எப்போதாவது ஆடு மேய்க்க வருபவர்கள் எங்களைக் கூர்ந்து பார்ப்பார்கள். ஏதேனும் ஒரு பாறைக்குப் பின்னாலோ அல்லது புதரின் மறைவிலோ நான் சிறுநீர் கழிக்க முடிகிற சுதந்திரம் இருந்தது. சில நேரம் சிகரெட் கூடக் குடித்தேன். அதிலும் ஒரு ஒழுங்கு இருக்காது. இப்ராகிம்பட்டினத்தில் பொது இடங்களில் என்னால் புகைப்பிடிக்க முடியவில்லை. எனினும், எப்போதெல்லாம் சந்தர்ப்பம் கிடைக்கிறதோ அப்போதெல்லாம் நான் பொதுவெளியில் புகைப்பிடித்தேன்.

அவ்வப்போது என்னுடைய சாதி என்னவென்று மக்கள் கேட்டுக்கொண்டே இருந்தார்கள். நான் செல்லுமிடங்களில் எனக்கு விடுக்கப்படும் முதல் கேள்வி இதுவாகத்தான் இருந்தது. அந்தப் பகுதியில் மாதிகா சமூகத்தின் உப சமூகமான தக்காளி தான், மிகவும் தாழ்த்தப்பட்ட சாதி என்பதைத் தெரிந்து கொண்டேன். எனவே, நான் தக்காளி சாதியைச் சார்ந்தவள் என்று பதில் சொன்னேன். என்னுடைய கணவர் சிரில் பற்றிப் பலரும் அறிந்திருந்ததால், 'உங்கள் கணவர் ரெட்டி ஆயிற்றே' என்பார்கள். 'ஆமாம். ஆனால் நான் தக்காளி சாதியில் பிறந்தவள். எனினும் நாங்கள் சாதி எல்லாம் பார்ப்பதில்லை. எனவே, எனக்கு நீங்கள் உணவும், உங்கள் வீட்டுக்குள் வருவதற்கு அனுமதியும் தருவதாக இருந்தால், அது எல்லா தக்காளி சாதியினருக்கும் கிடைக்க வேண்டும்' என்று பதில் அளிப்பேன். உண்மையில், நான் பிராமணச் சமூகத்தைச் சேர்ந்தவள் என்பதை அவர்கள் கண்டுபிடித்தார்களா என்பது எனக்குத் தெரியாது. ஆனால், முதல் சில மாதங்களுக்குப் பிறகு என்னுடைய சாதி என்ன

என்பது அவர்களுக்குப் பெரிய விஷயமாகத் தெரியவில்லை. அதற்குள் நான் அவர்களில் ஒருத்தியாக மாறிவிட்டிருந்தேன்.

இயற்கை உபாதைகளைக் கழிப்பதுதான் எனக்குப் பெரும்பாடாக இருந்தது. ஆண்கள் ஒரு பக்கமும் பெண்கள் ஒரு பக்கமும் தங்கள் தேவைகளைப் பூர்த்தி செய்துகொள்ள இடம் பார்த்து வைத்திருந்தார்கள். நான் தங்கிய எந்த வீட்டிலும் கழிப்பறை இல்லை. ஒரு செம்பில் நீரை எடுத்துக்கொண்டு அந்த வீட்டுப் பெண்கள் எங்குப் போகிறார்களோ அங்குப் போக வேண்டும். சில வீடுகளில், காலைக் கடன்களை முடிக்க எடுத்துச் செல்லப்படும் லோட்டாதான், தேநீர் தயாரிக்கவும் பயன்படுத்தப் படும். 1990களில் பிளாஸ்டிக் போத்தல்களில் நீர் வந்த பிறகுதான் நான் கொஞ்சம் பெருமூச்சுவிட முடிந்தது. இதிலும் ஓர் அதிர்ஷ்டம் என்னவென்றால், வயல்வெளிகள் அதிகமாக இருந்ததால் மலம் கழிக்க இடம் தேடி அலைய வேண்டும் என்ற நிலை இருந்த கடலோர ஆந்திரப் பகுதிகளைப் போல் அல்லாது, தெலங்கானா கிராமங்களில் புதர் மண்டிய நிலங்கள் நிறைய இருந்தன. பெண்கள் எங்கே உட்கார வேண்டும், ஆண்கள் எங்கே உட்கார வேண்டும் என்ற எல்லைகள் தெளிவாக வகுக்கப்பட்டிருந்தன. திறந்த வெளியில் மலம் கழிப்பது அவமானகரமான ஒன்றாகக் கருதப்படவில்லை. மலம் கழிக்கச் செல்லும்போது என்னுடன் வந்த பெண்கள், குந்த வைத்துக்கொண்டு தங்கள் கதைகளைச் சொல்லிக்கொண்டிருப்பார்கள். ஒரு கட்டத்துக்குப் பிறகு, அவர்களைத் திட்டி அனுப்பிவிட்டு, எனக்கான அந்தரங்கத் தருணத்தை ஏற்படுத்திக்கொண்டேன். ஆண்டுகள் செல்லச் செல்ல, நான் அங்குத் தெரிந்த முகமாகிவிட்டதால், என்னுடன் சேர்ந்து மலம் கழிக்கப் பெண்கள் பலர் ஆர்வம் காட்டினார்கள். சொல்லப்போனால், அந்தப் பெண்களில் பலர் எனக்குப் பாதுகாவலர்களாக இருந்தார்கள். திறந்தவெளியில் மலம் கழிப்பது என்பது சமூகத்தின் வழக்கமாகவும், கிராமப்புற வாழ்வின் ஓர் அங்கமாகவும், நண்பர்களுடன் மனம்விட்டுப் பேசுகிற தருண மாகவும் கருதப்பட்டது. எனக்கு இது பழக்கம் இல்லாததால், கழிப்பறை கட்டப்பட்டிருந்த வெகு சில வீடுகளைத் தேடி நான் ஓட வேண்டியதாக இருந்தது. மாதிகா சமூகத்தைச் சார்ந்த கிறிஸ்தவர்களின் வீடுகளில் கழிப்பறைகள் இருந்தன. எனவே, அவர்களுடைய வீடுகளை நான் அணுகினேன். கழிப்பறைகள் கட்டுவதற்கு அரசு நிதி உதவி அளித்தாலும், கழிப்பறைகளைத் தங்களுடைய வீட்டுக்குப் பக்கத்தில் கட்ட வேண்டும் என்பதால் மக்கள் அதை ஏற்கவில்லை. வீடுகளுக்குள் அல்லது வீடுகளுக்குப் பக்கத்தில் மலம் கழிப்பது என்பது அருவெறுப்பான விஷயமாக அனைத்துச் சாதியினராலும் பார்க்கப்பட்டது. 1990களின்

பிற்பகுதியில், அப்பகுதி சிறுமிகள் கல்வியறிவு பெறத் தொடங்கியதும், அந்தக் கிராமங்களுக்கு மருமகள்களாக வந்தவர்கள் கழிப்பறை வேண்டுமென்று நிர்பந்திக்கத் தொடங்கியதும் காட்சிகள் மாறின.

1984ஆம் ஆண்டு, சாந்தா சின்ஹாவுடன் சிரில் பணியாற்றி வந்தார். அப்போது சாந்தா, ஹைதராபாத் பல்கலைக்கழகத்தின் ஆதரவில் செயல்பட்டு வந்த 'ஷரமிக் வித்யாபீடம்' அமைப்பில் பணிபுரிந்துவந்தார். அந்த அமைப்பில் வயது வந்தோருக்கான கல்வி முக்கிய அம்சமாக இருந்தது. சாந்தா அந்த அமைப்பைக் குழந்தைத் தொழிலாளர் முறையை ஒழிக்கவும் பயன்படுத்தினார். ஹைதராபாத் கிராமங்களில் வறியவர்களிலும் வறியவர்களாக இருந்த மக்களிடையே அந்த அமைப்பு தீவிரமாகச் செயல்பட்டு வந்தது. அந்த அமைப்பில் சேர்வதற்கு முன்பே, 1981ஆம் ஆண்டிலேயே சாந்தாவின் குடும்பம்'மாமிடிபுடி வெங்கடரங்கய்யா அறக்கட்டளை' என்ற ஒன்றை நிறுவியிருந்தது. மிகவும் மதிக்கப்பட்ட கல்வியாளராகவும் வரலாற்றாசிரியராகவும் திகழ்ந்த அவரது தாத்தாவின் நினைவாக அந்த அறக்கட்டளை நிறுவப்பட்டது. 'ஷரமிக் வித்யாபீடத்திலிருந்து' தான் விலகிய பிறகு, தன் குடும்ப அறக்கட்டளையைக் குழந்தைத் தொழிலாளர் முறையை ஒழிப்பதற்காகச் சாந்தா பயன்படுத்தினார். அந்தப் பணிகள் பின்னாளில் அவருக்கு மக்சேசே மற்றும் பத்மஶ்ரீ விருதுகளைப் பெற்றுத் தந்தன.

1984இல், எங்கள் ஹைதராபாத் வாசத்தின்போது, சிக்கடபள்ளியில் இருந்த ஹெச்.பி.டி. அலுவலகம்தான் எங்கள் வீடாக இருந்தன. பத்துக்குப் பத்து என்கிற கணக்கில் நான்கு சிறிய அறைகளும், ஆறுக்கு நான்கு என்கிற அளவில் சமையல் அறை ஒன்றும் இருந்தன. அவற்றில் ஓர் அறையை சிரிலும் நானும் எடுத்துக்கொண்டோம். சலாஹா எங்கள் வீட்டுக்குப் பக்கத்தில் இருந்தார். இவ்வாறு அலுவலகமாகவும் வீடாகவும் இருந்த அந்த இடத்தில் இரவும் பகலும் ஆட்கள் நடமாட்டம் இருந்துகொண்டே இருந்தது.

இப்ராகிம்பட்டினத்தில் நான் அதிகமான நேரத்தைச் செலவிட்டு வந்ததால், அந்தப் பகுதி எனக்குப் பழக்கமானது. எனவே, ஹைதராபாத்துக்குத் திரும்ப வேண்டும் என்ற ஆவல் அவ்வப்போது எட்டிப் பார்க்கும். ஆகையால், என் வீட்டுக்குத் 'திடுதிப்பென்று' சொல்லாமல்கொள்ளாமல் சென்றுவிடுவேன். பதினைந்து நாட்களுக்கு ஒருமுறை என் வீட்டுக்குச் சென்று ஒன்றிரண்டு நாட்கள் தங்குவேன். மேலும், பண்டிகையோ அல்லது ஊரடங்கோ நடந்தால் நான் ஹைதராபாத்திலேயே தங்கி

விடுவேன். பண்டிகைக் காலங்களின்போது கிராமத்தில் நிறைய பேர் குடித்துவிட்டுக் கூத்தடிப்பார்கள் என்பதால், அந்தச் சமயம் என் அறையைவிட்டு வெளியே செல்ல வேண்டாம் என்று எச்சரிக்கப்பட்டிருந்தேன். நான் இப்ராகிம்பட்டினத்தில் இருக்கும் சமயங்களில் புத்தகம் பற்றியும் அரசியல் பற்றியும் யாருடனாவது பேசுவதற்கு விரும்பினேன். நல்ல ருசியான, பழக்கமான உணவுக்காக ஏங்கினேன். ஹெச்.பி.டி.யில் பணியாற்றிய காலங்களில், மாநிலம் முழுக்க உள்ள மத்திய தர வீடுகளுக்கு அழையாவிருந்தாளியாகச் சென்று, சிறந்த உணவுவகைகளை ருசி பார்த்திருக்கிறேன். ராயலசீமாவில், அதிகாலை வேளையில் பேருந்தையோ, ரயிலையோ பிடிக்கும் அவசரத்தில் இருந்தாலும் கூட, அந்நேரத்தில் நான் தங்கியிருக்கும் வீட்டில் செய்யப்பட்ட தோசையையும், தொட்டுக்கொள்ள நாட்டுக்கோழியையும் சாப்பிடத் தவறியதில்லை. கடலோர ஆந்திரப் பகுதியில் இருந்தால், முட்டையால் செய்யப்படும் பல்வேறு விதமான உணவு வகைகளைச் சாப்பிடுவேன். தெலுங்கானாவில் பெரும்பாலும் ஆட்டுக்கறிதான். நடுத்தரக் குடும்பங்களில் ஊறுகாய் வகைகள் பல இருக்கும். எந்நேரம் சாப்பிட உட்கார்ந்தாலும், சாப்பாட்டுடன் ஏதேனும் ஒரு காய்கறியும் தயிரும் நிச்சயமாக இருக்கும்.

இப்ராகிம்பட்டினத்தின் கிராமங்களிலோ, சோள ரொட்டியும், தொட்டுக்கொள்ள மிளகாய் சட்னியும்தான் பிரதானமான உணவாக இருக்கும். சில நேரம், ஹம்சா வகை அரிசிச் சாப்பாட்டுடன், அந்தப் பருவத்தில் கிடைக்கும் அவரையும் இடம்பிடிக்கும். 'லம்பாடா தண்டா' என்று அழைக்கப்பட்ட நாடோடிப் பழங்குடி காலனி மக்கள், ரொட்டியுடன் கோவா (க்ரீம்) சேர்த்துச் சாப்பிடுவார்கள். சோளம் அல்லது அரிசியில் இருந்துதான் ஏழைகள் தங்களுக்குத் தேவையான சத்துகளைப் பெற்றனர். என்னால் ஓரளவுக்குத்தான் தானியங்களைச் சாப்பிட முடிந்தது. விதவிதமான காய்கறிகள், பழங்கள், மாமிச வகைகள் ஆகியவற்றை உண்பதற்காக மனம் ஏங்கியது. சில சமயம் ஹைதராபாத்திலிருந்து திரும்பும்போது கடலை மிட்டாய்களைக் கொண்டுசெல்வேன். ஆண்டுகள் செல்லச்செல்ல, இப்ராகிம்பட்டினம் டவுனுக்கோ, தாலுகா தலைமையகத்துக்கோ செல்லும்போது எங்களது பெரும்பாலான காலை உணவு, ஒரு கோப்பைத் தேநீர் மட்டும்தான். சில சமயம், ஆறிப்போன பூரியும் பருப்பும் ஹோட்டல்களில் கிடைக்கும். அரிசி, பருப்பு, காய்கறிகள் ஆகியவற்றுடன் கூடிய உணவைப் பரிமாறும் ஒரு சின்ன ஹோட்டல்கூட அங்கு இல்லை. பின்னாளில், சின்னச் சின்ன உணவு விடுதிகள் வந்தாலும்கூட, என்னால் அங்குச் சென்று சாப்பிட முடிந்ததில்லை. காரணம்,

என்னுடன் எப்போதும் யாராவது ஒருவர் உடன் இருந்தனர். அவர்களை விட்டு, நான் மட்டும் தனியாகச் சென்று ஹோட்டலில் சாப்பிட வேண்டுமா என்று நினைத்து என்னை நானே கடிந்துகொள்வேன்.

இப்ராகிம்பட்டினத்தில் நொமுலா என்ற கிராமத்தில் ஒரு கூட்டத்தை முடித்துவிட்டு, நான் ஒரு விதவையுடன் தங்க வைக்கப்பட்டதை இப்போது நினைத்துப் பார்க்கிறேன். அவர் எனக்கு வெறும் ரொட்டியைக் கொடுத்தார். தொட்டுக்கொள்ள சட்னி கூட இல்லை. இதற்காக அவர் விசும்பத் தொடங்கினார். இருந்தும், கொஞ்சம் சோள மாவில் மிளகாய்ப் பொடி, உப்பு ஆகியவற்றைக் கலந்து சூடாக்கிக் குழம்பு போல ஒன்றைச் செய்தார். ஆண்டுகள் செல்லச் செல்ல, பிரதான உணவாக இருந்த சோளம் மெல்ல மெல்ல மறையத் தொடங்கியது. 1983ஆம் ஆண்டு என்.டி.ராமாராவ் அரசு ரேசன் கடைகள் மூலமாக ஒரு கிலோ அரிசியை இரண்டு ரூபாய் மானிய விலையில் வழங்கியது. அதற்குப் பிறகுதான் சோளம் காணாமல் போய் அரிசி உணவு பிரதான இடத்தைப் பிடித்தது.

நாளாக நாளாக, ஒரு லோட்டாவை எடுத்துக்கொண்டு திறந்தவெளியில் மலம் கழிப்பது மற்றும் உடைகளை அணிந்து கொண்டே திறந்தவெளியில் குளிப்பது போன்றவற்றுக்குப் பழகிக் கொண்டேன். நடப்பதும், சைக்கிள் ஓட்டுவதுமாக இருந்ததால் எனக்கு அகோரப் பசியும் இருந்தது. வெறும் அரிசிச் சாப்பாடு, மிளகாய்ச் சட்னி ஆகியவை இருந்தால்கூடப் போதும். அவை கொஞ்சம் சூடாக இருந்தால் அது எனக்குப் பரமானந்தத்தைத் தந்தது. அங்கிருந்த கொஞ்ச காலம்வரை, தெலுங்கானா வட்டார வழக்கில் உள்ள நீக்குப் போக்குகள் பற்றி அறியாதவளாக இருந்தேன். பின்னர் அதுவும் கைவந்தது. உதாரணத்துக்கு, அங்குள்ள மககள் 'டெங்கடம்' என்ற சொல்லை எந்த ஒரு பெயர்ச்சொல் அல்லது வினைச்சொல்லுடனும் முன்னொட்டாகவோ பின்னொட்டாகவோ பயன்படுத்தினார்கள். அந்தச் சொல்லின் பொருள் 'புணர்வது' என்பதாகும். வாங்கிய கடனை 'ஏக டெங்கடம்' என்று உதாசீனப்படுத்துவார்கள். அதேபோல 'டெங்குடு கூத்தலு' என்றால் அடிமுட்டாள்தனத்தைக் குறிக்கும். போலவே 'டெங்கேயி' என்றால் ஓரிடத்தில் இருந்து அகன்றுவிடுதல். 'அவன் ஐந்து மணிக்கெல்லாம் வயலைவிட்டுச் சென்றுவிட்டான்' என்பதை 'அவன் ஐந்து மணிக்கெல்லாம் நிலத்தைவிட்டுப் புணர்ந்துவிட்டான்' என்பார்கள். இவ்வாறு 'டெங்கடம்' என்று சொல்லின் பொருள், அந்தச் சொல்லின் வேறு திரிபுகள் மற்றும் அவற்றின் பொருள் ஆகியவற்றை

அறிந்துகொள்ளும் வரை, நான் என் இஷ்டத்துக்கு அந்தச் சொல்லைப் பயன்படுத்தி வந்தேன். 'மக்களுக்கான ஐ.ஏ.எஸ். அதிகாரி' என்ற புகழப்பட்ட எஸ்.ஆர். சங்கரன் அவர்களுடன் இந்தச் சொல் தொடர்பாக சுவாரஸ்யமான சம்பவம் ஒன்று எனக்கு ஏற்பட்டது. 1985ஆம் ஆண்டு குங்கல் பகுதியில் நடைபெற்ற கூட்டமொன்றில் கலந்துகொள்வதற்காக, ரங்க ரெட்டி மாவட்ட ஆட்சியர் ஜி. சுதிர் என்பவருடன் வந்திருந்தார். அப்போது மாநில அரசின் சமூக நலத்துறைச் செயலாளராக சங்கரன் இருந்தார். அந்தக் கூட்டத்தில் கொத்தடிமைகள் பிரச்சினை தொடர்பாக சுதிர் விசாரித்துக்கொண்டிருந்த போது, 'அப்பு ஏக டெங்கடம்' என்ற பதத்தைத் தங்கள் பேச்சினூடாகச் சொன்னார்கள். அதாவது, 'கடனைப் புணர்தல்'. 1976ஆம் ஆண்டு இயற்றப்பட்ட கொத்தடிமை (ஒழிப்பு) சட்டத்தை நடைமுறைப்படுத்துவதில் பெயர் பெற்றிருந்த சங்கரன், அந்தத் தொழிலாளர்கள் பயன்படுத்திய அதே பதத்தைப் பொருள் அறியாமல் பயன்படுத்த, அங்கு அவருடன் இருந்த உள்ளூர் அதிகாரிகளின் முகத்தில் எள்ளும் கொள்ளும் வெடித்தது.

10

கைகளை நிறைக்காத கூலி

இப்ராகிம்பட்டினத்தில் இருந்தபோது என் நண்பர்களைப் பிரிந்த வேதனையில் நான் இருந்தேன். புரட்சி அரசியல், புத்தகங்கள், கலாசாரம் ஆகியவற்றைப் பற்றி நாங்கள் மேற்கொண்ட நீண்ட விவாதங்களை எல்லாம் நினைத்துப்பார்த்தேன். இவை எதுவுமே இல்லாமல் வெறுமனே அங்குமிங்கும் சுற்றிக் கொண்டிருந்தது கூட அவ்வளவு சுகமாக இருந்தது. நான் மேற்கொண்டிருக்கும் பயணத்தைப் பற்றி அவர்களுக்குச் சொல்ல வேண்டும்போல இருந்தது. ஒவ்வொரு நாளும் நடக்கும் நிகழ்வுகளைப் பற்றிப் பகிர்ந்துகொள்ளத் தோன்றியது. ஒருவாரத்துக்கு அந்த நிகழ்ச்சிகளை எல்லாம் மனதில் தேக்கி வைக்க ரொம்பவும் சிரமமாக இருந்ததால், அவற்றைப் பற்றி 'மெயின்ஸ்ட்ரீம்' எனும் வார இதழில் எழுதத் தொடங்கினேன். நடப்பு நிகழ்ச்சிகளைத் தாங்கி வந்த அந்த இதழ், என்னுடைய படைப்புகளைத் தொடர்ந்து வெளியிட்டு வந்தது. அந்த இதழில் எனக்கு யாரையும் தெரியாது. போலவே, அவர்களுக்கும் நான் யார் என்பதெல்லாம் தெரியாது. இருந்தும், எங்கள் சங்கத்தில் தொடர்ந்து செயலாற்றிவந்த பண்டி ஸ்ரீராமுலு எனும் களச்செயற்பாட்டாளர் பற்றி நான் எழுதிய கட்டுரை ஒன்று 1985ஆம் ஆண்டு அந்த இதழில் வெளியிடப்பட்டது. அதுதான் என் முதல் படைப்பு. அதற்குப் பிறகு அந்த இதழுக்கும் எனக்குமான உறவு சுமுகமாகத் தொடர்ந்தது.

ஒருமுறை நான் என் வீட்டுக்குச் சென்றிருந்த போது, சிரிலும், சலாஹா அமைப்பில் இருந்த அவரது வழக்கறிஞர் நண்பர்களும் ஏற்பாடு செய்திருந்த ஒரு

கருத்தரங்கத்தில் நான் கலந்துகொண்டேன். குறைந்தபட்சக் கூலிச் சட்டம் மற்றும் கொத்தடிமை முறை ஆகியவை குறித்ததாக அந்தக் கருத்தரங்கம் இருந்தது. கொத்தடிமை முறை (ஒழிப்பு) சட்டம் 1976ஆம் ஆண்டு அவசர நிலை இருந்தபோது கொண்டு வரப்பட்டது. ஆந்திரப் பிரதேசத்தில் பிரபலமான ஐ.ஏ.எஸ். அதிகாரியாக இருந்த எஸ்.ஆர்.சங்கரன் என்பவரின் முயற்சியால் விளைந்ததுதான் அந்தச் சட்டம். அப்படி ஒரு சட்டத்துக்கான முன்னுதாரணம் 1948ஆம் ஆண்டில் காணக் கிடைக்கிறது. அந்த ஆண்டில்தான் குறைந்தபட்சக் கூலிச் சட்டம் இந்தியாவில் இயற்றப்பட்டது. எந்த ஒரு வேலைக்கும் குறைந்தபட்ச ஊதியம் என்ற ஒன்றை நடைமுறைப்படுத்த வேண்டும் என்று அந்தச் சட்டம் வலியுறுத்தியது. அப்படிக் குறைந்தபட்ச ஊதியம் என்ன என்பதை நிர்ணயிக்கும் உரிமை மாநிலங்களுக்கே விடப்பட்டது. அந்த ஊதியஅளவு, அவ்வப்போது காலத்துக்கேற்றாற் போலத் திருத்தி அமைக்கப்பட்டுவந்தது. இந்தக் குறைந்தபட்ச ஊதியம் என்பது, வேலையின் தன்மை என்பதோடு மட்டுமல்லாமல், என்ன மாதிரியான இடம், அங்கு என்ன மாதிரியான பொருளாதார நடவடிக்கைகள் மேற்கொள்ளப்படுகின்றன என்ற அடிப்படையிலும் நிர்ணயம் செய்யப்பட்டன. ஆந்திரப் பிரதேசத்தில் குறைந்தபட்ச ஊதியம் என்பது கால்வாய்ப் பாசனம், மானாவாரிப் பகுதி, தரிசு நிலங்கள் ஆகிய மூன்று இடங்களை அடிப்படையாக வைத்து நிர்ணயிக்கப்பட்டன. நகரம் மற்றும் நஞ்சை நிலப் பகுதிகளில் குறைந்தபட்ச ஊதிய அளவு அதிகமாகவும், இப்ராகிம்பட்டினம் போன்ற வறண்ட நிலப் பகுதிகளில் குறைவாகவும் நிர்ணயிக்கப்பட்டது.

இந்த விஷயங்கள் குறித்து சலாஹா அமைப்பு அவ்வப்போது அரசு சாரா தொண்டு நிறுவனம் மற்றும் தலித் அமைப்புகளைச் சேர்ந்த செயற்பாட்டாளர்களுக்காகக் கருத்தரங்கங்களை நடத்தி வந்தது. 1984ஆம் ஆண்டு இறுதியில் நானும் அப்படி ஒரு கருத்தரங்கத்தில் பங்கேற்றிருந்தேன். நான் குறுகிய கால விடுப்பில் ஹைதராபாத்துக்கு வந்திருந்தேன். விரைவில் இப்ராகிம் பட்டினத்துக்குத் திரும்ப நினைத்துக்கொண்டிருந்தேன். ஆனால், அந்தக் கருத்தரங்கத்தில் நடைபெற்ற சில விவாதங்கள் எனக்குள் ஒரு பொறியைத் தட்டின. மக்களை ஒன்றிணைத்து அவர்களைக் குறைந்தபட்ச ஊதியத்துக்காகப் போராடச் செய்வது பற்றி விவாதம் நடைபெற்றுக்கொண்டிருந்தது. எனக்கு உடனே நான் இப்ராகிம்பட்டின மக்களுடன் மேற்கொண்ட உரையாடல்கள் எல்லாம் நினைவுக்கு வந்தன. தங்களுக்குப் போதுமான அளவுக்கு ஊதியம் தரவில்லை என்றும், அதனால் அவர்கள் பெற்ற கடனை அடைக்க முடியவில்லை என்றும் எத்தனை பேர் என்னிடம் சொல்லியிருக்கிறார்கள்? இங்கு நடைபெற்ற விவாதங்களை

எல்லாம் அங்கிருக்கும் மக்களுக்கு நான் கொண்டு செல்ல வேண்டாமா? இப்ராகிம்பட்டினத்தில் ஓர் அடிமட்ட விவசாயக் கூலிக்குக் குறைந்தபட்ச ஊதியம் என்பது ஒரு நாளுக்கு எட்டு ரூபாயாக இருக்க வேண்டும். ஆனால் விவசாயம் இல்லாத காலகட்டங்களில், பெண் விவசாயக் கூலிகளுக்கு அதில் பாதிதான் வழங்கப்பட்டது. இப்ராகிம்பட்டினத்துக்குத் திரும்பியவுடன், அங்குள்ள கிராமங்களில் குறைந்தபட்ச ஊதியம் குறித்து மக்களிடையே பேசத் தொடங்கியிருந்தேன். எப்போதெல்லாம் நேரம் கிடைக்கிறதோ அப்போதெல்லாம் இதுபற்றிப் பேசித் திரிந்தேன்.

குங்கல் பகுதிக்கு நான் குடிபெயர்ந்துவந்தபோது, பால் திவாகர் மூலமாக சங்கரய்யா பற்றி ஏற்கெனவே தெரிந்து வைத்திருந்தேன். ஒரு நாள் சங்கரய்யா தனது சீடெட் கிராமத்துக்கு என்னை அழைத்துச் சென்றார். ஜலால்மியா பள்ளியில் இருந்து சுமார் ஒரு கிலோமீட்டர் தொலைவில் அந்தக் கிராமம் இருந்தது. தனது கிராமத்தில் சி.பி.எம். கட்சியின் அதிகாரத்தை நீண்ட காலமாக எதிர்த்துவந்தார் சங்கரய்யா. அவர்கள் ஒருபோதும் குறைந்தபட்ச ஊதியத்தைப் பற்றிப் பேசியதில்லை. அதுபற்றித் தான் பேசினால், அது அங்கிருக்கும் சி.பி.எம். கட்சிக்குக் கோபத்தை உண்டாக்கும் என்பதால், அந்த விஷயங்கள் பற்றிப் பேச அவரது கிராமத்துக்கு சங்கரய்யா என்னை அழைத்துச் சென்றார். 1984ஆம் ஆண்டில் வெறும் 150 வீடுகளைக் கொண்ட கிராமமாக இருந்தது சீடெட். ஒரு மாலை நேரத்தில், ஜலால்மியா பள்ளியில் இருந்து சீடெட்டுக்குச் சென்று, அங்கிருந்த சுமார் இருபது விவசாயக் கூலிகள் மத்தியில் குறைந்தபட்ச ஊதியம் குறித்துப் பேசினேன். அங்கிருந்தவர்களில் பெரும்பாலானவர் மாதிகா சமூகத்தைச் சேர்ந்தவர்கள். எண்ணெய் எடுக்கும் தெலகா கூலிகள் சிலரும் இருந்தனர். சங்கரய்யா என்னிடம் குறைந்தபட்ச ஊதியம், கொத்தடிமை முறை ஒழிப்பு ஆகியவை தொடர்பான சட்டங்கள் குறித்து அவர்களிடத்தில் பேசுமாறு சொன்னார். அந்தச் சட்டங்கள் என்ன, எதற்காக அவை கொண்டு வரப்பட்டன, அவற்றை எப்படி நடைமுறைப்படுத்த முடியும் என்பது குறித்தெல்லாம் நான் பேசி முடித்தபோது, அந்தக் கூலிகள் மத்தியில் 'குசுகுசு' வென்று பேசிக்கொண்டனர். அவர்கள் மத்தியில் ஆச்சரியம் எழும்பியது தெரிந்தது. சிலர் சத்தமாகப் பேசினார்கள். சிலர் அந்தச் சட்டங்கள் எல்லாம் பைத்தியக் காரத்தனமானவை என்றும், நடைமுறைப்படுத்த சாத்திய மற்றவை என்றும் சொல்ல, இன்னும் சிலரோ, இதைவிட வேறென்ன வேண்டும் என்று ஆச்சரியமடைந்தனர். அரிசி, சோளம், எண்ணெய், போக்குவரத்து, பீடி, துணி என எல்லாப் பொருட்களின் விலையும் ஏறிக்கொண்டே போகிறது. தங்களின்

1980களில் இப்ராகிம்பட்டினத்தில் நடைபெற்ற கூட்டம் ஒன்றில்...

கூலி மட்டும் ஏன் அப்படியே இருக்கிறது? இந்தக் கேள்வியை எழுப்பினால் எந்த முதலாளி விட்டுக்கொடுக்காதவராகவும், பிரச்சினை செய்பவராகவும் இருப்பார் என்று அந்தக் கூலிகள் விவாதித்தார்கள். தொழிலாளர்களுக்கான கட்சி என்று சொல்லிக் கொள்ளும் சி.பி.எம். கட்சி ஏன் இந்தப் பிரச்சினை குறித்துப் பேசவில்லை என்றும் தங்களுக்குள்ளே கேட்டுக்கொண்டார்கள். அடுத்த நாள் காலை அந்தக் கூலிகள் எல்லாம் வேலை நிறுத்தத்தில் ஈடுபடப் போவதாக முடிவெடுத்திருப்பதை அறிந்து ஆச்சரியமடைந்தேன். ஒருவேளை இது சங்கரய்யாவின் கிராமமாக இருந்ததால், அந்த மக்கள் இப்படியொரு துணிச்சலான முடிவை எடுத்திருக்கலாம். அவர்கள் சங்கரய்யாவையும், அவரது தோழர்களையும் அந்த அளவு நம்பினார்கள்.

மூன்று நாட்களுக்குக் கிராமத்தின் மத்தியில் அமர்ந்து கொண்டு, அந்த விவசாயக் கூலிகள் வேலைநிறுத்தத்தில் ஈடுபட்டனர். இப்படிச் செய்வதன் மூலம் அவர்கள் எதைச் சாதிக்கப் போகிறார்கள் என்பது பற்றி எனக்குத் தெரியவில்லை. அவர்களின் வேலை நிறுத்த முறை குறித்தும் எனக்கு எந்தப் புரிதலும் இல்லை. வெறுமனே உட்கார்ந்திருப்பதால் என்ன நடந்துவிடும்? நானும் அவர்களுடன் அமர்ந்துகொண்டேன். அவர்கள் பாட்டுப் பாடினார்கள்; அரட்டையடித்தார்கள். போவோர்வருவோரிடம் அவர்கள் ஏன் வேலைநிறுத்தத்தில் ஈடுபட்டிருக்கிறோம் என்பது பற்றிச் சொன்னார்கள். நானோ சலாஹா கருத்தரங்கில் என்னத்தைக் கற்றுக்கொண்டேன் என்று சலித்துக்கொண்டேன். இத்தனைக்கும் அந்தக் கூலிகள் எல்லாம் குறைந்தபட்ச ஊதியத்தை விடவும் குறைவாகவே தங்களுக்குக் கூலி வழங்க வேண்டும் என்று போராடினர். அந்தப் பகுதிக்குக் குறைந்தபட்ச ஊதியமாக ஒரு நாளுக்கு எட்டு ரூபாய் நிர்ணயிக்கப்பட்டிருந்தது. அந்தச் சமயத்தில், பெண்கள் ஒரு நாளுக்கு இரண்டு ரூபாயும், ஆணகள் மூன்று அல்லது நான்கு ரூபாயும் பெற்று வந்தார்கள். ஜீத்தகல்லு கூலிகளோ நாளுக்கு இரண்டு ரூபாய்தான் பெற்றுவந்தனர். அடுத்த மூன்று நாட்களுக்கு நாங்கள் ஆவேசமான விவாதங்களை மேற்கொண்டோம். நிலக்கிழார்களும், பணக்கார விவசாயிகளும் எங்களிடம் வாதாடினார்கள். உர விலை, பூச்சிக் கொல்லிகள் விலை அதிகரித்துவருவதாலும், விளைவித்த பொருட்களுக்குச் சரியான விலை கிடைக்காத நிலையிலும், தங்களால் எவ்வாறு கூலிகளுக்கு ஊதியத்தை அதிகரிக்க முடியும் என்று கேட்டார்கள். அப்படிக் கூலியைக் கூட்டிக் கொடுத்தால் தங்களால் விவசாயம் செய்ய முடியாது என்றும் கூறினார்கள். ஒன்று, அவர்கள் விவசாயத்தை விட்டுவிட வேண்டும் அல்லது அரசாங்கத்துடன் சண்டையிட்டுத் தங்கள் கோரிக்கைகளை நிறைவேற்றிக்கொள்ள வேண்டும்.

அதைவிட்டுவிட்டு, கூலிகளைச் சுரண்டக் கூடாது என்று நான் அவர்களிடம் சொன்னேன்.

மூன்றாவது நாள், விவசாயிகளும், நிலக்கிழார்களும் பேச்சுவார்த்தைக்கு வந்தார்கள். அரசு நிர்ணயித்த குறைந்தபட்ச ஊதிய அளவுக்கு இல்லையென்றாலும், ஏற்கெனவே வழங்கப் பட்டு வந்த கூலி அளவில் இருந்து, அதிகரிக்கப்பட்டது. அதன் பிறகு பெண் கூலிகளுக்கு மூன்று முதல் ஐந்து ரூபாய் வரையிலும், ஆண்களுக்கு ஆறு முதல் ஏழு ரூபாய் வரையிலும், கொத்தடிமைக் கூலிகளான ஜீத்தகல்லுகளுக்கு மாதத்துக்கு ஆறு முதல் எட்டு ரூபாய் வரையிலும் கூலி உயர்த்தி வழங்கப்பட்டது.

அந்த வேலைநிறுத்தத்தின்போது, விவசாயக் கூலிகளைப் பாதிக்கும் பல்வேறு பிரச்சினைகள் குறித்து நீண்ட விவாதங்கள் நடத்தினோம். அவர்கள் என்ன வகையான பிரச்சினைகளை எதிர்கொள்கிறார்கள் என்பது எனக்குத் தெரிந்திருக்கவில்லை யெனினும், தங்கள் பிரச்சினைகளை என்னுடன் பகிர்ந்து கொள்வதில் அவர்களுக்கு எந்த மனத்தடையும் இருக்கவில்லை. அவர்களைப் போன்ற விவசாயக் கூலிகள் எல்லாம் ஒன்றிணைந்து, ஒற்றுமையாகச் செயல்படுவதற்கு எது தடையாக இருக்கிறது என்று நான் யோசித்தபோது, கொத்தடிமை முறைதான் காரணம் என்பது தெரியவந்தது. இதுபோன்ற வேலை நிறுத்தங்களைக் கலைப்பதற்காகவே கொத்தடிமைக் கூலிகளுக்குக் கட்டளையிடப் படுகிறது என்று விவசாயக் கூலிகள் சொன்னார்கள். ‘அந்தக் கொத்தடிமைக் கூலிகள் எங்களுடன் இணைந்து பணியாற்றினால், எங்களை யாரும் எதுவும் செய்துவிட முடியாது’ என்று அவர்கள் கூறினார்கள். நீண்ட காலத் தொடர் விவசாயப் பணிகளுக்கு, கொத்தடிமைக் கூலிகள்தான் ஈடுபடுத்தப்படுகிறார்கள். அந்தக் கொத்தடிமைகளில் பெரியவர்களுக்கு மூன்று குண்டேடு கூலியும், கால்நடைகளை மேய்க்கும் சிறார்களுக்கு அரை குண்டேடு கூலியும் கிடைக்கும். அரிசிக்குப் பதிலாகப் பணமாக அவர்கள் கூலி கேட்டால், பெரியவர்களுக்கு மாதம் 100 ரூபாய் வழங்கப் பட்டது. அப்போதைய குறைந்தபட்ச ஊதியம் என்பது மாதம் ஒன்றுக்கு 500 ரூபாய் என்பது குறிப்பிடத்தக்கது.

விவசாயக் கூலிகள் அடிக்கடி கடன் பெற்றார்கள். அதற்குப் பல காரணங்கள் இருந்தது. உடல் நலமில்லாத தங்கள் குடும்பத்தினரை ஹைதராபாத்தில் உள்ள மருத்துவமனையில் சேர்த்து வைத்தியம் பார்ப்பதற்கு, திருமணத்துக்கு, விவசாயம் செய்யவோ அல்லது வீடு கட்டவோ சின்ன இடம் வாங்குவதற்கு, அல்லது ஒரு முதலாளியிடமிருந்து இன்னொரு முதலாளியிடம் வேலை செய்யப் போவதற்கு எனப் பல காரணங்கள். இந்தக் கடன்தொகை என்பது 1,000 ரூபாய் முதல் 3,000 ரூபாய் வரை

இருக்கும். சில சமயம் வட்டியுடனோ அல்லது வட்டியில்லாமலோ இந்தக் கடன் தொகை வழங்கப்படும். ஒவ்வோர் ஆண்டும் தெலுங்குப் புத்தாண்டான உகாதி அன்று இந்தக் கடன்கள் வழங்கப்படும். அதுதான் அங்கு அறுவடைக் காலமும்கூட. முதலாளியின் தேவை, கூலியாளின் திறமை, கூலியாளின் தேவை ஆகியவற்றைப் பொறுத்து அந்தக் கடன் வட்டியுடனோ அல்லது வட்டி இல்லாமலோ இருக்கும். ஒரு முதலாளியிடமிருந்து கடன் வாங்கிவிட்டால், கடன் வாங்கிய அந்த நபர், அந்த நிலக்கிழாருக்குத் தொடர்ந்து பணியாற்ற வேண்டும் என்பது புரிந்துகொள்ளப்படும். அவர்கள் பின்னாளில் செய்யும் வேலைக்கு வழங்கப்படும் கூலியானது முன்பே கடனாக வழங்கப் பட்டிருக்கும். ஆகவே, அவர்கள் விவசாயக் கூலிகளின் வேலை நிறுத்தங்களில் பங்கேற்க மாட்டார்கள். மாறாக, அந்தப் போராட்டங்களை முடித்துவைக்க அவர்கள் பணிக்கப் படுவார்கள். அந்தக் கொத்தடிமைக் கூலிகளுக்குக் கொடுக்கப் பட்ட கடன் மாதாமாதம் அவர்களுக்குக் கொடுக்க வேண்டிய கூலியில் கழிக்கப்பட்டுவிடும். அவ்வாறு கடன்தொகை மொத்தமாகக் கழிக்கப்பட்டவுடன், கூடுதலாக அவர்களுக்குக் கூலி கொடுக்க வேண்டியிருந்தால், அது அந்தப் பருவத்தின் இறுதியில் மொத்தமாக வழங்கப்பட்டுவிடும். கூடவே ஒரு ஜோடி செருப்பு, ஒரு கம்பளிப் போர்வை, கொஞ்சம் புகையிலை ஆகியவையும் அவர்களுக்கு வழங்கப்படும். இதனால் அந்த முதலாளிகள் எவ்வளவு பெருந்தன்மையாக இருக்கிறார்கள் என்று நினைத்துவிடக் கூடாது. அதிகாலையில் எழுந்து பாசனத்துக்கான மோட்டார்களை எல்லாம் இயக்க வேண்டும். அப்போது பலர் பாம்புக் கடிபட்டார்கள். அறுவடைக் காலத்தின் போது அவர்கள் வயல்வெளியிலேயே தூங்கவும் வேண்டும். புதிதாகத் திருமணமான ஒரு கொத்தடிமைக் கூலி, தன் மனைவி யுடன் இரவில் தங்கியிருப்பது வெகு அரிது. அப்படியான கூலிகளைத் துன்புறுத்தும் அல்வால் ரெட்டி என்ற நிலக்கிழாரைப் பற்றி நான் அறிந்துகொண்டேன். இப்ராகிம்பட்டினத்தில் இருந்து சுமார் முப்பது கிலோமீட்டர் தொலைவில் உள்ளது போல்பள்ளி கிராமம். அங்குதான் அல்வால் ரெட்டி இருந்தான். தன்னிடம் வேலை செய்யும் கூலியாட்களை இரவில் தன் கிணற்றுக்குப் பக்கத்தில் தூங்கச் செய்வாராம். அல்லது இரவில் ஏதாவது வேலை கொடுத்துவிடுவாராம். பிறகு அவர்களது மனைவிமார்களைத் தன்னுடைய கோட்டைக்கு அழைத்துச் சென்றுவிடுவாராம்.

அந்தக் கொத்தடிமைக் கூலிகள் எல்லாம் வேலைநிறுத்தம் செய்ய முடியாது. தான் பெற்ற கடனை முழுமையாகச் செலுத்தாமல், அந்த முதலாளியிடமிருந்து விலகுவதும் கடினம்.

அப்படி விலகுவதற்கு ஒரே வழி, வேறொரு புதிய முதலாளியிடம் தன்னை ஒப்புக்கொடுத்துவிட்டால், அவர் அந்தக் கூலியாளின் பழைய முதலாளியிடம் பணம் கொடுத்து அவனது கடனை அடைத்துவிடுவார். இப்போது, அந்தக் கூலியாள், தனது புதிய முதலாளியிடம் கொத்தடிமையாக இருக்க வேண்டும். இவ்வாறு, அவர்கள் எப்போதும் கொத்தடிமையாகவே இருந்தார்கள். பல நேரம் இந்தக் கொத்தடிமை முறை, தந்தை, மகன், பேரன் என்று ஒவ்வொரு தலைமுறையாகத் தொடர்ந்துகொண்டே கூட இருக்கும்.

சீடெட் கிராமத்தில், நிலக்கிழார்கள் அந்த விவசாயக் கூலிகளின் வேலைநிறுத்தப் போராட்டப் பிரச்சினையை நீட்டிக்க விரும்பவில்லை. எனவே, எங்களுக்கு உடனடியாக வெற்றி கிடைத்தது. இதனால் எங்களது பார்வையை இன்னும் விரிவு படுத்தினோம். குங்கல் பகுதியைச் சேர்ந்த புக்கய்யா, மாதிகா சமூகத்தைச் சார்ந்தவர். அவரது கோரிக்கையைத்தான் நாங்கள் அடுத்ததாகக் கையில் எடுத்தோம். நிலக்கிழார் ஒருவரது வயலின் எல்லையில் பொருத்தப்பட்டிருந்த மின்வேலியால் அவரது உடலில் மின்சாரம் பாய்ந்து மரணத்தைத் தழுவி இருந்தார். காட்டுப் பன்றிகளிடமிருந்து தனது பயிர்களைக் காப்பாற்று வதற்காக அந்த நிலக்கிழார் தனது தோட்டத்தில் மின்வேலி பொருத்தியிருந்தார். ஆனால் அந்தக் கிராமத்திலிருந்து மாதிகா சமூகத்தினர், புக்கய்யா அந்த மின்வேலியின் மீது தூக்கி வீசப்பட்டுக் கொல்லப்பட்டிருக்கலாம் என்று சந்தேகித்தனர். நாங்கள் அவரது மரணத்தை, குற்றவழக்காகப் பதிவு செய்ய காவல்துறையை வற்புறுத்தி, அவரது மனைவிக்கு இழப்பீடு கிடைக்க உதவினோம். மட்டுமல்ல, சமூக நலத்துறையின் கீழ் இயங்கும் மகளிர் விடுதி ஒன்றில் அவருக்கு ஒரு வேலையையும் வாங்கித் தந்தோம்.

இதற்கு நடுவில், குறைந்தபட்ச ஊதியச் சட்டம் மற்றும் கொத்தடிமை முறை (ஒழிப்பு) சட்டம் ஆகியவை குறித்து கண்கவரும் வகையில் சுவரொட்டிகள், துண்டுப் பிரசுரங்கள் ஆகியவற்றைப் பதிப்பித்தது சலாஹா அமைப்பு. அவற்றை மாநிலம் முழுக்க உள்ள அரசு சாரா தொண்டு நிறுவனங்கள், மக்கள் நல அமைப்புகள் ஆகியவற்றிடம் கொண்டுசேர்க்கப்பட்டன. இப்ராகிம்பட்டினத்தில் நாங்கள் அவற்றை முழுவீச்சில் பயன் படுத்தினோம். அதற்கு எங்களுக்கு பால் திவாகரின் 'வாட்டர் டெவலப்மென்ட் சொசைட்டி' அமைப்பு உதவியது. என்னுடைய எண்ணற்ற கேள்விகளுக்கு அவர்கள் பதில் அளித்தார்கள். என்றாலும் என்னைக் குறித்து அவர்களுக்கு அச்சமும் இருந்தது. அது ஏன் என்று எனக்கு விரைவில் விளங்கியது.

கலகத்தைத் தூண்டும் விதமாக இப்படித் துண்டு அறிக்கைகள், சுவரொட்டிகள் ஆகியவற்றை எல்லாம் யார் பரப்புகிறார்கள் என்று நிலக்கிழார்களும் சி.பி.எம். கட்சியினரும் கொந்தளித்தார்கள். இப்படிச் சுவரொட்டிகள், துண்டுப் பிரசுரங்களை விநியோகிப்பவர்களை அடித்துக்கொல்லுவோம் என்று நிலக்கிழார்கள் துள்ளினார்கள். இப்படியான மிரட்டல்களால், 'வாட்டர் டெவலப்மென்ட் சொசைட்டி'யைச் சார்ந்த பணியாளர்கள் எங்களுக்கு உதவுவதை நிறுத்திக்கொண்டார்கள். ஹைதராபாத்தில் இருந்த அவர்களது அதிகாரிகளால் எச்சரிக்கப்படவும் செய்தார்கள். இப்ராகிம்பட்டினத்தில் உங்களது அலுவலர்கள் கிளர்ச்சியை ஏற்படுத்தும்விதமாகச் செயல்படுகிறார்கள் என்று நிலக்கிழார்களும், அரசியல்வாதிகளும் ஹைதராபாத்திலிருந்த 'வாட்டர் டெவலப்மென்ட் சொசைட்டி'யின் மேலிடத்துக்குப் புகார் அனுப்பினார்கள். இப்படியான சூழ்நிலையில், சங்கரய்யாவும் புக்கய்யாவும் என்னுடன் இருந்துவிட, ஞானேஸ்வரியும் சத்யவதியும் எங்களிடமிருந்து விலகிச் சென்றார்கள். 'வாட்டர் டெவலப்மென்ட் சொசைட்டி' ஒரு தொண்டு நிறுவனமாகவும், வெளிநாட்டிலிருந்து நிதியுதவி பெறும் அமைப்பாகவும் இருந்த காரணத்தால், சி.பி.எம். கட்சியினர் எங்களது அமைப்பை அபாயகரமானது என்று, இந்தியாவில் உள்ள விவசாயிகளுக்கும் விவசாயக் கூலிகளுக்கும் இடையே உள்ள சுமுகமான உறவைக் குலைக்க வெளிநாட்டினரால் அனுப்பி வைக்கப்பட்ட ஓர் அமைப்பு என்றும் தவறான பிரச்சாரத்தை முன்னெடுத்தார்கள். இதனால் அந்த அமைப்பு இப்ராகிம்பட்டினத்தில் இருந்த தனது அலுவலகத்தை உடனடியாக மூடியது. அதனிடமிருந்த பத்து ஏக்கர் நிலத்தை மஞ்சிரெட்டி கிஷன் ரெட்டி என்ற நிலக்கிழார் வாங்கினார். அவர்தான் எங்களது எதிரியாகவும் உருவெடுத்தார். அந்த நிலத்தில் குடியிருப்பு ஒன்றை உருவாக்கி, அதற்கு அவரது தந்தையார் நினைவாக பூபால் ரெட்டி நகர் என்று பெயரும் வைத்தார்.

சீடெட் கிராமத்தில் அடைந்த சின்ன வெற்றியால், சங்கரய்யாவையும், புக்கய்யாவையும், என்னையும் சந்திக்கப் பல்வேறு கிராமங்களில் இருந்து மக்கள் வந்தார்கள். எங்களை அவர்கள் கிராமங்களுக்கு வர அழைப்புவிடுத்தார்கள். நான் குங்கலில் இருந்ததால், ஒவ்வொரு நாளும் மாதிகா வாடா கிராமத்தில் ஏதாவது ஒரு கூட்டம் நடந்துகொண்டே இருக்கும். எங்களுக்கு அழைப்பு வரும் கிராமங்களுக்கு நாங்கள் மூன்று பேரும் சென்றோம். அங்கெல்லாம் குறைந்தபட்ச ஊதியச் சட்டம் மற்றும் கொத்தடிமை முறை (ஒழிப்பு) சட்டம் ஆகியவற்றைப் பற்றிப் பேசினோம். விவசாயக் கூலிகளின் வாழ்க்கை மேம்பட,

அவர்கள் அனைவரும் ஒன்றிணைய வேண்டும் என்று வலியுறுத்தினோம்.

எங்கள் முன்பு இருந்த அடுத்த பணி, கொத்தடிமைக் கூலிகளான ஜீத்தகல்லுக்களை விவசாயக் கூலிகளுக்கு ஆதரவாக நிற்க வைப்பதுதான். இப்ராகிம்பட்டினத்தில் பின்பற்றப்பட்டு வந்த கொத்தடிமை முறை, கொத்தடிமை முறை (ஒழிப்பு) சட்டத்தின் விதிகளை மீறுவதாக இருந்தது. அந்தச் சட்டத்தின் கீழ், அந்தப் பகுதியின் தாசில்தார், கொத்தடிமைகள் அனைவரையும் விடுவிப்பதுடன், அவர்களது கடன்களையும் ஒழிக்க வேண்டும். அந்தச் சட்டம் இயற்றப்பட்ட ஆண்டுக்குப் (1976) பிறகு, கொத்தடிமை முறை பின்பற்றப்படுவது சட்டப்புறம் பானது. அவ்வாறு கொத்தடிமை முறையைப் பின்பற்றும் நிலக்கிழார்கள் மீது குற்ற நடைமுறைகளை மேற்கொள்வதற்குத் தாசில்தார் மற்றும் காவல்துறையினருக்கு அதிகாரம் வழங்கப் பட்டிருந்தது.

அந்தக் கிராமத்தில் இருந்த அனைத்துக் கொத்தடிமைக் கூலிகளையும் நாங்கள் பட்டியலிட்டோம். அது அவ்வளவு சுலபமான காரியமாக இருந்துவிடவில்லை. தங்கள் பெயர் அந்தப் பட்டியலில் இடம்பெறுவது தெரிந்தால், உடனே ஓட்டம் பிடித்துவிடுவார்கள், அந்தக் கொத்தடிமைக் கூலிகள். காரணம், தங்கள் முதலாளிகளின் கோபத்தைச் சம்பாதிக்க அந்தப் பட்டியலில் அவர்கள் பெயர் இருந்தால் கூடப் போதும் என்று அவர்கள் பயந்ததுதான். இப்ராகிம்பட்டினம் தாசில்தாரிடம் இந்தப் பிரச்சினை தொடர்பாக மனு செய்ய முயற்சிகள் மேற்கொண்டோம். குங்கல், நல்லவெள்ளி, மொண்டிகுரேல்லி, கட்டமல்லைகுடெம் ஆகிய பகுதிகளில் நாங்கள் பெற்ற முதல் சில மனுக்களில் கையெழுத்தே இல்லை. எல்லாமே கைநாட்டு மட்டும்தான். தொடக்கத்தில், தங்களுக்கு ஒரு மாதக் கூலியாக 135 ரூபாய் வழங்க வேண்டுமென்று வேலைநிறுத்தத்தில் ஈடுபட்டார்கள். அதை வழங்க நிலக்கிழார்கள் மறுத்தபோது, 1984 டிசம்பர் முதல் வாரத்தில், கொத்தடிமை முறை (ஒழிப்பு) சட்டத்தின் கீழ், தாசில்தாரிடம் ஏராளமான மனுக்களைத் தாக்கல் செய்தோம். கொத்தடிமைக் கூலிகளைத் தாங்களாகவே அந்த மனுக்களைத் தாக்கல் செய்ய வைத்தோம். அவர்களைத் தாசில்தார் அலுவலகத்துக்குக் கூட்டிச் செல்வது மட்டுமே சங்கரய்யா, புக்கய்யா மற்றும் எனது வேலையாக இருந்தது.

கட்டமல்லைகுடெம் எனும் கிராமத்தில் செம்மறியாடு களை வளர்க்கும் கூர்மா சமூகத்தினர்தான் அதிகமாக வசித்து வந்தனர். குங்கலில் இருந்து ஒரு கிலோமீட்டருக்கும் குறைவான தூரத்தில் அந்தக் கிராமம் இருந்தது. எங்கள் நடவடிக்கைகளுக்கான

முக்கிய இடமாக அது விளங்கியது. தினந்தோறும் பணி தொடர்பாக இதர கிராமங்களுக்குச் செல்ல வேண்டுமென்றால், அந்த கிராமத்தின் வழியாகத்தான் செல்ல வேண்டும். தொடக்கத்தில் குங்கலில் நாங்கள் ஏற்பாடு செய்திருந்த கூட்டங்களுக்கு இந்தக் கிராமத்தினர் சிலர் வந்து கலந்து கொண்டிருக்கிறார்கள். தவிர, குங்கல் நிலக்கிழார்கள் சிலர் கட்டமல்லைகுடெத்தில் நிலங்களை வைத்திருந்ததால் அந்தப் பகுதியைச் சேர்ந்த கொத்தடிமைகள் குறித்த தகவல்கள் குங்கல் கொத்தடிமைகளுக்குத் தெரியும். கட்டமல்லைகுடெத்தைச் சேர்ந்த அனைத்துக் கொத்தடிமைக் கூலிகளும் கூர்மா சமூகத்தைச் சேர்ந்தவர்களாக இருந்தனர். கூர்மா மற்றும் இப்ராகிம்பட்டினத்தைச் சேர்ந்த பிற்படுத்தப்பட்ட சாதியினரை, எங்களுடன் இணைத்த விதத்தில் அந்தக் கிராமம் மிக முக்கிய மானதாக எங்களுக்கு இருந்தது. மாதிகாக்களைப் போல் அல்லாது, கூர்மாக்கள் மிகவும் பயந்த சுபாவம் கொண்டவர்களாக இருந்தார்கள். எனவே, தொடக்கத்தில் எங்களுடன் இணைய முன்வருவதற்கு அவர்களுக்குத் தயக்கம் இருந்தது. தங்கள் உறவினர்களிடமிருந்து வரும் சொற்கள்தான் அவர்களுக்கு எல்லாம். அவர்களைத் தாண்டி வேறு சமூகத்து மக்களுடன் அவர்கள் இணைந்து பணியாற்ற அவர்களுக்கு ஆர்வமில்லாமல் இருந்தது. கட்டமல்லைகுடெம் கொத்தடிமைக் கூலிகள் எங்களுடன் இணைந்துவிட்டார்கள் என்ற செய்தி, அருகிலிருந்த கிராமங்களில் பரவி, அவர்களின் சொந்தக்காரர்களை எல்லாம் அடைந்தது. அந்தக் கிராமத்துக்கு அருகிலிருந்த இதர மூன்று கிராமங்களில் பெரும்பாலான கொத்தடிமைக் கூலிகள் மாதிகா சமூகத்தினராக இருந்தாலும், தெலகா, மங்கலி, சக்கிலி மற்றும் மாலா சமூகத்தைச் சேர்ந்தவர்களும் குறைந்த எண்ணிக்கையில் இருந்தனர்.

அந்தக் கூலிகள் எல்லாம் பின்னர், ரங்க ரெட்டி மாவட்ட ஆட்சியரை, ஹைதராபாத்திலிருந்த அவரது அலுவலகத்தில் சந்தித்தனர். இந்தச் செய்தி, உடனே இப்ராகிம்பட்டினத்தின் தாசில்தாரை முடுக்கியது. அந்தக் கிராமங்களில் இருந்த பஞ்சாயத்து அலுவலகங்களில் விசாரணைகள் மேற்கொள்ளப் பட்டன. இந்தப் பிரச்சினை சம்மந்தமாக தன்னிடம் வராமல், தன்னை மீறி நேரடியாக உயர் அதிகாரியைச் சந்தித்துவிட்டனரே என்ற கோபம் அவருக்கு. அடுத்த பதினைந்து நாட்களுக்குள் கிராமப் பஞ்சாயத்து அலுவலகங்களில், தாசில்தார் முன்னிலையில் திறந்தவெளி விசாரணை நடைபெற்றது. இதில் பல கூலிகள் தாங்கள் முன் வைத்த கோரிக்கைகளை வாபஸ் பெற்றுக் கொண்டார்கள். பஞ்சாயத்துத் தலைவர், தலையாரி, பெரிய நிலக்கிழார்கள் எனப் பலர் அந்தக் கூலிகளை உருட்டி மிரட்டினர்.

இன்னும் சிலர் தாசில்தாரின் முன்பு வருவதற்கே கூட அஞ்சினார்கள். எனினும் தங்கள் கோரிக்கைகளில் அழுத்தமாக இருந்தனர், சில கூலிகள். ஒரு கிராமத்துக்கு பத்து அல்லது பதினைந்து பேர் அப்படித் துணிச்சலாக இருந்தார்கள். அவர்கள் சாட்சியம் அளித்து, கொத்தடிமை முறையிலிருந்து விடுதலை யானார்கள். அவர்கள் விடுதலை செய்யப்பட்டதற்கான உத்தரவு கொத்தடிமை முறை (ஒழிப்பு) சட்டத்தின் கீழ் 1985 ஜனவரி 10ஆம் தேதி வெளியிடப்பட்டது.

மக்களிடையே தன்னம்பிக்கையை வளர்ப்பதில் இந்த நிகழ்வு மிக முக்கியமானதாக இருந்தது. முன்பு, கூலிகளை அரசு அலுவலகங்களுக்குக் கூட்டிச் செல்வது பெரும்பாடாக இருந்தது. தாசில்தார் தங்கள் கிராமங்களுக்கு வருகிறார் என்ற செய்தியை அறிந்தவுடன் எப்படித் தங்கள் தாய், தந்தையர்கள் அலறி அடித்துக்கொண்டு ஓடி மறைந்தார்கள் என்று அந்தக் கூலிகளில் பலர் தங்கள் நினைவுகளைப் பகிர்ந்துகொண்டார்கள். இந்த நிகழ்வு நடப்பதற்கு நாற்பது ஆண்டுகள் முன்பு வரை, தாசில்தாரின் முக்கியப் பணி என்பது வரி வசூலிப்பது மட்டும் தான். தவிர கோழி, ஆடு, பெண்கள் ஆகியவற்றையும்கூட அவர் எடுத்துச் செல்வார். காலம் செல்லச் செல்ல, அரசாங்கம் பல்வேறு நலத்திட்டங்களை அறிமுகப்படுத்தியது. எனவே, அரசு அலுவலகங்களுக்குச் செல்ல வேண்டிய தேவை மக்களுக்கு ஏற்பட்டது. ரேசன் அட்டை, சாதிச் சான்றிதழ், வருவாய்ச் சான்றிதழ் உள்ளிட்ட பல விஷயங்கள் மிக முக்கியமானவையாக மாறின. ஆனால், ஏழைகளுக்கோ இந்த அலுவலகங்களை அணுகுவது பெரும்பாடாக இருந்தது. ஆகவே, உள்ளூரில் எல்லாம் தெரிந்த ஓர் ஆளைப் பிடித்துக்கொண்டு, அவருக்குப் பணம் கொடுத்து, அவர் துணையுடன் அரசு அலுவலகங்களுக்குச் செல்வார்கள். பெரும்பாலும் அந்த எல்லாம் தெரிந்த ஆள் என்பவர் நிலக்கிழாரின் இளைய மகன்களில் ஒருவராக இருப்பார். காலம் செல்லச் செல்ல, இதர சமூகத்தைச் சார்ந்த படித்தவர்கள் கிராம மக்களுக்கு உதவி புரிந்தனர். நான் குங்கலில் இருந்தபோது தலித் மக்கள் பலர், மாதிகா சமூகத்தின் ஒரு பிரிவான பைண்ட்லா சமூகத்துப் படித்த இளைஞர்களைத் தங்கள் ஊரின் அரசு அலுவலகங்கள் சார்ந்த வேலைகளுக்குப் பயன்படுத்திக் கொண்டார்கள்.

இப்ராகிம்பட்டினத்துக்கு வந்த புதிதில், பண்டி ஸ்ரீராமுலு என்ற துணிச்சல் மிக்க மாலா சமூகத் தலைவர் ஒருவரைப் பற்றி நான் கேள்விப்பட்டேன். யசாரம் பகுதியிலிருந்து மேற்காக மூன்று கிலோமீட்டர் தொலைவில் நந்திவனப்பார்த்தி என்ற பெரிய ஊரைச் சார்ந்தவர் அவர். அவர் ஒரு முன்னாள் ராணுவப்

படை வீரர். தலித் மக்களுடன், அவர்களுக்குத் துணையாகக் காவல் நிலையங்களுக்கும் அரசு அலுவலகங்களுக்கும் அவர் போய் வந்துகொண்டிருந்தார். ஒரு ‘எல்லாம் தெரிந்த ஆள்’ தான் அவர். ஆனால் எந்த ஓர் அதிகாரியையும், வழக்குகளையும் கண்டு அஞ்சாதவர். ஆர்வம் கூடக் கூட அவரைச் சந்தித்தேன். நந்திவனப்பார்த்தியில், அவரது தந்தை ராமய்யாவும் ஒரு கொத்தடிமைக் கூலிதான். ஆதரவில்லாத, படிப்பறிவில்லாத அவருக்கு நிஜாம் படையில் பணியாற்ற வாய்ப்பு வந்தது. இந்திய ராணுவம், நிஜாமைக் கைப்பற்றியவுடன் ராமய்யா மாடு மேய்க்கத் தன் ஊருக்கு 1948ஆம் ஆண்டு திரும்பினார். அந்தக் கிராமத்தின் மேற்குப் பகுதியில், ஓங்கரேஸ்வரசுவாமி கோயில் இருந்தது. அங்குக் கருவறையில் உள்ள சிவலிங்கத்துக்கு நேர் எதிராக ஒற்றைக்கல்லால் செய்யப்பட்ட நந்தி சிலை இருக்கிறது. அந்த நந்தியிலிருந்துதான் அந்த ஊருக்குப் பெயர் கிடைத்தது.

ஒரு நாள், அந்தக் கோயிலின் முன்பு ஒரு விஷயம் நடந்தது. எப்போதும் போல தலித்துகள் தரையில் உட்கார்ந்திருக்க, ரெட்டிக்களும் பிராமணர்களும் கோயில் படிக்கட்டுகளில் அமர்ந்திருந்தார்கள். அப்போது பண்டி ராமய்யாவும் படிக்கட்டில் உட்கார்ந்தார். உடனே ஒரு படேல் போலீஸ்காரர், “ஏய். . . உனக்குக் கண் இல்லையா? இங்கே படேல்கள் எல்லாம் இருக்கிறோம்” என்று கத்தினார். அதற்கு ராமய்யா, “நான் தீண்டத்தகாதவனாக இருந்தால், இப்போதே உங்கள் கண் முன்னால் என்னை இந்தக் கடவுள் மறைந்துபோகச் செய்யட்டும்” என்றார். சொல்லிவிட்டு, அந்தப் படிக்கட்டில் இருந்து எழுந்துகொள்ள மறுத்துவிட்டார். தொடர்ந்து, ஆதிக்கச் சாதியினர் இந்தச் சம்பவத்தைப் பற்றி போலீஸாருக்குச் சொன்னார்கள். ராமய்யா முன்னாள் ராணுவ வீரர் என்பதால், அங்கேயே, அப்போதே அவர் மீது தாக்குதல் நடத்த போலீஸாருக்குத் தைரியம் இருக்கவில்லை. அப்படி அடிப்பதற்குரிய விஷயமாகவும் அது இருக்கவில்லை என்று உதவி ஆய்வாளர் கருதினார். இந்நிகழ்வு அந்தக் கிராமத்தின் வழக்காற்றில் இடம்பெற்றுவிட்டது. ராமய்யாவின் மகன் ஸ்ரீராமுலு அந்தக் கிராமத்திலேயே கல்வி கற்றார். ஒரு நாள், வயலில் வேலை செய்துகொண்டிருந்த தந்தைக்கு ஸ்ரீராமுலு மதியச் சாப்பாடு கொண்டு சென்றார். அப்போது, போகும் வழியில் ஆதிக்கச் சாதியினரின் கிணற்றிலிருந்து நீர் எடுத்துவிட்டார். அந்தத் துடுக்குத்தனமான விஷயத்துக்காக ஆதிக்கச் சாதியினரால் அவர் தாக்கப்பட அழுதுகொண்டே தன் தந்தையிடம் சென்றார். அதைப் பார்த்தவுடன், ராமய்யா ஓடிச் சென்று அந்தக் கிணற்றுக்குள் குதித்தார். “நான் தீண்டத்தகாதவன் என்றால், இந்தக் கிணற்றிலுள்ள நீரெல்லாம் வற்றிப் போகட்டும்” என்று ஆவேசமாகக்

கூச்சலிட்டார். இதுவும் கிராமத்தின் வழக்காற்றில் இடம்பெற்று விட்டது.

1971ஆம் ஆண்டு நடைபெற்ற ஒரு சம்பவம் ஸ்ரீராமுலுவின் வருங்காலத்தை வடிவமைத்தது. சாதிஇந்து ஒருவரால் நடத்தப் பட்டு வந்த ஹோட்டல் ஒன்றில், பதினான்கு தனித் தேநீர்க் கோப்பைகள் வைக்கப்பட்டிருந்தன. அதில் மஞ்சள் நிறத்தில் குறியிடப்பட்ட ஏழு டம்ளர்கள் மாலா சமூகத்தினருக்காகவும், சிவப்பு நிறத்தில் குறியிடப்பட்ட ஏழு டம்ளர்கள் மாதிகா சமூகத்தினருக்காகவும் எனப் பிரித்து வைக்கப்பட்டிருந்தன. ஆறு ஆண்டுகளாக, மாலாக்களுக்கு வழங்கப்பட்ட டம்ளர்களில் டீ வாங்கிவிட்டு, ஒவ்வொரு முறையும் அதைக் கீழே ஊற்றிவிட்டு, அந்த டீக்கான காசைத் தந்துவிட்டுச் செல்வார். ஒரு நாள் அவரது எண்ணம் மாறியது. டம்ளரில் வாங்கிய டீயைக் குடித்துவிட்டு, அந்தப் பதினான்கு டம்ளர்களையும் கீழே போட்டு உடைத்து விட்டார். பிறகு, அவர் இன்னொரு கப் டீ கேட்டார். அதற்குக் கடைக்காரர், டம்ளர் இல்லை என்று சொல்ல, அப்போது ரெட்டி ஒருவருக்கு வழங்கப்பட்ட டீயைப் பறித்து அவர் குடித்துவிட்டார். தொடர்ந்து, சாதி இந்துக்கள் சிலர் ஒன்று சேர்ந்து அவரை அடித்துவிட்டார்கள். ஸ்ரீராமுலுவும் விடவில்லை. அடுப்பில் எரிந்துகொண்டிருந்த விறகுக்கட்டை ஒன்றை எடுத்து, அந்த ஹோட்டலில் இருந்த எல்லா கிளாஸையும் அடித்து நொறுக்கினார். இப்போது மேலும் சில சாதி இந்துக்கள் சேர்ந்து சைக்கிள் செயின், தடி ஆகியவற்றைக் கொண்டு அவரைத் தாக்கினர். அந்தத் தாக்குதலில் மயக்கமடைந்த ஸ்ரீராமுலுவை ஓர் ஆளற்ற வீட்டின் முன்பு வீசிவிட்டுச் சென்றுவிட்டனர். இதைக் கேட்டவுடன், ராமய்யா தனது மகனைப் பார்க்கச் செல்லவில்லை. மாறாக, அந்த ஹோட்டலுக்குச் சென்று அதற்குத் தீ வைத்துவிட்டார். அப்போது ஒரு ரெட்டி அவரைத் தாக்கப் பார்க்க, அவரை வீடு வரைக்கும் துரத்திச் சென்று நையப்புடைத்து விட்டார் ராமய்யா. அதற்குப் பிறகுதான் அவர் தன் மகனையே பார்க்கச் சென்றார்.

மூன்று ஆண்டுகளுக்குப் பிறகு, ஸ்ரீராமுலு இந்திய ராணுவத்தில் சேர்ந்தார். தனது பத்து ஆண்டுச் சேவையில், பெங்களூரு, நாகலாந்து, சண்டிகர் ஆகிய இடங்களில் அவர் புல்டோசர் ஓட்டுநராகப் பணியாற்றினார். சேவை முடிந்து கிராமத்துக்குத் திரும்பியவுடன் சி.பி.எம். கட்சியில் இணைந்தார். ஆனால், கூர்மா பெண் ஒருத்திக்கும், முஸ்லிம் பையன் ஒருவனுக்குமான காதலைப் பிரிக்க அந்தக் கட்சி முயற்சித்த போது, அதிலிருந்து அவர் விலகிவிட்டார். அதன் பிறகு 1985ஆம் ஆண்டு, ஸ்ரீராமுலு எங்களுடன் இணைந்துவிட்டார்.

நேரடியாக அலுவலகத்துக்கு உள்ளே வருவதற்கும், ஆள் இல்லாத இருக்கைகளை இழுத்துப்போட்டு அமர்வதற்கும், தங்களுக்கு என்ன தேவையோ அதைப் பயப்படாமல் வாய்விட்டுக் கேட்பதற்கும்கூட எங்கள் சங்கத்தில் பயிற்சியளிக்கப்பட்டது. கைகட்டிக்கொள்வது, தலையைச் சொறிந்துகொண்டு, தங்களைத் தாழ்வாக நினைத்துக்கொண்டு, கதவுக்குப் பின்னால் ஒளிந்து கொள்வது போன்றவற்றுக்கெல்லாம் எங்கள் சங்கத்தில் இடமில்லை. கடுமையாக நடந்துகொள்ளும் சில தனிநபர்களிடம் எப்படி உறவாட வேண்டும் என்று எங்கள் சங்க உறுப்பினர் களுக்குக் கற்றுக்கொடுத்தோம். எங்கள் மக்கள் தாசில்தார் அலுவலகத்துக்குச் சென்று, அடங்கல் நகலையோ அல்லது சாதிச் சான்றிதழையோ கேட்கும்போது, அங்குள்ள அலுவலர்கள், "நான் எதற்கு அதை உங்களுக்குத் தர வேண்டும்?" என்று கேட்பது வழக்கம். அவர்களுக்கு எப்படிப் பதில் சொல்ல வேண்டும் என்று கற்றுக்கொடுத்தோம். "அதை ஏன் நீங்கள் எனக்குக் கொடுக்காமல் இருக்கப் போகிறீர்கள்? அப்படிக் கொடுக்கக் கூடாது என்று விதி ஏதாவது இருந்தால் அதைக் காட்டுங்கள். நான் வந்தவழியே சென்றுவிடுகிறேன். இல்லையேல் நாள் முழுக்க இங்கேயே நான் உட்கார்ந்திருக்கிறேன்". அதற்கு அலுவலர்கள் "வெளியே போ" என்று சொன்னால், "இது ஒன்றும் உங்கள் வீடு அல்ல. இது அரசு அலுவலகம். இது என் காசில் இயங்குகிறது. நீங்கள் அரசு ஊழியர். இந்த அலுவலகத்துக்கு நானும் ஒருவிதத்தில் முதலாளிதான். நீங்கள் அல்ல" என்று பதிலடி கொடுக்கச் சொன்னோம்.

காலப்போக்கில் நான் ஒரு விஷயத்தைக் கவனித்தேன். கிராமத்தில் இருந்த இளைஞர்கள் பலர் பஞ்சகச்சம் கட்டுவதை விடுத்து, அவர்கள் தலைவர்களாக வந்தபோது பேன்ட் போட ஆரம்பித்திருந்தார்கள். பஞ்சகச்சம் கட்டியிருந்தபோது தங்களுக்குத் தராத மரியாதையை, பேன்ட் அணிந்தபோது அரசு அலுவலர்கள் அளித்ததாகத் தெரிவித்தார்கள். அப்போது என் பதின்ம வயதில் நான் சட்டையும் பேன்ட்டும் போட விரும்பியதை நினைத்துப் பார்த்தேன். 1960களில், என் குடும்பம் அதற்கு ஒப்ப வில்லை. உடனே நான் தையல் கலை பற்றிய ஒரு புத்தகம் வாங்கிப் படித்து, எனக்கென்று ஒரு பேன்ட் தைத்துக்கொண்டேன். அது எனக்குச் சரியாகப் பொருந்தவில்லை என்றாலும், பெரும்பாலான நேரங்களில் அதையே அணிந்தேன்.

1985 ஜனவரி மாதம் வெளிவந்த முதல் தொகுப்பு மனுக்கள் மற்றும் அரசு அறிவிப்புகள் ஆகியவற்றைப் பார்த்து நிலக்கிழார்கள் எல்லாம் மிரண்டுபோனார்கள். அவர்களது நிலங்களில் பணியாற்றி விவசாயக் கூலிகளிடமும் கொத்தடிமைகளிடமும் வேலைக்குப் போக வேண்டாம் என்றும், நிலக்கிழாரிடம் வாங்கிய கடன்களைத் திருப்பிச் செலுத்த வேண்டாம் என்றும் தெரிவிக்கப்பட்டது.

அதற்குப் பதிலாக, அவர்கள் செய்யும் பணிக்குக் கூலி தரும் யாரிடம் வேண்டுமானாலும் பணியாற்றலாம் என்ற சுதந்திரமும் வழங்கப்பட்டது. மேலும் தாசில்தாரால் அவர்களுக்கு முதற்கட்ட நிவாரணமாக ரூ.250 வழங்கப்பட்டது. இதோடு இரண்டு மாதங்களில் அவர்களுக்கு ரூ.4,000 மதிப்பிலான மறுவாழ்வுக்கான நடவடிக்கைகளும் மேற்கொள்ளப்பட்டன. இந்த மறுவாழ்வு நடவடிக்கையின் மதிப்பு குறித்து எங்களுக்கு முதலில் எதுவும் புரியவில்லை. எனவே, கொத்தடிமையிலிருந்து விடுவிக்கப் பட்டவர்களுக்கு வழங்குவதற்காக எருமைகள் வாங்க அதிகாரிகள் முடிவு செய்ததை நாங்கள் ஏற்றுக்கொண்டோம். ஆனால் விரைவிலேயே அது வேறு சில பிரச்சினைகளைக் கொண்டு வந்தது. விடுவிக்கப்பட்ட கொத்தடிமைகள் தூரத்தில் உள்ள பண்ணை ஒன்றுக்குக் கூட்டிச் செல்லப்பட்டு, அங்கிருக்கும் கால்நடைகளை வாங்க கட்டாயப்படுத்தப்பட்டார்கள். விடுவிக்கப்பட்ட கூலிகளில் பலருக்குப் பண்ணைவேலை, கால்நடைகளைப் பராமரித்தல், அவற்றிலிருந்து பால் கறத்தல் மற்றும் பால் விற்பனை செய்தல் போன்ற பணிகளில் எந்த அனுபவமும் இல்லை. ஆகவே, குறுகிய காலத்திலேயே அந்த எருமைகள் எல்லாம் ஒன்று, விற்கப்பட்டன அல்லது இறந்து போயின.

இந்த ஆரம்பக்கட்ட வெற்றியை விடுவிக்கப்பட்ட கொத்தடிமைக் கூலிகள் கொண்டாடிவிடவில்லை. ஒருவேளை அவர்கள், தங்களுக்குச் சாதகமாகப் பல விஷயங்கள் நடப்பதை நம்பாமல் போயிருக்கலாம். விடுவிக்கப்பட்ட சில கொத்தடிமைக் கூலிகளை, அவர்களின் பழைய முதலாளிகள் அடித்து, அவர்கள் வாங்கிய கடனைத் திருப்பிச்செலுத்தும்படி மிரட்டிய சம்பவங் களும் நடந்தன. இதுபோன்ற வன்முறையைத் தொடங்கியது நல்லவெள்ளி பகுதியைச் சேர்ந்த ரப்பானி மற்றும் மொண்டிகுரேல்லி பகுதியைச் சேர்ந்த குர்ராம் ஜங்கா ரெட்டி ஆகிய பெரிய நிலக்கிழார்கள்தான். இதை நாங்கள் காவல்துறை யிடம் எடுத்துச்சென்றோம். போலீஸ் அழைத்தவுடன் அந்த நிலக்கிழார்கள் காவல் நிலையத்துக்கு வந்ததைப் பார்த்து கிராமமே ஆச்சரியத்தில் மூழ்கியது. அந்த இரண்டு நிலக்கிழார்களும் தொடர்ந்து மூன்று நாட்கள் காவல்நிலையத்துக்கு வந்து ‘இனிமேல் இதுபோன்ற விஷயங்களில் ஈடுபட மாட்டோம்’ என்று சத்தியம் செய்தார்கள். இந்த நிகழ்வுக்கு முன்பு காவல் நிலையங்கள் எல்லாம் மிகவும் கொடுமையானவையாக இருந்தன. 1984இல், ரெட்டி இல்லாத எந்த ஒரு சாமானியரும் இப்ராகிம்பட்டினம் மற்றும் யச்சாரம் பகுதிகளில் இருந்த காவல் நிலையத்துக்குச் சென்றுவிட முடியாது. இப்ராகிம்பட்டினத்தின் சேர்லாபடேல்குடெம் பகுதி காவல்நிலையத்தை பாண்டுரங்க ரெட்டி என்பவரும், யச்சாரத்தில் உள்ள காவல்நிலையத்தை

மதுக்கர் ரெட்டி என்பவரும் தங்கள் கைப்பிடிகளுக்குள் வைத்திருந்தனர். சேர்லாபடேல்குடெம் பகுதியின் முன்னாள் பஞ்சாயத்துத் தலைவர் யாத்கிரி ரெட்டியின் தம்பிதான் பாண்டுரங்க ரெட்டி. தனது தோள்களில் துப்பாக்கி தொங்க கிராமங்களை வலம் வந்தவர். அவர்தான் அந்தப் பகுதியின் எல்லா ரெட்டி மக்களுக்கும், ரெட்டி அல்லாத மக்களுக்கும் 'பர்விகார்' (பிறருக்குத் துணையாக இருப்பவர்) ஆக இருந்தார். காவல் நிலையத்துக்குள் பாண்டுரங்க ரெட்டி (அல்லது மதுக்கர் ரெட்டி) உட்கார்ந்திருக்க, அவரிடம் பணத்தைக் கொடுத்துவிட்டு, அவர் எழுதிய எந்த மனுவானாலும் அதில் தங்களின் கையெழுத்தைப் போட்டுவிட்டு காவல் நிலையத்துக்கு வெளியே உண்மையான மனுதாரர்கள் உட்கார்ந்திருப்பார்கள். 1985இல் நாங்கள் வரும்வரைக்கும், அதற்கு முன்பு சுமார் இருபது ஆண்டுகளாக, எல்லா முதல் தகவல் அறிக்கைகளும் இந்த இருவரால்தான் எழுதப்பட்டன என்று ஒரு கான்ஸ்டபிள் என்னிடம் சொல்லக் கேள்விப்பட்டிருக்கிறேன்.

ரப்பானி மற்றும் ஐங்கா ரெட்டி ஆகியோர் காவல் நிலையத்துக்கு அழைக்கப்பட்ட அதே சமயத்தில், விடுவிக்கப் பட்ட கொத்தடிமைகளுக்கு எல்லாம் தாசில்தார் அலுவலகத்தினர் ரூ.250, நிவாரணமாக வழங்கத் தொடங்கியிருந்தனர். மொத்தமாக 80 பேர் கொத்தடிமையிலிருந்து விடுவிக்கப் பட்டிருந்தனர். இதன் மூலம் நிலைமை வேகமாக மாறியது. முதல் கட்டத்தில் தங்களைக் கொத்தடிமைகளாக அடையாளம் காணப்படுவதைத் தவிர்த்தவர்கள் எல்லாம், தற்போது தாங்களாகவே முன்வந்து வாய்ப்பு கேட்டனர். எனவே நாங்கள் மீண்டும் மனுக்கள் போட்டோம். இதர கிராமங்களில் இருந்தும் கொத்தடிமைகள் வந்தனர்.

இந்தத் தருணத்தில், எங்களுக்கு சி.பி.எம். கட்சியிடமிருந்து பிரச்சினைகள் வரத் தொடங்கின. இப்ராகிம்பட்டினக் கிராமங்களில் அவர்களுக்குக் கணிசமான வாங்குவங்கி இருந்தது. பெரும்பான்மையான நிலக்கிழார்கள், பணக்கார ரெட்டி விவசாயப் பெருங்குடி மக்கள் எல்லோரும் அந்தக் கட்சியைச் சேர்ந்தவர்களாக இருந்தார்கள். அவர்களில் ஒருவர் கோவர்தன் ரெட்டி. அவர் சி.பி.ஐ. எம்.எல். புதிய ஜனநாயகம் அமைப்பில் இருந்தார். சி.பி. குழுவில் இருந்து பிரிந்த ஓர் அமைப்புதான் அது. கோவர்தன் ரெட்டி அப்போது பி.டி.எஸ்.யூ. என்னும் 'ப்ரோக்ரெஸ்ஸிவ் டெமோக்ரடிக் ஸ்டூடன்ட்ஸ் யூனியன்' (முற்போக்கு ஜனநாயக மாணவர் சங்கம்) அமைப்பில் இருந்தார். பின்னாளில் அவர் அதன் தலைவர்களில் ஒருவராகவும் முன்னேறினார். இப்ராகிம்பட்டினக் கிராமங்களில் ஒன்றான ரங்கப்பூரிலிருந்து வந்தார் அவர். நாங்கள் மடிகா சமூகத்து மக்கள்

வாழும் பகுதியில் மட்டும் கூட்டங்கள் போடுவதற்காகவும், கொத்தடிமைக் கூலிகளை விவசாயிகளுக்கு எதிராக நிற்கத் தூண்டுவதற்காகவும் சி.பி.ஐ. கட்சியினரும் கோவர்தனும் என்னைக் கடிந்துகொண்டார்கள். கிராமத்துக்குள் நாங்கள் ஏன் கூட்டம் போடுவதில்லை என்று அவர்கள் கேட்டனர். நான் கிராமத்தினரைப் பார்த்து பயப்படுகிறேனா (அதாவது, சாதி இந்து விவசாயிகளைப் பார்த்து எனக்கு அச்சமா)? 'கிராமத்தில் இருக்கும் விவசாயிகளும் ஏழைகள்தான்' என்றார்கள் அவர்கள். 'அந்த விவசாயிகளுக்கு எதிராகக் கூலிகளைத் தூண்டிவிடுவது நியாயமா' என்றார்கள். 'விவசாயிகளும் கூலிகளும் ஒற்றுமையுடன் வாழ வேண்டும். உரம் மற்றும் விதைகளுக்காக மானியம் கேட்கலாம். கடனுக்கான வட்டியைத் திரும்பப் பெறச் சொல்லலாம். அதைவிட்டுவிட்டு, இதுபோல அதிகக் கூலி கேட்டால், விவசாயிகளுக்கும் கூலிகளுக்கும் இடையே உள்ள ஒற்றுமை குலைந்துவிடும்' என்றார்கள், அவர்கள். கிராமத்துக்குள்ளே கூட்டங்கள் நடத்தினால் அவற்றில் மடிகா சமூகத்தினர் கலந்துகொள்வதற்கு அச்சப்படுவர். அங்கு அவர்களால் வாயே திறக்க முடியாது. ஆகவே, அவர்களது பகுதியில் கூட்டங்கள் நடத்துவதுதான் சரியாகத் தோன்றியது. விவசாயக் கூலிகள், தங்களுக்குத் தேவையான உரிமையைக் கேட்பதில் எந்தத் தவறும் இல்லை. பணக்கார விவசாயிகளின் பிரச்சினைகளுக்கு நிலமற்ற விவசாயக் கூலிகள் பொறுப்பாக முடியாது. மேலும், அது தொடர்பான புரட்சியும் அவர்கள் தோள் மீது இல்லை.

இந்த எல்லாப் பணிகளூடே, பொஜ்ஜா தாரகம் எனக்குத் தொடர்ந்து ஆதரவளித்துவந்தார். கூட்டங்களுக்கு வருவது, உண்மை அறியும் குழுக்களை அமைப்பது, பொதுக் கூட்டங்களில் பேசுவது எனப் பலவிதங்களில் அவர் எனக்கு ஆதரவாக இருந்தார். அவருடன் சேர்ந்து கே.நாகய்யா, ஜே.பி.ராஜு, பிரேம் குமார் ஆகியோரும் எனக்கு உதவியாக இருந்தனர். மாநில அரசு ஊழியரான நாகய்யா பல்வேறு தலித் அமைப்புகளில் செயலாற்றி வந்தார். ராஜுவோ, ஹைதராபாத் அகில இந்திய வானொலியில் பணியாற்றி வந்தார். பொதுத் துறை நிறுவனம் ஒன்றில் பணியாற்றி வந்த பிரேம்குமார், பட்டியலின மக்கள் நலக்குழு ஒன்றில் இருந்ததோடு, அம்பேத்கர் யுவஜன சங்கம் என்னும் அமைப்பில் முக்கியத் தலைவராகவும் இருந்தார்.

நாங்கள் மனு அளித்த கிராமங்களில் எல்லாம், கொத்தடிமைக் கூலிகளை விடுவிக்கும் பணிகளை அரசு அதிகாரிகள் துரிதமாக மேற்கொண்டு வந்தனர். ஆரம்பத்தில் வேகமாகச் சென்ற அந்தப் பணிகளில், சிறிது நாட்களுக்குப் பிறகு சற்றுச் சுணக்கம் ஏற்பட்டது. நிலக்கிழார்கள் மற்றும் உள்ளூர் அரசியல்வாதிகள் ஆகியோரின் எதிர்ப்பும் அழுத்தமும்தான்

அதற்குக் காரணம். காவல்துறைக்கு வந்த அழுத்தம் மறைமுக மானது. எங்களுக்கு அது பற்றி அதிகம் தெரியாது. ஆனால் நாங்கள் எங்கள் முயற்சியில் விழுந்த சுணக்கத்தை இரண்டு விதங்களில் எதிர்கொண்டோம். 'சலாஹா' அமைப்பானது, உண்மை அறியும் குழு ஒன்றை நியமித்து, விடுவிக்கப்படாத கொத்தடிமைக் கூலிகள் குறித்து ஆய்வு செய்து அந்த அறிக்கையைக் காவல் துறை உயர் அதிகாரிகளுக்கும் பத்திரிகைகளுக்கும் வழங்கியது. கொத்தடிமைக் கூலிகளைச் சந்தித்து, அவர்களைப் பேட்டி எடுத்து, அவற்றைச் செய்திக் கட்டுரையாக்க, சில பத்திரிகையாளர்களை அந்த கிராமங்களுக்கு அழைத்துச் சென்றோம். சமூக நலத்துறைச் செயலாளராக இருந்த எஸ்.ஆர். சங்கரன், ரங்க ரெட்டி மாவட்ட ஆட்சியாளருடன் இப்ராகிம்பட்டினம் முழுக்கச் சுற்றுப் பயணம் செய்தார். அதன் பிறகு கொத்தடிமைக் கூலிகளை விடுவிக்கும் பணிகள் மீண்டும் துரிதமடைந்தன.

அந்தக் காலத்தில் எங்களுக்குப் பத்திரிகைகள் மிகவும் பயனுள்ள கருவிகளாக இருந்தன. கிராமங்களில், செய்தித்தாள்கள் தான் பைபிள். 'பேப்பர்லோ வச்சிந்தி' என்றாலே, ஒருவர் சொல்வது உண்மைதான் என்று ஏற்றுக்கொள்ளப்பட்டது. செய்தித்தாள்களில் வந்திருப்பவை குறித்து அரசியல்வாதிகளும் கவலை கொண்டார்கள். அன்றைய காலத்தில், எல்லாரையும் போல பத்திரிகை நிருபர்களும் இதயம் கொண்டவர்களாக இருந்தார்கள். நெடுந்தொலைவு நடந்தார்கள். உணவில்லாமல், வெயிலில் வெந்து, ஏழைகள் படும் துயரம் கண்டு வெதும்பினார்கள். பத்திரிகைகளுடன் எங்களுக்கு நல்ல உறவு இருந்தது. இன்று ஊடக உலகில் ஜாம்பவான்களாக இருப்பவர்கள் எல்லாம் அன்று வளர்ந்து வரும் பத்திரிகையாளர்களாக இருந்தார்கள். ஜி.எஸ். வாசு, *'இந்தியன் எக்ஸ்பிரஸ்'* இதழில் இருந்தார். அதே போல *'தி இந்து'*வில் ஸ்டான்லி தியடோர் மற்றும் ஜி. வெங்கடேஸ்வர்லு ஆகியோர் இருந்தனர். இவர்கள் தவிர, அன்று பிரபலமான பத்திரிகையாளர்களாக இருந்த டி. லக்ஷ்மிபதி, ஆர். அகிலேஷ்வரி, ஆர்.ஜே. ராஜேந்திர பிரசாத் ஆகியோர் இருந்தனர். இப்ராகிம்பட்டினத்துப் பெண்கள் குறித்து *'டெக்கான் ஹெரால்ட்'* பத்திரிகையில் அகிலேஷ்வரி தொடர்ந்து எழுதி வந்தார். பத்திரிகை அலுவலகங்களுக்கு நான் அடிக்கடி சென்று, அங்குள்ள நிருபர்களுடன் நட்புறவை வளர்த்துக்கொண்டேன். என்னிடம் சொல்வதற்குக் கதைகள் இருந்தன. அதைப் பற்றிக் கேட்கவும் உதவவும் அவர்களிடம் மனம் இருந்தது.

இப்படியொரு விளம்பரமும் நம்பிக்கையும், இதர கிராமங் களில் இருந்த மக்களிடம் துணிவை ஏற்படுத்தி அவர்களை முன்வரச் செய்தன. ஒவ்வொரு கிராமத்திலும் சின்னச் சின்னச்

சங்கங்கள் தொடங்கப்பட்டன. அந்தச் சங்கங்கள் தங்களுக்கான நிதியைத் தாங்களே ஏற்படுத்திக் கொண்டன. உறுப்பினர் களிடையே ஒற்றுமையைத் தக்க வைக்க இது ஒரு வழியென்று அந்தச் சங்கங்களின் தலைவர்கள் கூறினார்கள். ஒவ்வொரு கிராமத்திலும் இருந்த சங்கங்களின் நிதிநிலைமை ரூ.2,000 முதல் ரூ.4,000 வரையாக இருந்தன. இந்த நிதியைக் கொண்டு கூட்டங்கள் நடத்துவது, பணக் கஷ்டத்திலுள்ள கொத்தடிமைக் கூலிகளுக்கு உதவுவது ஆகிய விஷயங்கள் நடைபெற்றன. இன்னும் சில கிராமங்களில், சங்கங்கள் சீட்டு போடவும் தொடங்கியிருந்தன.

நான், சங்கரய்யா, புக்கய்யா மூவரும் இப்போது இதர கிராமங்களைப் பார்வையிடத் தொடங்கியிருந்தோம். அந்தக் கிராமத்தினரிடம், 'நான் அங்கு வந்து என்ன செய்வது' என்று கேட்டபோது, "நீங்கள் வந்தால் மட்டும் போதும். மற்ற எல்லா வற்றையும் நாங்கள் பார்த்துக்கொள்கிறோம்" என்றார்கள். அவர்கள் என்னை எங்கேயாவது கூட்டிச் செல்வார்கள். அங்கு நடக்கும் கூட்டத்தில் நான் ஓரமாக உட்கார்ந்திருப்பேன். சட்டம் என்ன சொல்கிறது என்பது பற்றி அங்குள்ள மக்களிடம் உரையாடுமாறு பணிக்கப்பட்டேன். நான் உரையாற்றி முடித்த பிறகு, அவர்கள் தங்கள் முடிவுகளை எடுத்தார்கள். மெல்ல மெல்ல இந்தக் கூட்டங்கள் எல்லாம், மாதிகா சமுதாயத்தினரின் பஞ்சாயத்து போன்றும், சாதிக் கூட்டங்கள் போன்றும் தோற்றம் கொள்ள ஆரம்பித்தன. அந்தக் கூட்டங்களில் இதர சமுதாயத்து மக்களும் இருந்தார்கள் எனினும், மாதிகாக்கள்தான் பெருமளவில் இருந்தார்கள். இவையெல்லாம் 'மாதிகா வாடா' என்று சொல்லப் படும் மாதிகா மக்கள் வாழும் இடங்களில்தான் நடைபெற்றன. கிராமங்களில் மாதிகாக்கள் சௌகரியமாக உணர மாட்டார்கள் என்பதால், அவர்கள் இடத்திலேயே அந்தக் கூட்டங்கள் நடைபெறுவது தான் சிறந்தது என்று நான் கருதினேன். எது எப்படியோ, ஏழை விவசாயக் கூலிகளில் பெரும்பாலானோர் மாதிகாக்கள்தான். நாங்கள் ஒருங்கிணைக்கும் கூட்டங்களில் மாதிகா இனத் தலைவர்கள் (குல பெத்தலு, அதாவது, சாதிப் பெரியவர்கள்) கலந்துகொண்டு, அந்தக் கூட்டங்களை முறைமைப் படுத்தி அங்கீகரித்தார்கள். ஆனால், அவர்கள் மைய இடத்தை எடுத்துக்கொள்ளவில்லை. கூட்டங்களில் யார் பெயர் உச்சரிக்கப் படுகிறதோ, அவர்தான் அந்தக் கூட்டத்துக்குத் தலைவர். சிலர், 'கிஷ்டய்யா, இந்தக் கூட்டத்துக்கு நீதான் தலைமை தாங்கணும்' அல்லது 'சந்திரம்மா, நீ என்ன சொல்றியோ அதுபடி நாங்க கேட்கிறோம்' என்று யாரேனும் ஒருவர் தலைமையேற்க வைக்கப் படுவார். சில நேரங்களில் அவ்வாறு தேர்வு செய்யப்பட்ட நபர், 'வீட்டில் பேரன் பேத்திகளைப் பார்க்கணும்' என்றோ, 'மேய்ச்சலுக்கு மாடுகளை ஓட்டிப் போகணும்' என்றோ, 'இந்த வயசான காலத்துல எதுக்கு இதெல்லாம்' என்றோ பல

காரணங்களைச் சொல்லி பின்வாங்கிவிடுவார். இந்தக் கூட்டங்களில் நிறைய பெண்கள் கலந்துகொண்டார்கள். சிலர் என்னைச் சந்திக்க ஆர்வமாக இருப்பார்கள். சிலர் என்னுடன் அமர்ந்துகொள்ள விரும்புவார்கள். சிலர் எனக்கு அறிவுரைகள் கூறுவார்கள். ஆரம்பத்தில் இப்படிப் பெண்கள் என்னைச் சூழ்ந்துகொள்ளும்போது, கிராமத்து ஆண்கள் 'அவரைத் தொந்தரவு செய்யாதீங்க' என்று விரட்டுவார்கள். இப்படி அவர்களை விரட்டுவதை நான் ஏற்றுக்கொள்ளவில்லை. அந்தப் பெண்களுடன் கலந்துரையாடத் தொடங்கினேன். அப்போது அவர்களின் அன்புக்குள் கதகதப்பை உணர்ந்தேன். தூங்கப் போனாலும், கழிவறைக்குச் சென்றாலும், ஒரு கிராமத்திலிருந்து இன்னொரு கிராமத்துக்குச் சென்றாலும், கூட்டங்களிலும் என எப்போதும் அவர்கள் என்னைச் சுற்றிச் சுற்றி வந்தார்கள். ஆனால் சாப்பிடும் நேரத்தில் மட்டும், ஆச்சரியமாக அவர்கள் காணாமல் போய்விடுவார்கள். தங்களுடைய வீட்டுக்குச் சென்று உணவருந்தி விட்டு வருவார்கள். நான் எங்கே சாப்பாட்டுக்கு அழைக்கப் பட்டுள்ளேனோ அங்கே அவர்கள் வரமாட்டார்கள்.

கூட்டங்களில் பங்கேற்ற பெரும்பாலான பெண்கள் தங்களின் முப்பதுகளில் இருந்தார்கள். தங்கள் பிள்ளைகளை வளர்த்து ஆளாக்கிவிட்டு, அவர்களுக்குத் திருமணம் முடிக்க முயன்று கொண்டிருந்தார்கள். பலருக்குப் பேரக் குழந்தைகள் உண்டு. அவர்களில் கைம்பெண்களும் இருந்தார்கள். அந்தக் கூட்டங்களுக்கு வருவதை, தடை செய்யாத கணவர்களைக் கொண்ட பெண்களும் அதில் இருந்தார்கள். சிலர் அரட்டை அடிப்பவர்களாகவும், சிலர் அமைதியானவர்களாகவும் இருந்தார்கள். அவர்கள் எல்லோரும் துடிப்பானவர்களாகவும் அழகானவர்களாகவும் துணிச்சல் உடையவர்களாகவும் ஆதரவானவர்களாகவும் இருந்தார்கள். தங்களது தெளிவான பேச்சால் எந்தக் கூட்டத்தையும் தங்கள் கட்டுக்குள் கொண்டிருக்கும் திறன் பெற்றிருந்தார்கள்.

அத்தகைய ஒரு பெண்தான் எலிமிநேதி சந்திரம்மா. யச்சாரம் பகுதியைச் சேர்ந்தவர். தன் இரண்டு குழந்தைகளும் கைக்குழந்தைகளாக இருக்கும்போது, கணவரை இழந்துவிட்டார். மாதம் இருபது ரூபாய் சம்பளத்துக்கு, அந்தக் கிராமத்தின் துப்புரவுப் பணியாளராகப் பணியாற்றி, தன் குழந்தைகளைத் தனிமரமாக நின்று வளர்த்தெடுத்தார். 'நான் எந்த ஆணுக்கும் கட்டுப்பட்டவள் இல்லை' என்று நாங்கள் முதன்முதலில் சந்தித்தபோது அவர் என்னிடம் பெருமை பொங்கச் சொன்னார். அவர் சொன்னதன் அர்த்தத்தைப் புரிந்துகொள்ள எனக்குப் பல மாதங்கள் தேவைப்பட்டது. ஒரு தனி மாதிகா பெண்ணாக, தன் சுயத்தையும் சுயமரியாதையையும் விட்டுக்கொடுக்காமல்,

அவ்வளவு துயரங்களுக்கிடையே அவர் தன் குழந்தைகளை வளர்த்திருக்கிறார். அவரது அனுபவங்கள் அவரை ஒரு பக்குவ மிக்க பெண்ணாக மாற்றியிருந்தன. எனவே, நாங்கள் எப்போதும் அவரிடம் அறிவுரை கேட்பது வழக்கமாயிருந்தது. யச்சாரம் பகுதி கொத்தடிமைக் கூலிகள் வேலைநிறுத்தம் செய்தபோது, சந்திரம்மாதான் நிலக்கிழார்களிடம் சென்று விவசாயக் கூலிகள் ஏன் வேலைநிறுத்தத்தில் ஈடுபடுகிறார்கள் என்ற காரணத்தை யும், அவர்களின் கோரிக்கைகள் பற்றிய விவரத்தையும் சொல்லி விட்டு வந்தார். யச்சாரம் எங்களின் முக்கியமான கிராமமாக இருந்தது. பின்னாளில் பல கூட்டங்களை அங்கு நடத்தி யிருக்கிறோம். அந்தக் கூட்டங்களில் எல்லாம் சந்திரம்மா என்னோடு இருந்து, நான் சில முக்கியமான விஷயங்களைச் சொல்லத் தவறும்போது எல்லாம் என்னை வழிநடத்தி யிருக்கிறார். ஒரு விஷயத்தில் இருக்கும் நெளிவுசுளிவுகளை எல்லாம் பார்க்க அவர்தான் கற்றுத் தந்தார்.

நாற்பது வயதிலும் மிக அழகாகத் தெரிந்தார் சந்திரம்மா. கோடுகள் விழுந்த அவரது முகத்தில் அமைதியும் புன்னகையும் தழும்பியது. ஒடிசலான தேகத்தில் மிகவும் வசீகரமாகத் தெரிந்தார். அவர் மென்மையானவராகவும், தேவைப்படும் சமயங்களில் ஒன்றிரண்டு வார்த்தைகள் மட்டுமே பேசும் அழுத்தக்காரராகவும் இருந்தார். எப்போதுமே தயாராக இருக்கும் புன்னகை, மனம் விட்டுச் சிரிக்கும் குணம், மின்னும் கண்கள் ஆகியவை அவருக்கே உரித்தானவையாக இருந்தன. எங்களது பணிகள் விரிவடைந்து, நான் பல தூரதூரமான கிராமங்களுக்குச் செல்ல நேர்ந்தபோது, முன்பு போலச் சந்திரம்மாவுடன் என்னால் தொடர்பில் இருக்க முடியவில்லை. ஒரு நாள் அவர் தற்கொலை செய்துகொண்டதாகக் கேள்விப்பட்டேன். தன் மகனுடன் சண்டை ஏற்பட்டு, அன்று இரவு உத்தரத்தில் தொங்கிவிட்டார். அந்தச் சமயம் நான் ஜப்பர்குடெம் பகுதியில் இருந்தேன். நிலம் சார்ந்த போராட்டம் அப்போது உச்சத்தில் இருந்தது. சந்திரம்மாவுக்காக என்னால் நேரம் ஒதுக்க முடியாதபோது, நான் செய்யும் காரியங்களில் ஏதேனும் அர்த்தம் இருக்கிறதா என்ற கேள்வி என்னை மிகவும் அலைக்கழித்தது. அதைப் பற்றி நான் இன்றும் யோசிக்கிறேன்.

பெத்துலா பகுதியைச் சார்ந்த பச்சம்மா எனது இன்னொரு மெய்க்காவலர் ஆவார். சந்திரம்மாவைக் காட்டிலும் இரைந்து பேசக் கூடிய அவர், எப்பேர்ப்பட்ட கூட்டத்திலும், எந்த ஒரு விவாதத்திலும் தன்னை முன்னிறுத்திக் கொண்டார். அவரது கணவர் ரயில்வேயில் வேலை பார்த்து ஓய்வுபெற்றவர் என்பதால் ஓய்வூதியம் மூலமாக அவர்களுக்கு நிலையான வருமானம் இருந்தது. எனவே, இதர மாதிகா மக்களைக் காட்டிலும் அவர் அதிகச் சலுகை பெற்றவராக இருந்தார். நான் சென்ற

நான் மிகவும் நேசித்த கட்டு ரமுலம்மா

கிராமங்களுக்கு எல்லாம் என்னோடு கூடவே வந்து, அங்கே அவரது உறவினர்கள் யாரேனும் இருந்தால், அவர்களை எங்கள் சங்கத்தில் சேர வற்புறுத்தினார்.

இவர்களுக்கு மத்தியில், நான் மிகவும் நேசித்த பெண் யாரென்றால், அது கட்டு ராமுலம்மாதான். அவரது புகைப்படத்தை என் மேஜையின் மீது சட்டமிட்டு வைத்திருக்கிறேன். மூப்பின் காரணமாக அவரது முகத்தில் அலையும் கோடுகள், இன்றும் என்னை அதிசயிக்க வைக்கின்றன. அதேபோல அவரது அறிவார்ந்த, தீர்க்கமான பார்வை உங்களையும் ஊடுருவிச் செல்லும். என்னோடு பழகிய பெண்களில் அவர்தான் மிகவும் மூத்தவர். அவரைப் பற்றிச் சொல்லுவதற்கு முன்னால் அவரது மகனைப் பற்றிச் சொல்லிவிடுகிறேன். அவரது மகன் கட்டு பாஷா, எலிமினேடு கிராமத்தில் இருந்த பூபால் ரெட்டி எனும் வலிமையான நிலக்கிழாரை எதிர்த்தவர். அவரது நிலத்தில் வெள்ளாமை செய்த விவசாயிகளில் பாஷாவும் ஒரு பங்குதாரர். கொத்தடிமைக் கூலிகள் வேலைநிறுத்தத்தில் ஈடுபட்டபோது, பாஷாவுக்கு உரிய வெள்ளாமைப் பங்கை பூபால் ரெட்டி வழங்கவில்லை. ரெட்டியின் சகோதரர்களில் ஒருவர், பாஷா வாங்கிய கடனை இன்னும் திருப்பிச் செலுத்தவில்லை என்று ஏமாற்றியதால், மூன்று மாத காலம் வளர்த்த பாஷாவின் விளைச்சலை ரெட்டியே எடுத்துக்கொண்டார். எலிமினேடு கிராமத்தில் போராளி என்று பரவலாக அறியப்பட்டவர் பாஷா. சூழ்நிலையைக் கணித்து, அதற்கேற்றாற் போல் திட்டமிட்டுத் தாக்குதலில் இறங்குபவராக அவர் இருந்தார். பேருந்து இல்லாத இடங்களுக்கு, மிகவும் வேகமாகச் செல்ல வேண்டிய நேரத்தில் எல்லாம் அவருடன் நான் பைக்கில் பின்னால் அமர்ந்துகொண்டு பல முறை பயணித்திருக்கிறேன். அவர் காற்றைப் போல வேகமாக வண்டி ஓட்டுவார். அவர் ஒல்லியாக இருந்தாலும், இரும்பைப் போன்ற தசைகளைக் கொண்டிருந்தார். அவரது கண்களில் எப்போதும் கவனம் குவிந்திருந்தது. அவரது சுருக்கமான, தெளிவான பேச்சுக்கு, அவர் முகத்தில் இருந்த ஆட்டு தாடி மிகவும் பொருத்தமாக இருந்தது. ஜப்பர்குடெம் பகுதியில் நடைபெற்ற நிலப் போராட்டத்தில் பாதிக்கப்பட்ட குடும்பங்களில் அவருடையதும் ஒன்று. ஆனால் அதைப் பற்றி அவருக்கு எந்தப் பெரிய புகாரும் இல்லை. ஜப்பர்குடெம் பகுதி மாதிகாக்கள் மத்தியில் சச்சரவுகள் எழும்போதெல்லாம், எலிமினேடு மாதிகா மக்களால்தான் தங்களுக்கு நிலங்கள் கிடைத்தது என்பதை மீண்டும் மீண்டும் அவர்களுக்கு நினைவூட்டுபவராக பாஷா இருந்தார்.

பாஷாவின் அம்மா ராமுலம்மாவுக்கு வீட்டைக் கவனித்துக் கொள்ள வேண்டிய அவசியம் இருக்கவில்லை. ஆகவே, அவர்

என்னுடன் பல கிராமங்களுக்கு வந்தார். அவரது குழந்தைகளுக்கு, கொள்ளுப் பேரக் குழந்தைகள் கூட இருந்தன. ஐந்து தலைமுறை வாரிசுகளைக் கொண்டவராக ராமுலம்மா இருந்தார். இந்தப் பகுதிகளில் ஒரு பெண் தனது முதல் குழந்தையைப் பெற்றெடுக்கும் போது அவளுக்கு 13 வயதுதான் இருக்கும். ஆக, 26 வயது பெண் ஒருத்திக்கு, பேரக் குழந்தைகள் இருந்தால் அதில் ஆச்சரியப்பட எதுவுமில்லை. நாங்கள் சென்ற ஒவ்வொரு கிராமத்திலும், அங்கே எத்தனை தலைமுறை வாரிசுகள் இருக்கின்ற என்பதை ராமுலம்மாவால் யூகித்துவிட முடிந்திருந்தது. தன்னுடைய கடினமான காலங்களைப் பற்றி என்னிடம் பகிர்ந்து கொண்டுள்ளார். இதர பெண்களைப் போல, அவருக்கும் சிறு வயதிலேயே திருமணம் செய்துவைக்கப்பட்டது. மிகவும் இளவயதிலேயே தனது கணவரை இழந்தார். தன் குழந்தைகளை ஒற்றைஆளாக வளர்த்தார். வயல்காட்டில் பிடுங்கப்பட்ட பச்சை நெல்லில் இருக்கும் வொட்லா பிள்ளி எனும் களைகளைச் சலித்தெடுத்து தன் பிள்ளைகளுக்குச் சமைத்துப் போட்டதைப் பல முறை என்னிடம் நினைவுகூர்ந்திருக்கிறார். உடுத்திக் கொள்வதற்கு நல்ல துணிகள் கிடையாது. எனவே, சாக்குப் பைகளைச் சேலையாகத் தைத்து அணிந்திருக்கிறார் அவர். கைம்பெண்கள் தங்களைத் தாங்களே சமாளித்து வாழ்பவர்களாக இருந்ததால், எந்த ஒரு தேவைக்காகவும் காமப் பார்வை பீடித்த ஆண்களுக்கு ராமுலம்மா இரையாகவில்லை. அந்த வயதிலும் அவரது கூந்தல் கருமையாக இருந்தது. ஊசியில் நூலைக் கோத்து துணி தைக்கும் திறமையும் அவரை விட்டு நீங்கிவிடவில்லை.

வயதின் காரணமாகப் பல விஷயங்களை அடிக்கடி மறந்துவிடும் குணம் ராமுலம்மாவுக்கு இருந்தது. எப்படி உடுத்த வேண்டும், எப்படிப் பேச வேண்டும், எப்படிக் கோபம் கொள்ளாமல் இருப்பது, கிராமத்தில் இருக்கும் சிக்கலான வழக்கங்களை எப்படிப் புரிந்துகொள்வது என்று பல முறை எனக்கு வகுப்பெடுக்கும் ராமுலம்மா, சில நேரம் தான் யாருடன் பேசிக்கொண்டிருக்கிறோம் என்பதையே மறந்துவிடுவார். ‘கீதாம்மான்னு ஒருத்தங்க இருக்காங்க. அவங்க கிராமங்களுக்கு எல்லாம் போய் மாதிகா மக்களுக்கு நிறைய நல்லது பண்ணி யிருக்காங்க’ என்று என்னிடமே என்னைப் பற்றிச் சொல்லத் தொடங்கிவிடுவார். அதுசரி... தன்னைப் பற்றி பிறர் புகழ்ந்து கூறுவதைக் கேட்க யாருக்குத்தான் பிடிக்காது?

சந்திரம்மா, பச்சம்மா, ராமுலம்மா, இன்னும் பல பெண்கள் இப்ராகிம்பட்டினத்தில் எனக்கு வழிகாட்டிகளாக இருந்திருக் கிறார்கள். ஒரு விஷயத்தை எனக்கு விளங்க வைக்க அவர்கள் முயற்சி மேற்கொண்டதோடு, எது சரியான விஷயமோ அதைச் செய்ய எனக்கு அறிவுறுத்தவும் செய்தார்கள். ஒரு சமயம்,

பெத்ததுண்டலா எனும் ஊரில், ரெட்டி ஒருவரது மருமகள் கிணற்றில் குதித்துத் தற்கொலை செய்துகொண்டார். அவளது மாமனார் அவளைப் பாலியல் ரீதியாக வன்கொடுமைக்கு ஆளாக்கியதாகவும், அதற்கு அவள் கணவன் உடந்தையாக இருந்தான் என்றும் புரளி கூறப்பட்டது. எனக்கு ரத்தம் கொதித்தது. உடனே அந்த கிராமத்துக்குச் சென்று, அங்குள்ள பெண்களை எல்லாம் திரட்டி அந்த ரெட்டிக்கு எதிராகப் போராட வேண்டும் என்று தோன்றியது. 'அப்படிச் செய்யக் கூடாது' என்றார்கள் எனது வழிகாட்டிகள். "அவர்களை அப்படியே விட்டுவிடுவதுதான் நல்லது. அந்த ரெட்டி சமூகப் பெண்கள் தங்கள் வீட்டு ஆண்களுக்கு எதிராக நிற்காத வரை, நம்மால் ஒன்றும் செய்ய முடியாது. ஒரு வேளை நாம் இதில் தலையிட்டால், ரெட்டி ஆண்களுடன் சேர்ந்து ரெட்டி பெண்களும் நம்மை அடிக்க வருவார்கள்" என்றார்கள். இதுபற்றி நிறைய விவாதித்தபோதும், இறுதியில் நான் அவர்கள் சொன்ன அறிவுரையின்படியே நடந்தேன்.

இப்ராகிம்பட்டினத்தில் என் ஆரம்பக் காலங்களில், எந்த ஒரு சின்ன விஷயமும் என்னை அதிர்ச்சிக்கு உள்ளாக்குவதாக இருந்தது. சில வீடுகளில் இருந்த வறுமை என்னை மிகவும் பாதித்தது. ஏதேனும் ஒரு வீட்டைக் காட்டி, 'அந்த வீட்டில் அடுப்பெரிந்து மூன்று நாளாவது இருக்கும்' என்பார்கள். அப்படியென்றால், அந்த வீடுகளில் உள்ள குழந்தைகள் என்னதான் செய்யும்? பக்கத்து வீட்டுக்காரர்கள் அழைத்து அவர்களுக்கு சோறு போடுவார்கள். அந்த வீடுகளுக்குச் சாப்பாடு கொடுத்து விடலாம் என்று அண்டை வீட்டுக்காரர்கள் மனதார நினைத்தாலும், பிறரிடமிருந்து இரந்து வாழ்வதை அந்த வீட்டினர் விரும்ப மாட்டார்கள் என்பதால், அடிக்கடிச் சோறு கொடுத்து அனுப்ப மாட்டார்கள். கல்யாணச் சீராக வெறும் பாய், ஒரு சொம்பு, சில பித்தளைச் சாமான்கள், ஒரு ஜோடித் துணி ஆகியவற்றை மட்டுமே வரதட்சணையாகக் கொண்டு வந்த மணப்பெண்களை இங்கு நான் கண்டிருக்கிறேன். கல்யாண விருந்தாக வெறும் சோறும் ரசமும் மட்டும் படைத்திருப்பதைப் பார்த்திருக்கிறேன். கல்யாணத்துக்கு யார் வருகிறார்கள், என்னவிதமான ஆடைகளை அணிந்திருக்கிறார்கள், கல்யாணத்தை நடத்தி வைக்கும் ஐயர், அங்கு விளையாடிக்கொண்டிருக்கும் குழந்தைகள், என்னையே கவனித்துக் கொண்டிருப்பவர்கள் என அந்த வைபவத்தை அவதானிப்பது எனக்கு மிகவும் பிடித்தமானதாக இருந்தது.

11

ஆண்டைகளிடமிருந்து பறிக்கப்பட்ட சாட்டை

கிராமத்தினர் ஒன்றுசேரத் தொடங்கி யிருந்தனர். சங்கரய்யா, புக்கய்யா ஆகியோரோடு நானும் சேர்ந்து உற்சாகமாகச் செயல்பட்டு வந்தோம். அப்படியே நாங்கள் செய்துகொண்டிருந்த பணியை முன்னெடுத்துச் செல்ல விரும்பினோம். இதற்கு மேலும் தனிநபர்களாக இவற்றைச் செய்ய முடியாது, ஓர் அமைப்பு தேவை என்பதை நாங்கள் உணர்ந்தோம். எங்களுக்கென்று ஒரு பெயர் வேண்டும். இங்குள்ள மக்களின் பிரதிநிதிகளாகச் சட்டத்தின் முன்புஎங்களை அடையாளப்படுத்திக்கொள்ள வேண்டும். நாங்கள் இருக்கும் தொகுதிக்கு வெளியே உள்ள மக்களுக்காகப் போராடவும் எங்களுக்கு ஒரு தளம் வேண்டும். ஆகவே, நாங்கள் தனி மனிதர்கள் என்பதிலிருந்து வெளியேறி, அதற்கும் மேலான ஒன்றாக வலுவுடன் திரள வேண்டும்.

எனவே, 1985 மார்ச் மாதம், இப்ராகிம்பட்டினம் தாலுக்கா விவசாயக் கூலிச் சங்கத்தைத் தொழிலாளர் துறையின் கீழ் ஒரு தொழிற்சங்கமாகப் பதிவு செய்தோம். எங்களுக்குள்ளே பேசிக்கொள்ளும்போது நாங்கள் அந்த அமைப்பை வெறுமனே 'சங்கம்' என்று மட்டும் குறிப்பிட்டுவந்தோம். ஒரு தொண்டு நிறுவனமாக இருப்பதைவிடவும் தொழிற்சங்கமாக இருப்பதே சரியானது என்பதை நாங்கள் உணர்ந்தோம். விவசாயக் கூலிகளைப் பிரதிநிதித்துவப்படுத்துகிற தொழிற்சங்கமாக நாங்கள் அவர்களின் கூலி, கட்டாய வேலை, இழப்பீடுகள் உள்ளிட்ட பல விஷயங்கள் தொடர்பாகக் கேள்விகள் எழுப்ப முடியும்.

ஆனால் சங்கத்தைப் பதிவு செய்வது அவ்வளவு எளிதாக இருந்துவிடவில்லை. ஓர் அமைப்புக்கு சட்டம், விதிகள் மற்றும் கொள்கை விளக்க அறிக்கை போன்றவை அடிப்படையான தேவைகளாகும். அவற்றை சிரில், புக்கய்யா, சங்கரய்யா ஆகியோரோடு கலந்தாலோசித்த பிறகு நான் வரைந்தேன். இந்த அமைப்புக்கு இத்தகைய விதிகள் பொருத்தமாக இருக்கும் என்று நாங்கள் யோசித்தபோது, தொழிலாளர் துறையில் இருந்த அதிகாரிகள் எங்கள் சங்கத்தைப் பதிவு செய்ய மறுத்துவிட்டார்கள். ஆகவே, லஞ்சம் கொடுத்து எங்கள் அமைப்புக்காக அவர்களையே தகுந்த விதிகளை உருவாக்கச் சொன்னோம். எங்கள் சங்கத்தின் முதல் கூட்டம் மார்ச் மாதம் நடைபெற்றது. அப்போது சங்கப் பொறுப்பாளர்களை நாங்கள் வரையறுத்த விதிகளின் கீழ் தேர்ந்தெடுத்தோம். சங்கரய்யா தலைவராகவும், நான் பொதுச் செயலாளராகவும் தேர்வு செய்யப்பட்டோம். பொறுப்பாளர் களைத்தேர்வு செய்வது மட்டும்தான் விதிகளின்படி நடைபெற்றதே தவிர, எங்கள் சங்கத்தின் பொதுக் குழுக் கூட்டங்கள் எல்லாமே கிராமக் கூட்டங்களாகவே இருந்தன. அந்தக் கூட்டங்களில் எல்லோருமே பங்கேற்றார்கள். சங்க நிர்வாகிகள் எல்லாம் ஒருமுகமாகவே தேர்வு செய்யப்பட்டனர். குறிப்பிட்ட சமூகங்களின் தலைவர்களுடைய தலைமையில் நடைபெறும் கிராமக் கூட்டங்களின் நீட்சியாகவே எங்கள் சங்கத்தின் கூட்டங்கள் இருந்தன. சங்கத்தில் உறுப்பினர்களாகச் சேரும் நபர்களுக்கு, அவர்களின் பெயர், பதிவுஎண் ஆகியவற்றுடன் கூடிய அடையாள அட்டையை வழங்கினோம். தங்களை அடையாளப்படுத்திக் கொள்வதற்கு அந்த அட்டை மிக முக்கியமான ஆவணமாக அவர்களுக்கு இருந்தது. ஆட்சியர் அலுவலகம் முதற்கொண்டு எந்த அரசு அலுவலகத்துக்குச் சென்றாலும் அதைக் காட்டினார்கள். ஆனால் காவல்நிலையங்களுக்குச் செல்லும்போது மட்டும் அந்த அட்டையைக் காட்டாமல் கவனமாக இருந்தார்கள். காரணம், அட்டையைக் காட்டினால் அவர்களுக்கு அடி, உதை விழுவதற்கான வாய்ப்புகள் அதிகமாக இருந்தன.

எங்கள் சங்கத்தைப் பதிவு செய்த சில வாரங்களிலேயே என்.டி. ராமா ராவின் தெலுங்கு தேசக் கட்சி அரசு, மண்டல முறையை 1985 மே 25ஆம் தேதி அறிமுகப்படுத்தியது. இந்த மண்டல முறை என்பது ஆந்திரப் பிரதேசத்தில் மட்டுமே காணப்பட்ட ஒன்று. இதன்படி, ஒவ்வொரு மாவட்டமும் பல மண்டலங்களாகப் பிரிக்கப்பட்டு, அவற்றுக்கு மண்டல வருவாய் அலுவலர்கள் நியமிக்கப்பட்டனர். நீதிபரிபாலனம் உள்ளிட்ட அதிகாரங்களுடன் தாசில்தார்கள் எப்படி ஒவ்வொரு தாலுக்காக்களை நிர்வகித்து வந்தார்களோ, அதே போன்ற

அதிகாரங்கள் இந்த வருவாய் அலுவலர்களுக்கும் வழங்கப் பட்டன. கிராம நிர்வாகக் கணக்குகளைப் பரம்பரை பரம்பரை யாக ஒரு குடும்பத்தைச் சேர்ந்தவர்களே பராமரித்து வரும் 'பட்வாரி' நடைமுறையையும் என்.டி.ஆர். ஒழித்தார். அந்த பட்வாரிகள் எல்லாம் உடனே கிராம நிர்வாக உதவியாளர் களாக மாற்றப்பட்டு அரசு விதித்த சம்பள விகிதத்தில் பணியாற்றி வந்தார்கள். அவர்கள் ஒவ்வொருவரும் ஐந்து அல்லது ஆறு கிராமங்களைக் கவனித்துவந்தார்கள். முன்பு தாலுகாவாக இருந்த இப்ராகிம்பட்டினம், மண்டல முறையின்போது இப்ராகிம்பட்டினம், மாஞ்சல், யச்சாராம், மகேஸ்வரம் மற்றும் கண்டுக்கூர் என ஐந்து மண்டலங்களாகப் பிரிக்கப்பட்டன.

மண்டல முறை அறிமுகப்படுத்தப்பட்ட காலத்தில், நாங்கள் யச்சாராம் பகுதியில் மட்டும் கவனம் செலுத்திவந்தோம். ஆனால், எங்களுக்கு இதர மண்டலங்களிலும் வேலைகள் இருந்தன. தாலுகா முறையை விட மண்டல முறை அதிக அளவில் மக்களுக்கு நெருக்கமாக இருந்தது. முன்பு தாசில்தார் என்பவர் பெரிய நிலப்பரப்பை ஆளும் அதிகாரியாக இருந்தார். அவர் ஒரு கெஜட் அலுவலர். அந்தச் சொற்பதமே அவரை மிகுந்த அதிகாரம் கொண்டவராக்கியிருந்தது. நிர்வாக, மேலாண்மை ரீதியான பணிகளைச் செய்யும் அரசு ஊழியர்களின் வரிசையில் வருபவர்களாகக் கருதப்பட்ட கெஜட் அலுவலர்களுக்கு, அதிகாரப்பூர்வமான முத்திரைகளை வழங்குவதற்கான அதிகாரம், குடியரசுத் தலைவர் மற்றும் மாநில ஆளுநர்களிடமிருந்து வருவது. ஆனால், மண்டல முறையின் கீழ், மண்டல வருவாய் அலுவலர் என்பவர் கெஜட் அலுவலராக இருப்பதற்கான கூறுகள் இருந்தாலும், பெரும்பாலும் அப்படியானவர்களாக இல்லை. அதற்குக் காரணம், மண்டல வருவாய் அலுவலர்களாக நியமிக்கப் பட்டவர்கள் பலரும் இளைஞர்கள். அதில் பெரும்பாலும் ஆண்கள்தான். அவர்களுக்குக் கிராமத்தில் உள்ள ஏழை மக்களை எப்படி அச்சுறுத்துவது என்பது தெரிந்திருக்கவில்லை. மேலும் முன்பு, தொலைதூரக் கிராமங்களிலிருந்து தாசில்தார் அலுவலகத்துக்கு வரும் மக்கள் குறைந்தபட்சம் இரண்டு நாட்களாவது செலவழிக்க வேண்டியிருந்தது. காரணம், போதிய பேருந்து வசதிகள் இருக்கவில்லை. இப்போதோ, ஒரே நாளில் மண்டல அலுவலகத்துக்கு வந்து தங்களுடைய வேலைகளை முடித்துவிட்டுச் சென்றுவிடலாம்.

1985 ஜூன் மாதம், எங்கள் சங்கத்தில் சங்கரய்யா, புக்கய்யா, ராமுலு ஆகியோருடன் நானும் சேர்ந்து முழுநேர ஊழியர்களாகப் பணியாற்றி வந்தோம். மற்ற மூவருக்கு மாதம் ரூ.450 சம்பளமாக (போக்குவரத்துச் செலவுகள் தனி) வழங்கப்

பட்டது. எனக்கு ஸ்ருதி நிதிநல்கைத் திட்டத்தின் கீழ், மாதந்தோறும் ரூ.500 கிடைத்து வந்தது.'ஸ்ருதி' என்பது டெல்லியில் உள்ள தொண்டு நிறுவனம். அது 1983ஆம் ஆண்டிலிருந்து நிதிநல்கைத் திட்டம் ஒன்றைச் செயல்படுத்தி வந்தது. அதன்கீழ், 25 முதல் 35 வயது வரையிலான இளைஞர்களுக்கு தங்கள் செயல்பாடுகளை மேற்கொள்ள குறிப்பிட்ட கால அளவுக்கு நிதி உதவி வழங்கப் பட்டது. 1984 முதல் 1998 வரை, எங்களது சங்கத்திலிருந்தோ அல்லது ஹெச்.பி.டி.யிலிருந்தோ நான் ஒருபோதும் சம்பளம் பெற்றது கிடையாது. என் கையிலிருந்தே குங்கல் அறை உள்ளிட்ட அனைத்துக்கும் செலவழித்து வந்தேன். எங்களின் ஒரு மாத பட்ஜெட் என்பது ரூ.2,000. நாங்கள் பெரும்பாலும் சைக்கிளிலோ அல்லது நடந்தோ சென்று வந்ததால், எங்களுக்குப் போக்குவரத்துச் செலவுகள் குறைவாகவே இருந்தன. போகும் இடங்களில் எல்லாம் அங்குள்ள கிராமத்தினரே எங்களுக்குத் தேவையான உணவுகள் வழங்கியதால், சாப்பாட்டுச் செலவும் இல்லாமல் போனது. 1988இல் நான் 'அசோகா' (தொண்டு நிறுவனங்களுக்கு நிதி உதவி செய்யும் இந்திய தனியார் அமைப்பு. மொ...ர்) நிதிநல்கையைப் பெற்றேன். அதன் மூலம் 1992ஆம் ஆண்டுவரை எனக்கு மாதந்தோறும் ரூ.3,000 கிடைத்து வந்தது. தொண்டு நிறுவனத் துறையில் 'சமூகத் தொழில்முனைவு' என்ற பிரிவின் கீழ் இந்த நிதிநல்கை வழங்கப்பட்டு வருகிறது.

மிகவும் பரபரப்பான காலகட்டம் அது. கூலி உயர்ந்து வந்தது. அதற்குக் காரணமான இயக்கத்தில் நான் இருந்தேன். ஆனாலும் எதுவும் என் கையில் இருக்கவில்லை. நான் ஒரு குறியீடு மட்டுமே. மக்கள் என்னை ஒரு கருவியாக மட்டுமே பார்த்தார்கள். அப்படி ஒரு தொடக்கம் எனக்கு நன்மை பயப்பதாகவே இருந்தது. காரணம், முடிவெடுக்கும் அதிகாரம் எனக்கு வழங்கப்படவில்லை. அதனால் நான் எதையும் கட்டுப்படுத்த முடியாது. ஆகவே எனக்குப் பெரிய அளவில் சுமையும் இல்லை. எந்த ஒரு சிறிய குழுவிலும் எந்தத் திட்டமும் முடிவு செய்யப்படாது. அவை யெல்லாம் கிராமத்தில் நடைபெறும் கூட்டங்களில், பல கூச்சல் சச்சரவுகளுக்குப் பிறகே முடிவுசெய்யப்படும். சில கூட்டங்கள் பல மணி நேர விவாதத்துக்குப் பிறகும், செல்லும் திசை அறியாது நொண்டும். ஆனால் கூச்சல் குழப்பங்களுக்கிடையே ஒருமித்த கருத்து உருவாகிவரும். முடிவுகளை எடுக்கும் அதிகாரத்துக்குள் நான் வருவதற்குச் சுமார் நான்கு ஆண்டுகள் ஆனது. அதுவரையில், உள்ளூர்த் தலைவர்களால் நான் மௌனிக்கப்பட்டிருந்தேன்.

நான் அங்கிருந்த வரையில், மக்கள் என்னைப் பார்த்த விதம் குறித்து எனக்கு எந்தக் கவலையும் இருந்திருக்கவில்லை. அவர்களுக்கு என்னைப் பிடித்தது. அவர்களை எனக்குப் பிடித்தது.

பணம் கொடுத்துத்தான் சாப்பிட வேண்டும் என்ற நிலை எனக்கு இருக்கவில்லை. ஒவ்வொரு மாதிகா வீட்டிலும் என்னைச் சாப்பிட அழைத்தார்கள். சில ஆண்டுகளுக்குப் பிறகு நான் ‘தலைவராக’ வந்தபோது, மாதிகா தலைவர்கள் சிலர், குறிப்பாக மாஞ்சல் பகுதியைச் சேர்ந்த மந்த்ரி ராமுலு என்பவர், என்னை இந்திரா காந்தி போன்று உடை உடுத்துமாறு வலியுறுத்தினார். என்னை அலங்காரம் செய்துகொள்வதிலிருந்து நான் வெகுதூரம் விலகி இருந்தேன். ஆரம்பத்தில் சல்வார் கமீஸும், முடிந்துவிட்ட கூந்தலும், நெற்றியில் சின்னப் பொட்டும், நகைகள் எதுவும் அணியாமலும் இருந்தேன். தாசில்தார் அல்லது காவல் துறை அதிகாரிகளிடம் நான் ஆங்கிலத்தில் அதிகாரத் தொனியில் பேசுவதை மக்கள் பார்த்திருக்கிறார்கள். அதன் அர்த்தம், அவர்கள் மீது எனக்கு மரியாதை இல்லை என்பதல்ல. நான் சலுகை பெற்ற பின்னணியிலிருந்து வந்திருக்கிறேன் என்று அவர்கள் முடிவு செய்துவிட்டார்கள். நான் அவர்களிடம், குறிப்பாகப் பெண்கள் மற்றும் குழந்தைகளின் நலம் குறித்துக் கவலையும் அன்பும் கொண்டிருக்கிறேன் என்பதையும் அவர்கள் பார்த்திருக்கிறார்கள். மற்றவர்கள் தரையில் உட்கார்ந்திருக்கும்போது, நானும் தரையிலேயே குந்தியிருக்கிறேன். மற்றவர்கள் சாப்பிடாததை நானும் சுவைத்துப் பார்க்கவில்லை. பல விஷயங்களில் அவர்களின் விருப்பத்துக்கு ஏற்றாற் போலவே நடந்துகொண்டிருக்கிறேன். என்னுடைய வேலை என்பது அவர்கள் சொல்லுவதைக் கவனிப்பதும், சந்தேகங்கள் கேட்பதும் மட்டும்தான். என்னை அவர்கள் தங்களின் இதயத்தில் அமர்த்திக்கொண்டார்கள். இந்தியாவில், பெண்கள் ஒரு பக்கம் தாயாகவும் தெய்வமாகவும், மறுபக்கம் தாசிகளாகவும் பிரிக்கப்பட்டிருக்கிறார்கள். எனக்குக் கொஞ்சம் கொஞ்சமாக தாய் ஸ்தானம் கிடைத்துவந்தது.

அப்போதெல்லாம் நான் பின்னணியில் வேலை செய்கிற, அமைதியான பெண்ணாகவே இருந்தேன். இயக்கம் பல இடங்களுக்குப் பரவக் காரணம் மக்கள் காட்டிய ஈடுபாடும் உழைப்பும்தான். பல புதிய கிராமங்கள் கொத்தடிமைத் தொழிலாளர் (ஒழிப்பு) சட்டத்தின் கீழ் மனு செய்திருந்தன. இதற்கிடையில், மண்டல வருவாய் அலுவலர்கள் கொத்தடிமைத் தொழிலாளர்களை விடுவிக்கும் வரையில் நாங்கள் காத்திருக்கவில்லை. மாறாக, அந்தத் தொழிலாளர்களை வேலை செய்வதை நிறுத்திக்கொள்ளச் சொன்னோம். இதனால் கோபமடைந்த நிலக்கிழார்கள், அந்தத் தொழிலாளர்களுக்குக் கொடுத்த கடனைத் திரும்பக் கேட்டார்கள். ஆனால் சட்டத்தைக் காட்டி, கடனைத் திருப்பித் தரவோ அல்லது வேலை செய்யவோ அந்தத் தொழிலாளர்கள் முன்வரவில்லை. இதன் விளைவாக, அவர்களுக்கு வேறு சாதாரண வேலைகள் கிடைப்பது

கடினமானது. எனினும், பல குடும்பங்கள் தங்கள் வீட்டுப் பெண்களின் சம்பாத்தியத்தால் தப்பிப் பிழைத்தன. வேறு பலர் வேலை தேடி இதர கிராமங்களுக்குச் சென்றுவிட்டார்கள்.

இந்தச் சமயம் முழுவதும் நாங்கள் பல கூட்டங்களையும் போராட்டங்களையும் மண்டல அளவிலும், மாவட்ட அளவிலும் மேற்கொண்டோம். வேறு வேறு இடங்களில் மண்டல வருவாய் அலுவலர்கள் வேறுவேறு விதமாக எங்களை நடத்தினார்கள். அவர்களில் பலருக்கும் கொத்தடிமைத் தொழிலாளர் ஒழிப்புச் சட்டம் குறித்துத் தெரிந்திருக்கவில்லை. எனவே, போராட்டம் நடைபெறும் இடங்களுக்கெல்லாம் நான் கையோக அந்தச் சட்டம் பற்றிய விவரங்களைக் கொண்டு சென்று, அந்த அலுவலர்களுக்கு வழங்கினேன். அரசு தங்களுக்கு என்ன வழங்கியதோ அதையே அவர்கள் பின்பற்றிவருவதாக அவர்கள் தெரிவித்தார்கள். சிலரோ, கொத்தடிமைத் தொழிலாளர்களுக்கு மாதச் சம்பளம் வழங்கப்படுவதால், அவர்களை கொத்தடிமை களாக அங்கீகரிக்க முடியாது என்றார்கள். வேறு ஓர் அலுவலரோ, குறிப்பிட்ட கிராமம் ஒன்றுக்குச் சென்று அங்குள்ள தொழிலாளர்களை ‘வேலை செய்வதை நிறுத்திவிட்டால் நீங்கள் கைது செய்யப்படுவீர்கள்’ என்று மிரட்டல் விடுத்தார்.

அப்படியான மிரட்டல்கள் வந்தபோதெல்லாம், நாங்கள் உயர் அதிகாரத்தின் உதவியை நாட வேண்டியிருந்தது. உயர் நீதிமன்றத்தில் நாங்கள் ரிட் மனுக்களைத் தாக்கல் செய்து, கொத்தடிமைத் தொழிலாளர்கள் போட்டிருந்த மனுக்கள் மீது நடவடிக்கை எடுக்கச் சொல்லி அலுவலர்களை வலியுறுத்த உத்தரவிடச் செய்தோம். அதனால் அரசு இயந்திரம் மீண்டும் முடுக்கிவிடப்பட்டது. எங்கள் ஊடகத் தோழர்கள் மீண்டும் எங்களுக்கு ஆதரவாக இருந்து, நடந்தவற்றைச் செய்தியாக்கினார்கள்.

இது ஒருபுறம் நடந்துகொண்டிருக்க, இன்னொரு பக்கம் அந்தத் தொழிலாளர்களை அழைத்து, அவர்களுக்குப் பல மாதங்களாக வழங்கப்படாத கூலியை, அவர்கள் வேலை செய்து வந்த நிலக்கிழார்களிடமிருந்து பெற்றுத் தர வேண்டி தொழிலாளர் துறை ஆணையரிடம் முறையிடச் செய்தோம். கொத்தடிமைத் தொழிலாளர் (ஒழிப்பு) சட்டம் என்பது தொழிலாளர்களை விடுவித்து, அவர்களுக்கு மறுவாழ்வு அளிப்பதோடு நின்றுவிடுகிறது. ஆனால் குறைந்தபட்ச ஊதியச் சட்டமோ, அந்தத் தொழிலாளர்களுக்கு வழங்கப்பட்ட கூலி, அரசு நிர்ணயித்த குறைந்தபட்ச ஊதியத்தை விடக் குறைவாக இருக்கும்பட்சத்தில், அந்தக் கூலியையும் சேர்த்துப் பெறுவதற்கான வழிவகையைக் கொண்டுள்ளது. கொத்தடிமைத் தொழிலாளர்களை விடுவித்த

அதே மண்டல வருவாய் அலுவலர்களே, அந்தத் தொழிலாளர்கள் தங்களுக்கு விட்டுப்போன கூலியைப் பெறுவதற்கும் சாட்சிகளாக இருந்தனர். தவிர, நிலக்கிழார்களின் வீடுகளில் குறைந்த ஊதியத்துக்குப் பணியாற்றிய பெண்களையும் ஒருங்கிணைத்து, தங்களுக்கு வர வேண்டிய நியாயமான குறைந்தபட்ச ஊதியத்தைப் பெற நடவடிக்கைகள் எடுத்தோம். அடிப்படையில் அந்த நிலக்கிழார்களின் வீடுகளில் அவர்கள் ஒவ்வொரு நாளும் செலவிட்ட நேரத்தையும் அவர்களுக்கு வழங்கப்பட்ட கூலியையும் வைத்து அந்தப் பெண்களுக்குச் சேர வேண்டிய நியாயமான குறைந்தபட்ச ஊதியம் எவ்வளவு என்பது கணக்கிடப்பட்டது. குறைந்தபட்ச ஊதியச் சட்டத்தின் படி, தங்களிடம் பணியாற்றும் தொழிலாளர்களுக்கு, முறையான குறைந்தபட்ச ஊதியம் வழங்கப்பட்டது என்பதற்கான சான்றுகளை, அதற்காக நிர்வகிக்கப்படும் பதிவேடுகள் போன்றவை மூலம் நிரூபிக்க வேண்டிய பொறுப்பு அந்த நிலக்கிழார்களுக்குத்தான் உண்டு. அவ்வாறு அவர் நிரூபிக்காமல் போனால், ஆறு மாதம் முதல் ஓராண்டு வரையில் வழங்கப்படும் கூலி வித்தியாசத்தைக் கணக்கிட்டு, அந்தத் தொகை தொழிலாளர்களுக்கு வழங்கப் பட்டுவிடும். இந்தச் சட்ட நடைமுறை பற்றி நிலக்கிழார்களுக்குத் தெரிய வந்தவுடன், அவர்களில் பலர் தொழிலாளர்களுடன் சமரசம் செய்துகொள்ள முன்வந்தார்கள்.

தொழிற்சங்கச் சட்டத்தின் கீழ் பதிவு செய்யப்படும் தொழிலாளர் சங்கங்கள், பாதிக்கப்பட்ட தொழிலாளியின் மூலம் நேரடியாகவோ அல்லது அவரின் பிரதிநிதியாக அந்தச் சங்கமோ வழக்கறிஞர்களின் தேவை இல்லாமல் தங்கள் வழக்கை நடத்துவதற்கான உரிமையைக் கொண்டிருக்கின்றன. இந்த உரிமையை, நகரத்தில் உள்ள தொழிற்சங்கங்கள் சரியாகப் பயன்படுத்துகின்றன. தொழிலாளர் தொடர்பான வழக்குகளைக் கையாளும் நீதிமன்றங்களை, மக்களுக்கு அணுக்கமாக இருக்கும் படி மாற்றியதில் முறைப்படுத்தப்பட்ட தொழிற்சங்கங்களுக்குப் பெரும் பங்குண்டு. முதலாளிகளுக்கும் தொழிலாளர்களுக்கும் அமர்வதற்கான பெஞ்சுகள் இருக்கின்றன. நீதிமன்றத்திலுள்ள அலுவலகங்கள் தொழிலாளர்களுக்காகவும், அவர்களது பிரதிநிதிகளுக்காகவும் எப்போதும் திறந்தே இருக்கின்றன. மிக முக்கியமாக, அந்தத் தொழிலாளர்களை அங்குள்ள அலுவலர்கள் வசைபாடுவதில்லை. ஆனால் இத்தகைய நடைமுறைகள் இன்றும் பின்பற்றப்படுகின்றனவா என்பது எனக்குச் சந்தேகம்தான்.

ஆரம்பத்தில் ஹைதராபாத் தொழிலாளர் நீதிமன்றத்திலும், பின்னர் இப்ராகிம்பட்டின நீதிமன்றத்திலும் எங்கள் வழக்குகள் கையாளப்பட்ட விதம் மிகவும் நகைப்புக்குரியதாக இருந்தது.

எங்களது சங்கத்தின் பொதுச் செயலாளர் என்ற அளவில், நான் வழக்கு விசாரணைகளின்போது வழக்கறிஞராகவும் செயல்பட வேண்டியிருந்தது. நிலக்கிழார்களோ, சத்யவீர ரெட்டி என்ற பிரபல வழக்கறிஞரைத் தங்களுக்கு வாதாட நியமித்திருந்தார்கள். விசாரணைகளின்போது, அங்கிருந்த பெஞ்சுகளில் எங்கள் சங்கத்தின் ஆட்களே உட்கார்ந்திருந்தார்கள். அதனால், நிலக்கிழார்கள் பெரும்பாலும் நின்றுகொண்டிருக்க வேண்டியிருந்தது. தொழிலாளர்களுடன் சேர்ந்து அமர்வதற்கு அவர்களது மேட்டிமை மனப்பான்மை தடுத்தது. நிலக்கிழார்களின் வழக்கறிஞரால் அவரது பெரும்பாலான நேரத்தை இத்தகைய நீதிமன்றங்களில் செலவழிக்க முடியவில்லை. காரணம், அவருக்கு சிவில் மற்றும் கிரிமினல் நீதிமன்றங்களில் வாதாடினால் இங்குச் சம்பாதிப்பதை விட அதிகம் சம்பாதிக்க முடியும். காலம் செல்லச் செல்ல, இப்ராகிம்பட்டினத்தில் உள்ள இன்ஸ்பெக்சன் பங்களாவில் வழக்குகளை நடத்தச் சொன்னோம். ஏனென்றால், தொழிலாளர்கள் பலருக்கு அதுதான் பக்கமாக இருந்தது. இங்கோ, வழக்கு விசாரணைகளைப் பார்க்க நூற்றுக்கணக்கான கிராமத்தினர் திரண்டுவந்தார்கள். அந்தக் கூட்டத்தில் உள்ள ஆண்கள், பெண்களின் கெக்கலிப்புகள் கேலிகளுக்கு இடையே நிலக்கிழார்கள் புகுந்து வர வேண்டும் என்ற நிலை இருந்தது.

பெரும்பாலான வழக்குகளில், பாதிக்கப்பட்ட தொழிலாளர்கள் தங்களிடம் பணியாற்றவில்லை என்று நிரூபிக்க நிலக்கிழார்கள் முயற்சிக்க, நாங்கள் அது பொய் என்பதை நிரூபிக்க வாதிட்டோம். எத்தனை நிலங்கள் வைத்திருக்கிறார்கள், எத்தனை தொழிலாளர்களை வேலைக்கு அமர்த்தியிருக்கிறார்கள், மிக முக்கியமாக, அந்தத் தொழிலாளர்களின் பெயர்கள் உள்ள பதிவேடுகளை எல்லாம் காட்டச் சொல்லி, நிலக்கிழார்களை நாங்கள் கேள்வி கேட்டோம். அத்தகைய பெயர்ப் பதிவேடுகளை நிர்வகிப்பதைக் கட்டாயமாக்கியுள்ளன தொழிலாளர் சட்டங்கள். தாங்கள் எத்தனை நிலங்களில் சாகுபடி செய்கிறோம், எத்தனை தொழிலாளர்கள் தங்களின் கீழ் பணியாற்றுகிறார்கள், அது தொடர்பான பதிவேடுகள் போன்றவற்றையெல்லாம் அவர்களால் காட்ட முடியவில்லை. நீதிமன்றங்களில் பின்பற்ற வேண்டிய நடைமுறைகளை எல்லாம் நான் பின்பற்றினேனா என்று கேட்டால் இல்லை என்பதுதான் என் பதில். காரணம், அந்த நடைமுறைகள் பற்றியெல்லாம் நான் அறிந்திருக்கவில்லை. இதனால் நிலக்கிழார்களின் வழக்கறிஞர்கள் அதிகம் எரிச்சலடைய, தொழிலாளர் துறை இணை ஆணையர் மதுசூதன் ரெட்டியோ எங்களுக்கு ஆதரவாக இருந்தார். விசாரணைகளின்போதும், சாட்சிகளின் குறுக்குவிசாரணைகளின்போதும்

நான் ஒழுங்கீனமாக நடந்துகொண்டிருக்கிறேன். குறிப்பாகச் சில கேள்விகளால் நிலக்கிழார்களைத் தடுமாறச் செய்திருக்கிறேன்.

சாட்சியச் சட்டத்தின்படி, ‘விசாரணை’ என்பது ஒரு வழக்கில் தொடர்புள்ள சாட்சியத்தை வாதியின் வழக்கறிஞர் அழைத்து சாட்சியம் பெறுவார். ‘குறுக்கு விசாரணை’ என்பது அந்த சாட்சியத்தைப் பிரதிவாதியினர் விசாரிப்பதாகும். என்னைப் போலவே பாதிக்கப்பட்ட தொழிலாளர்களும் விசாரணையின் போதும், குறுக்குவிசாரணையின்போதும் ஒழுங்கீனமாக இருந்தார்கள். அதோடு அவர்களின் மொழியும் அவ்வளவு பண்பட்டிருக்கவில்லை. ‘உடலுறவு’ எனும் பொருள்படும் தெலுங்கு வார்த்தையான ‘தெங்கடம்’ என்பதையும், அதே பொருள் தரக்கூடிய இதர வார்த்தைகளையும் அவர்கள் பயன்படுத்தியதால், நிலக்கிழார்களின் வழக்கறிஞர்கள் அடிக்கடி வாயை மூடிக்கொண்டிருக்க வேண்டியதாகிவிட்டது. முதலில் மதுசூதன் ரெட்டி, தொழிலாளர்கள் இப்படியான சொற்களைப் பயன்படுத்தக் கூடாது என்று எச்சரித்தாலும், ஒரு கட்டத்துக்குப் பிறகு அவர் எச்சரிக்கை செய்வதையே விட்டுவிட்டார்.

நிலக்கிழார்களிடம் பணியாற்றினார்கள் என்பதை நிரூபிப்பதற்கு, பாதிக்கப்பட்ட தொழிலாளர்கள் பல்வேறு நிகழ்ச்சிகளை எடுத்துக்கூறினார்கள். ஆகவே, அவர்கள் தங்களிடம் வேலை செய்யவில்லை என்று நிலக்கிழார்கள் சொல்லுவது பொய் என்பது அப்பட்டமாகத் தெரிந்தது. அந்த அளவு நேர்மையான தொழிலாளர்களை எதிர்கொள்ளவோ, அவர்களின் மொழியைச் சகித்துக்கொள்ளவோ ரெட்டிக்கள் நியமித்த வழக்கறிஞர்களுக்குத் திராணியில்லை. எனவே, சிலமுறை விசாரணைகளுக்குப் பிறகு ‘இந்தப் பட்டிக்காட்டான்களுக்கு எதிராக வாதாட முடியாது’ என்று சொல்லி பல வழக்கறிஞர்கள் கழன்றுகொண்டார்கள். இப்போது நிலக்கிழார்கள் தங்களைப் பிரதிநிதித்துவப்படுத்த ஆளற்று நின்றார்கள். தங்கள் சுயமரியாதையை இழந்து ‘இந்த ஒழுங்கீனமான நீதிமன்றத்தில்’ நிலக்கிழார்களுக்காகவாதாட எந்தவழக்கறிஞரும் முன்வரவில்லை. இதனால் பல நிலக்கிழார்கள் சமரசம் செய்துகொள்ள வந்தார்கள். நீதிமன்றத்துக்கு வெளியே ஏற்கெனவே சமரசம் செய்துகொள்ளப் படாத அனைத்து வழக்குகளிலும் நாங்கள் வெற்றிபெற்றோம். பல்லாயிரம் ரூபாய்கள் கைமாறி, இப்போது தொழிலாளர்கள் லாபமடைந்தனர். பிறகு, தொழிலாளர் இழப்பீடு தொடர்பான வழக்குகளிலும் நாங்கள் இமாலய வெற்றிகள் பெற்றோம். கிணற்றடியில் பாம்பு கடித்து உயிரிழப்பீடு, வீடு கட்டும்போது இடிந்து விழுவது, வேலை செய்யப்படும்போது ஏற்படும் விபத்து

உள்ளிட்ட எல்லாவிதமான விபத்துகளும் 1923ஆம் ஆண்டின் பணியாளர் இழப்பீடு சட்டத்தின் கீழ் இழப்பீடு பெறுவதற்கான தகுதி உள்ளவையாகும். ஒட்டுமொத்தமாக, தொழிலாளர் நீதிமன்றம் மிகவும் அற்புதமான இடமாக இருந்தது.

இந்த வழக்குகள் தொடர்பாக, கடைகள் மற்றும் வயல்களில் ஆய்வு செய்ய, கூலி மற்றும் வேலை நேரம் குறித்து விசாரிக்க, வழக்குப் பதிய, அவற்றைப் பின் தொடர எனத் தொழிலாளர் துறை அலுவலர்கள் தங்கள் கடமையைச் செய்ய வைக்க நாங்கள் போராட வேண்டியிருந்தது. தொழிலாளர் துறையின் ஒவ்வொரு உதவி அலுவலர்களின் கீழ் மூன்று மண்டலங்கள் நிர்வகிக்கப்பட்டு வந்தன. ஆனால் அவர்களுக்கு அலுவலகச் செயல்பாடுகளுக்குத் தேவையான உதவியாளர்களோ, எழுதுபொருட்களோ அல்லது போக்குவரத்து வசதிகளோ செய்துகொடுக்கப்படவில்லை. பெரும்பாலான அலுவலர்கள் தங்களுக்கு வர வேண்டிய மாதாந்திர 'மேல் வரும்படி'களைக் கடைகளிலிருந்து பெற்றுக் கொள்ள, சில அலுவலர்களோ தங்கள் பணிக்கு உண்மையாகவே இருந்தார்கள். அவர்களைக் குறைந்தபட்ச ஊதியச் சட்டத்தின் கீழ் வழக்குகளைப் பதிய வற்புறுத்தினோம். மேலும், அவர்களுக்குத் தேவையான எழுதுபொருட்கள் மற்றும் போக்குவரத்து வசதிகளையும் செய்துகொடுத்தோம்.

நாங்கள் அன்று பெற்ற வெற்றிகளை இன்றைய அளவுகோல் கொண்டு அளந்து, அந்த வெற்றிகளால் எங்களுக்குக் கிடைத்த பணம் அல்லது பொருள் பயன் என்று பார்த்தால், அது மிகவும் சிறியதாகவே தெரியும். ஆனால் எங்களுக்கோ 'இந்த உலகம் மாறி வருகிறது, எங்களுக்குக் கீழ் நிலம் நகர்கிறது' என்ற பெரிய நம்பிக்கையைத் தந்தன. தேதியில்லாத 1985 ஜூன் மாதப் பதிவு ஒன்றில் நாங்கள் பெற்ற வெற்றிகளை இவ்வாறாகப் பதிவு செய்திருக்கிறேன்:

திரும்பப் பெற்ற கூலி (நிலக்கிழார்கள் வழங்காத தொகை): ரூ.17,880

திரும்பச் செலுத்தப்பட்ட கடன்கள்: ரூ.61,220

கொத்தடிமைத் தொழிலாலர்களுக்கு அரசு வழங்கிய நிவாரணம்: ரூ.20,700 (ஒவ்வொரு தொழிலாளருக்கும் ரூ.500 வீதம்)

மறுவாழ்வுக்கான தொகை (ஒவ்வொருவருக்கும் ரூ. 4,000 வீதம்): ரூ. 3 லட்சம் (அந்தச் சமயத்தில் 75 தொழிலாளர்கள் விடுவிக்கப்பட்டிருந்தனர்)

இவ்வாறு வெற்றி பெற்ற தொழிலாளர்கள் பலர் மாதிகா சமூகத்தைச் சேர்ந்தவர்கள் என்பதால், இந்தப் போராட்டங்களுக்கு இதர விளிம்புநிலை சமூகங்களின் ஆதரவு பெரும்பாலும் மறைமுகமாகவே இருந்தது. நாங்கள் நிலக்கிழார்களை எதிர்த்துப் போராடிய விதத்தைப் பார்த்து அவர்கள் ஆச்சரியப்பட்டார்கள். இந்தப் போராட்டத்தில் சங்கத்தின் ஆதரவு பெற்ற மாதிகா மக்களா அல்லது ரெட்டிகளா, யார் அதிக வலிமை பெற்று வெற்றி பெறுவார்கள் என்பதைக் காண அவர்கள் காத்திருந்தார்கள்.

வெறுமனே தொழிலாளர்நல நடவடிக்கைகளை நிறைவேற்றுவதுடன் மட்டும் நில்லாமல், கொத்தடிமைத் தொழிலாளர் முறையை நிலக்கிழார்கள் தொடரக்கூடாது என்பதற்காக அவர்கள் மீது சட்டப்பூர்வமான நடவடிக்கை எடுக்கக் கோரி வருவாய்த்துறை அதிகாரிகள் மற்றும் காவல் துறையிடம் மனு செய்தோம். அதனை எதிர்த்து, யச்சாராமிலும், அதனைச் சுற்றியுள்ள பகுதிகளிலும் இருந்த நிலக்கிழார்கள், 1985இல் ஆந்திரப் பிரதேச உயர் நீதிமன்றத்தில், கொத்தடிமைத் தொழிலாளர் (ஒழிப்பு) சட்டத்தில், கொத்தடிமைத் தொழிலாளர்களை வைத்துக்கொள்பவர்கள் மீது மேற்கொள்ளப்படும் நடவடிக்கை தொடர்பான 12வது பிரிவை எதிர்த்து வழக்குகள் போட்டனர். தொடர்ந்து நீதியரசர் சர்தார் அலி கான் இந்தப் பிரிவின் கீழ் நிலக்கிழார்களை விசாரிக்க இடைக்காலத் தடை விதித்தாலும், எங்களின் முயற்சியால் பின்னாளில் அந்தத் தடை நீக்கப்பட்டது. அதே ஆண்டு ஜூலை 25ஆம் தேதி, இப்ராகிம்பட்டின தாலுகா பஞ்சாயத்துக் கூட்டத்தில் கொத்தடிமைத் தொழிலாளர் (ஒழிப்பு) சட்டத்தின் வீழ்ச்சி குறித்துத் தீர்மானம் ஒன்று நிறைவேற்றப்பட்டது. அந்தத் தீர்மானத்தில் எங்கள் சங்கத்தைத் தொடர்புபடுத்தி, சில பயங்கரவாத சக்திகள் விவசாயிகள் மற்றும் கூலிகள் ஆகியோருக்கு இடையில் பகைமையைத் தூண்டிவிடுகின்றன என்று சொல்லப்பட்டிருந்தது. இந்தக் கொத்தடிமைத் தொழிலாளர் சட்டத்தை அரசு மறு ஆய்வுக்கு உட்படுத்தாமல் போனால், இந்தப் பகுதியின் வேளாண்மை சாகுபடி பாதிக்கப்பட்டு, விவசாயம் செய்யவே முடியாமல் போகும் நிலை ஏற்படும் என்று எச்சரித்தது. அந்தக் கூட்டத்தின் தலைவர் யாத்கிரி ரெட்டி என்பவர், நாங்கள் நடத்திய வழக்குகளில் 90 சதவீதம் பொய்யானவை என்றார். அவரது தலைமையில் அந்த மாவட்டத்தின் அமைச்சர் உள்ளிட்ட பல நிலக்கிழார்கள், கிழிந்த ஆடைகளுடன் சென்று முதலமைச்சர் என்.டி.ஆரைச் சந்தித்து, எங்கள் சங்கத்தின் செயல்பாடுகளைப் பற்றிக் குறைகூறியதுடன், தாங்கள் விவசாயம் செய்ய முடியாத நிலைக்குத் தள்ளப்படுகிறோம் என்றும் கூச்சலிட்டார்கள். இது பத்திரிகைகளில் பெரிய செய்தியானது. என்.டி.ஆரின் ஆட்சிக்

காலத்தில், ஒவ்வொரு மாவட்டத்துக்கும் ஓர் அமைச்சரை நியமித்து, அவர்கள் மூலமாக அரசு மற்றும் தெலுங்கு தேசக் கட்சி ஆகியவற்றின் செயல்பாடுகளை மேற்பார்வை செய்து வந்தார். அப்படியான மாவட்ட அமைச்சர்களில் ஒருவர் பி. இந்திரா ரெட்டி. முற்போக்கு ஜனநாயக மாணவர் சங்கத்தில் 1973 முதல் 1975 வரை செயலாற்றிய அவர், தொழிலாளர் துறை அமைச்சராகவும் இருந்தார். அவர் 1986ஆம் ஆண்டு சேர்லபடேல்குடெம் பகுதியில் ஆய்வுக்குச் சென்றிருந்தபோது, அங்கு வேலைநிறுத்தத்தில் ஈடுபட்டிருந்த தொழிலாளர்களிடம், “வறட்சியான பகுதிகளில் குறைந்தபட்ச ஊதியம் கேட்டு நீங்கள் போராடக் கூடாது. நல்ல விளைச்சல் உள்ள பாசனப் பகுதிகளில் மட்டுமே உங்கள் அனைத்துக் கோரிக்கைகளுக்காகவும் போராட வேண்டும்” என்று சொல்லியிருக்கிறார்.

இதுபோன்ற முட்டாள்த்தனங்கள் என்னைப் பல நேரம் இப்ராகிம்பட்டினத்திலேயே இருக்க வைத்தன. நான் ஹைதராபாத்துக்குச் சென்று வருவது மிகவும் அரிதானது. 1985 செப்டம்பர் மாதம் நான் அங்குச் சென்றிருந்தபோது நடைபெற்ற ஒரு சம்பவம் பல ஆண்டுகளுக்கு என் வாழ்க்கையில் பெரும் பாதிப்பை ஏற்படுத்தியது. ஹைதராபாத்தில் ‘ஸ்த்ரீ சக்தி சங்கட்டனா’ என்ற அமைப்பு 1970இல் தொடங்கப்பட்டு, 1980களில் இரண்டு வேறுவேறு தொண்டு நிறுவனங்களாகப் பிரிந்தது. ஒன்றுக்கு, ‘அன்வேஷி ரிசர்ச் சென்டர் ஃபார் வுமென்ஸ் ஸ்டடீஸ்’ என்றும், இன்னொன்றுக்கு, ‘அஸ்மிதா ரிசோர்ஸ் சென்டர் ஃபார் வுமென்’ என்றும் பெயர். அந்த அமைப்பைச் சேர்ந்த பலரும் என் நண்பர்கள் என்றாலும், கே. லலிதா என்பவரை என் நெருக்கமான தோழியாகக் கருதினேன். நான் பல்கலைக்கழகத்தில் படித்துவந்த காலம்தொட்டு அவரை எனக்குத் தெரியும். அவசரநிலைக் காலத்தின்போது அவர், சிரில் மற்றும் நான் என மூவரும் ஒரே இடத்தில் தங்கியிருந்தோம். 1980களில் காசியாபாத்திலிருந்து நாங்கள் ஹைதராபாத்துக்குத் திரும்பிய காலத்திலும் அவருடனே தங்கியிருந்தோம். அந்த அமைப்பின் அரசியலோடும், அந்த அமைப்பின் உறுப்பினர்களோடும் எனக்கு ஒத்துப் போனது என்றாலும், அந்தப் பெண்ணியக் குழுவிலிருந்து நான் சற்று விலகியே இருந்தேன். காரணம் நான் அப்போது ஹெச்.பி.டி. பணிகளில் மூழ்கியிருந்தேன். தவிர, அந்தக் குழுவின் கூட்டங்கள் ஆங்கிலத்தில் மட்டுமே நடக்கும் என்பதும், கல்வியறிவு கொண்ட பெண்கள் சந்திக்கும் பிரச்சினைகள் மட்டுமே விவாதிக்கப்படும் என்றும் வலியுறுத்தப்பட்டதால், அது எனக்குச் சரி வரவில்லை. இருந்தும் நான் அவர்களுடன் நட்புறவைப் பேணி, ‘*அவர் பாடீஸ், அவர்செல்வ்ஸ்*’ எனும் ஆங்கிலப் புத்தகத்தின் தெலுங்கு மொழிபெயர்ப்பான

'சவாலக்ஷா சந்தேஹாலு' புத்தகத்தை 1984 மற்றும் 1985ஆம் ஆண்டுகளில் பதிப்பிக்கும் பணியிலும் ஈடுபட்டேன்.

1985 செப்டம்பர் 21ஆம் தேதி, லலிதா என்னைத் தொலைபேசியில் அழைத்து, என் வீட்டுக்கு அவள் வருவதாகவும், சிரில் தொடர்புடைய இரண்டு விஷயங்கள் குறித்து தனக்கு விளக்கம் வேண்டும் என்றும் தெரிவித்தார். ஆனால், அன்று ஒரே ஒரு விஷயம் மட்டும்தான் விவாதிக்கப்பட்டது. ஸ்திரீ சக்தி சங்கட்டனா அமைப்பு, எங்களது 'ஹைதராபாத் புக் ட்ரஸ்ட்' (ஹெச்.பி.டி) மூலம், 'வீவேர் மேக்கிங் ஹிஸ்டரி: வுமென் அண்ட் தி தெலங்கானா அப்ரைசிங்' எனும் ஆங்கில நூலின் தெலுங்கு மொழிபெயர்ப்பு நூலைக் கொண்டு வர விரும்பியது. அந்த நூலுக்கு மார்க்சிய எழுத்தாளரான ரங்கநாயகம்மா முன்னுரை எழுதித் தர வேண்டும் என்று விரும்பியது. ஆனால் அந்த நூலை ஹெச்.பி.டி. வெளியிடுவதாக இருந்தால், தான் முன்னுரை எழுதித் தர முடியாது என்று ரங்கநாயகம்மா மறுத்துவிட்டார். அவரது அந்த மறுப்புக்குக் காரணம், சிரில் தலைமையேற்று நடத்திவந்த 'ஜார்ஜ் ரெட்டி புக் ட்ரஸ்ட்' (ஜி.பி.ஆர்.டி) உடன் தொடர்புடையது. பிரான்ஸ் நாட்டு இடதுசாரி செயல்பாட்டாளர் சார்லஸ் பெட்டல்ஹீய்ம் என்பவர் எழுதிய 'சைனா சின்ஸ் மாவோ' எனும் ஆங்கிலப் புத்தகத்தினை ரங்கநாயகம்மா தெலுங்கில் மொழிபெயர்த்திருந்தார். அதனை ஜி.பி.ஆர்.டி. பதிப்பித்திருந்தது. எப்போதுமே சின்னச் சின்ன விஷயங்கள்தான் பூதாகரமான பிரச்சினைகளை வளர்த்துவிடுகின்றன. தனது புத்தகத்தின் ஆறு பிரதிகளை அமெரிக்காவுக்கு அனுப்பி வைக்கும்படி சிரிலைக் கேட்டிருக்கிறார் ரங்கநாயகம்மா. அந்தச் சமயம் கடுமையான நிதி நெருக்கடியில் பதிப்பகப் பணிகளை நாங்கள் மேற்கொண்டு வந்தோம். எனவே அமெரிக்காவுக்கு புத்தகங்கள் அனுப்புவதற்கான தபால் செலவுகளை ரங்கநாயகம்மா ஏற்றுக்கொள்ள வேண்டு மென்று சிரில் கோரிக்கை விடுக்க, ரங்கநாயகம்மா முடியாது என்று சொல்ல, புத்தகங்களை சிரில் அனுப்பவில்லை. இதனால் ஜி.பி.ஆர்.டி. உடனான ரங்கநாயகம்மாவின் உறவு கசந்தது; முடியவும் செய்தது. எனவே ஜி.பி.ஆர்.டி.யை ஹெச்.பி.டி. உடன் தொடர்புபடுத்தி, புதிய புத்தகத்துக்கான முன்னுரையை எழுதித் தர மறுத்தார். சிரிலால் ஏற்பட்ட முந்தைய பிரச்சினைகள் தற்போது தங்களைப் பாதிக்கிறது என்று கருதிய லலிதா, அதற்கு ஒரு தீர்வு வேண்டுமென்று எங்களிடம் வந்து நின்றார்.

லலிதா இப்படி ஒரு கோரிக்கையை முன்வைக்க முடியாது என்றும், அப்படியே முன்வைத்தாலும் சிரில் அதற்கு விளக்கம் அளிக்கமாட்டார் என்றும் அவரிடம் தெரிவித்தேன். இருந்தாலும் தான் நேரில் வருவதாகச் சொல்லிவிட்டு

தொலைபேசியைத் துண்டித்தார். நானும் சிரிலும் வீட்டிலிருந்த போது, எங்களுடன் சின்தாலப்புடி பகுதியில் தொண்டு நிறுவனம் ஒன்றை நடத்தி வந்த இனாம்புடி ராம்பாபு என்பவரும் இருந்தார். கடலோர ஆந்திராவில் குடியேறிய மக்களிடமிருந்து தங்களது நிலங்களை மீட்டெடுக்கப் போராடி வந்த ஆதிவாசிகளுக்கு அவரது தொண்டு நிறுவனம் உதவி வந்தது. நண்பகல் நேரத்தில் லலிதா வந்தார். சம்பிரதாய வரவேற்பு உபசரிப்புகளுக்குப் பிறகு, தான் வந்த நோக்கத்தைச் செயல்படுத்தினார். சிரிலிடம் விளக்கம் கேட்கத் தொடங்கினார். சிரில் கொடுத்த விளக்கம் அவருக்குப் போதுமானதாக இருக்கவில்லை. 'என்ன மாதிரியான மார்க்சிஸ்ட் நீ?' என்று அவரைக் கேட்டார் லலிதா. அதற்கு சிரில், தான் எப்போதும் தன்னை அப்படி வெளிப்படுத்திக் கொண்டதில்லை என்று பதிலளித்தார். தொடர்ந்து சூடான வார்த்தைகள் பரிமாறிக் கொள்ளப்பட்டன. லலிதா கூச்சலிடத் தொடங்கினார். 'நீங்கள் எனக்கு பதில் சொல்லியே ஆக வேண்டும்' என்று கத்தினார். தன்னை இப்படித் தொல்லைப்படுத்திக் கொண்டிருக்காமல் அவரை வெளியே போகச் சொன்னார் சிரில். அதற்கு லலிதா, 'இது கீதாவின் வீடு. நீ வெளியே போ' என்று சொல்லிவிட்டு, என்னை நோக்கி, 'இந்த மாதிரியான மிருகத்துடன் நீ எப்படி வாழ்கிறாய். அவனை பைத்தியக்கார ஹாஸ்பிட்டலில் சேர்க்க வேண்டும்...' என்று சொல்ல, நடந்தது அந்த விபரீதம். லலிதாவின் கைப்பையைத் தூக்கி அவர் மீது எறிந்தார் சிரில். அதற்கு லலிதா அவரைத் 'தேவிடியா மகனே' என்று சொன்னார். அதற்கு சிரில் 'நீதான்டி...' என்று சொன்னார். இந்தச் சமயத்தில் நானும் ராம்பாபுவும் சிரிலை நிதானம் கொள்ளச் செய்ய முயன்றோம். லலிதா சிரிலை நோக்கிக் கத்திக்கொண்டே இருக்க, அவர் மீது செருப்பைத் தூக்கிப் போட்டார் சிரில். தொடர்ந்து அவர்களுக்கு இடையே வார்த்தைப் போர் நடந்து கொண்டேயிருந்தது. அந்த சச்சரவில், லலிதாவை எட்டி உதைத்துவிட்டார் சிரில்.

அதற்குப் பிறகு, சிரிலை அழைத்துக்கொண்டு ராம்பாபு வெளியேறினார். நான் லலிதாவை அழைத்துக் கொண்டு வேறு ஓர் அறைக்குச் சென்று, அவருடன் கால் மணி நேரம் உட்கார்ந்திருந்தேன். அவரைச் சமாதானப்படுத்தவும் முயன்றேன். சிரில் தூக்கி எறிந்த பொருட்களால் அவருக்கு ஏதேனும் அடிபட்டு விட்டதா என்றும் கேட்டேன். அவர் இல்லை என்றார். அன்று மாலை மீண்டும் நாங்கள் இருவரும் சந்திப்பதாக முடிவு செய்து விலகினோம். பின்னர் அவர் சென்றுவிட்டார்.

அன்று பகலில், ராம்பாபு, சிரில், நான் என எல்லோரும் வெளியே சென்றோம். இருட்டத் தொடங்கியதும், சிரில்தான்

முதலில் எங்கள் வீட்டுக்குச் சென்றார். நானும் ராம்பாபுவும் வேறேதோ காரணத்துக்காக வீடு சேர தாமதமாகிவிட்டது. சிரில் வீட்டுக்குச் சென்றபோது அங்கு அவருக்காக வீட்டுவாசலில் 'ஸ்த்ரீ சக்தி சங்கட்டனா' அமைப்பைச் சேர்ந்த பத்து உறுப்பினர்கள் திரண்டிருந்தனர். லலிதாவும் இருந்தார். சிரில் அவர்களை வீட்டுக்குள்ளே வருமாறு அழைத்தார். வீட்டுக்குள் நுழைந்தது தான் தாமதம், அவர்கள் எல்லோரும் சிரிலை அடிக்கத் தொடங்கினார்கள். அவர் கண்களில் மிளகாய்ப் பொடியைத் தூவிவிட்டு, விளக்குமாறையும் தடிகளையும் கொண்டு அவரைத் தாக்கினார்கள். வீட்டிலிருந்த பல்புகளை அவர்கள் உடைக்க, அந்தச் சில்லுகள் வேறு சிரிலைப் பதம் பார்த்தன. இவை நடந்துகொண்டிருக்கும்போது, நானும் ராம்பாபுவும் வீட்டுக்கு வந்துவிட்டோம். அந்த அமைப்பைச் சேர்ந்த வசந்த் என்ற பெண்மணி எங்களை நோக்கித் திரும்பி, "இதோ உனக்காக இன்னொரு அடி கீதா" என்று சொல்லிவிட்டு, சிரிலைத் தடி கொண்டு தாக்கினாள். அவர்கள் வெளியேறும்போது எங்களின் மொபெட் வண்டியைச் சேதப்படுத்திவிட்டுச் சென்றார்கள். அது எங்களை மேலும் வேதனைப்படுத்தியது. அந்தப் பெண்களில் பலர் சம்பளம் வாங்குபவர்கள். காரில் செல்லும் அளவுக்குப் பணக்காரக் கணவர்களைக் கொண்டிருப்பவர்கள். நாங்கள் கஷ்டப்பட்டு சம்பாதித்த ரூ.4,000 மூலம் அந்த வண்டியை வாங்கியிருந்தோம். அந்தக் காலத்தில் அது பெரிய தொகை.

அடுத்து வந்த வாரத்தில், சிரில் என்னை அடித்துத் துன்புறுத்துவதாகவும், அவரிடமிருந்து என்னைக் காப்பாற்றவே அவர்கள் சிரிலை அடித்தார்கள் என்றும் புரளி கிளம்பியது. தொடர்ந்து எங்கள் இரு பிரிவினருக்கும் பொதுவாக இருந்த நண்பர்களான காஞ்சா இலய்யாவும் நரேந்திரநாத்தும் எங்களை அழைத்து ஒரு சந்திப்புக்கு ஏற்பாடு செய்தார்கள். சலாஹா அமைப்பின் உறுப்பினரும் வழக்கறிஞருமான மனோகர் என்பவரும் அந்தச் சந்திப்பில் கலந்துகொண்டார். நாங்கள் ஒரு சமரசம் செய்துகொண்டோம். குறித்த நாளில் குறித்த நேரத்தில் இலய்யா, நரேனுடன் அந்தப் பத்துப் பேரும் எங்கள் வீட்டுக்கு வந்தார்கள். பெஞ்சில் அமர்ந்துகொண்டு, 'அன்று நாங்கள் செய்ததற்கு மன்னிப்பு கேட்கிறோம்' என்றார்கள். சிரிலும், 'அன்று நான் செய்ததற்கும் மன்னிப்பு கேட்கிறேன்' என்றார். அவர்கள் அதைச் சொல்லிவிட்டு, உடனே கிளம்பிவிட்டார்கள். அந்தக் கூட்டம் நடைபெற்றுக்கொண்டிருந்த அறைக்கு நான் செல்லவில்லை. ஆனால் கதவோரம் நின்றுகொண்டிருந்தேன். அந்த நாடகத்தில் நான் எந்தப் பங்கும் வகிக்கவில்லை. காலையில் என் நெருக்கமான தோழியாக இருந்த லலிதா, மாலையில் எதிரியாகிப் போனார். என்னுடைய கணவரை அடிக்கவும், என்

வீட்டைச் சேதப்படுத்தவும் ஒரு கூட்டத்தை அவர் கூட்டி வந்திருக்கிறார். என் நண்பர்கள் என் வீட்டுக்குள் வந்து, சொல்ல முடியாத செயல்களைச் செய்துவிட்டுச் சென்றிருக்கிறார்கள். அதுகுறித்து அவர்கள் ஒரு வார்த்தைகூட என்னிடம் எச்சரிக்க வில்லை.

1985 தொடங்கி, பத்தாண்டுகளுக்கு மேலாகப் புதிதாகத் தோன்றி வந்த பல பெண்ணிய அமைப்புகள், எங்களிடமிருந்து எங்கள் நண்பர்களைப் பிரித்து இரண்டு குழுக்களாகவே வைத்திருந்தன. அந்த அமைப்புகளில் பெரும்பான்மையானவை லலிதாவை ஆதரித்தன. சிரிலை மதம்பிடித்த வன்முறையாளன் என்றும், என்னை, வீட்டு வாசலில் கிடக்கும் கால்துடைப்புப் பாய் என்றும் பட்டம் கட்டினார்கள். எங்களின் முன்னாள் தோழமைகள் பலர் பல்வேறு தொண்டு நிறுவனங்களில் சேர்ந்து விட்டார்கள். அவர்களில் பலரை லலிதாவின் செல்வந்தக் கணவர் வித்தல் ராஜன் வளர்த்துவிட்டார். ஒருவரும் எனக்கு என்ன ஆனதென்று என்னிடம் கேட்கவில்லை. வெளியூர்களிலிருந்து தோழமைகள் வரும்போது நிகழும் சந்திப்புகளுக்கோ அல்லது திருமண நிகழ்வுகளுக்கோ கூட நாங்கள் அழைக்கப்படவில்லை. ஒரு நாள் இடைவெளியில், எனது அனைத்து நட்புகளையும் நான் இழந்திருந்தேன். இந்த விஷயங்களை எனது சங்கத்தினருடன் பகிர்ந்துகொண்டதோடு, குங்கலில் நடந்த கூட்டத்தில் இந்த நிகழ்ச்சிகளைச் சொல்லி அவர்கள் அதை எப்படி எடுத்துக் கொள்கிறார்கள் என்று தெரிந்துகொள்ளவும் நினைத்தேன். என்னுடைய நண்பர் சாந்தா சின்ஹாவும் அந்தக் கூட்டத்தில் கலந்துகொண்டார். அவர்கள் அளித்த ஆறுதல் என்னைக் கொஞ்சம் ஆற்றுப்படுத்தியது. காலம் செல்லச் செல்ல, அந்தப் பெண்களின் கணவர்களில் சிலர் என்னிடம் வந்து மன்னிப்பு கோரினார்கள். அது என்னைக் குழப்பமடையச் செய்தது. எனக்கு நேர்ந்தவை அந்தப் பெண்களால் நடக்கவில்லை. நிச்சயமாக அவர்களது கணவர்களால் நடக்கவில்லை. பிறகு ஏன்?

இந்த நிகழ்வு என் திருமண வாழ்க்கையைப் பலவிதங்களில் பாதித்தது. சிரிலின் ஆற்றாமையை என்னால் உணர்ந்துகொள்ள முடிந்தது. ஒருகாலத்தில் 'அகில பாரதிய வித்யா பரிஷத்' அமைப்பைச் சேர்ந்த எத்தனை பேர் வந்தாலும், அவர்களுடன் கத்தியைக்கொண்டு சண்டையிடத் தயாராக இருந்த சிரில், எனது தோழிகள் அவரை அடிக்கும்போது ஒருமுறை கூடக் கைகளை உயர்த்தாமல் இருந்திருக்கிறார். ஐந்தே நொடிகளில் அவர்கள் அனைவரையும் அவர் தாக்கி வீழ்த்தியிருக்க முடியும். ஆனால் அப்படிச் செய்தால் அது அந்த நிலைமையை இன்னும் விபரீதமாக்கும் என்று சிரில் உணர்ந்ததால் அவர் அப்படி

நடந்துகொள்ளவில்லை. அந்தத் தோழிகளை நான் எப்போதேனும் பணி சார்ந்து சந்தித்தது தெரிந்தால், “என்னை ஏதோ அவர்களது எதிரியைப் போலக் கருதிக்கொண்டு கருணையே இல்லாமல் என்னை அவர்கள் தாக்கினார்கள். இருந்தும் நீ அவர்களைச் சந்திக்கிறாய்” என்று சிரில் சொல்லுவார். 1993இல், அவர்களில் இரண்டு பேர் என்னையும், எனக்குப் பிறந்த முதலும் கடைசியுமான குழந்தையையும் பார்ப்பதற்கு வர விருப்பம் தெரிவித்தபோது, அவர் அமைதியாக ஒப்புக்கொண்டார். ஆனால் அவர்கள் வந்து செல்லும்வரையில், அவர் வீட்டில் இருக்கவில்லை. தான் இறக்கும்வரையிலும், அவர்கள் ஏன் தன்னிடம் அப்படி நடந்துகொண்டார்கள் என்பதை அவரால் புரிந்துகொள்ளவே முடியவில்லை. அவர்கள் சொன்ன ஒற்றை வார்த்தை ‘மன்னிப்பு’ அவரது துயரத்தையும் கோபத்தையும் குறைக்கவே இல்லை.

சிரில் உயிருடன் இருந்த வரையில், இன்று போல அந்த நிகழ்வு என்னைப் பெரிதாகத் தொந்தரவு செய்யவில்லை. காரணம், அது அவர் சம்பந்தப்பட்ட நிகழ்வு. சீக்கிரம் கோபம் கொள்ளும் தன்மை கொண்டவர் அவர். அதனால் அவர் கடுமையாக நடந்துகொள்வார். லலிதாவிடம் அவர் மிகவும் மோசமாக நடந்துகொண்டார் என்பதில் சந்தேகமில்லை. ஆனால் அவர்கள் என் வீட்டுக்கு வந்து என் வீட்டைச் சேதப்படுத்தி, பின்னாளில் என்னைத் தனிமைப்படுத்தும் அளவுக்கு நான் என்ன தவறு செய்துவிட்டேன்? என் பெண்ணியத் தோழிகள் எப்படி என் வீட்டுக்கு வந்து, விருந்தாளிகளைப் போல நடந்துகொள்ளாமல் என் கணவரைக் கொடூரமாகத் தாக்கலாம்? என்ன வகையான நட்பு இது, என்னைச் சில மணி நேரங்களில் கைவிட்டுவிட்டுச் செல்லும் அளவுக்கு என்னவிதமான மனிதர்கள் அவர்கள்? சொல்லப்போனால் எனக்குக் குடும்பம் என்ற ஒன்றே கிடையாது. அவர்களே எனக்குக் குடும்பமாக இருந்தார்கள். இருந்தும் அவர்கள் எனக்கு இப்படி ஒன்றை ஏன செய்துவிட்டார்கள்? அந்தப் பிரச்சினை இன்னும் தீர்க்கப்படாமலேயே இருக்கிறது. இந்தப் புத்தகத்தை நான் எழுதத் தொடங்கும்போது, இந்தப் பிரச்சினையைப் பற்றி என் இரண்டு தோழிகளிடம் கேட்டேன். அதற்கு அவர்கள் மன்னிப்பு தெரிவித்தார்களே தவிர விவாதிக்க விரும்பவில்லை.

எங்களுக்கு இருந்த பெரிய நட்பு வட்டங்களில் இந்தப் பிரச்சினை விவாதிக்கப்படவே இல்லை. அமைதியாகக் குழிதோண்டி புதைக்கப்பட்டுவிட்டது. சிரிலோ நானோ இந்த நிகழ்வுக்கான பின்னணி குறித்து எந்தத் தகவலையும் யாரிடமும் வெளிப்படுத்தவில்லை. ஆனால் அவர்கள் தெரிந்துகொண்டது

எல்லாம், லலிதாவைக் காரணமே இல்லாமல் சிரில் தாக்கி விட்டார் என்பது மட்டும்தான். 1998ஆம் ஆண்டில் ஹெச்.பி.டி. உடன் இணைந்து அந்தக் குழுவைச் சேர்ந்த பெண்கள் பணியாற்றத் தொடங்கியபோது, அவர்களை நான் மீண்டும் சந்திக்கத் தொடங்கினேன். என் பிரசவத்துக்குப் பிறகான மனஉளைச்சலில் இருந்து என்னைக் காப்பாற்றியதால், வீணா சத்ருக்னாவுடன் நெருக்கமானேன். நான் கொஞ்சம் கொஞ்சமாக அந்த நிகழ்வை மறக்கத் தொடங்கியிருந்தேன். ஆனால் 2016இல் சிரில் இறந்த பிறகு, மனதின் அடியாழத்திலிருந்த கசப்புணர்வு மீண்டும் மேலெழுந்தது. எங்களது அகண்ட நட்பு வட்டங்களில் அந்த நிகழ்வுக்கான பின்னணி தெரிந்த பிறகும் என்னால் அந்தக் கசப்புணர்விலிருந்து மீள முடியவில்லை. 'பழையதை மறந்து விட்டு மேலே நகர்ந்து செல்' என்கிறார்கள் அவர்கள். இந்த நிகழ்ச்சியை இந்தப் புத்தகத்தின் முதல் வரைவில் நான் குறிப்பிடவில்லை. காரணம், இந்த அவமானகரமான வலி குறித்து மீண்டும் பேச வேண்டாமே என்று நினைத்ததுதான். ஆனால் என் சகோதரி அவளது கணவனால் அடிபடுவதை என்னால் சொல்ல முடிகிறபோது, நக்சலைட் குழுக்களுடன் நான் இருந்ததையும், என் நண்பர்கள் சிலர் இன்றும் இருப்பதையும் சொல்ல முடிகிறபோது, என் வாழ்க்கையை நரகமாக்கிய ஹைதராபாத்தைச் சேர்ந்த ஒரு பெண்ணியக் குழுவைப் பற்றிச் சொல்லாமல் வரலாற்றிலிருந்து ஏன் மறைக்க வேண்டும்?

12

கரம்சேடு வயல்களில் சிந்தப்பட்ட உதிரம்

இப்ராகிம்பட்டினத்தில் செயலாற்றியபோது, அங்குள்ள நிலக்கிழார்களின் அராஜகங்களைச் சந்தித்திருக்கிறேன். எனினும் அந்த அனுபவங்கள், 1985ஆம் ஆண்டு கரம்சேடு பகுதியில் நடந்த சம்பவத்துக்கு என்னைத் தயார்படுத்தவில்லை. 1985 ஜூலை 18ஆம் தேதி செய்தித்தாளைப் பிரித்தபோது, 'கரம்சேடுவில் ஆறு தலித்துகள் ஓட ஓட வெட்டிக் கொலை' என்ற தலைப்புச் செய்தி என்னை அதிர வைத்தது. பிரகாசம் மாவட்டத்திலுள்ள சிராலா தாலுகாவின் கீழ் இருக்கும் மிகப்பெரிய கிராமங்களில் ஒன்று கரம்சேடு. அது டக்குபாதி செஞ்சுராமய்யா கோலோச்சிய பகுதி. அவர் வேறு யாருமல்ல, என்.டி. ராமாராவின் மகள் புரந்தேஸ்வரியின் மாமனார்தான். 2009இல் மன்மோகன் சிங் ஆட்சிக் காலத்தில் அமைச்சராகப் பதவி வகித்த புரந்தேஸ்வரி, 2014இல் பா.ஜ.க.வில் இணைந்தார். கரம்சேடுவும் அதனைச் சுற்றியிருந்த பகுதிகளும் கம்மா சமூக ஆதிக்கத்தின் கீழ் இருந்தன. விவசாயிகளான அவர்கள், கடலோர ஆந்திராவில் வசிக்கும் முக்கியமான ஆதிக்கச் சமூகத்தினராவர். தொடக்கத்தில் கடலோர கிராமங்களில் இருந்த அவர்கள், காலம் செல்லச் செல்ல இந்திய தீபகற்பத்தில் தெற்கு மற்றும் உள்ளார்ந்த பகுதிகளை நோக்கிப் புலம்பெயர்ந்து விட்டார்கள். அவர்களில் ஒரு பகுதியினர் பாசனவசதி கொண்ட இடங்களை நோக்கியும், இன்னொரு பகுதியினர் நகரங்களை நோக்கியும் சென்றுவிட்டனர். என்றாலும், அவர்கள் பலருக்குச் சொந்தமான நிலங்கள்

இன்னும் கடலோரப் பகுதிகளில்தான் இருக்கின்றன. ஒருங்கிணைந்த ஆந்திரப் பிரதேச மாநிலத்தில் அரசியல் ரீதியாகவும், பொருளாதார ரீதியாகவும் திரட்சியான சமூகத்தினராக இருந்ததோடு, தற்போது அந்த மாநிலம் இரண்டாகப் பிரிந்த பிறகும் வேளாண்மை, ரியல் எஸ்டேட், மருத்துவம், சினிமா, தொலைக்காட்சி, பத்திரிகைகள், தகவல் தொடர்புத் துறை முதலான துறைகளில் கம்மா சமூகத்தவரே வெற்றிக்கொடி கட்டுகின்றனர்.

ஜூலை 16ஆம் தேதி, போத்தினி ஸ்ரீனு எனும் கம்மா இளைஞர் ஒருவர், தலித்துகள் குடிநீருக்காகப் பயன்படுத்தும் ஏரியில் தனது எருமையைக் குளிப்பாட்டிக் கொண்டிருந்திருக்கிறார். இதைப் பார்த்த கட்டி சந்திரய்யா எனும் தலித் இளைஞர், ஸ்ரீனுவை அதட்டியிருக்கிறார். இதனால் கோபமடைந்த ஸ்ரீனு, தன் கையில் வைத்திருந்த சாட்டையால், சந்திரய்யாவைத் தாக்கத் தொடங்கினார். அப்போது அங்கு நீர் எடுக்க வந்த சுவர்த்தா எனும் தலித் பெண்மணி, ஸ்ரீனுவைப் பார்த்து, "அவரை (சந்திரய்யா) ஏன் அடிக்கிறீர்கள்?" என்று கேட்டார். ஒரு தலித் பெண் தன்னைக் கேள்வி கேட்பதா என்ற ஆத்திரத்தில், அவரை நோக்கியும் சாட்டையை ஓங்கியிருக்கிறார் ஸ்ரீனு. ஆனால் தன்னைத் தற்காத்துக்கொள்ள, தன் கையிலிருந்த குடத்தால் சாட்டை அடியிலிருந்து தப்பியிருக்கிறார் சுவர்த்தா. இந்தச் சின்ன எதிர்ப்பு, அந்தப் பகுதியிலிருந்த மாதிகா காலனியைத் துவம்சமாக்க, கம்மா சமூகத்தவருக்குப் போதுமான காரணமாக யிருந்தது. அந்த மக்களைத் தடி, கோடரி, ஈட்டி உள்ளிட்ட ஆயுதங்களால் தாக்கி வயல்வரப்புகளை நோக்கி விரட்டியதுடன், அவர்களது உடைமைகளையும் சேதப்படுத்தினார்கள் கம்மாக்கள்.

இந்தச் செய்தியைக் கேள்விப்பட்டதும் நாங்கள் உடனடி யாக பொஜ்ஜா தாரகத்தின் வீட்டுக்குச் சென்றோம். அவர் இல்லத்திலிருந்த தொலைபேசி மூலம் அங்கு நடப்பவற்றைக் கேட்டறிந்தோம். தாக்குதல் நடைபெற்றபோது, அங்குள்ள தலித்துகள் எல்லாம் எட்டு கிலோமீட்டர் தூரத்திலிருந்த சிராலா எனும் நகரத்துக்குச் சென்று, அங்கிருந்த தேவாலயத்தில் அடைக்கலமாயினர். அவர்களுக்கு அந்தப் பகுதியிலிருந்த தலித்துகள் உணவிட்டார்கள். அவர்களில் ஒருவர் பொஜ்ஜா தாரகத்துக்குத் தொலைபேசியில் தகவல் சொல்லியிருந்தார். இந்தத் தாக்குதல் நடந்ததும், சிராலாவுக்குச் சென்று அங்குப் பாதிக்கப்பட்ட தலித்துகளைச் சந்தித்த முதல் தோழர் பொன்னூரைச் சேர்ந்த கட்டி பத்மா ராவ்தான். தாக்குதல் நடந்து இரண்டு, மூன்று நாட்களுக்குப் பிறகு நான் முதன்முறையாக அந்தப் பகுதிக்குச் சென்றிருந்தேன். அது எனக்கு நிறைய

பாடங்களைக் கற்றுக் கொடுத்தது. மறைவான பகுதி ஒன்றில் தாரகம் மற்றும் சிரில் ஆகியோர் பாதிக்கப்பட்டவர்களிடம் பேசி வழக்குக்கான விவரங்களைத் தயார் செய்துகொண்டிருந்தனர். அந்தத் தேவாலய வளாகத்தில் இருந்தது எல்லாமே கரம்சேடு மக்கள்தான். அந்தக் கிராமத்தினர் சிலர், சிராலாவிலுள்ள தங்களது உறவினர்களின் வீடுகளில் தஞ்சம் புகுந்திருந்தனர். அவர்களிடம் கேள்வி கேட்பதற்கான சூழலோ, இடமோ அது இல்லை. ஆண்கள் கொல்லப்பட்டிருக்கிறார்கள். அதுவும் ஒருவரை அவரது ஆசனவாயில் ஈட்டியை நுழைத்துத் திருகிச் சித்திரவதை செய்து கொன்றிருக்கிறார்கள். பெண்களில் பலர் பாலியல் வன்கொடுமைக்கு ஆளாக்கப்பட்டிருந்தனர். மேலும் பலர் கடுமையான தாக்குதலுக்கு உள்ளாகியிருந்தனர். அங்கிருந்த மக்கள் எல்லாம் கும்பலாக உட்கார்ந்துகொண்டு பேசியோ அல்லது அமைதியாக இருந்தோ நேரத்தைக் கடத்தினர். சிலர் ஒப்பாரி வைக்கத் தொடங்கியிருந்தனர். அவர்களுக்கு உணவளிக்க அந்தத் தேவாலயத்துக்கு லாரி லாரியாக அரிசியும் இதர மளிகைப் பொருட்களும் வந்திறங்கின. அந்த லாரிகளில் இருந்தவர்களிடம் பேச்சுக்கொடுத்தபோது அவர்கள் எல்லோரும் சுற்றுவட்டாரப் பகுதிகளில் வசிக்கும் தலித் மக்கள் என்பது தெரியவந்தது. அவர்களில் சிலர் இருநூறு கிலோமீட்டர் தொலைவிலிருந்து கூட உதவ முன்வந்திருந்தார்கள். அவர்களில் யாருக்கும் கரம்சேடு தலித்துகளைப் பற்றி நேரடி அறிமுகம் இல்லை. எனினும் தங்கள் ஆதரவைத் தெரிவிப்பதற்காக அவர்கள் அந்தச் சாமான்களைக் கொண்டுவந்திருக்கிறார்கள். இடதுசாரி ஆதரவு பற்றி எனக்குத் தெரியும். அது பழக்கப் படுத்தப்பட்ட ஆதரவு. ஆனால், தலித் ஆதரவு என்பது, பிரச்சினை பிறக்கிற இடத்திலிருந்தே உருவாவது. அம்பேத்கர் மேற்கொண்ட நடவடிக்கைகள், தலித்துகளிடையே எத்தகைய ஒரு ஒட்டுறவை உருவாக்கியிருக்கின்றன என்பது குறித்து நான் முதன்முதலாக நேரடியாகக் கண்டேன்.

இந்தச் சம்பவம் குறித்த உண்மையைக் கண்டறிய, சலாஹா அமைப்பு ஒரு வாரத்திலேயே குழு ஒன்றை அமைத்தது. அதில் நானும் இடம்பெற்றிருந்தேன். அந்தச் சம்பவம் தொடர்பாக அமைக்கப்பட்ட முதல் உண்மை கண்டறியும் குழு அதுதான். அந்த அமைப்பு உடனடியாக எங்களது அறிக்கையையும் வெளியிட்டது. அந்தக் குழுவில் தீவிர கம்யூனிஸ்ட் செயற்பாட்டாளராக அறியப்பட்ட கொல்லா வெங்கய்யா, பேராசிரியர் டி. நரசிம்ம ரெட்டி, சாந்தா சின்ஹா, ஆர். அகிலேஷ்வரி ஆகியோரும் இருந்தனர். எங்களது அறிக்கை, 'கரம்சேடு 1985' என்ற தலைப்பில் மிகச் சிறிய நூலாக வெளியிடப்பட்டது. அந்தச் சம்பவம் தொடர்பாக வெளியான

முதல் நூல் அதுதான். அதுவே வேறு பலராலும் சுட்டிக்காட்டப் பட்ட முக்கிய ஆவணமாகவும் திகழ்ந்தது. கொல்லா வெங்கய்யா வும் கம்மா சமூகத்தைச் சேர்ந்தவர்தான். எனவே, அவர் மூலம் சில கம்மா மக்களிடமும் நாங்கள் அந்தச் சம்பவம் குறித்துப் பேசியிருந்தோம். ஆனால் அப்படி ஒரு சம்பவம் நடந்தது பற்றித் தங்களுக்கு எதுவும் தெரியாது என்று அவர்கள் கூறிவிட்டனர். அந்தப் பகுதியின் என்ஃபீல்ட் புல்லட் வண்டிக்கான முகவரைச் சந்தித்துப் பேசியபோது, கரம்சேடுவில் அத்தகைய வண்டிகள் நானூற்றுக்கும் மேற்பட்ட எண்ணிக்கையில் இருக்கும் என்றார். கம்மாக்கள் பரம்பரைப் பணக்காரர்கள். ஆனால் இதர பகுதிகளைப் போல கரம்சேடு மாதிகா மக்கள் பரம ஏழைகள் என்று சொல்லிவிட முடியாது. இப்ராகிம்பட்டினத்துடன் ஒப்பிடும்போது, அவர்கள் சற்று வசதியானவர்களாகவே இருந்தனர். அவர்களில் ஒருவர் தாசில்தாராகவும் வேறு பலர் அரசு ஊழியர்களாகவும் இருந்தனர். பசுமைப் புரட்சியின் மூலம் பயனடைந்த வசதியான கடலோரப் பகுதியினர் ஏன் தலித்துகளைக் குறிவைத்துத் தாக்குகின்றனர்?

அதற்கு ஒரு காரணம், என்.டி. ராமாராவ் ஆட்சிக்கு வந்தபோது, கம்மா சமூகத்தின் அராஜகம் வானளாவ இருந்தது. கரம்சேடு வன்முறையில் பாதிக்கப்பட்டவர்களைக் காண என்.டி.ஆர். மருத்துவமனைக்குப் பூக்களோடும் பழங்களோடும் வந்திருந்தபோது, அவரை அங்குள்ள தலித்துகள் உள்ளே செல்ல அனுமதிக்கவில்லை. தனது மகன் தாக்கப்பட்டதைப் பார்த்த வீரம்மா என்பவர், "அய்யா, நீங்கள் ஆட்சிக்கு வந்த பிறகு, உங்கள் ஆட்கள் எங்களைக் குறி வைத்துத் தாக்குகின்றனர். நாங்களும் எங்கள் குடும்பங்களும் உடைந்து போயிருக்கின்றோம். ரத்தத்தில் மூழ்குகிறோம்" என்று கதறினார்.

1960களில், பழைய பண்ணையார்த்தன உறவுகள் எல்லாம் உடைந்தபோது, அங்கே புதிய விவசாயப் படை ஒன்று வளரத் தொடங்கியது. அவர்கள்தான் கம்மா சமூகத்தினர். நாட்டில் விவசாயத்தை மேம்படுத்தும் பணிகள் நடைபெற்றுக் கொண்டிருந்தபோது, அதனைப் பயன்படுத்தி வளர்ந்த அந்தச் சமூகம், கொஞ்சம்கொஞ்சமாக வேளாண்மை அல்லாத இதர துறைகளில் கவனம் செலுத்தி முன்னேறியது. நாட்டின் ஒட்டுமொத்தப் பொருளாதார மேம்பாட்டுப் பணிகளால் உருவான புதிய வாய்ப்புகளைப் பயன்படுத்தி அவர்கள் மேலே மேலே வந்துகொண்டிருந்தனர். இவர்களுக்குச் சவால்விட்டு வளர்கின்ற எந்தச் சமூகத்தையும், குறிப்பாக தலித்துகளை சகித்துக் கொள்ள முடியாதிருந்தனர். அதே சமயத்தில், மாநிலத்தின் பொருளாதார வளர்ச்சியில் தலித்துகளின் பங்களிப்பும் கணிசமாக

இருந்தது. அவர்களின் குழந்தைகள் படித்தார்கள், வேலைக்குச் சென்றார்கள், சாதியம் குறித்துக் கவலைப்படாத புதிய சூழல்களுக்கும் வாய்ப்புகளுக்கும் தங்களை ஒப்புக் கொடுத்தார்கள். ஆதிக்கச் சாதியினரால் தாங்கள் சிறுமைப் படுத்தப்படுவதைத் தலித்துகளாலும் பொறுத்துக்கொள்ள முடியவில்லை. தலித்துகளிடமிருந்து ஒரு சின்ன எதிர்ப்பைக் கூடச் சகித்துக்கொள்ள முடியாத கம்மா சமூகத்தினர், தற்போது சமூக உறவுகளில் ஏற்பட்டுவரும் மாற்றத்தைக் கண்டு கொண்டார்கள். எனவே தலித்துகளிடமிருந்து வரும் சின்ன எதிர்ப்பு முனகல்கூட, ஆதிக்கச் சாதியினரின் கோபத்தைச் சம்பாதித்தது.

கரம்சேடு படுகொலைகள் தொடர்பான ஊடகப் பதிவுகளும் அறிக்கைகளும் புது விதமான களத்தைப் பொது மக்களுக்கு அறிமுகப்படுத்தின. வர்க்க ஏற்றத்தாழ்வுகள் மட்டுமல்லாது, சாதியப் பிரிவினையும் கூர்மையாக முன்னிறுத்தப்பட்டது. முதன்முறையாக, தெலுங்கு ஊடகங்கள், 'மாதிகா' கூலித் தொழிலாளர்கள் மீது 'கம்மா' சமூகத்தினர் தாக்குதல் நடத்தினர் என்று வெளிப்படையாகச் சொல்லலாயின. சாதியத்தைச் சுற்றியே உரையாடல்கள் நிகழத் தொடங்கின. சாதியப் பிரிவினைகளை மார்க்சியக் கண்ணோட்டத்தில் பார்த்து 'அது பெரிய பிரச்சினை இல்லை' என்று சொன்னவர்கள் எல்லாம் ஒதுக்கப்பட்டார்கள். இந்தப் பிரச்சினை தொடர்பாக 'முற்போக்கு மகளிர் குழு', 'கரம்சேடு ஹரிஜன்களைத் தாக்கிய நிலக்கிழார்கள்' என்ற தலைப்பில் அறிக்கை ஒன்றை வெளியிட்டதற்காக இடதுசாரிகளால் விமர்சிக்கப்பட்டது.

தேவாலய வளாகத்தில் தஞ்சம் கொண்டிருந்த கரம்சேடு மக்களை, சிபிராம் எனும் கூடாரங்களில் தங்கவைக்கப்பட்டனர். அவர்களுக்காக ஒரு நான்கைந்து கூடாரங்கள் எழுப்பப் பட்டிருந்தன. அந்தச் சமயத்தில் அந்தக் கூடாரங்கள்தான் தலித் போராட்டங்களுக்கான முக்கியமான மையமாக இருந்தன. அந்தக் கூடாரங்கள் விஜயநகர் என்ற இடத்தில் இருந்தன. 'வெற்றியின் நகரம்' என்று பொருள்படும் அந்த நகரத்தில், பாதிக்கப்பட்ட மக்கள் போராட்டத்தில் இறங்கினர். அந்தக் கூடாரங்கள் ஏதோ ஒவ்வொரு தனித்தனிக் குடும்பங்களுக்காக எழுப்பப்பட்டவை அல்ல. மாறாக, எல்லா தலித் மக்களும் ஒரே இடத்தில் தங்கி கரம்சேடு வன்முறையில் பாதிக்கப்பட்ட மக்களுக்காக ஆதரவு தெரிவிக்கும் அரிதான போராட்டத்துக்காக அவை கட்டப்பட்டிருந்தன; கும்பலாகச் சமைத்து, ஒன்றாகப் படுத்து உறங்கினர். ஆந்திரப் பிரதேச அரசு தலித்துகளின் கோரிக்கையை ஏற்று, அவர்களுக்காக வீட்டுமனைகள்,

மறுவாழ்வுத் திட்டங்கள் ஆகியவற்றை வழங்கும் வரைக்கும் அந்தக் கொட்டகைகள் இருந்தன.

தாரகமும் சிரிலும் பலமுறை விஜயநகர் முகாமுக்குச் சென்று வந்தார்கள். இப்ராகிம்பட்டினத்தில் எனக்கு வேலையில்லாத தருணங்களில் நானும் அவர்களுடன் சேர்ந்துகொண்டு அங்குச் சென்றுவந்தேன். அவர்கள் வழக்கு விவரங்களைத் தயாரிப்பதில் மும்முரம் காட்ட, நான் அந்த முகாமில் உள்ள குடும்பங்களை எல்லாம் பார்த்துவிட்டு வருவேன். கம்மாக்களால் பாலியல் வன்கொடுமைக்கு ஆளாக்கப்பட்ட துட்டு சுலோச்சனா என்ற பெண்மணியை அங்கு நான் பார்த்தேன். அந்தத் தாக்குதலில் தனது கணவர் ரமேஷையும் அவர் இழந்திருந்தார். இந்த வன்முறைக்கு முக்கிய சாட்சியாக இருந்த அலிசம்மா என்ற பெண்மணியையும் சந்தித்தேன். ஓராண்டுக்குப் பிறகு அவர் மர்மமான முறையில் இறந்துவிட்டார். டெல்லா ஜெட்சன் என்பவரது குடும்பத்தோடும், பகத்சிங் என்பவரோடும் கொஞ்ச நேரம் பேசினேன். பின்னாளில் பகத்சிங், சுலோச்சனாவைத் திருமணம் செய்துகொண்டார். அப்படி ஒரு இக்கட்டான சூழலிலும், அவர்கள் பெரிய மனம் படைத்தவர் களாக, துணிச்சல் மிகுந்தவர்களாக இருந்தார்கள். அவர்கள் மிகக் கொடூரமான எதிரிகளை எதிர்கொண்டிருந்தார்கள். ஆனாலும் அவர்களின் அராஜகத்துக்குப் பணியவில்லை.

கரம்சேடு தலித்துகளுக்காக நாங்கள் பணமும் பொருளும் சேகரித்தோம். அவற்றை எங்கள் சங்கத்தைச் சேர்ந்த சிலர் விஜயநகர் முகாமுக்குச் சென்று வழங்கினார்கள். எங்கள் சங்கத்திலிருந்து குழுகுழுவாக அந்த முகாமுக்குச் சென்று வந்தோம். ஒவ்வொரு குழுவிலும் ஒன்பது அல்லது பத்து பேர் இருந்தார்கள். கடலோர ஆந்திரப் பிரதேசப் பகுதிகளுக்கு அதுவரையில் சென்றிருக்காத எங்கள் சங்கத்தைச் சேர்ந்த ஜோகு ஜங்கம்மாவும், எலிமினெட்டி சந்திரம்மாவும் அங்குள்ள வளமையைக் கண்டு அதிசயித்துத்தான் போனார்கள். அதே சமயம், இப்படிப்பட்ட கொடுமைகள் அங்கு நடந்தால் அது கவனிக்கப்படாமல் இருப்பது குறித்தும் அதிர்ச்சியடைந்தார்கள். தங்களது கிராமத்தில் உள்ளவர்கள் ஏழைகளாக இருந்தாலும், தங்களுக்கு இதுபோன்ற கொடுமைகள் நடந்ததில்லை என்றார்கள். கடலோரப் பகுதிகளில் உள்ள தலித்துகள் சந்திக்கும் பிரச்சினைகளைப் போல இன்றைய தெலங்கானா பகுதியில் உள்ள தலித்துகள் பெரிய அளவில் வன்முறை எதையும் சந்திக்க வில்லை என்பது உண்மைதான். அதற்குப் பல காரணங்கள் உண்டு. கடலோரப் பகுதிகளில் ஏற்பட்ட வேளாண்மை வளர்ச்சியால் புதிய சந்தைஉறவுகள் உருவானது, 1940களில்

இன்றைய தெலங்கானா பகுதிகளில் ஏற்பட்ட ஆயுதமேந்திய விவசாயப் போராட்ட இயக்கங்கள் ஏற்படுத்திய தாக்கம், கம்மாக்களைப் போல அல்லாது ரெட்டிகளிடையே ஒற்றுமை இல்லாதது போன்றவை மிக முக்கியக் காரணிகள். தெலங்கானாவின் மாதிகா மற்றும் ரெட்டி சமூகங்களுக்கு இடையே உள்ள உறவு மிகவும் நெருக்கமானது. மாதிகாக்களைத் தங்களின் தம்பிமார்கள் என்று ரெட்டிகள் அழைப்பது வழக்கம். மாதிகாக்கள் தரும் ஆதரவால்தான், தங்களை ஆள்பலம் உள்ளவர்களாகக் காட்டிக்கொண்டு, கிராமத்தைக் கட்டிஆள அவர்களால் முடிகிறது.

கரம்சேடு தலித்துகளுக்கான ஆதரவு நாளடைவில் வளர்ந்து கொண்டே வந்தது. 1985 செப்டம்பரில் சிராலாவில் ஒருங்கிணைக்கப்பட்ட கூட்டம் ஒன்றில், 'தலித் மகாசபை' உதயமானது. அது இந்தப் போராட்டத்துக்குப் புதிய வடிவத்தை வழங்கியது. 'சிராலா சலோ' (சிராலாவுக்குப் போவோம்) என்ற கோஷம் எழுப்பப்பட்டு, சுமார் மூன்று லட்சம் மக்கள் அங்குக் கூடினார்கள். அதற்கு முன்பு நான் அத்தகையதொரு மக்கள் திரட்சியைக் கண்டதில்லை. அந்தக் கூட்டம் ஒரே குரலில் பேசியது. அந்தக் கூட்டத்தை, பிரபல கவிஞரும் பாடகருமான கத்தார் தான் புனைந்த, '*தலித்தபுலுலம்மா, கரம்சேடு பூஸ்வமுலதோன் கலபாடி, நிலகாடி பொருசேஸின, தலித்தபுலுலம்மா*' (நாங்கள் தலித் புலிகள், அன்பே, புலிகள் துணிந்து நின்று கரம்சேடு பண்ணையார்களை வேட்டையாடின) என்ற புதிய பாடலைப் பாடி தொடங்கி வைத்தபோது நான் புல்லரித்துப் போனேன். தலித்துகளுக்கென்றே தனிமேடையாக அது இருந்தது. மேடையில் தலித்துகள் மட்டும்தான் இருந்தார்கள். தலித்துகளுக்காக எவ்வளவு தூரம் ஆதரவு அளித்தாலும், அங்குச் சவர்னாக்கள் மேடையேற அனுமதியில்லை. அதேபோலத்தான் தலித் மகாசபையிலும் நடந்தது. எந்தச் சவர்னாவும் அலுவலகப் பொறுப்பாளராக நியமிக்கப்படவில்லை. ஆனால் அவர்கள் உறுப்பினர்களாக இருக்கலாம்.

கரம்சேடு வன்முறை ஆந்திரப் பிரதேசத்தில் நிலவி வந்த விளிம்புநிலை மக்களின் அரசியலைப் புரட்டிப் போட்டது. தலித்துகளும் இதர விளிம்புநிலை சமூக மக்களும், விளிம்புநிலை அரசியலை நோக்கி நம்பிக்கையோடு வந்தார்கள். இப்போது இடதுசாரி கட்சிகள், அமைப்புகள் சாதி குறித்தான கேள்வியை எதிர்கொள்ள வேண்டியிருந்தன. இனியும் சாதியப் பிரச்சினைகளைப் பற்றிப் பேசாமல் அவர்களால் இருக்க முடியாது. அதுவும் என்.டி. ராமாராவ் மூலமும், அவரது மருமகன் சந்திரபாபு நாயுடு மூலமும் கம்மா சமூகத்தினர் தங்களது

சமூகங்களை ஓரணியில் திரட்டிக்கொண்டிருந்த காலத்தில், சாதியப் பிரச்சினைகளைப் பேசாமல் இடதுசாரிகளால் அரசியல் செய்ய முடியாது என்ற நிலை ஏற்பட்டது. அந்தச் சமயத்தில் பத்திரிகைகளும் கம்மாக்கள் கையிலே இருந்தன. 'ஈநாடு' என்ற பத்திரிகையை ராமோஜி ராவ் என்ற செல்வாக்குமிக்க கம்மா தான் நடத்தி வந்தார். விசாலாந்திரா புக் ஹவுஸ், பிரஜாஷக்தி புக் ஹவுஸ், அஷோக் புக் சென்டர், நவோதயா பதிப்பகம், ஸ்ரீ ராகவேந்திரா பதிப்பகம் உள்ளிட்ட பெரிய பதிப்பகங்களும் கம்மாக்களால் நடத்தப்பட்டுவந்தன. திரைத் துறையைப் பற்றிச் சொல்லவே வேண்டாம். போலவே உற்பத்தி, ரியல் எஸ்டேட், மருத்துவமனைகள் ஆகியவையும் கம்மாக்களின் கட்டுப்பாட்டி லேயே இருந்தன. அப்படியான ஒரு எதிர்ப்புச் சூழலில் தலித் இயக்கம் வளர்ந்துவந்ததைப் பார்த்தால், அன்று தலித்துகள் என்ன மாதிரியான எதிர்ப்பை எதிர்கொண்டிருந்திருப்பார்கள் என்பதை நம்மால் உணர்ந்துகொள்ள முடியும். இந்தப் பின்னணியில்தான் இப்ராகிம்பட்டினத்தில் எங்கள் செயல்பாடுகளும் தொடர்ந்தன. அதற்கான வலுவையும் இந்தப் பின்னணிதான் கொடுத்தது. அன்று, ஆந்திரப் பிரதேசத்தில் நடைபெற்ற தலித் இயக்கங்களின் பெரிய போராட்டமாக இருந்தாலும் சரி அல்லது எங்கள் சங்கம் இப்ராகிம்பட்டினத்தில் மேற்கொண்டு வந்த போராட்டங்களாக இருந்தாலும் சரி, எந்த ஒரு தருணத்திலும் அவை இலக்கின்றிப்போகின்றன என்ற எண்ணம் எனக்குள் தோன்றவில்லை. நாங்கள் சில போராட்டங் களில் தோல்வியடைந்திருக்கலாம். ஆனால், நாங்கள் மிகப்பெரிய யுத்தங்களில் வெற்றியடைந்துகொண்டு வந்தோம். எங்களால் எங்களைத் தக்கவைத்துக்கொண்டு எங்களது விதியை மாற்றி எழுத முடிந்தது.

கரம்சேடு சம்பவத்துக்கு முன்பு வரை, இப்ராகிம்பட்டினத் தில் உள்ள மாதிகா சமூகத்தினரிடையேயான எனது பணிகள் மிகவும் குழப்பமாகவே இருந்தன. நாங்கள் நடத்தும் கூட்டங்கள் எல்லாம் மாதிகா மக்கள் வாழும் கிராமங்களில்தான் நடத்தப்பட வேண்டும் என்று நம்பி வந்தேன். ஆனால் கரம்சேடு சம்பவமும் அதனையொட்டி நிகழ்ந்த உரையாடல்களும் எனக்குள் சாதி மற்றும் வர்க்கப் பார்வையைக் கொண்டு வந்தன. நாங்கள் மேற்கொண்டு வரும் போராட்டங்கள் வெறும் அடையாளப் போராட்டங்களாகவோ அல்லது சம்பிரதாயமான எதிர்ப்பு நடவடிக்கைகளாகவோ மட்டும் இருந்துவிடக் கூடாது என்று தோன்றியது. 1985ஆம் ஆண்டு முதல் அம்பேத்கரின் எழுத்துகளைத் தெலுங்கில் மொழிபெயர்த்து விநியோகிக்கத் தொடங்கினோம். ஹைதராபாத்தில் மக்களைத் திரட்டி அவரது பிறந்த, இறந்த

நாட்களை எல்லாம் அனுசரித்தோம். இப்ராகிம்பட்டினத்திலும் யச்சாராமிலும் ஒவ்வோர் ஆண்டும் நாங்கள் அம்பேத்கர் ஜெயந்தியைக் கொண்டாடினோம். ஹைதராபாத் முதற் கொண்டு எங்கு அம்பேத்கர் தொடர்பான கூட்டங்கள் நடைபெற்றாலும் அதில் கலந்துகொண்டு, தலித் மக்களுக்காக ஆதரவு திரட்டும்படி எங்கள் இளைஞர்களை உற்சாகப் படுத்தினோம். அதுநாள்வரை நானேகூட அம்பேத்கரின் எழுத்துகளைத் தீவிரமாகப் படித்ததில்லை. சொல்லப்போனால் 1984 முதல் 1992 வரை நான் எதையுமே படிக்கவில்லை. எனக்கு எங்கே நேரம் இருந்தது? அன்று களத்தில் செயல்படுவதுதான் எங்களுக்கு முக்கியமாக இருந்தது, மாறாக போதனைகள் அல்ல.

13

விடுதலையின் விலை ஒரு ரூபாய்

1985ஆம் ஆண்டு வாக்கில், எங்கள் சங்கம் தனக்கான அடிப்படை நிறுவனக் கட்டமைப்பைத் தானாகவே உருவாக்கிக்கொண்டது. அந்தச் சங்கத்தின் மிக முக்கியமான தூண்கள் யாரென்றால், அதில் முழுநேரமாகப் பணியாற்றியவர்கள்தான். அவர்களில் பலருக்கு 18 வயது முதல் 35 வயதுக்குள்தான் இருக்கும். உயர்நிலை பள்ளிப் படிப்பு வரை அவர்கள் படித்திருந் தார்கள். அவர்களில் பலர் மாதிகா சமூகத்தைச் சேர்ந்தவர்கள். சங்கரய்யாவும் புக்கய்யாவும்தான் சங்கத்தில் முதலில் சேர்ந்தார்கள். சங்கரய்யா தெலகா சமூகத்தைச் சேர்ந்தவர். எப்போதும் ஆர்வமுடன் விசாலமான பார்வையைக் கொண்டிருந்தார். அந்தச் சங்கம் செயலாற்றிய காலம் வரையில் அதில் பணியாற்றிய அவர், அந்தச் சங்கத்தின் தலைவராகவும் பொறுப்பு வகித்தார். சங்கம் முடிவுக்கு வந்த பிறகும் உள்ளூர் அளவில் பல சமூகப் பணிகளைச் செய்து வந்தவர், சமீப காலத்தில் சீட்டெட் கிராமத்தின் பஞ்சாயத்துத் தலைவராகவும் பணியாற்றினார். புக்கய்யா, மாலா சமூகத்தைச் சேர்ந்தவர். ஜலால்மியா பள்ளி கிராமத்திலிருந்து வந்த அவர், சிறிது காலம் எங்கள் சங்கத்தில் பணிபுரிந்துவிட்டு, 'ஷ்ரமிக் வித்யாபீடம்' எனும் அமைப்பில் சேர்ந்து பணியாற்றி னார். அப்போது அதற்கு சாந்தாதான் தலைவராக இருந்தார். கூர்மையான அறிவாற்றல் கொண்டவராக இருந்தாலும், தங்களை எல்லாம் சரியாக ஊக்கப் படுத்துவதில்லை என்று மாதிகா இளைஞர்கள்

எப்போதும் அவரை விமர்சித்துக்கொண்டே இருந்தார்கள். ஆரம்பத்தில் அந்த விமர்சனங்களை நான் கண்டுகொள்ளவில்லை. ஆனால் பிற்காலத்தில் ஆந்திரப் பிரதேசத்தில் உட்சாதி பிரிவுகளை வகைப்படுத்துவது தொடர்பாக 'மாதிகா தண்டோரா' எனும் இயக்கம் பிறந்தபோதுதான், அந்த விமர்சனங்களில் இருந்த உண்மையைப் புரிந்துகொண்டேன். புக்கய்யா 2013ஆம் ஆண்டில் அகால மரணமடைந்தார்.

அவர்களுக்குப் பிறகு பண்டி மைசய்யா எங்களிடம் வந்து சேர்ந்தார். அவர் சேர்லாபட்டேல்குடெம் கிராமத்தைச் சேர்ந்த மாதிகா. எங்களிடம் சேரும்போது கல்வியறிவு இல்லாதவராக இருந்த அவர், எங்களிடம் பணியாற்றியபோது எழுதவும் படிக்கவும் கற்றுக்கொண்டு ஏழாம் வகுப்பு தேர்வு எழுதி தேர்ச்சியும் பெற்றார். அவருக்கு ஐந்து மகள்கள். தனக்கு ஒரு மகன் பிறக்க வேண்டும் என்பதற்காக, அவர் அடுத்தடுத்து குழந்தைகளைப் பெற்றுக்கொண்டே இருந்தார். பின்னாளில் அவருக்கு இரண்டு மகன்கள் பிறந்தது தனிக்கதை. ஆனால் அப்போது நாங்கள் அவரை இவ்வாறு அடுத்தடுத்து குழந்தைகள் பெற்றுக்கொள்வது குறித்துக் கேலி செய்துகொண்டிருந்தோம். அவர் மிகவும் எளியவராக, கிராம மக்களிடையே எளிதில் சகஜமாகிவிடுகிற, மிகவும் உற்சாகம் மிக்க மனிதராக இருந்தார். அதனாலேயே அவரை எங்களில் பலருக்குப் பிடித்துப் போயிற்று. பண்டி மைசய்யா மீதும், என் மீதும்தான் ஏகப்பட்ட புகார்கள் பதியப்பட்டிருந்தன. பக்கவாத நோயால் பாதிக்கப்பட்டிருந்த அவர் 2018இல் காலமானார். அவரைப் போலவே குன்டி ராமுலுவும் இயல்பிலேயே ஒரு களச்செயற்பாட்டாளாக இருந்தார். ஹஸ்மத்புரா கிராமத்தைச் சேர்ந்த அவரும் மாதிகாதான். லாரி விபத்தொன்றில் காலை இழந்த அவர், எங்களிடம் சேரும் வரை தண்டோரா போடுபவராக இருந்தார். ஊன்றுகோல் துணையுடன் நொண்டி நொண்டி நடந்ததால் அவருக்கு 'குன்டி' (தெலுங்கு மொழியில் 'குன்டி' எனறால் நொண்டுதல் என்று பொருள்) என்ற சொல் அவரது பெயருக்கு முன்னொட்டாகச் சேர்ந்துகொண்டது. பின்னாளில், ஜெய்பூருக்குச் சென்று ஜெய்ப்பூர் செயற்கைக்கால் வாங்கிப் பொருத்திக் கொண்ட பிறகு, ஊன்றுகோல் துணையில்லாமல் நடக்கத் தொடங்கினார். ஏதேனும் பிரச்சினைக்குரிய சமயங்களில், தன் பேன்ட்டைத் தூக்கி, "பாருங்கள்... நான் ஒரு நொண்டி" என்று சொல்லி தப்பித்துவிடுவார். எங்களிடையே ஏற்படும் சச்சரவுகளைத் தீர்த்துவைக்கும் மத்தியஸ்தராக அவர் இருந்தார். சங்க உறுப்பினர்களிடையே கருத்துவேறுபாடுகள் உருவாகி கொதிநிலையை அடையும்போது, அவர்தான் சூழலைக் கொஞ்சம் இலகுவாக்குவார். விஷயங்களை மிகவும் எளிமையாகவும்

தெளிவாகவும் சொல்ல முடிகிற திறனைப் பெற்றிருந்ததால், அவர் பெண்களிடையேயும் முதியவர்களிடையேயும் பிரபலமாக இருந்தார். மொத்தத்தில் எங்கள் சங்கம், இளைஞர்களால் சூழப்பட்டு, மகிழ்ச்சியான சூழலை உடையதாக இருந்தது. மிகுந்த எச்சரிக்கை உணர்வுடன் இருந்தபோதும், ரெட்டிகளின் ஆதிக்கச் சூழலை மாற்றியமைக்க, எங்களுடன் இணைந்து, நாங்கள் முன்னெடுக்கிற முயற்சிகளில் பங்குவகித்துத் தங்களைச் சுற்றியுள்ள உலகத்தில் மாற்றங்களைக் கொண்டுவர அவர்கள் விரும்பினார்கள்.

நிறைய இளைஞர்கள் தங்களால் முடிந்தபோதெல்லாம் எங்களுடன் இணைந்து பணியாற்றினார்கள். அவர்களில் சிலர் பின்னாளில் முழுநேரமாக எங்களுடன் பணியாற்றத் தொடங்கினார்கள். மீர்கான்பேட் கிராமத்தைச் சேர்ந்த கண்டு நரசிம்மா, தன்னுடைய கிராமத்தில் நில உரிமைகள் தொடர்பான போராட்டத்தில் ஈடுபடத் தொடங்கியபோது எங்களுடன் இணைந்தார். தெளிந்த சிந்தனை, மேடைகளில் சரளமாக உரையாற்றும் திறன் கொண்டிருந்த அவர், 1996இல் தோன்றிய 'தப்பு கலெக்ட்டிவ்' எனும் அமைப்பின் தலைவராக உயர்ந்தார். மாதிகாக்கள் 'தப்பாட்டம்' ஆடும் திறன் உடையவர்கள். காலங்காலமாக 'தப்பு' அடித்துத்தான் கிராமங்களில் முக்கியமான செய்திகள் சொல்லப்பட்டு வந்தன. அன்றைய அரசர்கள் 'தப்பு' மேளத்தை ஒரு தொடர்புக்கருவியாகப் பயன்படுத்தினார்கள். அமங்கல வாத்தியமாகக் கருதப்பட்ட இந்தக் கருவி, 1990களின் மத்தியில், 'தண்டோரா இயக்கத்தின்' மூலமாக அனைத்து அரசியல் நிகழ்ச்சிகளிலும் மிக முக்கியப் பங்கு வகித்தது. தலித் மக்களின் நலனை இலக்காக வைத்துச் செயல்பட்ட இந்த 'தப்பு கலெக்டிவ்' அமைப்பில் சுமார் நூறு தொண்டு நிறுவனங்கள் உறுப்பினர்களாக இருந்தன. யச்சாராமைச் சேர்ந்த ஜோகு கிருஷ்ணா என்ற மாதிகா, பிரமாதமான இசை மற்றும் நடனமாடும் திறன்களைக் கொண்டிருந்தார். நட்புணர்வோடும் மகிழ்ச்சி ததும்பும் நபராகவும் இருந்த அவர், அனைவராலும் விரும்பப் பட்டார். இவர்கள் தவிர்த்து, குங்கலைச் சேர்ந்த மாதிகா ராமச்சந்திரய்யா, மீர்கான்பேட்டைச் சேர்ந்த மாதிகா பைண்ட்லா ராமுலு, ஜப்பார்குடெமைச் சேர்ந்த மாதிகா யச்சாராம் அஞ்சய்யா போன்ற பலரும் எங்கள் சங்கத்தில் இணைந்து சில காலம் பணியாற்றினார்கள்.

நாங்கள் நடத்திவந்த முறை சாரா கல்வித்திட்டங்கள் வழியாகவே எங்களிடம் முழுநேரமாகப் பணியாற்றிய பெரும்பாலான ஊழியர்களுக்குச் சம்பளம் கொடுக்கப்பட்டது. இதன் மூலம் அவர்கள் 'சூப்பர்வைசர்' நிலைக்கு உயர்ந்தார்கள்.

சங்கத் தலைவர் சங்கரய்யா. இடப்புறம் கண்டு நரசிம்மா.

கொத்தடிமைத் தொழிலில் இருந்து விடுவிக்கப்பட்ட குழந்தைகளுக்குக் கல்வி அளிக்கும் திட்டத்தை நாங்கள் செயல்படுத்தி வந்தோம். அதற்கு அரசிடமிருந்து மிகவும் குறைவாகவே நிதிஉதவி அளிக்கப்பட்டது. வேறு சில ஊழியர்களுக்குச் சம்பளம் வழங்க, ஹைதராபாத்தில் உள்ள எங்களது சில நலம்விரும்பிகளிடமிருந்து நிதிஉதவி பெற்றோம். ஊழியர்களில் பலர் தங்கள் சொந்த கிராமங்களிலே வசித்தாலும், ஒரு வாரத்தில் மூன்று இரவுகளை யாவது வேறு சில கிராமங்களில் கழிப்பார்கள். சங்கரய்யா, பின்னாளில் எங்களுடன் இணைந்த லிங்கயயா ஆகிய இருவரும் மொபெட் வண்டி ஓட்டுவார்கள். அவர்களைத் தவிர, இதர ஊழியர்கள் அனைவரும் பேருந்திலும், நடந்தும்தான் தங்கள் பணிகளை மேற்கொண்டு வந்தார்கள். அவர்களில் பலர் எங்களுடன் இணைவதற்கு முன்புவரை வழக்கமான பஞ்சகச்ச வேட்டியைத்தான் கட்டியிருந்தார்கள். எங்களிடம் சேர்ந்த பிறகு அவர்கள் பேன்ட் அணியத் தொடங்கினார்கள்.

எங்கள் சங்கத்தின் தினசரி வேலைத் திட்டம் என்பது மிகவும் நெகிழ்வுத்தன்மை கொண்டதாக இருந்தது. சங்கம் தொடர்பான அனைத்து முடிவுகளும் மாதிகா பகுதிகளில் நடக்கும் கூட்டங் களில்தான் எடுக்கப்பட்டன. ஒவ்வொரு கூட்டத்தின்போதும்

கூடும் கூட்டமும், இளைஞர்களிடையே காணப்பட்ட தலைமைப் பண்புகளுமென யச்சாராம் பகுதி மாதிகா வாடா, இதர கிராமங்களில் உள்ள மாதிகா பகுதிகளுக்கு உதாரணமாகத் திகழ்ந்தது. அதன் பிறகு வந்த காலங்களில், எலிமிநேடு மற்றும் புலிமாமிடி மாதிகா பகுதிகளும் மிக முக்கியப் பங்காற்றின. ஒரு ஜனநாயகத்துவமான கூட்டத்தை நடத்துவதற்கு எங்களுக்குக் கடினமாக இருக்கவில்லை. காரணம், எங்கள் சங்க ஊழியர்கள் அந்தக் கூட்டங்களை வழிநடத்தவில்லை. மாறாக, மக்களை நாங்கள் பேசச் சொன்னோம். அவர்களையே தலைமையேற்கச் சொன்னோம். சங்கத்தின் முழுநேரப் பணியாளர்களும் சரி, மக்களும் சரி... பேச்சிலும், முடிவுகளை எடுப்பதிலும் தீர்க்கமாக இருந்தார்கள். தங்கள் கிராமம் சார்ந்த விஷயங்களில் எல்லாம் மக்களின் இறுதிமுடிவே, கூட்டத்தின் முழுமுடிவாக இருந்தது. அப்படித்தான் செய்ய வேண்டியிருந்தது. காரணம், நிலக்கிழார்களிடமிருந்தும், காவலர்களிடமிருந்தும் எதிர்ப்புகளை எதிர்கொள்பவர்களாக அந்த மக்களே இருந்தனர். ஆண்களும் பெண்களும் அந்தக் கூட்டங்களில் பங்கெடுத்து எல்லாப் பிரச்சினைகள் பற்றியும் கிழித்தெறிந்தார்கள். அந்தக் கூட்டங்களில் 'யார் இந்த முடிவுக்குச் சம்மதிக்கிறீர்கள்?' என்று கேட்டு, கைதூக்கச் சொல்லும் பழக்கமோ அல்லது வாக்களிக்கச் சொல்லும் பழக்கமோ இருக்கவில்லை. எந்த ஒரு முடிவு எடுக்கப்பட வேண்டுமானாலும் அது ஒட்டுமொத்த கிராமத்தின் முடிவாக இருக்க வேண்டும். ஆனால் அப்படி ஒருமுகமான முடிவை எடுக்க வேண்டுமென்றால், பல இரவுகள் அந்தக் கூட்டங்கள் நீளும். கூட்டத்தில் எவர் ஒருவரேனும் ஒரு முடிவுக்கு எதிர்ப்புத் தெரிவித்தார் என்றாலும், அதனைச் சீர்தூக்கிப் பார்த்து, அலசி ஆராய்ந்தோம். ஒவ்வொரு முடிவு எடுக்கப்படும்போதும் எங்களைச் சுற்றியுள்ள உலகம் சிறிதளவேனும் மாறத் தொடங்கியது. அந்த மாற்றங்களுக்கு எல்லாம் ஒரு விலையும் இருந்தது. ஆகவே நாங்கள் மிகவும் எச்சரிக்கையாகச் செயல்பட்டோம்.

சில நேரம் எங்கள் சங்கத்துக்கு உள்ளேயே சில முடிவுகளை எடுக்க நேர்ந்ததும் உண்டு. அதுதொடர்பான கூட்டங்கள், ஏதேனும் ஒரு மாதிகா வாடா பகுதியில் உள்ள வீட்டில், மூடிய கதவுகளுக்குப் பின்னே நடந்தன. இந்தக் கூட்டங்களில் குறிப்பிட்ட சில நபர்களைத் தவிர மற்றவர்களை நாங்கள் அனுமதித்ததில்லை. காரணம், ஊழியர்களின் காதல் பிரச்சினைகள் அல்லது சங்க நிதியைத் தவறாகக் கையாளுதல் போன்ற விஷயங்கள் குறித்தே பெரும்பாலும் இந்தக் கூட்டங்களில் விவாதிக்கப்பட்டன. தவிர, சங்கம் சார்ந்த வேலைகளைப் பகிர்ந்துகொள்வது, திறந்தவெளிக் கூட்டங்களுக்கு முன்பு நாங்கள் மேற்கொள்ள வேண்டிய பணிகள் என்ன என்பவை போன்ற விஷயங்களும் இந்தக் கூட்டங்களில்

பேசப்பட்டன.

எந்த வேலையை யார் செய்ய வேண்டும் என்ற குழப்பம் எங்கள் சங்கத்தில் ஏற்பட்டதே இல்லை. ஏனென்றால், ஒவ்வொரு பணியைச் செய்வதற்கும், தலைமைப் பண்பு கொண்ட ஊழியர்கள் தாமாகவே முன்வந்து நின்றார்கள். அப்படி வருபவர்களை மற்றவர்கள் தடுத்ததில்லை. ஆனால் பிரச்சினை என்னவென்றால், குறிப்பிட்ட பணியாளரால் குறிப்பிட்ட வேலையைச் செய்ய முடியும் என்று அவருக்கு நம்பிக்கை தந்து அதைச் செய்ய வைப்பதுதான் சவாலாக இருந்தது. என்னைத் தவிர சங்கத்தில் வேறு எந்தப் பெண்ணும் முழுநேர ஊழியராக இருக்கவில்லை. உண்மையைச் சொல்லவேண்டுமென்றால், இப்ராகிம்பட்டினத்தில் இருந்தவரை என்னை நான் ஒரு பெண்ணாகவே கருதிக் கொண்டதில்லை. நகரப் பின்னணியில் வளர்ந்த என் சுயம், கிராமத்தில் வித்தியாசமாக வெளிப்பட்டது. எல்லாவிதமான சலுகைகளையும் பெற்ற ஒரு சவர்ணா நபராக, அங்குள்ள விவசாயக் கூலித் தொழிலாளிகளுக்கு என்னால் ஏதாவது பயன் உண்டாக வேண்டுமென்றால், முதலில் பெண்மை என்கிற அடையாளத்தைத் துறக்க வேண்டியதாக இருந்தது. என் இயல்பான பாலினக் குணங்களில் இருந்து நான் முழுமையாக மாற வேண்டியிருந்தது. அப்படி என்னைத் தகவமைத்துக் கொண்டது, சிக்கலிலே கொண்டு போய் விட்டுவிட்டது. ஆம், அங்கு என்னுடைய வர்க்கமோ அல்லது நான் வெளியாள் என்கிற தகுதியோ பிரச்சினைகளிலிருந்து என்னைக் காப்பாற்றவில்லை என்பதை நீங்கள் போகப்போகத் தெரிந்துகொள்வீர்கள். ஒரு நாளின் பெரும்பாலான நேரங்களில் எங்களைச் சுற்றிப் பெண்கள் இருந்துகொண்டே இருந்தார்கள். வாரக்கணக்கில் எங்களோடு கூட இருப்பார்கள். எனினும், ஒரு கட்டத்துக்குப் பிறகு அவர்கள் தங்கள் வீட்டுக்குச் சென்றுவிடுவார்கள். மாதிகாக்களும் சரி, சங்கத்தின் முழு நேர ஊழியர்களும் சரி... பெண்கள் முழுநேரயாகச் சங்கத்தில் பணியாற்றுவதை நிராகரிக்கவே செய்தார்கள். அப்படி அவர்கள் முழுநேரப் பணியாற்றினால், அது பல்வேறு புரளிகளைக் கிளப்பிவிட்டு விடும் என்று இதர ஊழியர்கள் சொன்னார்கள். அதன் பொருள், பெண்கள் கண்காணிக்கப்பட்டார்கள் என்பது தான். இது இப்படி இருக்க, ஓரளவு நன்கு படித்த இளம் பெண்கள் கூடக் கூச்ச சுபாவம் கொண்டவர்களாக இருந்தார்கள். வயதான பெண்கள்தான் இயல்பிலேயே தலைமைப் பண்பு கொண்டவர்களாக விளங்கினார்கள். ஆனால் அவர்கள் எல்லாம் கல்வி அறிவற்றவர்கள். அதனால் சங்கம் சார்ந்த ஆவணங்களைக் கையாள்வதில் அவர்களுக்குப் பெரிய தடை இருந்தது. என்றாலும் கூட, எப்போதும், எல்லா வகையிலும், பெண்கள் சிறந்த,

தீவிரமான, நேர்மையான தலைவர்களாக விளங்கினார்கள் என்பதில் எந்த ஐயமும் இல்லை.

நாங்கள் எந்த அரசியல் கட்சி சார்ந்தும் இயங்கவில்லை. ஆனால் பலருடன் நட்பாக இருந்தோம். அவர்களில் பெரும்பாலும் அந்தப் பகுதியின் இடதுசாரி குழுக்களாகவே இருந்தன. அவை சி.பி.ஐ. அல்லது எம்.எல். குழுக்களில் இருந்து பிரிந்தவையாகவே இருந்தன. நாங்கள் எல்லோரும், எல்லா இயக்கத் தலைவர்களையும் தொண்டர்களையும் சந்தித்திருக்கிறோம்.

இந்தச் சங்கத்துக்கான நிதியை, ஹைதராபாத்தில் உள்ள நண்பர்கள் உதவியுடன் திரட்டினேன். சிலர் ஒவ்வொரு மாதமும் நூறு ரூபாய் கொடுத்தார்கள், சிலரோ ஐம்பது ரூபாய் கொடுத்தார்கள். சிக்கனமாகவும் எளிமையாகவும் நாங்கள் இருந்ததால், எங்கள் சங்கத்துக்கு நிதித் தட்டுப்பாடு ஏற்படவே இல்லை. எங்கள் அமைப்பை, வெளிநாட்டிலிருந்து நிதிஉதவி பெற்று நடத்தப்படும் ஒரு சங்கமாகப் பதிவு செய்ய நான் விரும்பவில்லை. தொண்டு நிறுவனம் என்ற யோசனை எனக்கு ஏற்புடையதாக இல்லை. இடதுசாரி இயக்கத்தில் இருந்த அனுபவத்தால் தொண்டு நிறுவனங்கள் மீது எனக்கு ஏற்பட்டிருந்த கசப்புணர்வு, இதற்குக் காரணமாக இருக்கலாம். நாங்கள் செய்து வரும் பணிகள் சர்ச்சைக்கு உள்ளாகும் வாய்ப்புகள் உண்டு. ஆகவே, எங்கள் மீது கறைபடிகிற அளவுக்கு வாய்ப்பிருக்கிற, ஆனால் எளிதில் தவிர்க்க முடிகிற, எந்த ஒரு குற்றச்சாட்டுக்கும் ஆளாகிவிடக் கூடாது என்பதில் கவனமாக இருந்தேன். இப்படித்தான் 'வாட்டர் டெவலப்மென்ட் சொசைட்டி' எனும் தொண்டு நிறுவனம், அரசியல் மற்றும் சமூகச் செயல்பாட்டு பணிகளைச் செய்துவந்த அதே நேரம் வெளிநாட்டிலிருந்து நிதிஉதவி பெற்றது. அதனால் அவர்கள் தங்கள் கடையைச் சீக்கிரமாக மூட வேண்டி வந்தது. எங்கள் சங்க உறுப்பினர்களிடமிருந்து மாதம் ஒரு ரூபாய் என்கிற அளவில் உறுப்பினர்க் கட்டணம் வாங்கினோம். அதனால் எங்களால் நடப்படும் வழக்கமான கூட்டங்களில் செலவு செய்வதற்கு எங்களிடம் எப்போதும் போதுமான அளவில் நிதி இருந்தது. பொதுக் கூட்டங்களை நடத்தும்போது எங்களுக்கு ஏற்படும் பெரிய செலவு சாமியானாவுக்கும், மேடை அமைப்பதற்கும், ஒலிப் பெருக்கி வாங்குவதற்குமானதுதான். கூட்டங்களில் வழங்கப்படும் உணவை, அந்தப் பகுதி மக்களே செய்துவிடுவார்கள். சில காலத்துக்குப் பிறகு எங்களின் முறை சாரா கல்வித் திட்டம் மூலம் இன்னும் கொஞ்சம் அதிகமாக நிதியைச் சேர்த்த பிறகு, எங்களுக்கென்று ஓர் அலுவலகம் கூட வைத்துக்கொள்ள முடிந்தது.

அந்த அலுவலகம் ஒரே ஒரு அறையைக் கொண்டதுதான். எங்கள் மீது அண்டை வீட்டார்கள் அன்பும் மதிப்பும் வைத்திருந்ததால், எங்கள் அறையைச் சுற்றியுள்ள காலி இடங்களைச் சிறு சிறு கூட்டங்கள் நடத்துவதற்குப் பயன்படுத்திக்கொண்டோம்.

1987இல், எலிமிநேடு கிராமத்தின் தலைவராக இருந்த கருணாகர் ரெட்டி என்பவர் எங்களுடன் இணைந்து பணியாற்றினார். பணியாற்றியது மட்டுமல்ல, எங்களுடன் இணைந்து மாதிகா சமூக மக்களின் வீடுகளில் சாப்பிடவும் செய்தார். 1984–85–களில் எங்களுடன் பணியாற்றிய தலித் அல்லாத நபர்கள் சிலர் சாப்பாடு வேளையில் மட்டும், அமைதியாக வேறு பக்கம் நகர்ந்துவிடுவார்கள். அவர்கள் தங்கள் உறவினர்களின் வீடுகளுக்குச் சென்று சாப்பிட்டுவிட்டு வருவார்கள். அவ்வளவு ஏன், மாலா சமூகத்து மக்கள் கூட, மாதிகாக்களின் வீடுகளில் சாப்பிடத் தயாரில்லை. சில மாதங்களில், இவ்வாறு நழுவிய ஆட்களை எல்லாம் கூட்டி வந்து எங்களுடன் உணவருந்தச் செய்தோம். அந்தச் சமயங்களில் நாங்கள் வெளிப்படையாகவே சாதி குறித்து உரையாடினோம். சங்கரய்யாவையும் என்னையும் தவிர சங்கத்தில் முழு நேரமாகப் பணியாற்றியவர்கள் எல்லோருமே மாதிகாக்கள்தான். மாதிகாக்கள் இல்லாத கிராமங்களில் (கூர்மா, தெலகா, மாலா போன்ற சமூக மக்கள் மட்டுமே வாழும் சில கிராமங்கள்) நாங்கள் பணியாற்றியபோது அங்குள்ள சமூக மக்களின் வீடுகளில் சாப்பிடுவதற்கு எங்களின் மாதிகா முழு நேரப் பணியாளர்களிடம் எந்த மனத்தடையும் இருக்கவில்லை.

எங்களுடன் முழு நேரமாகப் பணியாற்ற விரும்பியவர்கள் எல்லோருமே அவர்களின் சொந்த விருப்பத்தில் முன் வந்தவர்கள்தான். அவர்கள் தங்கள் ஊரிலேயே இருந்தாக வேண்டும் என்கிற அளவுக்கு, அங்கு அவர்களுக்குப் பெரிய கடமைகள் எதுவும் இருக்கவில்லை. நாங்கள் ஏற்கெனவே பணியாற்றிய கிராமங்களில் இன்னும் சில காலத்துக்குப் பணிகளை நீட்டிக்க வேண்டும் என்றால், எங்கள் முழுநேரப் பணியாளர்களால், அந்தக் கிராமங்களிலேயே முழு நேரமாகப் பணியாற்ற விரும்பும் இன்னொரு நபரைக் கண்டுபிடித்துவிட முடியும். நாங்கள் பணியாற்றிய கிராமங்களில் எங்கள் பணியாளர்கள் குடித்ததில்லை. அவர்கள் கள் குடிக்க விரும்பினால், நாங்கள் பணியாற்றாத மால் எனும் பகுதியைத் தாண்டி இருக்கும் கிராமங்களுக்குச் சென்று குடித்து வந்தனர்.

சிலசமயங்களில், எங்களின் முழு நேரப் பணியாளர்கள், மக்கள் அளிக்கும் பணத்தை முறையாகக் கையாளவில்லை. கிராமங்களில் நடத்தப்பட்டு வந்த 'சிட் பண்டு'களில் அவர்கள்

கடன் பெற்றார்கள். சங்கத்தில் அவர்களுக்கு இருக்கும் முக்கியத்துவம் கருதி, அவர்களுக்கு யாரும் கடன் மறுத்ததும் இல்லை. சிலர் உறுப்பினர்களிடமிருந்து சங்கத்துக்கான மாதாந்திரக் கட்டணத்தை வசூலித்தார்கள். ஆனால் அவற்றைச் சரியாக சங்கத்திடம் சமர்ப்பிக்கவில்லை. அரசு சார்பிலான வீடு கட்டும் திட்டத்துக்கு, அதற்கான விண்ணப்பக் கட்டணமாக ரூ.311 மக்களிடமிருந்து வசூலித்துவிட்டு, அதை அரசிடம் சமர்ப்பிக்காமல் இருந்தார்கள். இந்த விஷயங்கள் எல்லாம் சங்கத்தின் பணிகளை அடுத்த கட்டத்துக்கு நகர்த்திச்செல்வதில் சிக்கலை உருவாக்கினாலும், நாங்கள் அதற்கு இரையாகிவிட வில்லை. எங்கள் ஊழியர்களை, அவர்கள் பட்ட கடனை, வசூலித்த தொகையை முறைப்படி திரும்பச் செலுத்த வற்புறுத்தினோம்.

இப்போது எங்கள் பணி ஒரு வடிவத்துக்குள் வந்திருக்கிறது. அது செல்ல வேண்டிய திசையைத் தேர்ந்தெடுத்துக்கொண்டது. சங்கத்தில் முழு நேரமாகப் பணியாற்றிய நபர்கள் எல்லாம், வாரத்துக்கு ஒரு முறையாவது சந்தித்துக்கொண்டோம். அது தொலைபேசிகள் இல்லாத காலமாக இருந்தாலும்கூட, வாய் வழியாக ஒருவருக்குச் செய்தி சொல்லி அனுப்பினால், அது மிகவும் பயன் தரும் தொடர்பாடலாக இருந்தது. பேருந்துகளில் செல்லும் ஒருவரிடம் ‘இன்னாரிடம் இந்த விஷயத்தைச் சொல்லவும்’ என்று சொல்லிவிட்டால் போதும். நாம் தேடிக் கொண்டிருக்கிற நபர் நம்மைத் தேடி வருவார். அதுவும் இந்தத் தகவல், ஒருவரோடு மட்டும் முடிந்துவிடாது. மாறாக, நமக்கு வேண்டிய நபரிடம் செய்தி போய்ச் சேரும்வரை, அந்த வாய்வழித் தகவல்தொடர்பாடல் கிராமம் கிராமமாகப் போய்க்கொண்டே இருக்கும். நாங்கள் நிறைய கிராமங்களில் பணியாற்ற வேண்டி யிருந்ததால், ஒவ்வொருவரும் தனித்தனியாக ஒவ்வொரு கிராமத்துக்குச் சென்றோம். இப்ராகிம்பட்டினத்துக்கு வந்த மூன்றாவது ஆண்டு, நான் எப்போதாவதுதான் சைக்கிளைத் தொடவே செய்தேன். காரணம், சைக்கிள் இல்லாதவர்கள் என்னோடு பயணம் செய்தார்கள். நாங்கள் பேருந்து மூலமாகவோ அல்லது நடந்தோ எங்கள் பயணத்தை மேற்கொண்டோம். குங்கலில் நான் வீடெடுத்துத் தங்கியிருந்தாலும், சேர்ந்தாற் போல இரண்டு இரவுகளையாவது அங்கே கழித்திருப்பேனா என்பது சந்தேகம்தான். நான் ஒரு கிராமத்துக்குப் போய்ச் சேர இரவாகி விடும். அங்கே இரவு 8 மணிக்கு மேல் கூட்டத்தை முடித்துக் கொண்டு, அங்கேயே யாராவது ஒருவரின் வீட்டில் சாப்பிட்டு விட்டு, தூங்கி எழுந்து, அடுத்த நாள் இன்னொரு கிராமத்தை நோக்கிப் பயணப்பட்டேன். இரவிலும் காலை நேரத்திலும் வயதான பாட்டிகள் முதல் என்னைக் குறுகுறுவெனப் பார்க்கும்

பிற்படுத்தப்பட்ட சமூகத்தைச் சேர்ந்த மக்கள், சிறுவர்கள் எனப் பலதரப்பட்ட மக்களைப் பார்க்க எனக்கு வாய்ப்புக் கிடைத்தது. காலை நேரத்தில் ஒரு கூட்டம், பிறகு 11 மணி வாக்கில் சாப்பாடு, பிறகு பேருந்தைப் பிடித்தால் இப்ராகிம்பட்டினத்துக்கோ அல்லது யச்சாராம் பகுதிக்கோ சென்று அங்குள்ள மண்டல அலுவலகங்களில் பணிகளை எல்லாம் முடித்துவிட்டு, திரும்பக் குங்கலுக்கு வருவேன். அடுத்த கிராமத்துக்குப் போவதற்கான வேளை வரும் வரை, என் அறையில்தான் இருப்பேன்.

எங்கள் சங்கத்தின் மூலம் நடத்தப்பட்ட வழக்குகளுக்கு சிரில் தயாரித்த ஆவணங்களை வாங்கிவருவதற்காக மட்டுமே அப்போதெல்லாம் ஹைதராபாத்துக்குச் சென்றுவந்தேன். என்னுடைய பையில் எப்போதும் ஒரு செட் துணி, ஒரு துவாலை, சோப், காகிதங்கள், பேனா ஆகியவை இருக்கும். அங்கே போய் விட்டால் எனக்கு இப்ராகிம்பட்டினத்துக்குத் திரும்பவே பிடிக்காது. காரணம், அங்குக் கழிப்பிட வசதி இல்லாததுதான். பின்னாளில் எங்களுக்கு அலுவலகம் இருந்தபோதும், அங்கும் கழிப்பிட வசதிகள் இல்லை. போராட்டத்துக்கோ அல்லது நீதிமன்றத்துக்கோ செல்லுவதென்றால் கொஞ்சம் கலக்கமாகத் தான் இருக்கும். ஏனென்றால், சாயங்காலம் வரை ரோட்டோரமோ அல்லது கிராமத்துக்கு வெளியேயோ எங்காவது இயற்கை உபாதையைக் கழிக்க நான் பொறுத்துக்கொண்டிருக்க வேண்டும். ‘வேர் தேர் இஸ் நோ டாக்டர்’ மற்றும் ‘அவர் பாடீஸ், அவர்செல்வ்ஸ்’ ஆகிய புத்தகங்களைப் பதிப்பிக்கும் பணியில் ஈடுபட்டிருந்த எனக்கு, சிறுநீரை ரொம்ப நேரம் கட்டுப்படுத்தி வைப்பதால் ஏற்படும் சிறுநீர் வழிப்பாதைத் தொற்று குறித்து நன்றாகவே தெரியும். இருந்தும் எனது போராட்டங்களைச் சிறுநீர் வழிப்பாதைத் தொற்றுடனே எதிர்கொள்ளவேண்டியிருந்தது. ஆகவே, நகரத்தில், ஆள் அரவமற்ற வீடுகளுக்குப் பின்னால் சிறுநீர் கழிக்கக் கற்றுக்கொண்டேன். அந்தத் தருணங்களில் பெண்கள் நாங்கள் ஒருவருக்கு ஒருவர் பாதுகாப்புக்குத் துணையாக நின்று, அந்த வழியாக வருவோர்போவோரைத் தள்ளிப்போகச் சொன்னோம். இதுபோன்ற விஷயங்களுக்காக நான் கூச்சப் படாமல் இருந்தது, அதற்குப் பின் வந்த காலங்களில் எனக்குக் கைகொடுத்தது. எங்கே கொஞ்சம் இடம் கிடைத்தாலும் அங்கே நான் சிறுநீர் கழிப்பதற்குக் கூச்சப்பட்டதே இல்லை. உண்மை அறியும் குழுவுடன் பயணிக்கும்போதோ அல்லது கிராமங்களுக்குப் போகும்போதோ, அங்கே சிறுநீர் கழிப்பதற்குத் தோதான இடம் எங்கே இருக்கிறது என்று தைரியமாகக் கேட்டேன். அதேபோல நண்பர்களுடனோ அல்லது எனக்குத் தெரிந்தவர்களுடனோ அல்லது பேருந்தில் பயணம் செய்யும்போதோ சிறுநீர் கழிக்க வேண்டிய அவசியம் ஏற்பட்டால், உடனே பேருந்தை

ஒரு ஓரமாக நிறுத்தச் செய்து எனது கடமையை முடித்துவிட்டு வருவேன்.

கொத்தடிமைத் தொழில் முறைக்கு எதிரான எங்கள் போராட்டம் அருகிலிருந்த பகுதிகளுக்கும் பரவத் தொடங்கியிருந்தது. அது அச்சு ஊடகத்தால் நிகழவில்லை. மாறாக, ஒரு கிராமத்தில் பயனடைந்த மக்களின் உறவினர்கள் வேறு ஊரில் இருந்தார்கள். அந்த உறவினர்கள் மூலமாகவே எங்களின் போராட்டம் பல இடங்களில் தெரியவந்தது. இதனால் யச்சாராமில் உள்ள எங்களின் அலுவலகத்துக்கு மேடக் (150 கிலோமீட்டர் தொலைவு), மகபூப் நகர் (120 கிலோமீட்டர் தொலைவு), நல்கொண்டா (90 கிலோமீட்டர் தொலைவு) என வெகுதூரங்களிலிருந்து மக்கள் புறப்பட்டுவந்தார்கள். அவர்களது கதையைக் கேட்க அதிர்ச்சியாக இருந்தது. சில பேர் நையப் புடைக்கப்பட்டிருந்தனர். இன்னும் சிலருக்கு முதுகு வளைந்திருந்தது. காரணம், அவர்கள் வாங்கிய கடனைத் திருப்பி அடைக்கும் வரை, அவர்களது முதுகின் மீது பாறாங்கற்கள் வைத்துக் கட்டப்பட்டிருந்தன. அந்தச் சமயத்தில் நானோ அல்லது எங்கள் சங்கத்து ஊழியர்களோ இப்ராகிம்பட்டின தாலுக்காவைத் தாண்டிச் சென்றதில்லை. இப்ராகிம்பட்டினத்திலேயே எங்களுக்கு வேலை சரியாக இருந்தது. எனினும் வெகுதூரத்திலிருந்து வந்தவர்களுக்காக மனு எழுதித் தருவது, அவர்களது ஊரில் யாரை அணுக வேண்டும் என்பன போன்ற சிறு சிறு உதவிகளைச் செய்தோம். பெரிய அளவில் ஆட்களைத் திரட்டி, போராட்டம் நடத்துவதற்கு மாற்று நடவடிக்கை இதுவல்ல என்பதை நாங்கள் உணர்ந்தே இருந்தோம். அதன் பிறகு அந்த துரதிருஷ்டவசமான தொழிலாளர்களுக்கு என்னவாயிற்று என்பது எங்களுக்குத் தெரியவில்லை.

அன்று பெரும்பாலான எங்கள் பணிகள் இப்ராகிம்பட்டினத்துக்கு வடக்கே யச்சாராம் மண்டலம் மற்றும் கண்டுக்கூர் பகுதிக்குக் கிழக்கே என இடைப்பட்ட கிராமங்களில்தான் மையம் கொண்டிருந்தன. யச்சாராம் பகுதியில் அதிக அளவில் மாதிகா குடும்பங்கள் இருந்தன. அவர்களில் பலர் அரசாங்கத்தின் கடைநிலை ஊழியர்களாக இருந்தார்கள். மின்சாரம், தொலைத்தொடர்பு, அரசு மருத்துவமனைகளில் 'வார்ட் பாய்' மற்றும் இதர அரசுத் துறைகளில் 'கிளாஸ் 4' நிலை ஊழியர்களாக அவர்கள் பணிபுரிந்து வந்தனர். அவர்கள் எல்லாம் ஓரளவுக்குப் பொருளாதார வசதிகளுடன் இருந்தார்கள். தலித் நலச் சங்கங்களிலும் உறுப்பினர்களாக இருந்தார்கள். என்றபோதும், எங்களை அவர்கள் இருகரம் நீட்டி வரவேற்றார்கள். அவர்கள் வீடுகளிலிருந்து நாங்கள் தொலைபேசியில் பேச முடிந்தது. இது

இன்று சின்ன விஷயமாகத் தெரியலாம். ஆனால் அன்று, செல்போன்கள் இல்லாத காலத்தில், பொதுத் தொலைபேசி பூத்கள் இல்லாத காலத்தில், தொலைபேசி வைத்திருக்கும் எந்த ரெட்டியும் அவரது தொலைபேசித் தொட எங்களை அனுமதிக்காத அந்தக் காலத்தில், இலவசமாகத் தங்களின் தொலைபேசியை நாங்கள் பயன்படுத்தியது பெரிய விஷயம். எங்களுக்கு இலவசமாக தொலைபேசிச் சேவையை வழங்கிய அந்த மக்கள், அங்கிருந்த ரெட்டிகள் தங்களது தொலைபேசியைப் பயன்படுத்திக் கொள்ள கட்டணம் வசூலித்தார்கள். பொதுக் கூட்டங்கள் நடத்துவதற்கு நகரத்து மாதிகாக்கள் எங்களுக்கு இலவச மின்இணைப்பு வழங்கினார்கள். உணவைப் பற்றிக் கேட்கவே வேண்டாம். அவ்வளவு தாராளமாக வழங்கினார்கள். அங்குள்ள கிராமங்களில் நாங்கள் பணியாற்றியபோது, வெளியே சென்று சாப்பிடுவது என்பது மிகவும் அரிதாகிப் போனது.

இப்ராகிம்பட்டினம் முழுக்க நாங்கள் நடத்திய பெரும்பாலான பெரிய கூட்டங்களில் அதிக அளவில் கவனம் பெற்றது ஹைதராபாத்திலிருந்த இயக்கங்கள், தன்னார்வ அமைப்புகள் உள்ளிட்ட குடிமைச் சமூகங்களின் உறுப்பினர்கள் தான். நாங்கள் நடத்திய பத்திரிகையாளர் சந்திப்புகளில் பொஜ்ஜா தாரகம் அடிக்கடிக் கலந்துகொண்டார். போலீஸ் டார்ச்சர், வன்கொடுமைகள் போன்ற கேள்விகளுக்கு அவர்தான் விளக்கமளிப்பார். அதற்குப் பிறகு வந்த காலங்களில் எண்ணற்ற உண்மை அறியும் குழுக்கள் அமைக்கப்பட்டு, அவற்றில் இடதுசாரிகள், பெண்ணியவாதிகள், அம்பேத்கரியர்கள் எனப் பலரும் இடம்பெற்றனர். இவர்களைத் தவிர்த்து, பி.எஸ்.ஏ. சுவாமி, சுராவரம் சுதாகர் ரெட்டி, பேராசிரியர் ஜி. ஹரகோபால் மற்றும் வோல்கா ஆகியோரும் கலந்துகொண்டனர். இவர்களில் சுவாமி, பிற்படுத்தப்பட்ட வகுப்பினருக்கான உரிமைச் செயல் பாட்டாளரும் வழக்கறிஞரும் ஆவார். 'கவுட்' எனும் ஆதிக்க சமூகத்தைச் சேர்ந்தவரான இவர் பின்னாளில் உயர்நீதிமன்ற நீதிபதியாக உயர்ந்தார். ஹரகோபால், இடதுசாரிப் பேச்சாளர். மேலும் ஹைதராபாத் பல்கலைக்கழகத்திலும் ஆசிரியராகப் பணிபுரிந்து வந்தார். வோல்கா, எம்.எல். இயக்கத்தில் ஈடுபட்டுப் பின்னாளில் எழுத்தாளரானவர். 1980களில் அவர் பெண்ணிய வாதம் நோக்கி நகர்ந்தார். இவர்கள் அல்லாது, பகுஜன் சமாஜ் கட்சித் தலைவர் கன்ஷிராமைக் கூட அழைத்து தேர்தல் கூட்டம் ஒன்றில் பேச வைத்தோம். அந்தச் சமயத்தில் பொஜ்ஜா தாரகம் பகுஜன் சமாஜ் கட்சியில் இருந்தார். அவர் மூலமாக கன்ஷி ராமை நாங்கள் அழைத்து வந்தோம். அன்றைய காலத்தின் சட்டமன்ற, நாடாளுமன்றத் தேர்தல்களில் பகுஜன் சமாஜ்

கட்சியின் வெற்றி வாய்ப்புகள் எப்படி இருக்கின்றன என்பதைப் பற்றி அறிய கன்ஷி ராம் மாநிலம் முழுக்கச் சுற்றுப் பயணம் மேற்கொண்டிருந்த நேரம் அது.

இப்ராகிம்பட்டினத்தில், கிராம அளவிலான கூட்டங்களில் பேசுவதற்கு எனக்குத் தயக்கம் ஏதும் இருந்ததில்லை. எப்போது நான் பேச வேண்டிய தேவை ஏற்படுகிறதோ அப்போது மட்டுமே பேசினேன். ஆனால் பெரிய அளவிலான பொதுக் கூட்டங்களில், எனது நாக்கு கட்டப்பட்டதைப்போல உணர்ந்தேன். அவ்வளவு பெரிய கூட்டங்களில் பேசுவதற்கு எனக்கு அனுபவமோ திறமையோ பத்தாது என்று நான் நினைத்த நேரம் அது. உண்மையிலேயே அப்போது எனக்குப் பெரிய அளவில் எதுவும் தெரிந்திருக்கவில்லை. எனவே, மேடையில் பேச வாய்ப்புக் கிடைத்தபோதெல்லாம் அதைத் தவிர்த்து வந்தேன். அந்த மேடைகளில் பேசுவதற்கு ஆர்வம் காட்டாததற்கு இன்னொரு காரணம், கையிலிருக்கும் பிரச்சினை குறித்துச் சுருக்கமாக எப்படிப் பேசுவது என்று தெரியாமல், அதை நீட்டி முழக்கி, தனது பேச்சைத் தானே கேட்டு மகிழும் மத்திய தரமான பேச்சாளர்கள் அன்று அதிக அளவில் இருந்தனர்.

○

எங்களது இயக்கம் வளரவளர, நிலக்கிழார்கள் முன்பைவிடவும் வலுவாக எங்களை எதிர்க்கத் தொடங்கினார்கள். ஆனால் இப்போது மக்கள் துணிந்துவிட்டார்கள். அதனால் அநீதிக்கு எதிராகப் போராடுவதற்குத் தயாராகிவிட்டார்கள். 1986 ஜூலை 19 அன்று, எலிமிநேடுவைச் சேர்ந்த கொத்தடிமைக் கூலித் தொழிலாளர்கள் வேலைநிறுத்தத்தில் ஈடுபட்டனர். அதை நாங்கள் மிகப் பெரிய வெற்றியாகக் கருதினோம். ஏனென்றால், அந்தப் பகுதியில் பூபால் ரெட்டி என்ற கொடூரமான நிலக்கிழார் கொத்தடிமைத் தொழிலாளர்களை இரும்புக்கரம் கொண்டும், துப்பாக்கி கொண்டும் அடக்கி ஆண்டு வந்தார். அந்த மனிதரின் காலத்தில், தனது துப்பாக்கியைக் காட்டி பயமுறுத்தும் நபர் என்பதைத் தாண்டி அவர் ஒன்றும் பெரிய ஆளாக இருக்கவில்லை. ஆனால் இன்று, அவரது குடும்பம் அந்தப் பிரதேசத்தின் அரசியலில் மிக முக்கியப் பங்கு வகிக்கிறது. ஆயிரம் ஏக்கர்களுக்கு மேலான நிலங்களுடன், ஏராளமான பேருந்துகள், லாரிகள், பெட்ரோல் பங்குகள் போன்றவற்றை அந்தக் குடும்பம் நடத்து கின்றது. பூபால் ரெட்டியின் மகன், மஞ்சிரெட்டி கிஷன் (கிருஷ்ண) ரெட்டி 2009 முதல் இந்தப் புத்தகத்தை எழுதிக்கொண்டிருக்கும் சமயம்வரை, மூன்று முறை தொடர்ந்து இப்ராகிம்பட்டினத்தின் எம்.எல்.ஏ.வாக தேர்ந்தெடுக்கப்பட்டிருக்கிறார். நடுவில் தெலுகு

தேசக் கட்சியிலிருந்து விலகி, 2018இல் தெலங்கானா ராஷ்ட்ரிய சமிதியில் இணைந்தார். மக்கள் அவரை, 'நக்கா', அதாவது 'கழுதைப் புலி' என்று அழைக்கிறார்கள். ஏனென்றால், கழுதைப் புலி சத்தமில்லாமல் வந்து இதர விலங்குகள் வேட்டையாடிய இரையை உண்டு செல்லும். அதுபோல, துப்பாக்கி தூக்காமல், தேனொழுகப் பேசி காரியம் சாதிப்பதில் அவர் வல்லவர்.

1950களின் தொடக்கத்தில், பூபால் ரெட்டியின் தம்பியும், கிஷன் ரெட்டியின் சித்தப்பாவுமான ரகுநந்தன் ரெட்டி, வண்ணார் சமூகத்தைச் சேர்ந்த பெண் ஒருவரைப் பாலியல் வன்முறைக்கு ஆளாக்கினார். தொடர்ந்து அவர் மீது காவல்துறையில் புகார் அளிக்கப்பட்டு வழக்குப் பதிவும் செய்யப்பட்டது. அந்தக் காலத்தில் அது ஓர் ஆச்சரியமான விஷயம். நீதிமன்ற மேல்முறையீட்டின்போது வழக்கறிஞர் போனலா கிருஷ்ண ராவின் திறமையால், அவர் விடுவிக்கப்பட்டார். நிஜாம் ஆட்சியின் கடைசிக் காலத்தில் சுமார் இருபது ஏக்கர் நிலங்களைத் தன் பெயரில் வைத்திருந்த ரெட்டி நிலக்கிழார் ஒருவரின் மகன்கள் தான் பூபால் ரெட்டியும், அவரது ஐந்து சகோதரர்களும். கம்யூனிஸ்ட் விவசாயிகளின் ஆயுதமேந்திய போராட்டத்தின் போது, ஊரைவிட்டு ஓடிய இஸ்லாமியர்களின் நிலங்களை அபகரித்துக்கொண்டார் அந்த வயதான நிலக்கிழார். அதன் காரணமாக, 1980களில் அந்தக் குடும்பம், தலைநகர் ஹைதராபாத்திலிருந்து வெறும் 30 கிலோமீட்டர் தொலைவில் சுமார் 1,200 ஏக்கர் நிலங்களைக் கொண்டிருந்தது. அந்த ஆறு சகோதரர்களும் எலிமிநேடு, மடப்பூர் மற்றும் ஜப்பார்குடெம் ஆகிய மூன்று கிராமங்களில் தங்களின் ஆதிக்கத்தை முழுமையாகச் செலுத்தினர். அந்தச் சகோதரர்களில் ஒருவர் கூட்டுறவுச் சங்கத்தின் தலைவராக இருந்தார். இன்னொருவர் வன வளங்களையும், மூன்றாமவர் கிராமத்தில் உள்ளவர்களின் நிலங்கள் தொடர்பான ஆவணங்களை நிர்வகிக்கும் பட்வாரியாகவும், நான்காமவர் விவசாய நிலங்களுக்குப் பாதுகாப்பு தரும் பட்டேலாகவும், ஐந்தாமவர் கிராமப் பஞ்சாயத்துத் தலைவராகவும் இருந்தார்கள். அவர்களைத் தொடர்ந்து, அவர்களது மகன்களும் அந்த வழக்கத்தைத் தொடர்ந்தார்கள். 1985இல் சேர்லபட்டேல்குடெம் பகுதியில் ஆதிக்கம் செலுத்திய முன்னாள் பஞ்சாயத்துத் தலைவர் யாத்கிரி ரெட்டி இறந்த பிறகு, இப்ராகிம்பட்டினத்தை அந்த ஆறு சகோதரர்களின் மகன்கள் முழுமையாக ஆக்கிரமித்தார்கள். அந்தக் குடும்பத்தின் இப்போதைய தலைமுறையில் ஒருவர் கிராமப் பள்ளியின் தலைமை ஆசிரியராகவும், இன்னொருவர் கந்துவட்டிக்காரராகவும் இருக்கிறார்கள். தவிர, தங்கள் பகுதியில் அவர்கள்தான் தலையாய நிலக்கிழார்களாகவும் இருக்கிறார்கள்.

1980களில் இப்ராகிம்பட்டினத்தில் இருந்த ஒரே ஒரு பெட்ரோல் பங்க் அந்தக் குடும்பத்தினுடையதுதான். அதுபோக, ஏராளமான அரிசி ஆலைகளும் இருந்தன. மேலும் ரோடு போடுதல், மின்சார இணைப்பு வழங்குதல், அரசுக் கட்டடங்களைக் கட்டுதல் என அரசுத்துறை பணி ஒப்பந்தங்களும் அவர்களுக்கே சென்றன. ரகுநந்தன் ரெட்டியின் மகன் வெங்கடராமி ரெட்டி, இப்ராகிம்பட்டின முன்சீஃப் நீதிமன்றத்தில் முன்னணி வழக்கறிஞராக இருந்தார். கிஷன் ரெட்டியின் சகோதரி கல்வாகுர்தி பகுதியின் செல்வாக்கு மிக்க எம்.எல்.ஏ.வான யத்மா கிஷ்டா ரெட்டிக்குத் திருமணம் செய்து கொடுக்கப்பட்டார். முன்பு சுயேட்சை எம்.எல்.ஏ.வாக இருந்த கிஷ்டா ரெட்டி, பின்னாளில் காங்கிரஸில் சேர்ந்து, 2004இல் மீண்டும் அதே பகுதி எம்.எல்.ஏ.வாகத் தேர்ந்தெடுக்கப்பட்டார். இவ்வாறு திருமண உறவுகள் மூலம் ஒவ்வொரு பகுதிகளிலும் ரெட்டிகளின் ஆதிக்கம் மிகுந்திருந்தது. அவர்களுக்கு உயர்நீதிமன்ற நீதிபதிகள் முதல் அரசுத் துறையின் உயர் அதிகாரிகள் வரை செல்வாக்கு இருந்தது. தன்னுடைய ஆதிக்கத்தைக் காட்டுவதில் கொஞ்சமும் இரக்கமற்றதாக இருந்தது அந்தக் குடும்பம். ஒரு முறை அவர்கள் வீட்டின் ஓட்டுநர் ஒருவர் வீட்டில் உள்ளோரின் கடிகாரம் ஒன்றைத் திருடியிருப்பார் என்று சந்தேகித்து அவரை மரத்தில் கட்டிவைத்து உதைத்தார்கள். தங்கள் தோட்டங்களில் இருந்து பழம் பறித்த தங்களது பணியாட்களுக்கும் அதே கதிதான் நேர்ந்தது. சுமார் இருநூறு ஏக்கர் அரசு நிலத்துக்காக ஜப்பார்குடெம் மக்களுக்கும் அந்தக் குடும்பத்துக்கும் இடையிலான பல தசாப்த போராட்டத்தைப் பற்றி அந்தப் பகுதியில் மிகவும் பிரபலம்.

ஆக, இப்படியான பின்புலத்தில், எலிமிநேடுவைச் சேர்ந்த கொத்தடிமைத் தொழிலாளர்கள் வேலைநிறுத்தத்தில் ஈடுபட்டது மிகவும் குறிப்பிடத்தக்க ஒன்றாக இருந்தது. 1986 ஜூலை 19 அன்று, “குறைந்தபட்ச கூலியை வழங்கு” என்று கோஷமிட்டவாறே அந்தக் கிராமத்தைச் சுற்றி அந்தத் தொழிலாளர்கள் ஒரு சிறிய பேரணியை நடத்தினார்கள். அப்போது உள்ளூர்க் கூட்டுறவு வங்கித் தலைவர், செல்வாக்குமிக்க வழக்கறிஞர் உள்ளிட்ட நிலக்கிழார்கள், அந்தப் பேரணியின் கடைசியில் இணைந்து கொண்டு கற்கள், தடிகள் கொண்டு அந்தப் பேரணியில் இருந்த முதியவர்களைத் தாக்கினார்கள். அதைத் தொடர்ந்து ஏற்பட்ட கைகலப்பில், சுமார் இருபதுக்கும் மேற்பட்ட தொழிலாளர்களும், விரல்விட்டு எண்ணக் கூடிய அளவிலான நிலக்கிழார்களும் காயமடைந்தனர். அந்தக் கலவரத்தைத் தடுத்து நிறுத்த முன்வந்த அஞ்சய்யா எனும் காவல்துறை உதவி ஆய்வாளர் மிகவும் கீழ்த்தரமான மொழியில் வசைபாடப்பட்டார். தவிர, அவரை

நோக்கி எறியப்பட்ட கல், அவர் தலையில் ஆறு தையல்கள் போடும் அளவுக்குக் காயத்தை ஏற்படுத்தியது.

அந்தச் சமயத்தில் களத்தில் ஐந்தாறு காவல்துறை அலுவலர்கள் இருந்தார்கள்தான். ஆனால் ஒருவர் கூட தங்களின் உயர்அதிகாரிக்கு நேர்ந்த கொடுமையை எதிர்த்து ஒரு விரலைக் கூட அசைக்கவில்லை. கைது என்ற போர்வையில் காயமடைந்த நிலக்கிழார்களைப் பாதுகாப்பாகக் கூட்டிச் செல்வதற்கு ஹைதராபாத்திலிருந்து காவல்துறை கூடுதல் கண்காணிப்பாளர் வர வேண்டியதாக இருந்தது. அவர்களைக் கூட்டிச் செல்லும் போது அவர்கள் கொடுத்த ஓலம், காற்றை நிரப்பியிருந்தது. அவர்களைக் காவல்நிலையத்தில் வைத்திருந்தால் அந்தப் பெரிய மனிதர்களுக்கு இழுக்கு ஏற்படும் என்பதால், மாலையில் அவர்கள் அனைவரும் கெஸ்ட் ஹவுஸ் ஒன்றில் தங்கவைக்கப்பட்டனர். அடுத்த நாள் காலையில், மாவட்ட மாஜிஸ்திரேட் தாமாக முன்வந்து தன் கையிலிருந்து செலவழித்து அவர்களை விடுதலை செய்தார். உதவி ஆய்வாளர் அஞ்சய்யா (எதேச்சையாக அவர் ஒரு பிற்படுத்தப்பட்ட வகுப்பினராக இருந்தார்), இந்தச் சம்பவம் நடைபெற்ற சில மாதங்களில் வேறோரு காவல்நிலையத்துக்கு மாற்றப்பட்டார். அந்த நிலக்கிழார்கள் மீது குற்றப்பத்திரிகையும் தாக்கல் செய்யப்படவில்லை. இதுகுறித்து நாங்கள் விசாரித்த போதெல்லாம், எங்களைத் தனிப்பட்ட விதத்தில் ஒரு புகாரை அளிக்குமாறு கேட்டார்கள். நல்லவேளையாக நிலக்கிழார்களை விவசாயக் கூலிகள் தாக்கினார்கள், காவலரைத் தாக்கினார்கள் என்று அவர்கள் மீது வழக்கு எதுவும் பதியப்படவில்லை.

அடுத்த நாள், கொத்தடிமைத் தொழிலாளர்கள் எல்லாம் நிலக்கிழார்களால் அழைக்கப்பட்டு, அவர்களுக்கு வழங்கப்பட்ட கடனை விரைவில் திருப்பிச் செலுத்த வேண்டுமென்றும், அவ்வாறு செலுத்தாமல் போனால் கடுமையான விளைவுகளைச் சந்திக்க நேரிடும் என்றும் எச்சரிக்கப்பட்டார்கள். ஆனால் அந்த மிரட்டல்களுக்கு அஞ்சாமல் துணிந்து நின்றபோது, அந்தத் தொழிலாளர்கள் எல்லாம் சமூக ரீதியாக ஒதுக்கப்பட்டார்கள். தங்கள் நிலத்தில் விளைந்த பயிரை அறுவடை செய்வதற்கு, தலித் தொழிலாளர்களுக்கு அனுமதி வழங்கப்படவில்லை. மஞ்சிரெட்டி குடும்பத்தார், அந்தப் பகுதியில் இருந்த இதர ரெட்டி குடும்பங்களை எல்லாம் அழைத்து, தங்களது வீட்டிலோ அல்லது நிலத்திலோ தலித்துகளை வைத்து வேலை வாங்கினால் அவர்களுக்கு 500 ரூபாய் அபராதமும், செருப்பால் ஐந்து அடிகளும் தண்டனையாக விதிக்கப்படும் என்று எச்சரித்தார்கள். சில ரெட்டி குடும்பங்களுக்கு இது உவப்பானதாக இருக்கவில்லை. தலித்துகள் மீது விதிக்கப்படும் இந்தச் சமூக ஒதுக்கலை அவர்கள்

செயல்படுத்த விரும்பவில்லை. என்றாலும், மஞ்சிரெட்டி குடும்பத்தாருக்காக அஞ்ச வேண்டியிருந்தது.

மண்டல வருவாய்த் துறை அலுவலர், வருவாய் வளர்ச்சி அலுவலர், மாவட்ட ஆட்சியர் என ஜூலை மாதம் முதல் நாங்கள் அளித்த புகார்கள் எல்லாம் காற்றில் உதிரும் இலைகளைப் போலாயின. தலித்துகள் அனுபவிக்கும் சித்திரவதைகள் எல்லாம் பரவலாக ஊடகங்களில் எழுதப்பட்டன. ரங்க ரெட்டியும் மாவட்டத்தின் வருவாய்த் துறை அலுவலரும், காவல்துறை கூடுதல் கண்காணிப்பாளர் சந்திரசேகர் ரெட்டி கூட அந்தக் கிராமத்துக்கு வந்து பார்வையிட்டனர். ஆனால் அவர்களால் எந்த வாக்குறுதியும் அளிக்க முடியாமல் போயிற்று. இதனிடையே, பட்டியலின மக்கள் நல ஆணையரகத்தின் உதவி நிர்வாக அலுவலர் அசோக் ராவ், அந்தக் கிராமத்துக்கு வந்து கொத்தடிமைத் தொழிலாளர்கள் படும் சிரமத்தை விசாரிப்பதாகச் சொல்லி இரண்டு முறை தேதிகள் கொடுத்தார். ஆனால், அவர் வரவேயில்லை. அது மட்டுமல்ல, தொடர்ந்து, மாவட்டத் திட்ட வாரியம் அந்தக் கிராமத்தில் இருந்து பொய்ப் புகார்கள் வரலாம் என்று அஞ்சுவதால் தன்னால் அங்கு வந்து விசாரணை மேற்கொள்ள முடியாது என்று எங்களின் புகாரை நிராகரித்து விட்டார். ஏற்கெனவே 1986 ஏப்ரல் 9 அன்று, கொத்தடிமைத் தொழிலாளர்கள் தொடர்பான எல்லா மனுக்களையும் விரைந்து முடிக்க வேண்டும் என்று ரங்க ரெட்டி மாவட்ட ஆட்சியருக்கு உயர் நீதிமன்றம் உத்தரவு பிறப்பித்திருந்தது. ஆனால் அப்படி எதுவும் நடக்காததால், நாங்கள் உதவி நிர்வாக அலுவலருக்கு நீதிமன்ற அவமதிப்பு நோட்டீஸை அனுப்பினோம். மேலும் ஹைதராபாத்தின் கைரதாபாத் மாவட்ட ஒன்றிய அலுவலகத்தின் முன்பு அக்டோபர் 23ஆம் தேதி, ஒரு நாள் தர்ணா ஒன்றை நடத்தினோம். அந்த அலுவலகம், அதிகமாக விற்பனையாகும் தெலுங்கு நாளிதழான 'ஈநாடு' அலுவலகத்துக்குப் பின்புறம்தான் இருந்தது.

எலிமிநேடு மாதிகாக்களை ஒன்றிணைப்பது எங்களுக்கு மிகப் பெரிய சவாலாக இருந்தது. அந்தக் கிராமம் ஒருமுறை பட்டியலினத்தவருக்காக ஒதுக்கப்பட்டிருந்தபோது, பஞ்சாயத்துத் தலைவராகத் தேர்ந்தெடுக்கப்பட்ட மண்ட சுவாமி என்பவர் தான் அங்குள்ள மாதிகாக்களின் தலைவராக இருந்தார். கொத்தடிமைத் தொழிலாளர் வேலைநிறுத்தப் போராட்டத்தின் போது, காங்கிரஸ் கட்சியில் அவர் இருந்தார். ஒரு மாதிகாவாக எங்களிடம் நல்ல முறையில் தொடர்பில் இருந்தாலும், அரசியல் ரீதியாக அந்த ஊரின் நிலக்கிழார்களை எதிர்க்கும் எங்கள் போராட்டம் குறித்து அவருக்கு ஐயப்பாடுகள் இருந்தன. எனவே,

அவரும் எங்களை ஆதரிக்காது, தன்னுடைய மக்களையும் இந்தப் போராட்டத்தில் கலந்துகொள்ளாமல் இருக்குமாறு பார்த்துக் கொண்டார். தாங்கள் எதிர்ப்பது மிகவும் சக்திவாய்ந்த ரெட்டி மக்கள் என்பது அந்தப் பகுதி மாதிகாக்களுக்குத் தெரியும். எனவே, இந்தப் போராட்டத்தில் யார் பக்கம் நிற்க வேண்டும் என்பதில் அவர்கள் மிகவும் கவனமாக இருந்தார்கள். நாங்கள் மேற்கொண்ட எத்தனையோ முயற்சிகளில் அந்தப் பகுதி மாதிகாக்களை ஒன்றிணைக்க முடியாமல் போக, நிலக்கிழார்களோ தாங்கள் பிறப்பித்த சமூகஒதுக்கல் உத்தரவின் மூலம் எல்லா மாதிகாக்களையும் மிகச் சுலபமாக ஒன்றிணைத்துவிட்டார்கள். அந்தச் சமூக ஒதுக்குதலை வேலை நிறுத்தத்தில் ஈடுபட்ட தொழிலாளர் மட்டுமல்லாது, நிலக்கிழார்களின் நிலங்களில் குத்தகைக்குப் பயிர் செய்யும் குடியானவர்களும் பாதிக்கப் பட்டனர். அந்த மாதிகாக்கள் எல்லாம் ஒன்றிணைந்து, தங்கள் முதலாளிகளின் வீடுகளைக் காலை முதல் மாலை வரை, தொடர்ந்து பத்து நாட்களுக்கு முற்றுகையிட்டுப் போராடினர். அந்தப் போராட்டத்தில் பெண்கள் முன்னணியில் இருந்ததால், மஞ்சிரெட்டி குடும்பத்தின் ஆண்கள் வீட்டைவிட்டு வெளியே வரவே அஞ்சினர். அவ்வாறு வெளியே வந்தால், அவர்களின் கோபங்களைச் சம்பாதிக்க நேரிடும். அவர்களை எல்லாம் வெளியேற்ற ஆந்திரப் பிரதேசத்தின் ஆயுதமேந்திய சிறப்புக் காவல் படை எடுத்த முயற்சிகளும் பயனற்றுப் போயின. அது ஒரு வரலாற்றுப் போராட்டம். காவல்துறையினரை நோக்கி மாதிகா பெண்கள் காறி உமிழ்ந்தார்கள். கீழ்த்தரமான வார்த்தைகளில் கரித்துக் கொட்டினார்கள். அவர்கள் பாடிய பாடல்களும், எழுப்பிய கோஷங்களும் அந்தப் பகுதியை அதிர வைத்தன. எனவே, எந்த ஒரு நிலக்கிழாரும் அச்சமில்லாமல் வெளியே நடமாட முடியவில்லை. இறுதியில், குத்தகைக் காரர்களுக்கு, அவர்களுக்குச் சேர வேண்டிய பணத்தை நிலக்கிழார்கள் கொடுத்துவிட்டனர்.

எங்கள் சங்கப் பெண்கள் எல்லாம் கூட்டங்களிலும் தர்ணாக்களிலும் மிகப் பிரமாதமாகப் பாடுவார்கள். அவர்களால் தொடர்ந்து மணிக்கணக்காகப் பாட முடியும். அந்தந்தச் சமயங்களில் அருமையான தாள லயத்தில் வரிகளைப் போட்டுப் பாடும் திறனை அவர்கள் பெற்றிருந்தனர். போராட்டத்தில் ஒருவர் ஒரு வரியைப் பாட, அடுத்தடுத்து ஒவ்வொருவரும் தங்களின் வரிகளைப் போட்டு பாட்டுப் பாடுவார்கள். அந்தப் பாடல்களில் அருமையான ஒரு கதை இருக்கும். அவர்களின் அபாரமான அந்தக் கற்பனைத் திறத்தைப் பார்த்து நான் பல வேளைகளில் வியந்திருக்கிறேன். அவர்கள் நன்றாகப் பாடியது மட்டுமல்ல. அந்தப் பாடல் தாள லயத்துடனும், பாடலின்

நிலம் துப்பாக்கி சாதி பெண்

உள்ளே ஒரு கதையும், அதுவும் பலபேர் சேர்ந்து புனைகிற ஒரே பாடலாக அது உருமாறுவதும் என அந்தத் தருணங்கள் மிகவும் வியப்புக்குரியவையாக இருந்தன.

எலிமிநேடு போராட்டம் முடிவுக்கு வந்த பிறகு, சி.பி.எம். கட்சியைச் சேர்ந்த, கே. கிருஷ்ணமூர்த்தி என்பவரின் தலைமையில் ஒரு குழு அந்தக் கிராமத்தைப் பார்வையிட்டு, கிராம மக்களைச் சந்தித்து, நிலக்கிழார்களின் வன்முறை குறித்து ஒரு செய்திக் குறிப்பை வெளியிட்டது. அந்தக் குழு அத்தோடு நிற்கவில்லை. 'சில தீய சக்திகள்' இங்குள்ள மக்களின் ஒற்றுமையைச் சீர்குலைக்கின்றன எனவும் தனது கண்டனங்களைத் தெரிவித்திருந்தது. அந்தத் தீய சக்திகள்: தலித் இயக்கங்கள், 'அவேர்' என்ற தொண்டு நிறுவனம் (அது பி.கே.எஸ். மாதவன் என்ற மலையாளியால் நடத்தப்பட்டு வந்தது. 1980களில் ஹைதராபாத்திலிருந்த வேறு பல தொண்டு நிறுவனங்களும் மலையாளிகளால் நடத்தப்பட்டு வந்தன) மற்றும் 'பதிவு செய்யப்பட்ட விவசாயத் தொழிலாளர்களின் சங்கத்தை நடத்தும் ஹைதராபாத் வழக்கறிஞர் ஒருவரின் மனைவி'. நாங்கள் எல்லாம் 'ஹரிஜன் மக்களுக்கும்', 'ஹரிஜன் அல்லாதவர்களுக்கும்' இடையில் பிரச்சினையை ஏற்படுத்துகிறோம் என்பதுதான் அவர்களது வாதம்.

இந்தக் காலத்தில் எனக்குத் தெலுங்கு மொழி சரளமாகக் கைவந்திருந்தது. அந்த மொழியில் உணர்வுகளைத் தூண்டும் வகையில் எழுதும் அளவுக்கு வந்திருந்தேன். மண்டல வருவாய் அலுவலருக்கு எதிராக நாங்கள் போராட்டம் நடத்திய போதெல்லாம், அந்தப் போராட்டத்தில் விநியோகிக்கப்பட்ட கைப்பிரதியில், 'செட்டு மீட கொங்கா, எம்.ஆர்.ஓ. (அன்னாரது பெயர்) தொங்கா' (மரத்தின் மீது குரங்கே, மண்டல வருவாய் அலுவலர்தான் திருடனே) என்று எழுதப்பட்டிருக்கும். தெலுங்கில் தகுந்த வார்த்தைகளுக்கு நான் சிரமப்பட்டபோது, பொஜ்ஜா தாரகத்தைக் கைப்பிரதி எழுதித் தரச் சொன்னேன். நாங்கள் நடத்திய ஒவ்வொரு போராட்டத்திலும் இவ்வாறு கைப்பிரதிகளை அச்சடித்து விநியோகித்தோம். ஒவ்வொரு வேலைநிறுத்தமும், கிராமத்தில் நடக்கும் ஒவ்வொரு நிகழ்ச்சிக்கும், மக்கள் மீது நடத்தப்படுகிற ஒவ்வொரு தாக்குதலுக்கும் ஒரு கைப்பிரதியை நாங்கள் தயார் செய்துவிடுவோம். அவற்றை ஆயிரக்கணக்கில் அச்சடித்து விநியோகிப்போம். ஹைதராபாத்திலிருந்த 'அனுபமா பிரின்டர்ஸ்' எனும் அச்சகத்தை நடத்திய ரமணமூர்த்தி, இந்தக் கைப்பிரதிகளை எல்லாம் இலவசமாக அச்சடித்துத் தந்தார்.

இவ்வாறு ஒவ்வொரு கிராமத்திலும் கொத்தடிமைத் தொழிலாளர்கள் வேலைநிறுத்தப் போராட்டங்களை

முன்னெடுக்க, அந்தப் பகுதி நிலக்கிழார்கள் எல்லாம் முன்னெச்சரிக்கை நடவடிக்கைகளை மேற்கொள்ளத் தொடங்கினார்கள். சில நிலக்கிழார்கள், கொத்தடிமைத் தொழிலாளர்களிடமிருந்து கடன்பத்திரத்தில் கையெழுத்து வாங்கி வைத்துக்கொண்டார்கள். இப்படிக் கடன் பத்திரத்தில் கையெழுத்துப் போட்டதைக் காரணம் காட்டி, 1985இல் நயனம்பள்ளி கிராமத்தைச் சேர்ந்த வேலமா சமூகத்தைச் சார்ந்த அபிலேனி ஜங்கய்யா எனும் நிலக்கிழார், தனது தொழிலாளியிட மிருந்து கடனைத் திருப்பி வாங்கித் தருமாறு இப்ராகிம்பட்டின முன்சீஃப் நீதிமன்றத்தில் வழக்கு தொடர்ந்தார். ஆனால், அதை எங்கள் வழக்கறிஞர் மிகத் திறமையாக எதிர்கொண்டு வழக்கில் வெற்றி பெற்றார். தொழிலாளிக்குக் கொடுக்கப்பட்ட கடன் கொத்தடிமைக் கடன் என்பதால், அதனைக் கொத்தடிமைத் தொழிலாளர் (ஒழிப்பு) சட்டத்தின் கீழ் தள்ளுபடி செய்ய வேண்டுமென்று எங்கள் வழக்கறிஞர் வாதாடினார்.

கொத்தடிமைத் தொழிலாளர்கள் தங்களது கடனைத் திரும்பிச் செலுத்த முடியாது என்று சொல்லி போராட்டத்தில் இறங்கி போதெல்லாம், அந்தக் கிராமங்களில் தங்களிடம் வேலை செய்யும் தலித் பெண்களுக்குச் சம்பளம் கொடுக்க நிலக்கிழார்கள் மறுத்தார்கள். நிலப்பிரபுக்களுக்கு எதிராகக் குரல் எழுப்பியதால் மாதிகாக்களுக்குக் கிடைத்த இன்னொரு விதமான தண்டனை இது. இந்தத் தண்டனையை இருபது பெண்கள் எதிர் கொண்டார்கள். தொழிலாளர் மற்றும் சமூக நலத்துறை அமைச்சரையே சந்தித்துப் பேசியபோதும் அந்தப் பெண்களுக்குத் தீர்வு கிடைக்கவில்லை. இருந்தும், தொழிலாளர் துறையின் இணைஆணையரிடம் தங்களுக்கான கூலியைப் பெற்றுத் தர வேண்டி மனு செய்தார்கள். 1986இல் நிலக்கிழார்கள் அந்தப் பெண்களுக்குச் சேர வேண்டிய கூலியைத் தர வேண்டும் என்று மாவட்டத் தொழிலாளர் ஆணையர் மதுசூதன் ரெட்டி உத்தரவிட்ட போது, அது வரலாற்றுத் தருணமாக இருந்தது. நிலக்கிழார்கள் கூலியைத் தராத பட்சத்தில், 1987இல் நாங்கள் முன்சீஃப் நீதிமன்றத்தில் வழக்கு தொடர்ந்தோம். ஆனால், ஓராண்டு முழுவதும் அந்த வழக்கு மீது நீதிபதி எந்த உத்தரவையும் பிறப்பிக்கவில்லை. எனவே, 1988இல் அந்தப் பெண்கள் மாவட்ட நீதிபதியின் உதவியை நாடினர். உடனடியாக அவரிடமிருந்து மாஜிஸ்திரேட்டுக்கு விளக்கம் கேட்டு ஒரு கடிதம் பறந்தது. இதனால் அதிர்ச்சியடைந்த மாஜிஸ்திரேட் அந்தப் பெண்களுக்குச் சேர வேண்டிய கூலியின் மதிப்புக்கு இணையான நிலக்கிழார்களின் உடைமைகளைப் பறிமுதல் செய்ய உத்தரவிட்டார். அடுத்து நடைபெற்ற நிகழ்ச்சிகள் ஒரு திரைப்படத்துக்கான கதையைப் போல சுவாரஸ்யமாக இருந்தன. சில நிலக்கிழார்கள் தங்களின்

வீடுகளைப் பூட்டிவிட்டுக் காணாமல் போனார்கள். சிலர், தங்கள் உடைமைகளைப் பறிமுதல் செய்ய வந்த ஊழியர்களைத் தங்களின் வீடுகளுக்குள் வைத்துப் பூட்டிவிட்டார்கள். தொடர்ந்து, ஐந்து நிலக்கிழார்களின் உடைமைகள் பறிமுதல் செய்யப்பட்டன. அப்படி ஒரு சம்பவம் அதுவரை அந்தப் பகுதியில் கேள்விப் பட்டிராத ஒன்று. இப்ராகிம்பட்டினமே அதிர்ந்தது. கடந்த முப்பது ஆண்டுகளில் எந்த ஒரு நிலக்கிழாரின் உடைமைகள் மீதும் யாரும் கைவைத்ததில்லை. அதிலும் ரெட்டி, வேலமா சமூகத்து நிலக்கிழார்கள், கூட்டுறவு வங்கிக்கோ அல்லது தாசில்தாருக்குச் செலுத்த வேண்டியோ, வருமான வரியோ லட்சக்கணக்கில் செலுத்தப்படாமல் நிலுவையில் இருந்தபோதும், அவர்களது உடைமைகளைப் பறிமுதல் செய்யத் துணிந்ததில்லை. தொடர்ந்து, பெரும்பாலான நிலக்கிழார்கள் வேண்டா வெறுப்பாகத் தாங்கள் செலுத்த வேண்டிய தொகையை மாஜிஸ்திரேட்டிடம் ஒப்படைக்க, அவை அந்தப் பெண்களுக்கு வழங்கப்பட்டன. சுமார் பதினெட்டு மாதக் காலத்துக்கு அந்தப் போராட்டம் நீண்டதாக இருந்தாலும், நாங்கள் பெற்ற வெற்றி மதிப்பு வாய்ந்ததாக இருந்தது. 'பெண்களால் என்ன செய்துவிட முடியும்?' என்ற நிலக்கிழார்களின் ஏளனப் பேச்சுக்குப் பதிலடியாக அந்த வெற்றி அமைந்தது.

இன்னொரு வழக்கில், சௌதரிபள்ளி கிராமத்தைச் சார்ந்த விஜி ரெட்டி எனும் நிலக்கிழாரிடமிருந்து தன்னை விடுவிக்கும்படி மல்லா ரெட்டி என்ற கொத்தடிமைத் தொழிலாளி ஒருவர் யச்சாராமில் உள்ள மண்டல வருவாய் அலுவலரிடம் மனு செய்தார். இதனால் கோபமடைந்த மல்லா ரெட்டியின் முதலாளி, முன்னவரிடமிருந்த ஒரு பசுவையும் இரண்டு கன்றுகளையும் பிடித்துச் சென்றுவிட்டார். மேலும், அந்தப் பசுவையும் கன்றுகளையும் தனக்கு விற்றுவிட்டதாக எழுதி, மல்லா ரெட்டியிடமிருந்து கையெழுத்தும் வாங்கிவிட்டார், அந்த முதலாளி. மல்லா ரெட்டிக்குக் கொஞ்சம் மனநலம் சரியில்லாத காரணத்தால், இந்த விஷயத்தை அவரது இணையர் யசோதா முன்னெடுத்தார். தன்னுடைய கால்நடைகள் திருடு போய்விட்டன என்று கூறி நீதிமன்றத்தில் வழக்கு தொடர்ந்தார். விஜி ரெட்டி யிடம் மல்லா ரெட்டி கையெழுத்துப் போட்டுக் கொடுத்த பத்திரம் இருந்ததால், அந்தச் சாட்சி யசோதாவுக்கு எதிராக இருந்தது. விஜி ரெட்டிக்கு அந்தக் கால்நடைகளால் பெரும் பயன் ஒன்றும் இல்லை. ஆனால் மல்லா ரெட்டிக்கு ஒரு பாடம் கற்பிக்க வேண்டும் என்பதற்காக அப்படிச் செய்தார். இறுதியில், அந்தக் கால்நடைகள் காவல்நிலையத்தில் இருக்குமென்றும், அவற்றை மல்லா ரெட்டி பராமரித்துக் கொள்ளலாம் என்றும்

ஒரு சமரசம் செய்யப்பட்டது. சௌதரிபள்ளியிலிருந்து யச்சாராம் செல்லும் சாலையில் இருந்த விஜி ரெட்டியின் வீட்டைக் கடக்கும்போதெல்லாம், 'எங்களை இப்படிச் சிக்கலில் சிக்க வைத்துவிட்டாரே' என்ற எரிச்சலுடன் கறுவிக்கொள்வேன். அவர், தனது கிராமத்துக்கு வெளியே தங்கியிருந்ததால் மஞ்சிரெட்டி குடும்பத்தார் இதர ரெட்டி குடும்பங்களுக்குப் போட்ட உத்தரவு அவரை ஒன்றும் செய்ய முடியவில்லை. தவிர, உரிமம் பெற்ற துப்பாக்கியும் அவரிடம் இருந்ததால் மக்கள் வெகுவாக அஞ்சினார்கள். யச்சாராமில் மோகுலம்ப்பு எனும் குக்கிராமத்தில் வசித்துவந்தார் மல்லா ரெட்டி. தங்களது வழக்கை எங்கள் சங்கத்திடம் கொண்டு வந்த அந்த நொடியிலிருந்து யச்சாராமின் மாதிகா மக்கள் அந்த ரெட்டி குடும்பத்தைத் தங்களில் ஒருவராகக் கருதத் தொடங்கிவிட்டார்கள். அந்தக் குடும்பத்துக்குத் தேவையான அனைத்து உதவிகளையும் செய்தார்கள். அடுத்து வந்த ஆண்டில், மல்லா ரெட்டியும் யசோதாவும் யச்சாராமில் உள்ள மாதிகா வாடாவுக்கே நிரந்தரமாகக் குடிவந்துவிட்டனர்.

தொடர்ந்து நாங்கள் உயர் நீதிமன்றத்தில் வழக்கு தொடுத்து கால்நடைகளை மீட்டோம். ஆனால், அதைச் செய்வதற்கு இப்ராகிம்பட்டின கிரிமினல் கோர்ட்டில் நாங்கள் ஒரு தொகையைக் கட்ட வேண்டியிருந்தது. பணம் போவது பற்றிப் பிரச்சினையில்லை. ஆனால் கால்நடைகளை மீட்டது எங்களுக்குத் தார்மீகமான ஒரு வெற்றியாக அமைந்தது. சுமார் ஒரு மாத காலமாகக் கட்டிப்போடப்பட்டிருந்த அந்த ஜீவன்கள், கட்டவிழ்த்துவிடப்பட்டதும் அந்த கிராமம் முழுவதும் ஓடித் திரிந்தன. அவற்றின் ஆனந்தக் குதியாட்டம் யசோதாவின், எங்கள் சங்கத்தின் வெற்றியைப் பிரகடனப்படுத்துவதாக இருந்தது. ஆகவே, நாங்கள் வழக்கில் வெற்றி பெறும்போதெல்லாம் மேற்கொள்ளும் வெற்றிப் பேரணியை மேற்கொள்ள அவசிய மில்லாமல் போய்விட்டது.

கொத்தடிமைத் தொழிலாளர் (ஒழிப்பு) சட்டத்தை அமல்படுத்தச் சொல்லி நாங்கள் நீதிமன்றங்களை வலியுறுத்திய அதே நேரத்தில், நிலக்கிழார்களின் கால்நடைகளை மேய்க்கும் வேலையிலிருந்து நூற்றுக்கணக்கான குழந்தைகள் விடுவிக்கப் பட்டார்கள். அவ்வாறு விடுவிக்கப்பட்ட குழந்தைகளை இதர குழந்தைகள் படிக்கும் பள்ளியில் சேர்ப்பது கடினமாக இருந்தது. காரணம், அவர்கள் பல மாதங்கள் பள்ளிக்கே வராததால் அவர்கள் வயதொத்த மாணவர்களுடன் அவர்களைப் படிக்க வைப்பது சிரமமாக இருந்தது. தொடக்கத்தில் நாங்கள் அவர்களை

இப்ராகிம்பட்டினம், யச்சாராம், மேட்பள்ளி ஆகிய இடங்களில் அரசு நடத்தும் பட்டியலின மற்றும் பிற்படுத்தப்பட்ட வகுப்பினருக்கான விடுதிகளில் சேர்த்தோம். அந்த விடுதிகளில் விரைவில் நிரம்ப, ரங்க ரெட்டி, மகபூப் நகர், நல்கொண்டா மாவட்டங்களில் இருந்த சமூக நலத்துறை நடத்தும் விடுதிகளில் சேர்த்தோம். அப்போதெல்லாம் அந்த விடுதிகளை மாணவர்களை எளிதில் சேர்த்துவிட முடிந்தது. மாணவர்களின் சாதிச் சான்றிதழும், பெற்றோர்களின் வருமானச் சான்றிதழும் இருந்தால் போதும். இப்ராகிம்பட்டினம் மற்றும் யச்சாராமிலிருந்து சென்ற நிறைய குழந்தைகளுக்கு அங்குள்ள விடுதிக் காப்பாளர்கள் இடம் தர மறுத்தபோது, நாங்கள் சமூக நலத்துறை ஆணையர் டி.ஆர். கர்க்கிடம் சென்றோம். அவர் எங்களுக்கு உதவினார். ‘எவ்வளவு குழந்தைகளை வேண்டுமானாலும் கொண்டு வாருங்கள். அவர்களுக்கு இடம் ஏற்படுத்தித் தருவது எங்கள் வேலை’ என்று அவர் உறுதி கொடுத்தார்.

தங்களுடைய குழந்தைகள் மட்டுமல்லாது, தங்கள் பகுதியில் உள்ள அனைத்துக் குழந்தைகளும் கல்வி கற்க வேண்டும் என்பதில் பெரும் ஆர்வத்துடன் இருந்தனர் பல விவசாயத் தொழிலாளர்கள். அவர்களில் ஒருவர்தான் கப்பபாஹட் கிராமத்தைச் சேர்ந்த மேகலா கலய்யா. அவர் ஊர்க்காவல் படையில் இருந்த ஒருவரின் சீருடையைக் கடன் வாங்கிப் போட்டுக்கொண்டு, கிராமங்கள் தோறும் சுற்றி வந்தார். அங்குத் தங்களது குழந்தைகளைப் பள்ளிக்கு அனுப்பாமல் தொடர்ந்து வேலைக்கு அனுப்பும் பெற்றோர்களிடம், ‘குழந்தைகளைப் பள்ளிக்கு அனுப்பாத பெற்றோர்களைப் பற்றி நான் பட்டியல் தயார் செய்கிறேன். அதை உயர் அதிகாரிகளுக்கு அனுப்பிவைப்பேன். அவர்கள் உங்களைக் கைது செய்து சிறையில் அடைப்பார்கள்’ என்று எச்சரித்தார். பிறகு, அவ்வப்போது விடுதிகளைவிட்டு ஓடி விடும் குழந்தைகளைச் சந்தித்து, ‘இப்படி நீங்கள் விடுதிகளைவிட்டு ஓடினால், பிறகு உங்கள் பெற்றோர்கள் சிறைக்குச் செல்ல நேரிடும்’ என்று பயமுறுத்தினார். அவர் தொடர்ந்து அந்த விடுதிகளுக்குச் சென்று குழந்தைகளைச் சந்தித்துப் பேசுவதும், அவர்கள் தரும் செய்தியை அவர்களின் பெற்றோருக்கும், பெற்றோர்கள் தரும் செய்தியைக் குழந்தைகளிடத்திலும் சொல்லி வந்தார். கடுமையான ஆசிரியர்கள், மோசமான உணவு, கவனிக்கப்படாத சிரங்கு, புத்தகப் பற்றாக்குறை மற்றும் ஒவ்வோர் ஆண்டும் புதிய வகுப்புகள் தொடங்கப்படும் போது மாணவர்களுக்கு வழங்கப்பட வேண்டிய பெட்டி, படுக்கை விரிப்புகள் ஆகியவை கிடைக்காதது போன்ற பல பிரச்சினைகளைக் குறித்து எங்களைக் கவனிக்கச் சொன்னார் அவர். அவற்றை உயர் அதிகாரிகளிடம் நாங்கள் எடுத்துச் சென்றோம்.

பள்ளிக்குச் சென்ற மாணவர்களில் பலரும் பள்ளிக் கல்வியை முடித்தார்கள். சிலர் மட்டுமே கல்லூரிக்குச் சென்றார்கள். ஆனால் எல்லா மாணவர்களுமே தங்கள் கிராமங்களில் தலைவர்களாக வளர்ந்தார்கள். நல்லவெல்லி என்ற பகுதியில் உள்ள தொடக்கப் பள்ளியில் தற்போது தலைமை ஆசிரியராக இருக்கும் மாதரி, தனது இளவயதில் கோத்தபள்ளி எனும் கிராமத்தில் கொத்தடிமைத் தொழிலாளியாக இருந்தவர்தான். அவரை அதிலிருந்து விடுவித்து, யச்சாராமுக்கு அருகில் உள்ள மேட்பள்ளி விடுதியில் சேர்த்தோம். அங்குத் தனது பள்ளிக் கல்வியை முடித்த அவர், எங்களுடன் முறை சாரா கல்வி கற்பிக்கும் ஆசிரியராகப் பணியாற்றினார். அப்படிப் பணிபுரியும்போதே பட்டப்படிப்பு, ஆசிரியர் பயிற்சி ஆகியவற்றை முடித்தார். போலவே, கண்டுக்கூர் ராமச்சந்திரய்யா என்ற மாணவரும் தனது சொந்த ஊரான நானக்நகர் கிராமத்தின் பஞ்சாயத்துத் தலைவராகப் பணியாற்றி, பின்னர் மாவட்ட ஒன்றிய உறுப்பினராக உயர்ந்து, மண்டல வளர்ச்சி அலுவலகத்தைக் கவனித்துவந்தார். கிஷன்பள்ளியைச் சேர்ந்த குடுகுண்ட்லா நரசிம்மா என்ற மாணவரும், எங்களிடம் முறை சாரா கல்வி ஆசிரியராகச் சேர்ந்து, பின்னாளில் மால் எனும் பக்கத்து கிராமப் பஞ்சாயத்தின் துணைத்தலைவராக உயர்ந்தார்.

எங்களது முறை சாரா கல்வித் திட்டங்களுக்குக் கிடைத்த அமோக வரவேற்பைப் பார்த்து பிறகு, அதனை மத்திய அரசின் திட்டம் ஒன்றின் கீழ் முறை சாரா கல்விக்கான பள்ளிக்கூடங்களை நடத்தத் தொடங்கினோம். அதற்கு மத்திய அரசு சிறிய அளவிலான நிதியையும் வழங்கியது. 1977–78 காலகட்டத்தில், ஆறு முதல் பதினான்கு வயது வரையிலான, சமூகம் 'பொருளாதாரம்' கலாச்சாரம் போன்ற காரணங்களால் பள்ளி செல்லாத குழந்தைகளுக்காகத் தொடங்கப்பட்டதுதான் முறை சாரா கல்வி. அது முதலில் பரீட்சார்த்த முறையில் செயல்படுத்தப்பட்டது. நகர்ப்புறக் குடிசைப் பகுதிகள், மலைப் பகுதிகள், பழங்குடியினர் பகுதிகள் மற்றும் பாலைவனப் பகுதிகள் கொண்ட கல்வியில் பின் தங்கிய பத்து மாநிலங்களில் பரீட்சார்த்தமாக அந்தத் திட்டம் செயல்படுத்தப்பட்டது. அந்தத் திட்டத்துக்கான பாடங்களை வயதுவந்தோருக்கான கல்வித் துறை உருவாக்கியது. அதில் பயின்ற மாணவர்கள் ஏழாவது மற்றும் பத்தாவது வகுப்புத் தேர்வுகளை எழுத முடிந்தது. அந்தத் திட்டத்தில் கற்பிக்கும் ஆசிரியர்கள் கல்லூரிப் படிப்பையோ அல்லது ஆசிரியர் பயிற்சியையோ முடித்திருக்க வேண்டும் என்று எந்தக் கட்டாயமும் இருக்கவில்லை. ஏழைகள் மற்றும் கல்வி கிடைக்காத மக்களுக்கான ஓர் அடிப்படையான கல்வித் திட்டம்தான் அது. மத்திய அரசின் திட்டத்தின் கீழ் நிதியுதவி பெற வேண்டுமானால் அதை ஒரு

சங்கத்தின் மூலமாகத்தான் செய்ய முடியும். எனவே, நான் 'சேயுதா' என்ற பெயரில் ஒரு சங்கத்தைப் பதிவு செய்தேன். தெலுங்கில் 'சேயுதா' என்றால் 'உதவும் கரங்கள்' என்று பொருள். அந்தச் சங்கத்தின் நிறுவன உறுப்பினர்களாக நானும், வங்கியாளர் ஓ. திவாகர் ரெட்டி, வழக்கறிஞர் சி.வி. மோகன் ரெட்டி, வேளாண் விஞ்ஞானி முனைவர் சௌதரி, டாக்டர் ஏ.கே. வாசுதேவன் ஆகியோரும் இருந்தோம். அவர்கள் எல்லோருமே எனது நண்பர்கள். சேயுதாவை வளர்ச்சிப் பணிகளுக்கான அமைப்பாகப் பயன்படுத்தியதால், அதனைப் பதிவு பெற்ற சங்கமாக மாற்றினோம். அப்படிச் செய்வதால் எங்களுக்கு மத்திய அரசிடமிருந்து மட்டுமல்லாமல், மாநில அரசிடமிருந்தும் நிதி உதவி கிடைக்கும். பிறகு, அந்தத் திட்டத்தில் இணைந்து இருபத்தி ஐந்து பள்ளிகளைத் தொடங்கினோம். அவை எல்லாமே மாலை நேரப் பள்ளிகள்தான். அவற்றில் பகுதி நேர ஆசிரியர்கள் மாதம் 150 ரூபாய் சம்பளத்துக்குப் பணிபுரிந்தார்கள். எங்கள் சங்கத்து உறுப்பினர்களிடையே இந்தப் பள்ளிகள் மீது பெரும் ஆர்வம் இருந்தது. மாலை நேரத்தில் பள்ளிக்கு வெளியே அமர்ந்து கொண்டு, ஆசிரியர் பாடம் எடுக்கிறாரா, தங்கள் பிள்ளைகள் படிக்கிறார்களா என்பதை எல்லாம் அவர்கள் உறுதிசெய்தார்கள்.

அந்தப் பகுதியில் இருந்த பல்வேறு அரசுப் பள்ளிகளைப் புதுப்பித்து, அவற்றை மீண்டும் செயல்பாட்டுக்குக் கொண்டு வர நாங்கள் தவறிவிட்டோம் என்பதை இங்கு நான் குறிப்பிட்டாக வேண்டும். பின்னாளில் அவை சற்று முன்னேறி, ஆசிரியர்களின் தினசரி வருகை அதிகரித்தாலும், பள்ளி நடைமுறை மிகவும் மோசமாக இருந்தது. ஒரு பள்ளியில் ஒன்றோ இரண்டோ ஆசிரியர்கள் தான் இருந்தார்கள். அவர்களில் ஒருவர் அல்லது சமயங்களில் இருவருமே, மக்கள்தொகை கணக்கெடுப்பு, தேர்தல் பணிகள், கருத்தரங்கப் பயிற்சிகள் என்பன போன்ற விஷயங்களில் ஈடுபடுத்தப்படுவார்கள். குறிப்பிட்ட பள்ளி ஒன்றுக்கு ஆசிரியர் வரவில்லை என்று தெரிந்து நாங்கள் ஒவ்வொரு முறை மாவட்டக் கல்வி அலுவலரிடம் புகார் அளிக்கச் செல்லும்போதுதான், அந்த ஆசிரியர் வேறு ஒரு பணியில் அரசால் ஈடுபடுத்தப்பட்டுள்ளார் என்ற விவரம் எங்களுக்குத் தெரிய வரும். மேலும் இதுபோன்ற விஷயங்களைக் கண்காணிக்கவும் அலுவலர்கள் இல்லை என்பதைத் தெரிந்துகொண்டோம். அப்படியே இருந்தபோதும், ஐந்து மண்டலங்களுக்கு ஒரு கண்காணிப்பு அலுவலர் பொறுப்பில் இருப்பார். அவரால் எல்லா மண்டலங்களிலும் உள்ள பணிகளைக் கண்காணிப்பது சாத்தியமற்றது.

இடதுசாரி ஆதரவு சங்கங்கள் உட்பட எந்த ஆசிரியர் சங்கமும் எங்களுக்கு உதவ முன்வரவில்லை. மாறாக, தவறு

செய்யும் ஆசிரியர்களைப் பாதுகாக்கவே முயற்சித்தன. இப்ராகிம்பட்டினத்தின் பள்ளி ஆசியர் சங்கங்கள், சி.பி.எம். கட்சியின் 'யுனைட்டட் டீச்சர்ஸ் ஃபெடரேஷன்' எனும் ஒன்றுபட்ட ஆசிரியர் பேரவையின் கீழ் இருந்துவந்தன. ஆசிரியர்களின் வருகையின்மை, போலிச் சான்றிதழ் பிரச்சினை, இடமாற்றலுக்குச் சிபாரிசு, லஞ்சம் கொடுத்துப் பணியில் சேர்தல் போன்ற விஷயங்களுக்கு அந்தப் பேரவை துணை நின்றது. ஆனால் பள்ளிகளில் மாணவர்களின் கற்றல் திறனை உயர்த்துவது பற்றி அது அக்கறை கொள்ளவே இல்லை. பள்ளிக்கு வராமல் அந்த ஆசிரியர்கள் விவசாயம், ரியல் எஸ்டேட், சிட் பண்ட், அரிசி ஆலை, பினாமி ஒப்பந்ததாரர் என வேறு பல வேலைகளைச் செய்துவந்தார்கள். அவர்களுக்குத் துறை ரீதியான எந்தத் தண்டனையும் இல்லை. அதுபோன்ற சூழ்நிலைகளிலும் ஆசிரியர் சங்கங்கள் அவர்களைப் பாதுகாத்ததுதான் வேதனை.

எங்களுடைய செயல்பாடுகள் பற்றிய செய்திகள், இதர மண்டலங்களுக்கும் பரவ, அங்குள்ள விவசாயத் தொழிலாளர்கள் எங்களிடம் வந்து எங்களது பணியை இப்ராகிம்பட்டினத்துக்கு வெளியேயும் விஸ்தரிக்கச் சொன்னார்கள். இதனால் ஆத்திர மடைந்த தெலங்கானா நிலக்கிழார்கள் எங்களைப் பற்றி அரசியல் தலைவர்களிடம் புகார் அளித்தார்கள். ஒரு முறை முதலமைச்சர் என்.டி. ராமா ராவ், சமூக நலத்துறை முதன்மைச் செயலாளரான எஸ்.ஆர். சங்கரனிடம், 'இப்ராகிம்பட்டினத்தில் எந்தப் பெண் புலிக்கு நீங்கள் உதவி செய்துகொண்டிருக்கிறீர்கள்' என்றுகூடக் கேட்டிருக்கிறார். அதற்கு, கொத்தடிமைத் தொழிலாளர் பிரச்சினைகள் குறித்து சங்கரன் சொல்ல, அதைக் கேட்ட என். டி.ஆர்.,'அப்படிப் பார்த்தால் என்னுடைய அமைச்சர்கள் கூட கொத்தடிமைகள்தான்' என்று சொல்லியிருக்கிறார். என்.டி.ஆரின் கோபத்துக்கு ஆளான சங்கரன், 1986 – 87 கால கட்டத்தில் நீண்ட விடுப்பு எடுத்துக்கொண்டார். அவர் விடுப்பில் இருந்த அந்தச் சமயத்தில், அவருடன் சேர்த்து இதர ஆறு ஐ.ஏ.எஸ். அதிகாரிகளை 'பீப்பிள்ஸ் வார் குரூப்' அமைப்பு குர்தேடு பகுதியில் வைத்துக் கடத்தியது. அந்த நாட்களில், பெரிய அரசியல் தலைவர்கள் எல்லோரையும் சங்கரன் பகைத்துக்கொண்டிருந்தார். ஆன போதும் அவர் என் மீது எந்தப் புகாரும் சொல்லவில்லை. ஆனால், அவருடன் பணியாற்றியவர்கள் அவரது அந்த நிலைக்கு நான் தான் காரணம் என்று புழுங்கினார்கள். அவருக்குத் தொடர்ந்து அரசிடமிருந்து அழுத்தங்கள் வந்துகொண்டே இருந்தன. அந்தச் சமயத்தில் திரிபுரா மாநில முதலமைச்சரான சி.பி.ஐ. கட்சியைச் சார்ந்த நிருபன் சக்கரவர்த்தி திரிபுராவின் முதன்மைச் செயலாளராகப் பணியாற்ற சங்கரனை அழைத்துக் கொண்டார்.

நிலம் துப்பாக்கி சாதி பெண்

இப்ராகிம்பட்டினத்தில் நாங்கள் மேற்கொண்ட பணிகள் எல்லாமே சட்டத்துக்கு உட்பட்டவையே. அப்படியே எங்கள் மீது யாராவது புகார் அளித்தாலும், எம்.எல். இயக்கங்களை நடத்தியது போல எங்களைக் காவல்துறையால் நடத்த முடியாது. பத்திரிகைகளும் நீதிமன்றங்களும் எங்களுக்கு ஆதரவாக இருந்தன. எங்களுக்கு வரும் எதிர்ப்புகளைப் பற்றி அரசிடம் முறையிட்டாலும் எதுவும் ஆகப் போவதில்லை என்பதும் எனக்குத் தெரிந்தே இருந்தது. கொத்தடிமைத் தொழிலாளர்கள் அளிக்கும் மனுக்கள் மீது நடவடிக்கை எடுக்க வேண்டிய விசாரணை அதிகாரிகள் அடிக்கடி எங்களிடம் கொத்தடிமைத் தொழிலாளர்கள் யாரையும் தங்களால் கண்டுபிடிக்க முடியவில்லை என்றே சொல்லி வந்தார்கள். அவர்கள் விசாரிக்கப் போன இடங்களில், தங்களுக்குக் கீழ், பணியாற்றும் தொழிலாளர்களுக்குத் தாங்கள் எந்தவிதக் கடனையும் வழங்கவில்லை என்று நிலக்கிழார்கள் பொய் சொன்னதுதான் அவர்கள் அப்படி நடந்துகொண்டதற்குக் காரணம். இவ்வாறு நிலக்கிழார்கள் அளிக்கும் உறுதிமொழியை நாங்கள் பிரதி எடுத்து வைத்துக்கொண்டோம். பிற்பாடு, அந்த நிலக்கிழார்கள் தங்களது தொழிலாளர்களைக் கடன்களைத் திருப்பச் செலுத்தக் கோரி துன்புறுத்தினால், அந்த உறுதிமொழியைச் சாட்சியாக வைத்துக்கொண்டு வழக்குகளை நடத்தினோம். இப்படித்தான் கொத்தடிமைத் தொழிலாளர்கள் தங்களைத் தாங்களே விடுவித்துக்கொண்டார்கள். கடன்களைத் திருப்பச் செலுத்த மறுத்து, வேலைநிறுத்தத்தில் ஈடுபட்டு, தாங்கள் செய்யும் வேலைகளுக்கு யார் சரியாக ஊதியம் தருகிறார்களோ அவர்களிடம் வேலை செய்யச் சென்றார்கள் அவர்கள். தாங்கள் அளித்த உறுதிமொழியின் காரணமாக, தொழிலாளர்களிடமிருந்து கடன்களைத் திரும்பவும் பெற முடியாமல், அவர்கள் மீது வழக்கும் பதிய முடியாமல் நிலக்கிழார்கள் திண்டாடினார்கள். அதே சமயம், அதே உறுதிமொழியின் காரணமாக அந்தத் தொழிலாளர்களும் அரசிடமிருந்து தங்களுக்குக் கிடைக்க வேண்டிய மறுவாழ்வு உதவிகளையும் இதர சலுகைகளையும் இழந்தார்கள்.

கொத்தடிமைத் தொழிலில் இருந்து விடுவிக்கப்பட்ட தொழிலாளர்களை மீண்டும் அந்த நிலக்கிழார்கள் தொந்தரவு செய்யாமல் இருப்பதற்காகவும் நிலக்கிழார்கள் மீது வழக்குகளை முன்னதாகவே தொடர்ந்தோம். இதனால் நிம்மதியிழந்த நிலக்கிழார்கள், தங்களிடம் பணியாற்றும் கொத்தடிமைத் தொழிலாளர்கள் சார்பாக வழக்கு தொடர்ந்தார்கள். அப்படி அவர்கள் தொடர்ந்த வழக்கில், கொத்தடிமைத் தொழிலாளர்களுக்குச் சட்டப்பூர்வமாகக் கிடைக்க வேண்டிய

500 ரூபாய் பணம், மறுவாழ்வுக்கான பணம் ரூ. 4,000 உள்ளிட்டவை யார் சார்பாக வழக்குத் தொடரப்பட்டதோ அவர்களுக்குக் கிடைத்தன. பின்னர் அந்தப் பணத்தைக் கொத்தடிமைத் தொழிலாளர்களும் நிலக்கிழார்களும் பங்குபோட்டுக் கொண்டார்கள். இப்படி ஒரு ஏமாற்று வேலை, பல குழப்பங்களைத் தோற்றுவித்தது. அரசு ஊழியர்கள் கூடத் தங்களைக் கொத்தடிமைத் தொழிலாளர்கள் என்று சொல்லி வழக்கு தொடர்ந்தார்கள். அப்படி வழக்கு தொடர்ந்தவர்கள் மட்டும் சுமார் ஐந்தாயிரம் பேர். அதில் பலருக்கு இழப்பீடுகள் கிடைத்தன. பிறகு, அந்தப் பணத்தை அவரும், ஊர் பர்விகாரும், நிலக்கிழாரும் பங்கு போட்டுக் கொண்டனர்.

ரங்க ரெட்டி மாவட்ட தெலுங்கு தேச கட்சித் தலைவர் மூல பாஸ்கர ரெட்டியின் சகோதரர் ஜனார்த்தன ரெட்டிகூட, தன்னை விடுவிக்கப்பட்ட கொத்தடிமைத் தொழிலாளர்களில் ஒருவராக அடையாளப்படுத்திக்கொண்டு, அதிகாரிகள் முன்பு ஆஜரானார். தப்பேகுடா பகுதியில் 238 பேர் கொத்தடிமைத் தொழிலாளர் முறையிலிருந்து விடுவிக்கப்பட்டதாகக் கூறப்பட்டது. ஆனால் அந்தப் பகுதியின் வாக்காளர் பட்டியலில் இருந்த மக்கள் தொகையே மொத்தமாக 222 மட்டும்தான். ஒரு சில வழக்குகளில், கொத்தடிமைத் தொழிலாளர்கள் நிலக்கிழார்களாகவும், நிலக்கிழார்கள் கொத்தடிமைத் தொழிலாளர்களாகவும் காட்டப்பட்டிருந்தனர். டீக்கடை வைத்திருப்பவர்கள், புதிதாகப் பிறந்த குழந்தைகள், ஹைதராபாத்திலிருந்த ஊழியர்கள், பள்ளிக் குழந்தைகள் எனச் சகலரும் இப்போது கொத்தடிமைத் தொழிலாளர்கள் என்று பட்டியலிடப்பட்டனர். கண்டுக்கூர் மண்டலத்தில்தான் பெரும்பாலான கொத்தடிமைத் தொழிலாளர்கள் விடுவிக்கப் படுவதாகத் தகவல் கிடைத்தது. ஒருநாள், கண்டுக்கூரிலிருந்து சில கிலோமீட்டர் தொலைவிலிருந்த லெமூர் என்னும் இடத்தில், ஹைதராபாத் ஸ்ரீசைலம் பிரதானச் சாலையில் இருந்த ஹோட்டல் ஒன்றில், கொத்தடிமைத் தொழிலாளர்களுக்கான நிவாரண நிதியை அரசு அலுவலர்கள் ரகசியமாக வழங்க உள்ளதாக எங்களுக்குத் தகவல் கிடைத்தது. இதை வெளிச்சம் போட்டுக் காட்ட நினைத்தோம். இதுபோன்ற போலியான விடுவிப்புகள் தொடர்ந்தால், அசலான கொத்தடிமைத் தொழிலாளர்கள் தங்கள் தளைகளிலிருந்து வெளியேறவே முடியாது. கண்டுக்கூர் மண்டல வருவாய் அலுவலரிடமிருந்து அதிகாரப்பூர்வமான கொத்தடிமைத் தொழிலாளர் பட்டியலைப் பெற்று, அந்தப் பகுதியிலிருந்த ஒவ்வொரு கிராமங்களுக்கும் நாங்கள் சென்று விசாரணை நடத்தினோம். 'இந்தியா டுடே' பத்திரிகையைச் சேர்ந்த அமர்நாத் மேனன் போன்ற பத்திரிகையாளர்களையும்

நாங்கள் கூட்டிச் சென்றோம். என்ன காரணத்துக்காக அந்த 'சர்வே'யை நடத்துகிறோம் என்று மக்களிடம் நாங்கள் சொல்ல வில்லை. ஆகவே, அவர்களிடமிருந்து தகவல்களைப் பெறுவதில் எங்களுக்கு எந்தச் சிக்கலும் இருக்கவில்லை. இந்தப் போலியான விடுவிப்புகள் குறித்து 1986இல் உயர்நீதிமன்றத்தில் ஒரு ரிட் மனுவைத் தாக்கல் செய்தோம். அதைப் பிரபலப்படுத்துவதில் பத்திரிகைகள் எங்களுக்குத் துணை நின்றன. அது பற்றி விசாரிக்க நீதிமன்றம் இடைக்கால உத்தரவு பிறப்பித்தது. அதன் விளைவாக, போலி நிவாரண விடுவிப்புகள் நிறுத்தப்பட்டன. முன்னதாக வழங்கப்பட்ட நிவாரணங்களில் போலிகளைக் கண்டுபிடித்து, அந்தத் தொகையும் மீட்கப்பட்டது.

இந்தத் தருணங்களில் எல்லாம் சி.பி.எம். கட்சியின் அடிப்படையற்ற வாதங்களை எல்லாம் நாங்கள் எதிர்கொள்ள வேண்டியிருந்தது. தொழிலாளர்களுக்கு முறையான கூலியை வழங்கும் நிலையில் நிலக்கிழார்கள் இல்லை. அவர்களே மிகவும் சிக்கலில் இருக்கிறார்கள் என்பது அவர்களின் வாதமாக இருந்தது. இவ்வாறு நிலக்கிழார்களின் பக்கம் நிற்பது தவறானது என்பது கட்சித் தலைமைகளுக்குத் தெரியும். ஆனால், அதைப் பற்றி அவர்கள் பொதுவெளியில் எந்தக் கருத்தும் தெரிவிக்கவில்லை. ஆனால் கட்சித் தொண்டர்கள்தான் அந்த வாதத்தை முன்வைத்துக்கொண்டே இருந்தார்கள். ஆரம்பத்தில் நாங்கள் அவற்றை நிதானமான தொனியில் மறுத்துவந்தோம். விவசாயத் தொழிலாளர்களின் நிலை, அடிமட்டத்திலும் அடிமட்டமாக இருக்கிறது என்று நாங்கள் விளக்கினோம். அதை ஏற்காத தொண்டர்கள் தொடர்ந்து எங்களை சினமூட்டிக் கொண்டே இருந்தனர். ஒரு கட்டத்தில் பொறுமையை இழந்த நான், 'அவ்வாறு நிலக்கிழார்கள் கஷ்டப்படுகிறார்கள் என்று சொன்னால், அவர்கள் அரசுக்கு எதிராக ஆயுதமேந்தி போராடட்டும். அவர்களின் கஷ்டங்களுக்குத் தொழிலாளர்கள் பொறுப்பாக மாட்டார்கள்' என்று சொன்னேன். இப்ராகிம்பட்டினத்தின் ரெட்டி விவசாயிகள் எல்லாம் ஹைதராபாத்தின் கிழக்கே ரியல் எஸ்டேட் தொழிலைப் பார்த்துக்கொண்டிருந்தார்கள். எனவே, அவர்களுக்கு விவசாயத்தின் மூலமாகத்தான் வாழ வேண்டும் என்ற நிலை இருக்கவில்லை. ஆளும் வர்க்கத்தினராக இருந்த அவர்களின் பேராசைக்கு அளவே கிடையாது. தாங்கள் மேலும் மேலும் சொத்துகளைச் சேர்த்துக்கொண்டே இருக்க வேண்டும் என்று எதிர்பார்த்தார்கள். 'எங்கள் ஊரில் விமான நிலையம் இல்லை. எங்களைப் பார்க்க எங்களின் உறவினர்கள் வரவேண்டுமென்றால் அவர்கள் கன்னவரம் விமான நிலையத்திலிருந்து எங்கள் கிராமத்துக்கு காரில் வரவேண்டியிருக்கிறது' என்று கரம்சேடு ரெட்டி விவசாயிகள் குறைபட்டுக் கொண்டிருக்

கிறார்களா என்ன? ஆனால், அப்படித்தான் இருந்தது சி.பி.எம். கட்சியினரின் வாதங்கள், தர்க்கமே இல்லாமல் அவை இருந்தன. அவர்கள் கவலைப்பட்டதெல்லாம் தங்கள் தொகுதியின் மத்திய தர மற்றும் உயர்குடி நிலக்கிழார்களின் நலனைப் பற்றி மட்டும்தான்.

எங்களின் இயக்கத்தின் மூலம் இருக்கும் பிரச்சினைகளை மேலும் எப்படிச் சிக்கலாக்குகிறீர்கள் என்று எங்களுக்கு அறிவுரை சொல்லாத ஆட்களே கிடையாது. நான் கடந்துவந்த பெரும்பாலான அரசு அதிகாரிகள், தாசில்தார் முதற்கொண்டு, காவல்துறை உயர் அதிகாரி, சமூக நலத்துறை ஆணையர் வரை இப்படித்தான் இருந்தார்கள். அவர்களுடன் விவாதம் செய்யாமல் இருக்க நான் எவ்வளவோ முயன்றேன். அவர்களுடன் தேநீர் அருந்திக்கொண்டே அவர்கள் என்ன சொல்ல வருகிறார்கள் என்று கேட்டேன். பலரும் நான் தவறாக வழிநடத்தப்படுவதாக வும், நடைமுறை எதார்த்தம் குறித்து எனக்கு எதுவும் தெரியாது என்றும் பாடமெடுத்தனர். நான் மனுக்கள் கொண்டு சென்ற போதெல்லாம் எனக்கு விதவிதமான விளக்கங்கள் வழங்கப் பட்டன. எல்லோருக்குமே அரசு நிர்ணயித்த குறைந்தபட்ச ஊதியத்தை விடவும் குறைவான கூலிதான் கொடுக்கப்படுகிறது என்பதும், தொழிலாளர்களுக்கு அதிக வட்டியில் கடன் கொடுக்கப்படுகிறது என்பதும் தெரியும். ஓரளவு விசாலமான மனப்பான்மை கொண்ட அதிகாரிகள்கூட, “சாஹாபாத்தை (ரங்க ரெட்டி மாவட்டத்தில் உள்ள இன்னொரு மண்டலம். அல்லது வேறு ஏதேனும் பகுதியைச் சொல்லி) விடவும் இங்கு நிலைமை பரவாயில்லை. நீங்கள் சற்று மென்மையாகப் பிரச்சினைகளைக் கையாளலாம்” என்றார்கள். அல்லது, “நாம் எல்லோரையும் விடுவிக்க முடியாது. அரசிடம் அந்த அளவுக்குப் பணம் இல்லை. நிலவும் அரசியல் சூழலையும் கொஞ்சம் எண்ணிப் பாருங்கள்” என்றார்கள். இன்னும் சில பழமை வாதிகளோ, “அவர்களை யார் கடன் வாங்கச் சொன்னது? நீங்கள் வாங்கிய கடனை நீங்கள்தான் அடைக்க வேண்டும்” என்றார்கள். இன்னும் சில அதிகாரிகளோ, “நாங்களே அமைச்சர்களுக்குக் கொத்தடிமைகளாகத்தான் இருக்கிறோம்!” என்றார்கள்.

பிறகு, காவல்துறையைப் பற்றிச் சொல்லியே ஆக வேண்டும். முன்பைவிட இப்போது எங்களுக்கு அவர்களுடனான மோதல் அரிதாகவே இருந்தது. எனினும், ஒரு சம்பவம் என் நினைவில் தங்கியிருக்கிறது. ஒரு நாள் சங்கரய்யா, குங்கலில் இருந்து தனது ஊரான சீடெட்டுக்குத் தனியாகச் சென்றுகொண்டிருந்தார். அப்போது நரசிம்ம ரெட்டி என்ற கான்ஸ்டபிள் சங்கரய்யாவின்

காலரைப் பற்றி இழுத்து, "உங்களை மாதிரி ஆட்களால்தான் இங்குள்ள மக்கள் கெட்டுப்போய்விட்டார்கள். நாளைக்கு உன் ஊரை விட்டு நீ வெளியே வருவதைப் பார்த்தேன், உன்னைத் தீர்த்துக்கட்டிவிடுவேன்" என்று மிரட்டியிருக்கிறார். இதை எதிர்த்து, நாங்கள் இப்ராகிம்பட்டினம் காவல் நிலையத்துக்கு முன்பாக தர்ணாவில் ஈடுபட்டோம். இன்ஸ்பெக்டர் பாலகிருஷ்ண ரெட்டி வெளியே வந்து எங்களிடம் மன்னிப்புக் கோரும்வரை நாங்கள் கோஷங்களை எழுப்பிக் கொண்டேயிருந்தோம். அதைத் தவிர, காவல்துறையுடன் எங்களுக்குப் பெரிய மோதல் எதுவும் இருக்கவில்லை. நிலக்கிழார்களை நான் எப்படித் துணிச்சலாக எதிர்கொண்டேனோ அதேபோலத்தான் காவல்துறையினரையும் எதிர்கொண்டதாக நினைக்கிறேன். என்னைப் போல ஆங்கிலம் பேசுகின்ற, அரசுத் துறை உயர் அதிகாரிகளுடன் சகஜமாக நடந்துகொள்கிற, எந்த ஓர் அரசியல் கட்சி அல்லது தொண்டு நிறுவனத்தின் ஆதரவு இல்லாமல், தனியாக கிராமத்தில் வாழ்கிற ஓர் இளம்பெண்ணைக் காண்பது அன்று அரிது. எம்.எல். குழுக்களோடு எனக்கு எந்தத் தொடர்பும் இல்லை என்று உளவுத்துறையினர் கொடுத்த அறிக்கை கூடக் காவல்துறை எங்களுடன் மோதல்போக்கைத் தொடராததற்குக் காரணமாக இருக்கலாம். இதுவே நான் ஓர் ஆணாக இருந்திருந்தால் இந்நேரம் செத்துப் போயிருப்பேன். இதுபோன்ற சில தருணங்களில்தான் நான் பெண்ணாக இருப்பதன் பயனை உணர்ந்தேன்.

14

அடிமைத்தளைகளை நொறுக்கிய முழக்கங்கள்

1985களின் இறுதியில், தத்தித் தத்தித் தவழ்ந்த சங்கம், குங்கல், நல்லவெள்ளி, மொண்டிகுரேல்லி, கட்டமல்லைகுடெம் என நான்கு கிராமங்களில் கால் பரப்பி நடக்கத் தொடங்கியது. அந்தக் கிராமங்கள் எல்லாமே யச்சாராம் மண்டலத்தில் இருந்தன. தவிர, இப்ராகிம்பட்டின மண்டலத்தின் இதர கிராமங்களான மன்ச்சல், கண்டுக்கூர், மகேஷ்வரம் ஆகியவற்றிலும் செயல்படத் தொடங்கியது. யச்சாராம்தான் எங்களது மையமாக இருந்தாலும், இப்ராகிம்பட்டினத்திலும் இன்னொரு மையத்தைத் தொடங்கினோம். காரணம், அங்கு மிகப் பெரிய சந்தையும், போதுமான அளவில் பேருந்து வசதிகளும் இருந்தன. இந்தச் சந்தைக்குச் சுமார் ஐம்பது கிலோமீட்டர் தொலைவிலிருந்துகூடப் பொருட்களை விற்கவும் வாங்கவும் மக்கள் குவிந்தார்கள். கால்நடை மேய்ப்பவர்கள் தங்கள் கால்நடைகளை எல்லாம் சுமார் மூன்று அல்லது நான்கு நாட்கள நடத்தி இங்குக் கூட்டிவருவர்.

தற்போது நான் அந்த நான்கு கிராமங்களிலிருந்து வெளியே வந்து பயணம் செய்யத் தொடங்கியிருந்தேன். யச்சாராமிலிருந்து இப்ராகிம்பட்டினமும், மன்ச்சலும் வித்தியாசமாக இருந்தன. இந்தப் பகுதிகள் நகரங்களை யொட்டி இருந்ததால், வீடுகள், நிலங்களின் விலை அதிகமாக இருந்தது. என்றாலும் நிறைய வெளியூர் ஆட்கள் வந்து இங்கே தங்கியிருந்தனர். யச்சாராம் மண்டலத்தில் இருந்த கிராமங்களில் மிக அரிதாகவே வெளியூர்க்காரர்களைப் பார்க்க முடியும். அரசு

ஊழியர்களைத் தவிர வெளியூர்க்காரர்கள் என்று சொல்லு மளவுக்கு அங்குள்ள யாரும் இல்லை. அங்கே ஒவ்வொருவரைப் பற்றியும் ஒவ்வொருவருக்கும் தெரிந்திருந்தது. அவர்களது முன்னோர்கள் பற்றியும் தெரிந்திருந்தது. இப்ராகிம்பட்டினத்திலும் மன்ச்சலிலும் மக்கள் அவ்வளவு சீக்கிரம் யாரையும் நம்பி விடுவதில்லை. எந்த ஒரு முடிவையும் அவ்வளவு சீக்கிரத்தில் எடுத்துவிடுவதில்லை. அங்குள்ள மக்கள் எப்போதும் ஊசலாட்டத்திலேயே இருந்தார்கள். எங்களிடம் தங்களது பிரச்சினைகளை முன்வந்து கூறத் தயங்கினார்கள். அவர்களிடையே நடத்திய ஒரு பெரிய ஆரம்பக் கூட்டத்தோடு சரி; அதற்குப் பிறகு பலர் நாங்கள் நடத்திய கூட்டங்களுக்கு வரவேயில்லை. மகேஷ்வரத்திலும் கண்டுக்கூரிலும் மிகப்பெரிய அளவில் விளைநிலங்கள் இருந்தன. இங்கிருந்த மக்கள் வேலைக்காக வேறு எங்கும் இடம்பெயரவில்லை. யச்சாராமில் கண்டதைப் போல, இங்குள்ள மக்கள் அவ்வளவு சீக்கிரத்தில் ஒன்றுதிரளவும் இல்லை. ஒவ்வொரு பகுதியின் தனித்துவங்களைப் பற்றி எங்கள் சங்க ஊழியர்களிடையே விவாதித்து வந்தோம். சங்கத்தின் உள்ளூர் முழுநேரப் பணியாளர்கள் என்னைவிடவும் குறைவாகவே அந்தப் பகுதிகளை மதிப்பிட்டுவைத்திருந்தார்கள். அவர்கள் அடிக்கடி என்னிடம், கூட்டங்களுக்கு இங்குள்ள மக்களைத் திரட்டுவது கடினம் என்று புகார் சொல்லிக்கொண்டே இருந்தார்கள்.

குங்கலிலிருந்த என் வீட்டிலிருந்து, முப்பது கிலோமீட்டர் தூரத்திலும், இப்ராகிம்பட்டினத்திலிருந்து நாற்பது கிலோமீட்டர் தூரத்திலும் கண்டுக்கூர் இருந்தது. அப்படியெனில், என் சைக்கள் பயணங்கள் குறையும். அங்கு எனக்கு உதவி செய்வதற்கு நிறைய பேர் இருந்தார்கள். ஆகவே, சுமார் ஐந்து கிலோமீட்டர் தொலைவுள்ள ஊர்களுக்கு என்னைப் பேருந்திலோ அல்லது பைக்கிலோ கூட்டிச் சென்றார்கள். இந்தப் பகுதிகளில் நான் மேற்கொண்ட பயணங்கள் நான்கைந்து நாட்கள் நீண்டன. அதனால் குங்கலில் என் அறையில் தங்குவது வெகுவாகக் குறைந்தது. போலவே, எனது சைக்கிளும் திரும்ப சாந்தாவின் வீட்டுகே போய்விட்டது.

கண்டுக்கூரில் நாங்கள் இன்னமும் எந்த ஒரு புகார் மனுவையும் பெறாமல் இருந்த சூழலில், இப்ராகிம்பட்டினத்துக்குத் தென்மேற்காக, மகபூப்நகர் மாவட்டத்தையொட்டிய தலகொண்டபள்ளி எனும் மண்டலத்திலிருந்து நிறைய மனுக்கள் வந்தன. இங்கிருந்த கிராமத்தினர் 1986 முதல் இப்ராகிம்பட்டினத்தில் நடைபெற்ற சங்கக் கூட்டங்களில் கலந்து கொள்ளத் தொடங்கியிருந்தார்கள். எங்களை அவர்களின்

கிராமங்களுக்கு வந்து உதவச் சொன்னார்கள். நாங்கள் முன்பு செயலாற்றிய கிராமங்களில் அவர்களின் உறவினர்கள் இருந்திருக்கிறார்கள். அந்த உறவினர்கள் எங்களைத் தலகொண்டபள்ளி கிராமங்களையும் பார்க்கச் சொன்னார்கள். எனவே நாங்கள் 1987 முதல் எங்கள் பணிகளை அங்கே தொடங்கினோம்.

இப்ராகிம்பட்டினத்திலிருந்து சுமார் எழுபத்தி ஐந்து கிலோமீட்டர் தொலைவிலும், கண்டுக்கூரிலிருந்து முப்பது கிலோமீட்டர் தொலைவிலும் இருந்தது தலகொண்டபள்ளி. ரங்கரெட்டி மாவட்டத்தின் கடைசி மண்டலம் கண்டுக்கூர்தான். கட்தல் பகுதியைத் தாண்டி ஸ்ரீசைலம் போகும் நெடுஞ்சாலையிலிருந்து திரும்பினால் புதர் மண்டிய பரப்பைப் பார்க்கலாம். அங்கெல்லாம் சிறிய அளவில் லம்பாடி கிராமங்கள் இருந்தன. அங்கு மண்வளமும், மழைப் பொழிவும் குறைவாக இருந்ததால், அந்த நிலப்பரப்பு மேய்ச்சலுக்கு மட்டுமே பயன்படுத்தப்பட்டு வந்தது. பெரும்பாலும் அங்குச் செம்மறியாடு மேய்ச்சலைத்தான் காண முடியும். இப்ராகிம்பட்டினத்தில் நாங்கள் கண்டதை விட இங்கே கொத்தடிமைத் தொழில்முறை மிகவும் காத்திரமாக இருந்தது. சீப்புநுன்டலா, தலகொண்டப்பள்ளி, சந்தனா, மடுகுபள்ளி, சங்கைப்பள்ளி உள்ளிட்ட கிராமங்கள் தலகொண்டப்பள்ளி மண்டலத்தின் கீழ் இருந்தன. எங்களை அங்கே கூட்டி வர வேண்டும் என்ற ஆர்வத்தின் காரணமாக, நாங்கள் அங்கே எங்கள் பணிகளைத் தொடங்கும் முன்பே, அங்குள்ள மாதிகா மக்கள் ‘தாமாக விடுவிக்கப்பட்ட கொத்தடிமைத் தொழிலாளர் சங்கம்’ என்ற ஓர் அமைப்பை நிறுவியிருந்தார்கள். இதனைப் பொதுகன்டி நரசிம்மா உள்ளிட்ட தலைவர்கள் நடத்திவந்தனர். 1987இல் நாங்கள் அங்குச் செல்லும் வரை, கொத்தடிமைத் தொழிலாளர்களை ஒன்றுதிரட்டுவது மட்டுமே அந்த அமைப்பின் தலையாயப் பணியாக இருந்தது. எங்களுக்கு முன்பே எங்கள் சங்கத்தின் பெயர் அந்த ஊர்களில் நன்கு அறியப்பட்டிருந்ததால், அங்கிருந்த மாதிகா வாடாக்களில் நூற்றுக்கணக்கான மக்கள் திரண்டிருந்தனர். இப்ராகிம்பட்டினத்தில் எங்களின் ஆரம்ப நாட்களை ஒப்பிடும் போது, இங்கு மக்களைத் திரட்டுவது சுலபமாகவே இருந்தது. கொத்தடிமைத் தொழில் முறையிலிருந்து தாங்கள் எல்லாம் எப்படியாவது வெளியேறிவிட வேண்டும், முறையான கூலி உயர்வு தரப்பட வேண்டும் என்று அவர்கள் முடிவுசெய்து விட்டிருந்ததையே இந்த மக்கள்திரட்சி காட்டியது. அந்த முடிவைத் தொடர்ந்து தக்கவைப்பதற்கான ஒரு சிறு உதவியாகத்தான் அங்கு எங்கள் பணி இருந்தது.

தலகொண்டப்பள்ளியில் நுழைவதென்பது கொஞ்சம் நகைச்சுவையாகவும் கூச்சமாகவும் இருந்தது. காரணம், அங்குள்ள மக்கள் எனக்கு மிகுந்த கவனத்தை அளித்தார்கள். அங்குள்ள தலைவர்கள் என்னைக் கூட்டிச்செல்லும்போது, மேள தாளங்களுடன் வரவேற்றார்கள். எங்களுக்குப் பின்னே நூற்றுக் கணக்கான மக்கள் 'வெட்டிச்சக்கிரி நஷின்சலி' (கொத்தடிமைத் தொழில் ஒழிக), 'விவசாய கூலிச் சங்கம் ஜிந்தாபாத்', 'கனீச வேடனலு அமலு செய்யலு' (குறைந்த பட்ச கூலிச் சட்டத்தை அமல்படுத்து), 'ஆகிலு ஊகேடி ரத்து செய்யலி' (மாதிகா பெண்களை உங்கள் வாசலைக் கூட்டச் சொல்லி கட்டாயப் படுத்தாதே), 'தோரால துர்ஜன்யம் நஷின்சலி' (தோரா மக்களைக் கொடுமைப்படுத்துவதை நிறுத்து), 'போலீஸ் சுலும் நஷின்சலி' (காவல்துறை ஒடுக்குமுறை ஒழிக) என்று கோஷங்களை எழுப்பியவாறே பேரணியாய் வந்தார்கள். அந்த வரவேற்பு என்னைக் கூச்சப்படுத்தினாலும், அது மாதிகாக்களின் பலத்தைக் காட்டுவதாகவே எனக்குத் தோன்றியது.

தலகொண்டப்பள்ளி கிராமங்களில் நிலவிய வறுமை அப்பட்டமாகத் தெரிந்தது. அன்று மாதிகாக்களால் 'ஹரிஜன் குடியிருப்பு' (விசித்திரமாக மாலா சமூகத்தினர் இருந்த பகுதி 'ஹரிஜன் குடியிருப்பு' என்று அழைக்கப்படவில்லை. 'ஹரிஜன்' என்கிற சொல் மாதிகாக்களுக்கு மட்டுமே பொருத்தப் பட்டிருந்தது) என்று அழைக்கப்பட்ட பகுதிகளில் எல்லாம் குடிசைகள் மட்டுமே இருந்தன. காரை வீடு ஒன்று கூட அங்கு இல்லை. குழந்தைகள் கிழிசல் துணிகளைத்தான் அணிந்திருந் தார்கள். சில குடிசைகளுக்குள் நான் நுழைந்தபோது, குழந்தைகள் அம்மணமாக இருந்தன. குடிசையின் உள்ளே ஒரு மூலையில் இருந்து இன்னொரு மூலைக்கு கயிறு ஒன்று கட்டப்பட்டு அதில் கொஞ்சம் துணிகள் தொங்கிக்கொண்டிருந்தன. பழைய துணிகளை ஒன்றாகத் தைத்துப் 'போந்தா' எனும் போர்வை செய்யப்பட்டிருந்ததைக் கண்டேன். குடிசையின் ஒரு மூலையில் பாய்கள் சுருட்டி வைக்கப்பட்டிருந்தன. மண்ணால் செய்யப்பட்ட அடுப்பு, அவற்றின் மீது கொஞ்சம் பாத்திரங்கள். அவ்வளவுதான் சமையலறை. இப்ராகிம்பட்டினத்தைவிட அங்குக் கூலி மிகவும் குறைவு. இவற்றுக்கு அப்படியே நேர்மாறாக, அங்கிருந்த நிலக்கிழார்களின் மாளிகைகள் ஏக்கர் கணக்கில் பரந்திருந்தன.

1987ஆம் ஆண்டின் தொடக்கத்தில், தலகொண்டப்பள்ளியைச் சேர்ந்த சுமார் ஐநூறு கொத்தடிமைத் தொழிலாளர்கள் தங்களை விடுவிக்குமாறு மண்டல வருவாய் அலுவலருக்கு மனு செய்தார்கள். அந்தப் பகுதியில் இருந்த கிராமங்கள் எல்லாம் நிர்வாக ரீதியாக ஒரே மண்டலத்தின் கீழ் வந்தாலும், ஒவ்வொரு

கிராமத்துக்கும் வேறுவேறு காவல்நிலையங்கள் இருந்தன. மாநில நெடுஞ்சாலையில் அமனங்கல் மற்றும் உள்ளடங்கிய பகுதியான வெளிஜல் ஆகிய இடங்களில் அந்தக் காவல்நிலையங்கள் இருந்தன. அந்த மக்கள் கொடுத்த மனுக்களின் மீது அதிகாரிகள் எந்த நடவடிக்கையும் எடுக்காத காரணத்தால், 1987 மே மாதம், அந்தத் தொழிலாளர்கள் எல்லாம் வேலைநிறுத்தத்தில் ஈடுபட்டனர். அவர்கள் எல்லாம் தாங்களாகவே கொத்தடிமைத் தளையிலிருந்து விடுபட்டுக்கொண்டதாக அறிவித்தனர். அந்தத் தொழிலாளர்கள் எல்லாம் மாதஊதியத்துக்குப் பணியாற்று கிறார்கள் என்றும் அங்கு விசாரணை மேற்கொள்ள முடியாது என்றும் மண்டல வருவாய் அலுவலர் தெரிவித்தார். மேலும், அவர்களுடைய பிரச்சினை என்பது குறைந்தபட்ச ஊதியச் சட்டத்தை அமல்படுத்துவதுதான் என்றும், அது தொழிலாளர் நலத்துறையைச் சேர்ந்த அதிகாரிகளின் வேலை என்றும் சொன்னார். தொடர்ந்து, ஆகஸ்ட் 27ஆம் தேதி, ‘தாங்களாகவே விடுவித்துக்கொண்ட கொத்தடிமைத் தொழிலாளர் சங்க’த் தலைவர் பொதுகன்டி நரசிம்மாவும், வேறு சிலரும் அமனங்கல் காவல்துறையினரால் கைது செய்யப்பட்டு, சித்திரவதைக்கு உள்ளாக்கப்பட்டனர். தாங்கள் எல்லோரும் கொத்தடிமைத் தொழிலாளர்கள் அல்ல என்றும், தங்கள் பகுதியில் கொத்தடிமைத் தொழில்முறையானது நடைமுறையில் இல்லை என்றும் கையெழுத்திடச் சொல்லி வற்புறுத்தப்பட்டார்கள். பிறகு அவர்கள் கல்வாகுர்தி நீதிமன்றத்தில் ஆஜர்படுத்தப்பட்டு விடுவிக்கப் பட்டனர். எனினும், துன்புறுத்தல்கள் தொடர்ந்தன.

அக்டோபர் மாதத்தில், மடுகுபள்ளி பகுதியைச் சேர்ந்த கொத்தடிமைத் தொழில்முறை சுய விடுதலையாளர்களின் நான்கு குழந்தைகள், நிலக்கிழார்களால் 300 தோப்புக்கரணம் போட வைக்கப்பட்டார்கள். அந்தக் குழந்தைகள் மேய்த்துவந்த கால்நடைகள் நிலக்கிழார்களின் தோட்டத்துக்குள் நுழைந்து விட்டதால்தான் அவர்களுக்கு அந்தத் தண்டனை. பிறகு நவம்பர் மாதத்தில், சங்கைப்பள்ளியைச் சேர்ந்த ஆறு தொழிலாளர்கள் தாக்கப்பட்டும், ஒரு பெண்ணின் தாலியை நிலக்கிழார்கள் பறித்துச் சென்றதுமான சம்பவம் நிகழ்ந்தது. அதற்குக்காரணம், அவர்கள் கொத்தடிமைத் தொழில்முறைக்கு எதிராகப் போராடியதுதான். முதல் தகவல் அறிக்கையும், அதற்குப் பதில் அறிக்கையும் ஒரே நாளில் தாக்கல் செய்யப்பட்டன. கொத்தடிமைத் தொழிலாளிகள் தங்கள் வேலைக்குத் திரும்பவில்லையெனில், அவர்களின் குடிசைகளைக் கொளுத்திவிடுவதாக மிரட்டினார் வெளிஜல் காவல்நிலைய உதவி ஆய்வாளர். தலகொண்டப்பள்ளி கிராமத்தில், தனது கிணற்றில் நீர் எடுக்க வந்த மாதிகா பெண்களின் மண்பாண்டங்களைக் கிணற்றின் உரிமையாளரான

நிலக்கிழார் உடைத்தார். கடுமையான நீர்த் தட்டுப்பாட்டை அந்தக் கிராமம் சந்தித்த நேரம் அது. அப்போது மாதிகாக்கள்தான் கடுமையாக பாதிக்கப்பட்டனர்.

இப்படியான ஒடுக்குமுறைகள் தொடர்ந்து நடந்து கொண்டிருந்தன. புரட்சியின் எந்த ஓர் அசைவையும் உடனடியாகக் கிள்ளிஎறிய நிலக்கிழார்கள் முயன்றார்கள். நிலக்கிழார்கள் தூண்டுதலின் பேரில், மண்டல வருவாய் அலுவலர் மடுகுபள்ளி மாதிகா விவசாயிகள் விளைவித்த பயிர்களை ஏலம் விடத் தொடங்கினார். அது ஒரு 'குன்டா சிகம்' நிலம். அதாவது, அரசின் உடைமையாக இருக்கும் வற்றிய குளத்தில் அந்த மக்கள் பயிரிட்டிருந்தனர் (ஒரு வகையில் ஆக்கிரமிப்பு. மொ-ர்). இந்தப் பழிவாக்கும் நடவடிக்கையால், தங்கள் பயிரை அறுவடை செய்ய வேண்டுமென்றால், அந்த மக்கள் அரசுக்கு ரூ.1,855 செலுத்த வேண்டும். இந்தக் கொடுமைகளைப் பார்த்துக்கொண்டு என்னால் சும்மா இருக்க முடியவில்லை. அவர்கள் படும்பாட்டைப் பார்க்கச் சகிக்க முடியவில்லை. இந்த ஐந்து கிராமங்களுக்கு, அவற்றைச் சுற்றியிருந்த கிராமங்களில் இருந்து எந்த ஆதரவும் இல்லை. இப்ராகிம்பட்டினத்தில் இருந்த எங்கள் மையமோ இங்கிருந்து 70 கிலோமீட்டர் தூரத்தில் இருந்தது. மேலும் நீதிமன்றங்களும் இப்ராகிம்பட்டினத்தில் இருந்து சுமார் 90 கிலோமீட்டர் தொலைவில் கல்வாகுர்தியில் இருந்தன. ஆகவே உடனடியாக சட்டப்பூர்வமாக ஏதேனும் நடவடிக்கை எடுக்கவும் முடியவில்லை. 'சலாஹா' அமைப்பும் தொலைவில் இருந்தது. அவர்களால் கூட இப்ராகிம்பட்டின நீதிமன்றத்தில் வாதாட பகுதிநேர வழக்கறிஞரைத்தான் அனுப்ப முடியும். கல்வாகுர்தியில் எங்களுக்கு ஆதரவான ஒரு வழக்கறிஞர் கிடைத்தார் என்றாலும், எவ்வளவு நாட்களுக்கு நாங்கள் அவரைச் சார்ந்திருக்க முடியும்? இவர்களுக்காக நம்மால் ஏதேனும் செய்ய முடியுமா? சங்கத்தை இவ்வளவு தூரம் விஸ்தரித்ததற்கு ஏதேனும் பொருள் உண்டா? மக்களின் இன்னல்களைப் பார்த்துக்கொண்டு கையறு நிலையில் அல்லவா இருக்கிறோம்? நான் அகலக்கால் வைத்துவிட்டதாகத் தோன்றியது.

நாங்கள் பார்த்ததிலேயே மகபூப்நகர் அதிகாரிகள்தான் எந்த ஓர் ஒத்துழைப்பும் வழங்காமல் நடந்துகொண்டனர். அந்தப் பகுதியின் காவல்துறை கண்காணிப்பாளர் ஏ. சிவசங்கரைச் சந்தித்து நான் புகார் அளித்தபோது, அவர் இந்திய பீனல் கோடுபடியே தான் நடந்துகொண்டதாகவும், விவசாயிகள் வேலை நிறுத்தத்தில் ஈடுபடுவது தண்டனைக்குரிய குற்றம் என்றும், அதனால்தான் விவசாயிகளைக் கைது செய்திருக்கிறோம் என்றும் கூறினார். மேலும் அவர், அந்தக் கிராமங்களில் அமைதிக்குக்

குந்தகம் விளைவித்ததற்காக என்னையும் கைது செய்ய வேண்டும் என்றார். உண்மையில், அவ்வாறு கைது செய்யப்படவும் செய்தேன். 1987இல் சங்கைப்பள்ளி கிராமத்தில் விவசாயிகளின் போராட்டத்தை முன்னெடுத்ததற்காக என் மீது முதல் தகவல் அறிக்கை பதியப்பட்டது. சட்டத்தைத் தங்கள் இஷ்டப்படித் திரிக்கிறார்கள் என்பதைப் புரிந்துகொள்ள முடிந்தது. உடனே, அந்த எஃப்.ஐ.ஆர். அறிக்கையை எடுத்துக்கொண்டு பத்மனாபா ரெட்டி எனும் மூத்த வழக்கறிஞரிடம் சென்றேன். உயர் நீதிமன்றத்தில் அந்த வழக்கு தள்ளுபடியானது. இப்படிப் பல சட்டத்துக்குப் புறம்பான, முட்டாள்தனமான வழக்குகள் எல்லாம் அந்தப் பகுதி காவல்துறையினரால் என் மீது புனையப்பட்டன. அவை எல்லாவற்றையும் தள்ளுபடியாக்க, பத்மனாபா ரெட்டி தான் துணையாக இருந்தார். போலீஸார் என்னைத்தான் முதன்மையான குற்றவாளியாகப் பல வழக்குகளில் குறிப்பிட்டிருந்தார்கள். அந்தப் பகுதி தலித் மக்களின் இயலாமையைக் காவல்துறையினர் வாகாகப் பயன்படுத்திக்கொண்டார்கள். முதல் தகவல் அறிக்கைகளில், 'கீதா ராமசுவாமி மற்றும் இதரர்' என்று குறிப்பிட்டிருக்கும். ஆனால் விசாரணையின்போது, எங்கள் தரப்பிலிருந்து போராட்டங்களோ அல்லது உயர்அதிகாரிகளுக்கு மனு போடுவதோ உள்ளிட்ட எதிர்ப்புகள் போதுமான அளவில் இல்லாமல் போனால், தங்கள் கைக்குக் கிடைத்தவர்களின் பெயர்களை எல்லாம் வழக்கில் சேர்த்துவிடுவார்கள்.

இத்தனைக்குமிடையே கொத்தடிமைத்தொழில் சுய விடுவிப்பாளர்கள் தங்கள் போராட்டத்தைக் கைவிடவில்லை. ஆகவே, பிரச்சினை சற்று ஓய்ந்தது. அவர்களுக்கு உதவ அரசு எந்த நடவடிக்கையும் எடுக்கவில்லை. ஆனால், நிலக்கிழார்களுக்கு நிலைமை உறைத்தது. அந்தத் தொழிலாளர்களைப் பணியவைக்க முடியாது என்று அவர்களுக்குத் தெரிந்துவிட்டது. எனவே, அவர்கள் ஒரு சமரசத்துக்கு வந்தார்கள். தலகொண்டப்பள்ளி முழுவதும் கொத்தடிமைத் தொழிலாளர்கள் தாங்களாகவே தங்களை விடுவித்துக்கொண்டது பேரலையாக உருவெடுத்தது. அந்த அலை விரைவில் அடங்கிவிடும் என்று நிலக்கிழார்கள் நினைத்தனர். இந்த அலையை எதிர்க்காமல் அதைக் கண்டு கொள்ளாமல் இருந்துவிட்டால், அந்தத் தொழிலாளர்களின் கிராமங்களுக்குள்ளே தங்கள் சங்கம் நுழையாது என்றும் அவர்கள் நினைத்தனர்.

நாங்கள் இந்தக் கிராமங்களிலேயே எங்களது பணிகளைத் தொடர்ந்துவந்தோம். புதிதாக வேறு கிராமங்களுக்குச் செல்லவில்லை. 1987இல், மகபூப்நகர் ஜில்லா விவசாயக் கூலி சங்கம் என்ற அமைப்பைத் தொடங்கினோம். அதற்குத் தலைவராகப்

பொதுகன்டி நரசிம்மாவும், துணைத்தலைவராக சங்கைப்பள்ளி டி. சென்னய்யாவும், இணைச்செயலாளராக டி. நாராயணாவும், டி. பாலகிஷ்டய்யா பொருளாளராகவும், நான் பொதுச் செயலாளராகவும் இருந்தோம். மேலும் அந்த அமைப்பின் மேலாண்மைக் குழுவில் இரண்டு பெண்களும் இருந்தனர். நாங்கள் விண்ணப்பித்துப் பல மாதங்களுக்குப் பிறகே 1987 டிசம்பர் 8ஆம் தேதி அந்த அமைப்பு சங்கமாகப் பதிவு செய்யப்பட்டது. அன்று அந்தக் கிராமங்களில் வளரிளம் பருவத்தில் இருந்த சிறுவர்களும் சிறுமிகளும் இன்று பெரியவர்களாகிவிட்டார்கள். அவர்கள் இன்றும் என்னைச் சந்திப்பதுண்டு. அந்த அமைப்பு அவர்களின் கிராமங்களை முற்றிலுமாக மாற்றிவிட்டதாகச் சொல்லுவார்கள். கூலி பல மடங்கு உயர்ந்துவிட்டதாகவும், கால்நடைகளை மேய்ப்பதிலிருந்து குழந்தைகள் விடுவிக்கப்பட்டு பள்ளி செல்கிறார்கள் என்றும், நிலக்கிழார்களைக் கண்டு இப்போதெல்லாம் மக்கள் அஞ்சுவதில்லை என்றும் சொன்னார்கள். நிலக்கிழார்கள் எனும் அந்தக் காகிதப் புலிகள் இப்போது சப்தமற்று இருக்கின்றன.

எங்கள் சங்கம் வளரவளர, நாங்கள் சற்றும் எதிர்பார்க்காத இன்னொரு பொறுப்பு அதன் மீது விழுந்தது. அது காதலிக்கும் இளைஞர்களுக்குத் திருமணம் செய்து வைப்பது. ஆம்... அந்தக் காதலர்கள் வேறு வேறு சாதிகளைச் சேர்ந்தவர்களாக இருந்ததால், அவர்கள் திருமணம் செய்துகொள்வதில் நிறைய எதிர்ப்புகள் இருந்தன. அந்த இளைஞர்கள் எல்லாம் நாங்கள் பணியாற்றிய பகுதிகளைச் சேர்ந்தவர்கள் வேறு. எனவே, அவர்களுக்கு உதவ வேண்டியதாக இருந்தது. அவர்களை அந்தக் கிராமங்களில் இருந்து வெளியேற்றி, சுமார் 80 கிலோமீட்டர் தூரத்தில் இருந்த யாத்கிரிகுட்டா எனும் நகரத்திலுள்ள கோயிலில் அவர்களுக்குத் திருமணத்தை நடத்தி, அவர்களின் ஊர்களிலும் வீடுகளிலும் அமைதி திரும்பும் வரை அவர்களைப் பாதுகாப்பான இடத்தில் தங்கவைத்தோம். ஆனால் ஆச்சரியமாக, இப்படியான சாதிக் கலப்புத் திருமணங்கள் நடைபெற்றபோதெல்லாம் ஒரு சிறு வன்முறை கூட எழவில்லை. மேலும் இப்படியான திருமணங்கள் அவ்வப்போது நடை பெற்றுக்கொண்டே இருந்தன. அப்போது தான் 'சாதியை ஒழிக்க ஒரே வழி சாதிக் கலப்புத் திருமணங்கள் தான்' என்று பாபா சாகேப் அம்பேத்கர் சொன்னதன் முழு அர்த்தத்தைப் புரிந்துகொண்டேன்.

இந்தத் திருமணங்களைப் பற்றிப் பேசும்போது, எனக்கு ஒரு நிகழ்வு நினைவுக்கு வருகிறது. அது பத்மாவினுடையது. நல்லவெள்ளி கிராமத்தைச் சேர்ந்த அவள், மாலா சமூகத்தைச் சேர்ந்தவள். அவளுடைய தாய் எங்கள் சங்க உறுப்பினர். தன்

1986இல் இப்ராகிம்பட்டினத்தில் சங்கத்தின் சார்பாக பத்மா – மங்கலி ஐங்கய்யாவுக்குக் கலப்புத் திருமணம் நடந்தபோது

கணவர் இறந்த பிறகு, அவள் தன் குடும்பத்தோடு, அருகிலிருந்த மால் எனும் நகரத்துக்குக் குடிபெயர்ந்துவிட்டாள். அங்கே சாலையோரமாக ஒரு குடிசையை அமைத்து அவள் குடும்பம் வசித்து வந்தது. 1986ஆம் ஆண்டில் நல்லவெள்ளி மாலாக்கள் முப்பது பேருக்கு மால் பகுதியில் வீட்டு மனைப் பட்டா வாங்கித் தந்தோம். அந்தக் குடும்பங்களில் ஒன்று பத்மாவினுடையது. எங்கள் சங்கத்தின் முறை சாராக் கல்விக் கூடங்களில் ஆசிரியராகப் பணியாற்றி வந்த பத்மா, உள்ளூரில் முடிதிருத்துநராகப் பணிபுரிந்து வந்த மங்கலி ஜங்கய்யா என்பவரைக் காதலித்தாள். இரண்டு சாதியினரின் பெரியவர்களும் ஒரு நாள் அந்தக் காதலர்களைக் கூப்பிட்டு வைத்து எச்சரித்து அனுப்பினார்கள். எனினும் அவர்கள் தொடர்ந்து சந்தித்துவந்தனர். அவர்கள் எங்களிடம் வந்து உதவி கேட்டபோது, பத்மா இந்தக் காதலில் எவ்வளவு அழுத்தமாக இருக்கிறாள் என்று கேட்டோம். “நான் ஜங்கய்யாவைத் தவிர வேறு யாரையும் கைப்பிடிக்க மாட்டேன்” என்று அவள் சொன்னாள். ஜங்கய்யாவும் பத்மாவை மணம்

முடிக்க விரும்பினார் என்றாலும், நாங்கள் அவர்களுக்குப் பதிவுத் திருமணம் நடத்தி வைக்க முயற்சித்துக் கொண்டிருந்தபோது, அவர் மாயமாகிவிட்டார். ஒருவேளை, அவர் பத்மாவைத் திருமணம் செய்துகொண்டால், விவசாய நிலம் உட்பட குடும்பச் சொத்தில் எதுவும் தரப்பட மாட்டாது எனவும், மட்டுமல்லாமல் அவரைக் கொன்றுவிடுவதாகவும் அவரது சகோதரர்கள் அவரை மிரட்டியிருந்தார்கள். இறுதியில் நாங்கள் அவரை பேகரிகஞ்சா எனும் இடத்தில் கண்டுபிடித்தோம். பிறகு, அவருக்குத் தைரியம் சொல்லி, திருமணத்துக்கான ஏற்பாடுகளைச் செய்தோம். பத்மாவின் தாயும் இந்தத் திருமணத்துக்கு எதிராகவே இருந்தார். எனவே, அவரையும் நாங்கள் சம்மதிக்க வைக்க வேண்டியதாக இருந்தது.

எல்லாம் கூடி வந்த பிறகு, அவர்களை அழைத்துக்கொண்டு இப்ராகிம்பட்டினத்தில் உள்ள பதிவாளர் அலுவலகத்துக்குக் கூட்டிச்சென்றோம். நகரத்தில் பேருந்துநிலையத்திலிருந்து பதிவாளர் அலுவலகம் வரை அந்த மணமக்களை வரவேற்று மேளதாளத்துடன் ஒரு பேரணி கூட்டிச் சென்றது. இளம் காதலர்களின் உரிமை குறித்தும், சாதியின் தீமைகள் குறித்தும் அச்சடிக்கப்பட்ட நோட்டீஸ்களை இப்ராகிம்பட்டினம் டவுன் பகுதி, மால் கிராமம் மற்றும் எங்கள் சங்கம் செயல்பட்ட பகுதிகளில் எல்லாம் விநியோகித்தோம். மால் பகுதியில், அந்தக் காதலர்களுக்கு ஆதரவாக இருந்த சில கடைக்காரர்களிடமிருந்து சுமார் ஐந்தாயிரம் ரூபாய் திரட்டப்பட்டு, அந்த மணமக்களுக்கு வழங்கப்பட்டது. அதை வைத்துப் பெண்ணுக்குத் தங்கத் தாலியும், மணமக்களுக்குப் புதிய உடைகளையும் வாங்கினோம். அந்த இரண்டு பேரின் குடும்பங்களில் இருந்து யாரும் அந்தத் திருமணத்துக்கு வரவில்லை. ஆனால் திருமணம் முடிந்த பல மாதங்களுக்குப் பிறகு இரண்டு குடும்பங்களும் ராசியாகிவிட்டன. இப்போது பத்மா மேட்சல் மண்டல வருவாய் அலுவலகத்தில் கிளர்க் ஆகப் பணியாற்றுகிறாள். அவளுக்குக் குழந்தைகள் உண்டு. ஜங்கய்யா சில ஆண்டுகளுக்கு முன்பு காலமாகிவிட்டார்.

இன்னொரு சம்பவத்தில், குங்கல் இந்திராநகர் பகுதியைச் சேர்ந்த மாதிகா பெண்ணொருத்தி கோத்தா தாஸ் குழுவைச் சேர்ந்த ஒருவரோடு காதல் வயப்பட்டாள். பழைய ஹைதராபாத்தின் மாலாக்பேட் எனும் பகுதியில் பிரபல ரவுடியாக இருந்தவன் கோத்தா தாஸ். குங்கலில் இருந்த மாதிகாக்களை ஹைதராபாத்தின் கோல்நகா எனும் இடத்துக்குக் கூட்டிச் சென்று அந்தக் காதலர்களின் திருமணம் குறித்து ரவுடிக் கும்பலோடு பேச்சுவார்த்தை நடத்தினோம். அந்தச் சமயத்தில் கோத்தா தாஸின் முரட்டுச் சுபாவம் பற்றி நான் அறிந்திருக்க

வில்லை. மக்கள் எங்களோடு இருக்கிறார்கள் என்ற தெம்பில் அங்குச் சென்றுவிட்டேன். அவர்களுடன் எந்தத் தைரியத்தில் மோதினோம் என்று பின்னாளில் யோசித்துப்பார்த்தேன். அவ்வளவு சுலபமாக அவர்களுடன் பேச்சுவார்த்தை நடத்தி ஒரு சுமுகமான முடிவுக்கு எங்களால் எப்படி வர முடிந்தது என்று ஆச்சரியப்பட்டேன். இந்தப் புத்தகத்தை எழுதிக்கொண்டிருக்கும்போது, இந்தச் சம்பவம் குறித்து சங்கரய்யாவிடம் கேட்டேன். "அவங்க நம்மளை எப்படி அனுமதிச்சாங்க?". "அது வேறொண்ணுமில்லை. நீங்கள் எப்பவும் உங்க பையில ஒரு துப்பாக்கி வெச்சிருப்பீங்கன்னு சொன்னேன்" என்றார் அவர். முன்பு நக்சல் குழுக்களுடன் எனக்கிருந்த தொடர்பு காரணமாக இந்தப் புரளி கிளம்பியிருக்கலாம். துப்பாக்கியில்லாமலும் நான் அவ்வளவு துணிச்சலாக இருந்திருப்பேன் என்பதை மக்களால் நம்ப முடியவில்லை. சங்கரய்யாவும், இதர சங்க உறுப்பினர்களும் என்னைப் பற்றிய இந்தப் புரளியை விலக்குவதற்கு எந்த ஒரு முயற்சியையும் மேற்கொள்ளவில்லை. கோத்தா தாஸும், துப்பாக்கி வைத்திருக்கும் நான் அதைப் பயன்படுத்தவும் தயங்கமாட்டேன் என்று நினைத்திருக்கலாம்.

எங்களது கடமை காதலர்களை ஒன்றுசேர்த்துவைப்பதோடு நின்றுவிடவில்லை. அவர்களுக்குள்ளே பிரச்சினைகள் ஏற்பட்ட போதும் அதை நாங்கள் தீர்த்துவைத்தோம். ஈடய்யா என்று ஒருவர் இருந்தார். அவர் கல் அறுக்கும் 'வொட்டர்' சமூகத்தைச் சேர்ந்தவர். அவர் மால் பகுதியில் ஒரு ஹோட்டலை நடத்தி வந்தார். அவரது மகள் மல்கிஸ்குடெம் பகுதியைச் சேர்ந்த ஒரு குடிகாரனுக்கு வாழ்க்கைப்பட்டிருந்தாள். அவளது பிறந்த வீட்டில் ஓரளவு பணம் புழங்கியதாலும், அவள் எப்போது வந்தாலும் சோறிட்டுப் பார்த்துக்கொள்வதாலும், அடிக்கடித் தன் பிறந்த வீட்டுக்கு ஓடிவிடுவாள். இது அவள் கணவனுக்குப் பிடிக்க வில்லை. இதனால் கவலையுற்ற அவளது பெற்றோர்கள், ஒவ்வொரு கட்சித் தலைவரையும் சந்தித்து இதற்கு ஒரு தீர்வு தரக் கேட்டார்கள். ஆனால் தீர்வு கிடைக்கவில்லை. எனவே அவர்கள் கடைசியாக எங்களிடம் வந்தபோது ஒரு சமரச திட்டத்தைச் சொன்னோம். 'அந்தப் பெண்ணுக்கு ஒரு ஹோட்டலை எப்படி நடத்துவது என்பது தெரியும். தன் தகப்பனாரின் ஹோட்டலில் வேலை செய்த அனுபவமும் அவளுக்கு உண்டு. எனவே அந்தத் தம்பதிக்கு மால் அல்லது மல்கிஸ்குடெமில் ஒரு ஹோட்டலை வைத்துத்தந்தால் என்ன' என்று அவளுடைய பெற்றோரிடம் கேட்டோம். அப்படிச் செய்தால், அந்தக் குடிகாரக் கணவன் திருந்தவும் வாய்ப்பு உண்டு. பெண்ணும் அடிக்கடி அவள் பிறந்த வீட்டுக்கு ஓடவும் மாட்டாள்

என்று சொன்னோம். அதை ஏற்றுக்கொண்ட அவள் பெற்றோர், ஸ்ரீசைலம் சாலையில் விஞ்சமுறு என்ற இடத்தில் ஒரு ஹோட்டலை வைத்துக் கொடுத்தார்கள். அது இன்றுவரையிலும் நல்லபடியாகப் போய்க்கொண்டிருக்கிறது.

இதெல்லாம் சின்னச் சின்ன வெற்றிகள்தான் என்றாலும் கூட, அவை மக்களை ஒன்றுதிரட்ட எங்களுக்கு உதவின. இதனால் எங்களால் பெரிய பிரச்சினைகளைக் கையில் எடுக்க முடிந்தது. சின்னச் சின்னப் பிரச்சினைகள்தான் எனக்கு அதிக சந்தோஷத்தைத் தந்தன. காரணம், அவற்றில் பாதிக்கப்பட்ட மக்களுக்கு ஏற்படும் பலன்களும் விளைவுகளும் மாற்றங்களும் உடனடியாகத் தெரியும். அந்த வெற்றிகள் மாதிகாக்களுக்கும் எங்களுக்குமான உறவைப் பலப்படுத்தின. அவர்களது வாழ்க்கையை அனுபவப்பூர்வமாக நான் புரிந்துகொள்ளவும் எனக்கு அவை உதவின. முதன்முறையாக, ஆண் பெண் உறவிலுள்ள முரண்பாடுகள், சிக்கலான குடும்ப அமைப்புகள் மற்றும் அவற்றை எவ்வளவு தூரம் எங்களால் சரி செய்ய முடியும் என்பன உள்ளிட்ட பல விஷயங்கள் எனக்குப் புரியத் தொடங்கின.

15

புலிகளால் துரத்தப்பட்ட வேடர்கள்

வேறு சில பிரச்சினைகள் எங்களை அண்டாமல் இருந்திருந்தால், எங்கள் சங்கம் மகபூப்நகர், ஹயாத்நகர் மற்றும் சௌத்துப்பல் போன்ற பகுதிகளில் தனது செயல்பாடுகளை விஸ்தரித்து, நிலக்கிழார்களின் அட்டூழியங்கள், கூலி தொடர்பான பிரச்சினை ஆகியவற்றுக்கு எதிராகச் செயல்பட்டிருக்க முடியும். தற்போது நாங்கள் இப்ராகிம்பட்டினத்தின் மாதிகா மற்றும் இதர விளிம்புநிலைச் சமூக மக்களின் நம்பிக்கையைப் பெற்றிருந்தோம். 1986 முதல் அவர்கள் தங்களது நில உரிமை தொடர்பான பிரச்சினைகளுக்காக எங்களைக் குரல் கொடுக்கச் சொல்லி வலியுறுத்திக்கொண்டிருந்தார்கள். நிலம் தொடர்பான பிரச்சினையில் ஈடுபடுவது குறித்து எங்கள் சங்கம் அதுவரை யோசித்திருக்கவில்லை. எங்களின் செயல்பாடுகள் எல்லாம் கூலி, பணி உரிமைகள், சலுகைகள் மற்றும் இழப்பீடுகள் ஆகியவற்றை மையப்படுத்தியே இருந்தன.

ஆனால், மக்கள் தங்களது நிலஉரிமை தொடர்பான பிரச்சினைகளைப் பற்றி எங்களிடம் புகார் மனுக்களை எடுத்து வந்தபடி இருந்தார்கள். நான் கிராமங்களுக்குப் போகும்போது, அங்கு நான் கூட்டங்களை முடிக்கும் வரை பொறுமைகாத்துப் பின்னர் என்னைச் சந்திக்க ஆண்களும் பெண்களும் என ஒரு கூட்டம் திரண்டிருந்தது. அவர்களது கைகளில் பல தசாப்தங்களாகப் பாதுகாத்துவைத்திருக்கும் தங்கள் நிலம் தொடர்பான தஸ்தாவேஜுக்கள்

இருந்தன. இன்னும் சில மெல்ல என்னைத் தனியே தங்களது குடிசைகளுக்கு அழைத்துச் சென்று, பள்ளம் விழுந்த டிரங்குப் பெட்டியைத் திறந்து, அதில் பிளாஸ்டிக் கவரில் பாதுகாத்து வைக்கப்பட்டிருக்கும் ஆவணங்களை, விளக்கின் வெளிச்சத்தில் எனக்குக் காட்டி விளக்கினார்கள். "இதைப் படியுங்கள்" என்றார் ஒருவர். "என்னிடமிருந்து நிலம் பறிக்கப்பட்டபோது, இந்தக் காகிதங்களை எல்லாம் நான் வைத்திருந்தேன்" என்றார் இன்னொருவர். "ஒரு பானை கள்ளுக்காக என் தாத்தா எங்களின் நிலங்களை எழுதிக் கொடுத்துவிட்டார்" என்றார் வேறொருவர். "என்னுடைய தாய் சின்ன வயதிலேயே விதவையாகிவிட்டவள். எனவே, நாங்கள் எங்கள் நிலத்திலிருந்து வெளியேற்றப்பட்டோம்" என்றார் ஒருவர். "என் அப்பாவுக்குப் பட்டா கிடைத்தது. ஆனால் நிலம் கிடைக்கவே இல்லை" என்று புலம்பினார் மற்றுமொருவர். இப்படிப் பல கதைகள் இருந்தன. அந்த ஆவணங்கள் எல்லாம் மிகவும் பழமையானவை. பல ஆண்டுகள் அவை சரியான பராமரிப்பில்லாமல், பிளாஸ்டிக் கவர்களுக்குள்ளேயே கிடந்ததால் அவை மஞ்சள் படிந்து கிடந்தன. அவை பழமையான தெலுங்கு வழக்கில் எழுதப்பட்டிருந்தன. அதைவிடக் கொடுமை, எண்கள் எல்லாம் தெலுங்கு மொழியிலேயே எழுதப்பட்டிருந்தன (அதைப் படிக்க வேண்டி, நான் அவற்றைக் கற்றுக்கொண்டேன்). சில நேரங்களில் அந்த ஆவணங்கள் ஒரே ஒரு பக்கம் மட்டும் உடையதாகவும், அந்த நிலம் தொடர்பான நீதிமன்றத்தின் முக்கியமான பகுதிகள் விடுபட்டோ அல்லது படிக்கும் அளவுக்கு இல்லாமல் எழுத்துகள் மங்கியோ இருந்தன. இதெல்லாம் எப்படி நடந்தன என்பது குறித்தெல்லாம் எனக்கு விளக்கிச்சொல்ல யாரும் இல்லை.

1986இல், எங்கள் சங்க உறுப்பினர்கள்தான் உள்ளதிலேயே மிகவும் ஏழ்மையானவர்களாகவும், கல்வியறிவு இல்லாதவர் களாகவும் இருந்தனர். 1987இல் யச்சாராம், இப்ராகிம்பட்டினம், கண்டுக்கூர், மகேஷ்வரம் ஆகிய பகுதிகளில் நாங்கள் மிகவும் வலுவான ஓர் அமைப்பாக எழும்பத் தொடங்கியதும், அந்தப் பகுதிகளில் ஓரளவு கல்வியறிவு பெற்ற, நிலப் பிரச்சினைகள் தொடர்பாக ஓரளவு விழிப்புணர்வு கொண்ட மத்திய தர விவசாயிகள் எங்களிடம் நெருங்கி வந்தார்கள். இதர விவசாயி களின் நிலங்களுக்குச் சென்று வேலை செய்யாமல், தங்களுடைய சொந்த நிலத்தில் மட்டும் வேலை செய்த விவசாயிகளை நாங்கள் மத்திய தர விவசாயிகள் என்று வகைப்படுத்தினோம். அவர்களுக்கும் நிலக்கிழார்களுடன் பிரச்சினைகள் இருக்கவே செய்தன. நிலம் வாங்கும்போது, வரி செலுத்தும்போது, தங்கள் பெயரில் பட்டா எழுதும்போது என ஒவ்வொரு விஷயத்திலும்

உள்ளூர் 'பட்வாரி' (நிலம் தொடர்பான ஆவணங்களைப் பராமரிப்பவர்) உடன் சேர்ந்து கொண்டு அந்த விவசாயிகளை நிலக்கிழார்கள் ஏமாற்றி வந்தனர். கடந்த காலத்தில் ரெட்டி நிலக்கிழார்களுடன் ஏற்பட்ட மோதல்களால் அவர்கள் மீது அந்த விவசாயிகளுக்குக் கசப்புணர்வு இருந்தது. இந்தச் குறு, சிறு விவசாயிகள், பெரும்பாலும் பிற்படுத்தப்பட்ட வகுப்பைச் சேர்ந்தவர்கள். நிலம் எவ்வளவு முக்கியம், அது தொடர்பான சட்டங்கள், விதிகள் என்ன, எப்படி நிலக்கிழார்கள் ஏழைகளை இந்த விஷயங்களில் ஏமாற்றுகிறார்கள் என்பதை எல்லாம் எனக்கு அவர்கள்தான் புரியவைத்தார்கள்.

எங்களிடம் கொண்டுவரப்பட்ட பிரச்சினைகள் ஒவ்வொன்றும் வித்தியாசமாக இருந்தன. பொதுவாக இப்படித்தான் இருக்கும்: அரசு நிலத்தில், அரசு நிலம் என்று தெரிந்தே பயிர் செய்திருப்பார்கள். நிலமில்லாத ஏழைகளுக்கு அரசு நிலங்களில் பயிர் செய்துகொள்ள உரிமை உண்டு. அதிலும் மாதிகா மற்றும் மாலா சமூகத்து மக்களுக்கு இந்த விஷயத்தில் முன்னுரிமை கொடுக்கப்படுகிறது. அப்படி அவர்கள் அரசு நிலத்தில் பயிர் செய்யும்போது, அவர்கள்தான் அந்த நிலத்தின் உடைமையாளர் என்று பதிவுசெய்யப்படுகிறது. ஆகவே, அதிலிருந்து வரும் லாபத்துக்கும் அவர்களே உரிமையானவர்கள். நிலைமை இப்படி இருக்கும்போது, திடீரென்று ஒரு வெளியாள் அங்கே வந்து, அந்த நிலத்தை உள்ளூரைச் சேர்ந்த நிலக்கிழார் தனக்கு விற்றுவிட்டதாகச் சொல்வார். அப்படி விற்றதற்கான ஆதாரம் என்று சில காகிதங்களையும் காட்டுவார். இன்னொரு சமயம், குறிப்பிட்ட நிலக்கிழார் ஒருவர் நில உச்சவரம்பைத் தாண்டியும் பினாமி பெயரில் நிலம் வைத்திருக்கிறார் என்பது தெரியும் (1973இல் தெலங்கானாவில் புஞ்சை நிலப் பகுதிகளில் ஒருவர் 55 ஏக்கருக்கு மேல் நிலம் வைத்திருக்கக்கூடாது). அந்த பினாமிகள், தங்களிடம் வேலை செய்யும் விவசாயத் தொழிலாளிகளாகவோ அல்லது உறவினர்களாகவோ இருப்பார்கள். ஆனால் ஒருபோதும் அந்த நிலங்களுக்கு அவர்கள் உரிமை கோர மாட்டார்கள். அந்த உரிமை காகிதத்தில் மட்டும்தான் இருக்கும்.

மேற்கண்ட பிரச்சினைகளில் சிக்கியவர்கள் அல்லாது இன்னொரு வகையினர் இருந்தனர். அவர்கள்தான் குத்தகைக் காரர்கள் (இந்த ஒரு விஷயம், தெலங்கானாவில் மட்டுமே காணக் கூடிய ஒன்று. 1950இல் ஆயுதமேந்திய விவசாயிகள் போராட்டத்தைத் தொடர்ந்து குத்தகைதாரர்களைப் பாதுகாக்கும் சட்டம் இயற்றப்பட்டது). இவர்கள் சுமார் முப்பது ஆண்டுகளுக்கு

முன்பே நிலக்கிழார்களால் வெளியேற்றப்பட்டிருப்பார்கள். அவர்களது சந்ததியினர் அந்த நிலத்தை மீட்டுவிட முடியும் என்ற நம்பிக்கையுடன் இருந்தார்கள். ஏழைகளுக்கு அரசு நிலம் கொடுத்ததாக ஆவணத்தில் இருக்கும். ஆனால் களத்தில் அப்படி ஒரு நிலமே இருக்காது. அது இன்னொரு வகையான பிரச்சினை. இப்படி ஒரு பிரச்சினை எழுவதற்குக் காரணம், அவ்வாறு ஏழைகளுக்காக ஒதுக்கப்பட்ட பெரும்பாலான நிலங்கள் நிலக்கிழார்களின் நிலங்களையொட்டி இருக்கும். அப்போது அரசு ஒதுக்கிய நிலங்களையும் அவர் பின்னர் வளைத்துப் போட்டுவிடுவார். வளமான கோயில் நிலங்களைக் கூட நிலக்கிழார்கள்தான் தங்கள் கட்டுப்பாட்டில் வைத்திருந்தார்கள். உண்மையில், அந்த நிலங்களில் பயிர் செய்ய ஏழைகளுக்குத் தான் முன்னுரிமை கொடுக்கப்பட்டிருக்க வேண்டும். பூதான இயக்கச் சட்டம் 1952இன்படி ஏழைகளுக்கு அளிக்கப்பட்ட நிலங்களும் நிலக்கிழார்களின் கையில்தான் இருந்தன. இப்படியான பிரச்சினைகள் தெலங்கானாவில் பொதுவான பிரச்சினைகளாக இருந்தன.

இவை அல்லாத வேறு சில வழிகளிலும் ஏழைகளின் நிலம் கையகப்படுத்தப்படுவது உண்டு. 1948இல் தெலங்கானாவில் ஏற்பட்ட வன்முறையைத் தொடர்ந்து, இஸ்லாமிய நிலக்கிழார்கள் பலர் தங்கள் நிலங்களை விட்டுவிட்டு ஓடினார்கள். அந்த உரிமையாளர்கள் அற்ற நிலங்களைப் பின்னர் ரெட்டி சமூகத்து இந்து நிலக்கிழார்கள் எடுத்துக் கொண்டனர். அரசு வரைபடத்திலோ அல்லது வருவாய்த் துறை ஆவணங்களிலோ இடம் பிடிக்காமல் போன 'பேடகால நிலங்களும்' நிலக்கிழார்களின் கைகளுக்கே சென்றன. ஒட்டுமொத்தத்தில், எந்த ஓர் இடத்தில் சிறு பசுமை தெரிந்தாலும், அதைக் கைப்பற்றித் தனது சொத்துகளின் எண்ணிக்கையை அதிகரித்துக்கொண்டே இருக்க வேண்டும் என்ற அருவருக்கத்தக்க பேராசைக் குணம் நிலக்கிழார்களிடம் இருந்தது.

எங்களிடம் கொண்டுவரப்பட்ட மனுக்களைப் படித்து, அதைப் புரிந்துகொள்ளும் முதன்மையான, கடினமான காரியத்தை சிரில் ஏற்றுக்கொண்டார். பல இரவுகள் கண் விழித்து அவற்றைப் படித்து, அது சொல்லவரும் விஷயங்களைப் புரிந்து கொண்டார். அடுத்த நாள் காலை வேளைகளில் நான் களத்தில் சென்று ஆய்வு செய்ய, எனக்கான சில கேள்விகளைத் தயாரித்து வைத்திருப்பார். பிறகு நான் கிராமங்களுக்குச் சென்று, மக்களிடத்திலோ அல்லது மண்டல அலுவலகத்திலோ அல்லது நில உச்சவரம்பு ஆவண அலுவலகத்திலோ அல்லது

இப்ராகிம்பட்டின நீதிமன்றத்திலோ என நான் எங்கெங்கு அலைந்து திரிய முடியுமோ, அங்கெல்லாம் சென்று, எங்களுக்குத் தேவையான ஆவணங்கள், பதில்கள் ஆகியவற்றைப் பெற்று வருவேன். இந்த வேலைகளைப் பெரும்பாலும் நானே செய்தேன். காரணம், அந்த ஆவணங்கள் எல்லாம் ஆங்கிலத்தில் இருந்தன. எனது சங்க நண்பர்களுக்கு ஆங்கிலம் தெரியாது. தவிர, அவர்களை விட எனக்கே நிறைய கதவுகள் திறக்கப்பட்டன. சமயங்களில் நான் சோர்ந்து அமரும்போதெல்லாம், சிரில்தான் நான் பெற வேண்டிய ஆவணங்களைப் பெறுவதற்கு உற்சாகமூட்டுவார். அவர் கேட்கிற ஆவணங்கள் கிடைத்தால் அவரால் வழக்குகளைப் பிரமாதமாகத் தயார் செய்ய முடியும். ஆரம்பத்தில் நான் சோம்பல்பட்டேன். ஏனென்றால், இப்படி ஆவணங்களைத் தேடிச் செல்வது எனக்கு மிகவும் புதிது. மட்டுமல்லாமல், வளர்ந்து வரும் தொழிற்சங்கத்தில் நான் இருந்து பார்க்க வேண்டிய வேலைகளே எனக்குப் போதுமான அளவில் இருந்தன. கிராமத்தினருக்கும் சிரிலுக்கும் இடையே ஓடி ஓடி, நான் களைத்துப் போனேன். இப்படிக் கடுமையான, தனிமையான பணி, எதை நோக்கி எங்களை நகர்த்துகிறது என்பதை அறிந்துகொள்ள முடியவில்லை.

எங்களது சங்கம் 1986இல், ஜப்பார்குடெமிலிருந்து தனது முதல் நிலஉரிமை தொடர்பான வழக்கை முன்னெடுத்தது. இங்கு 150 ஏக்கர் அரசு நிலங்களை மஞ்சிரெட்டி கிஷன் ரெட்டி கைப்பற்றியிருந்தார். அவர்தான் பின்னாளில் அதே பகுதியிலிருந்து மூன்று முறை எம்.எல்.ஏ.வாகத் தேர்வு செய்யப்பட்டார்.

கண்டுக்கூர் மண்டலத்தின் திம்மாபூர் கிராமத்தின் கீழே உள்ள குக்கிராமம்தான் ஜப்பார்குடெம். இப்ராகிம்பட்டின மண்டலத்தின் எலிமிநேடு கிராமத்திலிருந்து இது ஒரு கிலோ மீட்டருக்கு அதிகமான தொலைவில் இருந்தது. எலிமிநேடுவும், ஜப்பார்குடெமும் கொடுத்து எடுத்துக் கொள்ளும் உறவைக் கொண்டிருந்தன. ஜப்பார்குடெமில் இருந்த பெரும்பாலான நிலங்களை எலிமிநேடு ரெட்டிகள்தான் கொண்டிருந்தனர். அதிலும் குறிப்பாக மஞ்சிரெட்டி நிலக்கிழார்கள், இந்த இரண்டு கிராமங்களுக்கும் ஒரே பொது எதிரி என்பதால், அவற்றுக் கிடையேயான பந்தம் மிகவும் அழுத்தமாக இருந்தது. சுமார் ஓராண்டாக, நாங்கள் அந்தப் பகுதிகளில் நடத்திய கூட்டங்களில், ஜப்பார்குடெமிலிருந்து நான்கு மாதிகா ஆண்கள் தவறாது தென்பட்டார்கள். ஆரம்பத்தில் அவர்கள் எங்களது கூட்டங்களில் பின்வரிசையில் அமர்ந்துகொள்வார்கள். பிறகு கூட்டம் முடிந்த பின் என்னை வந்து சந்தித்துவிட்டுப் போவார்கள். அந்தக்

குழுவுக்குத் தலைவராக யச்சாராம் புட்டஜங்கய்யா இருந்தார். மற்ற மூவர் யச்சாராம் புக்கய்யா, யச்சாராம் புல்லய்யா, பைருபுலா ஜம்மய்யா ஆகியோர்.

தொடர்ச்சியான சில சந்திப்புகளுக்குப் பிறகு, ஓர் ஆர்வத்தில் அவர்களிடம், "ஏன் இந்தக் கூட்டங்களுக்கு வருகிறீர்கள்?" என்று விசாரித்தேன். அதற்கு அவர்கள், "நீங்கள் தொழிலாளர்கள், அவர்களது கூலி ஆகியவற்றைப் பற்றி எல்லாம் பேசுகிறீர்கள். எங்கள் கிராமத்தில் 150 ஏக்கர் அளவு நிலங்கள் இருக்கின்றன. ஆனால், எங்களால் அதில் பயிர் செய்ய முடியவில்லை. நீங்கள் எங்களுக்கு உதவ வேண்டும்" என்றார்கள். "உங்களுக்கு என்ன ஆதரவு வேண்டுமோ அதைத் தருவதற்கு நாங்கள் தயாராக இருக்கிறோம்" என்றேன். ஆனால் அவர்களுக்கு எங்களின் ஆதரவு தேவையில்லை. நாங்கள் நேரடியாகப் பங்கெடுக்க வேண்டும் என்றார்கள். இதற்குப் பிறகும், நாங்கள் அவர்களுக்குச் சம்மதம் தெரிவிக்கும் வரை, தொடர்ந்து மூன்று மாதங்கள் நாங்கள் நடத்தும் கூட்டங்களுக்கு வந்து, அமைதியாக உட்கார்ந்துகொண்டு ஒரு வார்த்தையும் பேசாமல் சென்றார்கள். தேவதைகள் செல்ல பயப்படும் பாதையில், முட்டாள்கள் வேகமாக ஓடுவார்கள் என்றொரு சொலவடை உண்டு. என் விஷயத்தில் அதுதான் நடந்தது. கிராமத்தில் வசித்த என் சங்க ஊழியர்கள், நிலப் பிரச்சினையைத் தொட்டால் என்ன மாதிரியான விளைவுகள் ஏற்படும் என்று அறிந்திருந்தார்கள். எனினும், அந்தப் பிரச்சினையைக் கையில் எடுங்கள் என்றோ, எடுக்க வேண்டாம் என்றோ என்னை நிர்பந்திக்காமல் அமைதியாக இருந்தார்கள்.

ஜப்பார்குடெமில் விளைநிலங்களுக்குப் பாதுகாப்பு அளிக்கும் பட்டேல்களுடன் மாதிகா மக்களுக்கு மோதல் ஏற்பட்ட சமயம், அவர்களின் தலைவராக யச்சாராம் புட்டஜங்கய்யா இருந்தார். தீர்க்கமான கண்களுடன், கூர்மையான குரலுடன் குள்ளமாக இருந்தார் அவர். துணிச்சல்மிக்கத் தலைவர் என்று அவரைச் சொல்ல முடியாது. கிராமத்தில் ஏதேனும் பிரச்சினை என்றால், ஏதாவதொரு குடிசையில் ஒளிந்துகொள்வார். அவரை நாங்கள் கண்டுபிடித்து வெளியே வரச் சொன்னால், 'வரமாட்டேன்' என்று கத்துவார். 'அப்படி வர வேண்டுமென்றால், நாங்களும் துணைக்கு இருக்க வேண்டும்' என்பார். அந்தக் கிராமத்துக்கு அவர் எப்படித் தலைவரானார் என்பதை என்னால் புரிந்துகொள்ளவே முடியவில்லை. ஆனால் அவர் பேச்சைக் கேட்பது மிகவும் சுவாரஸ்யமாக இருக்கும். வருவாய்த்துறை அதிகாரிகளுடன் நாங்கள் வாக்குவாதம் செய்யும்போது, அவர் கோசகம், கோபம் எல்லாவற்றையும் கலந்துகட்டிப் பேசுவார். அது நாடகத்தன்மை மிக்கதாக இருக்கும். நான்

இப்ராகிம்பட்டினத்தைவிட்டு வந்த பிறகு, பல ஆண்டுகள் கழித்து 2002இல் புட்டஜங்கய்யாவைச் சந்தித்தேன். தங்களது பழைய காலங்களைப் பற்றி இப்படிச் சொன்னார்: “எங்கள் ஜாகிர்தாருக்கு இருபது குதிரைகள் இருந்தன. அவற்றுக்கு உணவிடுவதுதான் எங்கள் வேலை. எங்கள் குடிசைகளுக்குப் பின்னால்தான் குதிரை லாயங்கள் இருந்தன. நிலக்கிழாரின் குடும்பம், தசரா பண்டிகையின்போது வரும். இங்கே ஒருவாரம் தங்குவார்கள். பிறகு சீத்தாபழங்கள் பழுக்கும் காலத்தில் அவற்றுடன் திரும்பிவிடுவார்கள். அவர்கள் மங்கல்பள்ளி – பட்டேல்குடெம் சாலை மார்க்கமாக காரில் வந்து இறங்குவார்கள். அப்போது அவர்களை வரவேற்க நாங்கள் மேளதாளங்கள் அடிக்க வேண்டும். நாங்கள் நிலக்கிழார்களுக்குக் கூலியில்லாத அடிமை வேலை மட்டும் செய்யவில்லை. நாங்கள் ஜாகிர்தாருக்கும் ‘வெட்டி’ கூலிகளாகத்தான் பணியாற்றினோம். உணவோ, ஊதியமோ இல்லாமல் வேலை செய்தோம். ஏரி, குளங்களிலிருந்து நீர் எடுத்து வருவது, கிணறு தோண்டுவது, கடலை விதைப்பது, உழுவது, கரும்பு நடுவது என எல்லா வேலைகளையும் ‘வெட்டி’ கூலி வேலையாகத்தான் செய்தோம். மற்றவர்களெல்லாம் ஒரு வாரத்துக்கு இரண்டரையிலிருந்து ஐந்து ரூபாய் வரை சம்பாதிக்க, எங்களுக்கு இரண்டு அணாக்கள் மட்டுமே கிடைக்கும். அதுவே எங்களுக்குப் பெரிய சொத்து”.

ஜப்பார்குடெமிலிருந்த மிக முக்கியமான பிரச்சினை இதுதான்: 1953இல் திம்மபூர் ஜாகிர்தார் முகமது அப்துல் சட்டார் என்பவரின் இணையர் அஜீஸுன்னிஸா பேகத்திடமிருந்து 107 ஏக்கர் நிலங்களை மஞ்சிரெட்டி கிஷன் ரெட்டியின் தந்தையார் பூபால் ரெட்டி வாங்கியிருந்தார். அதற்குச் சாட்சியாக ஆவணங் களையும் வைத்திருந்தார். அதே ஆவணங்களை வைத்து இன்னொரு 107 ஏக்கர் அரசு நிலங்களை வாங்கப் பயன்படுத்தி யிருக்கிறார். இந்த இரண்டாவதாக வாங்கப்பட்ட நிலத்தில்தான் ஜப்பார்குடெம் மாதிகாக்கள் பல தசாப்தங்களாக விவசாயம் செய்து வந்திருக்கிறார்கள். மட்டுமல்ல, அந்த நிலங்கள் அந்த மக்களுக்கான முக்கியமான மேய்ச்சல் பகுதியும் ஆகும். 1967இல் அந்தப் பகுதி தலித் மக்கள் அளித்த மனுக்கள் மீது நடவடிக்கை எடுத்த மாவட்ட இணை ஆட்சியர், பூபால் ரெட்டி செய்த அந்தத் தகிடுதத்தத்தைக் கண்டுபிடித்தார். பூபால் ரெட்டியின் வாதங்கள் எடுபடவில்லை. அவர் வைத்திருக்கும் இரண்டு நிலங்களில் ஒன்று அரசுக்குச் சொந்தமானது என்பது தெள்ளத் தெளிவானது.

ஆனால் பூபால் ரெட்டி விடவில்லை. அரசுக்கு எதிராகவே இரண்டு வழக்குகளைத் தொடர்ந்தார். 1969இல் ஒரு ரிட் மனுவும், 1971இல் உயர் நீதிமன்றத்தில் ரிட் அப்பீலும் செய்தார். இரண்டும்

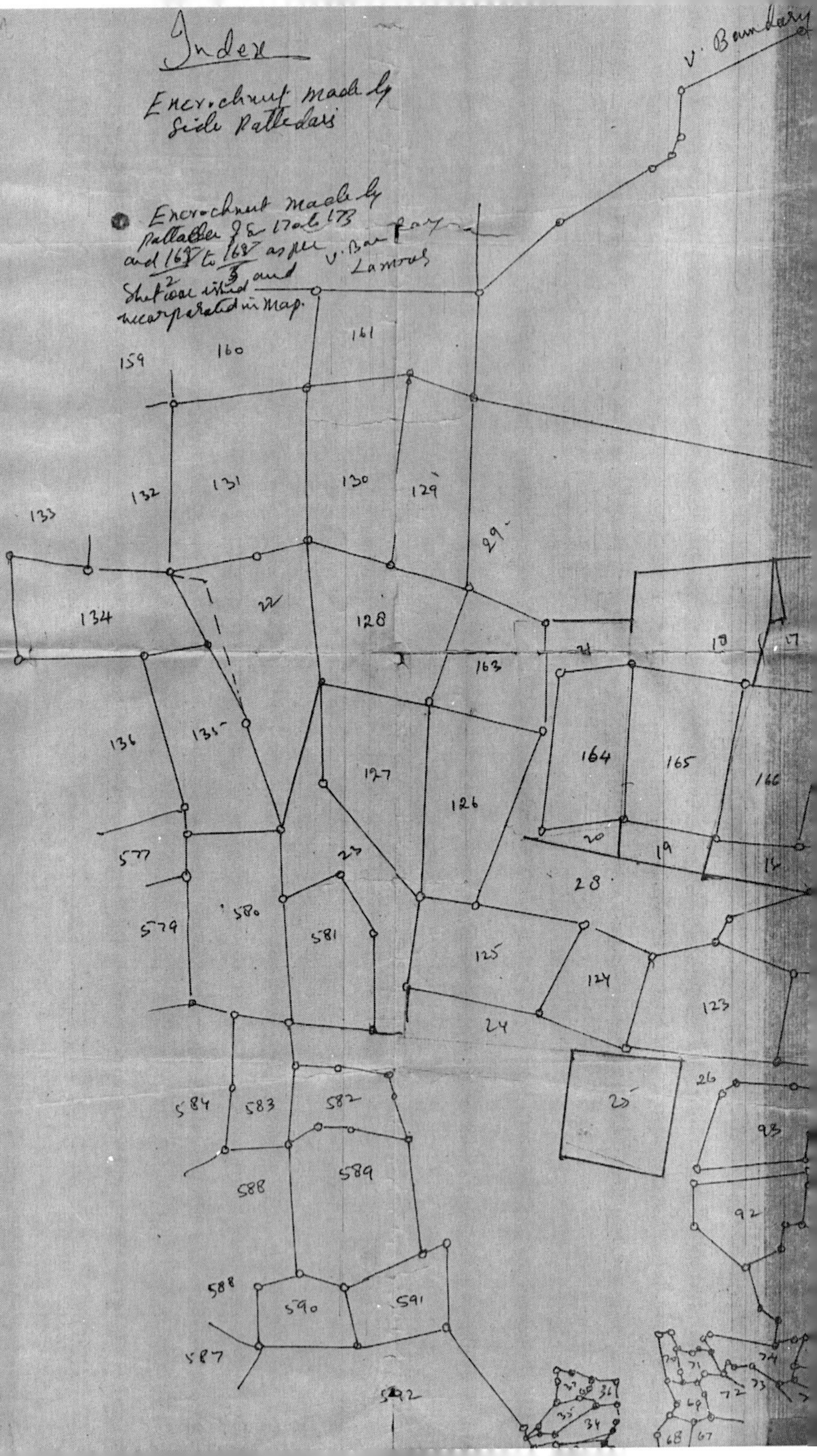

திம்மாப்பூரின் குக்கிராமம் ஜப்பார்குடெம் சர்வே வரைபடம்

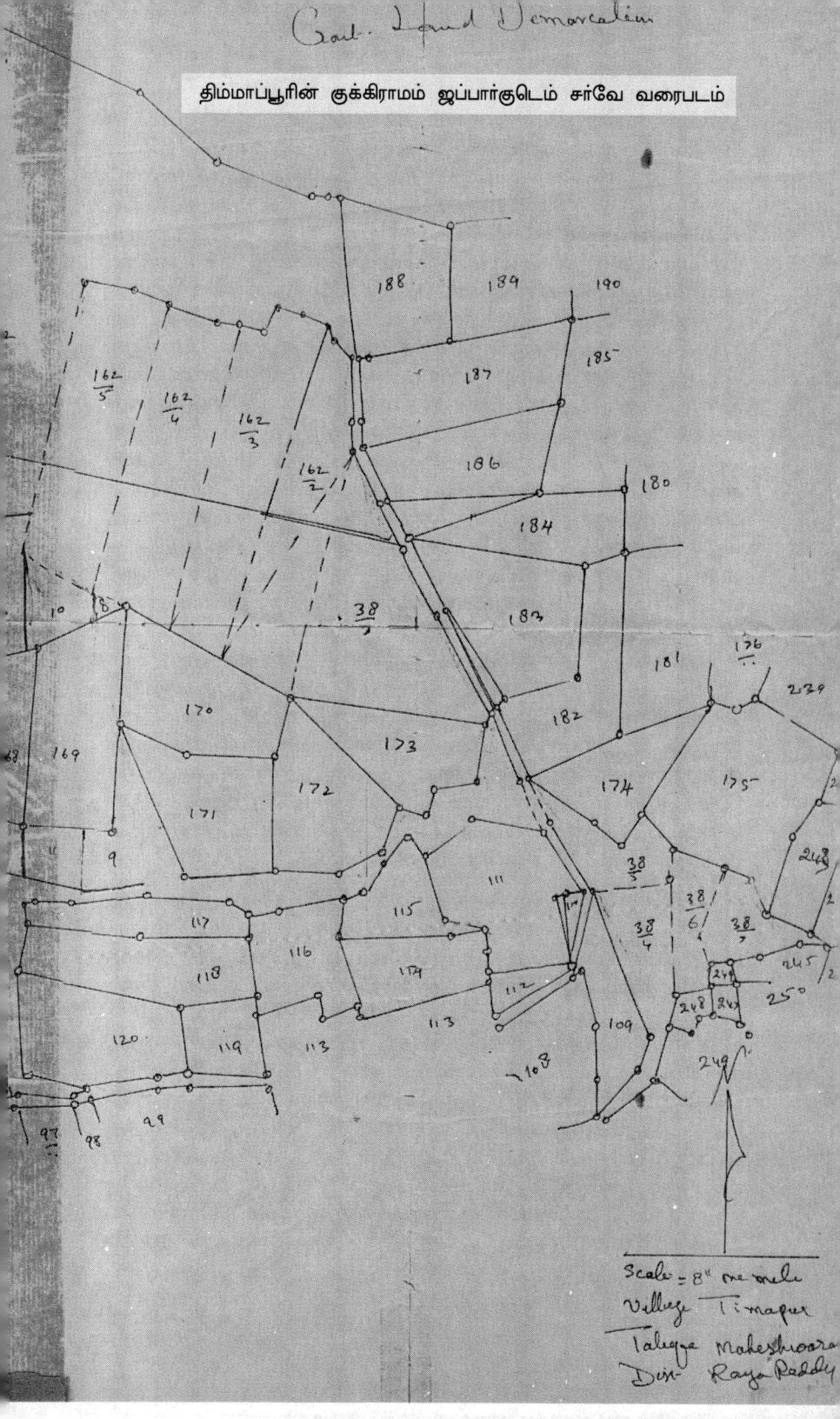

இணை ஆட்சியரின் உத்தரவுக்கு எதிராகத்தான். ஆனால் நீதிமன்றமோ 1971இல் ஒன்றும், 1974இல் இன்னொன்றும் என இரண்டு மனுக்களையுமே தள்ளுபடி செய்து, அவரை சிவில் நீதிமன்றத்துக்குப் போகுமாறு அறிவுறுத்தியது. அங்கே சென்றால் தனது வழக்கு நிற்காது என்ற அச்சத்தால் அவர் அங்கு செல்ல வில்லை. எனவே, அவர் மிகச் சுலபமான ஒரு வழியைத் தேர்வு செய்தார். 1971இல் மிகவும் பலவீனமான தனது எதிரிகளான, ஜப்பார்குடெமின் பதினெட்டு ஏழைக் குடும்பங்களுக்கு எதிராக, இப்ராகிம்பட்டின முன்சீப் கோர்ட்டில் ஒரு தடைஉத்தரவை வாங்கினார். அரசுக்கு எதிராகத் தடை உத்தரவை வாங்குவ தென்பது மிகவும் சிரமமான காரியம். ஏனென்றால், கிராமத்தினரைப் போல அல்லாது, அது எல்லா ஆவணங்களையும் மிகச் சரியாக வைத்திருக்கும். மீண்டும் அந்த மாவட்ட இணை ஆட்சியரைப் போல அங்கே ஒரு நேர்மையான அதிகாரி இருந்தார் எனில், பூபால் ரெட்டியின் வேலை இன்னும் கடினமாகிவிடும். பெரும்பாலான வழக்குகளில் தகுந்த ஆவணங்கள், வழக்கறிஞர்கள், கோர்ட் விசாரணை. . . எல்லாவற்றுக்கும் மேலாக நீதி உள்ளிட்டவை இல்லாததால் பல வழக்குகளில் ஏழைகள் தோல்வியைத்தழுவ வேண்டியதாக இருந்தது. எப்படியோ 1975இல் பூபால் ரெட்டி தடைஉத்தரவை வாங்கிவிட்டார். ‘பட்டேல்கள் தங்களின் வழக்கறிஞருக்கு ரூ.30,000 கொடுத்தார்கள். ஆனால் மாதிகாக்களோ தங்கள் வழக்கறிஞருக்கு ரூ.100 தான் செலுத்த முடிந்தது’ என்று நினைவுகூர்ந்தார் புட்டஜங்கய்யா. மேலும், ஜப்பார்குடெமுக்கு நிலங்களை ஆய்வு செய்த சலீம் என்ற தாசில்தார் ஒருவர் வந்தபோது, ராமுலு பட்டேல் (பூபால் ரெட்டியின் சகோதரர் மஞ்சிரெட்டி ராம் ரெட்டி) அவரை மிரட்டியதால், வந்த வழியே அவர் திரும்பிவிட்டார் என்றும் புட்டஜங்கய்யா சொன்னார்.

தங்களுடைய கிராமத்துக்கு வந்து ஆய்வு செய்யத் துணிந்த அந்த சலீம் நேர்மையானவராக இருக்க வேண்டுமென்று புட்டஜங்கய்யா நம்பினார். எனவே, அவரைத் தேடி நகரத்துக்குச் சென்றார். பக்கத்துக் கிராமத்திலிருந்து சலீம் வீட்டுக்குப் பால் வழங்கும் ஒருவரைப் புட்டஜங்கய்யாவுக்குத் தெரியும். அப்போ தெல்லாம் ஹைதராபாத்திலிருந்த செல்வந்தக் குடும்பங்களும், முக்கியப் பிரபலங்களும் கிராமங்களிலிருந்து தினம்தோறும் பால் வாங்கும் வழக்கத்தைக் கொண்டிருந்தார்கள். சைக்கிளின் இரண்டு புறமும் பால் கேன்களைத் தொங்கவிட்டு, சுமார் முப்பது முதல் ஐம்பது கிலோமீட்டர் பயணித்து, நகரத்திலிருந்த முக்கியமான வீடுகளுக்குப் பால் வழங்கிவிட்டு வருவார்கள். சலீமை அவரது வீட்டில் புட்டஜங்கய்யா சந்தித்தபோது, “கவலைப்படாதீர்கள். உங்கள் நிலம் எங்கேயும் போகாது. அவர்களால் அந்த நிலத்தைக்

கைப்பற்ற முடியாது. கலெக்டரிடம் செல்லுங்கள். அவர் மட்டும் தான் உங்களுக்கு உதவ முடியும். நான் உங்களுக்காகப் பேசினால், என் பேச்சை யாராவது கேட்பார்கள் என்று நினைக்கிறீர்களா? நான் தாசில்தாராக இருந்தால் என்ன? இங்கே பணம்தான் பேசுகிறது. உங்களிடம் பணம் இருந்தால், உங்களுக்காக எல்லோரும் பேசுவார்கள். அவர்களிடம் கோடிக்கணக்கான பணம் இருக்கிறது. எனக்குச் சில ஆயிரங்கள் அவர் கொடுப்பார். உங்களால் எனக்கு ஏதாவது தர முடியுமா? ஆக உங்களுக்காக உதவும் ஒரு நல்ல அதிகாரியை சந்திக்கும் வரை, நீங்கள் காத்திருக்கத்தான் வேண்டும்" என்று சலீம் சொல்லியிருக்கிறார். இதனுடைய அர்த்தம், சலீம் நேர்மையானவராக இருந்தாலும், ரெட்டிக்களை எதிர்த்து நிற்கவும், அவர்களுடன் போராடவும் அவர் அதிகாரமற்று இருந்தார் என்பதுதான்.

1975இல், அந்த மக்கள், ஹைதராபாத் சிவில் கோர்ட்டில் மேல் முறையீடு செய்தனர். ஆனால் அவர்களுக்கு அங்கும் தோல்விதான். இப்போது அந்த நிலங்களைக் கைப்பற்றுவதில் பூபால் ரெட்டிக்கு எந்தத் தடையும் இருக்கவில்லை. போதாக்குறைக்கு, உள்ளூர் நிர்வாகமும் அமைதியாக இருந்தன. பெரும்பாலும் உள்ளூர் வருவாய்த் துறை நிர்வாகம் நிலக்கிழார்களுக்கு ஆதரவாகவே செயல்படும் என்பதால், அரசு நிலங்களை நிலக்கிழார்கள் கைக்கொள்வதில் பெரிய எதிர்ப்பு எதுவும் இருக்காது. முதலில் பழைய பத்திரங்களில் போலி ஆவணங்கள் தயாரிக்கப்படும். பிறகு, மண்டல வருவாய் அலுவலருக்கு எதிராக உள்ளூர் முன்சீஃப் கோர்ட் மூலம் ஒரு தடைஉத்தரவு வாங்கப்படும். வழக்கு விசாரணைக்கு வரும் நாளில் அரசு வழக்கறிஞருக்குப் பணம் கொடுத்துச் சரிகட்டி விடுவார்கள். அவர் வழக்கில் ஆஜராக மாட்டார். ஆக்கிரமிப்பாளரின் வழக்கை வலுப்படுத்தும் விதமாக, பினாமிகள் பலர், தனியாக ஒரு வழக்கைத் தொடர்வார்கள். அப்படித்தான் நிலக்கிழார்கள் நிலம் தொடர்பான வழக்குகளில் வெற்றி பெறறார்கள். தடை உத்தரவு பெற்ற பின்னர், பினாமிகள் மூலமாக நிலத்தின் மீதான தங்களது உரிமையை நிலைநாட்டிவிடுவார்கள். இடையே காவல்துறைக்கும் பத்திரிகைகளுக்கும் பணம் போய்விடும். எல்லாம் சரியான பிறகு, முன்சீஃப் கோர்ட்டில் வாங்கப்பட்ட இடைக்காலத் தடை உத்தரவை நிரந்தரமாக்க நிலக்கிழார் முயற்சிகள் மேற்கொள்வார்.

ஜப்பார்குடெம் தலித்துகளிடம் அதிகாரப்பூர்வமான அல்லது பயன்படுத்தத்தக்க ஆவணங்கள் எதுவும் இருக்கவில்லை. 1986 மார்ச் மாதத்தில் அவர்கள் என்னிடம் கொண்டு வந்த ஆவணங்கள் எல்லாம் குப்பைகள்தான். பூபால் ரெட்டிக்கும்

தங்களுக்கும் இடையே போடப்பட்ட ஒப்பந்தம் உள்ள, பத்திரத்தின் முதல் பக்கம் மட்டுமே அவர்களிடம் இருந்தது. தங்களுக்கும் பூபால் ரெட்டிக்கும் இடையில் சமாதானம் ஏற்பட்டபோது, இவ்வாறு பத்திரங்களில் ஒப்பந்தம் போடப்படும் என்று அவர்கள் தெரிவித்தார்கள். தலித்துகளிடம் பத்திரங்களின் முதல், மூன்று மற்றும் ஐந்தாம் பக்கங்கள் இருக்க, பூபால் ரெட்டியிடம் இரண்டு, நான்கு மற்றும் ஆறாம் பக்கங்கள் இருந்தன. மேலும் அவர்களிடம் ஓர் ஆண்டுக்கான நிலஆவணத்தில் பத்து பேர்களின் பெயர்கள் இடம்பெற்றிருந்தன. அந்த ஆவணங்களை எல்லாம் சிரிலிடம் கொண்டு போய், வழக்குகளைப் புதிதாகக் கட்டமைத்தோம். அவற்றை வைத்து சிரில் ஒரு வரைபடத்தை உருவாக்கினார். அதில் குறியிடப்பட்ட பகுதிகளில் எல்லாம் ஆவணங்கள் அற்ற பகுதிகளாக இருந்தன. அந்த ஆவணங்களைத் தேடுவது எனது கடமையானது.

அந்த வேலையை நான் கமுக்கமாகச் செய்தேன். கண்டுக்கூர் மண்டலத்தில் எனக்குத் தெரிந்த நபர் ஒருவர் இருந்தார். அவர் தனியாக இருக்கும்போது, எனக்கு என்ன ஆவணங்கள் வேண்டும் என்பதைச் சொல்லி, அதை அவர் எடுத்துத்தரும் வரைக்கும் அவரை நச்சரித்துக்கொண்டே இருந்தேன். அதிகாரிகளின் வீடுகளுக்கு நான் காலை 6 மணிக்கே சென்றுவிடுவேன். அலுவலகத்தில் அவர்களைச் சந்தித்தால் யாரேனும் நிலக்கிழார் களிடமோ அல்லது எம்.எல்.ஏ. அல்லது எம்.பி.யிடமோ போட்டுக்கொடுத்துவிடுவார்கள் என்ற பயம் அவர்களுக்கு இருந்தது. எனவே, அவர்களது வீட்டில் வைத்து அவர்களைச் சந்தித்தேன். நான் அவ்வளவு காலை நேரத்தில் அவர்களின் வீட்டில் 'தேவுடு காப்பதைப்' பார்த்து அவர்களது மனைவிமார் களுக்கு என் மீது பரிவும் ஆர்வமும் ஏற்பட்டது. மண்டல அலுவலகத்தில் வேலை பார்க்கும் ஒவ்வொருவரோடும் நான் எண்ணற்ற கோப்பை தேநீர் அருந்த வேண்டியிருந்தது. எனக்குக் கிடைக்கும் ஒவ்வோர் ஆவணமும் என்னை இன்னோர் ஆவணத்துக்கு அழைத்துச் சென்றது. மூன்று மாதங்களில், அதாவது 1986 மே மாதத்தில், எங்கள் வழக்குக்குத் தேவையான எல்லா ஆவணங்களும் கிடைத்தன. அந்த ஆவணங்களைக் கொண்டு நாங்கள் புனைந்த வழக்குகள் எல்லாமே, ஜப்பார்குடெம் மக்கள் சொன்ன கதைகளோடு ஒத்துப்போயின. ஏழைகள் எப்போதும் உண்மையானவர்கள், ஆனால் எல்லோரும் புரிந்துகொள்ளும்படி அந்த உண்மைகளை அவர்களுக்குச் சொல்லத் தெரியாது என்பது அப்போது எனக்குப் புரிந்தது. அந்த உண்மையை வருவாய்த் துறை நிர்வாகமும், நீதிமன்றமும் புரிந்துகொள்கிற மொழியில் எடுத்துச் செல்வது மட்டும்தான் எங்களுடைய வேலையாக இருந்தது.

எங்கள் சங்கம் இந்தப் பகுதிக்கு வந்து, நிலம் தொடர்பான வழக்குகளைக் கையில் எடுக்கும் முன்பு நிகழ்ந்த வரலாறு மிகவும் சுவாரஸ்யமானது. மஞ்சிரெட்டி குடும்பத்துக்கும் ஜப்பார்குடெம் மக்களுக்கும் நடைபெற்றுவந்த மோதலில், இருசாராரின் பயிர்களும் சேதப்படுத்தப்படுவது வழக்கமாக இருந்தது. அப்படியிருந்தும் அந்த மக்கள் தங்களுடைய போராட்டத்தைக் கைவிட்டுவிடவில்லை. ரெட்டிக்கள் பயிரிட்டால் மக்கள் அழிப்பதும், மக்கள் பயிரிட்டால் ரெட்டி குடும்பத்தார் அழிப்பதும் தொடர்கதையானது. ஆனால் ரெட்டிகள், மக்களின் பயிர்களை அழித்ததோடு மட்டுமல்லாமல், காவல்துறையை விட்டு அவர்களைக் கைது செய்யவைத்து, சித்ரவதைக்கும் உள்ளாக்கினர்.

பெரும்பாலான மாதிகாக்கள் ரெட்டிகளின் கொத்தடிமைகள்தான். ஆச்சரியம் என்னவென்றால், அவர்களுடன் மல்லுக்கட்டிக் கொண்டிருக்கும்போதே, தங்கள் வழக்கை நடத்த கோர்ட்டுக்குப் போவதற்கு ரெட்டிகளிடமே பேருந்துப் பயணத்துக்குக் காசு கேட்டு நிற்பார்கள். 1978இல் மஞ்சிரெட்டி குடும்பத்துக்கும் அந்த மக்களுக்கும் இடையே ஒரு சமரசம் நிகழ்ந்தது. சச்சரவு உள்ள நிலத்தை, மாதிகாக்கள் சிலரின் பெயரில் கொடுத்துவிட்டு, அந்த நிலங்களைப் பாதிப்பாதியாகப் பிரித்துக்கொள்ள மஞ்சிரெட்டி குடும்பத்தார் ஒப்புக் கொண்டார்கள். அந்த ஆண்டு அரசே பத்து ஏழைகளுக்கு, அந்த நிலத்தில் பத்து ஏக்கரை, பட்டா போட்டுக் கொடுத்தது. பூபால் ரெட்டிக்கு எதிரான வழக்கில் அரசு வென்றதால், யாரோ ஒரு நேர்மையான அதிகாரி, பொருத்தமான ஏழைகளைத் தேர்வு செய்து அவர்களுக்கு நிலங்களை வழங்கினார். அரசியல் அழுத்தங்கள் காரணமாக, அவரால் முழு நிலத்துக்கும் தன்னுடைய அதிகாரத்தைப் பயன்படுத்த முடியாமல் போயிருக்கலாம். பத்திரத்தில் ஒப்பந்தம்போட்ட பிறகு, விவசாயிகளுக்கு இரண்டாவது பக்கம் வழங்கப்பட்டது. ஆனால் அந்த ஒப்பந்தத்தை 1979இல் ரெட்டிகள் மீறிவிட்டார்கள். அதனால் இப்போது அந்த நிலத்தின் மீது மக்களுக்கு எந்த உரிமையும் இல்லாமல் போனது. மேலும், சில விவசாயிகள், பட்டேல்களைச் சார்ந்து பிழைக்க வேண்டிய நிலைமை இருந்ததால் நிலத்தின் மீதான தங்களின் உரிமையை விட்டுக் கொடுத்தார்கள். உதாரணத்துக்கு, யச்சாராம் பாலய்யா அப்படித்தான் இருந்தார். அவர் 1978 முதல் 1988 வரை பூபால் ரெட்டியிடம்தான் வேலை பார்த்தார். இன்னும் சிலருக்குப் பணத்தாசை காட்டி நிலங்களை விட்டுவிடச் சொன்னார்கள். தவிர, உள்ளூரில் விவசாயிகளுக்கு இடையே இருந்த பொறாமையும் பகையும் நிலக்கிழார்களுக்குச் சாதகமாயின.

அதிகாரமிக்க நிலக்கிழார்களை எதிர்த்துப் போராட, ஏழைகளுக்குக் குறைந்த அளவே திராணி இருந்தது. நீதியை விடுங்கள், நீதிமன்றங்களில் காணப்படும் நீதிபரிபாலன முறையே கூட அவர்களுக்கு எதிரானதாகத்தான் இருந்தது. இரண்டு சாராரது வழக்கறிஞர்களும் தங்கள் கட்சிக்காரர்களின் வழக்குகளை 'நடுநிலையோடு' இருக்கிற நீதிபதியிடம் முன்வைக்க, அவரோ, தனக்கு முன் உள்ள ஆவணங்கள், சாட்சிகள் ஆகிய வற்றின் அடிப்படையில்தான் உண்மையைத் தெரிந்துகொள்ள முயற்சிப்பார். தங்களுக்குச் சாட்சியாக இருக்கும் ஆவணங்களை ஏழைகளால் திரட்ட முடியாது. அவர்களால் தங்களது வழக்கறிஞர்களையும் நம்ப முடியவில்லை. ஏனென்றால், பொதுவாக அவர்களுக்காக வாதாடும் வழக்கறிஞர்களும் ஆதிக்கச் சாதியினராகவே இருப்பார். அவர்களுடன் எந்த உறவும் கிடையாது. அவர்களுக்குக் கட்டணம் வழங்க அவர்களிடம் போதுமான பணம் இருக்காது. அவர்கள் பேசும் மொழியையும் நீதிமன்றத்தால் புரிந்துகொள்ள முடியாது. நீதிமன்றங்களும் பெரும்பாலும் ஆதிக்க சாதி அலுவலர்களையே கொண்டிருப்ப தால், அவர்களுக்கு ஏழைகளின் பாடுகள் பொருட்படுத்தத் தக்கவையாக இருக்கவில்லை.

சிரில் வடிவமைத்த திட்டம், இரண்டு முனைகளில் இருந்து தாக்கும் ஒன்றாக இருந்தது. வழக்குகளின் தன்மையைப் பொறுத்து, எங்களுக்கு வெற்றி கிடைக்கலாம் என்ற நம்பிக்கையில், அவற்றை வருவாய் நீதிமன்றங்களிலும் அரசிடமும் எடுத்துச் செல்ல முடிவெடுத்தோம். உண்மையில் பூபால் ரெட்டி தனது சித்து வேலைகள் மூலமாகத்தான் அரசுக்கு எதிரான வழக்கில் வெற்றி பெற்றாரே தவிர, நியாயமான முறையில் அல்ல. எனவே நாங்கள் அரசிடம் சென்று 1967இல் மாவட்ட இணை ஆட்சியர் பிறப்பித்த உத்தரவை முழுமையாக நடைமுறைப்படுத்தச் சொல்லி வலியுறுத்த நினைத்தோம். இதைச் சாதிக்கவேண்டு மென்றால், கிராமத்தினரிடையே ஒற்றுமையை நிலைநாட்ட வேண்டும். இந்த விஷயங்கள் ஒரு பக்கம் நடக்க, இன்னொரு பக்கம், சிவில் கோர்ட்டுகளில் இந்த வழக்குகளைத் தொடர எத்தனித்தோம். சிவில் கோர்ட்டும், உயர் நீதிமன்றமும் மக்களுக்கு எதிராகத் தடை உத்தரவு பிறப்பித்திருந்தாலும், வருவாய் நீதிமன்றங்கள் மக்களின் உரிமையைத் தூக்கிப்பிடித்திருந்தன. மேலும், 1967இல் இணை ஆட்சியர் பிறப்பித்த உத்தரவுக்கும் எந்த எதிர்ப்பும் இல்லாமல் இருந்தது.

1986இல், அந்த நிலங்களில் மக்களைப் பயிர் செய்ய ஊக்குவித்தோம். அந்த நிலங்களில் ஏற்கெனவே நிலக்கிழார்கள் ஆமணக்கு பயிரிட்டிருந்தார்கள். அந்த நிலங்களின் மீதான

உரிமையில், பத்தில் ஒன்பது பங்கு மக்களிடம் இருந்தது. இதை சிரில் சொல்லாத நாளே இல்லை எனலாம். தங்களுக்கு நிலம் தேவையென்றால், அதை எல்லா வகைகளிலும் பெற மக்கள் போராட வேண்டும். ஆனால் செய்வதைக் காட்டிலும் சொல்லுவது எளிது. ஜப்பார்குடெம் மக்களுக்கு நிலம் வேண்டும் தான். ஆனால் பூபால் ரெட்டியால் தாங்கள் திரும்பத்திரும்பச் சித்ரவதைக்கு ஆளாகும்போது, அவரை எதிர்த்துப் போராடவும் மக்கள் தயாராக இல்லை. ஆகவே, பக்கத்திலிருந்த கிராம மக்களின் ஆதரவும் எங்களுக்குத் தேவையாக இருந்தது. தொடர்ந்து அவர்களிடமும் பேசினோம். எங்களுக்குக் கிடைத்த பதில் ஆச்சரியமாக இருந்தது. எலிமிநேடு மக்களும் இந்த நிலப்பிரச்சினையில் பாதிக்கப்பட்டிருந்தார்கள் எனினும் அவர்களால் ஒரு முறை கூடக் குரல் எழுப்ப முடியவில்லை. ஜப்பார்குடெமிலிருந்து சுமார் இருபது கிலோ மீட்டர் தொலைவி லிருந்த தண்டுமைலாரம் கிராமம் முதற்கொண்டு, கப்பாட், சேர்லபட்டேல்குடெம், மடப்பூர் ஆகிய கிராமங்களிலிருந்து மக்கள் திரண்டார்கள். பெரும்பாலும் மாதிகாக்கள்தான். ஜப்பார்குடெம் சகோதரர்கள் தங்களை ஆளும் உயர்குடியினரை எதிர்த்து மேற்கொள்ளும் போராட்டத்தை அதுகாறும் அருகிலிருந்த கிராமத்தினர் பார்த்துக்கொண்டே இருந்திருக்கிறார்கள். அது ஜூன் மாதத் தொடக்கம். ஆகவே, வெயில் அவ்வளவாக இல்லை. பகல் முழுக்க நாங்கள் நிலத்தில் பாடுபட, இரவில் ஆட்டமும் பாட்டுமாக இருந்தது. ஜப்பார்குடெம் பெண்கள் எங்கள் அனைவருக்காகவும் சமைத்தார்கள். ரெட்டிகளின் ஆமணக்கைப் பிடுங்கிஎறிந்துவிட்டு, ஜப்பார்குடெம் மக்கள் சோளம் பயிரிட்டார்கள். அதைத் தடுக்க ஹைதராபாத்திலிருந்து குண்டர்களைக் கூட்டிவந்து ரெட்டிகள் எங்களைப் பயமுறுத்தினார்கள். வயல்களுக்குப் பக்கத்திலேயே குண்டர்கள் இருந்தாலும் அவர்களால் ஒரு அடி கூட எடுத்து வைக்க முடியவில்லை. ஏனென்றால், நாங்கள் ஆயிரக்கணக்கான மக்களைத் திரட்டி வைத்திருந்தோம். அந்த மக்கள் எல்லாம் எங்களுடன் நான்கு நாட்கள் தங்கியிருந்து, அந்த குண்டர்கள் சென்ற பிறகே தத்தமது கிராமங்களுக்குத் திரும்பினார்கள்.

ஜப்பார்குடெமில் நடைபெற்றுக்கொண்டிருந்த விஷயங் களை அரசு கவனித்துக்கொண்டிருந்தது. இதனால் நிலக்கிழார் களுக்கும் மக்களுக்கும் இடையே மிகப்பெரிய மோதல் நடக்கக்கூடும் என்று அஞ்சியது. நாங்கள் சோளம் விதைத்து முடித்ததும், ஹைதராபாத் (கிழக்கு) கிராம வளர்ச்சி அலுவலர் 144 தடை உத்தரவைப் போட்டு அந்த நிலங்களைத் தன் கட்டுப்பாட்டுக்குள் எடுத்துக்கொண்டார். குற்றவியல் தண்டனைச் சட்டம் 1973இன்படி, 144 தடை உத்தரவு என்பது மாஜிஸ்திரேட்

நிலையிலான அதிகாரி ஒருவரால், நான்கு பேருக்கு மேற்பட்ட நபர்கள் ஓர் இடத்தில் கூடுவதற்கு விதிக்கப்படும் தடையாகும். இது மக்கள் கூட்டங்களைத் தடுக்கும். அந்த உத்தரவு எங்களுக்குச் சாதகமானது. ஆர்.டி.ஓ. போட்ட அந்த 144 தடை உத்தரவால், நிலக்கிழார்களால் அந்த நிலத்தின் மீதான தங்கள் கட்டுப்பாட்டை இழக்க நேரிட்டது. சோளம் விதைத்திருந்ததால், சோளமே அறுவடை செய்யப்பட்டது. அதுவும் ஜப்பார்குடெம் மக்களுக்கே சென்றது. அந்த நிலத்தில் அறுவடை செய்ய, மண்டல வருவாய் அலுவலர் ஒப்பந்தக்காரர் ஒருவரை நியமித்தார். அறுவடை செய்வதற்கான பணத்தை அரசிடம் மக்கள் செலுத்திவிட வேண்டும். அதனால் என்ன, எங்களுக்கு அந்த வெற்றி மிகவும் இனிமையாக இருந்தது. 1986 முதல் 1993இல் நான் அங்கிருந்து வெளியேறும் வரை, ஜப்பார்குடெம் பிரச்சினை எனக்கு இன்றியமையாத ஒன்றாக மாறிப்போனது. இதர கிராமங்களுக்கு நான் மேற்கொண்ட பயணங்களைவிடவும், இங்குதான் அதிக அளவில் பயணம் செய்திருக்கிறேன். அங்குள்ள ஒவ்வொருவரின் பெயரும் எனக்குத் தெரியும். ஒவ்வொரு நாள் நடக்கும் விஷயங்களையும் நான் மிகவும் கவனமாக அணுகினேன். இது ஒரு முக்கியமான போராட்டம். இதில் நாங்கள் வென்று, மற்ற கிராமங்களுக்கு ஒரு முன்னுதாரணமாக இருக்க வேண்டும். அதுவும் இந்த கிராமம் இந்தத் தாலுகாவிலேயே மிகவும் அதிகாரமிக்க பேராசை கொண்ட ஒருவரின் பிடியில் இருப்பதால் நாங்கள் வெல்வதைத் தவிர வேறு வழியில்லை.

இறுதியாக, அந்த நிலத்திலிருந்து ரெட்டிகளை நாங்கள் வெளியேற்ற முடிந்தது. எவ்வளவு சிறிய வெற்றியாக இருந்தாலும், அந்த முதல் வெற்றி கொடுத்த உற்சாகத்தால், எங்களது அடுத்தடுத்த போராட்டங்கள் சுலபமாகின. ஒரு பக்கம் நிலத்தைப் பயிர் செய்துகொண்டும், நீதிமன்றங்களில் வழக்குகளை நடத்தி வந்தாலும், வேறு சில பிரச்சினைகளைக் கையில் எடுக்கவும் எங்களால் முடிந்தது. இந்தச் சிறிய வெற்றி, மொத்தப் பகுதியின் மீதும் மிகப்பெரிய தாக்கத்தை ஏற்படுத்தியது. நிலக்கிழாரோ அல்லது கூலித் தொழிலாளியோ... எவராலும் பூபால் ரெட்டி அந்த நிலத்திலிருந்து துரத்தியடிக்கப்பட்டார் என்பதை நம்பவே முடியவில்லை. இனி, இதர இடங்களிலும் உள்ள ரெட்டி நிலக்கிழார்களை, சட்டத்துக்குப் புறம்பாக அவர்கள் சேர்த்து வைத்திருக்கும் நிலங்களிலிருந்து தூக்கி எறிய முடியும் என்ற நம்பிக்கை பிறந்தது. இதிலிருந்து நான்கு மண்டலத்தைச் சேர்ந்த மக்களுக்கும் துணிவு பிறந்தது.

புலிமாமிடி நிலம் பற்றி நான் கேள்விப்பட்டிருக்கிறேன். சுமார் ஆயிரக்கணக்கான ஏக்கர் நிலங்களை ஒரே ஒரு ரெட்டி குடும்பம் அனுபவித்து வந்தது. 1986இல் புலிமாமிடி மாதிகாக்கள்,

கைவினைஞர்கள் சமூக மக்களான சக்கிலி, மங்கலி, கும்மாரி, கம்மாரி, கொல்ல கவர்மா உள்ளிட்டோர் எங்கள் சங்கத்துக்கு வந்த அந்த நிலப்பிரச்சினை தொடர்பாகப் பேசினார்கள். மட்டுமல்ல, அவர்கள் ஜப்பார்குடெம் கிராமத்தில் விதைப்புப் போராட்ட சமயத்தில் தாங்களும் கலந்துகொண்டு விதைப்பு செய்தார்கள். ஜப்பார்குடெம் பிரச்சினைகள் முடிந்த கையுடன் இந்தப் பிரச்சினையில் கவனம் செலுத்தத் தொடங்கினேன்.

நிலக்கிழார்கள் அதிகாரமற்று இருக்கும்போது, மக்களும் மிகவும் பயந்து இருப்பதையும், நிலக்கிழார்கள் அதிகார மிக்கவர்களாக இருக்கும்போது, மக்களும் வலுவாக நின்று அவர்களை எதிர்ப்பதையும் நான் பார்த்திருக்கிறேன். ஹைதராபாத்திலிருந்து சுமார் நாற்பத்தியிரண்டு கிலோமீட்டர் தொலைவில் உள்ளது புலிமாமிடி கிராமம். இது ரங்க ரெட்டி மாவட்டத்தின், கண்டுக்கூர் மண்டலத்தின் கீழ் வருகிறது. 1961ஆம் ஆண்டு மக்கள்தொகைக் கணக்கெடுப்பு அறிக்கையின் 'திருவிழாக்கள்' எனும் தலைப்பின் கீழ், இந்த கிராமம் முன்பு புலிகளையும், மாந்தோப்புகளையும் கொண்ட ஒரு வனமாக இருந்ததாகத் தெரிவிக்கிறது. அதனால்தான் இதற்கு 'புலிமாமிடி' (புலி+மா) என்று பெயர் வந்தது. ஆனால் காலம் செல்லச் செல்ல அதனை 'புல்மாமிடி' என்று மக்கள் அழைத்தார்கள். அதற்கும் ஒரு கதை உண்டு. இந்தப் பகுதியில் காய்க்கும் மாம்பழங்களுக்குப் புளிப்புச் சுவை தூக்கலாக இருக்கும். தெலுங்கு மொழியில் 'புல்லா' என்றால் புளிப்பு என்று பொருள். எனவே அது புல்மாமிடி ஆனது. ஆனால் புலிமாமிடி மக்கள் நிச்சயமாகப் புலிகள்தான்.

அந்த கிராமம் ரங்க ரெட்டி மற்றும் மகபூப்நகர் மாவட்டங்களின் எல்லையில் அமைந்துள்ளது. எல்லா விதமான சாதியினரையும் உள்ளடக்கிய அது அந்தப் பகுதியிலேயே மிகப் பெரிய கிராமமாக இருந்தது. அங்கிருந்த பிரச்சினைக்குரிய நிலம் சுமார் 1,800 ஏக்கர் பரப்பளவில் விரிந்திருந்தது. வேறு எந்தக் கிராமத்திலும் அவ்வளவு பரந்த நிலத்தைப் பார்க்க முடியாது. இந்த நிலம் முன்பு ஷம்சத் உத் தௌலா என்ற ஆளும் வர்க்கத்தைச் சேர்ந்த இஸ்லாமியருக்குச் சொந்தமாக இருந்தது. 1948 போராட்டத்தின்போது அவர் நிலத்தைவிட்டு ஓட, அந்த நிலத்தின் ஆவணங்களில் அந்த ஜாகிர்தாருக்குக் கீழே பணியாற்றிய பட்வாரி கோத்தபள்ளி ராமச்சந்திர ரெட்டி தன் பெயரை எழுதிவிட்டு, அந்த நிலத்தைத் தனக்குச் சொந்தமாக்கிக் கொண்டார். ஷம்சத் உத் தௌலாவின் மகன் அசார் ஹுசைன், அந்த நிலத்தை மீட்க சிவில் மற்றும் கிரிமினல் கோர்ட்டுகளில் பல வழக்குகளைப் போட்டும், அவற்றால் எந்தப் பயனும் விளையவில்லை.

இருபதாம் நூற்றாண்டின் தொடக்கத்தில், யச்சாராம் பகுதியின் கோத்தபள்ளி கிராமத்திலிருந்து ராமச்சந்திர ரெட்டியின் தந்தை புல்லா ரெட்டி புலிமாமிடிக்கு வந்தார். அவர் அந்த கிராமத்துக்கு வந்த விதம் பற்றி ஒருவர் சொல்லும்போது, "பொட்ட சேட்டுலோ பெட்டுகோனி வச்சது" (அவன்கிட்ட இருந்தது எல்லாமே, ஒட்டிய வயிறு மட்டும்தான்) என்றார். ஆனால் 1940களில் பட்வாரி பதவி (நில ஆவணங்களைப் பராமரிப்பவர்), மலி பட்டேல் (நில வருவாய் வசூலிப்பவர்) மற்றும் போலீஸ் பட்டேல் (காவல் காப்பது) ஆகிய பதவிகள் எல்லாம் ராமச்சந்திர ரெட்டியிடமும், அவரது இரண்டு சகோதரர்களிடமும் இருந்தன. அவர்களில் ராமச்சந்திர ரெட்டிதான் முதலாமவர். ஜாகிர்தார் நிலம் தனக்கு வந்ததும், 240 ஏக்கர் நிலத்தைக் கோயில் ஒன்றுக்குத் தந்துவிட்டு, மீதமுள்ள சுமார் 2,000 ஏக்கர் நிலத்தைத் தானே வைத்துக்கொண்டார். அந்த நிலங்களைத் தனது பெயரிலும், தனது மகன்களின் பெயரிலும் மற்றும் தன் பினாமிகளின் பேரிலும் எழுதி வைத்திருந்தார். அந்த நிலத்தின் பெரும்பான்மையான பகுதிகள் நல்ல வளமானவை. கரிசல் மண். அந்த நிலத்தில், கடற்கரையோர ஆந்திராவிலிருந்து பல கம்மா குடும்பங்களை அழைத்துவந்து அங்கே தங்க வைத்தார் ராமச்சந்திர ரெட்டி. அன்றைய முதலமைச்சர் மாரி சென்னா ரெட்டியின் மகளைத்தான் தனது மகனுக்கு மணம் முடித்திருந்தார் அவர். மட்டுமல்ல, 1959 முதல் 1962 வரை ஆந்திரப் பிரதேசத்தின் துணைமுதலமைச்சராக இருந்த கொண்டா ரங்க ரெட்டியின் மகளும் ராமச்சந்திர ரெட்டியின் குடும்பத்தில்தான் வாழ்க்கைப்பட்டிருந்தார். கொண்டா ரங்க ரெட்டியின் நினைவாகத்தான், அந்த மாவட்டத்துக்கு ரங்க ரெட்டி என்று பெயரிடப்பட்டிருக்கிறது. கொண்டா ரங்க ரெட்டியின் மகன் நீதியரசர் மாதவ ரெட்டி, 1983 – 85 காலகட்டத்தில் ஆந்திரப் பிரதேசம் மற்றும் மகாராஷ்டிரா உயர்நீதிமன்றங்களின் முதன்மை நீதிபதியாகப் பணியாற்றியவர். ரங்க ரெட்டியின் பெயரன் கொண்டா விஷ்வேஷ்வர் ரெட்டி, தெலங்கானா ராஷ்டிரா சமிதி கட்சியின் சேவெல்லா தொகுதியின் எம்.பி.யாக இருந்தார். அவர் அப்போலோ மருத்துவமனைகளின் நிறுவனர் பிரதாப் ரெட்டியின் மருமகனும் ஆவார். அவர் எம். பி.யாக இருந்த காலத்தில், 'பதினேழாவது நாடாளுமன்றத்தில் மிகப்பெரிய பணக்கார உறுப்பினர் விஷ்வேஷ்வர் ரெட்டிதான்' என்று ஊடகங்கள் பறைசாற்றின. மாரி சென்னா ரெட்டி, 1978 முதல் 1980 வரையிலான காலகட்டத்திலும், எங்கள் சங்கத்தின் மிக முக்கியமான ஆண்டுகளில், அதாவது 1989 முதல் 1990ஆம் ஆண்டுவரையிலான காலகட்டத்திலும் காங்கிரஸ் முதலமைச்சராக இருந்தார்.

புலிமாமிடி நிலப் போராட்டத்துக்கு முன்வரலாறு உண்டு. 1950களில் சி.பி.எம். கட்சியின் கே. கிருஷ்ணமூர்த்தி தலைமையில் அந்த நிலத்தை மீட்டெடுக்கப் போராட்டம் நடைபெற்றது. ஆனால் அவர்களால் குறிப்பிடத்தக்க எதையும் சாதிக்க முடியவில்லை. அதனால் ஒன்று சி.பி.எம். கட்சியே அந்தப் போராட்டத்திலிருந்து பின்வாங்கியிருக்க வேண்டும். அல்லது மக்களே சோர்ந்து போயிருக்கலாம். அப்போது முதல், உள்ளூர் ஆட்களுக்கு நிலங்களை விற்கவோ அல்லது குத்தகைக்கு விடவோ ராமச்சந்திர ரெட்டி விரும்பவில்லை. அவ்வாறு நிலங்களை விற்றாலோ அல்லது லீசுக்குக் கொடுத்தாலோ, அந்த நிலம் கொடுக்கும் வளத்தினால் மக்களிடத்தில் செல்வம் சேர்ந்து, பின்னாளில் தன்னையே எதிர்க்க வருவார்களோ என்ற அச்சம் அவருக்கு இருந்தது. மக்கள் எவ்வளவுக்கு எவ்வளவு ஏழைகளாக இருந்தார்களோ, அவ்வளவுக்கு அவ்வளவு அவர்களை மிகவும் கொடுமைப்படுத்தினார் ராமச்சந்திர ரெட்டி. அதனால் கிராமத்தினர் அவரை வெறுத்தார்கள். அவருடைய வீழ்ச்சிக்கு அது ஒரு காரணம். அவரிடம் நிலத்தை விற்பனைக்குக் கேட்கவோ அல்லது குத்தகைக்கு விடச்சொல்லி கேட்கவோ போகும்போது, அவர், "ஊரிக்கி சேஸே சேவா, பீனிகக்கி சேஸே சிங்காரம் — ரெண்டு வொட்டிதே" (கிராமத்துக்குச் சேவை செய்வதும், பிணத்தை அலங்கரிப்பதும் பயனற்ற செயல்கள்) என்பார். தனது நிலத்தின் மீதிருந்து கிராமத்தினரின் பார்வையை விலக்க, கடற்கரையோர ஆந்திராவிலிருந்து கம்மா சமூக மக்களையும், வடக்கு தெலங்கானாவிலிருந்து லம்பாடிகளையும் கூட்டிவந்து சுமார் 600 ஏக்கரில் அவர்களைக் குடிவைத்தார்.

ராமச்சந்திர ரெட்டியின் குடும்பத்தின் கீழ் தாங்கள் பட்ட கஷ்டங்களை அவ்வளவு சீக்கிரத்தில் அந்தக் கிராமத்தினர் மறந்துவிட மாட்டார்கள். தாங்கள் வாங்கிய கடனுக்காக, அதைத் திருப்பிச் செலுத்த தங்களிடமிருக்கும் கொஞ்சநஞ்ச உடைமைகளையும் தந்துவிடுவதாகக் கடனாளிகள் சம்மதம் தெரிவிக்கும் வரை, அவர்களின் முதுகின் மீது பெரிய பெரிய கற்களைக் கட்டிவிட்டு, கொளுத்தும் வெயிலில் பல மணி நேரம் நிற்க வைத்துக் கொடுமைப்படுத்துவார் ராமச்சந்திர ரெட்டியின் அப்பா. அறுவடை நாட்களில், தங்கள் நிலங்களில் பெண்களை அறுவடை செய்யவிடாமல், அனைவரையும் தன் நிலத்துக்குக் கூட்டி வந்து அங்கு அறுவடை செய்ய அவர்களை வற்புறுத்தினார். "இந்த வேலைக்காக எங்களுக்குக் கிடைத்த கூலி, ஜன்னல் வழியாகத் தூக்கி எறியப்பட்ட கொஞ்சம் சோளம்தான்" என்று அந்தப் பெண்மணிகளில் ஒருவர் என்னிடம் சொன்னார். ஒவ்வொரு குடும்பத்திலிருந்தும் ஒருவர் கட்டாயம் அவரிடம் 'வெட்டி' ஆக வேலை செய்ய வேண்டும். ஆடு மேய்ப்பவர்கள்

தங்கள் குழந்தைகளைக் கூலி கொடுக்கப்படாத வேலைக்கு அவரிடம் அனுப்பிவைத்தார்கள். கூலியாட்கள் வண்டி வண்டியாக விறகுகளைக் கொண்டு வர வேண்டும். இப்படி ஒவ்வொரு குடும்பமும் ஏதேனும் ஒரு வேலையையாவது அந்தக் குடும்பத்துக்குக் கூலி எதிர்பார்க்காமல் செய்ய வேண்டும்.

1961ஆம் ஆண்டில், ஆந்திரப் பிரதேச விவசாய உடைமைகள் உச்ச வரம்புச் சட்டம் கொண்டு வரப்பட்டபோதும், பிறகு 1973ஆம் ஆண்டில், ஆந்திரப் பிரதேச நிலச் சீர்திருத்த (விவசாய உடைமைகள் உச்ச வரம்பு) சட்டம் அறிமுகப்படுத்தப்பட்ட போதும் மிகவும் திகிலடித்துப் போனார் ராமச்சந்திர ரெட்டி. அதிலும் இரண்டாவதாகக் கொண்டு வரப்பட்ட சட்டம் தெலங்கானாவின் புஞ்சை நிலப் பகுதிகளில் விவசாயிகள் ஐம்பத்தி ஐந்து ஏக்கர் நிலங்களை மட்டுமே கொண்டிருக்க வேண்டும் என்று சொன்னது. இதனால் சட்டத்துக்குப் புறம்பாகத் தான் சேர்த்த நிலங்களைக் காப்பாற்றவும், தனது தவறுகளை மறைக்கவும் தலைப்பட்டார் அந்த ரெட்டி. பிற்பாடு 1964ஆம் ஆண்டு கொண்டு வரப்பட்ட நில உச்சவரம்புச் சட்டம் மிக முக்கியமான ஓர் உட்பிரிவைக் கொண்டிருந்தது: 1961 முதல் 1969 வரையிலான காலகட்டத்தில் நிலம் வாங்குதல், விற்றல் ஆகியவை தொடர்பான விவரங்களை முத்திரைத்தாள் பயன்படுத்தாமல், வெறுமனே வெள்ளைத் தாளில் மேற்கொள்ள வேண்டும் என்று பிரிவு 50பி சொல்லியது. இப்படி ஓர் உட்பிரிவைக் கொண்டு வந்ததற்குக் காரணம், தங்களிடமிருக்கும் அளவுக்கு அதிகமான நிலங்களைத் தங்களின் 'பினாமி'களுக்கு விற்றுவிட்டதாகக் கூறி, 1961ஆம் ஆண்டு கொண்டு வரப்பட்ட சட்டத்திலிருந்து தப்பித்து விடக் கூடாது என்பதுதான். ஒவ்வொரு முறை ஏதேனும் சொத்துகள் வாங்கும்போது, ஒரு நிலக்கிழார் அந்தப் பகுதியின் தாசில்தாரிடம் விண்ணப்பிக்க வேண்டும். போலவே மேற்கூறிய சட்டங்கள் கொண்டு வரப்படுவதற்கு முன்பு வாங்கப்பட்ட சொத்துகளைப் பற்றியும் அவரிடம் தெரிவிக்க வேண்டும். பின்னர் இவ்வாறு நிலக்கிழார்கள் தரும் தகவல்கள் மீது தாசில்தார் விசாரணை நடத்துவார். அந்தத் தகவல்கள் உண்மை என்று தெரியும்பட்சத்தில், பிரிவு 50பி–இன் கீழ் தாசில்தார் சான்றிதழ் ஒன்றைக் கொடுப்பார். ஒரு நிலக்கிழாரிடத்தில் அனுமதிக்கப்பட்ட வரம்புக்கு மேல் நிலங்கள் எதுவும் இல்லை என்று சொல்வதற்கு அந்தச் சான்றிதழ்தான் சாட்சி.

இந்தப் பிரச்சினை நாங்கள் முன்னெடுத்து நடத்தக் கூடிய ஒன்றாகவே இருந்தது. நாங்கள் செய்ய வேண்டியதெல்லாம், 'பினாமி'களைக் கண்டுபிடிப்பதும், அதுவரையில் உட்பிரிவு 50பிஇன் கீழ் வழங்கப்பட்ட சான்றிதழ்களைச் செல்லாது என்று

உத்தரவிட மாவட்ட ஆட்சியரிடம் மனு செய்வதும்தான். இது தொடர்பான ஆவணங்களை எல்லாம் கண்டுபிடித்து எடுப்பது எங்களுக்குக் கடினமாக இருக்கவில்லை. எல்லாத் தகிடுதத்தங்களும் ஒரே இடத்தில் குவிந்திருந்தன. உதாரணத்துக்கு, 800 ஏக்கர் நிலங்கள் ராமச்சந்திர ரெட்டிக்கு, போலியான 50பி சான்றிதழ்கள் மூலம், ஒரே நாளில், ஒரே மாதிரியான கையெழுத்தில் தாரை வார்க்கப்பட்டிருந்தன. தொடர்ந்து, அன்றைய இப்ராகிம்பட்டின (கிழக்கு) உதவி ஆட்சியராக இருந்தவர் கோப்புகளை முடித்துவிட்டார். பிறகு ஜானகிராம ராவ் என்பவரை இப்ராகிம்பட்டினத்தின் தாசில்தாரராகக் கொண்டு வந்துவிட்டார் ராமச்சந்திர ரெட்டி. ஜானகிராம ராவ், முன்பு மஹ்பூபாத் தாலுகாவில் தாசில்தாராக இருந்தார். அங்கிருந்தபோது, நில உச்சவரம்புச் சட்டத்தின் ஓட்டைகளைப் பயன்படுத்தி நில ஆவணங்களைத் தயாரிப்பதில் வல்லவர் என்று பெயரெடுத்திருந்தார். அவரை இப்ராகிம்பட்டினத்துக்குக் கொண்டுவந்தவுடன், உதவி ஆட்சியர் மூடிய கோப்புகளை எல்லாம் மீண்டும் திறந்து, 1975 பிப்ரவரி 8ஆம் தேதி 600 ஏக்கர் நிலங்களுக்கு 50பி சான்றிதழ்களை ஒரே நாளில் ராமச்சந்திர ரெட்டிக்கு வழங்கினார்.

தன்னிடமிருந்த 240 ஏக்கர் நிலங்களை, புலிமாமிடியிலிருந்த சீக்கட்டி வெங்கடேஸ்வரா கோயிலுக்குக் கைமாற்றினார் ராமச்சந்திர ரெட்டி. ஆனால் அவை கோயில் நிலங்கள் என்று அந்த கிராமத்தினருக்குத் தெரியவே தெரியாது. ஏனென்றால் அப்போது, ராமச்சந்திர ரெட்டி மட்டும்தான் நிலங்களைக் குத்தகைக்கு விட்டுக்கொண்டிருந்தார். எனவே, அந்தக் கோயில் நிலங்களையும் ரெட்டி மற்றவர்களுக்குக் குத்தகைக்கு விட்ட நிலம்தான் என்று நினைத்துக்கொண்டிருந்தார்கள். அந்தக் கோயிலுக்கு ஹைதராபாத்திலிருந்து ஆஞ்சநேயா ஷர்மா என்பவரைக் கூட்டிவந்து பூசாரியாக நியமித்தார் ராமச்சந்திர ரெட்டி. அதுவரை அந்தப் பாழடைந்த நிலையிருந்த கோயில் எந்த விசேஷத்தையும், பூஜையையும் கண்டதில்லை. அந்தத் தருணத்தில், ராமச்சந்திர ரெட்டியின் தம்பி மகன் பாலகிருஷ்ண ரெட்டி, அறநிலையத்துறையின் இணை ஆணையராக இருந்தார். இந்தப் பிரச்சினையை அறநிலையத்துறையிடம் நாங்கள் கொண்டு செல்லும்வரை, அவர்களுக்கே இந்த நிலங்கள் பற்றித் தெரியாது.

கண்டுக்கூரின் மண்டல வருவாய் அலுவலர் பிரேம்சாகர் ராவ், இந்தப் பிரச்சினைகளின்போது எனக்கு மிகவும் உதவியாக இருந்தார். அவர் ஒரு கிறிஸ்துவர். மேலும் பட்டியலினத்தைச் சேர்ந்தவராக இருந்ததாலும் எங்களுக்கு அவர் உதவி இருக்கலாம்.

ரெட்டியின் 'பினாமி'களை ஒவ்வொருவராக அடையாளம் காண்பதில் நான் மிகுந்த உற்சாகமடைந்தேன். அந்த முகமற்ற பெயர்களை எல்லாம் நாங்கள் தேடிச்சென்றபோது ஆவணங்களில் செத்துப்போனவர்களாகக் கருதப்பட்டவர்கள் எல்லாம் உயிருடன் எழும்பிவந்தார்கள். அந்த ஆவணங்கள் அவர்களின் முகவரிகளைத் தந்தன. அந்த முகவரிகளுக்குச் சென்றுபார்த்தால், பெரும்பாலும் அந்த நபர் வீட்டைக் காலி செய்துவிட்டு வேறு இடத்துக்குப் போயிருப்பார். எனினும், என்னால் பலரைக் கண்டுபிடிக்க முடிந்தது. அவர்களில் ஒருவர் கோவிந்த ராஜ் என்பவர். அந்தக் கிராமத்துக்குச் சற்று அருகில் இருந்த ராம்நகர் பகுதியில் பணக்கார மருத்துவராக இருந்து இறந்துவிட்டார். அவருடைய வீட்டுக்குச் சென்று விசாரித்தபோது, அவரது இரண்டு மகன்கள், ராமச்சந்திர ரெட்டியிடம் போகச் சொன்னார்கள். அந்த இருவரில் ஒருவர், தாமோதர் ராஜ். ஹைதராபாத்தில் சிக்கடபள்ளி பகுதியில் எங்கள் வீட்டுக்குப் பக்கத்தில் வாழ்ந்துவந்த அவர், ஹைதராபாத் நகராட்சியில் மருத்துவராகப் பணியாற்றிவந்தார். அங்கு இணை ஆணையராக இருந்தவர் ராமச்சந்திர ரெட்டியின் மகன்களில் ஒருவரான புல்லா ரெட்டி. அவர் தவிர, சையத் சிராஜுதீன், குலாம் உமர், முகமது ஷர்மில் அன்சாரி ஆகியோர் நான் கண்டடைந்த வேறு சில பினாமிகள் ஆவர். சொல்லிவைத்தாற் போல எல்லோருமே தங்களுக்கு புலிமாமிடியில் நிலங்கள் இல்லை என்று சொன்னார்கள். பிறகு ஏன் அவர்கள் பெயரில் பட்டாக்கள் இருக்கின்றன என்று நான் ஆதாரத்துடன் கேட்டபோது அவர்கள் வழிக்கு வந்தார்கள். எல்லா பினாமிகளுமே ஹைதராபாத்தில் தான் இருந்தார்கள் என்பதால் அனைவரையும் தேடும் முயற்சியில் நானே இறங்கினேன்.

நாங்கள் ஆச்சரியப்படத்தக்க வகையில் புலிமாமிடி மக்கள் ஒன்றுதிரண்டார்கள். ஏற்கெனவே தயார் செய்யப்பட்ட போர்ப் படைபோல அவர்கள் இருந்தனர். அவர்களின் தலைவராக, முப்பது வயதான சலய்யா என்ற இளம் மாதிகா இருந்தார். அந்த வயதிலேயே அவருக்கு நரைத்திருந்தாலும், நான் அதுவரையில் கடந்து வந்த தலைவர்களில் மிகவும் இளவயதினர் அவர் மட்டும்தான். சலய்யா அமைதியானவராகவும் தீர்க்கமானவராக வும் இருந்தார். தன் கிராமத்தை ஒற்றுமையாகவைக்க அவருக்குத் தெரிந்திருந்தது. அவர் ஒரு முறை கூட தனது நிதானத்தை இழந்து நான் பார்க்கவில்லை. அவரது வலது கையாக மங்கலி ராமுலு என்பவர் இருந்தார். துடிப்பும் வேகமும் கொண்ட அவரைப் பார்த்து மக்கள் அஞ்சினார்கள். பஞ்சாயத்துத் தலைவராக இருந்த மத்தியதர நிலக்கிழாரான ஸ்ரீனிவாச ரெட்டி என்பவர் ஏழைகளுக்கு ஆதரவாக இருந்தார். அந்தக் கிராமத்தில் ஒரு

குடும்பம் கூட ராமச்சந்திர ரெட்டிக்கு ஆதரவாக இருக்க வில்லை. ஜப்பார்குடெமைப் போல, இந்தக் கிராமத்தில் எந்தப் பிரிவினைகளும் இல்லை. அது எங்களுக்குப் பெரிய நிம்மதியைத் தந்தது. என்னைப் போல ஒவ்வொரு செயற்பாட்டாளருக்கும் அத்தகைய ஒற்றுமையான மக்கள்திரட்சி என்பது கனவு. எந்த ஒரு திட்டத்தையும் அந்த மக்கள்திரட்சியால் மிகச் சரியாக, பிசிறில்லாமல் செயல்படுத்திவிட முடியும். அவர்கள் யாரைக் கண்டும் பயப்படவில்லை. காவல்துறையினர் குறுக்கிட்டபோது மட்டும்தான் அவர்களுக்கு உதவி தேவைப்பட்டது.

அப்படி ஓர் ஒற்றுமையுடன், அந்த மக்கள் தங்களின் போராட்டத்தை முன்னெடுத்தனர். 1986இல் நாங்கள் ராமச்சந்திர ரெட்டியின் குடும்பத்தைச் சமூகவிலக்கம் செய்தோம். அவர்களுக்குப் பால் வழங்கப்படவில்லை. எந்த நாவிதரும் அவர்களுக்கு முடிதிருத்தச் செல்லவில்லை. எந்தப் பெண்ணும் அவர்கள் வீட்டு வாசலைக் கூட்டச் செல்லவோ, சமைக்கவோ அல்லது வீட்டைச் சுத்தம் செய்யவோ போகவில்லை. எந்த வண்ணாரும் வண்ணாத்தியும் அவர்களது துணிகளை வெளுக்கச் செய்யவில்லை. எந்த ஒருவரும் அவர்களது நிலத்துக்கு வேலை செய்யச் செல்லவில்லை. அந்தக் குடும்பத்திடம் ஏழு கோழிப் பண்ணைகள் இருந்தன. ஒவ்வொன்றாக அவை எல்லாம் மூடப்பட்டன. ரெட்டியின் ஒரே ஒரு மகனான லிங்க ரெட்டியைத் தவிர மற்ற எல்லோரும் அந்த கிராமத்தைவிட்டுச் சென்று விட்டார்கள். சமூகவிலக்கம் செய்த ஒரே மாதத்தில் இவை எல்லாம் நடந்தன. தங்கள் மயிரைத் தாங்களே மழித்துக்கொள்ள வேண்டும் என்ற நிலைதான் அவர்களுக்கு மிகவும் ஆத்திரமூட்டியது. பராமரிப்புகள் எதுவும் இல்லாமல் தங்கள் கண்முன்னே தங்களின் பெரிய பங்களா பாழடைவதை அவர்கள் பார்த்துக்கொண்டிருந்தார்கள். பிறகு கொஞ்சகாலத்துக்கு ரெட்டியின் நிலங்களை அவருடைய மைத்துனர் புச்சி ரெட்டி (அல்லது புச்சய்யா) பார்த்துவந்தார். அவரும் கிராமத்து மக்களின் எதிர்ப்பைச் சந்திக்க முடியாமல், சங்கம் இந்த நிலப் பிரச்சினையைக் கையில் எடுத்ததும் நகரத்துக்குச் சென்று விட்டார். அவர்கள் எல்லோருமே ஹைதராபாத்துக்குச் சென்று விட்டார்கள். சந்தேகமே இல்லாமல் அங்கு அவர்களுக்குப் பல்வேறு சொத்துகள் இருந்தன.

நாங்கள் அந்த நிலத்தில் உழுவதற்கு முன்பே கடுமையான எதிர்ப்புகளைச் சந்திக்கத் தொடங்கினோம். அது சென்னா ரெட்டியின் தயவால் நடந்தது. அவர் அப்போது முதலமைச்ச ராகக் கூட இல்லை (அந்தச் சமயத்தில் அவருடைய எதிரி என்.டி. ராமா ராவ் ஆட்சியில் இருந்தார்). 1986 ஜூன் மாதத்தில்

அந்த கிராமத்தில் நாங்கள் முதல் பொதுக்கூட்டத்தை நடத்தினோம். வழக்கறிஞரும் செயற்பாட்டாளருமான பொஜ்ஜா தாரகம் மற்றும் பி.எஸ்.ஏ.சாமி ஆகியோர் அந்தக் கூட்டத்தில் உரையாடுவதாக இருந்தது. அங்கு ஒலிப்பெருக்கியைப் பயன்படுத்த முன்னதாகவே இணை காவல்துறை கண்காணிப்பாளரிடம் அனுமதி பெற்றிருந்தோம். அந்தக் கூட்டம் நடத்துவதற்குப் பதினைந்து நாட்களுக்கு முன்னதாகவே நாங்கள் காவல்துறையிடம் விண்ணப்பித்திருந்தும், டி.எஸ்.பி. எழுத்துப் பூர்வமாக அனுமதி தர மறுத்துவிட்டார். "நீங்கள் கோர்ட்டுக்குப் போக நான் உதவி செய்யலாமா?" என்றார். எங்களிடம் எழுத்துப் பூர்வமான அனுமதி இல்லை என்பதால், கடைசி நேரத்தில் கூட்டத்துக்கு அனுமதி மறுக்கப்படலாம் என்பதால், நாங்கள் உயர்நீதிமன்றத்தில் முறையிட்டோம். எங்கள் கூட்டத்துக்கு அனுமதி வழங்க டி.எஸ்.பி.க்கு உத்தரவிடப்பட்டது. நீதிமன்ற உத்தரவை நானே டி.எஸ்.பி.யிடம் கொடுத்துவிட்டு அதற்கான ரசீதையும் பெற்றுக்கொண்டேன்.

கூட்டம் நடக்க இருந்த நாளில், மேடைக்கு முன்பு இருந்த ஒலிப்பெருக்கியைக் கழட்டிவிட்டார் கணேஷ் ராவ் என்ற சர்க்கிள் இன்ஸ்பெக்டர். அதற்கு முன்பும் என்னுடன் மோதல் போக்கைக் கடைப்பிடித்தவர்தான் அவர். இரண்டு பத்திரிகையாளர்கள் முன்பு அவரிடம் உயர்நீதிமன்றத்தின் உத்தரவைக் காட்டியபோது, "நீங்கள் போலீஸையே எதிர்க்கிறீர்களா? லத்தி சார்ஜ் செய்து உங்கள் கூட்டத்தைக் கலைக்க வேண்டுமா? உங்கள் நாலாயிரம் பேர் கூட்டத்தைக் கூட்டிக் கொண்டு கோர்ட்டுக்குப் போங்கள்?" என்று கேலி பேசினார். நாங்கள் மைக்கே இல்லாமல் கூட்டத்தை நடத்தினோம்.

பொஜ்ஜா தாரகமும், சாமியும் போலீஸாரின் நடவடிக்கை களைப் பார்த்து அதிர்ச்சியடைந்துவிட்டார்கள். "டி.எஸ்.பி.யும் சர்க்கிள் இன்ஸ்பெக்டரும் எப்படி உயர்நீதிமன்ற உத்தரவை அவமதிக்க முடியும்? அவர்கள் மீது நீதிமன்ற அவமதிப்பு வழக்கு தொடரலாம்" என்றார்கள். அப்படியே வழக்கும் தொடர்ந்தோம். நாட்கள் சென்றுகொண்டே இருந்தன. ஒவ்வொரு விசாரணைக்கும் நான் சென்றேன். ஆனால் டி.எஸ்.பி.யோ இரண்டு முறைதான் ஆஜரானார். நீதிபதியின் முன்பு தனது தொப்பியைக் கழட்டிவிட்டு, தனக்கு எந்த நோட்டீஸும் வரவில்லை என்றும், கனவில் கூட நீதிமன்றத்தை அவமதிக்க நினைத்ததில்லை என்றும் நாடகமாடினார். அவரைத் திட்டி அனுப்பிவிட்டார் நீதிபதி.

இப்படியான பின்னடைவுகளுக்கு இடையிலும், புலிமாமிடி கிராமத்தினர் தங்களின் போராட்டத்தை முன்னெடுத்துச்

சென்றார்கள். போலியான 50பி சான்றிதழ்களை ரத்து செய்ய வலியுறுத்தி இணை ஆட்சியரிடத்திலும், கோயிலுக்கு அறங்காவலர்களை நியமிக்கச் சொல்லியும், கோயில் நிலங்களை மக்களுக்குக் குத்தகைக்குக் கொடுத்து அதன் மூலம் கோயிலுக்கு வருமானம் கிடைக்க நடவடிக்கை எடுக்கச் சொல்லி அறநிலையத் துறையிடமும் மனு செய்தோம். அந்த நிலங்களில் ராமச்சந்திர ரெட்டியால் குடியமர்த்தப்பட்ட லம்பாடிகளை அங்கிருந்து துரத்தவும் சங்கம் நடவடிக்கை எடுத்தது. ராமச்சந்திர ரெட்டியிடம் தாங்கள் பணம் கொடுத்ததற்கு எந்த ஒப்புகைச் சீட்டு இல்லாமலும், நிலப்பதிவேடுகளில் அவர்களின் பெயர்கள் பதிவு செய்யப்படாமலும், குத்தகைக்காரர்களாக இந்த நிலத்துக்கு அழைத்து வரப்பட்டவர்கள்தான் அவர்கள் என்பது குறிப்பிடத்தக்கது.

16

கவர்மென்ட் காகிதம் எனும் உடைந்த கண்ணாடி

ஜப்பார்குடெமிலும் புலிமாமிடியிலும் நிலப் போராட்டங்கள் சூடேறிக்கொண்டிருந்த காலத்தில், எங்கள் சங்கம் செயல்பட்டுக்கொண்டிருந்த கிராமங்களில் எல்லாம் ஒருவிதமான கொதிநிலை உயர்ந்து வந்தது. எங்களிடம் கட்டுக் கட்டாகத் தங்களின் கோரிக்கைகளை, புகார் மனுக்களை எல்லாம் கொண்டு வந்தபடி இருந்தார்கள். அவற்றில் நிலஉரிமையாளர் என்பதற்கான ஆவணங்கள், குத்தகைதாரர்ச் சான்றிதழ்கள், அரசால் ஏழைகளுக்கு அளிக்கப்பட்ட நிலங்கள் தொடர்பான 'லாவணி' ஆவணங்கள் மற்றும் நீதிமன்றத் தீர்ப்புகள் ஆகியவை இருந்தன.

தெலங்கானா கிராமங்களில், சட்டப்பூர்வமான ஆவணங்களுக்கு 'அட்டாம்' என்று பெயர். அப்படி என்றால் 'கண்ணாடி' என்று பொருள். அந்த தஸ்தாவேஜுக்கள்தான் ஒரு மனிதரின் அடையாளம், பாதுகாப்பு மற்றும் அந்தஸ்து எல்லாம். தங்களுடைய டிரங்குப் பெட்டிகளில் பாதுகாத்துவைத்திருந்த அந்தச் செல்லரித்துப்போன ஆவணங்களை எடுத்துக் காட்டி, தங்களுக்கு ஏதாவது பலம் உண்டா என்று என்னிடம் கேட்டார்கள். இதெல்லாம் 1990களில் நடந்தது. நக்சலைட் நடமாட்டம் உள்ள கிராமங் களிலும் இவை நடந்ததுதான் ஆச்சரியம். 1990களின் பிற்பகுதியில் எம்.எல். தலைவர் ஒருவரோடு சேர்ந்து மோமின்பேட் எனும் பகுதிக்குச் சென்றபோது, அங்கும் இதுபோல ஆவணங்களை வைத்துக்கொண்டு அதே

கேள்வியை என்னிடம் கேட்டதைப் பார்த்து நான் ஆச்சரியமடைந்தேன். எம்.எல். கட்டுப்பாட்டுக்குள் இருக்கும் கிராமம் ஒன்றில், இதுபோன்ற அரசியலமைப்பு சார்ந்த ஆவணங்களை அங்குள்ள மக்கள் பத்திரமாக வைத்திருப்பார்கள் என்பதே நம்ப முடியாததாக இருந்தது. அந்த ஆவணங்கள்தான் அங்கிருந்த மக்களுக்குக் கொஞ்சநஞ்ச உரிமைகளையாவது கொடுத்தன. இதன் காரணமாகவே முந்தைய தலைமுறையில், தேர்தல்களைப் புறக்கணிப்பது என்ற கொள்கை எடுபடாமல் போனது. நகரத்தில் வசிக்கும் செல்வந்தர்கள், அனைத்து விதமான சலுகைகளையும் பெற்றவர்கள், அவர்கள் தங்களின் வாக்கைப் பதிவு செய்வதில் எந்த ஓர் ஆச்சரியமும் இல்லை. (சட்டம் மற்றும் ஜனநாயகம் ஆகிய சட்டகங்களுக்குள் என் பணிகளை நான் மேற்கொண்டு வந்தபோதும், ஒருமுறை கூட வாக்களித்ததில்லை). ஆனால் கிராமத்தில் வாழும் ஏழைகளுக்கு அது ஒரு பெரிய வரம். அப்படி வாக்களிப்பு செய்தால் அவர்களுக்குக் கிடைப்பதென்னவோ கொஞ்சம் ரூபாய் நோட்டுக்களும், ஒரு போத்தல் சாராயமும் தானே என்று நான் அவர்களைக் கேட்டதற்கு, “வோட்டு போடாமல் இருக்க நான் என்ன பிணமா” என்பது தான் அங்குள்ள மக்களின் பதிலாக இருந்தது.

இந்திய சுதந்திரத்துக்கு முன்பு ஏழைகளிடம் நிலம் இருந்ததில்லை. அவர்கள் அதிர்ஷ்டசாலிகளாக இருந்தால், அவர்களுக்குக் குத்தகைக்கு நிலம் கிடைக்கும். பிறகு தங்களுக்குக் கிடைத்த வாக்களிப்பு உரிமையைப் பயன்படுத்தத் தொடங்கினார்கள். மக்களை வாக்களிக்கவைக்க, அரசு ‘கரீபீ ஹட்டோ’ (வறுமை ஒழிப்பு) போன்ற சில நலத்திட்டங்களை அறிமுகப் படுத்தியது. இந்தப் பின்னணியில் அந்த வறுமை ஒழிப்புத் திட்டம் என்பது நில உரிமைகள் என்பதாக இருந்தன. 1960களின் பிற்பகுதியில் ஏற்பட்ட நக்சலைட் கிளர்ச்சி, 1973ஆம் ஆண்டில் நில உச்ச வரம்புச் சட்டத்தைக் கொண்டுவர அரசை முடுக்கியது. ஆனால், சில அற்பக் காரணங்களை முன்வைத்து, சில வழக்குகளைத் தொடுத்து நில உச்ச வரம்புச் சட்டத்திலிருந்து தப்பிக்க செல்வந்த நிலக்கிழார்கள் நினைத்தார்கள். ஆந்திரப் பிரதேசத்தில் மட்டும் நிலஉச்ச வரம்புச் சட்டம் தொடர்பாக, சுமார் ஐந்து லட்சம் வழக்குகள் முன்சீப் கோர்ட் முதல் உச்ச நீதிமன்றம் வரை, பல்வேறு வகையான நீதிமன்றங்களில் தொடரப்பட்டிருந்தன. ஆகவே 1974இல் ஒன்றிய அரசு அரசியலமைப்புச் சட்டத்தில் 34வது திருத்தத்தை மேற்கொண்டது. இந்தச் சட்டத் திருத்தம், மாநில அரசுகளின் பெரும்பாலான நில உச்ச வரம்புச் சட்டங்களை அரசியலமைப்பின் ஒன்பதாவது அட்டவணையில் கொண்டு போய் வைத்தது.

அதனால் அந்தச் சட்டங்களை எதிர்த்து யாரும் நீதிமன்றத்துக்குச் செல்ல முடியாமல் ஆக்கப்பட்டது.

அரசின் புள்ளிவிரவங்களைப் பார்க்கும்போது, தேவைக்கு அதிகமாக இருந்த நிலங்கள் எல்லாம் அதிக அளவில் மறுவிநியோகம் செய்யப்பட்டன. அரசு ஆவணங்கள் தரும் தகவல்களின்படி, 1980களில் இருபது லட்சம் ஏக்கர் நிலங்கள் மறுவிநியோகம் செய்யப்பட்டன. ஆவணங்களில் இருப்பது சரி. ஆனால் களத்தில் உண்மையிலேயே அப்படி நடந்திருக்கிறதா என்பது சந்தேகம்தான். என்றாலும், தெலங்கானா தலித் மக்களிடம் நிலங்கள் மீது தணியாத தாகம் இருந்தது. ஏனென்றால், தங்களின் வாழ்க்கையை மேம்படுத்தும் ஒன்றாக அவர்கள் நிலங்களைப் பார்த்தார்கள். அந்தத் தாகத்தைத் தணித்துக்கொள்ள வேண்டு மென்றால், அவர்களுக்கு 'ஆவணங்கள்' வேண்டும். அந்தக் காகிதங்கள் இல்லாமை என்கிற தடைதான், தங்கள் உரிமையை வென்றெடுக்க மக்களுக்கு மிகுந்த வலுவைக் கொடுத்தது. ஜப்பார்குடெம் போராட்டத்தின்போதே அதை நான் உணர்ந்திருந்தேன். எங்களிடம் உதவிகேட்டு வந்த மக்கள் எல்லாம் நேர்மையானவர்களாக, தங்களுக்கு நியாயமாகக் கிடைக்க வேண்டிய உரிமைகள் யாவும் கிடைத்தாக வேண்டும் என்ற பிடிவாதக்காரர்களாகவும் இருந்தனர். தாங்கள் சொல்லுவ தெல்லாம் உண்மை என்பதில் அவர்களுக்கு ஆழ்ந்த நம்பிக்கை இருந்தது. ஆனால் அந்த உண்மைகளை வைத்துக்கொண்டு வருவாய் அதிகாரிகள், நீதிமன்றங்கள், காவல்துறை ஆகியவற்றின் பின்புலத்தில் வழக்குகளை மறுகட்டமைப்புச் செய்வது என்பது மிகவும் மெத்தனமாக நடைபெறும் ஒன்று. அதை மக்கள் சொல்லும் வாய்மொழிக் கதைகளோடு பொருத்திப்பார்ப்பது என்பது ஒரு புதிர் விளையாட்டாகவே இருந்தது. நாங்கள் வெளிப்படையாகக் கேட்டால் எங்களுக்கு வருவாய் ஆவணங்கள் கிடைக்காது. எங்களுடன் நட்பாக இருந்த மண்டல வருவாய் அலுவலர்கள் கூட, "எங்களிடம் இருக்கும் ஒரே ஒரு தங்கம் இது மட்டும்தான். அதையும் நாங்கள் திறந்து வெளியே வைத்தால், நாங்கள் என்ன தான் செய்வது?" என்றார்.

மக்கள் எங்களை நச்சரித்துக்கொண்டே இருந்த காரணத்தால், 1987ஆம் ஆண்டின் தொடக்கத்திலிருந்து எங்கள் சங்க ஊழியர்கள் நில ஆவணங்களைத் தேட ஆரம்பித்தார்கள். 1953ஆம் ஆண்டிலிருந்து நிலஉரிமைகள் தொடர்பான பதிவேடு களில் ஏற்பட்ட மாற்றங்களை கவனிக்கத் தொடங்கினோம். ஏனென்றால், அந்தக் குறிப்பிட்ட ஆண்டில்தான் வெளியாட்க ளால் தெலங்கானாவின் நிலங்கள் சர்வே செய்யப்பட்டன. 1953இல் இருந்து வழங்கப்பட்டிருக்க வேண்டிய நில உரிமைகள்

எல்லாம் நிராகரிக்கப்பட்டன. இதில் குத்தகைக்காரர்களும் அடங்குவர். அதன் பிறகு 1961 மற்றும் 1973 ஆகிய ஆண்டுகளில் ஆந்திரப் பிரதேச நில உச்ச வரம்புச் சட்டங்கள் இயற்றப்பட்டன. இங்கும் கூட, அரசு ஆவணங்கள் எதார்த்தம் ஒன்றைப் பிரதிபலிக்கின்றன. 1954-55 காலகட்டத்தின் நில ஆவணங்கள், அப்போதைய கிராம வரைபடம், 1961 முதல் 1973ஆம் ஆண்டு வரையிலான நிலஉச்ச வரம்பு வழக்குகள், குத்தகைதாரர் பதிவேடு, எங்களின் மண்டலத்துக்குக் கீழ் வரும் கிராமங்களில் இருக்கும் அரசு நிலங்கள் பற்றிய பட்டியல் ஆகியவற்றை எல்லாம் நாங்கள் சோதனை செய்தோம்.

இந்தத் தகவல்களை எல்லாம் பெற நாங்கள் வேறு வேறு உத்திகளை முயற்சித்தோம். ஒரு கிராமத்தின் திறமையான பர்விகார் ஒருவரிடம் தன்னிடம் உள்ள ஆவணங்களை எல்லாம் எங்களுக்குத் தருமாறு வேண்டினோம். ஒருவேளை அவர் தராமல் போனால் அவரை நாங்கள் சமூகவிலக்கம் செய்தோம். அவர் அந்த ஆவணங்களைத் தர ஒப்புக்கொள்ளும்வரை, அவரது நிலத்திலோ அல்லது வீட்டிலோ எந்த வேலையும் நடக்காது. பல்கலைக்கழகங்களில் இருந்தும், தேசிய நிறுவனங்களிடமிருந்தும் கடிதங்கள் வாங்கி வந்து, 'நாங்கள் ஓர் ஆய்வு நடத்துகிறோம். அதற்கு அந்த ஆவணங்களை எல்லாம் நாங்கள் பார்க்க வேண்டும்' என்று சொல்லி, அலுவலர்களிடம் அனுமதி பெற்றோம். மண்டல அலுவலகத்தில், குறிப்பாக ஆவணங்கள் வைக்கப்பட்டிருக்கும் அறையில், அங்குள்ள சில கீழ்நிலைப் பணியாளர்களுடன் கோப்பை கோப்பையாகத் தேநீரை அருந்தியபடியே ஆவணங்களைத் தேடி எடுத்தோம். நிலக்கிழார் ஒருவருக்கு எதிரிநிலக்கிழார் யாரேனும் இருந்தால், அவர்களுடன் கூட்டு சேர்ந்து, எதிரியை வீழ்த்த எங்களுக்கு அவர் தொடர்பான ஆவணங்கள் தேவை என்று கேட்டுவாங்கினோம். மண்டல வருவாய் அலுவலர்களின் வீட்டுக்கு காலை 6 மணிக்கே சென்று 'தேவுடு காப்பது' அவர்களைத் தொந்தரவு செய்திருக்க வேண்டும். எனவே, என்னை அவர்கள் வீட்டுக்கு வரவிடாமல் தவிர்க்க, தங்களிடமிருந்த ஆவணங்களை எல்லாம் என் வீட்டுக்குக் கொண்டுவந்து கொடுத்தார்கள். இந்த முயற்சிகளுக்காகக் கிராமம் முழுவதுமே ஒன்றுதிரண்டது. கல்வியறிவு பெற்ற தலித் இளைஞர்கள் 1954-55 காலகட்டத்தின் நில ஆவணங்கள், குத்தகை ஆவணங்கள் போன்றவற்றைப் பிரதிஎடுக்க எங்களுக்கு உதவினார்கள். அன்றைய காலகட்டத்தின் வரைபடங்களைப் பெறுவது ஒப்பீட்டளவில் சுலபமாக இருந்தது. அதற்கு பட்டாதாரர் ஒருவரின் பெயரில் விண்ணப்பித்து, ஹைதராபாத்தில் உள்ள நிலஅளவை அலுவலகத்தில், கேட்கப்படும் 'சலானை'ச் செலுத்தி வரைபடங்களைப் பெற்றோம்.

நிலக்கிழார்களின் பார்வையிலிருந்து வெகுதொலைவில் இந்த அலுவலகம் இருந்ததால், அந்த அலுவலகத்திலேயே அலுவலர்களுடன் சேர்ந்து டீ குடித்துக் கொண்டே காரியங்கள் சாதித்தோம்.

பொதுவெளியில் போராட்டத்தைத் தொடங்குவதற்கு முன்பு, குறைந்தபட்சம் சுமார் 30 கிராமங்களில் உள்ள நிலவரங்களைப் பற்றித் தகவல் சேகரித்தோம். 1987ஆம் ஆண்டின் தொடக்கத்தில், எங்களுக்குக் கிடைத்த ஆவணங்களை வரைபடங்களுடன் ஒப்பிட்டுப் பார்க்கத் தொடங்கினோம். பிரச்சினைக்குரிய நிலங்களில் நடந்து சென்று ஆராய்வது, சர்வே கற்களை அடையாளம் காண்பது, எங்கெல்லாம் அந்தக் கற்கள் இல்லாமல் இருக்கின்றன என்பது குறிப்பது, அரசு நிலங்கள் எத்தனை, அவற்றின் பரப்பளவு எவ்வளவு உள்ளிட்ட பலவற்றைக் குறித்து அந்த ஒப்பீட்டு முயற்சியை மேற்கொண்டோம். எங்கள் முயற்சியில் மாதிகா சமூகத்தின் முதியவர்களும் இணைந்து கொண்டார்கள். அந்த நிலங்கள் முன்பு எவ்வளவு தூரம் வரை பரந்துவிரிந்திருந்தன என்பது குறித்தெல்லாம் அவர்களுக்குத் தெரிந்திருந்தன. ஆவணங்களையும் வரைபடங்களையும் பொருத்திப் பார்ப்பது எங்களுக்குக் கடினமாக இருக்கவில்லை. இப்போது எங்களுக்கு வேண்டியதெல்லாம் எங்களுடைய முடிவுகளை அரசு சரிபார்க்க வேண்டும். இவ்வாறு தங்கள் நிலத்தை அரசு சர்வேயர்கள் வந்து சரிபார்க்க வேண்டுமென்று சொன்னால், ஒருவர் மண்டல வருவாய் அலுவலகத்திலோ அல்லது மாவட்ட ஆட்சியர் அலுவலகத்தில் இருக்கும் சர்வே அலுவலகத்திலோ, வேண்டிய கட்டணத்தைச் செலுத்தி, தங்கள் நிலங்களை 'சர்வே' செய்துகொள்ள வேண்டும். இதற்கு ஒருவர் பல முறை அந்த அலுவலகங்களுக்கு அலைய வேண்டும். எந்தப் பயனுமின்றி காத்துக் கிடக்க வேண்டும். 'சர்வேயரை' வரவழைக்க நிறைய லஞ்சம் கொடுக்க வேண்டும். நிறைய வழக்குகளில் மக்களிடம் பட்டாவோ அல்லது வேறு எந்த ஆவணங்களோ இல்லாமல் இருந்ததால், அவர்களுக்கு உரிமையான நிலங்களில் 'சர்வேயரைக்' கூப்பிடாமல் நாங்களே அளந்தோம். களத்தில், ஒரு நிலத்துக்கும் இன்னொரு நிலத்துக்குமான எல்லைகளை 'சர்வே கற்கள்' அடையாளப்படுத்தின. வரைபடத்தில், 'குட்டி குர்துலு' எனும் இயற்கையாக அமைந்த ஓடை, ஆலமரம், பாறை போன்றவையோ அல்லது சிறுதெய்வக் கோயில்கள், மசூதிகள் போன்றவையோ நிலங்களின் எல்லைகளைக் காட்டுவதற்கு அடையாளமாக இருந்தன. அவற்றைப் பின்பற்றி எல்லைகள் இல்லாத நிலங்களுக்கு நாங்கள் எல்லைகளை வரைந்தோம். இப்படிச் செய்வதற்கு அரசிடமிருந்து தடைகள் எதுவும் இல்லை.

அதே சமயம் இவைதான் எல்லைகள் என்று நீதிமன்றத்தில் உரிமை கோரவும் முடியாது. காகிதத்தில் சொல்லப் பட்டிருப்பதற்கும, களத்தில் உள்ள எதார்த்தத்தை நாங்கள் புரிந்துகொள்வதற்காகவுமே இந்த விஷயங்களை எல்லாம் மேற்கொண்டோம். எங்களுக்கு ஒரு தெளிவு கிடைத்த பிறகு, வேறு முறைகளில் அவற்றை உறுதிசெய்துகொள்ள விழைந்தோம்.

1987 கோடை காலத்துக்கு முன்பாக, ஒவ்வொரு நாள் இரவும் கிராமங்களில் கூட்டங்களை ஏற்பாடு செய்தோம். அதில் நாங்கள் கண்டுபிடித்த விஷயங்களை உரக்கப் படித்தோம். அதைக் கேட்டுக்கொண்டிருந்த முதியவர்கள் சிலர் தங்கள் அனுபவங்களையும் பகிர்ந்துகொண்டார்கள். அதற்கேற்றபடி திருத்தங்களும் செய்தோம். இந்தக் கூட்டங்களில் 200 முதல் 500 வரையிலான எண்ணிக்கையில் மக்கள் கலந்துகொண்டார்கள். அதாவது, ஒவ்வொரு கிராமத்திலும் ஒவ்வொரு மாதிகா வாடாவிலும் இருக்கும் மக்கள் அனைவருமே அந்தக் கூட்டங்களில் கலந்துகொண்டார்கள் என்று பொருள். ஆவணங்களைப் படிக்கும்போது, ஊசி விழுந்தால் கூட கேட்கும்படியான அளவுக்கு அமைதி நிலவியது. ஒரு முறை படித்த ஆவணத்தை இன்னொரு முறை படிக்கச்சொல்லி, அதிலுள்ள தகவல்கள் எல்லாம் சரியாக இருக்கின்றனவா என்று கேட்டு உறுதிப்படுத்திக் கொண்டார்கள். எங்கள் எல்லோருக்குமே மிகுந்த உற்சாகத்தைத் தந்த நாட்கள் அவை.

1987 ஜூன் மாதம், புலிமாமிடி, மகேஷ்வரம், மீர்கான்பேட் ஆகிய கிராமங்களைச் சேர்ந்த தலித் மக்கள் சங்கத்தின் ஆதரவோடு போராட்டத்தை மேற்கொண்டார்கள். விரைவில் இந்தப் போராட்டம் இப்ராகிம்பட்டினம், யச்சாராம், கண்டுக்கூர், மகேஷ்வரம் ஆகிய மண்டலங்களின் கீழ் உள்ள ஒவ்வொரு கிராமத்துக்கும் அது பரவியது. தங்களுக்கு நிலம் தேவை என்பதில் இப்போது எல்லோரும் ஒன்றிணைந்து இருந்தார்கள். யச்சாராமில் உள்ள 24 ஏக்கர் நிலமாக இருக்கட்டும், அல்லது சேர்லபடேல்குடெமில் உள்ள மூன்று ஏக்கர் நிலமாக இருக்கட்டும், நான்கு மண்டலங்களிலும் ஒரே மாதிரியான எழுச்சி இருந்தது.

இதனிடையே, ஜப்பார்குடெமில் போராட்டம் மிகத் தீவிரமானது. மாவட்ட நிர்வாகத்துக்கு மனு போடுவதும், மாவட்ட ஆட்சியர் அலுவலகம் முன்பு போராட்டம் நடத்துவதும் என எங்கள் நாட்கள் சென்றுகொண்டிருந்தன. 1987இல் மாவட்ட இணை ஆட்சியர், அந்த நிலங்கள் எல்லாம் அரசுக்குச் சொந்த மானவை என்றும், பூபால் ரெட்டிக்கு அவற்றின் மீது எந்த

உரிமையும் இல்லை என்றும் திட்டவட்டமாகத் தெரிவித்தார். உடனே மஞ்சிரெட்டி குடும்பத்தார் உயர்நீதிமன்றத்தில் மேல் முறையீடு செய்தார்கள். அந்த மக்களுக்குப் பட்டாக்கள் வழங்கக் கூடாது என்றார்கள். அதே ஆண்டில், அந்த வழக்கிலும் அவர்களுக்குத் தோல்வியே கிடைத்தது. மக்கள் ஒவ்வொருவரின் கடின உழைப்பும் பலன் தரத் தொடங்கியிருந்தன.

ஆனபோதும் ஜப்பார்குடெம் தொடர்ந்து பிரச்சினைக்குரிய பகுதியாகவே இருந்துவந்தது. 40 மாதிகா குடும்பங்கள் உட்பட சுமார் 60 வீடுகளைக் கொண்ட ஒரு குக்கிராமம் அது. இந்தச் சின்ன கிராமத்திலும் பல்வேறு பிரிவினைகள் இருந்தன. 60 வீடுகளிலும் 60 தலைவர்கள் இருந்தார்கள். இதனால் அவர்களிடையே ஒற்றுமை இல்லாமல் இருந்தனர். அல்லது தகுதியான தலைமை இல்லாமல் இருந்தது. இந்த விஷயம் சங்க ஆட்களை மட்டும் சோர்வுற வைக்கவில்லை. சுற்றியிருந்த கிராமங்களில் இருந்த மாதிகா மக்களின் ஏளனத்துக்கும் இந்த கிராமம் ஆளானது. “ஜப்பார்குடெம் மாதிகாக்களை நம்பாதீர்கள்” என்று இதர கிராமத்தினர் எங்களை எப்போதும் எச்சரித்துக் கொண்டே இருந்தார்கள். “அவர்கள் எல்லாம் தோராக்களின் பேச்சைக் கேட்பவர்கள். அவர்கள் உதைபடுவது மட்டுமின்றி, நாமும் உதைபடுவோம்” என்றார்கள்.

நாங்கள் வெற்றிபெற்றுக்கொண்டிருந்த தருணத்தில், அந்த கிராமத்தினரை எல்லாம் அழைத்துப் பேசினார் மஞ்சிரெட்டி பூபால் ரெட்டி. கிராமத்திலிருந்து சில தலைவர்கள் அவரைச் சந்திக்கச் சென்றதாக அறிந்தேன். கோபமடைந்த நான் அந்தத் தலைவர்களை ஹைதராபாத்தின் சிக்கட்பள்ளியில் இருந்த என் வீட்டுக்கு வரவழைத்தேன். என் நண்பர்கள் சிலரிடமிருந்து பழைய செருப்புகளை வாங்கினேன். அவர்களும் எதற்கு என்று கேட்கவில்லை. அவற்றை ஒரு மாலையாகக் கட்டினேன். யச்சாராம் புட்டஜங்கய்யா, யச்சாராம் புக்கய்யா உள்ளிட்ட ஆறு தலைவர்கள் என் வீட்டுக்கு வந்தபோது, ஒவ்வொருவர் கழுத்திலும் அந்த செருப்பு மாலைகளை அணிவித்தேன். அவர்கள் மஞ்சிரெட்டியைச் சந்திக்கப் போவதைப் பற்றி ஏன் முன்பே கிராமக் கூட்டத்தில் தெரிவிக்கவில்லை என்று கேட்டேன். தங்களுடையே சொந்த கிராமத்துக்கே ஏன் அவர்கள் துரோகம் செய்கிறார்கள் என்றும் அவர்களுக்காக அருகிலிருந்த கிராமத்தினரும் தங்கள் உயிரைப் பணயம் வைக்கவில்லையா என்றும் ரெட்டியை மட்டும்தான் நம்புகிறார்களா என்றும் கேட்டேன். கடந்த 20 ஆண்டுகளில் எத்தனை முறை அவர்கள் ரெட்டியிடம் சென்று, பயனில்லாமல் திரும்பிவந்திருப்பார்கள்,

இந்தக் கசப்பான உண்மைகளை எல்லாம் மறந்துவிட்டு, எப்படி ரெட்டி கூப்பிட்டவுடன் அவர்களால் ஓட முடிந்தது என்று கேட்டேன். இந்த நிகழ்வுக்குப் பிறகு, கிராம மக்கள் அவர்களைத் தலைவர்களாக எப்படி ஏற்றுக்கொள்வார்கள் என்று கேட்டேன். இதற்குப் பதில் சொல்லிவிட்டு, தங்கள் பிரச்சினைகளைத் தாங்களே பார்த்துக் கொள்கிறோம் என்று சொன்னால், அவர்கள் விருப்பப்படியே விட்டுவிடுகிறோம் என்று சொன்னேன். "நீங்கள் மூழ்கித்தான் போவோம் என்று சொன்னால், எங்களையும் இழுத்து மூழ்கடிக்காதீர்கள்" என்றேன்.

அந்தக் கேள்விகளைக் கேட்டு அவர்கள் ஆடிப்போனார்கள். கண்ணீர் சிந்தாத குறையாக மிகவும் வேதனைப்பட்டார்கள். தங்கள் செயலுக்காக வருந்தினார்கள். தாங்கள் தவறுசெய்து விட்டோம் என்று சொன்னவுடனேயே, அவர்கள் கழுத்திலிருந்து செருப்பு மாலைகளை நான் அகற்றிவிட்டேன். இந்தச் செய்தி ஜப்பார்குடெமுக்குப் போனபோது, தங்களை ஏமாற்றிய தலைவர்களுக்கு நல்லதொரு பாடம் கற்பிக்கப்பட்டதை அறிந்து மக்கள் சந்தோஷப்பட்டார்கள். மக்களின் முதுகில் குத்தியவர்களுக்கு நல்ல 'செருப்படி' கிடைத்ததை அறிந்து எங்கள் சங்க ஊழியர்களும் என் செயலை ஆமோதித்தார்கள். ஆனால் அதற்குப் பிறகு வந்த பல நாட்கள், அப்படியொரு செயலைச் செய்ததற்காக வருத்தப்பட்டேன். தங்கள் சமூகத்தில் யாராவது தவறு செய்தால், மாதிகா சமூகத்துப் பெரியவர்கள் இப்படித்தான் மாலை அணிவித்து அவர்களுக்குத் தண்டனை வழங்குவார்கள். அந்த வழக்கத்தை நிறுத்த நானே எவ்வளோ முறை முயன்றிருக்கிறேன். ஆனால் கடைசியில் நானே அப்படி ஒரு செயலைச் செய்துவிட்டேன்.

கிராமத்தினர் இப்போது ஒன்றுபட்டிருந்தார்கள். அந்த நிகழ்வுக்குப் பிறகு, நிலக்கிழார்களுடன் எந்தத் தனிப்பட்ட சந்திப்பையும் யாரும் மேற்கொள்ளவில்லை. ஜப்பார்குடெமில் தான் எங்கள் முழுக் கவனமும் இருந்தது. புலிமாமிடியை விட இங்குள்ள எதிரி மிகவும் வலுவானவர். புலிமாமிடி நிலக்கிழார்களுக்கு காங்கிரஸ் கட்சியின் சென்னா ரெட்டி ஆதரவாக இருந்தார். எலிமிநேடுவில் வசித்துவந்தாலும், ஜப்பார்குடெமைச் சார்ந்த நிலக்கிழார்கள் எல்லாம் இளையவர்களாக, துடிப்புமிக்கவர்களாக, அந்தப் பகுதியில் இருந்த இதர நிலக்கிழார்களுடன் நல்ல தொடர்பு கொண்டவர்களாக இருந்தார்கள். ஆனால் புலிமாமிடி நிலக்கிழார்களோ, நகரத்தில் வசித்துவந்தார்கள். அவர்களுக்கு இதர நிலக்கிழார்களுடன் எந்தத் தொடர்பும் இல்லாமல் தனித்து

இருந்தார்கள். எனவே, புலிமாமிடியில் மக்கள் ஒற்றுமையாகவும், வலுவாகவும், நம்பிக்கையான தலைமையைக் கொண்டவர் களாகவும் இருந்தனர்.

1987 ஜூன், ஜூலை மாதங்களில் மழை பெய்யத் தொடங்க, ஜப்பார்குடெம், புலிமாமிடி, மகேஷ்வரம் ஆகிய பகுதிகளில் தாங்கள் ஆக்கிரமித்த நிலங்களில் மக்கள் உழத் தொடங்கினார்கள். போலீஸார் உடனடியாகக் களத்தில் இறங்கி, நூற்றுக்கணக்கான மக்களைக் கைது செய்து, கண்டுக்கூர் காவல் நிலையத்துக்குக் கொண்டுசென்று சித்திரவதைக்கு உள்ளாக்கினர். அவர்கள் மீது அத்துமீறி நுழைதல், தனிநபர் சொத்துகளுக்குச் சேதம் விளைவித்தல் ஆகிய பிரிவுகளில் வழக்குகள் போடப்பட்டது. அதுபோன்ற சமயங்களில், நாங்கள் உடனடியாக அவர்களை எல்லாம் ‘பெயிலில்’ எடுத்துவிடுவோம். எனவே, இந்த முறை போலீஸார் தங்களின் நடைமுறையை மாற்றினார்கள். அவர்கள் மக்களைச் சனிக்கிழமை மாலை வேளையில் கைது செய்து (ஞாயிறுகளில் நீதிமன்றங்கள் விடுமுறை என்பதால்), ஹைதராபாத்தின் முஷீராபாத்துக்குக் கொண்டுசெல்லப் பட்டார்கள். ஆச்சரியமாக, அந்தச் சிறைஅனுபவம் பலருக்கு நேர்மறையான தாக்கத்தை ஏற்படுத்தியது. இந்தச் சின்ன விஷயத்துக்காகக் கைது செய்யப்பட்ட அவர்களைப் பார்த்து, ஏற்கெனவே சிறையில் உள்ள கொலைக் குற்றவாளிகள், திருடர்கள் சிரித்தார்கள். “அந்த ஆளைக் கொன்றுவிட்டு திரும்ப இங்கே வாருங்கள்” என்று அந்தக் குற்றவாளிகள் கிராமத்தினருக்குப் பாடமெடுத்தார்கள். “அப்படிச் செய்தால் அவர்களுக்குத் தாங்கள் குற்றமிழைத்துவிட்டதுபோலத் தோன்றாது” என்றார்கள். தவிர, எப்படியும் அவர்களை எல்லாம் யாராவது ‘பெயிலில்’ எடுத்து விடுவார்கள் என்பதும் அவர்களுக்குத் தெரிந்திருந்தது.

மகேஷ்வரம் இன்னொரு பிரச்சினைக்குரிய இடம். இது இப்ராகிம்பட்டினம் மண்டலத்துக்கு அருகிலுள்ள இன்னொரு மண்டலமாகும். இங்கு ஏகப்பட்ட ‘பேடகலா’ நிலங்கள் இருந்தன. அதாவது, நிஜத்தில் நிலங்கள் இருக்கும். ஆனால் அரசு ஆவணங்களில் அப்படி ஒரு நிலம் இருப்பதற்கான தடயமே இருக்காது. உதாரணத்துக்கு, நிஜத்தில் 25 ஏக்கர் நிலம் இருக்கிறது என்றால், அரசு ஆவணங்களில் தவறுதலாக 15 ஏக்கர் மட்டும் பதிவாகி இருக்கும். மீதமுள்ள 10 ஏக்கர் நிலம் கணக்கில் சேராமல் போய்விடும். அதுபோன்ற தவறுகளை எல்லாம் ‘சர்வே’ வரைபடத்தை வைத்து ஒப்பிட்டுச் சரிசெய்துவிட முடியும். கணக்கில் வராமல்போன அந்த 10 ஏக்கர் நிலத்தை நிலக்கிழார்கள் ஆக்கிரமித்துப் பயிர் செய்துவருவதை எதிர்த்து மகேஷ்வரம்

மக்கள் 1987இல் போராட்டத்தை முன்னெடுத்தனர். கடிகேலா சட்டய்யா என்பவரின் தலைமையில் நடைபெற்ற இப்போராட்டத்தில், மக்கள் அந்த நிலங்களில் பயிர் செய்யத் தொடங்கினார்கள்.

1987 ஜூன் 21 அன்று அந்தப் போராட்டத்தில் ஈடுபட்டிருந்த எட்டு பெண்களையும் ஒன்பது ஆண்களையும் பொழுது விடிவதற்கு முன்பாக போலீஸார் கைது செய்து, மகேஷ்வரம் காவல் நிலையத்துக்குக் கொண்டு சென்று, அவர்கள் துன்புறுத்தப் பட்டார்கள். அவர்களில் சட்டய்யாவின் முப்பது வயதான இணையர் லக்ஷ்மம்மாவுக்குத்தான் அதிகச் சேதம். சமீபத்தில்தான் அவருக்கு வயிற்றில் அறுவைச் சிகிச்சை செய்யப்பட்டிருந்தது. அந்த இடத்திலேயே அவருக்கு அடியும் விழுந்தது. தன்னை விட்டுவிடும்படி காவலர்களிடம் அவர் கெஞ்சியபோது, உதவி ஆய்வாளர் மங்கிபேட் சர்வேஷ்வர் ரெட்டி, அந்தப் பெண்ணின் உடைகளைக் களைந்து, அறுவைச் சிகிச்சை செய்யப்பட்ட பகுதியைக் காட்டச் சொல்லியிருக்கிறார். அவ்வாறு காட்டிய பிறகே அவர் மீது தாக்குதல் குறைந்தது. மேலும், அந்தப் பெண்களை எல்லாம் அம்மணமாக மகேஷ்வரம் வீதியில் நடக்கவிட்டுவிடுவதாகவும் மிரட்டியிருக்கிறார்.

நையப்புடைத்த பிறகு, அவர்களை எல்லாம் ஒரு லாரியில் ஏற்றி, நகரத்திலிருந்த காவல்நிலையத்துக்குக் கொண்டு சென்றனர். அந்தச் செய்தியைக் கேள்விப்பட்ட உடனே, அங்கிருந்த எங்கள் ஆட்களுக்குத் தகவல் தெரிவித்தோம். அவர்கள் ஒவ்வொரு காவல்நிலையமாகக் கொண்டு செல்லப்பட்டுக் கொண்டிருந்த தால், ஆட்கொணர்வு மனு போட்டால் கூட வேலைக்கு ஆகாது. அதையடுத்து நான் ரங்க ரெட்டி மாவட்ட ஆட்சியர் எம்.வி.எஸ். பிரசாத்தைத் தொடர்புகொண்டேன். இதுபற்றி மாவட்டக் காவல்துறைக் கண்காணிப்பாளரிடம் அவர் விசாரித்தபோது, அப்படி யாரும் கைது செய்யப்படவில்லை என்று கூறியிருக்கிறார். பிறகு, தானே மகேஷ்வரம் சென்று பார்க்க கலெக்டர் முடிவு செய்தார். அந்தத் தகவல் கசிந்த பிறகே, அந்த மக்கள் எல்லாம் இப்ராகிம்பட்டின நீதிமன்றத்தில் ஆஜர்படுத்தப் பட்டு, அவர்களுக்கு ஜாமீன் வழங்கப்பட்டது.

அந்தச் சமயத்தில், தமிழ்நாட்டில் கட்டுமானத் தொழிலாளர் களிடையே பணியாற்றி வந்த கீதா ராமகிருஷ்ணன் என்பவர் எங்களைச் சந்திக்க ஹைதராபாத்துக்கு வந்திருந்தார். மகேஷ்வரம் மக்கள் விடுவிக்கப்பட்ட பிறகு, அந்தப் பெண்களை அவர்களின் வீடுகளுக்கே சென்று நானும் சிரிலும் கீதாவும் பார்த்தோம். ஸ்ரீசைலம் நெடுஞ்சாலையில் பயணித்து, மகேஷ்வரம் கிராமத்துக்கு

உள்ளே ஒரு கிலோமீட்டர் தூரம் பயணித்து, அந்தக் காவல் நிலையத்துக்கு முன்பு வந்து இறங்கினோம். எங்களைப் பார்த்தவுடன், சர்வேஷ்வர் ரெட்டி, துப்பாக்கியை எடுத்துக் கொண்டு வந்து மிரட்டினார். சற்றுத் திகைத்துப்போன நாங்கள், எங்களின் வண்டியைக் காவல் நிலையத்துக்கு எதிரிலுள்ள டீக்கடையில் நிறுத்தினோம். அந்த டீக்கடையில் நாங்கள் டீ குடித்து முடிக்கும்வரைக்கும், என்னைப் பார்த்து இந்திப் பட நாயகனைப் போலத் தன் துப்பாக்கியை அப்படியும் இப்படியுமாக ஆட்டிக்கொண்டே இருந்தார் சர்வேஷ்வர் ரெட்டி. நானோ எதற்கும் தயாராகவே இருந்தேன். ஆனால் பெரிதாக ஒன்றும் நடக்கவில்லை.

சர்வேஷ்வர் ரெட்டியின் நடவடிக்கையை ஏற்கெனவே அவரது உயர்அதிகாரிகள் கண்டித்து இருந்ததால், நாங்கள் நேரடியாக இப்ராகிம்பட்டின முன்சீஃப் கோர்ட்டில் அவருக்கு எதிராக வழக்கு தொடர்ந்தோம். அந்த நிகழ்வு ஹைதராபாத்தி லிருந்த எல்லாப் பத்திரிகைகளிலும் பரவலாகச் செய்தியாக்கப் பட்டிருந்தது. மேலும், மகேஷ்வரம் அரசு மருத்துவமனை அந்த மக்களின் மீது ஏற்பட்ட காயங்களைப் பற்றி விரிவாகப் பதிவு செய்திருந்தது. இந்த வழக்குவிசாரணை நீதிமன்றத்தில் நடந்த போது, தங்கள் கைகளைக் காட்டியும், சேலைகளைத் தூக்கித் தங்கள் கால்களைக் காட்டியும் அந்தப் பெண்கள் தங்களுக்கு ஏற்பட்ட காயங்களை நீதிபதிக்குக் காண்பித்தனர். அவற்றைக் காணச் சகிக்காமல் நீதிபதியும் வழக்கறிஞர்களும் தங்கள் முகங்களை வேறுபக்கம் திருப்பிக்கொண்டனர். பிறகு அந்த வழக்கு, நீதிமன்றத்தில் ஒரு புகாராகவே ஏற்றுக்கொள்ளப்பட்டது.

தொடர்ந்து நீதிமன்றத்தில் ஆஜராக சர்வேஷ்வர் ரெட்டிக்கு உத்தரவிடப்பட்டது. ஜூலை முதல் அக்டோபர் மாதம்வரை அவருக்கு ஆறு முறை நீதிமன்றம் நோட்டீஸ் அனுப்பியும் தனக்கு அந்த உத்தரவுகள் கிடைக்கவே இல்லை என்று சர்வேஷ்வர் ரெட்டி சாதித்தார். விசாரித்துப்பார்த்ததில், தபால்காரர் 'நோட்டீஸை வாங்க மறுத்துவிட்டார்' என்று பதிவு செய்ய பயந்துகொண்டு, 'ஆள் இல்லை' என்று பதிவு செய்திருக்கிறார். ஆனால், சலாஹா அமைப்பின் வழக்கறிஞர்களுக்கு அது ஒரு சிக்கலாகவே இல்லை. நீதிமன்ற ஆணையர் ஒருவர் நியமிக்கப் பட்டு, அந்த சப்–இன்ஸ்பெக்டருக்கு நேரடியாக நோட்டீஸை வழங்க நடவடிக்கை எடுக்கப்பட்டது. ஆனால் அந்த ஆணையர் இரண்டு முறை முயற்சித்தும் அந்தக் காவலரைக் கையில் பிடிக்க முடியவில்லை. பிறகு 1987 நவம்பர் மாதம், மாவட்டக் காவல்துறை கண்காணிப்பாளருக்குத் தகவல் சொல்லப்பட்டு அந்த எஸ்.ஐ.யை

நீதிமன்றத்தில் ஆஜராகச் சொல்லும்படி உத்தரவிடப்பட்டது. அந்த உத்தரவைப் பெற்றுக்கொண்டதற்கான ரசீதைக் காவல்துறை நீதிமன்றத்துக்கு அனுப்பியது. இருந்தும் அந்தக் காவலர் நீதிமன்றத்தில் ஆஜராகவில்லை. மாறாக, புகார் அளித்த மக்கள் ஒவ்வொரு முறையும் தவறாது நீதிமன்றத்துக்கு வந்தார்கள். அவர்களால் அந்தக் காவலரின் நடவடிக்கையைப் பொறுத்துக் கொள்ளவே முடியவில்லை.

சர்வேஷ்வர் ரெட்டி விரைவிலேயே இடமாற்றத்துக்கு உள்ளானார். ஆனால் அது தண்டனையாக அல்ல. அந்த வழக்கிலிருந்து அவரைக் காப்பாற்றும் ஒரு நடவடிக்கை. அது அவர் ஒரு முன்னாள் நக்சலைட். புரட்சிகர மாணவர் இயக்கத்தில் உறுப்பினராக இருந்தவர். 1980களின் பிற்பகுதியில் தனது சகோதரி வரதட்சணைக் கொடுமையால் பாதிக்கப்பட்டதைத் தொடர்ந்து, அந்தப் பிரச்சினையில் தனக்கு உதவும்படி 'பீப்பிள்ஸ் வார் குரூப்' இயக்கத்தினரை அணுகியிருக்கிறார் சர்வேஷ்வர் ரெட்டி. அது தெரிந்து, அவர் சில காலத்துக்குப் பணியிடை நீக்கம் செய்யப் பட்டார். 'பீப்பிள்ஸ் வார் குரூப்' இயக்கத்தினர் அவரது மைத்துனரைப் பிடித்து, அவருக்குத் தலையில் ஒரு பக்கம் மட்டும் மொட்டையடித்து, அவரைப் பின்னி எடுத்துவிட்டார்கள். அன்றைய தெலங்கானாவில் ரெட்டி நிலக்கிழார் ஒருவருக்கு இப்படி நடந்தது அந்தச் சமூகத்துக்கே பெரும் தலைக்குனிவாகக் கருதப்பட்டது. அதைத் தொடர்ந்து அவர் தற்கொலை செய்து கொண்டார். வருமானத்துக்கு அதிகமாகச் சொத்து சேர்த்ததால், மீண்டும் 2011இல் சர்வேஷ்வர் ரெட்டி பணியிடை நீக்கம் செய்யப் பட்டார். அந்தக் காலத்தில் போலீஸ் என்பது ஒரு 'மாஃபியா' கும்பல்தான். தனது அதிகாரத்தைப் பயன்படுத்தி வளமான நிலங்களை எல்லாம் தன் பெயரிலும், தன் 'பினாமி'களுக்கும் அடிமட்ட விலைக்கு விற்கச் சொல்லி பலரைக் கட்டாயப் படுத்தினார். இதுபோன்ற வழக்குகளில் குற்றம் சாட்டப்பட்டவர் நல்ல பசையுள்ளவராக இருந்தால், அந்த வழக்குகள் விரைவில் கிடப்பில் போடப்பட்டுவிடும். சர்வேஷ்வர் ரெட்டி ஓய்வு பெற்ற சமயத்தில், கூடுதல்கண்காணிப்பாளர் நிலைக்கு உயர்ந்திருந்தார்.

ஒவ்வொரு காவல்நிலையத்திலும் நாங்கள் மிகுந்த கஷ்டங்களைக் கண்டோம். ஒவ்வொரு முறை எங்கள் சங்க ஆட்களோ அல்லது கிராம மக்களோ காவல்துறையினரால் கைது செய்யப்பட்டு, துன்புறுத்தப்படும்போது நான் காவல் நிலையத்துக்குச் செல்ல வேண்டிய சூழல் ஏற்பட்டது. இப்ராகிம்பட்டினத்தில் இருக்கும்போது போலீஸாருடன் பேசுவதற்கே எனக்குச் சவாலாக இருந்தது. நாங்கள் ஒன்றும்

சட்டத்துக்குப் புறம்பான விஷயங்களைச் செய்யவில்லை. அமைதியான வழியில், சட்டங்களை அமல்படுத்துங்கள் என்றுதான் கேட்கிறோம் என்று மனதில் கொஞ்சம் துணிவு இருந்தாலும், ஒவ்வொரு முறை சிறைக்குள் நுழையும்போதும் எனக்குச் சிறிது கலக்கமாகவே இருந்தது. நான் சிங்கத்தின் குகைக்குள் நுழைகிறேன். முழுதாகத் திரும்பி வருவேனோ மாட்டேனோ என்பது எனக்குத் தெரியாது.

போலீஸார்தான் எங்கள் தோழர்களுக்கு மிகப்பெரிய உண்மையான அச்சுறுத்தலாக இருந்தார்கள். நெருக்கடிநிலை காலகட்டத்தில், போலீஸார் என்ன மாதிரியான கொடுமைகளை எல்லாம் புரிந்திருக்கிறார்கள் என்பதைப் பற்றி நேரடியாகவே நான் கேள்விப்பட்டிருக்கிறேன். மகாராஷ்டிராவில் கைது செய்யப்பட்டு, விசாரணைக்காக ஆந்திர பிரதேசத்துக்குக் கொண்டுவரப்பட்ட தோழர் ஒருவரை நாங்கள் சந்தித்திருக்கிறோம். அந்தச் சமயத்தில், காங்கிரஸ் முதலமைச்சர் ஜலகம் வெங்கல ராவ் ஆட்சியில், நக்சலைட் நடவடிக்கைகளுக்கு எதிரான 'ஆபரேஷனுக்கு' விஜய ராமா ராவ் என்பவர் தலைமை யேற்றிருந்தார் (பின்னாளில் அவர் தெலுங்கு தேசக் கட்சி ஆட்சியில் அமைச்சராகவும் ஆனார்). லக்ஷ்மண் பகர் என்ற அந்த மகாராஷ்டிர தோழர், விஜய ராமாராவின் முன் நிறுத்தப்பட்ட போது, அவர் அந்தத் தோழரை 'இந்திரா காந்திக்கு ஜெய்' என்று கோஷமிடச் சொல்லியிருக்கிறார். பகர் அப்படிச் சொல்ல மறுத்தபோது, ராவ் இரண்டு போலீஸ்காரர்களைக் கூப்பிட்டு, ஒருவரிடம் பகரைப் பிடிக்கச் சொல்லிவிட்டு, இன்னொருவரிடம் அவரது நாக்கை அறுக்குமாறு சொல்லியிருக்கிறார். அப்படித் தன் நாக்கில் ஏற்பட்ட காயத்தை பகர் எங்களிடம் காட்டவும் செய்தார். இதைச் சொல்லும்போது அவர் மிகவும் அமைதியாகக் காணப்பட்டார். அதே காலகட்டத்தில், ஜம்பாலா பிரசாத் என்ற எங்கள் நண்பரும் கைதுசெய்யப்பட்டார். விசாரணையின்போது அவரது கை, கால்களிலிருந்து நகங்கள் பிடுங்கப்பட்டன. பிறகு, அவர் ஒரு என்கவுன்ட்டரில் இறந்துவிட்டதாகத் தெரிவிக்கப் பட்டது.

மக்களுடைய பிரச்சினைகளை எடுத்துக்கொண்டு நான் ஒவ்வொரு முறை காவல்நிலையத்துக்குச் செல்லும்போதும் ஒரு விஷயத்தைக் கவனித்தேன். அங்கு எஸ்.ஐ. மட்டுமே நாற்காலியில் அமர்ந்திருப்பார். வேறு யாருக்கும் அமர்வதற்கு நாற்காலிகள் இருக்காது. சில சமயங்களில் நான் அங்கே போன பிறகு, அங்குள்ள நாற்காலிகளை எல்லாம் அப்புறப்படுத்தச் சொல்வார். அப்படிச் செய்வதன் மூலம் அவர் தனக்கிருக்கும் அதிகாரத்தைக் காட்டிக்

கொண்டார். இதுபோன்ற செயல்களால் நான் கோபப்படாமல் இருக்கக் கற்றுக்கொண்டதோடு, எனக்கு நாற்காலி போடப் பட்டாலும், அதில் அமராமல் இருக்கவும் கற்றுக்கொண்டேன். இன்னொரு சர்க்கிள் இன்ஸ்பெக்டர் என் கண் முன்பே தனது உடைகளை எல்லாம் களைந்துவிட்டு, உள்ளாடையுடன் பல முறை நின்றிருக்கிறார். இவை போன்ற கீழ்த்தரமான செய்கை களால் நான் போலீஸாரை மேலும் வெறுக்கவே செய்தேன். ஜப்பார்குடெம் மக்களைச் சித்திரவதை செய்யும்போது அவர்களிடம் சர்க்கிள் இன்பெக்டர், "அவள் உங்களோடு எல்லாம் படுக்கிறாளா? அதனால்தான் அவள் சொல்கிறபடியெல்லாம் ஆடுகிறீர்களா? அவள் அந்த அளவுக்கு உங்களைத் திருப்திப் படுத்துவாளா? நான் கூப்பிட்டால் அவள் என்னோடும் படுப்பாளா?" என்று கேட்டிருக்கிறார். இதை நான் பிற்பாடுதான் கேள்விப்பட்டேன். அந்த போலீஸ் சித்திரவதையில் பாதிக்கப் பட்டவர்களோடு பேசிக்கொண்டிருந்தபோது, அவர்கள் வழக்கத்துக்கு மாறாக மிகவும் அமைதி காத்தனர். நான் திரும்பத் திரும்ப அவர்களைக் கேட்டபோது, இளைஞர் ஒருவர் மேற்கண்ட விஷயத்தைச் சொன்னார். அவர் சொல்லும்போது, அதைச் சொல்ல வேண்டாம் என்று மற்றவர்கள் அவரைக் கடிந்து கொண்டார்கள். இந்த விஷயத்தை என்னால் வெகுகாலத்துக்கு மறக்கவே முடியவில்லை. என்ன மொழியில் அதைப் புரிந்து கொள்வது என்று தெரியாத அளவுக்கு நான் மிகுந்த அதிர்ச்சி யடைந்தேன். மற்ற பெண்களைப் போல நானும் ஏதேனும் தவறிழைத்துவிட்டேனா என்று என்னை நானே கேட்டுக் கொண்டேன். சிரில் உட்பட யாருடனும் நான் இதைப் பற்றிப் பேசவே இல்லை.

இப்படி எல்லாம் நடந்ததற்காக, காவல்துறையில் நல்ல மனிதர்களே இல்லை என்றும் சொல்லிவிட முடியாது. நல்ல மனிதர்கள் என்றால், அவர்கள் எங்கள் மக்களை அடிக்கவே மாட்டார்கள் என்றும் பொருள் இல்லை. ஏழை, பணக்காரர் என்ற பாகுபாடில்லாமல் அனைவரையும் அடிப்பவராக, ஒரே மாதிரியாக அடிப்பவராக அந்த நல்ல மனிதர் இருப்பார். 1987–88 காலகட்டத்தில் இப்ராகிம்பட்டின சர்க்கிள் இன்ஸ்பெக்டராக இருந்த சத்யநாராயணா அப்படி ஓர் அதிகாரியாக இருந்தார். ஒரு வழக்கில் இரண்டு சாராரும் பணக்காரர்களாக இருக்கும்போது மட்டும்தான் அவர்களிடத்தில் அவர் பணம் வாங்குவார். அந்த அளவுக்கு அவர் நல்லவராக இருந்தார். ஒரு தரப்பு ஏழையாக இருக்கும்போதும், இன்னொரு தரப்பு பணக்காரராக இருக்கும்போதும் அவர் யாரிடமும் லஞ்சம் வாங்க மாட்டார். அவரது காலத்தில் எங்கள் சங்கம் கொஞ்சம்

நிம்மதியாக இருந்தது. எங்களுடைய சங்கத்தினர் அவரை அவ்வப்போது காவல் நிலையத்திலோ அல்லது அவரது வீட்டில் டீ அருந்திக் கொண்டோ சந்திக்கும் வாய்ப்புகள் ஏற்பட்டன. அவரைப் போன்றவர்தான் பத்ரா ரெட்டியும். அவர் 1989 முதல் இப்ராகிம்பட்டின சர்க்கிள் இன்ஸ்பெக்டராக இருந்தார். சட்டத்தைத் தன் கையில் எடுத்துக்கொண்ட அவர், நிலக்கிழார்களையும் தொழிலாளர்களையும் ஒரே மாதிரிதான் அடித்தார். ரெட்டி நிலக்கிழார் ஒருவரை ஒரு காவலர் கைது செய்துவிட்டால், அந்தப் பகுதியில் அவர் ஒரு கதாநாயகனாகப் போற்றப்படுவார். இப்படித்தான் நீதி என்பது சார்பானது, திடமானது அல்ல என்பதைத் தெரிந்துகொண்டேன்.

17

சங்கம் எனும் சர்வரோக நிவாரணி

1987ஆம் ஆண்டில், நாங்கள் பல தளங்களில் பணியாற்றிவந்தோம். தீவிரமான நிலப் போராட்டம், தேர்தல் பிரச்சாரம், பள்ளிகளை நடத்துதல் மற்றும் வளர்ச்சிப் பணிகளை மேற்கொள்வது எனக் கலவையான பணிகளைச் செய்துவந்தோம். சிலசமயம், நாங்கள் இயங்கும் முறை எந்த விதமான ஒழுங்கும் இல்லை என்பது போலத் தோன்றியது. நாங்கள் வெவ்வேறு திசையில் இழுக்கப்பட்டுக் கொண்டிருந்தோம். எலிமிநேடு மாதிகா மக்கள் எங்களுடன் உறுதியாக நின்றதாலும், 144 தடை உத்தரவின் மூலம் பூபால் ரெட்டியை அவர் ஆக்கிர மித்திருந்த நிலத்தில் இருந்து அரசு வெளியேற்றிய தாலும், தற்போது ஜப்பார்குடெமில் மக்கள் ஓரளவுக்குச் சகஜ நிலைக்குத் திரும்பியிருந்தார்கள். புலிமாமிடியில், நிலக்கிழார்களைச் சமூகவிலக்கம் செய்ததால், அவர்கள் தங்கள் நிலங்களை விட்டுவிட்டுச் சென்றுவிட்டனர். அதில் இப்போது அந்த கிராமத்தினர் பயிர்செய்துவருகிறார்கள்.

1987 மார்ச் மாதத்தில் உள்ளாட்சித் தேர்தல் காரணமாக எங்கள் பணியில் சற்றுச் சுணக்கம் ஏற்பட்டது. தெலுங்கு தேசக் கட்சியை உருவாக்கிய ஜில்லா ப்ரஜா பரிஷத், மண்டல் ப்ரஜா பரிஷத் ஆகிய உள்ளாட்சி அமைப்புகளுக்குப் பிரதிநிதிகளைத் தேர்வு செய்வதற்கான தேர்தல் அது. அதில் காங்கிரஸ், தெலுங்கு தேசம் மற்றும் சில இடங்களில் தெலுங்கு தேசக் கட்சியின் கூட்டணிக் கட்சியான சி.பி.எம்.

ஆகிய கட்சிகள் போட்டியிட்டன. அந்த மூன்று கட்சிகளுமே அதுவரைக்கும் கூலி மற்றும் நிலம் தொடர்பான போராட்டங்களை எதிர்த்தே வந்திருந்தன. அப்படியிருக்க, மக்கள் ஏன் அவர்களை ஆதரித்தார்கள் என்பது எனக்குப் பெரும் கேள்வியாகவே இருந்தது. இந்தத் தேர்தல் தொடர்பாக மக்கள் என்ன செய்ய வேண்டும் என்று நினைக்கிறார்கள் என்பதைத் தெரிந்துகொள்ள கிராமங்கள்தோறும் கூட்டங்கள் நடத்தினோம். யாராவது ஜில்லா ப்ரஜா பரிஷத் பதவிக்குப் போட்டியிட நினைக்கிறார்களா? அல்லது நிலக்கிழார்கள் சொல்லுவதைச் செய்யும் வேட்பாளருக்குத்தான் அவர்களின் வாக்கா? இப்படிப் பல கேள்விகளை அவர்களிடத்தில் முன்வைத்தோம். இவற்றுக்கு மாதிகாக்கள் எந்தப் பதிலும் சொல்லவில்லை. யாரும் முன்வரவும் தயாராக இல்லை. எனவே, கையில் கொஞ்சம் காசு உள்ள பிற்படுத்தப்பட்ட வகுப்பினர் இதில் போட்டியிடட்டும் என்று மாதிகாக்கள் விலகிக்கொண்டார்கள்.

இறுதியாக, இரண்டு பேர் தேர்தலில் போட்டியிட முன்வந்தார்கள். ஒருவர், கள் இறக்கும் சமூகத்தைச் சார்ந்த எர்ரா நரசிம்மா கவுட். அவர் இப்ராகிம்பட்டின மண்டலத்தின் நேர்பள்ளி தொகுதியைச் சார்ந்தவர். இன்னொருவர், யச்சாராம் மண்டலத்தைச் சேர்ந்த பண்டி ஸ்ரீராமுலு எனும் மாலா சமூகத்தைச் சார்ந்தவர். நந்திவனபர்த்தியில் வசித்து வந்த ஸ்ரீராமுலு ஒரு முன்னாள் ராணுவ வீரர் ஆவார். தேர்தல் பிரசாரத்தின்போது மிக அழகாக, நினைவுகொள்ளத் தக்க வகையில் அற்புதமான பிரச்சாரத்தை அவர் முன்னெடுத்தார். தன்னுடைய இளம் சகாக்களுடன் சைக்கிளில் ஒவ்வொரு கிராமமாகச் சென்றார். “நான் உங்களில் ஒருவன்” என்று மக்களிடம் சொன்னார். “உங்களுக்குக் கொடுப்பதற்கு என்னிடத்தில் சாராயமோ, காசோ கிடையாது. ஆனால் இந்தத் தேர்தலில் நான் வென்றால் அது உங்களின் வெற்றி. நீங்கள் என்னைச் சந்திக்க என் அலுவலகத்துக்கு வரும்போது உங்களை உட்காரவைத்துத்தான் பேசுவேன். கதவருகே நின்றுகொண்டு, ‘பட்டேலா’ என்று கூப்பிடத் தேவையில்லை. நான் தோல்வியடைந்தாலும் பரவாயில்லை. நம்முடைய பலத்தை நாம் காட்டுவோம்” என்று அவர் பிரசாரம் செய்தார். அவருக்காக இருநூற்றுக்கும் மேற்பட்ட பெண்கள், காலை முதல் மாலைவரை, ஒரு நாள் முழுவதும், வாடகைக்கு லாரி எடுத்து ஊர்ஊராகச் சென்று பிரச்சாரம் செய்தார்கள். அந்தக் காலத்தில் அப்படிப் பிரச்சாரம் செய்வதைக் கேள்விப்படுவதே அரிது. நந்திவனபர்த்திக்கு வாக்கப்பட்டு வந்த பெண்கள் எல்லாம் தங்கள் சொந்த ஊருக்குத் திரும்பி, தங்கள் குடும்பத்தாரிடம்,

“ஸ்ரீராமுலு நம் ஆள். அவருக்கு நீங்கள் வாக்களிக்காவிட்டால், உங்களின் உறவைத் துண்டித்துக்கொள்வோம்” என்று எச்சரித்தனர்.

எங்களிடம் ‘பூத் ஏஜென்ட்டுகள், கவுன்ட்டிங் ஏஜென்ட்டு’கள் ஆகியோர் இல்லை என்றாலும், சில கிராமங்களில் எங்கள் சங்கத்து உறுப்பினர்கள் அங்குள்ள சில வேட்பாளர்களை ஆதரித்தார்கள். வோட்டுக்குக் காசு கொடுக்கும் வழக்கத்தையும் நாங்கள் மாற்ற முயற்சித்தோம். பணம் கொடுப்பதற்குப் பதிலாக, நாங்கள் பணம் கேட்க ஆரம்பித்தோம். மக்களிடமிருந்து அவர்களுடைய வோட்டையும், ஒரு ரூபாயையும் எங்களுக்குத் தாருங்கள் என்று கேட்டோம். அந்தப் பணத்தை வைத்துக்கொண்டு வேட்பாளருக்கான பிரச்சாரச் செலவுகளைச் சமாளித்தோம். எங்கள் சங்கத்து உறுப்பினர்கள் யாருக்கும் தேர்தலில் பணியாற்றிய அனுபவம் இல்லை. போட்டியிட்ட வேட்பாளர்கள் யாரும் வெற்றி பெறவும் இல்லை. சில இடங்களில் சுயேட்சையாக நின்றவர்கள் தங்கள் டெபாசிட்டையும் இழந்தார்கள். தேர்தல் முடிந்து ரொம்ப நாட்களுக்குப் பிறகு, கிராமத்திலிருந்த சில வயதான பெண்கள், “என்னுடைய வோட்டையும், ஒரு ரூபாயையும் உனக்குக் கொடுத்தேன். இப்போது என்னுடைய ஓய்வூதியத்தைப் பெறுவதற்கு நீ என்ன செய்வாய்?” என்று கேட்டு என்னைத் துளைத்தெடுத்தார்கள்.

தேர்தல் ஜனநாயகத்தின் மூலம் உரையாடலுக்கான வெளியை ஏற்படுத்திவிட முடியும் என்ற கற்பனாவாதச் சிந்தனைகள் எல்லாம் கிராமத்தில் வேலை செய்தபோது சீக்கிரமாக மறையத் தொடங்கின. நான் அதுவரை செய்துவந்த வேலையை விட, தேர்தல் என்பது முற்றிலும் மாறுபட்டதொரு மிருகம் என்பதைக் கண்டுகொண்டேன். தேர்தலில் ஊழல், வாய்ச்சவடால், பேரம் பேசுதல் என அனைத்துமே அப்பட்டமாகத் தெரிந்தன. ஒவ்வொரு வேட்பாளரும் தேர்தலுக்காக எவ்வளவு செலவு செய்தார் என்பது பற்றி எல்லாருக்குமே தெரிந்திருந்தது. மட்டுமல்ல, ஒவ்வொரு சாதிக்கு ஏற்றாற்போல எவ்வளவு பணம் மக்களுக்குக் கொடுக்கப்பட்டது என்ற விவரமும் கூட அனைவருக்கும் தெரிந்திருந்தது. பணத்துடன் சாராயமும் கொடுக்கப்பட்டதால், யார் யாருக்கு எவ்வளவு கொடுத்தார், யார் யாரிடம் எவ்வளவு வாங்கினார் எனப் பணத்துக்கான சண்டை கூடப் பொதுவெளியில் வந்தது. வேட்பாளர்கள் வாக்குக் கேட்டு வரும்போது, மக்களிடம் ஒரு துண்டுச் சீட்டு கொடுக்கப்பட்டது. அதைச் சாராயக் கடையில் கொடுத்து சாராயம் வாங்கிக்கொள்ளலாம் என்று ஏற்பாடாகியிருந்தது. “எங்கள்

ஆட்களுக்கு நீங்கள் நிறைய கொடுத்திருக்கிறீர்கள். ஆனால் எங்களுக்குக் கம்மியாகத்தான் கொடுத்திருக்கிறீர்கள்", "உனக்கு ஐநூறு ரூபாய் கொடுத்திருக்கிறார்கள். ஆனால் எனக்கு மட்டும் ஏன் இருநூறு ரூபாய் கொடுத்தார்கள்?" என்பன போன்ற பேச்சுகளை எல்லாம் சர்வசாதாரணமாகக் கேட்க முடியும். என்ன வகையான பணம் செலவழிக்கப்பட்டது, மக்களின் வாக்குகள் எப்படி வாங்கப்பட்டன என்பது பற்றியெல்லாம் எங்களுக்குத் தெரியும். மக்களுமே கூட தங்கள் வாக்குகள் வாங்கப்பட வேண்டும் என்று எதிர்பார்த்தார்கள். காரணம், அப்போது மட்டும்தான் அவர்களால் வேட்பாளர்களைக் கேள்வி கேட்க முடியும். 1987இல் நாங்கள் அடைந்த பல தோல்விகள் தந்த அனுபவங்கள், பின்னாளில் வரஇருந்த போராட்டங்களின் போது எங்களுக்கு உதவி செய்தன.

தேர்தலில் நாங்கள் தோற்றுவிட்டோம் என்பது பற்றி எங்களுக்குக் கவலை இல்லை. எங்கே நிலஉரிமைப் பிரச்சினைகள் இருக்கின்றனவோ அங்கிருந்த மக்கள் எங்களை நம்பினார்கள். 1987ஆம் ஆண்டு தொடக்கத்தில், கண்டுக்கூர் மண்டலத்தின் மீர்கான்பேட் மற்றும் சௌத்துப்பல் மண்டலத்தின் தண்டுமால்காபுரம் ஆகிய இடங்களில் நிலப் பிரச்சினைகள் வெடித்தன. யச்சாராமிலிருந்து பத்து கிலோமீட்டர் மேற்காக மீர்கான்பேட் இருந்தது. நான் இதை எழுதிக்கொண்டிருக்கும் நேரத்தில், அந்தக் கிராமத்தில் அமேசான் நிறுவனம் ரூ.11,624 கோடி முதலீட்டில் டேட்டா சென்டர் (தரவு மையம்) ஒன்றை அமைக்க இருப்பதாகக் கேள்விப்பட்டேன். ஆனால் 1987இல் எந்த விதமான பரபரப்பும் இல்லாத தூங்கிவழியும் கிராமமாக மீர்கான்பேட் இருந்தது. யச்சாராமிலிருந்து கண்டுக்கூர் நோக்கிப் புறப்படும் பேருந்து, மதியத்தில் அங்கு வந்து நிற்கும்போது, ஒரு ஈ காக்கையைக் கூடக் காண முடியாது. அந்தக் கிராமத்தை யொட்டி, பேகர்கஞ்சா, திம்மைப்பள்ளி, அகுலாமைலாரம் ஆகியவை இருந்தன. மீர்கான்பேட்டில் அனைத்துச் சாதியினரும் வசித்திருந்தனர். ஆனால் பேகர்கஞ்சாவில் தெலகாக்களும் (செக்கு ஆட்டுபவர்கள்), அகுலாமைலாரத்தில் ஆடு மேய்க்கும் கூர்மாக்களும் வசித்து வந்தனர்.

அகுலாமைலாரம் மிகுந்த ஆச்சரியத்தை அளிக்கும் ஒன்றாக இருந்தது. இப்ராகிம்பட்டினத்தில், கூர்மா சமூகத்தினர் மிகவும் அமைதியான மக்களாகப் பார்க்கப்பட்டனர். ஆனால் இங்கிருந்த கூர்மாக்களோ துடிப்போடும் தீவிரத்தோடும் இருந்தனர். அவர்களது நிலக்கிழார் லக்ஷ்மிநாராயண் ரெட்டி. அவர் பிரபல மனித உரிமைச் செயற்பாட்டாளரும், சோசலிசவாதியும், பிற்காலத்தில் உச்சநீதிமன்ற நீதிபதியாகவும் பணிபுரிந்த

பி.சுதர்ஷன் ரெட்டி என்பவரின் தந்தைதான் லக்ஷ்மிநாராயண் ரெட்டி. அவர் ஒரு கொடூரமான, தொடர் பாலியல் வன்கொடுமைகளைச் செய்பவராக இருந்தார். 1970களில் தொடக்கத்தில், ஓர் இளம் கூர்மா பெண்ணைத் தன் வீட்டுக்கு இழுத்துச் செல்ல முற்பட்டபோது அந்தக் கிராமம் வெகுண்டெழுந்தது. மக்கள் அவரைப் பிடித்து அடித்து உதைத்ததில் அவர் இறந்துவிட்டார். தொடர்ந்து அவரது பிணத்தை கிராம ஓடைக்கு அருகில் எரித்துவிட்டு, அந்தச் சாம்பலை எடுத்துக்கொண்டு யச்சாராம் காவல்நிலையத்துக்குச் சென்று நடந்த விஷயங்களைச் சொன்னார்கள். அவர்களில் பலருக்கு 14 ஆண்டுகள் ஆயுள் தண்டனை விதிக்கப்பட்டது. 1987இல் சிறையிலிருந்து வெளிவந்தவுடன் அவர்கள் யாருக்கும் அச்சப்படவில்லை. தங்கள் குற்றத்தை ஒப்புக்கொண்ட இவர்களைப் பார்த்து ஏற்கெனவே சிறையில் இருந்த குற்றவாளிகள் கேலி செய்தனர். ஆனால் இன்று அவர்கள் யாருக்கும் அடங்கிப்போவதில்லை. சாதி பீடித்த சமூகத்தில், நேர்மைக்கு இடமில்லை என்பது அவர்களின் வாதமாக இருந்தது. அவர்கள் எங்கள் சங்கத்தில் தோளுடன் தோள் நின்று போராடுவதாக உறுதி அளித்தனர்.

இப்ராகிம்பட்டினத்தில் எனக்கு வழிகாட்டியாகவும் நான் நேசிக்கிற மனிதராகவும் இருந்த டில்லி ஐங்கய்யாவுக்கு பேகர்கஞ்சா தான் பூர்வீகம். 1987இல் மீர்கான்பேட் நிலப் போராட்டம் தொடங்கும் முன்பே அவர் எங்களுடைய கூட்டங்களில் எல்லாம் கலந்துகொண்டிருக்கிறார். பின்வரிசைக் காரராக, அவர் எங்களின் கூட்டங்களை மிகுந்த கவனத்துடன் கேட்டுவந்தார். உயரமாக, கருப்பாக, எப்போதும் இரண்டு மூன்று தெலகாக்களைத் தன்னுடன் சேர்த்துக் கொண்டு வருவதை நாம் கவனிக்காமல் இருக்க முடியாது. 1987இல் இருந்து 1993ஆம் ஆண்டு வரை, எங்கள் சங்கம் முன்னெடுத்த புதிய விஷயங்களில் நிறைய அறிவுரைகளை அவர் கூறினார். அப்போது பேகர்கஞ்சாவில் வெறும் பத்து வீடுகள் மட்டும்தான் இருந்தன. ஆனால், நான் அவரைப் பார்ப்பதற்காகவே, வானுக்கு அடியிலுள்ள அனைத்து விஷயங்களையும் பற்றியும் அவர் பேசிக் கேட்பதற்காகவே அடிக்கடி பேகர்கஞ்சாவுக்குப் போவேன். அவருக்கும், அவரது மூன்று மகன்களுக்கும் வெறும் மூன்று ஏக்கர் நிலங்கள்தான் இருந்தன. ஆனால், அந்த நிலத்தில் அவர்கள் மிகுந்த அக்கறையுடன் பணியாற்றினார்கள். அவருடைய நிலத்துக்குக் கொஞ்சம் தண்ணீர் வசதி கிடைத்ததால், பெரும்பாலும் காய்கறிகள், கொத்தமல்லி ஆகியவற்றை விளைவித்து, ஹைதராபாத் சந்தையில் விற்றுக் கொண்டிருந்தார். இரண்டு நாளுக்கு ஒருமுறை, சந்தைக்குச்

சென்று வந்துகொண்டிருந்த அவர், நாளாக நாளாக, ஹைதராபாத்தின் மொத்தச் சந்தை நிலவரத்தையும் கவனிக்கத் தொடங்கினார். தனது வீட்டுத் தேவைக்காக அரிசி, தானியங்கள், பருப்புவகைகள் ஆகியவற்றைப் பயிரிட்டுவந்தார். வீட்டுவாசலில் எப்போதும் கோழிக்குஞ்சுகள் நடமாடிக்கொண்டிருக்கும். அவர்கள் ஆடுகளையும் வளர்த்தார்கள். ஜங்கய்யாவோ அல்லது அவரது மருமகள்களில் யாராவதோ அந்த ஆடுகளை மேய்த்துக் கொண்டிருப்பார்கள். வெறும் மூன்று ஏக்கர் நிலத்தை வைத்துக் கொண்டு, இந்தக் குடும்பம் தற்சார்புடன் வாழ்ந்துவருவதைப் பார்த்து நான் மிகுந்த ஆச்சரியத்துக்கு உள்ளானேன். ஒரு குடும்பம் வாழவும் வளரவும் நிலம், நீர் ஆகியவற்றைப் பயன்படுத்து வதற்கான உரிமை தேவை என்பதை நான் புரிந்துகொண்டேன்.

எந்த ஒரு விஷயத்தில் தனக்கென்று ஒரு கருத்து இருக்கிறதோ, அந்த விஷயத்தைப் பற்றி எனக்கு அறிவுரை வழங்க டில்லி ஜங்கய்யா தவறுவதில்லை. பேசுவதற்கு முன் மிகவும் யோசிப்பார். ஒவ்வொரு விஷயத்தின் விளைவு குறித்தும் விளக்கும்போது அவர் மிகவும் பொறுமை காத்தார். நடுநடுவே நான் குறுக்கிட்டுக் கேள்வி கேட்டால் அதை ஒதுக்கித்தள்ளாமல் விளக்குவார். தொலைதூரத்தில் இருந்த கிராமங்களில் என்ன நடக்கிறது என்பது பற்றியும், அருகிலுள்ள அரசியல் சூழ்நிலைகளால் எங்களுக்கு என்ன விதமான தாக்கங்கள் ஏற்படலாம் என்பது பற்றியும் அவர் நிறைய பகிர்ந்துகொள்வார். நாளிதழ், வானொலி ஆகியவற்றின் மூலம் அவர் செய்திகளை அறிந்துகொண்டதுடன், அரசியல் சூழலைப் பற்றி என்னிடமும் தான் அறியாத விஷயங்களைக் கேட்டுத் தெரிந்துகொள்வார். அவருடைய ஆர்வமும் கூர்மையான பார்வையும், என்னில் புதுவிதமான சிந்தனையைத் திறந்துவிட்டது. இப்ராகிம்பட்டினத்தில் நான் வேலை செய்வதை நிறுத்திய பல ஆண்டுகளுக்குப் பிறகும், என்னை ஹைதராபாத்தில் தொடர்ந்து சந்திக்கும் சிலரில் அவரும் ஒருவர். அவர் என் பாதுகாவலராக இருந்தார்.

❍

மீர்கான்பேட் கிராமத்துக்கும், ஹைதராபாத்திலுள்ள தேவல் சிவ்ஜி கோயிலுக்கும் நெருக்கமான தொடர்பு உண்டு. அந்த கிராமத்தில் அந்தக் கோயிலுக்கு என்று 1,200 ஏக்கர் நிலம் இருந்தது. அதில் இன்றும்கூட 928 ஏக்கரை அது கொண்டிருக்கிறது. பொதுவாக, கோயில் நிலங்களை எல்லாம் அந்தந்த மாநிலங்களின் அறநிலையத் துறைதான் நிர்வகிக்கும். அந்த நிலங்கள் கோயில் அறங்காவலர்களின் கட்டுப்பாட்டில் இருந்தபோது, அதை அந்த கிராம மக்கள் மேய்ச்சலுக்குப் பயன்படுத்துவதற்காக குத்தகைக்கு

விட்டிருந்தார்கள். பேகர்கஞ்சாவைச் சேர்ந்த தெலகா மக்கள், தங்கள் கால்நடைகளின் மேய்ச்சலுக்காக அந்த நிலங்களைத்தான் வெகுவாகச் சார்ந்திருந்தார்கள். அதற்காகக் கோயிலுக்கு வாடகையும் கொடுத்தார்கள். அந்த நிலத்தின் பெரும்பகுதியை அந்தக் கிராமத்தின் முன்னாள் பஞ்சாயத்துத் தலைவரான வித்தால் ரெட்டி எனும் நிலக்கிழார் ஆக்கிரமித்திருந்தார். மட்டுமல்ல, 1961ஆம் ஆண்டில் அந்தக் கோயில் பூசாரி அந்த நிலத்தை நிர்வகிப்பதில் இருந்து தடுக்கும் விதத்தில் முன்சீஃப் கோர்ட்டில் இடைக்காலத் தடை உத்தரவையும் வாங்கியிருந்தார். அவர் முதலில் 200 ஏக்கர் நிலத்தைத் தன் கட்டுப்பாட்டுக்குள் கொண்டுவந்தார். பிறகு அந்தத் தடைஉத்தரவை வைத்துக் கொண்டு மேலும் 400 ஏக்கர் நிலங்களை அவர் அபகரித்துக் கொண்டார். அவர் அந்த நிலங்களை ஆக்கிரமிக்கும் முன்புவரை, விவசாயிகளும், கால்நடை மேய்ப்பவர்களும் கோயிலுக்கு வாடகை செலுத்திவந்தார்கள். இப்போது அந்த வாடகையை வித்தல் ரெட்டி வசூலிக்கத் தொடங்கினார். தொடர்ந்து அந்த நிலங்களுக்குத் தானே பட்டா பெற்றிருப்பதாக வருவாய்த்துறை ஆவணங்களில் மாற்றம் செய்துவிட்டார்.

1987இல் நூற்றுக்கும் அதிகமான ஏக்கர் நிலங்களை ஆந்திராவில் இருந்து வந்த தொழிலதிபர்களுக்கும் ஒப்பந்ததாரர் களுக்கும் வித்தல் ரெட்டி விற்றுவிட்டார். அந்த புது உரிமை யாளர்கள் அந்த நிலங்களில் வேலி போட்டுவிட்டதால், கிராமத்தினர் அங்கு நுழைந்து மேய்ச்சல், விவசாயம் போன்ற வற்றைச் செய்ய முடியாமல் போனது. இதன் காரணமாக இரண்டு தரப்பினருக்கும் இடையில் மோதல் ஏற்பட, கிராமத்தினர் எங்களை அணுகினார்கள். எங்கள் சங்கம் இங்கு ஏற்கெனவே கொத்தடிமைத் தொழிலாளர்கள் பலரை விடுவித்திருந்ததால், எங்களுக்கு அந்த கிராமம் மிகவும் பரிச்சயமானதாகவே இருந்தது. டில்லி ஜங்கய்யாவும், ஆயர் போட பால்ராஜ் என்பவரும் அந்த கிராமத்தினரின் பிரதிநிதிகளாக என்னிடம் வந்தார்கள். 1986இல் போட பால்ராஜை நான் சந்திக்கும்போது அவர் மீர்கான்பேட் மென்னோனைட் தேவாலயத்தில் ஆயராக இருந்தார். இதர ஆண்களைப் போல அவர் குடிகாரராகவோ, புகைப்பிடிப்பவ ராகவோ இல்லாமல் தன்மையாகப் பேசுபவராக, பொறுமை யானவராக, யாருக்கும் வளைந்து கொடுக்காதவராக இருந்தார். எப்போதும் நியாயமான போராட்டங்களுக்குத் துணை நிற்பவராக இருந்தார். எங்கள் சங்கம் முன்னெடுத்த சில ஆபத்தான யோசனைகளுக்கும், செயல்பாடுகளுக்கும் பால்ராஜும் ஜங்கய்யாவும் மிகுந்த ஆதரவை அளித்தனர். 35 ஆண்டுகளுக்கு முன்பு தலித் மக்கள் தங்களுடைய மகள்களைப் படிக்க வைக்காமல்

இருந்தபோது, பால்ராஜ் தன்னுடைய ஐந்து மகள்களையும் படிக்க வைத்தார். அவர்கள் ஒவ்வொருவரும் தத்தமது துறையில் சாதனை படைப்பவர்களாக விளங்குகிறார்கள்.

தேவால் சிவ்ஜி கோயில் தொடர்பான ஆவணங்களை எல்லாம் ஜங்கய்யாவும் பால்ராஜும் மற்றும் எங்கள் சங்கத்தைச் சேர்ந்தவர்களும் ஆழமாக ஆராய்ந்தனர். கோயில் அறங்காவலர்கள். அறநிலையத் துறை, மண்டல வருவாய் அலுவலகம் என எல்லா இடங்களிலும் ஆராய்ந்ததில், அந்த நிலங்கள் எல்லாமே கோயிலுக்குச் சொந்தமானவைதான் என்பது தெள்ளத் தெளிவாகியது. பிறகு அந்தக் கிராமத்தினரும், விடுவிக்கப்பட்ட கொத்தடிமைத் தொழிலாளர்களும் அந்த நிலத்தில் இருந்த வேலிகளை எல்லாம் உடைத்தெறிந்தனர். தொடர்ந்து பயிர் செய்யவும் தொடங்கினர். இதனால் போலீஸார் அவர்களைக் கைது செய்து, சித்திரவதைக்கு உள்ளாக்கினர். சிலர் மீது கொலை முயற்சி வழக்குகள் பதியப்பட்டன. எனவே, அவர்களை ஜாமீனில் எடுப்பது சிக்கலாகிவிட்டது. போட பால்ராஜைக் கிணற்றில் தள்ளிவிட்டார்கள். மாதிகா சமூகத்து மக்களின் கிணற்றில் வாளி வாளியாக மனித மலம் வீசப்பட்டது. இந்தச் சம்பவங்கள் எதிலுமே வித்தல் ரெட்டி ஈடுபடவில்லை. அவருக்குப் பதிலாக அந்தக் கீழ்த்தரமான செயல்களை எல்லாம் கிராமத்தில் இருந்த அவர் கூலிகள் செய்துமுடித்தார்கள். பால்ராஜும் தலித், அவரைத் தாக்கியவர்களும் தலித் என்பதால் எந்த வழக்கும் பதியப்படவில்லை. இதற்குப் பிறகு அந்த நிலத்தை வாங்கியவர்கள் அதைக் கிராமத்தினர் பயன்படுத்தக் கூடாது என்று அவர்களுக்கு எதிராகத் தடை உத்தரவை வாங்கினார்கள்.

இதில் வேட்டிக்கையான அம்சம் என்னவென்றால், அந்தப் புதிய நில முதலாளிகளும் நாங்களும் ஹைதராபாத்திலிருந்த ஒரே வழக்கறிஞர் நிறுவனத்தில் வேலை பார்க்கும் ரெட்டி வழக்கறிஞர்களிடம்தான் எங்கள் வழக்குகளைக் கொடுத்திருந் தோம். எங்களின் வழக்கறிஞர், எதிர்த் தரப்பு வழக்கறிஞரின் மைத்துனர் ஆவார். இதை மேலும் சுவாரஸ்யமாக்கும் விதமாக, சி.பி.ஐ. கட்சியின் சுதாகர் ரெட்டி என்பவர் என்னைச் சந்திக்க விரும்பினார். வித்தல் ரெட்டியிடமிருந்து நிலத்தை வாங்கியவர்கள் சி.பி.ஐ. கட்சியிடம் தஞ்சம் புகுந்து, அவர்கள் கிராமத்தினருடன் ஒரு சமரசம் செய்துகொள்ள விரும்புவதாகத் தெரிவித்தார். எங்கள் சந்திப்புக்குப் பிறகு, சமரசத்துக்கு இடமேயில்லை என்று தெரிந்தவுடன், அந்தப் புதிய முதலாளிகள் வெளியேறிவிட்டனர். அவர்களுக்கு அந்த நிலத்தை வைத்துக்கொள்வதில் விருப்பம் இருக்கவில்லை. முதல்முறையாக, வெற்றி தானாக எங்கள் மடியில் வந்து விழுந்தது. மக்களுக்கு அந்த நிலம் கிடைத்தது. நாங்கள்

அனுப்பிய தொடர் மனுக்கள் மற்றும் நடத்திய தர்ணாக்களின் விளைவாக, வித்தல் ரெட்டிக்கு 1988இல் வழங்கப்பட்ட பட்டாக்களை எல்லாம் செல்லாது என்றும், அவரிடமிருந்த 200 ஏக்கர் நிலம் அரசுக்குச் சொந்தமானது என்றும் மாவட்ட இணைஆட்சியர் உத்தரவிட்டார். அவரிடமிருந்த இதர நிலங்கள் கோயிலிடமும் அதை நிர்வகிக்கும் உரிமை கிராமத்தினரிடமும் திரும்ப வந்தன.

இந்த ஒரே ஒரு கிராமத்தில் மட்டும்தான் போலீஸார் எனக்கு எதிராக வழக்கைப் புனைய முடிந்தது. பேகர்கஞ்சாவில் இருந்த தெலகா குடும்பம் ஒன்று, விட்டல் ரெட்டி குடும்பத்துடன் நீண்ட காலமாக அணுக்கமாக இருந்தனர். அவர்கள் எங்களின் போராட்டத்தில் கலந்துகொள்ளவில்லை. தொடர்ந்து 1987 முதல் அந்தக் குடும்பத்தை ஊர் மக்கள் சமூக விலக்கம் செய்தார்கள். அதன் அடிப்படையில், அந்தக் குடும்பம் என் மீதும் பேகர்கஞ்சா மக்கள் மீதும் 1988இல் வழக்கு ஒன்றைத் தொடர்ந்தார்கள். அதில், நான் அந்த கிராமத்தினரைத் தூண்டிவிட்டதால் அந்தக் குடும்பத்தை ஊர்க்காரர்கள் ஒதுக்கிவைத்திருப்பதாகத் தெரிவிக்கப்பட்டிருந்தது. அந்தச் சமூகவிலக்கத்தை நானும் ஆதரித்தேன் என்பது உண்மைதான். அந்த வழக்கை ஒரு சிறு விஷயமாகத்தான் நான் பார்த்தேன். ஆகவே, அதில் பெரிய கவனம் செலுத்தவில்லை. ஆனால் 1989இல் இப்ராகிம்பட்டின முன்சீஃப் கோர்ட்டில் அந்த வழக்கில் குற்றம்சாட்டப்பட்டு, எனக்கு ரூ.400 அபராதம் விதிக்கப்பட்டது. என்னுடன் சேர்த்து டில்லி ஜங்கய்யாவுக்கும் அபராதம் விதிக்கப்பட்டது. அதை எதிர்த்து மாவட்ட நீதிமன்றத்தில் 1989இல் பிரபல கிரிமினல் வழக்கறிஞர் சல்லா நரசிம்ம ரெட்டி என்பவர் மூலம் மேல் முறையீடு செய்தோம். ஆனால் எங்கள் அப்பீல் மனு தள்ளுபடி செய்யப்பட்டடு. அந்த வழக்கின் மூலம் எனக்கு நல்ல பாடம் கிடைத்தது. ஒரு வழக்கு, அது எந்த திசையை நோக்கிச் செல்ல வேண்டும் என்பதை முடிவு செய்வதில், முன்சீஃப் கோர்ட்டுகள் மிக முக்கியப் பங்காற்றுகின்றன என்பதுதான் அந்தப் பாடம். ஆகவே, விசாரணை நீதிமன்றங்களை நாம் எப்போதும் குறைத்து மதிப்பிட்டுவிடக் கூடாது. விசாரணை நீதிமன்றம் கொடுக்கும் தீர்ப்பின் மீதே அடுத்தடுத்த நகர்வுகள் கட்டமைக்கப்படுகின்றன.

நிலப் போராட்டங்களை முன்னெடுத்து நடத்துவது எனக்கு நிறைய விஷயங்களைக் கற்றுக் கொடுத்தது. நிலக்கிழார்களிடமிருந்து அரசு நிலங்களை மீட்டெடுக்க நாங்கள் கிராம மக்களுக்கு ஆதரவாக இருந்தால் போதும் என்றுதான் ஆரம்பத்தில் நினைத்தேன். இப்போது அந்த நிலங்களில் ஏற்கெனவே குத்தகைக்குப் பணியாற்றிவந்தவர்கள் என்னிடம் வந்தார்கள்.

அவர்களுக்கு நாங்கள் என்ன செய்துவிட முடியும்? அவர்கள் கொண்டுவந்ததெல்லாம் தனிநபர் வழக்குகள். அவற்றில் பெரும்பாலும் மாதிகா மக்களுடன் உரசலில் இருக்கும் பிற்படுத்தப் பட்ட வகுப்பைச் சார்ந்தவர்களின் வழக்குகளாக அவை இருந்தன. அந்த வழக்குகளை நாங்கள் கையில் எடுத்தால், கிராமத்தினரை எப்படி ஒற்றுமையாக வைத்துக்கொள்ள முடியும்? எங்களுடைய விவசாயக் கூலித் தொழிலாளர்களுக்கான சங்கம். மரபார்ந்த இடது சாரிக் கட்சிகள், அமைப்புகள், சிறு, குறு, மத்திய தர விவசாயிகளைத் தங்களுடன் சேர்த்துக் கொண்டு, பிற்பாடு அவர்களது கோரிக்கைகளுக்காகப் போராடி, அடிமட்டத் தொழிலாளர்களைக் கைவிட்டுவிட்ட தவறை நானும் செய்ய விரும்பவில்லை. மேலும் நான் மாதிகா மக்களுக்கு நெருக்கமாக இருந்ததால், இதர சமூகத்து மக்களிடமிருந்து நான் விலகியே இருந்தேன். மாதிகா சமூகத்தில் குத்தகைக்காரர் என்று ஒருவரைக் காண்பது அரிது. பிற்படுத்தப்பட்ட வகுப்பினர் தங்கள் கோரிக்கை களை எங்களிடம் கொண்டுவந்து, மாதிகா மக்களிடமிருந்து நாங்கள் விலக்கப்பட்டுவிடுவோமோ என்ற அச்சம் எனக்கிருந்தது. அந்தத் தருணத்தில் நஸ்திக் சிங்காரம் கிராமத்தைச் சேர்ந்த சத்யம்மாதான் எனக்கு உதவி செய்தார். குத்தகைக்காரர்களின் பிரச்சினையில், நம்மால் என்ன செய்ய முடியும், எதைக் கட்டாயமாகச் செய்ய வேண்டும் என்பதை எனக்கு அவர்தான் விளக்கினார். ஆச்சரியமாக, நிலக்கிழார்களை எதிர்க்கும் பிற்படுத்தப்பட்ட வகுப்பினரின் போராட்டத்துக்கு மாதிகா மக்களும் நிபந்தனையற்ற ஆதரவை வழங்கினார்கள்.

எங்களிடம் நிறைய குத்தகைக்காரர்கள் தொடர்பான வழக்குகள் வந்தன. பாதுகாக்கப்பட்ட குத்தகைதாரர் சட்டம் 1950, பிரிவு 32இன் படி, குத்தகைதாரர்களுக்கு, அவர்கள் ஏற்கெனவே எந்த நிலத்தில் குத்தகைசெய்துவந்தார்களோ, அந்த நிலம் அவர்களுக்குத் திரும்ப அளிக்கப்பட வேண்டும். அதைச் செய்வதற்கு மண்டல வருவாய் அலுவலருக்கு அதிகாரம் இருக்கிறது. இதில் சிவில் நீதிமன்றங்கள் தலையிட எந்த உரிமையும் இல்லை. சொல்லப்போனால், குத்தகைதாரர்களைப் பாதுகாக்க அந்த நிலங்களில் இருந்து அவர்களை வெளியேற்றாமல் இருக்க, நிலக்கிழார்களுக்கு எதிராகத் தடை உத்தரவு பிறப்பிக்கும் அதிகாரமும் மண்டல வருவாய் அலுவலர்களுக்கே இருந்தது. ஆனால், வருவாய்த்துறை அதிகாரிகள் இந்த அதிகாரங்களை எல்லாம் ஒருபோதும் பயன்படுத்தியதே இல்லை. எனவே, அந்த நிலங்களின் பட்டாதாரர்கள், குத்தகைதாரர்களுக்கு எதிராக சிவில் கோர்ட்டுகளில் ஜோடிக்கப்பட்ட வழக்குகளைத் தொடர்ந்தனர். ஒவ்வொரு கிராமத்திலிருந்தும் தங்களுக்கு வழங்கப்பட்ட குத்தகைதாரர் சான்றிதழ்களுடன் எங்களிடம்

வந்தார்கள். இவர்களுக்காக நாங்கள் மனுக்களைத் தயார் செய்து வந்த அதே நேரத்தில், இதர கிராம மக்களின் ஆதரவைப் பெறவும் நாங்கள் முயற்சித்தோம்.

பாதுகாக்கப்பட்ட குத்தகைக்காரர் சட்டத்தின் கீழ் நாங்கள் பல வழக்குகளை வெற்றிகரமாக நடத்தினோம். அவற்றில் ஒன்று எலிமிநேடு முத்யாலுவின் வழக்கு. 1954இல் இருபது வயது இளைஞனாக அவர் இருந்தபோது, மல்லா ரெட்டி என்பவரின் நிலத்தில் குத்தகைதாரராக 16 ஏக்கர் நிலத்தில் பயிர் செய்து வந்தார். 1956ஆம் ஆண்டு ஆந்திரப் பிரதேசத்தின் குத்தகைதாரர் மற்றும் விவசாய நிலங்கள் சட்டம், 1950இன் கீழ் அவர் 'பாதுகாக்கப்பட்ட குத்தகைக்காரர்' என்று அறிவிக்கப்பட்டார். உடனே மல்லா ரெட்டி அவரைத் தன் நிலத்தில்இருந்து வெளியேற்றிவிட்டார். முத்யாலுவிடம் இருக்கும் நிலஉடைமை தொடர்பான ஆவணம்தான் அந்த நிலத்தின் மீதான உரிமையை அவருக்குத் தருகிறது என்பதை நிலக்கிழார் புரிந்துகொண்டார். அந்தச் சமயத்தில் முத்யாலுவின் தந்தை இறந்துவிட்டார். வாழ்வாதாரத்தையும் இழந்து, குடும்பப் பொறுப்புகளையும் தன் மீது போட்டுக்கொண்ட முத்யாலு, 50 ரூபாய் கடனுக்காகக் கொத்தடிமைத் தொழிலாளியானார். அவர் பெற்ற கூலி, அவர் பட்ட கடனை அடைப்பதற்குப் போதுமானதாக இருக்கவில்லை. இதர பல கொத்தடிமைத் தொழிலாளர்களுக்கும் அதே நிலைதான். எனவே, அதிலிருந்து தப்பிக்க, வேறுவேறு நிலக்கிழார்களிடத்தில் வேலை செய்தனர். ஆனால் முத்யாலு அவ்வாறு போகாமல், சுமார் முப்பது ஆண்டுகளாக மல்லா ரெட்டியிடமே சேவகம் புரிந்தார். 1987ஆம் ஆண்டிலும் அதே குடிசையில்தான் வசித்து வந்தார். அவரிடம் சொல்லிக்கொள்ளும்படி எந்தச் சொத்துகளும் இல்லை. தன்னுடைய சின்னஞ்சிறு மகனையும், நிலக்கிழாரின் கால்நடைகளை மேய்ப்பதற்கு அனுப்பிவைத்துவிட்டார். கொத்தடிமைத் தொழிலாளர்கள் எல்லாம் ஒன்றிணைந்து நிலக்கிழாருக்கு எதிராகப் போராடத் தொடங்கியபோது, முத்யாலுதான் அவர்களின் தலைவராக இருந்தார்.

தொடர்ந்து, தனது நிலத்தை மீட்பதற்காக மல்லா ரெட்டியை எதிர்த்து மண்டல வருவாய் அலுவலர் அலுவலகத்தில் மனு செய்தார். மட்டுமல்லாமல், தான் பெற்ற கடனைத் திருப்பிச் செலுத்த முடியாது என்று சொல்லிவிட்டு, அவரிடம் பணிக்குச் செல்லாமல் நின்றுவிட்டார். இதனால் ஆத்திரமடைந்த மல்லா ரெட்டி, முத்யாலுவின் வீட்டுக்கு வந்து அவருக்குத் தான் கொடுத்த கம்பளியையும் செருப்பையும் எடுத்துக்கொண்டு போய்விட்டார். 'அவரது இந்தச் சின்னத்தனமான செயலுக்காக அவரை ஒரு போதும் மன்னிக்கமாட்டேன்' என்று சொல்லி, அவரை

நிம்மதியாக வாழவிடமாட்டேன் என்று முத்யாலு கர்ஜித்தார். தனக்கு நேர்ந்த அநீதியைப் பற்றி அவர் பொருமிக்கொண்டே இருந்தார். மல்லா ரெட்டியைப் பற்றிக் கோபமாகவும் ஆபாசமாகவும் மண்டல வருவாய் அலுவலகத்தில், டீ கடையில், பேருந்து நிலையத்தில் என எல்லா இடங்களிலும் தூற்றிக் கொண்டே இருந்தார். இதனால் அந்த இடங்களில் மல்லா ரெட்டிக்கு இருந்த கொஞ்ச நஞ்ச மரியாதையும் காணாமல் போனது. "மடிகொல்லா நோரு அந்தா செட்டாடி, இன்கேமி லேது" (மாதிகாக்களை விட அசிங்கமாகப் பேசுபவர்கள் யாரும் இல்லை) என்று நிலக்கிழார்களின் இல்லத்தரசிகள் கரித்துக் கொட்டுவார்கள். அந்த அளவுக்கு அவர்களின் வசவு இருக்கும். அதனாலேயே முத்யாலு வீசிய வசவுகளை என்னிடம் மொழிபெயர்த்துச் சொல்ல மக்கள் தயங்கினார்கள். அவர் தனது வழக்கை யச்சாராம் மண்டல வருவாய் அலுவலகத்தில் தொடுத்திருந்தார். எங்களுடைய உதவியால், 40 ஆண்டுகளுக்குப் பிறகு அந்த 16 ஏக்கர் நிலங்களுக்கு அவரே மீண்டும் குத்தகைதாரராக ஆனார். மேலும் லண்டனில் இருந்த மல்லா ரெட்டியின் மகன் இந்தியாவுக்கு வந்துவிட்டுச் செல்லும்போது, அந்த வழக்கைத் தொடர வேண்டாம் என்று தன் தந்தையிடம் சொல்லிவிட்டார். அவர் யச்சாராமுக்கு வந்திருந்தபோது தனது தந்தையின் உதவியாளர்களில் ஒருவரான சங்கரய்யாவை அழைத்து, அந்த நிலப்பிரச்சினை தொடர்பாக சட்டம் என்ன சொல்கிறது என்று கேட்டபோது, சங்கரய்யா அந்தப் பிரச்சினையைப் பற்றி ஆழமாக விளக்கிச் சொல்ல, தன் தந்தையிடம் அந்தப் பிரச்சினையை அத்தோடு விட்டுவிடும்படி வேண்டினார்.

முத்யாலுவைப் போல வசவுமொழிகளைப் பேசுவதில் இன்னொரு வல்லவர் ரவுலா ராமுலு. அகுலாமைலாரம் பகுதியைச் சேர்ந்தவரான அவரும் ஒரு குத்தகைக்காரர்தான். தன்னுடைய 15 ஏக்கர் நிலத்துக்காக மண்டல வருவாய் அலுவலகம் முதல் உயர்நீதிமன்றம் வரை போராடி வெற்றி பெற்றார். அவர் இப்போது ஒரு வளமான விவசாயியாக இருக்கிறார்.

ததிபார்த்தி கிராமத்தைச் சேர்ந்த சத்யம்மாவைப் பற்றி எழுத வேண்டுமென்றால், அதற்கென தனியாக ஓர் அத்தியாயத்தையே ஒதுக்க வேண்டும். யச்சாராமுக்கு மேற்காக ஆறு கிலோமீட்டர் தொலைவில் உள்ள நஸ்திக் சிங்காரம் கிராமத்தில் கொல்லா குடும்பம் ஒன்றில் பிறந்த இரண்டு பெண் குழந்தைகளில் அவர் மூத்தவர். அவரது தந்தையாருக்கு மகன்கள் இல்லை. எனவே அவரது தந்தையார்தான் பப்பு சுப்பையா என்பவரின் நான்கு ஏக்கர் நிலத்தில் குத்தகைதாரராக இருந்தார்.

பொதுவாக குத்தகைக்காரர் ஒருவர் 'பாதுகாக்கப்பட்ட குத்தகைக்காரர்' என்ற சான்றிதழை வாங்கிவிட்டார் என்று தெரிந்த உடனே, அவரை அந்த நிலத்திலிருந்து நிலக்கிழார் வெளியேற்றிவிடுவார். ஏனென்றால், பின்னாளில் அந்தச் சான்றிதழைக் காட்டி அந்த நிலத்தைக் குறைந்த விலைக்கு வாங்க குத்தகைதாரர் முயற்சிப்பார். ஆனால் பப்பு சுப்பையா மிகவும் 'பரந்த மனமுடையவர்'. அவர் சத்யம்மாவின் தந்தையை அந்த நிலத்தில் இருந்து வெளியேற்றவில்லை. மாறாக, அந்த நிலத்தை உள்ளூர் தேவஸ்தானம் ஒன்றுக்கு அன்பளிப்பாகக் கொடுத்து விட்டார்.

தனது தந்தையின் இறப்புக்குப் பிறகு, சத்யம்மா தனது சகோதரியின் சம்மதத்துடன் அந்த நிலத்தின் மீது உரிமை கோரினார். அவருடைய சொந்த ஊரிலிருந்து ஐந்து கிலோமீட்டர் தொலைவில்தான் அவர் வாழ்க்கைப்பட்டுச் சென்ற ஊரான ததிபார்த்தி இருக்கிறது. அந்த ஊருக்குப் பக்கத்தில்தான் அவர்களுக்கு உரிமையான நிலம் இருந்தது. அந்த நிலத்துக்கான உரிமை கோரியபோது, பப்பு சுப்பையா அவரை நீதிமன்றத்துக்கு இழுத்தார். சத்யம்மா அந்த நீதிமன்றத்தை மட்டுமே நம்பி யிருந்திருந்தால் தோற்றுப்போயிருப்பார். எனவே, இன்னொரு பக்கம், மண்டல வருவாய் நீதிமன்றத்திலும் வழக்கு தொடர்ந்து அதில் வெற்றி பெற்றார்.

ஒவ்வொரு முறை அவர் என்னிடம் உதவி கேட்டு வந்த போதும், "நீங்கள் கூலித் தொழிலாளி கிடையாது. நீங்கள் பட்டா பெற்றவர். அதனால் எங்கள் சங்கத்தில் நீங்கள் சேர முடியாது. அதனால் என்னிடம் வராதீர்கள்" என்று சொன்னேன். சத்யம்மா தனக்காக நிலம் வேண்டிப் போராடினார். ஆனால் நாங்களோ குத்தகைதாரர் பிரச்சினைகளைக் கையில் எடுக்கலாமா என்பதைப் பற்றி முடிவு எடுக்கவே இல்லை. ஆனபோதும் அவர், "ஆனா அவங்க என்னை என்னோட நிலத்தில வேலை செய்ய விடமாட்டேங்குறாங்க" என்று எங்களிடம் புலம்பினார். அவர் விஷயத்தில் முடிவெடுக்க எனக்கு ஒன்றிரண்டு மாதங்கள் ஆனது. அவர் சொன்னது சரிதான். அவருக்குச் சொந்தமாக இருப்பது நிலம் அல்ல. தனது தந்தை வழியில் தனக்குக் கிடைத்த சொத்து. அந்த உரிமையை அவர் வென்றெடுக்க சங்கத்தின் உதவி தேவை. ஆரம்பத்தில் நாங்கள் அவரது வழக்கை மறுத்தாலும், தனது பொறுமையை அவர் இழக்கவில்லை. ஆண்டுக்கணக்காக அவரது போராட்டம் தொடர்ந்தபோதும், தன்னுடைய முயற்சியை அவர் விட்டுவிடவில்லை. தனது வழக்கில் வெற்றி பெற்ற பின்னரும், அவர் எங்கள் கூட்டங்களில், அது எத்தனை தூரத்தில் நடந்தாலும் அதில் தொடர்ந்து பங்கேற்றார். அந்த எல்லாக் கூட்டங்களும்

நிலம் துப்பாக்கி சாதி பெண்

2002ஆம் ஆண்டு சத்யம்மா என்னைச் சந்திக்க வந்தபோது
கொண்டுவந்திருந்த சங்க உறுப்பினர் அட்டை

தனக்கானது என்று அவர் நினைத்தார். 1987இல் எங்களிடம் உதவி கேட்டு வந்த ஆண்களுக்கிடையே தனி ஒரு பெண்ணாக நின்றார் அவர். சங்க அலுவலகத்துக்கு அதிகாலையிலேயே வந்துவிடுவார். மதியம் தான் கொண்டுவந்துள்ள சோள ரொட்டியை மிளகாய்ப் பொடியுடன் தொட்டுச் சாப்பிடுவார். தான் படும் கஷ்டங்கள் பற்றி அவர் எப்போதும் யாரிடமும் புலம்பியதில்லை. ஒருமுறை கூடப் பேருந்துச் செலவுக்குக் காசு கேட்டதில்லை. எல்லோரையும் மதித்தார். இதனால் நாட்கள்

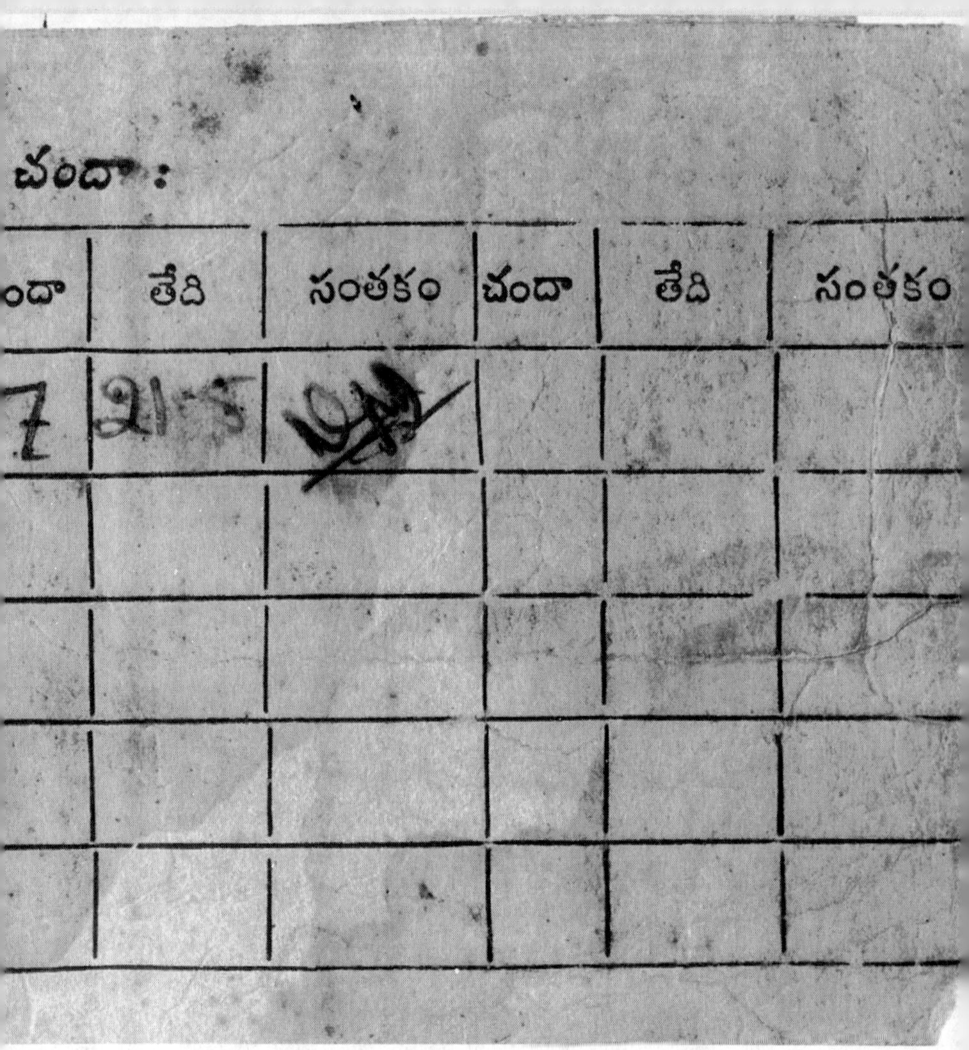

செல்லச்செல்ல, சங்க ஊழியர்களிடையே அவர் பிரபலமாகி விட்டார். எந்த ஓர் அரசு அலுவலகத்திலும் அவருக்கு உதவ மனிதர்கள் முன்வந்தார்கள்.

சத்யம்மா வாயாடியாக இருந்ததால், அவரால் எந்த ஓர் அதிகாரியிடமும் எந்தத் தயக்கமும் இல்லாமல் பேச முடிந்தது. வாட்ச்மேன், போலீஸ் என எந்தப் பாதுகாப்புகளையும் நீக்குப் போக்காகக் கடந்து செல்ல அவருக்குத் தெரிந்திருந்தது. கடைசியாக

நான் அவரிடம் 2002ஆம் ஆண்டு பேசினேன். எங்களின் முதல் சந்திப்பு நடந்து பத்து ஆண்டுகளுக்குப் பிறகு என்னைப் பார்க்க அவர் வந்திருந்தபோது, கையில் கத்தைகத்தையான செய்தித்தாள்களுடன் வந்தார். அவற்றில் அவரைப் பற்றிய செய்திகளும், அவரிடம் நடத்தப்பட்ட நேர்காணல்களும், அவரைப் பற்றி நான் எழுதிய கட்டுரையும், முதலமைச்சருடன் சேர்ந்து எடுத்துக் கொண்ட அவரது புகைப்படமும் இருந்தன. அது மட்டுமல்ல, தன் வழக்கு தொடர்பான ஆவணங்கள், 15 ஆண்டுக் காலச் சங்க உறுப்பினர் அடையாள அட்டை என வேறு சிலவற்றையும் அவர் ஞாபகார்த்தமாக வைத்திருந்தார்.

"நேனு புடங்கானே மாயம்மா சச்சிபோயிந்தி" (நான் பிறந்தவுடனே என் அம்மா இறந்துவிட்டார்) என்றார் அவர். "அவருடைய தங்கை, என் சித்திதான் கல்வாகுர்த்திக்கு அருகில் உள்ள சகன்னபள்ளிக்குத் தூக்கிச்சென்று தன் வீட்டில் வைத்து என்னை வளர்த்தார். எனக்கு ஒன்பது வயதாக இருக்கும்போது, அவர் எனக்குத் திருமணம் செய்துவைத்தார். நான் வரதட்சணை யாகக் கொண்டு வந்த ஆடு ஒன்றை ஒருநாள் என் கணவர் விற்றுவிட்டார். நான் அதைப் பாதுகாக்கத் தவறிவிட்டேன் என்று சொல்லி என் மாமியார் என்னை அடித்தார். கல்வாகுர்த்தியில் இருந்த ஒரு லம்பாடிக்கு அதை என் கணவர் விற்றிருந்தார். 'அந்த ஆடு இந்தப் பெண்ணினுடையது. எனவே ஆடு விற்றதற்கான பணத்தை அவளுக்குத்தான் தர வேண்டும். அவள் கணவனுக்குத் தரக்கூடாது' என்று என் ஊரில் இருந்த நிலக்கிழார் ஒருவர் எனக்குச் சீட்டு எழுதிக் கொடுத்தார். நான் அதை எடுத்துக் கொண்டு கல்வாகுர்த்தி நிலக்கிழார் ராமச்சந்திர ரெட்டியிடம் வந்தேன். அந்தக் காலத்தில் பேருந்துகள் இல்லை. நாங்கள் நடந்துதான் செல்ல வேண்டும். அந்தச் சீட்டைப் படித்த ராமச்சந்திர ரெட்டி, என் கணவருக்குப் பணம் தர மறுத்து விட்டார். அதனால் என் கணவர் என்னை அடித்தார். என்னுடைய கையை உடைத்தார்" என்று சொல்லி, தன் கையில் இருந்த தழும்பைக் காட்டினார் சத்யம்மா.

"என் கணவர் விற்ற அந்த ஆட்டைத் தேடி ஆட்டு மந்தை ஒன்றுக்குச் சென்றேன். அங்கே அந்த மந்தைக்குக் காவல் இருந்த எல்லகொல்ல முத்யாலு, என்னுடைய ஆட்டைத் தேடி எடுத்துக் கொள்ளச் சொன்னார். 'அது உண்மையிலேயே உன்னுடைய ஆடாக இருந்தால், இந்த மந்தையில் அதை நீ கண்டுபிடித்து விடுவாய்' என்றார். நான் என்னுடைய எல்லா ஆடுகளையும் ஒவ்வொன்றாகக் கண்டுபிடித்தேன். அப்போது என்னுடைய ஆட்டில் ஒன்று குட்டி போட்டிருந்தது. 'அந்தக் குட்டி ஆடு எங்கே?' என்று கேட்டேன். அதற்கு முத்யாலு, 'குட்டி ஆட்டை

உன்னால் கண்டுபிடிக்க முடிந்தால் அதையும் எடுத்துக்கொள். உன்னால் கண்டுபிடிக்க முடியாமல் போனால், நீ ஒரு ஆடு மேய்ப்பவருக்குப் பிறந்தவள் அல்ல, நீ ஒரு மாதிகாக்குப் பிறந்தவள்' என்றார். அங்கே 12 ஆட்டுக் குட்டிகள் இருந்தன. அவற்றில் இருந்து ஒன்றை நான் வெளியே எடுத்ததும், அது தனது தாய் ஆட்டைத் தேடி ஓடியது. அப்படித்தான் என் ஆடுகளை எல்லாம் நான் மீட்டேன்".

"நஸ்திக் சிங்காரம் என்ற ஊரில் வசித்த என் தந்தைக்கு மகன்கள் இல்லை. ஆகவே நானும் எனது சகோதரியும்தான் அவருக்கு வாரிசுகள். நான் அவரது ஈமச்சடங்குகளை முடித்து விட்டுத் திரும்பும்போது, அந்த ஊரின் பட்வாரியான நட்டி ராமுலு என்பவரைச் சந்தித்தேன். மாலா சமூகத்தைச் சேர்ந்த அவர் ஒரு கிறிஸ்துவர். 'நீ கவலைப்படாதே. உனக்கு நான் நிலத்தைப் பெற்றுத் தருகிறேன்' என்றார். நான் உடனே ஒரு மனு எழுதி அவரிடம் கொடுத்தேன். வாரிசுச் சான்றிதழையும் வாங்கினேன். அந்த கிராமத்திலிருந்து பத்து கிலோமீட்டர் தொலைவிலிருந்த சிந்துலா என்ற கிராமத்தில், தனது அம்மா வழி பாட்டியிடமிருந்து தனக்கான சொத்தாக நிலம் ஒன்றை ராமுலு பெற்றிருந்தார். அதனால்தான் பெண்களுக்கு சொத்துரிமை உண்டு என்பது அவருக்குத் தெரிந்திருந்தது".

"என்னுடைய நில ஆவணங்களைப் பெற்றுத்தருகிறேன் என்று சொன்னதால், நகரத்தில் வசிக்கும் மொரய்யா ரெட்டி என்ற பட்டேலின் வீட்டில் என்னுடைய ஒன்பது வயதான மகளை வேலைக்கு அனுப்பினேன். என்னுடைய கிராமத்தில் அவர் நிலக்கிழார் மட்டுமல்ல, பர்விகாரும் ஆவார். இந்த விஷயங்களை எல்லாம் என்னுடைய கணவருக்குத் தெரியாமல் தான் செய்தேன். ஏனென்றால், அப்படி அவருக்குத் தெரிந்தால், 'தேவிடியா, நீ அந்த ஆபீஸ்ல புரோக்கர் வேலை பார்க்கிறாயா?' என்று கேட்டு என்னை அடிப்பார்".

"நான் இந்த மாதிரி ஆவணங்களை எல்லாம் சேகரிக்கிறேன் என்று தெரிந்தவுடன், நிலக்கிழார் பப்பு சுப்பையா இப்ராகிம்பட்டின முன்ஃசீப் கோர்ட் மூலமாக எனக்குத் தடைஉத்தரவுக்கான நோட்டீஸை அனுப்பினார். என்னுடைய வழக்குக்காகக் குலாம் ஹைதர் என்ற வழக்கறிஞரின் உதவியை நாடினேன். இதற்கிடையில், 'இந்த விஷயத்தில் என்னைக் கேட்காமல் நீ எப்படிச் செயல்படலாம்?' என்று எங்கள் ஊரில் உள்ள பெரிய நிலக்கிழாரான ஜங்க ரெட்டி பட்டேல் என் மீது கோபம் கொண்டார். ஏனென்றால், கிராமத்தில் அவர்தான் மூத்தவர். நான் அவரிடம் எந்த ஒரு யோசனையும் கேட்கவில்லை என்பதால் அவருக்குக் கோபம். அதனால் அவர் என் கணவரிடம்,

‘உன் பொண்டாட்டி அரசியலுக்குப் போகிறாள். அவளைத் தடுத்து நிறுத்து’ என்று சொன்னார். இதனால் ஆத்திரமடைந்த என் கணவர் என்னை அடித்து, பஞ்சாயத்துக்குக் கூட்டி வந்து விட்டார். அப்போது ஜங்க ரெட்டி, ‘சத்யம்மா, நீ எங்கோ சுற்றித் திரிகிறாய். அதனால் உன் கணவன் உன்னிடமிருந்து விவாகரத்து கேட்கிறான்’ என்று சொன்னார்".

“அதற்கு, ‘நான் எங்கே சுற்றுகிறேன்? நான் உங்கள் ஊருக்கு மருமகளாக வந்ததில் இருந்து, உங்கள் வீட்டைக் கட்டியிருக்கிறேன், கூரை வேய்ந்திருக்கிறேன், உங்கள் கிணறுகளிலும் வயல்களிலும் இறங்கி வேலை செய்திருக்கிறேன். உங்கள் வீட்டுக் கல்யாணங்களின்போது வேலை செய்திருக்கிறேன். இந்தக் கிராமத்தில் உள்ளவர்கள் யாராவது உடம்பு சரியில்லாமல் மருத்துவமனையில் படுத்திருந்தால் அவர்களுடன் தங்கி பணிவிடை செய்திருக்கிறேன். ஆனால் எனக்கென்று ஒரு ஏக்கர் நிலம்கூட இல்லை. நான் செத்தால் என்னைப் புதைப்பதற்கு ஒரு நிலம் இல்லை. அதனால் என்னுடைய அம்மாவின் நிலத்தை மீட்கப் போராடுவேன்’ என்று அவரிடம் நான் சொன்னேன். அதற்கு ஜங்க ரெட்டி, ‘உனக்குப் புருஷன் வேண்டுமா, நிலம் வேண்டுமா?’ என்றார். அதற்கு, ‘எனக்குப் புருஷன் வேண்டாம். நிலம்தான் வேண்டும்’ என்றேன். அவனை விட்டுவிட்டு, நான் நஸ்திக் சிங்காரத்துக்கு வந்து தங்கியிருந்தேன்” என்று சொல்லி விட்டு, என்னைப் பார்த்தார்.

1987இல் இப்ராகிம்பட்டின முன்சீப் கோர்ட்டில் அவரது வழக்கு விசாரிக்கப்பட்டுக் கொண்டிருந்த சமயத்தில், என்னைப் பற்றியும் என் சங்கத்தைப் பற்றியும் சத்யம்மா கேள்விப் பட்டிருக்கிறார். “ஆனால் நீங்கள் என்னைத் துரத்திக்கொண்டே இருந்தீர்கள்” என்றார் அவர். “என்னுடைய வழக்கு ஆவணங்களைப் படித்துப் பார்த்த பிறகு சிரில் ரெட்டி சொன்ன பிறகுதான் எனக்கு உதவ நீங்கள் முன் வந்தீர்கள்” என்றார். பிறகு உடனடியாக யச்சாராம் மண்டல வருவாய் அலுவலகத்தில் குத்தகைதாரர் உரிமையை மீட்க வழக்கு தொடர்ந்தோம். தன் மருமகனான மோமய்யாவையே தன் வழக்குக்கான வழக்கறிஞராக வைத்துக் கொண்டார் பப்பு சுப்பையா. “சோமய்யா மண்டல வருவாய் அலுவலகத்துக்கு வந்தபோது அவர், ‘சில பெண்களுக்கு இப்படியான துணிச்சல் இருக்கும்’ என்றார். அவர் யார் என்று எனக்குத் தெரிந்தவுடன் நான் சத்தமாக, ‘என் அப்பா இறந்த பிறகு, அவருடைய சொத்தை நான் பெறுவதற்கு எனக்கு உரிமை இல்லை என்பதுபோல் பேசுகிறீர்களே. பப்பு சுப்பையாவுக்கு ஒரே ஒரு மகள்தான். அவர் இறந்த பிறகு, அந்தப் பெண்ணுக்கு அவருடைய சொத்துகள் கிடைக்குமா? நான் சவால் விடுகிறேன்.

சுப்பையா தனது சொத்துகளை எல்லாம் ஊருக்கு எழுதி வைத்தால், நானும் என் நிலத்தை விட்டுக்கொடுத்து விடுகிறேன்' என்றேன். இதைக் கேட்ட சோமய்யா என்னிடம் வந்து, 'யார் நீ? பப்பு சுப்பையாவின் இறப்பைப் பற்றி நீ ஏன் பேசுகிறாய்?' என்று கேட்டார்."

"அப்போது நான் அவருக்கு என்னை அறிமுகப்படுத்திக் கொண்டேன். அதைக் கேட்ட சோமய்யா, தன்னுடைய மாமனாருக்குச் சட்டத்தைப் பற்றி எடுத்துச்சொன்னார். சொன்னதோடு மட்டுமல்லாமல், அந்த வழக்கில் அவருக்காக தான் ஆஜராகவும் மாட்டேன் என்று விலகிக்கொண்டார். இதனால் சுப்பையாவும் தனது வழக்கைத் திரும்பப் பெற்றுக் கொண்டார். எனக்கு நிலம் கிடைத்தது. ஆனால், சில நாள் கழித்து சுப்பையா மாவட்ட ஆட்சியர் அலுவலகத்தில் மேல்முறையீடு செய்தார். நான் உடனே அவரது மருமகனிடம் சென்றேன். அப்போது அவர், தான் அந்த வழக்கில் ஆஜராக மாட்டேன் என்று எனக்குச் சத்தியம் செய்தார். ஆகவே, சுப்பையா இன்னொரு வழக்கறிஞரைத் தேட வேண்டியிருந்தது. அந்த வழக்கு நிலுவையில் இருக்கும்போதே சுப்பையா இறந்து விட்டதால், நான் என்னுடைய வழக்கில் வெற்றி பெற்றேன்".

"இப்போது அந்த நிலத்தில் என் கணவர் வேலை செய்கிறார். யார் என்னைத் தன் மனைவியாக ஏற்றுக்கொள்ள முடியாது என்று சொன்னாரோ அவரேதான் இப்போதும் என் கணவர். அன்று என்னை எதிர்த்தவர்கள் எல்லாம் இன்று என் பின்னே வருகிறார்கள். 'சத்யம்மாவால் எதையும் சாதிக்க முடியும்' என்கிறார்கள்" என்றார்.

அதிகாரிகளாலும், ரெட்டி வழக்கறிஞர்களாலும் சத்யம்மா பல முறை அலட்சியப்படுத்தப்பட்டார். ஆனாலும் அவர்களைக் கண்டு சத்யம்மா அஞ்சவில்லை. ஒரு அதிகாரி அவரைப் படுக்கைக்கு அழைக்க, இன்னொரு வழக்கறிஞர் அவரை, 'ராட்சஸி! உன்னுடைய நிலத்தை நீ எப்படி வாங்குவாய் என்று நான் பார்க்கிறேன்' என்று மிரட்டினார். அப்படி அவர் நீதிமன்றத்திலேயே, இணை ஆட்சியரின் முன்னிலையிலே மிரட்டினார். மேலும் தன்னிடம் லஞ்சம் கேட்ட அதிகாரி ஒருவரைப் பற்றி லஞ்ச ஒழிப்புத் துறையிடம் புகார் செய்து அவரைப் பணியிடை நீக்கத்துக்கு உள்ளாக்கினார் சத்யம்மா. இப்படி அந்த வழக்கில் அவர் ஆஜராவதில் இருந்து விதிக்கப் பட்ட எல்லாத் தடைகளையும் தாண்டி அவர் வந்தார்.

நிலப் போராட்டங்கள் தொடர்பான இன்னொரு முக்கிய இடம் தண்டுமால்காபுரம். கோல்கொண்டாவை ஆட்சிபுரிந்த

ஷியா இனத்தைச் சேர்ந்த மாலிக் இப்ராஹிம் தன் படையுடன் இங்கே வந்ததால், அந்த இடம் தண்டுமால்காபுரம் என்று அழைக்கப்பட்டது. தெலுங்கில் 'தண்டு' என்றால் படை என்று பொருள். நால்கொண்டா மாவட்டத்தின் செளத்துப்பல் மண்டலத்திலுள்ள கிராமம் இது. ஹைதராபாத்திலிருந்து சுமார் 35 கிலோமீட்டர் தூரத்தில் விஜயவாடா செல்லும் வழியில், தென் கிழக்காகச் சென்றீர்களானால் செளத்துப்பல் பகுதிக்குச் சென்றுவிட முடியும். அப்போது நீங்கள் செல்லும் வழியின் இரண்டு பக்கங்களிலும் பார்க்கும் நிலங்கள் எல்லாமே பிரச்சினைக்குரியவைதான். அந்தச் சாலையின் வலதுபுறம் குண்டும்குழியுமான சாலையில் பல மைல் தூரத்துக்குப் பரந்து விரிந்திருக்கும் அந்த நிலம் தண்டுமைலாரம் வரை நீள்கிறது. இந்த 4,000 ஏக்கர் நிலம், முதலில் நிஜாமிடம் இருந்தது. அதை அவர் தனது அன்பளிப்பாக, தன்னிடம் வேலைபார்த்த ராஜா வெங்கட நரசிம்ம ராவ் என்பவருக்கு அவரது சேவையைப் பாராட்டி வழங்கினார். அப்படி அன்பளிப்பாக (இனாம்) நிலங்களைப் பெற்றதால் அவர், 'இனாம்தார்' என்று அறியப் பட்டார். பிற்காலத்தில் ஒரு சிறிய ரெட்டி நிழக்கிழார் குழு 'டெனன்ட்ஸ் கோ ஆப்பரேட்டிவ் ஃபார்மிங் சொஸைட்டி' (குத்தகைதாரர் கூட்டுறவு வேளாண்மைச் சங்கம்) என்ற சங்கத்தைத் தொடங்கி, அதன் மூலம் அந்த நிலத்தை 1959இல் தங்களின் பெயர்களுக்கு மாற்றிக்கொண்டார்கள். வெளிமாநிலங் களில் வசித்துவந்த அந்த இனாம்தாரின் மகன்களான நாகன்ன நாயுடு, வெங்கடராயலு நாயுடு ஆகியோரிடமிருந்து நிலத்தின் மீதான முழு கட்டுப்பாட்டையும் அந்த நிலக்கிழார் குழுவினர் பறித்துக் கொண்டார்கள். ஆனால் அதற்கு முன்பே அவர்கள், அந்த நிலத்தை வரகந்தம் கோபால் ரெட்டி என்ற நிலக்கிழாருக்கு நிரந்தரக் குத்தகைக்கு விட்டிருந்தார்கள். அந்த வரகந்தம் கோபால் ரெட்டி, 1954 முதல் 1970 வரை நிலக்கிழார் குழுவுடன் சட்டரீதியாக மோதினார். நிறைய சிக்கல்களுடன், அந்த வழக்கு உச்சநீதிமன்றம் வரை செல்ல, ஒரு கட்டத்தில் அந்த நிலத்தை அரசிடமே ஒப்படைத்துவிட்டார் வரகந்தம் கோபால் ரெட்டி. நிலக்கிழார்களின் அடியாட்கள்தான் அந்த நிலங்களில் குத்தகைதாரர்களாக வேலை செய்தார்கள். ஆனால், அந்த நிலங்கள் நிலக்கிழார்களின் கையில்தான் இருந்தன. இனாம்தார் பக்கம் இருந்த தலித்கள் பின்னாளில் அந்த நிலக்கிழார்களிடத்தில் கொத்தடிமைகளாகப் பணியாற்றினர்.

காலம் செல்லச்செல்ல, பொருளாதாரம் பெருகப்பெருக, அந்தக் கிராமத்தில் நிலம் இல்லாத மக்கள் கூடத் தலைவர்களாக உருவெடுக்கத் தொடங்கியபோது, அவர்களை எல்லாம்

நிலக்கிழார்கள் தங்கள் சங்கத்தில் சேர்த்தார்கள். இதன் காரண மாக, 1985இல் அந்தச் சங்கத்தின் உறுப்பினர் எண்ணிக்கை சுமார் 300 ஆக உயர்ந்தது. அந்த நிலத்தின் பெரும்பான்மையான பரப்பு மலைப்பகுதிகளில் இருந்தால் அது யாருமே விவசாயம் செய்யாத பகுதியாகவும் இருந்தது. 1986இல் அந்த நிலத்தின் பெரும்பகுதியைச் சென்னையைச் சேர்ந்த வி.ஜி. பன்னீர்தாஸ் அண்ட் கோ எனும் நிறுவனத்துக்கு ஒரு ஸ்டூடியோ கட்டுவதற்காக விற்றுவிட்டனர் (1975இல் சென்னையை அடுத்த கடற்கரையில் பொழுதுபோக்குப் பூங்காவை ஏற்படுத்தியதற்காக வி.ஜி.பி நிறுவனம் பிரபல மடைந்திருந்தது). அது அரசு நிலம் என்பதால், அந்த நில விற்பனை, சட்டத்துக்குப் புறம்பாகத்தான் நடைபெற்றது.

எங்கள் சங்கம் செயல்பட்டு வந்த ரங்க ரெட்டி மாவட்டத்தின் எல்லையில் அமைந்திருந்தது தண்டுமால்காபுரம். 1987 மார்ச் மாதத்தில், அந்தக் கிராமத்தின் தலித் மக்கள் எங்களிடம் வந்து அங்கு நிகழும் கொத்தடிமைத் தொழிலாளர்முறை குறித்துப் பேசினார்கள். அதை விசாரிக்க நான் அங்குச் சென்றிருந்தபோது, அவர்கள் தங்களுக்கு உள்ள நிலப் பிரச்சினைகளைப் பற்றியும் சொன்னார்கள். கொத்தடிமைத் தொழிலாளர்களை விடுவிக்க நடவடிக்கை எடுக்கக் கோரி நல்கொண்டா மாவட்ட ஆட்சியர், போங்கிர் பகுதியிலுள்ள உதவி ஆட்சியர் மற்றும் சௌத்துப்பல் பகுதி மண்டல வருவாய் அலுவலகத்திலும் மனு செய்தோம். ஆனால், நிலப்பிரச்சினையில் நாங்கள் கவனமாகச் செயல்பட வேண்டியிருந்தது. இது மிகப் பெரிய கிராமம். இப்ராகிம்பட்டினச் சுற்றுப்புறத்தில் இருந்து வெளியே அமைந்திருந்தது அது. எங்கள் மக்கள் இங்கே திருமண உறவுகள் எதையும் கொண்டிருக்கவில்லை. எனவே, அவர்களுக்கும் இங்கே யாரையும் தெரியாது. அதனால் இங்கே உழுவது போன்ற எந்த ஒரு முன்நடவடிக்கைச் செயல்களையும் நாங்கள் மேற்கொள்ளவில்லை. எனினும் அந்தப் பகுதியில் நேர்மையாகச் செயல்பட்ட மூன்று அதிகாரிகளின் துணையோடு எங்கள் சங்கம் அங்கே தனது செயல்பாடுகளைத் தொடங்கியது.

1987இல், நிலக்கிழார்களின் ஒவ்வொரு முயற்சிக்கும் தடை போட்டார்கள் மூன்று ஐ.ஏ.எஸ். அதிகாரிகள். அவர்களில் மம்மிடிபுடி நாகார்ஜுனா என்பவர், கூட்டுறவுச் சங்கங்களின் பதிவாளராக இருந்தார். அவர் அந்த நிலக்கிழார் குழு தொடங்கிய கூட்டுறவுச் சங்கத்தில், இறந்துபோன மற்றும் தகுதியில்லாத உறுப்பினர்களை எல்லாம் சங்கத்திலிருந்து நீக்கிவிட்டு, தகுதியான, புதிய உறுப்பினர்களைச் சேர்த்தார். அந்தச் சீரமைப்பு நடவடிக்கைக்கு நிலக்கிழார்களிடமிருந்து எதிர்ப்புகள் கிளம்ப,

அந்தச் சங்கத்தை மொத்தமாகத் தன் கட்டுப்பாட்டுக்குள் கொண்டுவிட்டார். பிரபல எழுத்தாளரும், மாதிகா ஐ.ஏ.எஸ். அதிகாரியுமான ஏ.வித்யாசாகரும் எங்கள் துணைக்கு வந்தார். தெலுங்கில் ஐந்து கவிதைத் தொகுப்புகளையும், *'பத்ராச்சலம் மண்ணெம் கதலு'* (பத்ராச்சல மண்ணின் கதைகள். வளர்ச்சியில் பின் தங்கிய பகுதி ஒன்றினைப் பற்றிய இந்தப் புத்தகம் 'நேஷனல் புக் ட்ரஸ்ட்' மூலம் ஆங்கிலத்தில் மொழிபெயர்க்கப்பட்டு வெளியிடப்பட்டுள்ளது) எனும் சிறுகதைத் தொகுப்பையும் வெளியிட்டிருக்கிறார் அவர். போங்கிர் பகுதியில் உதவி ஆட்சியராக இருந்தபோது, அந்தப் பகுதி நிலத்தை விற்க முடியாத அளவுக்கு எச்சரிக்கை வாசகங்கள் எழுதப்பட்ட பலகைகளை நட்டு, குற்றவியல் நடைமுறைச் சட்டம் பிரிவு 145இன் கீழ் அந்த நிலத்தைத் தன் கட்டுப்பாட்டுக்குள் கொண்டுவந்தார். பிரச்சினைக்குரிய இடத்தைத் தன் கட்டுப்பாட்டுக்குள் கொண்டு வர ஆர்.டி.ஓ.வுக்கு அதிகாரமளிக்கிறது இந்தச் சட்டம். இந்த இரண்டு அதிகாரிகளுக்கும் பக்கபலமாக, நல்கொண்டா மாவட்ட ஆட்சியர் பி.தயாச்சாரி இருந்தார். எப்போதும்போல இந்த வழக்குகள் எல்லாம் உயர்நீதிமன்றத்தில் விசாரிக்கப்பட்டுக் கொண்டிருந்தன. நிலக்கிழார்கள் தங்களுக்காக ஆஜராகும் வழக்கறிஞர் மஹ்மூத் அலி உடன் வித்தியாசமானதொரு உடன்படிக்கையை மேற்கொண்டிருந்தனர். அவருக்கு அந்த நிலக்கிழார்கள் பணம் தரவில்லை. மாறாக அவருக்குப் பாதி நிலத்தைக் கொடுத்துவிட்டார்கள். இதனால் அவர் உயர் நீதிமன்றத்தில் அடுத்தடுத்து வழக்குகளைத் தொடர்ந்துகொண்டே இருந்தார். எப்போதெல்லாம் அந்த வழக்குகள் கறாரான நீதிபதியின் முன் விசாரணைக்கு வருகிறதோ, அப்போதெல்லாம் அவர் அந்த வழக்கில் ஆஜராகமாட்டார். நிலக்கிழார்களுக்கு காங்கிரஸ் அமைச்சர்கள் ஜன ரெட்டி, வந்தேமாதரம் ராமச்சந்திர ராவ் ஆகியோர் மூலம் யோசனைகள் வழங்கப்பட்டன. அந்த இருவரில் பின்னவரது இயற்பெயர், வாவிலாலா ராமச்சந்திர ராவ் என்பதுதான். ஆனால் 1948இல் ஹைதராபாத் நிஜாம்களால் தடைசெய்யப்பட்டிருந்த, தேசத்துக்கு எதிரான பாடல் ஒன்றை, ஓஸ்மானியா பல்கலைக்கழகத்தில் அவர் பாடியதால், போலீஸாரின் லத்தி அடிக்கு ஆளாகி சிறையிலும் தள்ளப் பட்டார். அவரது இந்த வீரத்தைப் பார்த்து, வீர சாவர்க்கர் அளித்த பட்டம்தான் 'வந்தேமாதரம்'. மேலும் அவர் ஆர்ய சமாஜத்தின் தலைவராகவும் இருந்தார். அன்று ஆரிய சமாஜம் இந்து சமய அமைப்பாக அறியப்பட்டிருந்தது. பின்னாளில் அவர், சென்னா ரெட்டியால் அலுவல் மொழிகள் ஆணையத்தின் தலைவராக நியமிக்கப்பட்டார்.

தெலங்கானா இனாம்கள் ஒழிப்புச் சட்டம் 1955இன் கீழ், தங்களுக்குத் தேவையான வளமான நிலப்பகுதிகளை நிலக்கிழார்கள் கைப்பற்ற முயன்றனர். அதை எங்களால் தடுக்க முடியவில்லை. இன்னொரு பக்கம், கொத்தடிமைத் தொழிலாளர்கள் பிரச்சினையைப் பொறுத்தவரையில், மனு செய்த ஓர் ஆண்டுக்குப் பிறகு சிலர் விடுவிக்கப்பட்டனர். இன்னும் சிலர் சுயமாகத் தங்களை நிலக்கிழார்களின் பிடியிலிருந்து விலக்கிக் கொண்டார்கள். இதனால், தண்டுமால்காபுரத்தில் எங்களின் செயல்பாடுகள் அடுத்த சில ஆண்டுகளுக்கும் தொடர்ந்தது.

முன்பு போல இப்போது அதிகாரிகளிடத்தில் என்னால் மனுக்களைக் கொண்டு போக முடியவில்லை. அப்படிச் சென்றால் அவர்களிடமிருந்து எதிர்ப்புதான் வந்தது. "நீங்கள் ஏன் தொழிற்சாலைகள் தொடங்குவதற்கு உச்சவரம்பு கேட்கக் கூடாது?" என்பதுதான் பொதுவாக என் முன்னால் வைக்கப்படும் கேள்வியாக இருந்தது. "நீங்கள் வன்முறையைத் தூண்டுகிறீர்கள். அந்த ஏழைமக்கள் எல்லாம் குடிப்பழக்கத்துக்கு அடிமையாகி விட்டார்கள். நீங்கள் போராடி அவர்களுக்கு நிலம் வாங்கிக் கொடுத்தாலும், அதையெல்லாம் அவர்கள் விற்கவே செய்வார்கள். எந்த வழியிலாவது அவர்கள் இழக்கப் போகிற ஒரு விஷயத்துக் காக போராடச் சொல்லி அவர்களை ஏன் ஊக்கப்படுத்து கிறீர்கள்?" என்றார்கள்.

கிராமத்தில் சாதி வேறு வகையாக விளையாடியது. அங்கே ஆளும் வர்க்கமாக ரெட்டிகள்தான் இருந்தார்கள் எனினும், சில பிராமணர்களும் இருந்தனர். அவர்களும் நிலமோசடியில் ஈடுபட்டிருந்தார்கள். எந்தெந்த ஊர்களில் இவ்வாறு பிராமணர்கள் நிலமோசடி செய்திருக்கிறார்கள் என்று கண்டு பிடித்தோமோ, அந்தந்த ஊர்களில் அவர்களிடமிருந்த நிலத்தைத் தொடுவதற்குக்கூட மக்கள் அசூயை கொண்டதைப் பார்த்து நான் ஆச்சரியமடைந்தேன். அதற்கு மக்கள், "பாபம், பப்பாநைனா, மனக்கு பாபம் தகுல்தடி" (அந்த ஏழை பிராமணர்களைத் தொந்தரவு செய்வது பாவம்) என்று விளக்கம் சொன்னார்கள். கடவுள், தங்களை நிந்தித்துவிடுவாரோ என்ற அச்சத்தால் அல்ல, மாறாக, பிராமணர்கள் மீது தாங்கள் கொண்ட இரக்கத்தால்தான் மக்கள் அந்தப் பிராமணர்களின் நிலத்துக்குச் சண்டையிட வில்லை. ஒன்று, அந்த பிராமணர்கள் தங்களை எதுவும் செய்ய வேண்டாம் என்று மக்களிடம் கெஞ்சினார்கள் அல்லது அச்சத்தால் ஊரைவிட்டே ஓடினார்கள். ரெட்டிகளைப் போல அவர்கள் ஆக்ரோஷமாக நிலத்துக்காகப் போராடவில்லை.

இப்போது தலித்துகள் மீது மேற்கொள்ளப்படும் வன்கொடுமைகள் தொடர்பான வழக்குகள் எல்லாம் எங்களிடம் வரத் தொடங்கின. சேர்லபடேல்குடமில் 'குன்டா சிக்காம்' எனும் வற்றிய ஏரிப் படுகை, ரெட்டிகளுக்கும் தலித் மக்களுக்கும் இடையே பிரச்சினைக்குரிய நிலமாக இருந்தது. அதனால் தலித்துகளின் வைக்கோல்போர்கள், குடிசைகள் எல்லாம் தீக்கிரையாக்கப்பட்டன. அதோடு, அவர்கள் அடிபடவும் செய்தார்கள். தொடர்ந்து வழக்குகள் பதியப்பட்டன. சாம்பலான தங்கள் குடிசைகளுக்கு இழப்பீடு கேட்டு பாதிக்கப்பட்டவர்கள் அரசிடம் முறையிட்டபோது, அந்தப் பகுதியின் ஆர்.டி.ஓ., "கரம்சேடுவில் நடந்ததைப் போல உங்களில் யாரேனும் கொல்லப் பட்டார்களா? பிறகு ஏன் உங்களுக்கு அரசு பணம் தர வேண்டும்?" என்று கேட்டார். அதை நாங்கள் பெரிய பிரச்சினையாக்க முடிவெடுத்து, அந்த ஆர்.டி.ஓ. இடமாற்றத்துக்கு உள்ளாகும்வரை போராட்டங்கள் நடத்தினோம். அதேபோல நரபள்ளி எனும் கிராமத்தில் கள் இறக்கும் சமூகத்தைச் சேர்ந்த ஒருவர், அந்தக் கிராமத்தின் நிலக்கிழாரால் 1987இல் மிகவும் மோசமாகத் தாக்கப்பட்டார். தொடர்ந்து நாங்கள் அந்தக் கிராமத்தில் பொதுக்கூட்டம் போட்டு, அந்த நிலக்கிழாரைக் கைது செய்ய வைத்து, பாதிக்கப்பட்டவருக்கான இழப்பீட்டையும் பெற்றுக் கொடுத்தோம்.

இப்ராகிம்பட்டினத்துப் பெண்கள் மெல்ல மெல்ல விழிப்புணர்வு கொள்ளத் தொடங்கினார்கள். சட்டத்தில் தங்களுக்குச் சாதகமாக எத்தனை விஷயங்கள் இருக்கின்றன என்பதை அவர்கள் தெரிந்துகொண்டார்கள். கொத்தடிமைத் தொழில்முறையிலிருந்து விடுதலை, குறைந்தபட்சக் கூலி, அரசு நிலம் என எல்லாமே அவர்களுக்கு நியாயமாகச் சேர வேண்டிய உரிமைகள் என்பதை அறிந்துகொண்டார்கள். அதனால் அவர்கள் தங்கள் சொந்தப் பிரச்சினைக்காக மட்டும் போராடாமல், நாங்கள் நடத்தும் ஒவ்வொரு கூட்டம், ஒவ்வொரு பேரணி என ஒவ்வொரு நிகழ்விலும் கலந்துகொண்டு, எங்கே பிரச்சினை ஏற்படலாம் என்று தென்படுகிறதோ அல்லது எங்கே உதவி தேவை என்பது தெரிய வருகிறதோ, அப்போதெல்லாம் தீவிர மாகவும் துடிப்பாகவும் எங்களுக்கு உதவினார்கள். தங்கள் குழந்தைகளுடனோ அல்லது குழந்தைகளை வீட்டில் விட்டு விட்டோ, எங்கள் பேரணிகளில் அவர்கள் கலந்துகொண்டார்கள். நாற்பதுகளின் ஆரம்பத்தில் உள்ள, வளர்ந்த, திருமணமான பிள்ளைகளை உடைய, இதுபோன்ற பொதுநிகழ்வுகளில் பங்கேற்பதைத் தடை சொல்லாத குடும்பங்களில் இருந்த பெண்களே அந்த நிகழ்வுகளில் மிகவும் தீவிரமாக இருந்தார்கள்.

அந்தப் பெண்களில் பலர், பிறந்த ஊரை விட்டோ அல்லது மணமாகி வந்த ஊரை விட்டோ, வெளியே எங்கும் சென்ற தில்லை. ஆனால் எங்கள் சங்க நிகழ்ச்சிகளில் இணைந்து போராடியதால், அவர்கள் கரம்சேடு உள்ளிட்ட தொலைதூரக் கிராமங்கள் வரைக்கும் சென்று மக்களுக்கு ஆதரவு தெரிவிக்கவோ அல்லது காவல்துறையினரிடம் சண்டையிடவோ அல்லது கலெக்டர்கள், காவல்துறை உயரதிகாரிகள், முதலமைச்சர்கள் மற்றும் ஆளுநர்கள் ஆகியோரைச் சந்திப்பதற்காகவோ போய்வந்துகொண்டிருந்தார்கள்.

சில கிராமங்களில் மிகவும் திறமையான, போர்க்குணம் கொண்ட பெண்கள் இருந்தார்கள். மீர்கான்பேட் செல்லும் வழியில் யச்சாராமிலிருந்து மேற்காக மூன்று கிலோமீட்டர் தொலைவில் இருந்த நந்திவனபர்த்தி கிராமத்தைச் சேர்ந்த பெண்கள் 1987இல் முற்றிலும் வித்தியாசமான போராட்டத்தை முன்னெடுத்தார்கள். தெனாலி எனும் கிராமத்திலிருந்து வேலை தேடி ஹைதராபாத்துக்கு வந்தாள் சுப்பம்மா எனும் இளம் விதவை. அவள் முனுகோட் ரங்கய்யா என்ற 60 வயது முதியவருக்கு வாழ்க்கைப்பட்டிருந்தாள். ரங்கய்யாவிடம் 25 ஏக்கர் நிலமும், நந்திவனபர்த்தியில் வீடும் இருந்தன. "அவரிடம் சொத்து இருந்ததால் நாம் சந்தோஷமாக வாழலாம் என்று நினைத்து அவரைத் திருமணம் செய்துகொண்டேன்" என்றாள் அந்தப் பெண். திருமணமான சில காலத்துக்குப் பிறகு, ரங்கய்யா அவளைப் பிரிந்துவிட்டார். அவருடைய சொத்துகளைத் தன் பெயருக்கு மாற்றும்படி அவள் கேட்க, ரங்கய்யா அதை மறுத்திருக்கிறார். எனவே, ஜீவனாம்சம் கேட்டு நீதிமன்றத்தில் அவள் வழக்கு தொடுத்தாள். நீதிமன்றம் தனது தீர்ப்பைச் சொல்வதற்குள், ரங்கய்யா இறந்துவிட்டார். இதனால் அவள் தொடர்ந்த வழக்கும் அவருடனேயே முடிந்துவிட்டது. இவ்வாறு, தான் செத்தும் அவளுக்குப் பாடம் கற்பிக்க நினைத்திருக்கிறார் ரங்கய்யா. காரணம், அவள் தன் காலில் விழுந்து கெஞ்சாமல், நீதிமன்றத்தை நாடிச் சென்றதுதான். அவளுக்கு எந்தச் சொத்து களையும் தராமல், அவை எல்லாவற்றையும் அந்த கிராமப் பஞ்சாயத்துத் தலைவருக்கு 'அன்பளிப்பாக' ரங்கய்யா கொடுத்து விட்டார். அனந்தராமய்யா என்ற பிராமணர்தான் அந்தப் பஞ்சாயத்துத் தலைவர். தனக்குக் கிடைத்த அன்பளிப்பை மற்றவர்களுக்கு விற்றுவிட்டார். தன் கணவர் இறந்த பிறகான நான்கு ஆண்டுகளில் தன்னிடமிருந்த பானை, பாத்திரங்கள், மரத்தூண்கள், மரக்கதவுகள் போன்றவற்றை விற்றுத்தான் தன் வயிற்றைக் கழுவினாள் அவள். பிறகு, அந்த ஊரிலிருந்த கள்ளுக்கடைக்கு அருகில், பட்டாணி, பஜ்ஜி போன்றவற்றைச்

நிலம் துப்பாக்கி சாதி பெண் 345

செய்து விற்றுக்கொண்டிருந்தாள். தன் கிராமத்தின் பெரியவர்கள், நீதிமன்றம் என எங்கு முறையிட்டும், அவளது கணவனின் சொத்துகளில் அவளுக்குப் பங்கு எதுவும் கிடைக்கவில்லை.

இறுதியாக 1987இல் சுப்பம்மா தனக்கு உதவி செய்யச் சொல்லி அந்த ஊரின் மாலா, மாதிகா சமூகத்துப் பெண்களிடம் வந்து நின்றாள். அதைத் தொடர்ந்து, அந்த ஊரின் ஆண்களைச் சமூக விலக்கம் செய்ய முயற்சித்தார்கள் அந்தப் பெண்கள். சுமார் நூறு பெண்கள் ஒன்று திரண்டு, ரங்கய்யாவின் நிலத்தில் வளர்ந்த சில மரங்களை வெட்டி வீழ்த்தினார்கள். இன்னொரு புற நிலத்தில், உடைந்த கண்ணாடித் துண்டுகளை வீசிச் சென்றார்கள். இது காவல்துறையைக் கூட்டிவந்தது. அதற்கு அஞ்சாத அந்தப் பெண்கள், காவல்துறையினர் முன்பாகவே அடுத்த நாள் மேலும் சில மரங்களை வெட்டி வீழ்த்தினார்கள். "அந்த போலீஸ்காரர்கள் நான்கு பேர் மட்டும்தான். நாங்கள் நூறு பெண்கள். அவர்களால் என்ன செய்திருக்க முடியும்?" என்றார்கள். இதனால் ஆத்திர மடைந்த காவல்துறை, போராட்டத்தில் ஈடுபட்ட பெண்கள் ஐந்து பேரது கணவன்மார்களைக் கைது செய்து அவர்களை இரண்டு நாட்கள் சிறையில் வைத்திருந்தது. இதனால் அந்தப் பெண்களின் ஆத்திரம் பல மடங்கு கூடியது. அவர்கள் அனந்தராமய்யாவின் தோட்டத்தில் நுழைந்து, சோளப் பயிர்களை அழித்தார்கள். "இப்படிச் செய்தால், எங்கள் கணவர்களுடன் நாங்களும் சிறையில் இருக்கலாம் என்று எண்ணினோம்" என்றார் அந்தப் பெண்களில் ஒருவர். அந்தப் பெண்கள், காவல்துறை, அனந்தராமய்யாவின் ஆதரவாளர்கள் என இந்தப் பிரச்சினை அடுத்த சில நாட்களுக்குத் தொடர்ந்தது. அந்தப் பெண்கள் தங்களின் போராட்டத்தில் இருந்து பின்வாங்க மாட்டார்கள் என்பது அந்தக் கிராமத்துக்குத் தெரிந்தது. தொடர்ந்து, எல்லாத் தரப்பினரும் ஒன்றாக அமர்ந்து பேசி ஒரு சமாதானத்துக்கு வந்தார்கள். அதன்படி, அனந்தராமய்யா சுப்பம்மாவுக்கு இரண்டு ஏக்கர் நிலத்தை வழங்க ஒப்புக் கொண்டார். அத்துடன் சுப்பம்மாவின் போராட்டமும் முடிவுக்கு வந்தது.

இந்தப் பகுதியில் நீண்ட காலத்தைக் கழித்ததால், இங்குள்ள மக்களை என்ன வகையான தீயப் பழக்கங்கள் பீடித்திருக்கின்றன என்பதைப் பற்றி நான் அறிந்துகொண்டேன். முதலாவது, தங்கள் குடும்பங்களில் நடக்கும் திருமணங்களுக்காகக் கடன் வாங்குவது. இதர சாதிகளைப் போல அல்லாது, ஒரு மாதிகா குடும்பம் மணப்பெண்ணுக்கு மட்டுமல்லாமல், மணமகனுக்கும் சேர்த்துச் செலவு செய்ய வேண்டும். நீங்கள் பெண் வீட்டாரா அல்லது மாப்பிள்ளை வீட்டாரா என்பது பற்றி எல்லாம் கவலையில்லை.

திருமணம் என்றால் பெரிய அளவில் செலவு செய்துதான் ஆக வேண்டும். 1980க்கு முன்பு, வரதட்சணை கொடுக்கும், வாங்கும் வழக்கம் இருக்கவில்லை. மணப்பெண்ணைக் கூட்டி வர மணமகன் வீட்டார்தான் செலவு செய்ய வேண்டும். அதற்கு 'ஓலா' என்று பெயர். ஆனால் 1985 வாக்கில், தெலங்கானாவைச் சேர்ந்த மாதிகா வாலிபர்கள் அரசு மற்றும் துணை அரசுத் துறைகளில் வேலையில் சேர, வரதட்சணை வாங்கும் வழக்கம் மாதிகா வீடுகளிலும் புகுந்தது. இதர சாதிகளில் உள்ள ஆண்கள் எல்லாம் பெரிய அளவில் வரதட்சணை வாங்குவதைப் பார்த்து, கல்வியறிவு பெற்ற, வேலையிலுள்ள மாதிகா இளைஞர்களும் தங்களுக்கும் வரதட்சணை வாங்க உரிமையுள்ளது என்று கருதினார்கள். பணக்கார மாதிகா குடும்பங்கள், தங்கள் மகள்கள் வெயிலில் வேலை செய்து கஷ்டப்படுவதையும், தங்களது பேரன் பேத்திகள் கிழிந்த உடைகளை உடுத்தி இருப்பதையும், நீருக்காகவும் விறகுக்காகவும் அவள் நீண்ட தூரம் பயணிக்க வேண்டியதையும், பிரசவத்தின் போது அவள் இறந்துபோவதையும் கற்பனை செய்து கூடப் பார்க்க முடியவில்லை. எனவே, அவளைக் கட்டிக்கொடுக்க வரதட்சணையை வாரி இறைக்கத் தவறவில்லை. அதனால் அவளுக்கு சுகமான வாழ்க்கை கிடைக்கும் என்று அவர்கள் நம்பினார்கள்.

வயதான பெண்கள் எல்லாம் தாங்கள் வாக்கப்பட்டு வரும்போது தங்களுடன் வைக்கோல் பாயையும், நீர் எடுத்து வர இரண்டு செப்புக் குடங்கள் அல்லது மண்பானைகளையும், ஒரு செட் துணிகளையும் மட்டும் 'வரதட்சணையாக'க் கொண்டு வந்ததை நினைவுபடுத்தினார்கள். 1980களின் மத்தியில், இந்த வரதட்சணை என்பது இரும்பு அல்லது அலுமினியப் பாத்திரங்கள், இரும்பு பீரோ, தனக்கு மட்டுமல்லாது புகுந்த வீட்டில் இருக்கும் எல்லோருக்காகவும் துணிகள் என மாறியது. திருமணத்தின்போது நடத்தப்படும் பந்தி, நாள் கணக்கில் நீளும். அந்தப் பந்திக்காக ஒன்று அல்லது அதற்கு மேற்பட்ட ஆடுகள் வெட்டப்படும். திருமணம் முடிந்தவுடன், மணமகளை முதலில் புகுந்த வீட்டுக்கும், பிறகு அவளின் பிறந்த வீட்டுக்கும், பிறகு மீண்டும் புகுந்த வீட்டுக்கும், பிறகு மீண்டும் பிறந்த வீட்டுக்கும் என அழைத்துச் சென்று திரும்பிவருவது போன்ற விசித்திரமான நடைமுறைகள் எல்லாம் பின்பற்றப்பட்டன. இப்படி அழைத்துச் செல்லும் ஒவ்வொரு முறையும் உறவினர்களுக்கு ஆடு வெட்டி, சாராயத்துடன் விருந்து படைக்க வேண்டும்.

எனது இடதுசாரி செயல்பாடுகளாலும், குறிப்பிட்ட பிரதேசத்தின் கலாச்சாரம், சம்பிரதாயங்கள், மக்களின் வாழ்க்கை முறை ஆகியவற்றைப் பற்றி அறிந்திருக்காததாலும், இப்படியான

‘வீண்’ செலவுகளைப் பார்த்து நான் கவலையுற்றேன். இந்தத் திருமணங்கள் எல்லாம், அம்பேத்கர் சொன்னது போலவோ அல்லது தெலுங்கு மாநிலங்களில் இடதுசாரிகள் செய்துவைக்கும் சமூகத் திருமணங்களாகவோ அல்லது மேடைத் திருமணங்களா கவோ ஏன் நடத்தப்படுவதில்லை என்று நினைத்துப் பார்த்திருக்கிறேன். அப்படியான திருமண நிகழ்வுகள் எல்லாம் அடிப்படையில் பொதுக்கூட்டங்களாகவே இருக்கும். திருமணம் நடைபெறும் மேடையில், தலித்துகள் அம்பேத்கரின் படத்தையும், இடதுசாரிகள் தங்களுக்குப் பிடித்த தலைவர்களின் படத்தையும் வைத்திருப்பார்கள். பிறகு அங்குள்ள பெரியவர் ஒருவர் சிறிய உரை ஒன்றை நிகழ்த்தியவுடன், மணமக்கள் மாலை மாற்றிக் கொள்வார்கள். நான் ‘ஹைதராபாத் புக் ட்ரஸ்ட்’ டில் வேலை செய்யும்போது, அதுபோன்ற திருமண விழாக்களில் ஒரு சிறிய புத்தகக்கடையை நான் அமைத்துவிடுவேன். அந்தத் திருமணத்துக்கு அழைக்கப்பட்டிருக்கிறேனா, இல்லையா என்பது பற்றியெல்லாம் கவலைப்பட்டதில்லை. பல திருமண நிகழ்வுகளில் உணவு பரிமாறப்படாது. சில சமயம் ஒரு டீயும் சமோசாவும் கொடுப்பார்கள். போலவே அப்படியான திருமணங்களில் மிக அரிதாகவே தாலி கட்டப்படும்.

இப்ராகிம்பட்டினத்தில் நடைபெற்ற பல திருமணங்கள், குழந்தைத் திருமணங்கள்தான். அதைப் பற்றி என்ன சொல்லுவ தென்று எனக்குத் தெரியவில்லை. மாறாக, நான் என் சங்கத்து ஊழியர்களிடம் (நாங்கள் செயலாற்றிவந்த பகுதிகளில் நடைபெறும் இதுபோன்ற திருமண நிகழ்வுகளில் கலந்துகொண்டு நேரத்தை வீணடிக்கக் கூடாது என்று அவர்கள் சொன்னார்கள்) இனிமேல் திருமண நிகழ்வுகளைக் குறுகிய நேரத்தில், குறுகிய செலவில், ‘பைன்ட்லா’ பெரியவரை வைத்துச் செய்து முடியுங்கள் என்று சொல்லி வற்புறுத்தினேன். தலித் சாதிகளில் ஓர் உட்பிரிவுதான் ‘பைன்ட்லா’. அவர்கள் மாலா மற்றும் மாதிகா என இரண்டு சமூகத்தவருக்குமே பூசாரிகளாகச் செயல்பட்டார்கள். அடிப்படையில் இதர தலித் உட்பிரிவுச் சாதிகளைப் போல அவர்களும் விவசாயக் கூலிகள்தான். இரண்டு தெலுங்கு மாநிலங்களிலும், பட்டியலினத்தவர் பிரிவில் அதிகாரப் பூர்வமாக 62 சாதிகள் உள்ளன. இப்ராகிம்பட்டினத்திலும், தெலங்கானாவின் இதர பகுதிகளிலும், ‘பைன்ட்லா’க்கள் மாதிகா சாதியின் உட்பிரிவாக அடையாளப்படுத்தப்படுகிறார்கள்.

சங்கம் ஏற்பாடு செய்த திருமண நிகழ்வுகளில், பொட்டுத் தங்கம் உள்ள தாலியை வழங்கினோம். அந்தத் திருமணத்துக்கு வருபவர்கள் எல்லாம் மணமக்களின் உறவினர்கள் அல்ல. மாறாக

சங்க உறுப்பினர்கள்தான் உறவினர்கள். அவர்களுக்கு உணவு பரிமாறினோம். கிராமத்து மக்களோ, அரிசியும் பருப்புக் குழம்பும் என மிக எளிமையான விருந்தை ஏற்பாடு செய்வார்கள். ஒரு முறை 1997இல், திருமணம் ஒன்றை நடத்திவைக்க, ஹைதராபாத்திலிருந்து சில சமூகச் செயற்பாட்டாளர்களை அழைத்திருந்தோம். அவர்களில் ஒருவர் சிநேகலதா பூபால். அவர் ஒரு பெண்ணிய வாதி. ஹைதராபாத்தில் இருந்த சிர்னிபள்ளி சமஸ்தானம் எனும் ரெட்டி நில உடைமையாளர் குடும்பத்தின் மருமகள் அவர். ஆனபோதும் நானும் அவரும் நல்ல நண்பர்கள். அவர் அடிக்கடி இப்ராகிம்பட்டினத்துக்கு வருவார். நாங்கள் அழைத்த இன்னொருவர், மல்லாடி சுப்பம்மா. அவர் நாடறிந்த எழுத்தாளரும், பெண்ணுரிமைச் செயற்பாட்டாளரும் ஆவார். சாந்தா சின்ஹாவும்கூட வந்திருந்தார். அந்தத் திருமணம் கப்பாபஹட் எனும் பகுதியில் நடைபெற்றது. அவர்கள் மூவரும் மணமக்கள் குழந்தைகளாக இருப்பதைப் பார்த்து அதிர்ச்சி அடைந்தார்கள். அவர்கள் மூவராலும் அன்று எனக்கு நல்ல 'பூசை' கிடைத்தது. அன்று முதல் குழந்தைத் திருமணங்களைச் சங்கம் நடத்தி வைப்பதில்லை என்று முடிவானது.

18

அம்பேத்கரை நோக்கி நகர்தல்

1987ஆம் ஆண்டின் இறுதியில், எங்களின் 'இப்ராகிம்பட்டின தாலுக்கா விவசாயக் கூலிச் சங்கம்' 'கிராம வளர்ச்சி' என்று அறியப்படுகிற பணிகளில் தன்னை ஈடுபடுத்திக்கொள்ளத் தொடங்கியிருந்தது. அந்தப் பணிகளில் ஈடுபடுத்திக்கொள்ள எனக்கு எந்த முன் திட்டமும் இருக்கவில்லை. எம்.எல். இயக்கப் பின்னணியில் இருந்து வந்ததால், போராட்டங்களை முன்னெடுப்பதையும், வளர்ச்சிப் பணிகளை மேற்கொள்வதையும் இரண்டு வேறுவேறு விஷயங் களாக நான் பார்த்தேன். 'வளர்ச்சி' என்கிற அந்தப் பதமே என்னைத் தொந்தரவு செய்கிறது. போராட்டங் களுக்கும், வளர்ச்சிப் பணிகளுக்கும் இடையே இருவகையான அர்த்தங்கள் இருப்பதைப் போலத் தோன்றுகிறது. போராட்டம் என்பது நாசகார நடவடிக்கையாகப் பார்க்கப்படுவதால்தான் இந்த மயக்கம். என்னைப் பொறுத்தவரை, போராட்ட நடவடிக்கை என்பது ஒரு விஷயத்தில் முழுமையான மாற்றத்தைக் கொண்டு வர மேற்கொள்ளப்படுவதாகும். ஆனால் 'ஆக்கப்பூர்வமான வளர்ச்சிப் பணிகள்' என்று பேசுபவர்கள், ஓர் அமைப்பை முழுவதுமாக மாற்றியமைக்காமல் அதில் சின்னச் சின்ன நகாசு வேலைகளை மட்டும் அவ்வப்போது பார்த்துவந்தால் போதுமென்று நினைக்கிறார்கள்.

நாங்கள் சில சமயம் மென்மையான வழிகள், கடினமான வழிகள் ஆகியன பற்றிப் பேசுவதுண்டு. மென்மையான வழிமுறைகள் மூலம் அரசை எதிர்த்து நிற்க மக்களைத் தயார்படுத்திவிட முடியாது. ஆனால் கடினமான வழிமுறைகளில் மக்களுக்கு அந்தப் பயிற்சி

கீதா ராமசாமி

மட்டும்தான் வழங்கப்படும். 1980களில் பின்பற்றப்பட்ட மார்க்சிஸ, லெனினிஸ அரசியல் என்பது, 'ஆக்கப்பூர்வமான பணிகள்' என்பவற்றை ஒதுக்கித்தள்ளியது. அவைக் காந்தியப் பணிகள் என்றோ அல்லது சேவைப் பணிகள் என்றோ கேலியாகப் பார்க்கப்பட்டன. மக்களை அரசியல்மயப்படுத்தினால் தங்களுக்கான ஆக்கப்பூர்வமான நடவடிக்கைகளை அவர்களாகவே மேற்கொள்ள முடியும் என்று இடதுசாரிகள் நினைத்தனர். ஒரு நுட்பமான இடதுசாரி எதிர்ப்பு என்பது, அரசின் நலத்திட்டங்கள் மீது கட்டமைக்கப்படுகிறது. குறிப்பாக, அரசின் கடன் வழங்கும் திட்டங்கள் எல்லாம் மக்களைப் பிளவுபடுத்தி, நடைமுறையில் இருக்கும் அரசுக் கட்டமைப்பு உண்மையாகவே பலன் தரும் என்ற தோற்றமயக்கத்தைத் தருகிறது. அந்த மயக்கத்தை நாம் ஆதரிக்கக் கூடாது என்பதாக இடதுசாரி எதிர்ப்பு இருக்கிறது.

இன்னொரு முனையில், அரசு சாரா தொண்டு நிறுவனங்கள் வேறொரு கோணத்திலிருந்து இந்த நிலைமையைப் பார்த்தன. சிவப்பு நாடா நடைமுறையால், அரசுத் துறை நிறுவனங் களுடன் இணைந்து செயலாற்றுவது மிகவும் கடினமான ஒன்றாக இருக்கிறது என்பதைப் பலர் உணர்ந்திருக்கிறார்கள். 1980களில் வெளிநாடுகளில் இருந்து தாராளமாக நிதிஉதவி கிடைத்ததால், அவற்றை ஏழை மக்களுக்காக ஏன் பயன்படுத்தக்கூடாது என்று பலர் விவாதித்தார்கள். 1984இல் இந்த இரண்டு முனைகளில் நான் எந்தப் பக்கம் நின்றேன் என்பது எனக்குத் தெரியவில்லை. நான் திறந்த மனத்துடன் இருக்க வேண்டும் என்று விரும்பினேன். ஆனால் என்.ஜி.ஓ.க்கள் செய்யும் நலப் பணிகளை நான் சந்தேகித்தேன். தனிநபர் நலத்தைச் சார்ந்துதான் சமூக நலம் இருக்கிறது. எனவே, தனிநபர் நலத்துக்கு நாம் முக்கியத்துவம் தருவதன் மூலம் சமூகத்தைப்பும் நாம் மேம்படுத்தலாம் என்ற அவர்களது சிந்தனையை நான் சந்தேகித்தேன்.

தீவிரமான அரசியலில் ஈடுபட்ட நான், போராட்ட நடவடிக்கைகளை முன்னெடுப்பதில் தேர்ச்சி பெற்றவளாக இருந்தேன். மாணவர் இயக்கத்தின் உறுப்பினராக, நான் ஒவ்வொரு கல்லூரியாகச் சென்று, அங்குள்ள மாணவர்களிடையே பேசி, கெஞ்சி, அவர்களைத் தங்கள் கோரிக்கைகளுக்காகக் குரல் எழுப்பச் சொல்லி, பேரணிகளில் கலந்துகொள்ளச் செய்து, அதிகாரத்துக்கு எதிராக அவர்களை நிற்கவைக்க நான் பெரும் முயற்சிகளை மேற்கொண்டிருந்திருக்கிறேன். 1987வரை, இப்ராகிம்பட்டினத்தில் நான் இத்தகைய போராட்டச் செயல்களில்தான் என்னை ஈடுபடுத்திக்கொண்டிருந்தேன். கிராமத்திலுள்ள பிரிவினைகள் எல்லாம் செயற்கை

யானவையாக எனக்குத் தோற்றமளித்தன. அங்கு நிலவிய வேலைவாய்ப்பின்மையையும், வறுமையையும் நான் கூர்ந்து கவனித்தபோது, 'போராட்ட நடவடிக்கை,' ஆக்கப்பூர்வப் பணிகள் போன்ற வகைமைகள் எல்லாம் களநிலவரங்களைப் புரிந்து கொள்வதற்குப் பயனுள்ளவையாக இருக்காது என்பதைத் தெரிந்துகொண்டேன். விவசாய உறவுகளில் மாற்றமும், அரசு நிர்ணயித்த குறைந்தபட்சக் கூலியை நடைமுறைப்படுத்துவதும் ஒரே நாளில் சாத்தியமாகாத விஷயங்கள். ஆனால், அதுவரை அவர்கள் எப்படிச் சாப்பிடுவார்கள், எங்கே தங்குவார்கள், எப்படித் தங்கள் குழந்தைகளைப் பள்ளிக்கு அனுப்புவார்கள், எப்படித் தங்களுக்கான மருத்துவமனைத் தேவைகளை எதிர்கொள்வார்கள்? தங்களுக்குக் கிடைக்கும் சொற்ப வளங்களை வைத்துக்கொண்டு எவ்வாறு தங்களது சூழலைப் பாதுகாப்பார்கள்? இந்தத் தலைமுறையில் இல்லை என்றாலும், அடுத்த தலைமுறையிலாவது தங்களுக்கான உரிமைகளை மீட்டெடுக்க அவர்களின் குழந்தைகளால் எப்படி முடியும் என்பதைப் பற்றியெல்லாம் எனக்கு நிறைய கேள்விகள் இருந்தன.

அந்தச் சமயத்தில்தான் 'கிராம வளர்ச்சி' என்ற விஷயம் கிராமங்களில் நுழையத் தொடங்கியிருந்தது. சாகுபடியைப் பெருக்குவதற்கான சிறந்த வேளாண்மை முறைகள், சூழலைப் பசுமையாக வைத்துக்கொள்வது, திறன் மேம்பாட்டுப் பயிற்சி, வீடுகள் கட்ட உதவுதல் என்று பல வகையாக அந்த வளர்ச்சிப் பணிகள் இருந்தன. இந்தப் பணிகளை நிராகரிப்பது என்பது, ஒட்டுமொத்த அரசியல் வெளியையும் ஆளும் வர்க்கத்தின் கைகளுக்கு விட்டுவிடுவதற்கு ஒப்பானது. நீடித்ததன்மை இல்லாத முயற்சிகளை ஊக்குவிப்பதன் மூலம் அரசியல்வாதிகளுக்குக் குறுதியகாலப் பலன்கள் கிடைக்கின்றன. கிராமத்தில் மக்களின் குரல் ஒற்றுமையாகவும், வலுவாகவும் இருந்தால் தங்களிடமிருந்து வசூலிக்கப்படும் வரிகளை, தங்கள் கிராமத்துக்கு எப்படியெல்லாம் பயன்படுத்தலாம் என்று சொல்வதற்கு அவர்களுக்கு அதிகாரம் இருக்கும். போராட்டம் உள்ளிட்ட விஷயங்களுக்காக, எங்கள் சங்கத்தையும் பயன்படுத்திக்கொண்டு, அரசு வழங்கும் நலத்திட்டங்கள் போன்றவற்றுக்காக ஆளும்வர்க்கத்தின் அமைப்புகளையும் கிராம மக்கள் சாந்திருப்பது எனக்குப் பொருத்தமற்றதாகத் தோன்றியது.

சொல்லப்போனால், அரசு நலத்திட்டங்கள் எல்லாம் ஏழைகளைப் பிச்சைக்காரர்களின் நிலைக்கு இறக்கவே செய்தன. அவை மக்களிடையே மேலும் பிளவுகளை ஏற்படுத்தின. அந்த நலத்திட்டத்தில் தங்களுக்கான பங்கைப் பெறுவதற்கு மக்களுக்குள் கடும் போட்டியும் கூச்சலும் ஏற்பட்டன. அப்படியில்லாமல்

அந்தத் திட்டங்களை மிகவும் கண்ணியமாகப் பெறுவதற்கு மக்களை நாம் ஒன்றுதிரட்ட முடியுமா? இந்தச் சிந்தனை தீவிரமான அரசியல் செயல்பாடுகளுக்கு எதிரானது. ஏனென்றால், வளர்ச்சித் திட்டங்கள் எல்லாம் மக்களை ஆளும் வர்க்கத்தின் கருத்தியலோடு இணைந்து பயணிக்க வைக்கும் முயற்சி என்று நாங்கள் நம்பினோம். மக்களின் பணத்தைக் கொண்டுதான் இந்தத் திட்டங்கள் எல்லாம் தீட்டப்படுகின்றன. அப்படி யிருக்கும்போது அந்தத் திட்டங்கள் சார்ந்து தங்களின் பங்களிப்பை அதிகரித்துக்கொள்ளவும், தங்களுக்கான முடிவு களைத் தாங்களே எடுத்துக்கொள்ளவும் முடியாத நிலையில் ஏன் மக்கள் இருக்கிறார்கள்? அந்த நலத்திட்டங்களை உருவாக்கவும், செயல்படுத்தவும் நம்மிடமே பணம் இருக்கும் போது, அதுவும் நம்மால் அணுக முடிகிற இடத்தில் இருக்கும் போது, பல்வேறு கட்டுப்பாடுகளுடன் ஏன் வெளிநாட்டிலிருந்து வரும் நிதிஉதவிகளைப் பெற வேண்டும்? எப்படியும் அந்தத் திட்டங்களை எல்லாம் ஏழைகள் பெற வேண்டுமென்றால் அவர்கள் பர்விகார் எனும் இடைத்தரகர்கள் மூலமாகத்தான் பெற முடியும். இவற்றிலிருந்து விலகி, நலத்திட்டங்களைச் சீராகச் செயல்படுத்துவதற்கும், அதிலுள்ள போதாமைகள், வாய்ப்புகள் ஆகியவை குறித்து விழிப்புணர்வு ஏற்படுத்தவும் மக்களை ஒன்று திரட்ட முடியாதா? அவர்களிடையே பிளவுகள் ஏற்படுத்துவதற்கு மாறாக அவர்களை ஒற்றுமைப்படுத்த முடியாதா?

மேலே சொல்லப்பட்ட விஷயங்களுக்கும், அரசு நிறுவனங்கள் மற்றும் அரசு சாரா நிறுவனங்களின் பார்வைக்கும் தொடர்பு உண்டு. எனவேதான் அரசு மற்றும் அரசு சாரா நிறுவனங்கள் கொண்டுவரும் எந்தத் திட்டங்களையும் இடதுசாரி கருத்தியல் எப்போதும் சந்தேகத்துடனேயே அணுகும். 1980களின் பிற்பகுதியில், நல்கொண்டா மாவட்டத்தின் கோடாட் எனும் பகுதியில், சி.பி.ஐ. கட்சியின் விவசாயத் தொழிலாளர் சங்கக் கூட்டம் நடந்தது. சகோதர இயக்கங்கள் என்ற அடிப்படையில் எங்கள் சங்கத்தில் இருந்து சிலரும் அதில் கலந்துகொண்டோம். அதில் பங்கேற்றுப் பேசிய அந்தக் கட்சித் தலைவரும், தெலங்கானா ஆயுதப் போராட்ட ஒருங்கிணைப்பாளரர்களில் ஒருவருமான சந்திர ராஜேஷ்வர ராவ், "தெலங்கானா ஆயுதப் போராட்டத்தின்போது, மக்களுக்காகப் போராடுவதற்கு இயக்கங்கள் இருந்தன. ஆனால் அவர்களுக்கான உரிமைகளை வழங்கும் சட்டங்கள் இல்லை. நாம் அந்தச் சட்டங்களுக்காகப் போராடினோம். இன்று எல்லா வகையான முற்போக்குச் சட்டங்களும் இருக்கின்றன. ஆனால் மக்களுக்காகப் போராட எந்த இயக்கங்களும் இல்லை" என்றார்.

போராட்டக் களத்தில், சட்டப்பூர்வமான நடவடிக்கை களையும் அரசு அமைப்புகளையும் இடதுசாரிகள் நிராகரித்தனர். அந்த அமைப்புகள் பல வாய்ப்புகளைத் தரக் கூடியவை என்பதையும், அவற்றால் பிரச்சினைகளின்போது இடையீடு செய்து நல்ல முடிவுகளைத் தர முடியும் என்பதையும், பெரும்பாலான மக்களின் தினசரிவாழ்க்கை அந்த அமைப்பு களுடன் தொடர்புடையவை என்பதையும் இடதுசாரிகள் அறிந்திருக்கவில்லை. உதாரணமாக, ரேஷன் அட்டையை எடுத்துக்கொள்ளுங்கள். கிராமப்புற மற்றும் நகர்ப்புற ஏழை களுக்கு அது முக்கியமானதொரு ஆவணம். ஆனால், அந்த முக்கியமான ஆவணத்தை, பல்வேறு இடர்ப்பாடுகளைத் தாண்டி எப்படிப் பெறுவது என்பது, முற்றிலும் பர்விகார் மேற்கொள்ளும் கைங்கர்யத்தைச் சார்ந்து இருக்கிறது.

1985 மற்றும் 1990ஆம் ஆண்டுகளுக்கு இடைப்பட்ட காலத்தில் தெலங்கானாவில் பெரிய அளவில் நிலங்களைத் தங்கள் கட்டுப்பாட்டில் கொண்டுவரும் போராட்டத்தை 'பீப்பிள்ஸ் வார் குரூப்' அமைப்பு மேற்கொண்டது. அது ஆக்கிரமித்த பகுதிகளில் எல்லாம் சிவப்புக் கொடிகள் பறந்தன. சட்டத்தின் பிரகாரம், அந்த நிலங்கள் எல்லாம் ஏழைகளுக்குக் கொடுக்கப் பட்டிருக்க வேண்டும். ஆனால் அந்த ஆக்கிரமிப்பைச் சட்டப் பூர்வமாக்குவதற்கு (அதாவது மக்களுக்கு அந்த நிலத்தின் மீதான உரிமையைப் பெற்றுத் தருவதற்கு) எந்த நடவடிக்கைகளும் மேற்கொள்ளப்படவில்லை. இது குறித்து யாரேனும் கருத்து தெரிவித்தால் அவர்களைப் புரட்சிக்கு எதிராகப் பேசுகிறார் என்றும், அரசாங்கதுக்கு ஆதரவாகச் செயல்படுகிறார் என்றும் விமர்சங்கள் வைக்கப்பட்டன. இன்று அந்த நிலங்களின் பெரும்பகுதியைப் பணமுள்ள, மத்திய தர மக்களுக்கு நிலக்கிழார்கள் விற்றுவிட்டனர். மேலும் அந்த நிலங்களை ஏழைகள் மீட்கும் முயற்சிகளையும் நிலக்கிழார்கள் தடுத்து நிறுத்தினர். வெற்றிகரமான நில ஆக்கிரமிப்புக்குப் பிறகு, வெற்றிகரமான புரட்சி வந்துவிடும் என்று உண்மையிலேயே 'பீப்பிள்ஸ் வார் குரூப் அமைப்பினர்' நம்பினார்கள். அதைவிட மிக முக்கியமாக, ஆயுதமேந்திய போராட்டக் குழுவால் ஒருபோதும் புரட்சியைத் தலைமையேற்று நடத்த முடியுமா?

எந்த அரசு அமைப்பையும் நம்பிவிடக்கூடாது என்று இடதுசாரிகள் பிடிவாதமாக இருந்தனர். ஒருகாலகட்டம் வரைக்கும், ஆந்திரப் பிரதேசத்தில் இருந்த எம்.எல். செயற்பாட்டாளர்கள் குற்ற வழக்குகளில் மாட்டிக்கொண்டால், அதைத் தாங்களாகவோ அல்லது ஒரு வழக்கறிஞரை வைத்து எதிர்க்கவோ தலைப்படாமல் இருந்தார்கள். அவர்கள்

நீதிமன்றங்களை நம்பவில்லை. தங்கள் மீதான வழக்கின் விசாரணை நடைபெறுந்தோறும் அவர்கள் அமைதியாகவே இருந்தனர். இது ஒருவகையான போராட்ட அரசியல் முறை.

அப்படி ஒரு போராட்ட முறையில் இருந்து வெளியேறியதை முக்கியமான நகர்வாக இன்று நான் உணர்கிறேன். அரசு இயற்றிய சட்டங்களை, அரசே மீறுகிறது என்று சொல்லிச் செயற்பாட்டாளர்கள் போராடும்போது, அங்கே மக்கள் வெற்றிபெறுவதற்கான ஒரு தளம் உருவாகிறது. அந்தப் போராட்டத்தின் மீது பலதரப்பட்ட மக்களிடமிருந்து கருணையைப் பெற முடிகிறது. அதனால் தன்னுடைய நேர்மையை நிரூபிக்க, அரசு உடனடியாகச் செயல்படத் தொடங்குகிறது. இப்படிச் சட்டமீறல்களுக்கு எதிராகப் போராடுவது எளிது. ஆனால், அரசு அமைப்புகளுடன் சட்டத்துக்கு உட்பட்டு அரசின் முறைகேடுகளைக் கேள்விக்குட்படுத்துவது என்பது கயிற்றின் மீது நடப்பது போன்றது.

இயக்கத்தையும் காப்பாற்ற வேண்டும், ஆனால் அதே சமயம், அரசுடன் செயலாற்றி வெற்றிக்கான திட்டங்களையும் உருவாக்க வேண்டும் என்கிறபோது சமநிலையை நாம் தவறவிட்டுவிடக் கூடாது. மக்களின் தினசரி வாழ்க்கைப்பாடுகளின் அடிப்படையில், அவர்களுடன் ஆலோசனை செய்த பிறகே இலக்குகளை நாம் உருவாக்க வேண்டும். ஏற்கெனவே உள்ள கட்டமைப்பில் மாற்றத்தைக் கொண்டுவருவதற்கும், பிரச்சினைகளைக் கையாளும்போதுவரும் சவால்களுக்கு நாம் இரையாகி விடாமலும், போராட்டத்தின்போது நல்ல விளைவுகள் ஏற்படுவதற்கான சிறிய வாய்ப்புகளையும் நாம் தவறவிடாமல் பயன்படுத்திக்கொள்ளவும் வெகு மக்கள் திரட்சியும், எதிர்ப்பு அரசியலும் மட்டுமே போதுமானவையாக இருக்காது. மாறாக, அந்தப் போராட்டத்தின் எல்லைகளை நாம் விஸ்தரித்துக் கொண்டே சென்று,போராட்டத்தைஜனநாயகப்படுத்துதலுக்கான ஓர் வலுவான இடத்தை உருவாக்க வேண்டும். மேலும் புதிய ஒழுங்கைக் கொண்டுவரும் நடவடிக்கையில், ஏற்கெனவே உள்ள ஒழுங்கை விலக்குவதும் முக்கியமானதாகும். இதை எப்படிச் செய்வது? ஒரே சமயத்தில், ஒரு பக்கம், ஏற்கெனவே உள்ள நடைமுறையில் அனைத்தும் நல்லபடியாகவே செல்கின்றன என்ற மாயத் தோற்றத்தை உருவாக்குவதும், இன்னொரு பக்கம், முன்னேற்ற அரசியலுக்கான அறிவுத்தளத்தை உருவாக்குவதும் எப்படி என்பது மிகப்பெரிய சவாலாக இருந்தது.

இந்தக் காலகட்டத்தில், அம்பேத்கரின் 'அனிஹிலேஷன் ஆஃப் காஸ்ட்' என்ற புத்தகத்தையும், தனஞ்செய் கீர் எழுதிய, 'டாக்டர் பாபாசாகேப் அம்பேத்கர்: லைஃப் அண்ட் மிஷன்'

என்ற அம்பேத்கரது வாழ்க்கை வரலாற்று புத்தகத்தையும் தவிர, அம்பேத்கரின் வேறு எழுத்துகளை நான் வாசித்ததில்லை. தலித்துகளுக்கான அரசியலமைப்பு உரிமைகளையும், அவர்கள் மீது மேற்கொள்ளப்படும் வன்முறைகள் குறித்தும் நான் படிக்க, மேலும் பத்தாண்டுகள் ஆனது. நான் இப்ராகிம்பட்டினத்துக்கு வந்தபோது, இயல்பாகவே தலித்துகளிடையேதான் பணியாற்றினேன். அம்பேத்கரைப் படித்துவிட்டு நான் அவர்களுக்கு உதவி செய்யப் போகவில்லை. அந்த மக்கள்தான் என்னை அம்பேத்கரிடம் வழிநடத்தினார்கள். சில நேரங்களில் நான் யோசிப்பது உண்டு, இடதுசாரிகள் அம்பேத்கரைப் படித்துவிட்டு, தலித்துகளுடன் பணியாற்றியிருந்தால், அவர்களுக்கு அரசியலமைப்பு விஷயங்கள் குறித்து ஓரளவுக்குத் தெளிவு இருந்திருக்கும்.

1987இல், நிலம், கூலி மற்றும் தலித்துகள் மீதான வன்முறை ஆகியவை தொடர்பாகப் பணியாற்றி நாங்கள் மக்கள் கூட்டத்தைத் திரட்டியிருந்ததால், ஆக்கப்பூர்வமான வளர்ச்சிப் பணிகளை மேற்கொள்வது எங்களுக்குச் சிரமமாக இருக்கவில்லை. 1987 முதல் 1994 வரை, வீடு கட்டிக்கொடுத்தல், கல்வி, கடன் திட்டங்கள், வனமேலாண்மை, சுகாதாரத் திட்டங்கள், வாழ்வாதாரத் திட்டங்கள் எனப் பல தளங்களில் நாங்கள் பணியாற்றினோம். இவற்றை மேற்கொண்டபோது, மாவட்ட நிர்வாகங்கள் எங்களை ஊக்கப்படுத்துவதாக மனதில் ஓர் எண்ணம் தோன்றியது. எங்களுடன் சேர்ந்து பணிபுரியலாம் என்று அப்போது அவர்களுக்குத் தோன்றியிருக்கலாம். ஏழைகளுக்காகவும் தலித்துகளுக்காகவும் மேற்கொள்ளப்படும் இந்த வளர்ச்சிப் பணிகளில் அரசிடமிருந்து எந்த வகையிலாவது ஒரு சிறு உதவி கிடைத்தாலும் கூட அதற்கான வாய்ப்புகளை நாங்கள் தவறவிட்டுவிடவில்லை. ஒரு கட்டத்தில், ரங்க ரெட்டி மாவட்ட வளர்ச்சிக் கழகத்தில் எம்.எல்.ஏ.க்கள் சிலர், எங்கள் சங்கம் தரும் அழுத்தம் காரணமாக இப்ராகிம்பட்டினம், யச்சாராம் ஆகிய மண்டலங்களுக்குத்தான் பெரும்பாலும் வளர்ச்சி நிதி ஒதுக்கப்படுகிறது என்று குறைபட்டுக் கொண்டனர்.

ஆக்கப்பூர்வமான வளர்ச்சிப் பணிகளில் நாங்கள் முன்னெடுத்த முதல் விஷயம், கொத்தடிமைத் தொழிலாளர்களுக்கான மறுவாழ்வுதான். 1985இல் கொத்தடிமைத் தொழில் முறையிலிருந்து விடுவிக்கப்பட்ட ஒவ்வொரு தொழிலாளர்களுக்கும் ரூ.4,000 மறுவாழ்வுக்கான நிவாரணமாக வழங்கப்பட்டது. அந்த நிவாரணம் ரொக்கமாக வழங்கப்படாமல், இரண்டு எருதுகளாக வழங்கப்படும். அந்த எருதுகளை மண்டல வருவாய் அலுவலகத்தினர் ரூ.3,000க்கு வாங்கிக்கொண்டு, அதே

எருதுகளை வேறு ஒரு தொழிலாளருக்கு வழங்கக் கொண்டு போகப்படும். இவ்வாறு அந்த எருதுகள் சுழற்சிமுறையில் ஒவ்வொரு தொழிலாளருக்கும் வழங்கப்பட்டுக் கொண்டிருந்தன. ஆனால், எருதுகள் தேவையில்லை. மாற்றாக, அந்தத் தொழிலாளர்களுக்கு நிலம்தான் நிவாரணமாக வழங்கப்பட வேண்டும் என்று நாங்கள் கோரிக்கை வைத்தோம். இதற்காக ஒவ்வொரு கிராமத்திலும், பொருத்தமான நிலங்களைத் தேர்வு செய்து, அந்த நிலத்தின் உரிமையாளர்களுடன் பேசி, அவர்களுக்கும் பட்டியலின ஆணையருக்கும் (அவர்கள்தான் நிலங்களை வாங்குவார்கள்) சந்திப்புகளை ஏற்பாடு செய்து, நிலத்தை ஆணையருக்கு விற்கச் செய்தோம். பிறகு அது தொழிலாளர்களுக்கு வழங்கப்பட்டுவிடும்.இவ்வாறு வழங்கப்பட்ட நிலங்கள் இன்றும் மறுவாழ்வு அடைந்த குடும்பங்களின் கைகளில்தான் இருக்கின்றன. 1986இல், யச்சாராம் மண்டலத்தின் மொண்டிகுரேல்லி கிராமத்தில் 23 தொழிலாளர்களுக்காக 23 ஏக்கர் நிலம் வழங்கப்பட்டது. அவர்களில் பலரும் தலித்துகள். அந்த நிலங்களை மேம்படுத்த அந்தத் தொழிலாளர்களிடம் பணம் இருக்கவில்லை. எனவே, கூட்டுறவுச் சங்கத் துறையில் பேசி, அந்த 23 ஏக்கர் நிலத்துக்கென 'கூட்டுக் குடும்ப கூட்டுறவுச் சங்கம்' என்ற ஓர் அமைப்பு தொடங்கப்பட்டது. அதன் மூலம் 'போர்' போடுவது, பால் பண்ணை வைப்பது போன்ற பணிகளுக்காக அந்தத் தொழிலாளர்கள் போதுமான அளவு நிதியைப் பெற முடிந்தது. தொழிலாளர்கள் தொடங்கிய அந்தப் பால் பண்ணைகள் எல்லாம் இன்றும் இயங்குகின்றன.

மக்களுக்கு மிகவும் உதவிய இன்னொரு வளர்ச்சிப் பணி, கடன் திட்டமாகும். இந்தப் பணியை மாவட்ட கிராம வளர்ச்சி முகமை, பட்டியலின ஆணையரகம் மற்றும் அந்த மாவட்டத்தில் இருந்த வங்கிகள் ஆகியவைதான் மேற்கொண்டன. கடன் வாங்கும் போது மட்டும் எருதுகளைக் காட்டிவிட்டு பின்னர் அதை வேறு ஒருவருக்குக் கொடுக்கும் அந்த சுழற்சி விளையாட்டுக்கு நாங்கள் வர முடியாது என்று சொல்லிவிட்டோம். அப்படிச் செய்யும் நிறுவனங்களைச் சமாளிக்க, எங்களுக்கு சீட்டெட் கிராமத்தைச் சேர்ந்த மேகலா கலய்யா என்பவர் உதவினார். உயரம் குறைவாக, தீர்க்கமான கண்களையும், கூர்மையான குரலையும் கொண்ட அவர் தெலகா சமூகத்தைச் சார்ந்தவர். நான் சீட்டெட் கிராமத்துக்கு அடிக்கடி செல்லும்போதும், அவர் குங்கல் (நான் தங்கியிருந்த இடம்) வழியாகத் தனது ஊருக்குப் போகும்போதும் என நாங்கள் அடிக்கடிச் சந்தித்துக்கொள்வோம். ஊரில் கிணறு தோண்டுவதற்குத் தேவைப்படும் 'கிரேன்' இயந்திரத்தை வாடகைக்கு விடும் விவசாயக் கூலிகள் குழு ஒன்றில் அவர் இருந்தார். 1980களில் கிணறு தோண்டுவது என்பது ஒரு குழுச்

செயல்பாடாக இருந்தது. அப்போதெல்லாம் 'ஒப்பந்ததாரர்கள்' அந்த வேலையில் நுழைந்திருக்கவில்லை. 'கிரேனுக்கு' வாடகை கொடுத்துக் கட்டுபடி ஆகாததால், அந்தக் குழு தங்களுக்கென்று சொந்தமாக ஒரு 'கிரேன்' வாங்க முடிவு செய்தது. அதற்கு வங்கியில் கடன் வாங்க வேண்டியதானது.

அந்தக் குழுவில், செலவுகளையும் வருவாயையும் தங்களுக்குள் பிரித்துக்கொள்ளும் நடைமுறை குறை கண்டுபிடிக்க முடியாததாக இருந்தது. சொந்த வேலைக்காக ஒன்றிரண்டு நாட்கள் விடுப்பு எடுத்துக்கொள்ளவும், உடல்நலம் சரியில்லாத சமயங்களில் விடுப்பு எடுத்துக்கொள்ளவும் அவர்களுக்கு அனுமதி இருந்தது. அதுபோன்ற சமயங்களில் குழு ஒற்றுமையாக இருந்து செயல்பட்டது. ஒரு துண்டுக் கரியைக் கொண்டு தங்கள் தொடைகளில் கணக்குகளைப் போட்டார்கள். தங்களுடைய பொருளாதாரத்தை உயர்த்தும் நடவடிக்கையில் மக்களுக்கான தேவைகள் என்ன என்பதில் நாங்கள் அதிகமாக கவனம் செலுத்த வேண்டும் என்று கலய்யா சொல்லிக்கொண்டே இருப்பார். உதாரணத்துக்கு, தங்களுடைய குழு தொடர்ந்து இயங்க வேண்டுமென்றால், தங்களுக்கெனச் சுயமாக ஒரு 'கிரேன்' சீக்கிரமாகத் தேவை. ஆனால் அரசு வழங்கும் கடன் திட்டங்களில், இதுபோன்ற விஷயங்கள் இடம்பெறாததால், அவற்றைச் சேர்க்கச் சொல்லி அரசிடம் போராட வேண்டியிருந்தது. அதிகாரிகள், இதுபோன்ற குழுக்களுக்குக் கடன் தர முன்வரவில்லை. அவர்கள் தனிநபர்களுக்கு மட்டும்தான் கடன் கொடுத்தார்கள். இந்தச் சிக்கல்களுக்கு ஊடாக, நாங்கள் பல விதங்களில் முயன்று கடன் பெற்றோம். அந்தக் குழுவுக்குக் கிடைத்த முதல் வெற்றியால், மேலும் பல குழுக்கள் புதுமையான வளர்ச்சித் திட்டங்களுடன் கடன் பெற முயற்சித்தன.

மக்கள் எங்களிடம் கொண்டு வந்த இன்னொரு பிரச்சினை, வீடு தொடர்பானது. அரசுத் திட்டங்களின் கீழ்க் கட்டப்படும் வீடுகளுக்கான பணிகளுக்கு எல்லாம் நிலக்கிழார்களே ஒப்பந்ததாரர்களாக இருந்தார்கள். பயனாளர் பட்டியல் எல்லாம் அரசியல்வாதிகளால் தயாரிக்கப்படும். தெலுங்குதேசக் கட்சி ஆட்சியில் இருந்தபோது, காங்கிரஸ் ஆதரவாளர்களுக்கும், காங்கிரஸ் கட்சி ஆட்சியில் இருக்கும்போது, தெலுங்கு தேசக் கட்சி ஆதரவாளர்களுக்கும் வீடு கிடைப்பதில் சிரமம் இருந்தது. நாங்கள் இந்தத் திட்டத்தில் நுழைந்தபோது, பயனாளர்கள் பட்டியலை நாங்களே தயார்செய்ததுடன், கட்டுமானம் எப்படி இருக்க வேண்டும் என்பதையும் நாங்களே முடிவு செய்தோம். அந்தப் பட்டியலைத் தலித் மக்கள் வாழும் பகுதிகளில் நடத்தப் படும் கூட்டங்களின்போது, வெளிப்படையாகத் தயாரித்தோம்.

ஏற்கெனவே எங்கள் சங்கம் வேறு விஷயங்களில் பாதிக்கப் பட்டவர்களுக்காகச் செயலாற்றிவந்ததால், யாருக்கெல்லாம் உண்மையிலேயே வீடு தேவைப்படுகிறது என்பது எங்களுக்குத் தெரிந்திருந்தது. எனவே, பட்டியல் தயாரிக்கும்போது, எந்த ஒரு முணுமுணுப்பும் எழவில்லை. எங்களுடைய வேலை எல்லாம் அதிகாரிகள் தயாரித்த பட்டியலையும், எம்.எல்.ஏ.க்கள் சிபாரிசு செய்த மனுக்களையும் ஆராய்ந்து, அதில் தகுதியில்லாதவர்களை நீக்கச் சொல்லி வலியுறுத்துவதுதான். அவர்கள் தயாரித்த பட்டியலில் இருந்த சிலருக்கு ஏற்கெனவே நல்ல வீடுகள் இருந்தன. சிலர் அரசுஊழியர்களாகவும், சிலர் வெளியூரில் வசிப்பவர்களாகவும் இருந்தார்கள். இந்தத் தில்லுமுல்லுகளை நாங்கள் பெரிய அளவில் விளம்பரப்படுத்திவிடுவோம் என்று அச்சுறுத்தியபோது, அவர்கள் நாங்கள் கொடுத்த பட்டியலையே ஏற்றுக்கொண்டார்கள்.

அரசின் தொகுப்பு வீடு திட்டத்துக்கு எதிராக நாங்கள் இருந்தோம். அரசு கட்டும் வீடுகளானது இரண்டு சிறிய அறைகளையும், ஒரு கழிவறையையும் மட்டும் கொண்டிருக்கும். அப்படி இல்லாமல், மரபார்ந்த முறையில் பெரிய அறைகள் (மழைக்காலங்களில் தங்கள் கால்நடைகளையும் வீட்டுக்குள் வைத்துக்கொள்ளும் அளவுக்கு விசாலமான அறைகள்) கொண்ட, ஓட்டு வீடுகளைக் கட்டித் தர வேண்டும் என்றோம். எங்களின் பல கோரிக்கைகளுக்கு மாவட்ட அதிகாரிகள் செவி சாய்த்தார்கள். 1987இல் யச்சாராமில் மக்களின் கோரிக்கைக்கு ஏற்றவாறு கட்டிமுடிக்கப்பட்ட முதல் 52 வீடுகளின் திறப்புவிழாவின்போது அருகிலிருந்த கிராமங்களில் இருந்தெல்லாம் மக்கள் வந்து பார்த்தார்கள். அதற்குப் பிறகு வீடு கட்டும் திட்டம் இன்னும் சூடுபிடித்தது. குறித்த காலத்தில் தங்களுக்குக் கொடுக்கப்பட்ட இலக்குகளை எட்டிவிட்டதில் மாவட்ட அதிகாரிகளுக்கும் மகிழ்ச்சிதான். இதுவே கான்ட்ராக்டர்கள் இந்தத் திட்டத்தைக் கையில் எடுத்திருந்தால், வேலைகள் முடிவு பெறாமல், லஞ்சம் கொடுப்பதில் ஏற்படும் தகராறில் பணத்தை விடுவிக்க ஏற்படும் தாமதம், கட்டுமானம் தரமில்லாததால் மக்கள் குடிவராதது எனப் பல பிரச்சினைகள் கிளம்பியிருக்கும்.

நாங்கள் சந்தித்த இன்னொரு முக்கியப் பிரச்சினை 'கமிஷன்'. அது லஞ்சத்துக்கு இன்னொரு பெயர். இழப்பீடுகளை வழங்க வேண்டுமென்றால், தங்களுக்கு லஞ்சம் கொடுத்தால்தான் நடக்கும் என்ற நிலை இருந்தது. இந்தப் பிரச்சினையை முதல்முறை நாங்கள் மண்டல அலுவலகத்தில் எதிர்கொண்டோம். அங்கே அலுவலர் ஒருவர், எங்களைக் கண்டு அச்சமடைந்ததால், நேரடியாக எங்களிடம் லஞ்சம் கேட்கவில்லை. ஆனால், எங்களது

கோப்பு பில் போடும் பிரிவுக்கும் அனுப்பப்படவில்லை. எங்களது ஊழியர் ஒருவர் இரண்டு முறை முயற்சித்தும் எங்கள் கோப்பு நகராததால், நாங்கள் ஒரு திட்டம் தீட்டினோம். ஒவ்வொரு படிநிலையில் உள்ள அதிகாரிகளையும் சந்தித்து, 'எங்களால் லஞ்சம் கொடுக்க முடியாது. ஏனென்றால் நாங்கள் கிராமத்தினருக்குக் கணக்குக் காட்ட வேண்டும்' என்று சொன்னோம். அப்படி அந்தக் கணக்குகளைப் படிக்கும்போது, 'இந்த அலுவலருக்கு நாங்கள் இவ்வளவு லஞ்சம் கொடுத்தோம்' என்று உங்கள் பெயரையும் சொல்லுவோம். அது உங்களுக்குப் பரவாயில்லையா' என்று கேட்டோம். அவர்கள் பதறி நெளிந்தார்கள். மேலும் நீங்கள் ஒவ்வொரு முறை தாமதிக்கும் போது அந்த அலுவலகத்தின் முன்பு ஒவ்வொரு போராட்டம் நடைபெறும் என்றும் தெரிவித்தோம். எங்களது போராட்டமுறை அந்த அலுவலர்களை மேலும் அச்சப்படுத்தியது. காரணம், எங்கள் மக்கள் மரபார்ந்த கோஷங்களான 'ஜிந்தாபாத்' (நீடு வாழ்க), 'முரதாபாத்' (ஒழிக) போன்றவற்றைப் பயன்படுத்துவ தில்லை. எங்கள் மக்கள் கம்யூனிஸ்ட் ஆதரவாளர்கள் இல்லை. எனவே, அவர்களுக்கு அந்த கோஷங்கள் எல்லாம் தெரியாது. போராட்டங்களின்போது, அந்த மக்களே தங்கள் மொழியில், தாங்களே உருவாக்கிய வசவுகளை கோஷமாக எழுப்புவார்கள். அந்த கோஷங்களில் தவறு செய்த அந்த அதிகாரியின் பெயர் இருக்கும். எவ்வளவு தூரம் தனிப்பட்ட முறையில் அந்த அலுவலரைத் தாக்க முடியுமோ அந்த அளவுக்குக் கீழிறங்கி கோஷத் தாக்குதல் நடத்துவார்கள் எம் மக்கள். பெண்கள் இன்னும் ஒரு படி மேலே போவார்கள். அதிகாரியின் பெயரை வைத்துப் பாட்டெல்லாம் பாடுவார்கள். நாங்கள் போராட்டங்கள் நடத்திய போதெல்லாம் பின்வரிசையில் அமர்ந்துகொண்டு இந்த கோஷங்கள், பாட்டுகள் ஆகியவற்றை ரசித்துக்கொண்டிருப்பேன். இந்தக் கோஷங்களையும், பாட்டுகளையும் கேட்டு, அந்தப் பகுதி குடியிருப்புகளில் உள்ள மக்கள் எல்லாம் வெளியே வந்து எட்டிப் பார்ப்பார்கள். நாங்கள் செய்வது சரிதான் என்கிறபடி தலையசைத்துவிட்டு வேடிக்கை பார்த்துக்கொண்டிருப்பார்கள். அலுவலர்கள் அந்த அலுவலகத்திலிருந்து வெளியே வரும்போது, அங்குள்ள சிறுவர்களும் அந்த கோஷங்களையும், பாட்டுகளையும் பாடுவார்கள். தங்களது பெயரைக் குறிப்பிட்டு இப்படிக் கோஷம் போட்டால், எந்த ஓர் அதிகாரியும் குலைநடுங்கித்தான் போவார். தாங்கள் அப்படிக் குலைநடுங்கிப் போகிறோம் என்று பல அதிகாரிகள், வாய்ப்புக் கிடைக்கும்போதெல்லாம் என்னிடம் சொல்லிப் புலம்பியிருக்கிறார்கள்.

ஒரே ஒரு முறை தவிர, வேறு எப்போதும் நாங்கள் யாருக்கும் லஞ்சம் தரவில்லை. தங்களுக்கு வர வேண்டிய பணத்தில் துண்டு

விழுந்தபோது, குழந்தை, குட்டிகள் உட்பட ஒட்டுமொத்த கிராமமும் இப்ராகிம்பட்டின மண்டல வளர்ச்சி அலுவலகத்துக்குச் சென்று போராட்டத்தில் ஈடுபட்டனர். அப்போது அந்த மக்களின் பிரதிநிதிகள் சிலர் மண்டல வளர்ச்சி அலுவலரை வெளியே வரச்சொல்லி, எந்த இரண்டு அலுவலர்கள் தங்களுக்கான பணத்தில் கைவைத்தார்கள் என்பதை விளக்கிக் கூறினார்கள். அந்த இரண்டு கடைநிலை ஊழியர்களும் உடனடியாக அந்தப் பணத்தைத் திருப்பிக் கொடுத்துவிட்டனர்.

இப்ராகிம்பட்டினத்திலிருந்து பத்து கிலோமீட்டர் தொலைவில் உள்ளது போல்கம்பள்ளி எனும் பேரூர். அங்கு என்ட்லாகுடெம் எனும் சிற்றூரில் அரசு விடுவித்த கொத்தடிமைத் தொழிலாளர்களின் தலைவராக இருந்தார் தண்டுமைலாரம் அச்சய்யா. அவர்களின் நலத்தில் அவர் அக்கறை கொண்டவராக இருந்தார். அதனால் பல்வேறு கிராமங்களில் நாங்கள் நடத்தும் கூட்டங்களுக்கு வந்து என்ன மாதிரியான பணிகளை எல்லாம் நாங்கள் முன்னெடுக்கிறோம் என்பதைக் கவனித்துக்கொண்டார். அவர் எங்களிடம், "இந்தச் சங்கத்தின் மூலமாகத்தான் நாங்கள் எல்லாம் கொத்தடிமைத்தளையிலிருந்து விடுதலையானோம். எங்களுக்கு வேறு வேலை எதுவும் கிடைக்கவில்லையெனில், நாங்கள் மீண்டும் கொத்தடிமைகளாகத்தான் மாறுவோம். போல்கம்பள்ளியில் உள்ள தொழிலாளர்களுக்கே எல்லா வேலைகளும் சென்றுவிடுவதால் எங்களுக்கு வேலை கிடைப்பது சிக்கலாக இருக்கிறது. அதுவும் அல்லாமல், நாங்கள் இதர கிராமங்களிலிருந்து ரொம்ப தூரம் விலகியிருக்கிறோம்" என்றார்.

அரசு நிதியுதவியுடன் இயங்கும் பல்வேறு திட்டங்களில் சில திட்டங்களை காதி மற்றும் கிராமத் தொழில் வாரியம் செயல்படுத்தியது. 1986இல் நான் அந்த வாரியத்துக்குச் சென்று மேலதிகத் தகவல்களைக் கேட்டபோது, கிராமங்களில் காதி நூல் நூற்கும் அலகுகளைத் தொடங்கலாம் என்றனர். தங்களிடம் பஞ்சு இருக்கிறது ஆனால் அதை நூலாக நூற்பதற்கு ஆள் வசதி இல்லை. எனவே, மக்கள் நூல் நூற்றுக் கொடுத்தால், அதற்கு நல்ல சந்தை இருக்கிறது என்றார்கள். இது தொடர்பாக நாங்கள் பட்டியலின ஆணையரகத்தோடு இணைந்து செயல்பட்டபோது, அந்த ஆணையரகத்தின் நிர்வாக அலுவலர் பி. ரத்னம், அந்தத் திட்டத்தைச் செயல்படுத்துவதில் வங்கி, காதி வாரியம் ஆகியவற்றின் நடைமுறைகளால் தடைகள், சிக்கல்கள் வந்தபோது அதையெல்லாம் சுமுகமாகத் தீர்த்துவைத்து, எங்களுக்கு வழி ஏற்படுத்திக் கொடுத்தார். (ஹைதராபாத்தில் அம்பேத்கரியக் கூட்டங்களுக்கு நான் செல்லத் தொடங்கியபோதுதான், ரத்னம் ஒரு அம்பேத்கரியர் என்பதைத் தெரிந்துகொண்டேன்).

என்ட்லாகுடெம் கிராமத்தில் நாங்கள் நான்கு ஆண்டுகளுக்கு காதி ஸ்பின்னிங் யூனிட்டை நடத்தினோம். ஆண்டு முழுவதும் சுமார் 55 பெண்களுக்கு அந்த ஸ்பின்னிங் யூனிட் வேலைவாய்ப்பு கொடுத்தது. அதன் மூலம் அவர்களுக்கு நாள் ஒன்றுக்கு 15 முதல் 30 ரூபாய் கூலி கிடைத்தது. காதி வாரியத்தின் கீழிருந்த 'பாக்யாநகர் காதி சமிதி' என்ற அமைப்பு பருத்தியை அனுப்ப, அதை எங்கள் பெண்கள் நூலாக்கித் தர, அவை எல்லாம் உடனடியாகச் சந்தைக்கு எடுத்துச் செல்லப்பட்டன.

அந்த 'ஸ்பின்னிங் யூனிட்டை' நடத்தும் பொறுப்பை அச்சய்யா ஏற்றுக்கொண்டார். அந்த நான்கு ஆண்டுகள் அற்புதத்துக்குப் பின்னால் இருந்த உந்துசக்தி அவர்தான். ஐம்பது வயதில் ஏறத்தாழ தனது எல்லாப் பற்களையும் அவர் இழந்திருந்தார். அதனால் சில சமயம் அவரது பேச்சைப் புரிந்து கொள்வது கடினமாக இருக்கும். ஆனாலும் அவர் முன்வைத்த கோரிக்கைகள் தெளிவாக இருந்தன. பருத்தி இல்லாமல் போனாலோ, நூல் நூற்கும் ராட்டைகள் பழுதானாலோ, ஊழியர்களுக்குக் கூலி கிடைக்கத் தாமதமானாலோ அவர் பாக்யாநகர் காதி சமிதி, மாவட்ட நிர்வாகம், காதி வாரியம் மற்றும் அது தொடர்பான வேறு சில அரசுத் துறைகள், எங்கள் சங்கம் என எல்லோரையும் துரத்திக்கொண்டே இருப்பார். பெண்கள் வேலை செய்வதற்காகவென்றே பட்டியலின ஆணையரகத்தின் உதவியுடன் பெரிய பந்தல் ஒன்றை அவர் கட்டித் தந்தார். அந்தப் பந்தல் இன்றும் இருக்கிறது. ஆனால் காலியாக இருக்கிறது. 1993இல் காதிப் பணிகள் முடிவுக்கு வந்தன. தனிப்பட்ட முறையில், அந்த 'ஸ்பின்னிங் யூனிட்' எனக்கு அயர்ச்சி தருவதாக இருந்தது. 1987 முதல் நிலப் போராட்டங்களே எனது நேரத்தை முழுமையாக எடுத்துக்கொண்டன. அதனால் என்னுடைய இருப்பு எங்கு, எதற்காகத் தேவைப்படுகிறது என்பதை நான் அறிந்துகொள்ளவில்லை. அதற்காக அச்சய்யாவையும் 'ஸ்பின்னிங் யூனிட்டையும்' நான் கைவிட்டு விட முடியாது. அந்த ஆண்டு மே மாதம் முதல் நவம்பர் வரை எங்கள் சங்கம் முன்னெடுத்த போராட்டத்தால் நான் மிகவும் பரபரப்பாக இருந்தேன். அந்தச் சமயத்தில் எங்களுக்குப் பல கைகள் வேண்டும் என்ற நிலை இருந்தது. நவம்பருக்குப் பிறகு சூழல் மாறியது. ஆக்கப்பூர்வமான பணிகள் கொஞ்சம்கொஞ்ச மாகப் பாதிக்கப்பட்டன. அச்சய்யாவுக்கும் மற்றவர்களுக்கும் சொற்ப அளவில்தான் உதவிகள் கிடைத்தன. போராட்ட நடவடிக்கைகளுக்கும், ஆக்கப்பூர்வமான நடவடிக்கைகளுக்கும் நான்தான் பொறுப்பு என்பதால் நானே எல்லாவற்றுக்கும், ஒவ்வொருவருக்கும் பதில் சொல்லக் கடமைப்பட்டவள் என்ற உண்மையை மறுதலித்தேன்.

ஆனபோதும், சவால்களும் வாய்ப்புகளும் ஏற்படும்போது, மக்கள் அவற்றை எதிர்கொள்ளவே செய்தார்கள். வனத்துறை தனது நிலங்களின் ஒரு பகுதியை மக்களின் பயன்பாட்டுக்காகத் தரப் போகிறது என்ற செய்தியை பெத்துலா கிராமத்தைச் சேர்ந்த பெண்கள் அறிந்தவுடன், அவர்களாகவே பச்சம்மா என்பவரின் தலைமையில் சிறு குழுவாக இணைந்துகொண்டு, தங்களுக்கு முதல் வாய்ப்பு தர வேண்டுமென்று அரசிடம் கோரிக்கை வைத்தார்கள். கொத்தடிமைத் தொழிலாளர்களுக்கும் பச்சம்மாவுக்கும் எந்தச் சம்மந்தமும் இல்லை. அவர் ஒரு மாலா சமூகத்தவர். அவரது கணவர் ரயில்வே துறையில் கடைநிலை ஊழியராக இருந்தார். எனவே, அந்தக் குடும்பம் ஓரளவு வசதியாகத்தான் இருந்தது. இயல்பாகவே அவருக்குத் தலைமைப் பண்பு இருந்தது. அதனால் தாமாகவே முன்வந்து எங்கள் சங்கத்தில் இணைந்துகொண்டு பணியாற்றிவந்தார். அந்தப் பெண்களின் கோரிக்கையை ஏற்று சுமார் 100 ஏக்கர் வனத்துறை நிலங்கள் அந்தப் பெண்களுக்குப் பிரித்துக் கொடுக்கப்பட்டன. அந்த நிலத்தில் குழி தோண்டவும், மரம் வளர்க்கவும், அவற்றுக்கு நீர்ப்பாய்ச்சவுமான வேலைகளில் அந்தப் பெண்கள் ஈடுபடுத்தப் பட்டு அதற்குக் கூலியும் வழங்கப்பட்டது. மேலும், வனத்தில் கிடைக்கும் பொருட்களைப் பயன்படுத்திக்கொள்ளவும் அவர்களுக்கு அனுமதி அளிக்கப்பட்டது. அந்தத் திட்டம் நல்ல பலனைக் கொடுத்ததால், அதை மாநிலம் முழுக்க அரசு விரிவுபடுத்தியது.

ஏழைகளுக்குப் பலவிதமான உடல் தொந்தரவுகள் இருந்தன. வயதான ஆண்களும் பெண்களும் மூட்டுவலியால் அவதிப் பட்டனர். பல தசாப்தங்களாகக் குனிந்து நாற்று நட்டு, களை எடுத்த பணிகளைச் செய்ததால் பெண்கள் பலருக்குக் கூன் விழுந்துவிட்டது. அவர்களுக்குச் சத்தான உணவு கிடைத்ததே யில்லை. அதற்குக் காரணம் வறுமைதான் என்றாலும், அந்தப் பகுதியில் கிடைக்கும் பொருட்களை வைத்துக்கொண்டு அவர்களின் ஆரோக்கியத்தை மேம்படுத்திக்கொள்ளும் நிலை இருந்தது. அந்தப் பகுதியில் பப்பாளி மரங்கள் நிறைய உண்டு. ஆனால், பப்பாளிப் பழங்களை மக்கள் தொடவே மாட்டார்கள். பார்க்கும் இடமெல்லாம் முருங்கை மரங்களாக இருக்கும். ஆனால் முருங்கைக் கீரையை மக்கள் தங்கள் உணவில் சேர்த்துக் கொள்ளவே மாட்டார்கள். கோங்குரா என்ற இலையைக் கொண்டு அவர்கள் காரமான சட்னியைச் செய்வார்கள். ஆனால், வேறெதற்கும் பயன்படுத்தமாட்டார்கள். சவர்னாக்கள் கட்டமைத்த இழிவின் காரணமாக, புரதச்சத்தை வழங்கிய மாட்டுக்கறியைச் சாப்பிடுவதை இளைஞர்கள் தவிர்த்தார்கள். 1980களில் சீத்தாப்பழம் உள்ளிட்ட காட்டுப் பழங்கள் நிறையவே

கிடைத்தன. ஆனால், வனப்பரப்பு குறையக்குறைய அந்த மரங்களும் குறைந்துகொண்டே வந்தன. தவிர, பயிர்கள் செழிப்பாக வளர வேண்டும் என்பதற்காக, விவசாய நிலங்களில் இருந்த மரங்களும் அடிக்கடி வெட்டப்பட்டன. இவற்றுக்கு மத்தியில், 1983 அக்டோபர் மாதம் என்.டி. ராமா ராவ் இரண்டு ரூபாய்க்கு ஒரு கிலோ அரிசி திட்டத்தை அறிமுகப்படுத்தினார். இந்தத் திட்டம் மக்களின் பசியைப் போக்கியது என்றாலும், அது தெலங்கானாவில் அந்த மக்களின் உணவுப் பழக்கத்தையே மாற்றிவிட்டது. அதற்கு முன்பு வரை அங்குள்ள மக்கள் சோளம், கம்பு, ராகி, குதிரைவாலி, சாமை போன்ற அருந்தானியங்களைத் தான் உண்டுவந்தார்கள். அந்தத் தானியங்களில் புரதம், ஆன்டி ஆக்ஸிடன்ட்ஸ் உள்ளிட்ட சத்துகள் நிறைந்திருந்தன. அரிசியைப் போல அவை பாலிஷ் செய்யப்பட்டவை அல்ல. மேலும் அரிசியுடன் ஒப்பிடும்போது அவற்றில் 'க்ளைசெமிக் இன்டெக்ஸ்' அளவும் குறைவாகவே இருந்தன. அதனால் அரிசியைப் போல அவை நம் ரத்தத்தில் சர்க்கரையின் அளவைக் கூட்டாது. 'க்ளைசெமிக் இன்டெக்ஸ்' அதிகமாக உள்ள உணவு, சீக்கிரத்தில் செரிமானமாகி, ரத்தத்தில் சர்க்கரை அளவைக் கூட்டுகிறது. பாலிஷ் செய்யப்பட்ட வெள்ளை அரிசியை விரும்பியதாலும், உணவுப் பழக்கங்கள் மாறியதாலும், 1990களில் நீரிழிவு நோயால் பாதிக்கப்படுபவர்களின் எண்ணிக்கை அதிகரிக்கத் தொடங்கியது. சலுகை விலையில் கிடைப்பதாலும், உடனடியாகக் கிடைப்பதாலும், தங்களின் அடிப்படை ஊட்டச்சத்துக்கு மக்கள் அரிசியையே சார்ந்திருக்கிறார்கள்.

யச்சாராமிலும் இப்ராகிம்பட்டினத்திலும் அரசு மருத்துவ மனைகள் இருந்தன என்றாலும், அங்கே மருத்துவர்களைப் பார்ப்பது அரிது. அப்படியே அவர்கள் அங்கு இருந்தாலும் மிகவும் சோந்து காணப்பட்டார்கள். யாராவது உடல் சுகமில்லை என்று போனால், காய்ச்சலுக்குச் சிவப்பு, மற்றதற்கு வெள்ளை என மாத்திரைகளைத் தயாராக வைத்திருப்பார்கள். சுகப்பிரசவம் அன்றி சிக்கலான பிரசவங்களுக்கு எல்லாம் கர்ப்பிணிப் பெண்கள், ஹைதராபாத்திலுள்ள ஓஸ்மானியா அரசு மருத்துவமனைக்குத்தான் செல்ல வேண்டியிருந்தது.

1980களில் மாரெட்பள்ளியில் டாக்டர் வாசுதேவன் கிடாம்பி என்ற என் நண்பர் ஒருவர் இருந்தார். கல்லூரிக் காலத்தில் நானும் அவரும் 'சயின்ஸ் கிளப்'பில் உறுப்பினர்களாக இருந்தோம். அவர் ஓர் அற்புதமான மருத்துவர். நான் அவரிடம் என் மக்களுக்காக உதவி கேட்டு நின்றேன். 1987 முதல் 1994 வரை, அவரும், டாக்டர் வி.ஆறுமுகம் என்ற அக்குபங்சர் நிபுணரும் இப்ராகிம்பட்டினத்தில் ஒரு சிறிய இடத்தில் மக்களுக்கு வைத்தியம் பார்த்தார்கள்.

ஒவ்வொரு வார இறுதியிலும் ஹைதராபாத்திலிருந்து அவர்கள் ஸ்கூட்டரில் கிளம்பிவருவார்கள். எங்கள் முகாமில் எங்கு இடம் காலியாக இருக்கிறதோ அங்கே உட்கார்ந்துகொண்டு மக்களுக்கு வைத்தியம் பார்த்தார்கள். நோயாளிகளைப் பரிசோதிப்பது, மருந்துகள் தருவது, மேற்கொண்டு என்ன சிகிச்சை பெற முடியும் என்பதை எல்லாம் மக்களுக்கு இலவசச் சேவையாக வழங்கி னார்கள். வாசுவின் சிகிச்சைமுறை மிகவும் தனித்துவமானது. மாரெட்பள்ளியில் இருந்த தன்னுடைய மருத்துவமனைக்கு வரும் பருமனான நோயாளிகளிடம் 'உணவின் அளவைக் குறையுங்கள், உடல் எடையைக் குறையுங்கள்' என்று அப்பட்டமாகச் சொல்லி விடுவார். இப்ராகிம்பட்டினத்தில், பலருக்கு மலச்சிக்கல் பிரச்சினை இருந்தது. அவர்களுக்கு நெல் உமியைத்தான் அவர் மருந்தாகக் கொடுத்தார். அதுவரையில் எல்லா நோய்களுக்கும் மாத்திரைகளையும், ஊசிகளையும் மட்டுமே பார்த்த மக்களுக்கு வாசுவின் சிகிச்சைமுறை ஆச்சரியம் அளிப்பதாக இருந்தது. தொற்று நோய், மூட்டு வலி, முதுகு வலி, குழந்தைகளுக்கு ஏற்படும் காய்ச்சல் மற்றும் சாதாரணமாக ஒருவருக்கு ஏற்படும் நோய்களுக்கு எல்லாம் அவர் சிகிச்சை அளித்தார். புலிமாமிடியைச் சேர்ந்த குசுமா ரெட்டி எனும் பெண்ணுக்கு இதய அறுவைச் சிகிச்சைக்கு உதவினார். நாற்பது ஆண்டுகளுக்குப் பிறகு இன்றும் அவர் அந்த நன்றியை மறக்கவில்லை. இதுபோல வேறு சில சுகாதார முன்னெடுப்புகளையும் வாசு மேற்கொண்டார். 1988இல் போவென்பள்ளி தேசிய மனநல மருத்துவமனையின் துணையுடன், கிராமத்தில் மனநலம் மற்றும் உடல் குறைபாடு களுடன் உள்ள குழந்தைகளை இனங்கண்டு அவர்களுக்குச் சிகிச்சை வழங்க ஏற்பாடு செய்தார். சிகிச்சையும் பயிற்சியும் போவென்பள்ளியில் வழங்கப்பட்டன. கிராமத்திலிருந்து அங்குச் சென்று சிகிச்சை எடுத்துக்கொண்டு வர அந்தக் குழந்தைகளுக்கும், அவர்களின் பெற்றோர்களுக்கும் 'பஸ் பாஸ்' எடுத்துக்கொடுக்கப் பட்டது. மூத்த மருத்துவர்கள் பலருடன் இணைந்தும் வாசு நிறைய மருத்துவ முகாம்களை எங்கள் பகுதிகளில் நடத்தினார். அப்படி 1988இல் யச்சாராமில் நடைபெற்ற ஒரு முகாமில்தான் எனது பழைய தோழி சரோஜினி ரெட்டியைப் பல ஆண்டு களுக்குப் பிறகு சந்தித்தேன். மகப்பேறு நிபுணரான அவர்தான் நெருக்கடி நிலை காலத்துக்குப் பிறகான நாட்களில் என்னை அரவணைத்துப் பாதுகாத்தார்.

அதே ஆண்டில், அனந்தபூர் மாவட்டத்தின் பேனுகொண்டா பகுதியிலுள்ள 'ஆக்‌ஷன் ஆன் டிஸெபிலிட்டி அண்ட் டெவலப்மென்ட் இந்தியா' அமைப்பைச் சேர்ந்த பி. வெங்கடேஷ் என்பவரைச் சந்தித்தேன். அப்போது அவர் அனந்தபூர் மாவட்டத்திலுள்ள மாற்றுத்திறனாளிகளை எல்லாம்

ஒன்றுதிரட்டிச் சங்கம் எழுப்புவதற்கு உதவி செய்து கொண்டிருந்தார். சுய உதவிக் குழுக்களைப் போலச் செயல்பட்ட அந்தச் சங்கங்கள் மாற்றுத்திறனாளிகளின் உரிமைகளுக்காகக் குரல் கொடுத்து வந்தன. அந்த அமைப்பின் ஆற்றலைப் பார்த்து நான் அதிசயித்தேன். அவர்களது முதல் கோரிக்கையே 'ஹேண்டிகேப்' (உடல் ஊனமுற்றோர்) எனும் சொல்லைப் புழக்கத்தில் இருந்து நீக்க வேண்டும் என்பதுதான். அந்தச் சமயத்தில் மாற்றுத்திறனாளிகள் நலத்துக்கான துறை, 'ஆந்திர பிரதேஷ் ஹேண்டிகேப்ட் பெர்சன்ஸ் வெல்ஃபேர் கோப்பரேட்டிவ் ஃபைனான்ஸ் கார்ப்பரேஷன்' என்றுதான் அழைக்கப்பட்டு வந்தது. மாற்றுத்திறனாளிகள், பேருந்து, ரயில்களில் இலவசமாகப் பயணிப்பதற்கும், அரசு நலத்திட்டங்களைப் பயன்படுத்திக் கொள்வதற்கும் அந்தத் துறைதான் அவர்களுக்கு 'மாற்றுத் திறனாளிகள்' என்ற சான்றிதழை வழங்கும். எனவே 'ஹேண்டிகேப்ட்' எனும் சொல்லை நாங்கள் உட்பட பரவலாக எல்லோரும் பயன்படுத்தினோம். ஆனால் அந்த மாற்றுத் திறனாளிச் சங்கம், தனக்குக் கிடைக்கும் எல்லா மேடைகளிலும் அப்படி அழைக்காதீர்கள் என்று வேண்டுகோள் விடுத்தபடியே இருந்தனர்.

இதில் ஆச்சரியம் என்னவென்றால், வெங்கடேஷும் பார்வைத் திறனற்ற மாற்றுத் திறனாளிதான். ஆனால் கடும் உழைப்பாளி. அவருடன் பேசும்போதெல்லாம், சங்கம் ஏன் மாற்றுத்திறனாளிகளுக்காகப் பணியாற்றக் கூடாது என்று என்னிடம் கேட்பார். "முதலில் மாற்றுத் திறனாளி குழந்தைகளிட மிருந்து உங்கள் பணியைத் தொடங்கலாமே?" என்றார். "அப்படிச் செய்தால், மாற்றுத் திறனாளியும், மாற்றுத் திறனாளி அல்லாதவரும் இணைந்து பணியாற்ற முடியுமே" என்றார். அதற்கு நான், எங்கள் பகுதிகளில் மாற்றுத் திறனாளி குழந்தைகள் அவ்வளவாக இல்லை என்றேன். அதற்கு அவர், நாங்கள் பணியாற்றும் பகுதிகளில் ஒரு 'சர்வே' எடுக்கச் சொன்னார். உடனடியாக நாங்கள் சுமார் 10,000 வீடுகளில் சர்வே எடுத்தோம். அதன் முடிவுகள் தலைசுற்ற வைத்தன. நான் எவ்வளவு அறியாமையுடன் இருந்திருக்கிறேன் என்று என்னை நானே கடிந்துகொண்டேன். சுமார் பத்து சதவீதத்துக்கும் அதிகமான குழந்தைகள் அரைகுறை அல்லது முழுமையாகப் பார்வைத் திறன் இல்லாமல் இருப்பது, கேட்கும் திறன் இல்லாமல் இருப்பது, நடக்க இயலாமல், பேச்சுத் திறன் இல்லாமல் என ஏதேனும் ஒரு வகையான குறைபாடுகளுடன் இருந்தனர். அவ்வளவு காலமும் அந்தக் குழந்தைகள் எங்களின் பார்வைகளுக்குத் தென்படவே யில்லை. தொடர்ந்து வெங்கடேஷின் அமைப்பை

இப்ராகிம்பட்டினத்துக்கு அழைத்தோம். எங்கள் குழந்தைகளுக்கு ஏற்ற சிகிச்சைகள், திட்டங்கள் பற்றிக் குழந்தைகளிடமும், அவர்களது பெற்றோர்களிடமும் அவரது அமைப்பினர் எடுத்துக் கூறினர். 1988 முதல் 1999 வரை, வெங்கடேஷும், அவரது நண்பர் ஐசக் நியூட்டனும் பல முறை எங்கள் கிராமங்களுக்கு வந்து உதவிகள் செய்தனர்.

ஜெய்ப்பூர் காலுடன் வலம் வந்த, ஹஸ்மத்புராவைச் சேர்ந்த குன்டி ராமுலுதான் சங்கத்தின் மாற்றுத்திறனாளிகள் தொடர்பான பணிகளுக்குப் பொறுப்பாக இருந்தார். சில காலம் கழித்து, வெங்கடேஷ் நடத்திவந்த அமைப்பின் உதவியுடன் மாற்றுத் திறனாளிகளுக்கென்றே 'இப்ராகிம்பட்டினம் தாலுகா விகுலங்குலா சங்கம்' என்ற அமைப்பை ஏற்படுத்தினோம். பின்னாளில் அது தனித்து இயங்கத் தொடங்கியது. எங்களின் 'விவசாயிகள் சங்கம்' போர்க்குணம் கொண்ட அமைப்பாக இருந்தது என்றால், 'விகுலங்குலா சங்கம்' எங்களை விடப் பல மடங்கு வீர்யத்துடன் இயங்கியது. அந்தச் சங்கம் தாமாகவே மாற்றுத்திறனாளிகளுக்காகக் கடன்கள் பெற்றுத்தருவது, அரசுத் திட்டங்களைப் பெற்றுத் தருவது, பாரபட்சத்துக்கு எதிராகக் களமாடுவது எனப் பல விஷயங்களை முன்னெடுத்தது. அவர்களால் முடியாதபட்சத்தில்தான் எங்களது உதவியை நாடினார்கள். ராமுலு இப்போது தன் வாழ்க்கையை முழுமையாக அந்தச் சங்கத்துக்கு அர்ப்பணித்துவிட்டார். அவர்களின் விடாமுயற்சியும், போராடுவதற்கான துணிவும் எங்களை ஊக்குவித்துக்கொண்டே இருக்கின்றன.

19

என் உயிருக்கு வைக்கப்பட்ட விலை

1988ஆம் ஆண்டின் தொடக்கத்தில், கோடை காலத்துக்கு முன்பாகவே எங்கள் சூழல் சூடிபிடித்திருந்தது. அதிகரித்து வந்த நிலப் போராட்டம் தொடர்பான பிரச்சினைகள் எங்களை மூழ்கடித்துவிடும் அச்சத்தை ஏற்படுத்தின. எங்களிடம் நிதி வளமும், மனித வளமும் குறைவாகவே இருந்தன. ஜப்பார்குடெம், புலிமாமிடி, மீர்கான்பேட் ஆகிய கிராமங்களோடு, தண்டுமால்காபுரம் கிராமத்திலும் நடைபெற்ற நிலப் போராட்டங்கள் எந்நேரமும் வெடிக்கக் காத்திருந்தன. மக்கள் பொறுமை இழந்திருந்தார்கள். அடுத்த கட்டத்துக்கு நகர்ந்து, தங்கள் உரிமையை மீட்டெடுக்க வேகம் கொண்டார்கள். எல்லா இடங்களிலும் புதிய தலைமைகள் பிறந்தன.

புலிமாமிடியில் மக்கள் தாங்கள் வென்றெடுத்த நிலங்களில் பயிர் செய்யத் தொடங்கிவிட்டார்கள். அங்கு அவர்களெல்லாம் ஒற்றுமையாக இருந்ததால், நிலக்கிழார்களால் ஒருவரைக் கூடப் பிரித்து எடுக்க முடியவில்லை. ஆனால் நாங்கள் எவ்வளவுதான் முயற்சித்தும் நில ஆவணங்களில் 'வேளாண்மை செய்பவர்' என்ற கட்டத்தில் எங்கள் மக்களின் பெயர்களைப் பதிய வைக்க முடியவில்லை. அப்படிப் பதிவு செய்வதற்கு வருவாய் அதிகாரிகள் மறுத்து விட்டார்கள். காவல்துறையால் எங்கள் மீது பல வழக்குகள் புனையப்பட்டன. இதனால் சிறைக்கும் நீதிமன்றத்துக்குமென மக்கள் ஓடிக்கொண்டே

கீதா ராமசாமி

இருந்தார்கள். அந்த நாட்களில் பஹடிஷரீஃப் பகுதியின் சர்க்கிள் இன்ஸ்பெக்டர் அஷோக்வர்தன் ரெட்டி, தன் அலுவலர்களிடம் என்னைக் கண்காணிக்கச் சொல்லியிருக்கிறார். அதனால் எனக்குத் தினமும் காவலர்களிடமிருந்து தொலைபேசி அழைப்புகள் வந்துகொண்டிருக்கும். எங்களின் போராட்டங் களுக்கு எந்த ஒரு முடிவும் கிடைக்காத நிலையில், ஒரு கட்டத்தில் நான் கிராமத்தினரைக் கூப்பிட்டு அந்த ஊர்களைச் சுற்றி வெடிகுண்டு வைத்துவிடலாம் என்று சொன்னேன். நல்லவேளையாக, என்னுடைய அந்த யோசனையை யாரும் பெரிதாக எடுத்துக்கொள்ளவில்லை.

ஜப்பார்குடெமில் எங்கள் சங்கம் தொடர்ந்து பணியாற்றியது. அரசு ஒவ்வொரு முறை எங்களுக்கு ஆதரவாக நடவடிக்கைகள் எடுக்கும்போதும், அதை எதிர்த்து உயர்நீதிமன்றத்துக்குச் சென்று நிலக்கிழார்கள் தடை வாங்கிவிடுவார்கள். என்னுடைய முன்னாள் தோழர், இந்திரா ரெட்டி, மாவட்ட அமைச்சராக இருந்தார். அவருடன் மஞ்சிரெட்டி கிஷன் ரெட்டியும் அவர் திரட்டிய நான்கு எம்.எல்.ஏ.க்களும் மாவட்ட அதிகாரிகளுக்கு அழுத்தம் கொடுத்து, ஏழைகளுக்கு ஆதரவான ஒரு சிறு நகர்வைக் கூடத் தடுத்தார்கள். கிஷன் ரெட்டியின் தந்தை பூபால் ரெட்டி, கிராமத்தினரைத் தொடர்ந்து அச்சுறுத்திவந்தார். எங்கள் மக்கள் எப்போதெல்லாம் தனியாக மாட்டுகிறார்களோ, அப்போதெல்லாம் அவர்கள் தாக்கப்பட்டார்கள். மஞ்சிரெட்டி யின் நிலம், பிரச்சினைக்குரிய நிலத்துக்குப் பக்கத்தில் இருந்ததால், அந்தப் பக்கம் செல்லும் கிராமத்தினர் மீது பூபால் ரெட்டியும் அவரது ஆட்களும் எப்போதும் ஒரு கண் வைத்திருந்தார்கள். சங்கரய்யாவும் அப்படித்தான் தாக்குதலுக்கு உள்ளானார். காவல்துறை எப்போதும் நிலக்கிழார்களுக்குச் சார்பாகவே இயங்கியதால், எங்கள் மக்கள் பலரைக் கைது செய்து, அவர்கள் மீது வழக்குகள் புனையப்பட்டன. தொடர்ந்து ஆந்திரப் பிரதேச தலித் மகாசபை மற்றும் பொஜ்ஜா தாரகம் ஆகியோரின் தலைமையில், 1988 ஆகஸ்ட் மாதத்தில், மாநிலச் சட்டமன்றத்துக்கு முன்பாக ஒரு போராட்டத்தைக் கூட எங்கள் சங்கம் நடத்தியது. நாங்கள் சட்டமன்றத்துக்கு உள்ளே அனுமதிக்கப்படவில்லை. எனவே எங்கள் சார்பாக ஒரு சிறு குழு, சபாநாயகரிடம் சென்று கோரிக்கையை வழங்க, சி.பி.ஐ. கட்சியின் சந்திர ராஜேஷ்வர ராவ் மற்றும் ஜனதா கட்சியின் எம்.எல்.ஏ.வும் தொழிற்சங்க வாதியுமான நயனி நரசிம்ம ரெட்டி ஆகியோர் எங்களிடம் உரையாற்றினார்கள்.

'இன்னும் ஒரு வழக்கு, இன்னும் ஒரு தாக்குதல்... நாங்கள் அவ்வளவுதான்!' என்று நான் பல முறை இதையெல்லாம்

நினைத்துப் பயந்தேன் என்றாலும், எங்களால் எப்படியோ தப்பிப் பிழைக்க முடிந்தது. எவ்வளவு காலம்தான் நாங்கள் வெளியாட்களிடமிருந்து ஆதரவை எதிர்பார்த்துக் கொண்டிருப்பது? எங்களுடைய பலம் எல்லாம் அந்தக் கிராமத்தினர்தான். அடுத்தடுத்த கிராமங்களிலும் நில உரிமை தொடர்பான போராட்டங்கள் தலையெடுக்கத் தொடங்கின. அப்படியான கிராமங்களில் ஒன்றுதான் சௌதாரிபள்ளி. அங்கே எழுந்த போராட்டத்தால், அந்த கிராமத்தின் பெரிய நிலக்கிழாரான ஆனந்த் ரெட்டி, மக்களை அழைத்துப் பேசி அவர்களுடன் ஒரு சமாதான உடன்படிக்கைக்கு வந்தார். அவர் ஓர் அரசியல்வாதி. ரெட்டிகளுக்கும் மாதிகாக்களுக்கும் இடையே நடைபெறும் இந்த மோதலில் பாதிப்பு ரெட்டிகளுக்குத்தான் என்பதை அவர் உணர்ந்திருந்தார்.

1988இல், ஆனந்த் ரெட்டி எப்படி அதிகமான நிலங்களைத் தன் கட்டுக்குள் வைத்திருக்கிறார் என்று சௌதாரிபள்ளி மக்கள் தங்கள் புகார்களை எடுத்துக்கொண்டு எங்களிடம் வந்தார்கள். யச்சாராமிலிருந்து ஒரு கிலோமீட்டருக்கும் குறைவான தூரத்தில்தான் சௌதாரிபள்ளி இருந்தது. ஆனால் அந்த ஊர் மக்கள் எங்களை விட்டு நான்கு ஆண்டுகளாக விலகியிருந்தனர். இதர கிராமங்களில் இருந்த சௌதாரிபள்ளி மக்களின் உறவினர்கள் எங்களிடம், அந்த ஊர் மாதிகாக்கள் எல்லாம் ஆனந்த் ரெட்டிக்கு விசுவாசமாக இருக்கிறார்கள் என்றார்கள். 1972 முதல் 1978 வரை, இப்ராகிம்பட்டினம் எம்.எல்.ஏ.வாக இருந்திருக்கிறார், ஆனந்த் ரெட்டி. அவரிடம் 280 ஏக்கர் நிலங்கள், ஐந்து கிணறுகள் மற்றும் சில திராட்சைத் தோட்டங்களும் இருந்தன. ஹைதராபாத் நகரத்தில் அவருக்கு நிறைய வீடுகளும் வியாபாரங்களும் இருந்தன. அவருடைய மகன்கள் எல்லாம் அமெரிக்காவில் வசதியாக இருந்தார்கள். அவருக்குச் சௌதரிபள்ளி பூர்வீகம் அல்ல. வேறு எங்கோ ஏழைக் குடும்பத்தில் பிறந்த அவரை, சௌதரிபள்ளியைச் சேர்ந்த நிலக்கிழார் ஒருவர் தத்தெடுத்தார். பின்னர் அவர் காங்கிரஸ் கட்சியில் சேர்ந்து முக்கியமான தலைவராக உயர்ந்தார். எம்.எல்.ஏ. ஆவதற்கு முன்பு இரண்டு முறை பஞ்சாயத்துத் தலைவராக இருந்திருக்கிறார். அவர் பஞ்சாயத்துத் தலைவராக இருந்தபோது, இப்ராகிம்பட்டினம் தாலுகாவில் இரவுநேர பாடசாலை ஒன்றைக் கொண்டுவரத் திட்டமிடப்பட்டது. ஆனால், ஆனந்த் ரெட்டி அதற்கு எதிர்ப்புத் தெரிவித்தார். "மாதிகா குழந்தைகள் எல்லாம் படிக்கப் போய்விட்டால், எங்களுடைய கால்நடைகளை எல்லாம் யார் பார்ப்பது? இன்று அவர்கள் பள்ளிக்குப் போவார்கள். நாளை அவர்கள் எங்களிடம் நிலங்கள் கேட்பார்கள்" என்று அதற்குக் காரணமும் சொன்னார்.

1973இல் நிலஉச்சவரம்புச் சட்டம் அமல்படுத்தப்பட்ட போது, அதை அவர் சட்டமன்றத்தில் ஆதரித்தார். ஆனால், தன்னுடைய நிலங்களுக்கு எந்தப் பாதிப்பும் வராமல் பார்த்துக் கொண்டார். உடனடியாக அவர் 73 ஏக்கர்களைத் தன் உறவினர் ஒருவருக்கும், வெகுதொலைவில் வசிக்கும் அவரது தந்தையாருக்கும் மாற்றிக் கொடுத்துவிட்டார். மேலும் 12 ஆண்டுகால வருவாய் ஆவணங்களில் அந்த ஊர் பட்வாரியை வைத்து மாற்றங்கள் செய்துவிட்டார். அந்த உதவிக்குப் பரிசாக, அந்த பட்வாரியின் மகனுக்கு அரசு வேலை வாங்கிக் கொடுத்தார். தவிர, தனது இரண்டு 'மைனர்' மகன்களை 'மேஜர்' என்று அறிவித்துவிட்டு அவர்களுக்கும், தன்னுடைய 'பினாமி'களுக்கும் 73 ஏக்கர்களுக்கும் அதிகமான நிலங்களை மாற்றிக் கொடுத்து விட்டார். இதன் மூலம் நிலஉச்சவரம்புக்குள் மட்டுமே தான் நிலம் வைத்திருப்பதைப் போலக் காட்டிக்கொண்டார்.

ஆனால், அந்த 'பினாமி' பரிமாற்றங்களை நிலஉச்சவரம்பு ஆணையம் ஏற்றுக்கொள்ளவில்லை. பல ஆண்டு வழக்கு விசாரணைக்குப் பிறகு, அவரிடம் நிலஉச்சவரம்புக்கு அதிகமாக 12 ஏக்கர் நிலங்கள் இருக்கின்றன என்று தீர்ப்பு வந்தது. அதைத் தொடர்ந்து, பாறைகள் நிறைந்திருக்கும் ஆறு ஏக்கர் நிலத்தையும், தரிசாகக் கிடந்த ஆறு ஏக்கர் நிலத்தையும் தன்னிடம் பணியாற்றிய தொழிலாளர்களுக்கு மனமே இல்லாமல் எழுதிக் கொடுத்தார். அந்த உத்தரவுக்குப் பிறகு, அவரிடம் 45 ஏக்கர் நிலங்கள் திரும்ப ஒப்படைக்கப்பட்டன.

ஆனந்த் ரெட்டியின் முழுப் பின்னணியும் தெரிந்த பிறகு, அவருடைய ஆவணங்களை எல்லாம் தேடி எடுத்து, அலசி ஆராய்ந்த போது, மாதிகாக்களின் புகார்கள் எல்லாம் உண்மை என்பது தெரியவந்தது. கடந்தகால நிலஉரிமைப் போராட்டங்கள் கொடுத்த அனுபவத்தால், இப்போது அடுத்தடுத்து நாங்கள் செய்ய வேண்டிய பணிகள் என்னவென்று எங்களிடம் தெளிவான திட்டம் இருந்தது. இந்த நிலம் தொடர்பான பரிமாற்றங்களில் ஏமாற்றுவேலைகள் நடந்துள்ளன என்பது வருவாய் மற்றும் நில உச்சவரம்பு ஆவணங்களின் வழியே நிரூபணமானால், வருவாய் அதிகாரிகளுக்கு மனுக்கள் பறக்கும். இன்னொரு புறம் அந்த நிலங்களில் மக்கள் வேலை செய்யத் தொடங்கிவிடுவார்கள். இதுபோன்ற போராட்டங்களின்போது, இதர கிராமங்களில் என்னென்ன நடந்தன என்பது மக்களுக்குத் தெரிந்திருந்ததால், அவர்கள் உடனடியாகக் களத்தில் இறங்கினார்கள். ஆனால், அந்த நிலங்களில் பழத் தோப்புகள் இருந்ததால் இதர கிராமங்களைப் போல அங்கே உழவு செய்ய முடியவில்லை. மாறாக, பழ மரங்களைச் சுற்றி வளர்ந்திருந்த

களைகளை எல்லாம் வெட்டி அப்புறப்படுத்தி, நிலத்தின் மீதான தங்களின் உரிமையைச் செயல்படுத்தத் தொடங்கினார்கள். அதில் சிலரைக் காவல்துறை கைது செய்தாலும் அவர்களை அங்கிருந்து அப்புறப்படுத்த முடியவில்லை.

அதன் தொடர்ச்சியாக 1988இல், ஆனந்த் ரெட்டியின் வீட்டைச் சுற்றிவளைத்து கிராமத்தினர் போராட்டத்தில் ஈடுபட்டனர். அந்த தர்ணா மிகவும் பிரபலமான ஒன்று. ரெட்டியின் இரும்புக்கை கட்டுப்பாட்டில் பல காலமாகத் தவித்த அந்த மக்களின் கோபம், அன்று மடை திறந்த வெள்ளமானது. அவருடைய பிறப்பு, பெற்றோர்கள், இளமைக் காலம், நிலக்கிழாராக வளர்ந்தது, அவர் செய்த குற்றங்கள், அந்தக் கொடூரனுடன் அத்தனைக் காலம் வாழ்ந்துகொண்டிருந்த அவர் மனைவியின் பரிதாப நிலை என எல்லா விஷயங்களைப் பற்றியும் பாடலாகப் புனைந்து போராட்டத்தில் ஈடுபட்ட பெண்கள் பாடிக்கொண்டிருந்தனர். அவர்கள் எழுப்பிய வசவுகள் அவ்வளவு நாராசமாக இருந்தன. அதன் விளைவாக, ஆனந்த் ரெட்டி தன்னுடைய நிலத்தில் எல்லா வேலைகளையும் நிறுத்தி விட்டு, ஒரு நாள் நகரத்துக்கு ஓடிவிட்டார்.

அதேவேளையில் இதர கிராமங்களில், காவல்துறையின் ஒடுக்குமுறைகள் அதிகரித்துக்கொண்டே இருந்தன. கிராமங்களில் கூட்டங்கள் போடுவதற்கு அனுமதி தரவில்லை. புகார்களை வாங்க மறுத்துவிட்டார்கள். புகார் அளிக்க எங்கள் ஆட்கள் காவல்நிலையத்துக்குச் சென்றால் அடித்தார்கள். மக்களின் மீது ஜாமீனில் வெளிவர முடியாத பிரிவுகளில் முதல் தகவல் அறிக்கை பதிவுசெய்யப்பட்டது. நான் பல வழக்குகளில் ஜாமின் பெற்று வெளியே வந்தாலும், அடிக்கடி விசாரணைக்காக நீதிமன்றத்துக்கு ஓட வேண்டியதாக இருந்தது. மக்களைக் கைது செய்வதில் காவல்துறை காட்டும் வேகத்தைப்போல அல்லாது, எங்களின் மனுக்களின் மீது நடவடிக்கை எடுப்பதில் மண்டல வருவாய் அலுவலர் முதல் நிலவருவாய் ஆணையர் வரை அனைத்து மட்டத்திலும் வேலைகள் எல்லாம் மிக மெதுவாகவே நடந்தன. இந்த இரண்டு விதமான போக்குகள் குறித்து நான் ஆச்சரியமடைந்தேன்.

அந்த வித்தியாசமான போக்குகளுக்கு என்ன காரணம் என்பதை விரைவிலேயே நான் கண்டுபிடித்தேன். நிர்வாகத்தில் இருப்பவர்களுக்கு, நிர்வாக ரீதியான நடைமுறைகள், பொதுவான துறைசார் விதிகள், சிவில் மற்றும் கிரிமினல் சட்டங்கள், நீதிமன்ற உத்தரவுகள் எனப் பலவற்றையும் பின்பற்றி நடைமுறையிலுள்ள உடைமைஉறவைப் பாதுகாக்க வேண்டிய நிர்பந்தம் இருக்கிறது. இந்தியன் பீனல் கோடு சட்டத்தின் கீழ் உடைமைகளுக்கு எதிரான

குற்றங்கள் என்று 112 வகையான செயல்கள் பட்டியலிடப் பட்டுள்ளன. அதாவது, இந்தியன் பீனல் கோடு சட்டத்தில் சுமார் 33 சதவீதம் அளவுக்கு உடைமைகள் சார்ந்த சட்டங்களே இருக்கின்றன. இவற்றுடன் பொது அமைதிக்குக் குந்தகம் விளைவிப்பது தொடர்பான குற்றங்களையும் சேர்த்தால், அந்தக் கணக்கு 134 என்பதாக இருக்கும். ஆக, நிலத்துக்காக, கூலி உயர்வுக்காகப் போராடுபவரைக் காவல்துறையினர் குற்றவியல் நடைமுறைச் சட்டத்தின் கீழோ அல்லது இந்திய பீனல் கோடு சட்டத்தின் கீழோ கைது செய்துவிட முடியும். தனது நிலத்துக்காக, கூலிக்காகப் போராடும் ஒரு தலித், பொது அமைதிக்குக் குந்தகம் விளைவிக்கும்படி நடந்துகொள்ளக் கூடும். அப்போது அரசு நிர்வாகம், பொது அமைதிக்குக் குந்தகம் விளைவித்த செயலை உடனடியாக வழக்காகப் பதிவுசெய்து விசாரிக்கும் அதேநேரம், அதனால் நில உரிமையையோ அல்லது கூலி உயர்வையோ நோக்கி உடனடியாகச் செயல்பட்டுவிட முடியாது.

தங்களை மூழ்கடிக்கும் சுமையிலிருந்து தப்புவதற்கு எங்கள் சங்கம் மக்களுக்கு ஒரு படகாக இருந்தது. யச்சாராமிலேயே 20 ஏக்கர் அரசு நிலங்களை நிழக்கிழார்கள் ஆக்கிரமித்திருந்தார்கள். அந்த நிலங்களை மீட்பதற்கான போராட்டத்தை முன்னெடுத்த தலைவர்கள், அந்த நிலங்களில் ஓர் அங்குலத்தைக் கூட எடுத்துக்கொள்ளவில்லை. மாறாக, அந்தக் கிராமத்தைச் சார்ந்த ஏழைச் சமூகத்தினர் (மாதிகா, மங்கலி, சக்கிலி) கூடி அமர்ந்து தங்களிலேயே மிகவும் ஏழைகள் யார் என்று பட்டியலிட்டு அவர்களுக்கு அந்த நிலங்களை வழங்கினார்கள். அந்தப் பட்டியலுக்கு ஏற்றவாறு பட்டாக்களும் வழங்கப்பட்டன. அந்தச் சமயத்தில், கிருஷ்ண ரெட்டி தனது கால்நடைகளுக்கான கொட்டகையை அமைப்பதற்காக இரண்டு ஏக்கர் அரசு நிலத்தைக் கையகப்படுத்தியிருக்கிறார் என்று தெரிந்தவுடன், நாங்கள் அந்த நிலத்தைக் கைப்பற்றினோம். அதுவரையில் உள்ளூர் வருவாய் நிர்வாக அலுவலகம் மல்லா ரெட்டியின் வீட்டில் வாடகைக்குச் செயல்பட்டுவந்தது. பிறகு தனக்கான சொந்தக் கட்டடங்களை அந்த நிலத்தில் அது கட்டிக்கொண்டது. அதேபோல அரசு நிலத்தில் ஒரு புளியந்தோப்பு இருந்தது. அதை அத்தனைக் காலமும் ரெட்டிகள்தான் தலைமுறை தலைமுறைகளாக அனுபவித்து வந்தனர். அந்த நிலம் கிராமத்தினருக்குச் சொந்தமான பிறகு, ரெட்டிகள் அகற்றப்பட்டு, அந்தப் பழங்களை முதல்முறையாக கிராமத்தினர் சுவைக்கத் தொடங்கினார்கள்.

இந்த நிலப் போராட்டங்கள், என்னுடைய பார்வையை மாற்றியது மட்டுமன்றி புதிய பாடங்களையும் கொடுத்தன. கூலி

தொடர்பான போராட்டங்களில், அந்தப் போராட்டங்கள் வெற்றி பெற்ற பிறகும், நிலக்கிழார்கள் அந்த மக்களின் மீது தங்களது அதிகாரத்தைச் செலுத்திவந்தார்கள். தொழிலாளர்கள் சேவகம் செய்பவர்களாகவே இருந்தனர். அவர்கள் முன்னெடுத்த போராட்டங்களுக்காக அவர்களைத் தண்டிக்கும்விதமாக, அந்தத் தொழிலாளர்களுக்கு நிலக்கிழார்கள் வேலை தர மறுத்தனர். ஆனால், நில உரிமைப் போராட்டங்களில், நிலம் தங்கள் கைகளுக்கு வந்த பிறகு, மக்கள் ஓரளவுக்குத் தற்சார்பு அடைந்து விடுகின்றனர். அதன் மூலம் அவர்கள் செல்வத்தையும், வளமான வாழ்க்கையையும் அமைத்துக்கொள்ள முடிந்தது. நூற்றாண்டு களாக அடிமைப்பட்டிருந்தபோதும், தலித்துகள் தங்களது சொந்த நிலத்தில், தாங்களே விவசாயம் செய்தபோது, அது எவ்வளவு குறைந்த சாகுபடியாக இருந்தபோதும், தங்களின் தேவைக்காக அந்த ரத்தம் உறிஞ்சும் நிலக்கிழார் அரக்கர்களின் முன்னால் தங்கள் கரங்களை நீட்ட வேண்டிய அவசியம் ஏற்படவில்லை. ஒரு சிலரிடம் மட்டுமே நிலம் இருக்கும் வழக்கம் உடைபட்டதன் மூலம், அதுவரையில் இயங்கிவந்த சுரண்டல்முறை ஒழிக்கப் பட்டது. நிலப் போராட்டத்துடன் இணைந்துவரும் அரசியல் திரட்சியை எதனுடனும் ஒப்பிட முடியாது. ‘மனிதர்களுக்குத் தேவையானது எல்லாம், அவர்கள் இறந்த பிறகு அவர்களைப் புதைப்பதற்கான ஆறடி நிலம் மட்டும்தான்’ என்று சொல்லப் படுவதுண்டு. இருந்தும் மக்கள் அந்த நிலத்துக்காகச் சாகவும் தயாராக இருக்கிறார்கள். கூலிக்காகப் போராடுவது என்பது ஒன்று. நிலத்துக்காகப் போராடுவது முற்றிலும் வேறானது. கிராமப்புறங்களில் எந்த ஒரு வேலைக்கும், நிலம்தான் முக்கியமான சாவி.

அமைதியாக, ஆண்டு முழுவதும் தொடர்ந்த நடைமுறைகள் தான் நில உரிமைப் போராட்டங்களை வடிவமைக்கின்றன. தங்கள் குழந்தைகளை வேலைக்கு அனுப்பி அவர்கள் ஈட்டித் தரும் கூலியை வைத்து, பத்து குன்டாக்கள் (ஒரு ஏக்கரில் நான்கில் ஒரு பங்கு) வாங்கலாம். இன்னொரு பத்து குன்டாக்களை வரதட்சணையாக வந்த சீதனத்தின் மூலம் வாங்கலாம். அரசு நிலத்தில் ஒரு சிறிய பகுதியையாவது தன் பெயருக்கு மாற்றித் தருவார் என்ற நம்பிக்கையில், நிலமற்ற கூலித் தொழிலாளி ஒருவர் ஆண்டுக்கணக்கில் தன் கிராம பட்வாரிக்கு கூலி வாங்காமல் வேலை செய்வார். அதே நிலமற்ற தொழிலாளி, தன் நிலக்கிழாருக்குக் காலம் முழுக்க அடியாளாகச் சேவகம் புரிந்து, அதனால் தன் கிராமத்தினரின் வெறுப்பையும் சம்பாதித்துக் கொண்டு, நில உச்சவரம்புச் சட்டத்தின் கீழ் தனது முதலாளி தனக்கு ஏதாவது கொஞ்சம் நிலத்தைத் தருவார் என்று காத்திருப்பார். அதே நிலமற்ற தொழிலாளி ஒருவர், நிலங்கள்

உள்ள, ஆனால் அதைப் பார்த்துக்கொள்ள ஆண் பிள்ளைகள் இல்லாத வீட்டில் இருக்கும் பெண்களைத் திருமணம் செய்து கொண்டு வீட்டோடு மாப்பிள்ளையாக இருந்துவிடுவார். விதவைப் பெண்கள், தங்கள் ஊரின் எதிர்ப்பைச் சம்பாதித்துக் கொண்டு, தங்கள் நிலக்கிழாருடன் உறவுகொண்டு, தன் மகன் பெரியவனாகும்போது அவனுக்கு ஏதாவது கொஞ்சம் நிலம் தருவார் என்ற நம்பிக்கையுடன் எதிர்பார்த்திருப்பார்கள்.

தனிஒருவரின் போராட்டத்தை முன்னெடுக்க, சங்கம் மேற்கொண்ட மக்கள் திரட்சிக்குப் பெரிய அளவில் ஓர் அர்த்தம் இருக்கிறது. பொதுவாக, கிராமத்து மக்கள் இதர கிராமங்களில் உள்ள தங்கள் உறவினர்களை மட்டுமே அறிந்து வைத்திருப்பார்கள். எந்த ஒரு சம்பாஷணையும் அவர்களுக் குள்ளே மட்டும்தான் நடக்கும். ஆனால் அந்த ஏழை மக்களுக்கு எங்கள் சங்கம், அரசியல் பேசுவதற்கான ஓர் இடத்தை உருவாக்கியது. அது இன்றும் இருக்கிறது. சுமார் 25 கிலோமீட்டர் தொலைவில் இருக்கும் கிராமங்களில் இருந்துகூடப் பயணித்து, இன்னொரு கிராமத்தில் உள்ள மக்களைச் சந்தித்து உரையாடினார்கள். இந்த உரையாடல்கள் அவர்களின் தினசரி வாழ்க்கைப்பாட்டிலும், போராட்டத்திலும் வளம் சேர்த்தன.

இந்தப் போராட்டங்களால் நிலமற்ற தலித் மக்களின் வாழ்க்கை முற்றாக மாறியது. நிலம் மட்டுமே மக்களின் வாழ்க்கையில் மாற்றத்தை ஏற்படுத்திவிடாது என்று சிலர் சொல்லலாம். ஆனபோதும், ஒரு தலைமுறை மக்கள் கையூன்றி எழுந்து, தங்கள் வாழ்க்கையில் சில முன்னேற்றங்களைக் காண்பதற்கு, நிலம் மிக முக்கியக் காரணியாக இருந்தது. கல்வியும், வேலைவாய்ப்பும் இளைய தலைமுறையினரின் வாழ்க்கையில் மேலும் நிறைய மாற்றங்களைக் கொண்டுவரும். ஆனால், கல்வி அறிவற்ற, வேலைவாய்ப்புகள் இல்லாத மக்களின் வாழ்க்கையில், நிலஉரிமைக்கான போராட்டமும், அதனால் கிடைத்த நிலமும் தான் மதிப்புக்குரிய சொத்து.

எங்களின் முயற்சிகள் காரணமாக, 1,500க்கும் மேற்பட்ட கொத்தடிமைத் தொழிலாளர்கள் அதிகாரப்பூர்வமாக விடுவிக்கப் பட்டு, அவர்களுக்கு மறுவாழ்வுநிவாரணங்கள் வழங்கப் பட்டன. மேலும் 1,420 தொழிலாளர்கள் தாங்களைத் தாங்களே விடுவித்துக்கொண்டார்கள். பெண்களுக்கான விவசாயக் கூலி, எட்டு அணா முதல் இரண்டு ரூபாய் என்பதிலிருந்து, நான்கு முதல் ஐந்து ரூபாய் என அதிகரித்தது. ஆண்களுக்கு, ஆறு அல்லது ஏழு ரூபாய் என்பதிலிருந்து பன்னிரண்டு முதல் பதினைந்து ரூபாய் வரை அதிகரித்தது. மாதக் கூலி அறுபது முதல் எண்பது ரூபாயிலிருந்து 180 முதல் 300 ரூபாய் வரை உயர்ந்தது. விவசாயக்

கூலித் தொழிலாளர்களுக்கு வழங்கப்படாமலிருந்தகூலி என்கிற முறையில், நிலக்கிழார்கள் சுமார் இரண்டு லட்சத்துக்கும் அதிகமான ரூபாயை அரசுக்குச் செலுத்த வேண்டியிருந்தது. மேலும், பணி செய்யும்போது ஏற்பட்ட காயங்களுக்கான இழப்பீடு என்ற வகையில் ரூ. 66,000 வழங்கப்பட்டது. மக்களின் துணையோடு எங்கள் சங்கம் இப்ராகிம்பட்டினம், யச்சாராம், கண்டுக்கூர், மகேஷ்வரம், ஹயாத்நகர், சௌத்துப்பல் ஆகிய மண்டலங்களில், நிலக்கிழார்கள் வசம் இருந்த 14,000 ஏக்கர் நிலங்களை விடுவித்து அதில் மக்களை விவசாயம் செய்ய வைத்திருக்கிறது. இன்று அவற்றில் பெரும்பாலான நிலங்களுக்கு பட்டா அல்லது விவசாய நிலம் என்கிற அந்தஸ்து கிடைத்திருக்கிறது. இன்று இப்ராகிம்பட்டினத்தில் ஒரு ஏக்கர் நிலத்தின் விலை ரூ. 80 லட்சம் முதல் ரூ. 5 கோடி வரை போகிறது. அப்படியென்றால், இன்றைய மதிப்பில், எங்கள் சங்கம், நிலம் வைத்திருந்த உயர்குடியினரிடமிருந்து ரூ. 11,200 கோடி முதல் ரூ. 70,000 கோடி வரை மதிப்பிலான நிலங்களை, நிலமற்ற ஏழைகளுக்கு வழங்கியிருக்கிறது.

இவை மட்டும் அல்லாது, சுமார் நூறு ஏக்கருக்கும் மேலான வளமான நிலங்கள் வாங்கப்பட்டு, அவை விடுவிக்கப்பட்ட கொத்தடிமைத் தொழிலாளர் மறுவாழ்வுக்காக வழங்கப் பட்டிருக்கின்றன. எங்களுடைய போராட்டங்களின்போது, நாங்கள் யாரையும் உடல்ரீதியாகத் தாக்கவில்லை. சட்டப்படியே அனைத்துவிதமான போராட்டங்களையும் முன்னெடுத்தோம். விவசாயக் கூலித் தொழிலாளர்களுக்கான ஓய்வூதியம், மாவட்ட கிராம வளர்ச்சி முகமை மற்றும் பட்டியலின ஆணையரகம் உள்ளிட்ட அரசின் நலத்திட்டங்கள், எந்த ஓர் இடைத்தரகருக்கும் லஞ்சம் கொடுக்காமல், நேரடியாக மக்களைச் சென்றடைய நாங்கள் அந்தத் திட்டங்களில் நேர்மறையான இடையீட்டைச் செய்திருக்கிறோம். உள்ளூர் அளவில் 'காதி ஸ்பின்னிங் யூனிட்', சமூகக் காடு வளர்ப்பு, வீடு கட்டும் திட்டங்கள் போன்றவற்றையும் வெற்றிகரமாகச் செயல்படுத்தியுள்ளோம். இந்த மக்களுக்கு எங்களின் மிகப்பெரிய பங்களிப்பாக நாங்கள் கருதுவது, பள்ளி செல்லாத நூற்றுக்கணக்கான குழந்தைகளை அரசு விடுதிகளில் சேர்த்து அவர்களைப் படிக்க வைத்திருக்கிறோம். ஏழை களுக்காகச் சுகாதார நலத்திட்டங்களைச் செயல்படுத்தி யிருக்கிறோம். ஏழைகளுக்கான ஓர் அரசியல்வெளியை நாங்கள் ஏற்படுத்தித் தந்திருக்கிறோம். அனைத்துக்கும் மேலாக, அந்த மக்களுக்குச் சுயமரியாதை உணர்வை ஊட்டியிருக்கிறோம். தலித் மக்களுக்குக் கிடைத்துள்ள உரிமைகளால் அங்கு நிகழ்ந்திருக்கும் வளர்ச்சி, அளப்பரியது.

அதிகாரத்தில் இருந்து தங்களால் உதவ முடிகிற நிலையில் உள்ள சிலரை நான் அப்போது சந்திக்கத் தொடங்கியிருந்தேன். சட்டமன்றத்தில் மக்களின் பிரச்சினைகளுக்காகக் குரல் எழுப்பும் சில உறுப்பினர்களைக் கொண்ட சி.பி.ஐ மற்றும் சி. பி.எம். கட்சி அலுவலகங்களுக்கு நான் அடிக்கடிச் சென்று வந்தேன். அப்போது சூரவரம் சுதாகர் ரெட்டியைச் சந்தித்தேன். அவர் சி.பி.ஐ. கட்சியின் தேசியக் குழுவில் இருந்தவர். மாநில அளவில் கட்சியின் பல்வேறு மட்டங்களில் அவர் பணிபுரிந்திருக்கிறார். அவர் என்னுடைய கோரிக்கைகளை எப்போதும் பொறுமையாகக் கேட்பவர். அதனால், எங்கள் சங்கம் சார்ந்த விஷயங்களுக்காக சி.பி.ஐ. எம்.எல்.ஏ.க்கள் அவ்வப்போது சட்டமன்றத்தில் கேள்வி எழுப்பியும், எங்களுக்கு ஆதரவாக அறிக்கைகள் வெளியிட்டும் துணை நின்றார்கள். அந்தச் சமயத்தில், சி.பி.எம். கட்சி, தெலுங்கு தேசக் கட்சியுடன் கூட்டணியில் இருந்தது. எனவே, அவர்கள் எங்களின் எதிரிகளைப் போல நடந்துகொண்டார்கள். தெலங்கானாவின் இதர கட்சிகளில் ரெட்டிகள் தான் ஆதிக்கம் செலுத்திவந்தனர். 1988இல் ஆந்திரப் பிரதேசத்தில் பாரதிய ஜனதா கட்சி மிகவும் சிறிய கட்சியாகத் தான் இருந்தது. அதன் தலைவராக, கிஷன் ரெட்டி இருந்தார். ஜப்பார்குடெமிலிருந்து ஒரு கிலோமீட்டருக்கும் குறைவான தூரத்தில்தான் அவரது சொந்த ஊரான திம்மாபூர் இருந்தது. (இதை எழுதிக் கொண்டிருக்கும் நேரத்தில், வடகிழக்குப் பிரதேசக் கலாச்சாரம், சுற்றுலா மற்றும் வளர்ச்சிக்கான ஒன்றிய அமைச்சராக கிஷன் ரெட்டி இருக்கிறார்).

1988இல் நான் டெல்லிக்குச் சென்று எங்கள் சங்கத்தின் பணிகள், முன்னெடுக்கும் போராட்டங்கள், சந்திக்கும் பிரச்சினைகள் போன்றவை குறித்துப் பேசுவதற்காக ஒன்றிய அரசைச் சேர்ந்த பல அதிகாரிகளைச் சந்தித்து உரையாடினேன். உள்துறை, சமூக நலம் மற்றும் தொழிலாளர் அமைச்சகங்களின் செயலாளர்களைப் பார்த்து எங்களது கோரிக்கைகளை முன்வைத்தேன். மேலும் பட்டியலினத்தவர் மற்றும் பட்டியலினப் பழங்குடிகள் ஆணையர் (இது பின்னாளில், பட்டியலினத்தவர் மற்றும் பட்டியலினப் பழங்குடிகளுக்கான தேசிய ஆணையம் என்று மாற்றப்பட்டது) டாக்டர் பி.டி.ஷர்மாவைச் சந்தித்தேன். போலவே மகளிர் சுயதொழில் புரிவோர் சங்கத்தின் நிறுவனர் இலா பட் என்பவரையும் சந்தித்தேன். அவரது அமைப்பு ஜவுளித்துறையில் சுயதொழில் புரியும் பெண்களுக்கான தொழிற்சங்கமாகச் செயல்பட்டுவந்தது. மேலும் அவர் ராஜ்ய சபா எம்.பி. ஆகவும், சுயதொழில் புரியும் மகளிருக்கான தேசிய ஆணையத்தின் தலைவராகவும் இருந்தார். அமைச்சகங்களின்

செயலாளர்கள், சட்டம் ஒழுங்கு என்பது மாநிலப் பிரச்சினை என்றும், ஒன்றிய அரசால் அதற்கு எதுவும் செய்ய முடியாது என்றும் கூறிவிட்டனர்.

மாறாக, பி.டி. ஷர்மாவும், இலா பட்டும் எனது கோரிக்கைகளை நிதானமாகக் கேட்டறிந்தனர். அதிலும் இலா பட் என்னிடம் அவ்வளவு நட்பாகப் பழகினார். நான் டெல்லிக்குச் செல்லும் சமயங்களில் எல்லாம் தன்னுடைய வீட்டில் தங்கிக்கொள்ளலாம் என்றார் (அந்தச் சந்திப்புக்குப் பிறகு அவர் என்னை நிறைய கூட்டங்களுக்கு அழைத்தாலும் என்னால் ஒரு கூட்டத்துக்குக் கூடச் செல்ல முடியவில்லை. இருந்தும் அவர் என்னுடன் தொடர்பிலிருந்தார்). ஷர்மாவைப் பொறுத்தவரை, பழங்குடியினர் வசிக்கும் பகுதிகளில் பணியாற்றும் எந்த ஒரு செயல்பாட்டாளருக்கும் அவரது அலுவலகத்தின் கதவுகள் எப்போதும் திறந்தே இருக்கும். அன்றைக்கு மத்திய பிரதேசத்தின் பஸ்தார் பகுதியில் ஐ.ஏ.எஸ். அதிகாரியாகப் பணிபுரிந்த அவர், தான் அங்கு இருந்தவரை பழங்குடிகளுக்கு ஆதரவாகவே எல்லாச் சட்டங்களையும் செயல்படுத்தினார். பட்டியலின மற்றும் பட்டியலினப் பழங்குடியினர் தொடர்பான அரசியலமைப்பின் ஐந்தாவது அட்டவணையைத் தேசிய முக்கியத்துவம் வாய்ந்த விஷயமாக மீட்டெடுத்துக்கொண்டுவந்ததில் ஷர்மாவின் பங்களிப்பு அதிகம். அதுவும் பழங்குடி மக்களுக்கான கொள்கைகளை, குறிப்பாக 'பழங்குடிகளுக்கான துணைத் திட்டம்' ஒன்றைக் கொண்டுவந்த பெருமை அவரையே சாரும். "மக்கள் சுரண்டப்படுவதைத் தடுத்துநிறுத்தும்போது, குறுக்கே சட்டங்கள், விதிகள் ஆகியவை வந்தால் அவற்றை உடைத்தெறியுங்கள்" என்பதுதான் அவரது கொள்கையாக இருந்தது. ஆங்கிலத்தில் அவர் எழுதிய 'ஃபோர்ஸ்ட் மேரேஜஸ் இன் பைலாடில்லா' என்ற நூலை ஹெச்.பி.டி. சார்பாகத் தெலுங்கில் மொழிபெயர்த்து, 'பைலாடில்லா அதுவுல்லோ தாகபடினா செல்லேலு' என்ற தலைப்பில் வெளியிட்டோம். அவர் தன்னுடைய வீட்டுக்கு என்னை அழைத்துச்சென்று இப்ராகிம்பட்டினத்தில் நாங்கள் மேற்கொள்ளும் பணிகள் குறித்து நாள் முழுவதும் கேட்டறிந்தார். பிறகு 1990 – 92 காலகட்டத்தில் அவர் ஆந்திரப் பிரதேசத்துக்கு அலுவல் நிமித்தமாக வந்திருந்தபோது, நான் அவருடன் பட்டியலினப் பகுதிகளுக்கெல்லாம் உடன் சென்றுவந்தேன்.

1988இல் இலா பட் தனது ஆணையத்தின் உறுப்பினர்களுடன் மகேஷ்வரத்துக்கு வந்தார். அவருடன் பத்திரிகையாளர் மிருணாள் பாண்டேவும் வந்திருந்தார். அவர்கள் அந்தக் கிராமத்திலுள்ள பெண்களை எல்லாம் சந்தித்து அவர்கள் எதிர்கொண்ட காவல்துறை துன்புறுத்தல்கள் குறித்து அவர்களின்

வாக்குமூலங்களைப் பதிவு செய்துகொண்டார்கள். அந்த முயற்சியால் எந்த மாற்றமும் நடந்துவிடவில்லை என்றாலும், எங்களுக்காக ஆதரவுதர சிலர் முன்வந்தார்கள் என்பதே மக்களுக்கும் எங்கள் சங்கத்துக்கும் மகிழ்ச்சியைக் கொடுத்தது.

அந்தக் காலகட்டம் என்னை முரண்பாடான சூழலில் வைத்திருந்தது. ஒருபுறம், ஹைதராபாத்துக்கும் டெல்லிக்கும் இடையே பயணித்து அதிகாரிகளை நான் சந்தித்துக் கொண்டிருந்தபோது, இன்னொருபுறம், கிராமங்களில் நிலக்கிழார்கள் வழக்கம்போல தங்களுடைய ஆட்டங்களை நிகழ்த்திக்கொண்டிருந்தனர். அப்போது தண்டுமல்காபுரத்தில் என்ன நடக்கிறது என்பதே எனக்குத் தெரியாமல் இருந்தது.

பெரும்பாலான நிலக்கிழார்கள் நகரத்தில் இருந்ததால், அவர்களிடமிருந்து பெரிய அச்சுறுத்தல்கள் எதுவும் எங்களுக்கு வராது என்று எண்ணிக்கொண்டிருந்தேன். *1988* ஏப்ரல் மாதத்தில் ஒரு முற்பகல். நாங்கள் மாதிகா வாடாவில் மக்களுடன் பேசிக்கொண்டிருந்தபோது, சில நிலக்கிழார்கள் தங்களின் அடியாட்களுடன் வந்து, ஒன்று, விடுவிக்கப்பட்ட கொத்தடிமைத் தொழிலாளர்கள் பட்ட கடனை நான் திருப்பித் தர வேண்டும் அல்லது அவர்களைத் தங்களுடன் அனுப்பிவைக்க வேண்டும் என்று மிரட்டினார்கள். சில நொடிகளில் அங்குச் சூழல் வன்முறைக் களமானது. மாதிகாக்கள் சிலர் அந்தக் கூட்டத்திட மிருந்து என்னை விலக்கி வேறெங்கோ கூட்டிச்சென்றனர். நான் சுதாரிப்பதற்குள் அவர்கள் என்னை ஒரு வீட்டில் போட்டுப் பூட்டிவிட்டனர். பிறகு அந்த நிலக்கிழார்களிடம் நான் ஓடிவிட்டதாகச் சொன்னார்கள்.

ஆனால், அதை அந்தக் கும்பல் நம்பவில்லை என்பது உடனடியாகத் தெரிந்தது. அந்தக் கும்பலைச் சேர்ந்த இருவர் என்னைப் பூட்டி வைத்திருந்த வீட்டின் மீதேறி கூரை ஓடுகளைப் பிரிக்கத் தொடங்கினார்கள். மாதிகா ஆண்கள் அங்கிருந்து ஓடிவிட்டிருந்தனர். எனக்கு அது மிகவும் இக்கட்டான சூழலாக இருந்ததுடன், காலம் உறைந்துவிட்டது போலத் தோன்றியது. எனக்கு ஆதரவாக யாருமில்லை. எனினும், அப்போது நான் அஞ்சவில்லை. அது மிகவும் கொடூரமான, கையறு நிலை. மதிப்புடன் நான் வாழ வேண்டுமா அல்லது இறந்துபோக வேண்டுமா என்பது என் கைகளில் இருந்தது. அப்போது அந்த வீட்டைச் சுற்றிப் பார்த்தேன். மூலையில் கோடாரி ஒன்று இருந்தது. அதைக் கையில் எடுத்துக்கொண்டேன். நான் செத்தாலும் பரவாயில்லை. நான் சாகும்போது ஒருவரை யாவது கொன்றுவிட்டுத்தான் இங்கிருந்து செல்லுவேன். இப்படி நான் கத்திவிட்டு என்ன நடக்கிறது என்று அமைதியாகக்

கவனித்தேன். ஹைதராபாத்திலிருந்து நான் வேன் ஒன்றில் வந்திருந்தேன். இங்கிருந்த நிலைமையை உணர்ந்ததும் அந்த வேன் ஓட்டுநர் மல்லேஷ் சௌத்துப்பல் காவல் நிலையத்துக்கு விரைந்தார். அங்கிருந்து ஹைதராபாத்துக்குச் சென்று சிரிலிடம் தகவல் சொல்லச் சென்றார். அடுத்த அரைமணி நேரத்தில் சௌத்துப்பல் காவல் நிலையத்தின் எஸ்.ஐ. அங்கு வந்தார். அப்போதும் நான் இருந்த வீட்டின் கூரையை நிலக்கிழாரின் ஆட்கள் பிரித்துக் கொண்டிருந்தனர். வெளியே இரைச்சல் ஏற்படுவதைக் கவனித்தேன். கூரையில் இருந்தவர்கள் எல்லாம் இறங்கிவிட, அந்த எஸ்.ஐ. வீட்டுக் கதவைத் திறந்து என்னை வெளியே கூட்டி வந்தார்.

நான் வெளியே வந்ததும் அந்த எஸ்.ஐ. என்னைப் பார்த்துக் கத்தினார். இந்தத் தாக்குதலுக்கு நான்தான் காரணம் என்றார். "நிலக்கிழார்களின் நிலங்களையும், வேலையாட்களையும் நீங்கள் எடுத்துக்கொண்டால், இப்படி நடக்காமல் வேறு என்ன நடக்கும்?" என்று கேட்டார். அவர் என்னை நக்சலைட் என்றதோடு, நான் உடனடியாக அந்தக் கிராமத்தைவிட்டுச் செல்ல வேண்டுமென்றும், மீறி அங்கிருந்தால் என்னுடைய பாதுகாப்புக்கு அவர் உத்தரவளிக்க முடியாது என்றும் சொன்னார். "என்னை இங்கிருந்து பாதுகாப்பாக உங்களால் அழைத்துச் செல்ல முடியாதென்றால் பிறகு ஏன் வந்தீர்கள்?" என்று நான் அவரைக் கேட்டேன். அதற்கு அவர், "நீங்கள் கொல்லப்பட்டுவிடக் கூடாது என்பதற்காகவும், அதே சமயம் இப்படிக் கிராமங்களில் பொதுஅமைதிக்குக் குந்தகம் விளைவித்தால் என்ன நடக்கும் என்ற பாடத்தை உங்களுக்குக் கற்பிக்கவும்தான் வந்தேன்" என்றார். பிறகு அவர் அங்கிருந்து கிளம்பிவிட்டார். எனது சங்கத்தின் பெண்கள் என் இருபுறமும் விசும்பியபடி என்னைச் சாலை வரைக்கும் அழைத்துவந்தனர். என்னுடைய பாதுகாப்புக்கு வந்தால், தாங்கள் தாக்கப்படுவோம் என்று அஞ்சி மாதிகா ஆண்கள் எல்லோரும் ஓடிவிட்டிருந்தனர். அப்படி ஒரு தாக்குதல் நடந்தால் அதைச் சந்திப்பதற்கு அவர்கள் தயாராக இருக்கவில்லை. அந்த நிலக்கிழாரின் கும்பல் என் பின்னால் வசைபாடிக்கொண்டே வந்ததால் நான் ஓட்டம் பிடிக்கலானேன். என்னுடன் நடந்து வந்த பெண்களை விட்டுவிட்டு, நான் வேகமாக ஓடத் தொடங்கினேன். விஜயவாடா-ஹைதராபாத் சாலைக்குப் பக்கத்தில் நான் வந்தபோது, என்னைத் துரத்தி வந்த கும்பலும் என்னை நெருங்கிவிட்டது. அந்த நாளை நான் இப்படித்தான் ஞாபகம் வைத்திருக்கிறேன். நான் கொல்லப்படலாம் என்று நினைத்திருந்தேன். ஆனால், வெறுமனே பயமுறுத்துவதன் மூலம்

அந்தக் கும்பல் எனக்கு ஒரு பாடம் கற்பிக்கவே நினைத்திருக்கிறார்கள். நான் ஓடியபோது யாரேனும் பின்னால் இருந்து என் மீது ஒரு கல்லை எறிந்து என்னைக் காயப்படுத்தி யிருக்கலாம் அல்லவா? அந்தச் சமயத்தில் அங்கே ஒருவர் மொபெட் ஓட்டி வந்தார். அவரை நிறுத்தி வண்டியில் தாவி ஏறி ஹைதராபாத்துக்கு வண்டியை விடச் சொன்னேன். அவர் மறுக்க, "நீ இப்போது வண்டியைத் திருப்பவில்லை என்றால், நீயும் என்னுடன்தான் வேலை செய்கிறாய் என்று அந்தக் கும்பலிடம் சொல்லிவிடுவேன்" என்றதும் அவர் பயந்துகொண்டு வண்டியை ஹைதராபாத்துக்குவிட்டார். பாதி வழியில் சிரில் வேனில் வந்தார். இப்படித்தான் நான் அங்கிருந்து தப்பித்தேன்.

சில நாட்கள் கழித்து, பொருளாதார நிபுணரும் பேராசிரியருமான டி. நரசிம்ம ரெட்டி, கல்வியாளரும் சிவில் உரிமைச் செயற்பாட்டாளருமான காஞ்சா இலய்யா, சாந்தா சின்ஹா, வழக்கறிஞர் ஜி.மனோகர் ஆகியோர் அடங்கிய உண்மை அறியும் குழு அந்தக் கிராமத்துக்குச் சென்று வந்து, தங்களுடைய முடிவுகளைப் பத்திரிகையாளர் சந்திப்பில் வெளியிட்டனர். 1988 ஜூலை மாதத்தில் பி.டி. ஷர்மா தண்டுமல்காபுரத்துக்கு வந்திருந்தபோதுநான் அவரைச் சந்திக்கவில்லை. அந்தநிகழ்வுக்குப் பிறகு நான் அந்தக் கிராமத்துக்குச் செல்லவே இல்லை. நான் அங்குப் பாதுகாப்பற்றவளாக உணர்ந்தேன். மற்றவர்களை விடுங்கள் ... அந்த ஊரிலிருந்த என் சங்கத்து ஊழியர்களே கூட நான் தாக்கப்பட்டபோது அதைத் தடுக்க வராமல், ஓடிவிட்டனர். அது என்னை மிகவும் வேதனைப்படுத்தியது.

நான் தொடர்ந்து கிராம மக்களின் வழக்குகளுக்காக நீதிமன்றங்களில் ஆஜராகிக்கொண்டிருந்தேன். நாங்கள் முன்னெடுத்த எல்லா முயற்சிகளுக்கும் நீதிமன்றங்கள் இடைக்காலத் தடை விதித்தது, நிலக்கிழார்களுக்குச் சாதகமாகிவிட்டது. முற்போக்காகச் செயல்பட்ட அதிகாரிகள் இடமாற்றத்துக்கு உள்ளாயினர். தாங்கள் நடத்தும் கூட்டுறவுச் சங்கத்தில் உறுப்பினராகச் சேர்த்துக்கொள்வதாகக் கூறி, போராட்டத்தில் ஈடுபட்ட தொழிலாளர்களைப் பிரித்தார்கள். மக்களிடையே நிலவிய ஒற்றுமையின்மையினூடே நாம் எப்படி வெளியேறுவது என்று தவித்தேன். அதனால் ஒரு நீண்ட இடைவெளி விழுந்தது.

அதற்குப் பிறகு நடந்த விஷயங்களுக்கும் எங்கள் சங்கத்துக்கும் எந்தத் தொடர்பும் இல்லை. 1993இல் நான் வெளியேறிய பிறகு, தண்டுமல்காபுரத்துக்குள் 'பீப்பிள்ஸ் வார் குரூப்' குழுவினர் நுழைந்தனர். அங்கிருந்த இளைஞர்களிடையே

அந்தக் குழுவினரின் 'ஸ்லீப்பர் செல்கள்' எழுப்பப்பட்டு, மூன்றே மாதங்களில் கிராமத்தினரை ஒன்றுதிரட்டினர். ஆந்திரப் பிரதேசத்தில் இருந்த சில முக்கியமான அரசியல்வாதிகளை எல்லாம் பணயக் கைதிகளாகக் கடத்தி, சிறையில் இருக்கும் தங்கள் தோழர்களை எல்லாம் விடுவிக்கமாறு அந்தக் குழு பேரம் பேசி வந்த தருணம் அது. சொல்லப்போனால், ஒட்டுமொத்த தெலங்கானாவே அந்தக் குழுவின் கட்டுப்பாட்டுக்குள் இருந்தது. அந்தக் குழுவினர் ஆயுதமேந்திக்கொண்டு வீதிகளில் நடந்தார்கள். கிராமங்களில் சும்மாவே பீதியைக் கிளப்பினார்கள். அவர்களின் அட்டகாசங்களைப் பொறுக்காத மக்கள் சிலர் அவர்களை எதிர்த்து நிற்கவும் செய்தார்கள். நிலக்கிழார்களைத் தங்கள் துப்பாக்கிமுனையில் நிறுத்தி, நீதிமன்றங்களில் அவர்கள் தொடுத்திருந்த வழக்குகளை எல்லாம் வாபஸ் பெறச் செய்தார்கள். பிறகு தங்களிடமிருந்த நிலங்களை எல்லாம் ஏழைகளுக்குக் கொடுக்கச் சொல்லி கட்டாயப்படுத்தினர். அந்த நிலக்கிழார் களுக்கு ஆதரவாக இருந்த மாதிகா ஒருவரையும் அந்தக் குழுவினர் கொன்றார்கள். இப்படியான 'இன்ஃபார்மர்'களைக் கொல்வது அந்தக் குழுவில் உள்ள வழக்கம். இப்போது தண்டுமல்காபுரத்தின் மக்கள் நிலக்கிழார்களின் பிடியிலிருந்து விலகிவிட்டனர். கிராமங்களில் இருந்து தப்பியோடிய நிலக்கிழார்கள் காவல் துறையின் பாதுகாப்பில் இருந்தார்கள். ஆனால் அவர்களைத் தங்கள் நிலங்களில் வேளாண்மை செய்ய காவலர்கள் அனுமதிக்க வில்லை. அது செலவுமிகுந்த வெற்றியாக இருந்தது.

நான் பி.டி.ஷர்மாவுடன் அடிக்கடித் தொடர்பில் இருந்தேன். 1988 ஜூன் மாதத்தில், என் மீதான கொலை முயற்சி நடந்து முடிந்த இரண்டு மாதங்களுக்குப் பிறகு, ஷர்மா ஜப்பார்குடெம், புலிமாமிடி, தண்டுமல்காபுரம் ஆகிய கிராமங்களுக்குச் சுற்றுப் பயணம் மேற்கொண்டார். அவர் வந்துசென்ற பிறகு, எலிமிநேடுவில் நாங்கள் சிறிய கூட்டம் ஒன்றை நடத்தினோம். அதில் ஜப்பார்குடெமில் பிரச்சினைக்குரிய நிலங்களை என்ன செய்வதென்று விவாதித்தோம். அந்தக் கிராமத்தினர் தாங்கள் ஆக்கிரமித்திருந்த நிலங்களில் சோளம் போட்டிருந்தார்கள். அப்போது நிலக்கிழார்கள் தங்கள் ஆட்களுடன் வந்து டிராக்டர்களை வைத்து அந்தப் பயிர்களை எல்லாம் அழித்தார்கள். பிறகு, அங்கே ஆமணக்கை விதைத்தார்கள். அன்றிரவு நான் மக்களிடம் மீண்டும் அந்தப் பயிர்களை எல்லாம் அழித்துவிட்டு சோளம் விதைக்கலாம் என்று சொன்னபோது அங்கிருந்த யாருமே என் யோசனையை ஏற்றுக்கொள்ளவில்லை. அந்த நிலக்கிழார்களும், அவரது அடியாட்களும் துப்பாக்கிகளை வைத்திருந்தார்கள். அதனால் யாரும் சாவை விரும்பவில்லை.

எல்லோரும் சோர்ந்துவிட்டார்கள். நள்ளிரவில் நான் அந்த நிலத்துக்குச் செல்லப்போவதாகத் தெரிவித்தேன். தைரிய மானவர்கள் என்னுடன் வரலாம் என்றேன். பிறகு நான் நிலத்தை நோக்கி நடக்கத் தொடங்கினேன்.

எல்லோரும் என்னுடன் வந்தார்கள். அதன் பிறகுதான் அவர்களுடைய முடிவெடுக்கும் செயல்பாடுகளில் நானும் பங்கெடுக்கத் தொடங்கினேன். அவர்களின் எண்ண ஓட்டத்தைக் கணித்து, அவர்கள் எப்படிச் செயல்படுவார்கள் என்பதை நான் அறிந்துகொண்டேன். அதிகாலை 2 மணி அளவில் அந்த ஆமணக்குப் பயிர்களை அழித்தோம். குளிர்காலத்தை விடவும் ஜூலை மாதத்தில் மிகவும் குளிராக இருக்கும். காரணம், மழை. அதனால் நிலத்தில் படர்ந்திருக்கும் ஈரம். காற்றும் சில்லென்று வீசும். விடியும் வேளையில் நாங்கள் அந்த வேலையை முடித்திருந்தோம். நன்றாக விடிந்தபொழுது, நிலக்கிழார்கள், துப்பாக்கிகள், ஜீப், கார் மற்றும் அவர்களின் அடியாட்கள் எனப் பெரும் பட்டாளத்துடன் வந்தார்கள். காற்றில் ஆறு முறை துப்பாக்கி வெடித்ததைக் கேட்டோம். ஆனால் நாங்கள் பெருங்கூட்டமாக இருந்தோம். அதனால் எங்களில் யாரும் சிதறி ஓடவில்லை. நான் குறி வைக்கப்படலாம் என்ற காரணத்தால் என்னை அங்கிருந்த புதர்களுக்குப் பின்னே மறைந்திருக்கச் சொன்னார்கள் மக்கள். அங்கிருந்தவர்கள் யாரும் தங்களைக் குறித்துப் பயந்திருக்கவில்லை. மாறாக, எல்லோரும் என்னைப் பற்றியே கவலைகொண்டார்கள். அது நான் முழுமையாக விடுதலை பெற்றதாக உணர்ந்த தருணம். வானில் பறவை பறப்பது போல என்னை நான் எண்ணிக்கொண்டேன். ஆனால், என்னைச் சுற்றி மக்கள் கூட்டம் எனக்குப் பாதுகாப்பாக இருந்தது. என்னை நான் கவனித்துக்கொள்ளத் தேவையில்லாமல் இருந்தது. எல்லோரும் என்னையே கவனித்துக்கொண்டிருந்தார்கள். அது கொதிநிலை உயர்ந்து வந்த தருணம். நாங்கள் இரண்டு தரப்பும் ஒருவரை ஒருவர் பார்த்துக்கொண்டிருந்தோம். அந்த நொடி முடிவிலியைப் போல நீண்டது. அடியாட்களையும் அவர்களது துப்பாக்கிகளையும் அந்தப் பனிமூட்டத்திலும் நாங்கள் தெளிவாகப் பார்க்க முடிந்தது. பிறகு அவர்களும், அவர்கள் வந்த கார்களும், ஜீப்புகளும் மெல்லத் திரும்பிச் சென்றன.

42 ஜோடி கால்நடைகள் பூட்டிய ஏருடன் கிராமத்துக்குத் திரும்பிய போது, அங்கே எங்களை வரவேற்க ஹைதராபாத்தி லிருந்து பொஜ்ஜா தாரகம் வந்திருந்தார். அது நான் என் வாழ்க்கையில் கண்ட மிகவும் அழகான காட்சி. கலையம்சமே இல்லாத என் வாழ்வில், முதன்முறையாகப் பொழுது விடியும்

போது ஏருடன் நடந்துகொண்டிருக்கும் கால்நடைகளை நான் கண்டேன்.

நாங்கள் செய்த செயலுக்கு, அதற்கான விலையையும் கொடுக்க வேண்டியிருந்தது. மஞ்சி ரெட்டிகள் நீதிமன்றத்தின் மூலம் மாண்டமஸ் ரிட் மனுவைத் தாக்கல் செய்துவிட்டார்கள். அதாவது, கீழமை அரசு அமைப்புகளுக்கு ஒரு செயலைச் செய்யச் சொல்லி உயர்நீதிமன்றத்தை உத்தரவு பிறப்பிக்க வலியுறுத்தி தொடரப்படும் மனுதான் மாண்டமஸ் ரிட் என்பது. ஜப்பார்குடெம் கிராமத்தினர் போலீஸாரால் இரவு கைது செய்யப்பட்டனர். அவர்கள் பஹடிஷரீஃப் காவல் நிலையத்துக்குக் கொண்டு செல்லப்பட்டுச் சிறையில் அடைக்கப்பட்டனர். அந்த வாரத்தின் இறுதியில்தான் நாங்கள் அவர்களை ஜாமீனில் எடுக்க முடிந்தது. அதே நாள் இரவில் சிரிலும் நானும் எங்களின் சிக்கட்பள்ளி வீட்டிலிருந்து கைது செய்யப்பட்டோம். வெள்ளிக் கிழமை நள்ளிரவில் பஹடிஹரீஃப் காவல்எல்லையின் சர்க்கிள் இன்ஸ்பெக்டர் எங்கள் வீட்டுக் கதவைத் தட்டினார். இப்படிச் செய்வது காவல்துறையின் வழக்கம்தான். ஏனென்றால், அப்போதுதான் வாரஇறுதிநாளில் நீதிமன்றங்கள் விடுமுறை என்பதால், விசாரணைக்கு அழைத்துச் செல்லப்படுபவர்களை இரண்டு நாட்களாவது உள்ளே வைக்க முடியும். அப்படி எங்களையும் வைக்கத்தான் காவல்துறை திட்டமிட்டது. நகரத்திலிருந்து ஐம்பது கிலோமீட்டர் தொலைவிலுள்ள ராஜேந்திரநகர் காவல்நிலையத்தில் அன்றைய நாள் இரவைக் கழித்துவிட்டு, அடுத்த நாள் மதியம் நாங்கள் ஹைதராபாத்தில் உள்ள மாஜிஸ்திரேட்டின் வீட்டில் ஆஜர்படுத்தப்பட்டோம். அவர் எங்களைச் சிறையில் ரிமாண்ட் செய்வதற்கான உத்தரவை எழுதிக்கொண்டிருந்தபோது, நான் என்னுடைய வழக்கறிஞர் பத்மனாபா ரெட்டிக்கு ஒரு தொலைபேசி செய்ய அனுமதி வேண்டினேன். பத்மனாபா ரெட்டி என்ற பெயரைக் கேட்டதும் அவரது புருவங்கள் ஆச்சரியத்தில் உயர்ந்தன. தகவலைக் கேள்விப்பட்டதும் பத்மனாபா ரெட்டி உடனடியாக தன் மகன் பிரவீன் குமாரை (இந்தப் புத்தகத்தை நான் எழுதிக் கொண்டிருக்கும் சமயத்தில் அவர் ஆந்திரப் பிரதேச உயர் நீதிமன்றத்தின் நீதிபதியாக இருக்கிறார்) அனுப்பிவைத்தார். நாங்கள் ஜாமினில் வெளியே வந்தோம்.

அந்தச் சமயத்தில் ரங்க ரெட்டி மாவட்ட எஸ்.பி.யாக அனுராக் ஷர்மா இருந்தார். இப்ராகிம்பட்டினத்துக்கு அருகில் உள்ள ஹயாத்நகரில் உள்ள ரெட்டி குடும்பத்தைச் சேர்ந்த மம்தா என்ற தன் வகுப்புத் தோழியைத் திருமணம் செய்து

கொண்டிருந்தார். இந்தத் தம்பதியைப் பார்த்து இப்ராகிம்பட்டின ரெட்டிகள் புகழ்ந்து பேசினார்கள். தங்களின் மருமகன் இப்போது எஸ்.பி. என்று கொண்டாடினார்கள். நாங்கள் விடுவிக்கப்பட்ட பிறகு, எஸ்.பி.யை இவ்வாறு ரெட்டிகள் பாராட்டுகிறார்கள் என்றும், அவர்களது எல்லாப் பிரச்சினைகளையும் அந்த எஸ்.பி. தீர்த்து வைக்கிறார் என்றும் அச்சடிக்கப்பட்ட கைப்பிரதி ஒன்றை விநியோகம் செய்தோம். இதைப் பார்த்த அனுராக் ஷர்மா கவலைப்பட்டார். தன்னை வந்து சந்திக்குமாறு மாவட்ட கலெக்டர் மூலமாக எனக்கு அவர் தகவல் அனுப்பினார். நான் மறுத்துவிட்டேன். ஒரு கிரிமினலைப் போல நான் இரவு நேரத்தில் கைது செய்யப்பட்ட ஆத்திரம் எனக்கு இருந்தது. இறுதியாக, அவரைச் சந்தித்தபோது, என்னுடைய கைதுக்குத் தான் காரணமல்ல என்றும், எங்கள் மீது நடவடிக்கை எடுக்காமல் தவிர்த்ததற்குக் காரணம் தன் மாமனார் ரெட்டியாக இருந்ததும் தான் என்றும் சொன்னார். மாறாக, நீதிமன்ற மாண்டமஸ் உத்தரவு மற்றும் ரங்க ரெட்டியைச் சேர்ந்த நான்கு எம்.எல்.ஏ.க்கள் தன்னுடைய அலுவலகத்திற்கு வந்து எங்களைக் கைது செய்தே யாக வேண்டும் என்று கொடுத்த அழுத்தம் ஆகியவற்றால்தான் நாங்கள் கைதுசெய்யப்பட்டோம் என்றார்.

அதே ஆண்டு ஜப்பார்குடெமில் மஞ்சிரெட்டி குடும்பத்துக்கு எதிரான இன்னொரு நில வழக்கைச் சந்தித்தோம். ஏற்கெனவே நாங்கள் போராடிக்கொண்டிருந்த பிரச்சினைக்குரிய நிலத்துக்குப் பக்கத்தில், அரசுக்குச் சொந்தமான நிலம் 18 ஏக்கரைச் சட்டத்துக்குப் புறம்பாக அந்தக் குடும்பம் வைத்திருந்தது. அந்த நிலத்தை அவர்கள் தங்களின் மூன்று ‘பினாமி’களுக்கு (அவர்கள் கீழ்நிலை அரசு ஊழியர்கள்), விற்றதாகக் கூறி அதற்கான உத்தரவையும் பெற்றுக்கொண்டது அந்தக் குடும்பம். ஆந்திரப் பிரதேசத்தில் அரசு நிலத்தை வாங்கவோ விற்கவோ முடியாது என்பதால் அந்த விவகாரத்தை நாங்கள் கையில் எடுத்தோம். ஆனால் மண்டல வருவாய் அலுவலர் முதல் கலெக்டர் வரை யாரும் அந்த விவகாரத்தின் மீது நடவடிக்கை எடுக்க மறுத்து விட்டார்கள். எனவே, நாங்கள் உயர் நீதிமன்றத்தை அணுக, அது நடவடிக்கை எடுக்கச் சொல்லி கலெக்டரை வலியுறுத்தியது.

இதனால் மஞ்சிரெட்டி குடும்பம் மேலும் ஆத்திரமடைந்தது. இந்தச் சமயத்தில் மூத்த வழக்கறிஞரும், மனித உரிமை ஆர்வலரும், மக்கள் சிவில் உரிமைக் கழகத்தின் நிறுவனர்களில் ஒருவருமான கே.ஜி. கண்ணபிரான் சிகரெட் நிறுவனம் ஒன்றிற்கு வழக்கறிஞராக இருந்தார். அவர் என்னைப் போன்ற செயற்பாட்டாளர்களுக்கு உதவுபவர் என்று தெரிந்ததும், அந்த

நிறுவனத்தின் இஸ்லாமிய முதலாளி கண்ணபிரானிடம் இப்ராகிம்பட்டினத்தில் ஏழைகளிடையே வேலை செய்யும் ஓர் இளம்பெண்ணின் தலைக்கு விலை வைத்திருப்பதாகக் கூறி யிருக்கிறார். உடனே கண்ணபிரான் என்னைத் தொலைபேசியில் அழைத்து மஞ்சிரெட்டி குடும்பத்திலிருந்து எனது தலைக்கு ஒரு லட்சம் ரூபாய் விலை வைக்கப்பட்டிருப்பதாகத் தகவல் தெரிவித்தார்.

நான் இப்போது மிகவும் கவனத்துடன் இருந்தாக வேண்டும். ஆகவே, எனது வீட்டிலிருந்து வெளியேறி, 'சேயுதா' அமைப்பின் இணைநிறுவனர்களில் ஒருவரான திவாகர் ரெட்டியின் வீட்டில் கொஞ்ச நாட்கள் இருந்தேன். அந்தச் சமயத்தில் சலாஹா அமைப்பின் அலுவலகம் தரைத்தளத்திலும், ஹெச்.பி.டி. அலுவலகம் முதல் தளத்திலும் இருந்தன. அங்கு நானும் சிரிலும் தங்குவதற்கு ஓர் அறையும் தனியாக இருந்தது. சாலாஹாவுக்கும் ஹெச்.பி.டி.க்கும் பொதுமக்கள் அடிக்கடி வந்துகொண்டிருப் பார்கள் என்பதால் நாங்கள் பக்கத்திலிருந்த அறை ஒன்றை வாடகைக்கு எடுத்தோம். நாங்கள் புது இடத்தில் குடியேறியது யாருக்கும் தெரியாது. எங்கள் அலுவலகத்துக்குப் பக்கத்தில் இருந்தவர்களிடம் எங்களுக்கு விடுக்கப்பட்ட அச்சுறுத்தல் பற்றித் தெரிவித்து, அந்தப் பகுதியில் சந்தேகத்துக்கிடமாக யாரேனும் உலாவினால் அவர்களை விசாரிக்கச் சொன்னோம். என்னுடைய ஒவ்வொரு நகர்வையும் சிரில் கண்காணித்தார். நான் எங்குச் சென்றாலும் என் பாதுகாப்புக்குத் தகுந்த ஏற்பாடுகளைச் செய்தார். நான் இப்போது சலாஹா அமைப்பின் வேனை எனது பயணங்களுக்காகப் பயன்படுத்தினேன். அந்த ஓட்டுநர் சிரில் சொல்கிறபடிதான் கேட்பார். நான் கிராமங்களுக்குச் செல்லும் போது, என் நம்பிக்கைக்கு உரியவர்கள் புடை சூழத்தான் செல்ல வேண்டியிருந்தது. மாதிகா கிராமத்தில் உள்ளடங்கிய பகுதியில் தான் நான் தூங்கி எழ வேண்டும். என்னுடைய மக்களின் துணையில்லாமல் நான் எங்கும் சென்றுவிடக் கூடாது.

இந்த ஏற்பாடுகள் எல்லாம் எனக்குச் சினமூட்டின. எனது சுதந்திரம் முடக்கப்பட்டிருந்தது. இந்த ஏற்பாடுகளில் நான் எது ஒன்றை மீறினாலும், அதற்காக சிரிலிடமிருந்து எனக்குத் திட்டு விழும். ஒரு முறை மிகவும் கோபமடைந்த அவர், "இப்படித்தான் நாங்கள் ஜார்ஜை இழந்தோம். அவனும் உன்னைப் போலத்தான் முட்டாள்த்தனமாக நடந்துகொண்டான்" என்று கத்தினார். அதுவரை எப்போதும் அவர் தன் அண்ணனைப் பற்றிப் பேசிய தில்லை என்பதால் அது என்னை மிகவும் பாதித்தது. அன்றிலிருந்து நான் மிகவும் கவனமாக இருக்கத் தொடங்கினேன்.

இந்தச் சிக்கலில் இருந்து வெளியேற முயன்று கொண்டிருந்தேன். நான் எஸ்.பி. அனுராக் ஷர்மாவிடம் சென்றேன். என் வீட்டின் கதவுகளுக்கு நல்ல பூட்டை வாங்கி மாட்டிக்கொள்ளுமாறு கிண்டலடித்தார். நான் துப்பாக்கி வாங்கி வைத்துக்கொள்ளலாமா என்று யோசித்தேன். ஆனால் எப்படியும் அதைக்கொண்டு நான் பயிற்சி பெறப் போவதில்லை. மேலும், என்னை நானே சுட்டுக்கொள்வதற்கும் வாய்ப்புகள் அதிகம். மேலும், நான் நக்சலைட் இயக்கத்தில் இருந்தபோது எந்தவித ஆயுதப் பயிற்சியையும் நான் மேற்கொண்டிருக்கவில்லை.

20

முள்ளை முள்ளால் எடுத்தோம்!

மஞ்சிரெட்டி குடும்பத்தின் எல்லா சதித் திட்டங்களின் காரணமாக, எங்கள் மக்கள் அந்த 18 ஏக்கர் அரசு நிலத்தில் நுழையவே பயந்தார்கள். அந்த நிலத்தை 1988 அக்டோபர் மாதம் மண்டல வருவாய் அலுவலர் எடுத்துக்கொண்டார். இருந்தும் அந்த நிலத்தின் மீது அந்தக் குடும்பம் ஆதிக்கம் செலுத்தி வந்தது. அதை நாங்கள் எப்படித் துணிச்சலாக முறியடித்தோம் என்பதைப் பற்றி எங்கள் சங்கத்தின் தலைவர் சங்கரய்யா அழகான நினைவுகளைக் கொண்டிருக்கிறார். அந்த நிகழ்ச்சி நடந்து பல ஆண்டுகளுக்குப் பிறகு 2021இல் நானும், ஜுமூர் லஹிரியும், சஷி குமாரும் அவரைப் பேட்டி கண்ட போது இப்படிச் சொன்னார்: "அந்த நிலத்தை முழுவதுமாகத் தன் கட்டுப்பாட்டுக்குள் எடுத்துக் கொள்வதற்கு முன்பு, அந்த நிலத்தைப் பார்வையிட மண்டல வருவாய் அலுவலர் வந்தார். அப்போது அங்கு மஞ்சிரெட்டிகள் ஆமணக்கு பயிரிட்டிருந் தார்கள். அந்தப் பயிர் விளைச்சல் அவர்களுடைய பெயரில் இல்லாமல் இருக்க வேண்டியது முக்கியம். அந்தப் பயிர்களை 15 நாட்களில் அழிக்க பண்டி மைசய்யா உட்பட நான்கு பேருக்கு கீதா கெடு விதித்திருந்தார். ஆனால் குறித்த காலத்துக்குள் எங்களால் அவற்றை அழிக்க முடியவில்லை. உடனே அவர், இப்ராகிம்பட்டினத்தில் உள்ள நமது அலுவலகத்தில் நடைபெற்ற கூட்டத்தின்போது, கையில் சில வளையல்களைக் கொண்டு வந்து பண்டி மைசய்யாவுக்கு மாட்டிவிட்டார். பிறகு அவர்

கீதா ராமசாமி

என்னிடம் திரும்பி, ‘சங்கரய்யா... இதை அப்படியே அரைகுறை யாக விடக் கூடாது. ஒன்று முழுவதுமாக அழிக்க வேண்டும் இல்லையென்றால் அப்படியே விட்டுவிட வேண்டும். உங்களால் அதை அழிக்க முடியுமா?’ என்று கேட்டார்.

“நான் உடனே ஒப்புக்கொண்டேன். ஆனாலும் எனக்குள் பயமிருந்தது. அந்த வேலையைச் செய்து முடிப்பதற்கு நான் எலிமிநேடுவிலிருந்தோ அல்லது ஜப்பார்குடெமிலிருந்தோ ஆட்களை என்னுடன் கூட்டிச் செல்லக் கூடாதென்று முடிவு செய்தேன். ஏனென்றால், பயிர்கள் அழிக்கப்பட்டதைப் பார்த்தவுடன், மஞ்சிரெட்டிகள் போலீஸைக் கூப்பிடுவார்கள். நம் மக்களை அவர்கள் அடிக்கும்போது, உண்மையைச் சொல்லிவிடுவார்கள். அந்த வேலையைச் செய்ய எனக்குப் பயமாக இருந்தாலும், ஏதோ ஓர் ஆர்வமும் இருந்தது. நான் மஞ்சிரெட்டிகளை வெறுத்தேன். ஏழைகளுக்கு அவர்கள் கொடூரர்களாக இருந்தார்கள். அந்த நிலத்துக்குப் போவதற்கு முன்பு ஜப்பார்குடெமுக்கு என் ஆட்களுடன் சென்று கையில் வைத்திருந்த வரைபடத்தைக் காட்டி, அந்த நிலத்தின் எல்லைகளைப் பற்றி அவர்களுக்குத் தெரிவித்தேன். அதை முடித்துவிட்டு, என் மொபெட்டில் நான் எலிமிநேடுவுக்குச் சென்றுகொண்டிருந்தபோது, ஜீப்பில் வந்த பூபால் ரெட்டியின் மகன்கள், பிரபாகர் ரெட்டியும், தயானந்த் ரெட்டியும் என்னை வழிமறித்தார்கள். ஜப்பார்குடெமைச் சார்ந்த யாரோ ஒருவர் நான் அங்கிருப்பது பற்றி அவர்களுக்குத் தகவல் தெரிவித்திருக்க வேண்டும் என்பதை ஊகித்துக்கொண்டேன். குன்டி ராமுலு என் வண்டியின் பின்னால் அமர்ந்து வந்தார். அவர்களைப் பார்த்ததும் அவர் கீழிறங்கி, “சார், எனக்கும் இதற்கும் எந்தச் சம்மந்தமும் இல்லை. நான் ஓர் அப்பாவி” என்றார். அவர்கள் என்னைப் பிடித்துக்கொண்டார்கள். என் கையிலிருந்த வரைபடத்தைக் கிழித்துப்போட்டு, என்னை வசைபாடி, கடுமையாகத் தாக்கினார்கள். அவர்கள் என் முகத்தில் விட்ட அறைகள் என் காதில் சில நாட்களுக்கு ரீங்காரமிட்டுக் கொண்டே இருந்தன.

“என்னுடன் யச்சாராமைச் சேர்ந்த 75 பேரைக் கூட்டிச் செல்லத் திட்டமிட்டேன். ஏனென்றால், ஜப்பார்குடெம் நிலத்திலிருந்து அந்த ஊர் வெகு தொலைவில் இருந்தது. மேலும், மொண்டிகுரேல்லி, மால், யச்சாராம் நந்திவனபர்த்தி ஆகிய பகுதிகளில் இருந்து திடகாத்திரமான வாலிபர்களை அழைத்து, ‘நீங்கள் எல்லோரும் சாப்பிட்டுவிட்டு, இரவு 8 மணிக்கு யச்சாராம்

அலுவலகத்துக்கு வந்துவிடுங்கள். ஹைதராபாத்தில் சந்திப்பு ஒன்றைக் கீதா ஏற்பாடுசெய்திருக்கிறார். அதில் கலந்துகொள்ள நாங்கள் போக வேண்டும்' என்றேன். நாங்கள் செல்வதற்கு வேன் ஒன்றையும் ஏற்பாடு செய்தேன் (அந்த வேன் ஓட்டுநர் எங்கள் அலுவலகத்துக்குப் பக்கத்தில்தான் தங்கியிருந்தார். அந்தப் பகுதியில் இருந்த எல்லாத் தொழிலாளர்களுடனும் நாங்கள் நட்பாக இருந்தோம்). வண்டியைக் குப்பலகட்டாவுக்கு விடச் சொன்னேன். ஆனாலும், நாங்கள் போக வேண்டிய இடத்தைக் குறிப்பிட்டுச் சொல்லவில்லை. மஞ்சிரெட்டி குடும்பத்துக்குத் தொடர்பான ஒரு வேலைக்குப் போகிறோம் என்று சொல்லி யிருந்தால், வண்டிக்காரன் வந்திருக்க மாட்டான்.

"எல்லோரும் வண்டிக்குள் வந்த பிறகுதான் நாங்கள் எங்கே போகிறோம் என்பதையே சொன்னேன். சிலர் பயந்தார்கள். ஆனால், அவர்களுக்கு இப்போது வேறு வழியில்லை. இப்ராகிம்பட்டினம் மண்டல் பரிஷத் தொகுதிக்குப் போட்டி யிட்ட மாலா சமூகத்தைச் சேர்ந்த பண்டி ஸ்ரீராமுலுவும் அதில் இருந்தார். குப்பலகட்டாவுக்குச் செல்லும் வழி எங்களுக்குத் தெரியாது. ஆகவே, மாடப்பூர் அடைந்ததும், நாங்கள் இறங்கி விட்டு வண்டியைத் திருப்பி அனுப்பிவிட்டோம். பிறகு அங்கிருந்த நம்பகமான ஒரு தொழிற்சங்க உறுப்பினரிடம் ஜப்பார்குடெமுக்குச் செல்லும் வழியைக் கேட்டேன். அவர் வழிகாட்டினார். மாடப்பூருக்கும் ஜப்பார்குடெம் நிலத்துக்கும் இடையில் ஓடும் ஓடையிலிருந்து (அப்போது அது வறண்டிருந்தது) தடிகளை எடுத்துக்கொண்டோம். அரை மணி நேரத்தில் நாங்கள் வைத்திருந்த தடிகளைக் கொண்டு, பழுத்திருந்த ஆமணக்குப் பயிர்களை அழித்தோம். தன்னுடைய கிணற்றுக்காக ஆறு மோட்டார்களை பூபால் ரெட்டி வைத்திருந்தார். அதில் சிலவற்றைக் கிணற்றில் வீசினோம். சிலதை நாங்கள் வீட்டுக்கு எடுத்துவந்துவிட்டோம். எங்களில் சிலர் அங்கிருந்த ஆட்டுப் பட்டியிலிருந்து சில செம்மறியாடுகளையும் வெள்ளாடுகளையும் எடுத்துக்கொண்டனர். இன்னும் சிலர் அங்கிருந்த பனை மரத்திலிருந்து கள் இறக்கினர்.

"அதற்குப் பிறகு நாங்கள் எல்லோரும் அவரவர் கிராமங்களுக்குத் தனித்தனியாகப் பிரிந்து சென்றுவிட்டோம். சாலைகளின் வழியே செல்லாமல், குறுக்குவழிகளில் சென்றோம். நான் அதிகாலை நான்கு மணிக்கு யச்சாராமை வந்தடைந்தேன். பிறகு அன்றைய நாள் மாலையில் ஹைதராபாத்துக்கு வந்து கீதாவைச் சந்தித்தேன். அந்த வேலையின் பாரம் என்னை அழுத்தி காய்ச்சல் வர வைத்துவிட்டது. பிறகு கீதாதான் என்னை

மருத்துவரிடம் கூட்டிச் சென்றார். நான் அங்கு இரண்டு நாட்கள் அவருடன் தங்கியிருந்தேன். சினிமாவுக்குச் செல்வதும், நன்றாகச் சாப்பிடுவதும், தூங்குவதும் என அந்த இரண்டு நாட்களில் மனபாரத்தை எல்லாம் இறக்கினேன்.

"தொடர்ந்து எலிமிநேடு மற்றும் ஜப்பார்குடெமைச் சேர்ந்த 130 மாதிகாக்களின் மீது வழக்கு பதியப்பட்டது. சிலர் காவல் நிலையத்துக்குக் கொண்டு செல்லப்பட்டு, தாக்கப்பட்டனர். பாவம், அந்த மக்களுக்கு எதுவும் தெரியாததால், அவர்களிட மிருந்து எந்தத் தகவலையும் பெற முடியாததால், போலீஸார் அவர்களை விட்டுவிட்டனர்" என்று சங்கரய்யா சொல்லி முடித்தார்.

எவ்வளவு உண்மையாக எங்கள் சங்கம் அந்தப் பிரச்சினையைக் கையில் எடுத்தாலும், சங்கரய்யாவின் முயற்சிகளுக்குப் பிறகும், மஞ்சிரெட்டி குடும்பத்தால் சட்டத்துக்குப் புறம்பாக ஆக்கிரமிக்கப்பட்டிருந்த அந்த நிலவழக்கில் எந்த முன்னேற்றமும் ஏற்படவில்லை. என்றாலும், அந்த நிலம் தங்களுடையதுதான் என்று அந்தக் குடும்பம் தொடர்ந்த வழக்குகள் எல்லாம் தள்ளுபடி செய்யப்பட்டன. அந்தக் குடும்பமும், அவர்களது 'பினாமி'களும் தொடர்ந்த 'ரிட்' மனு நிராகரிக்கப்பட்டது. 1996 பிப்ரவரியில் அந்த வழக்கு மேல் முறையீடு செய்யப்பட்ட போதும் அது நிராகரிக்கப்பட்டது. அந்த நிலம் இன்றுவரையிலும் மஞ்சிரெட்டிகளின் கட்டுப்பாட்டில்தான் இருக்கிறது. 1995இல் நான் அங்கிருந்து வெளியேறிய பிறகு, தங்கள் நிலத்தில் நுழைந்ததற்காக மக்கள் மீது வழக்குப் போடுவதும், அவர்களை அடிப்பதுமாக ஒடுக்குமுறைகள் தொடர்ந்தன. பிறகு கலெக்டர் புஷ்பா சுப்பிரமணியம் எஸ்.பி. நரசய்யாவுக்கு ஒரு கடிதம் எழுதினார். அதில், அரசு நிலத்தில் மக்கள் நுழைந்தால், அவர்களைக் கைது செயயும் அதிகாரம் காவல் துறைக்கு இல்லை என்று சொல்லப் பட்டிருந்தது. அப்படியே அவர்கள் மீது நடவடிக்கை எடுக்க வேண்டும் என்றாலும், அங்குள்ள மண்டல வருவாய் அலுவலர் தான் மேற்கொள்ள முடியும் என்றும் சொல்லப்பட்டிருந்தது. ஆனால், எஸ்.பி. அந்தக் கடிதத்தை ஒரு பொருட்டாகவே மதிக்கவில்லை. தொடர்ந்து கிஷன் ரெட்டி மற்றும் அவரது அடியாட்கள் மீது நீதிமன்ற அவமதிப்பு வழக்கைத் தொடர்ந்தார் கலெக்டர். ஆச்சரியமாக, அந்த வழக்கு தொடர்பான கோப்பு இன்று காணாமல் போய்விட்டது. 1990களின் பிற்பகுதியில், அதாவது தகவல் தொழில்நுட்பத்துறை வளர்ந்து வந்த நேரத்தில் ஹைதராபாத் மிக முக்கியமான முதலீட்டுப் பகுதியாக

உருவெடுத்த நேரத்தில், ரங்க ரெட்டி மாவட்டம் அரசியல்வாதி களுக்கு மிக முக்கியமான இடமாக மாறிவிட்டது. அங்கே விலை மதிக்க இயலா நிலங்கள் இருந்தன. அடுத்த பல தசாப்தங் களுக்கு அந்த நிலம்தான் அவர்களுக்கான தங்கச் சுரங்கமாக மாறியது.

1988ஆம் ஆண்டில் என் சொந்த பிரச்சினைகளுடன் நான் போராடிக்கொண்டிருந்தேன். அதற்காக ஒரு பக்கம் போராடிக் கொண்டே, இன்னொரு பக்கம் நிலப் போராட்டங்களையும் கையாள வேண்டியதாக இருந்தது. மேலும், சிரிலுக்கு உடல் நலமில்லாமல் போனது. 1988இல் ஏற்பட்ட மஞ்சள் காமாலையால் கோமா நிலைக்குப் போகும் நிலை கூட ஏற்பட்டது. அதனால் அவர் ஓராண்டு முழுவதும் ஓய்வெடுத்துக்கொள்ள வேண்டிய தாகவும் இருந்தது. அதனால், என்னால் கிராமங்களில் தங்க முடியாத சூழல் ஏற்பட்டு, தினந்தோறும் நான் வீட்டுக்குத் திரும்ப வேண்டியிருந்தது. காலையில் சீக்கிரமாக எழுந்து சமைத்துவிட்டு, சலாஹா வேனில் இப்ராகிம்பட்டினத்துக்குச் சென்றுவிடுவேன். என்னுடைய நிலைமையைக் கண்டு அந்த கிராமத்தினர் என் வீட்டில் எனக்கு உதவியாக இருக்க ஓர் இளம்பெண்ணை அனுப்பினார்கள். முதல்முறையாக என் வீட்டில் எனக்கு ஒத்தாசை செய்ய ஒருவர். நான் வீட்டுக்குத் திரும்பி வரும் வரை அந்த 15 வயது பெண் அய்லம்மாவும், சிரிலும் எனக்காகக் காத்துக்கொண்டிருப்பதை இப்போது நினைத்துப் பார்க்கிறேன். அப்போது எலிமிநேடு போராட்டம் உக்கிரமாகப் போய்க் கொண்டிருந்தது. வீட்டையும் கவனித்துக்கொண்டு, கிராமத்தின் போராட்டத்தையும் ஒரே நேரத்தில் கையாள்வது எனக்குக் கடினமாக இருந்தது. அப்போது சிரில் எப்படியான மனநிலையில் இருந்திருப்பார் என்பதை என்னால் கற்பனை செய்துகூடப் பார்க்க இயலவில்லை.

ஒருநாள் இரவு எலிமிநேடுவில் கூட்டத்தை முடித்துவிட்டு ஹைதராபாத்துக்குத் திரும்பத் தயாரானேன். அப்போது எலிமிநேடுவில் இருந்து இப்ராகிம்பட்டினம் போகும் வழியில் சேர்லபடேல்குடெமில் என் மீது தாக்குதல் நடத்தத் திட்டமிடப் பட்டுள்ளதாகத் தவகவல் கிடைத்தது. அதனால் நாங்கள் ஒரு பெரிய பட்டாளத்துடன் செல்ல வேண்டியிருந்தது. ஒரு லாரி முழுக்க மக்கள் முன்னே செல்ல, நான் வேனில் பயணிக்க, எனக்குப் பின்னே இன்னும் ஒரு லாரி முழுக்க மக்கள் வந்தனர். ஆபத்தான பகுதிகள் என்று நினைக்கிற எல்லா இடங்களிலும் லாரிகள் நிறுத்தப்பட்டு, சாலையோரத்தில் இருக்கும் புதர்களுக்குப் பின்னே யாரேனும் மறைந்திருக்கிறார்களா என்று பார்த்த பிறகு,

என்னைப் பாதுகாப்பாக இப்ராகிம்பட்டினத்திலிருந்து வெளியே கொண்டு வந்துவிட்டனர். இப்போது நான் பயணம் செய்வது கூட எனக்குப் பாதுகாப்பில்லாமல் போனது. இன்னொரு சமயம், ஹைதராபாத் செல்லும் வழியில் என்னைத் தாக்குவதற்காக, இப்ராகிம்பட்டினத்தை அடுத்துள்ள ஏரியில் ஆட்கள் நின்று கொண்டிருப்பதாகச் சொல்லப்பட்டது. அந்த இடம் ஷெரிகுடா கிராமம் ஆகும். அங்கு அந்தக் கிராமத்தின் பஞ்சாயத்துத் துணைத் தலைவர் நரசிம்ம ரெட்டி அரசு நிலம் 10 ஏக்கர்களை ஆக்கிரமித்திருந்தார். அவை தனது நிலங்கள் என்பதற்கான சான்றிதழ்களைத் தன் சகோதரியின் பெயரிலும் 'பினாமிதாரின்' பெயரிலும் வாங்கியிருந்ததுடன் தெலுங்கு தேசக் கட்சியிலும் இருந்தார். எங்கள் சங்கம் அந்த வழக்கைக் கையில் எடுத்தது. மண்டல வருவாய் அலுவலர் அந்த 'பினாமி'களுக்கு நோட்டீஸ் அனுப்பினார். என்னால் ஹைதராபாத்துக்குச் செல்ல முடியவில்லை. இரவில் சிரிலைத் தனியாக விட்டுவிட்டுச் செல்ல எனக்கு மனமும் வரவில்லை. அந்தச் சமயத்தில், இப்ராகிம்பட்டினம் பகுதியின் சர்க்கிள் இன்ஸ்பெக்டராக பத்ரா ரெட்டி இருந்தார். அவரிடம் என்னுடைய பிரச்சினையைச் சொன்னபோது, அவர் தனது ஜீப்பில் என்னை அமரவைத்து, ஹைதராபாத்துக்குக் கூட்டிச் சென்றார். எங்களுக்குப் பின்னே இன்னும் சில காவலர்கள் வேறொரு ஜீப்பில் பாதுகாப்புக்காக வந்தனர். ஹார்ன் அடித்துக்கொண்டு போலீஸ் ஜீப் வருவதைப் பார்த்ததும், ஷெரிகுடாவில் என்னைத் தாக்கக் காத்திருந்தவர்கள் அங்கிருந்து பறந்தனர்.

எங்களால் ஒரு சில மாதங்களுக்குச் சமாளிக்க முடிந்தது. சிரிலின் உடல்நிலை மோசமானபோது, நான் சில மாதங்கள் சங்க வேலைகள் எதையும் கவனிக்காமல், ஹைதராபாத்திலேயே சில மாதங்கள் தங்கியிருந்தேன். அவர் குணமாக நீண்ட காலம் எடுக்குமென்று அறிந்தவுடன், அவரைச் சண்டிகரில் இருக்கும் அவருடைய அண்ணன் வீட்டுக்குக் கூட்டிச் சென்றேன். அவரை அங்கே விட்டுவிட்டு, நான் ஹைதராபாத்துக்குத் திரும்பினேன். 1988ஆம் ஆண்டு எப்படிப் போனது என்பதே தெரியவில்லை.

அந்த ஆண்டில் குத்தகைதாரர்கள் தொடர்பான சின்னச் சின்ன வழக்குகள் வந்தபடியே இருந்தன. அதெல்லாம் தனிநபர் வழக்குகள். அவற்றை எடுத்து நடத்துவதால், அந்த நபர்கள் மட்டுமே பயனடைவார்கள். ஆரம்பத்தில் நான் அந்த வழக்குகளை எல்லாம் முக்கியமாக நினைக்கவில்லை. ஆனால் நாட்கள் செல்லச் செல்ல அவர்களுடைய போராட்டத்தின் உறுதி என்னை யோசிக்க வைத்தது. அவர்களின் துணிச்சல் கிராமத்தினர்

அனைவரையும் தொற்றிக்கொண்டது. அவர்களுக்கு எங்களால் முடிந்த உதவிகளைச் செய்தோம்.

தொழிலாளர், வருவாய், சிவில், கிரிமினல் என எல்லா வகையான நீதிமன்றங்களிலும் நாங்கள் இப்போது வழக்குகளை எதிர்கொண்டு வந்தோம். வருவாய், சிவில் என இரண்டு நீதிமன்றங்களும் நிலப் பிரச்சினை தொடர்பான வழக்குகளை அனுமதித்தன. இரண்டும் ஒரேவிதமான நீதிபரிபாலன அதிகாரங்களைக் கொண்டிருந்தன. அதனால் இரண்டுக்கும் இடையில் அவ்வப்போது அதிகார மோதல்களும் மீறல்களும் நடக்கும். வருவாய் நீதிமன்றத்தில் விசாரிக்கப்படுகிற ஒரு வழக்கை (எந்த விதமான கட்டணமும் இல்லாமல், வழக்கறிஞர் கூடத் தேவையில்லாமல், எந்த விதமான அச்சுறுத்தல்களும் இல்லாமல்) சிவில் நீதிமன்றத்திலும் விசாரிக்கலாம். குத்தகைதாரர் மற்றும் அரசு நிலம் சார்ந்த பிரச்சினைகளைக் கொண்ட வழக்குகள்தான் இங்கே வரும். சிவில் கோர்ட் ஒரு வழக்கில், மனுதாரருக்குத் தடை உத்தரவு பிறப்பித்தால், அதே அதிகாரம் வருவாய் நீதிமன்றத்துக்கும் இருக்கிறது. தடை உத்தரவுக்குப் பதிலாக, 144 பிரிவின் கீழ் ஊரடங்கு உத்தரவு பிறப்பிக்கலாம்.

எந்த அளவுக்கு சிவில் மற்றும் வருவாய் நீதிமன்றங்களுக்கு இடையே ஒற்றுமைகள் இருக்கின்றனவோ, அதைவிட அதிகமான அளவு அவை வித்தியாசப்படவும் செய்கின்றன. சிவில் கோர்ட்டில் ஒருவிதமான அதிகார தொனி இருக்கும். மற்ற எல்லோரையும் விட நீதிபதி, உயர்ந்த மேடையின் நாற்காலியில் அமர்ந்திருப்பார். அவருக்கும், மேடைக்குக் கீழ் இருப்பவர்களுக்கும் இடைவெளி இருக்கும். வேலி போன்ற ஒரு தடுப்பு அந்த இடைவெளியை அடையாளப்படுத்திக் காட்டும். அதைத் தாண்டி நீங்கள் உள்ளே செல்ல முயற்சித்தாலோ அல்லது நீங்கள் நிற்கக் கூடாத இடத்தில் நின்றுகொண்டிருந்தாலோ உங்களைப் பிடித்துத்தள்ளுவதற்கு அங்கே ஊழியர்கள் இருப்பார்கள். பிறகு, ஏழை மனுதாரர்களைக் கொத்தித் தின்னும் காக்கைகள் என எண்ண வைக்கும் வகையில் கருப்பு அங்கியில் வழக்கறிஞர்கள் அங்குமிங்கும் நடந்துகொண்டிருப்பார்கள். தங்கள் வழக்கை வழக்கறிஞர்களிடம் விட்ட பிறகு, ஏழைகள் அவர்களின் கைப்பாவைகளாக மாறிவிடுவார்கள். ஒரு வழக்கறிஞர் தன்னிடம் வரும் வழக்கில் நல்லவிதமான தீர்ப்பைப் பெறவோ அல்லது வழக்கை ஒன்றுமில்லாமல் செய்யவோ முடியும். அவரால் வாதத்தைக் குழப்பி, கேள்விகளுக்குப் பதில் அளிக்காமல், தேவையான ஆவணங்களைச் சமர்ப்பிக்காமல், விசாரணைக்கு ஆஜராகாமல், அடுத்த விசாரணை எப்போது வரும் என்பதை

மனுதாரர்களுக்குத் தெரியாமல், ஏன்... மனுதாரருக்கே கூட தகவல் தெரிவிக்காமல் ஒரு வழக்கில் இருந்து பின்வாங்கக் கூடச் செய்வார். அல்லது பெரும்பாலான நேரங்களில், எதிர்த்தரப்பினரிடம் தனது மனுதாரரின் வழக்கு தொடர்பான ரகசியங்களை ஒரு நல்ல விலைக்கு விற்றுவிடுவார்.

வருவாய் நீதிமன்றங்களில் இதுபோன்ற பிரச்சினைகள் மிகவும் குறைவாகவே இருக்கும். அனைத்தையும் விட ஒரு நல்ல விஷயம், உங்கள் வழக்கை வழக்கறிஞரின் துணையில்லாமல் நீங்களே வாதாடலாம். அந்த நீதிமன்றங்கள் செயல்படும் வேலை நேரம் கூட ஓரளவுக்கு மக்களுக்குச் சிரமம் தராததாகவே இருந்தது. காலை 11 மணி முதல் அந்த நீதிமன்றங்கள் செயல்படத் தொடங்கும். ஆனால் சிவில் நீதிமன்றங்கள் நாள் முழுக்க இயங்கும். உங்கள் வழக்கு அன்றைய நாளில் விசாரணைக்கு எடுத்துக் கொள்ளப்படுகிறதா, இல்லையா என்பதை அறிய நீங்கள் மாலை வரை அங்கே காத்திருக்க வேண்டும். வருவாய் நீதிமன்றத்திலோ, நீங்கள் நேரடியாக கிளார்க்கிடம் சென்று, உங்கள் வழக்கின் கோப்பு, எப்போது விசாரணைக்கு வருகிறது என்ற தேதி, வழக்குக்குத் தேவைப்படும் ஆவணங்கள் என எல்லாவற்றையும் கேட்டுவிட முடியும். அதே கிளார்க்கிடம்தான் ரேஷன் கார்டு, சாதிச் சான்றிதழ் உள்ளிட்ட வழக்குக்குத் தொடர்பில்லாத ஆவணங்களை எங்கே, யாரிடம், எப்படி வாங்குவது என்றெல்லாம் மக்கள் கேட்டுக்கொண்டிருப்பார்கள். சிவில் நீதிமன்றங்களில் இதையெல்லாம் உங்கள் வழக்கறிஞர் மூலமாகத்தான் செய்ய முடியும். அங்குள்ள அட்டெண்டர்கள், உங்களை அலுவலகத்துக்கு உள்ளே விடவே மாட்டார்கள்.

வருவாய் நீதிமன்றங்களில் தலைமையேற்கும் அதிகாரிகளாக, மண்டல வருவாய் அலுவலர், ஊரக மேம்பாட்டு அலுவலர், கலெக்டர் ஆகியோர்தான் இருப்பார்கள். இவர்கள் எல்லாம் பல முறை கிராமத்துக்கு வந்து சென்றவர்களாக இருப்பார்கள். அதேபோல, தங்கள் புகார்களையும் அவர்களிடம்தான் கொண்டு சென்றார்கள். இந்த ஓர் அறிமுகம் ஏழைகளுக்குப் பெரிய அளவில் உதவியது. வருவாய் நீதிமன்ற நீதிபதியிடம் எந்தத் தயக்கமும் இல்லாமல் அவர்களால் தங்கள் வாதங்களை எடுத்து வைக்க முடிந்தது.

வருவாய் நீதிமன்றங்களில் நிலமற்ற ஏழைகள் பெற்ற பல வெற்றிகள், பின்னர் சிவில் நீதிமன்றங்களினால் தோல்வியாக மாறின. அரசு நிலம் மற்றும் குத்தகைதாரர் தொடர்பான பிரச்சினைகளில் சிவில் நீதிமன்றங்கள் தலையிடுவதற்கு

அதிகாரம் இல்லை என்று மாநில அரசுகளால் இயற்றப்படும் நிலச் சீர்திருத்தச் சட்டங்கள் தெளிவாகக் கூறுகின்றன. இருந்தும் சிவில் நீதிமன்றங்கள் (எப்படி இதுபோன்ற விஷயங்களில் தலையிட காவல்துறைக்கு அதிகாரம் கிடையாதோ அதுபோல) இந்த வழக்குகளை ஏற்று நடத்துகின்றன. அதனால் பல வழக்குகளில் நிலக்கிழார்கள்தான் வெற்றி பெறுகிறார்கள். தன் சாதியைச் சேர்ந்த, நல்ல திறமையான வழக்கறிஞரை அமர்த்தி, தனக்குத் தேவையான எல்லா ஆவணங்களையும் சுலபமாகப் பெற்று, பர்வாரி, பஞ்சாயத்துத் தலைவர், போலீஸ் எனச் சாட்சிகளை விலைக்கு வாங்கி, அரசு வழக்கறிஞரைச் சரிகட்டி, வருவாய் அதிகாரிகளை வழக்கில் ஆஜராகாமல் செய்து எனப் பல சித்து வேலைகளை நிலக்கிழார்களால் மேற்கொள்ள முடியும். அதேவேளையில், ஏழைகளின் ரத்தத்தை அவர்களின் வழக்கறிஞர்கள் கொஞ்சம் கொஞ்சமாக உறிஞ்சுவார்கள். வழக்கை ஜெயித்தாக வேண்டுமே என்ற கவலையில் தங்கள் வழக்கறிஞர்களின் கட்டுக்குள் இருக்கும் அவர்களால், வேறு வழக்கறிஞர்களிடம் செல்லவும் முடியாது.

இருந்தும் எங்களால் நிறைய வெற்றிகளைப் பெற முடிந்தது என்றால், அதற்குக் காரணம் சலாஹா அமைப்பும், அந்த அமைப்பின் வழக்கறிஞர்களும்தான். சிரிலே வழக்கறிஞர் என்பதால், நான் கொண்டு வரும் வழக்குகளை எல்லாம் தீவிரமாக அலசி ஆராய்ந்துவிடுவார். ஏழைகளுக்கு நீதி கிடைக்க வேண்டும் என்பதால், சட்டத்தில் உள்ள ஓட்டைகளைப் பற்றியும் அவர் சொல்லுவார். இப்படி ஓர் ஆதரவு இருந்ததால்தான், எப்போதுமே தோல்வியடைந்து கொண்டிருந்த ஏழைகளின் சார்பாக சட்டத்துடன் என்னால் கசப்புணர்வோ, சோர்வோ இல்லாமல் உறவாட முடிந்தது. சலாஹாவைச் சேர்ந்த வழக்கறிஞர்கள் ஜி. மனோகர், அர்ஜுன் ரெட்டி ஆகியோர் எங்களுக்கு எப்போது உதவி தேவைப்பட்டாலும், எங்கே இருந்தாலும், அது எவ்வளவு குறுகிய கால இடைவெளி என்றாலும் உடனடியாக வந்து நின்றார்கள். சி.வி. மோகன் ரெட்டி எனும் பிரபல வழக்கறிஞர் சலாஹாவுடன் இருந்தார். உயர்நீதிமன்றத்தில் நடந்த எங்களின் வழக்குகள் பலவற்றை அவர்தான் கையாண்டார்.

இப்படி ஓர் ஆதரவு கிடைத்த பிறகும், என்னால் முடிந்த சில விஷயங்களையும் செய்தேன். அதைப் பற்றி சிரிலிடம் நான் பகிர்ந்துகொண்டதே இல்லை. எங்கள் வழக்குகள் நீதிமன்றத்தில் விசாரிக்கப்படும்போது, அதன் முடிவு எப்படி இருக்குமோ என்பதைப் பற்றி நான் கவலைப்பட்டுக்கொண்டிருப்பேன். அந்த வழக்குகளைக் குறுகிய கண்ணோட்டத்தில்தான் சட்டம் பார்த்தது. சமூக வளங்களைப் பயன்படுத்துவதில் நிலக்கிழார்

களுக்கும் ஏழைகளுக்கும் இடையே உள்ள பெரிய அளவிலான ஏற்றத்தாழ்வுகளையும், அதனால் பாதிக்கப்படும் மக்களைப் பற்றியும் சட்டம் கணக்கில் கொண்டதே இல்லை. நீதிமன்ற விசாரணையின்போது, ஒரு வழக்கு தொடர்பாகச் சமர்ப்பிக்கப் படும் உண்மைகள் எல்லாம், ஏழைகளுக்கு முன்தீர்மானிக்கப் பட்டவையாகவே இருந்தன. கடந்த காலங்களில் ஏழைகள் நிலக்கிழார்கள் காட்டிய வெற்றுக் காகிதத்தில் எதுவும் தெரியாமல் கையெழுத்து போட்டிருப்பார்கள். அவற்றை, கீழமை நீதிமன்றங்களில் சாட்சியாகக் காட்டப்படுவதால், ஏழைகளின் வழக்குகள் தோல்வியடையும்.

ஒரு வழக்கில், அப்படி ஒரு விஷயம் நடந்துவிடக் கூடும் என்ற அச்சத்தில், நான் துணிவை வரவழைத்துக்கொண்டு உயர் நீதிமன்ற நீதிபதியின் வீட்டுக்குச் சென்றேன். அவரது அந்தரங்கச் செயலாளரைச் சந்தித்து எனது விவரங்களை எல்லாம் கொடுத்து, அவரைச் சந்திக்க வேண்டுமென்றேன். அந்த நீதிபதி ரெட்டி சமூகத்தைச் சேர்ந்தவர் என்றாலும், அவர் தாராளமனம் படைத்தவர் என்று அறியப்பட்டிருந்தார். அவரைப் பார்த்தபோது ஜப்பார்குடெம் நிலப் போராட்டத்தில் நாங்கள் சந்திக்கும் பிரச்சினைகளைப் பற்றி எல்லாம் மனம் விட்டுப் பேசினேன். அதெல்லாம் நீதிமன்ற விசாரணையில் இடம்பிடித்திருக்காது. சுமார் ஒரு மணி நேரத்துக்கும் மேலாக என் பேச்சைப் பொறுமையாகக் கேட்டார். பிறகு நான் வந்துவிட்டேன். அதன் பிறகு அந்த வழக்கில் நாங்கள் வெற்றி பெற்றோம். இதுகுறித்து நான் யாரிடமும் சொல்லவில்லை. மேலும், நான் அந்த வழக்கில் மனுதாரராக இல்லாததால், இதில் நீதிமன்ற அவமதிப்பும் எதுவும் இல்லை. இருந்தும், எனது இந்தச் செயலை தவறென்றே என் வழக்கறிஞர்கள் சொல்லியிருப்பார்கள். ஆனால், நான் அப்படிக் கருதமாட்டேன். நீதிபதிகள், பணக்கார நிலக்கிழார்களை அவர்கள் ஏற்பாடு செய்யும் விருந்துகளின்போது, வீடுகளில், திருமணம் உள்ளிட்ட நிகழ்ச்சிகளில் என எப்போதும் சந்தித்துக்கொண்டே தான் இருக்கிறார்கள். நிலக்கிழார்கள் நினைத்த மாத்திரத்தில் நீதிபதிகளைச் சந்தித்துவிட முடியும். நீதிபதிகளைச் சந்திப்பதில் நிலக்கிழார்களுக்கும் ஏழைகளுக்கும் இடையே இருந்த ஏற்றத் தாழ்வை, நான் இந்தச் சந்திப்பின் மூலம் சமப்படுத்திவிட்டதாக நினைத்தேன். அவரிடம் நான் உண்மையைத் தவிர வேறெதையும் பேசிவிடவில்லை. அதன் பிறகு, பல வழக்குகளுக்காக நான் இதுபோல நீதிபதிகளைச் சந்தித்து வந்தேன். அவை எப்போதும் நல்ல பலனைத் தந்தன.

இந்தச் சமயத்தில் சங்கத்தில் மாதக் கட்டணம் செலுத்தும் உறுப்பினர்கள் எண்ணிக்கை ஆறாயிரத்துக்கும் மேலாக இருந்தது.

ஆனாலும், கட்டணம் செலுத்தாமலேயே பல்லாயிரக்கணக்கான மக்கள், தங்களை இந்தச் சங்கத்தவர்கள் என்று சொல்லிக் கொண்டார்கள். நாங்கள் ஒன்பது பேர் முழுநேர ஊழியர்களாக இருந்தோம். சமயங்களில் நாங்கள் முறை சாராக் கல்வித் திட்டத்தையும் சேர்த்தே கவனித்தோம். சங்கத்தின் முக்கியமான வேலைகளில் ஒன்று, கிராம மக்களைத் தகுந்த அலுவலகத்துக்குக் கூட்டிச் செல்வது, அங்கு அவர்களுக்கு வேண்டிய தகவல்கள் கிடைக்கின்றனவா என்று உறுதிப்படுத்திக்கொள்வது மற்றும், அவர்கள் தொடர்பான ஆவணங்கள் வேகமாகக் கையாளப்படு கின்றனவா என்று பார்ப்பது ஆகியவைதான். நாங்கள் எல்லோருமே அரசு அலுவலங்களுக்குப் போய் வருவோம். ஊரக வளர்ச்சி அலுவலர் உள்ளிட்ட உயர் அதிகாரிகள் எல்லோருமே ஹைதராபாத்தில் இருந்தனர். அவர்கள் எப்போது அலுவலகத்துக்கு வருவார்கள் என்பதும் தெரியாது. அதனால் நான் அவர்களைத் தனியாக, மாலை நேரத்தில் சந்திப்பது வழக்கம். மக்களை அந்த அலுவலகங்களுக்குக் கூட்டிச் செல்லும் போதெல்லாம், நான் கற்றுக்கொள்வதற்கு நிறைய விஷயங்கள் இருந்தன. மண்டல வருவாய் அலுவலர்களையும், ஊரக வளர்ச்சி அலுவலர்களையும் கையாள்வது சிரமமாக இருக்கவில்லை. ஏனென்றால், அவர்கள் எப்போதுமே ஏழைகளிடத்தில் திமிராகத்தான் பேசினார்கள். அது என்னைக் கொதிப்படையச் செய்து, நான் அவர்களிடம் கோபம் கொள்ள வேண்டியதாகியது. தவிர, அவ்வப்போது நான் அவர்களை மிரட்டுவதும் உண்டு. இதே கலெக்டர் உள்ளிட்ட உயர் அதிகாரிகளிடம் பேசும்போது, அவர்கள் சொல்லுவதை நான் கேட்டுக்கொள்வேன். அவர்கள் எப்போதும் மக்களை நன்றாகவே நடத்தினார்கள். அவர்களை உட்கார வைத்துப் பேசினார்கள். சமயங்களில் டீ கூட கொடுத்து உபசரித்தார்கள். எங்களுடைய மனுக்களைப் பார்த்துவிட்டு, நிச்சயமாக ஏதேனும் செய்கிறோம் என்றார்கள். அடுத்த முறை அவர்களைச் சந்திக்கும்போது, அவர்கள் சொன்னபடி எதுவும் நடக்காமல் போயிருந்தால், அதற்கு நாங்கள் நம்பும்படியான காரணங்களையும் சொன்னார்கள்.

அந்த அலுவலகங்களுக்குப் போய் வந்த பிறகு, அங்கு என்னென்ன எல்லாம் நடந்தன என்பதை சிரிலிடம் சொல்வேன். அதற்கு அவர், நான் எந்தெந்த இடத்தில், அதிகாரிகளின் தேனொழுகும் பேச்சில் விழுந்தேன் என்பதைச் சுட்டிக்காட்டுவார். கலெக்டர் எப்படி நான் முன்வைத்த கேள்வியைத் தவிர்த்தார், சட்டத்தை அமல்படுத்தும் மாவட்ட மாஜிஸ்திரேட் ஆகத் தனது பணியைச் செய்வதிலிருந்து அவர் எப்படித் தவறினார், அரசியல் தலையீடுகள் (அதுபற்றி எங்களுக்கு எந்தக் கவலையும் இல்லை)

எப்படி காரணங்களாகச் சொல்லப்பட்டன என்பது குறித்தும் சிரில் சொல்வார். அந்த அதிகாரிகள் எப்போதும் எம்.எல்.ஏ.க்களின் குறுக்கீடுகளைத்தான் காரணமாகச் சொன்னார்கள். எனக்கும் கலெக்டருக்கும் இடையே நடந்த விவாதங்களைத் தனித்தனியாகப் பிரித்து, ஒவ்வொரு இடத்திலும் கலெக்டர் தன் பொறுப்பிலிருந்து எப்படி நழுவியிருக்கிறார் என்பதை விளக்குவார். இப்படி ஓர் உரையாடலுக்குப் பிறகு அடுத்த முறை அந்த அதிகாரிகளைச் சந்திப்பது எளிதானது. அவர்கள் என்னிடம் நழுவ முடியாது. அதிகாரிகளிடத்தில் என்ன கேள்வி கேட்க வேண்டும், அவர்கள் அதற்கு நேரடியாக பதில் சொல்லாமல் எங்கள் பேச்சைத் திசை திருப்பாமல் இருக்க வைப்பது எப்படி என்பதைப் பற்றியெல்லாம் அறிந்துகொண்டேன். கலெக்டர்கள் முன் நான் நிதான மற்றவளாகக் காணப்படுவதை விடவும், சிரிலின் முன்பு இதுபோன்ற உரையாடல்களுக்கு நிற்பது குறித்துத்தான் அதிகம் பயந்தேன். நான் கடுகடுப்பாக இருப்பதைப் பற்றிய பயத்தைக் கொஞ்சம் கொஞ்சமாக விலக்கினேன். அதனால் பின்னாளில் நான் வெளிப்படையாகப் பேசிவிடுபவள் என்று அறியப்பட்டேன். கேட்பவரை நெளியச் செய்யும் கேள்விகளைக் கேட்க நான் வெட்கப்படவில்லை. வெளிப்படையாகத் தெரியும் தவறுகளைச் சுட்டிக்காட்டக் கூச்சப்படவில்லை. முக்கியமான நபர்களை எதிர்த்து நிற்க நான் கவலைப்படவில்லை. சொல்லப்பட வேண்டிய விஷயத்தைச் சொல்வதற்கு அஞ்சியதே இல்லை. நான் கற்றுக் க்கொள்ளாதது ஒன்று உண்டு எனில், அது எப்படி அமைதியாக இருப்பது என்பதை மட்டும்தான்.

பொதுவாக, அலுவல் ரீதியாக ஒருவர் இருக்கும் படிநிலைக்கும், ஏழைகளுடன் அவர்கள் நட்பாக இருப்பதற்கும் இடையே உள்ள உறவு தலைகீழானது. 1980களில் கிராமங்களில் நிலக்கிழார்களுக்கு அடுத்து 'பட்வாரி'கள்தான் மிக முக்கியமான நபர்கள் பெரும்பாலான பட்வாரிகள் ரெட்டிகள் என்பதால் அவர்கள் அதிகாரம்மிக்கவர்களாக இருந்தார்கள். கலெக்டர் என்பவர் இடமாற்றலுக்கு உள்ளாகுபவர். ஆனால் பட்வாரிகளை நீங்கள் இடமாற்றம் செய்துவிட முடியாது (இந்த முறையிலான நில மேலாண்மையையும், வருவாய் வசூலையும் முகலாய ஆட்சி தொடங்கும் முன்பு ஷேர் ஷா சூரி என்பவர் அறிமுகப்படுத்தினார். பிறகு பதினாறாம் நூற்றாண்டில், அக்பரின் காலத்தில் அது நிலைப்படுத்தப்பட்டது). மாவட்ட அமைச்சருடன் தனக்கு இருக்கும் நீண்ட நாள் பரிச்சயத்தின் காரணமாக, பட்வாரியால் ஒரு கலெக்டரை இடமாற்றலுக்கு உள்ளாக்கி விட முடியும். என்.டி.ஆர். ஆட்சியில் பரம்பரைப் பதவிகள், பொறுப்புகள் எல்லாம் ஒழிக்கப்பட்டவுடன், பட்வாரிகளின்

செல்வாக்கு சரிந்தது. என்றாலும் கிராமத்தின் ஆதிக்கச் சாதியாக ஒருவர் இல்லாமல் இருந்தபோதும், மண்டல அளவிலான அலுவலர்கள், அவருக்குக் கீழ்ப்படிந்து சென்றனர். ஏழைகளுக்கு உதவி செய்யச் சென்று, அதிகாரம் மிக்கவர்களைப் பகைத்துக் கொள்ள அவர்கள் தயாராக இல்லை.

அலுவல் ரீதியான படிநிலையில் மேலே சென்றால், அங்கே மேலே இருப்பவருக்கும் நிலக்கிழாருக்கும் இடையிலான தூரம் அதிகரித்தது மட்டுமல்ல, நேரடியாகச் சந்திப்பதும் குறைவாகவே இருந்தது. விளிம்புநிலைச் சமூகங்களிலிருந்து வந்த அதிகாரிகள் மக்களுக்கு உதவுவதைப் பார்க்கும் வாய்ப்புகள் அதிகம். அரசியலில் புதிதாகச் சேரும் ஐ.ஏ.எஸ். அதிகாரிகள் தங்கள் பணி வாழ்க்கையின் தொடக்கக் காலங்களில் லட்சியவாதிகளாக இருப்பார்கள். அதனால் அவர்கள் எங்களுக்கு மிகவும் உதவியாக இருந்தனர். நிலத்துக்காக மேற்கொள்ளப்பட்ட பல மௌனமான புரட்சிகள் எல்லாம் துணை ஆட்சியரின் விரைவு நடவடிக்கைகளால் சாத்தியமாகின. இப்ராகிம்பட்டினத்திலிருந்து மேற்காக 150 கிலோமீட்டர் தூரத்திலுள்ள தண்டூர் கிராமத்தில் 1970களில் மிகப்பெரிய மௌனப் புரட்சி நடந்தது. அன்று எம்.பி.வி.சி. சாஸ்திரி எனும் துணை ஆட்சியர், குத்தகைக்காரர் பதிவேடுகளை எடுத்து, அதில் நிலத்திலிருந்து வெளியேற்றப்பட்ட எல்லாக் குத்தகைதாரர்களுக்கும், அவர்களுக்கான உரிமையை மீட்டுக் கொடுத்தார். பிறகு சாஸ்திரி இடமாற்றம் செய்யப்பட்ட வுடன், மீண்டும் பழையபடி குத்தகைதாரர்கள் தங்கள் நிலங்களிலிருந்து வெளியேற்றப்பட்டார்கள். நிலக்கிழார்கள் நீதிமன்றத்திற்குப் போக, அரசாங்கமோ குத்தகைதாரர்களுக்கு ஆதரவாக இருக்கவில்லை. போலவே, 1970கள் தெலங்கானாவின் ஆதிவாசிகளுக்குப் பொற்காலமாக இருந்தது. அப்போது ஆதிவாசிகள் அதிக எண்ணிக்கையில் வசிக்கும் 'ஏஜென்ஸி ஏரியா'க்களில் இளம் அதிகாரிகள் நியமிக்கப்பட்டபோது, 'ஒருங்கிணைந்த பழங்குடி மேம்பாட்டு முகமை' மூலமாக ஆதிவாசி நிலங்கள் மீதான உரிமைகள் எல்லாம் பரிசோதனைக்கு உட்படுத்தப்பட்டு, அந்த நிலங்களில் குடியேறிய தகுதி இல்லாத மக்கள் அடையாளம் காணப்பட்டு அவர்கள் வெளியேற்றப் பட்டனர். பிறகு அந்த நிலங்கள் ஆதிவாசிகளுக்கே வழங்கப் பட்டன.

என் பணியின்போது நான் பலதரப்பட்ட அதிகாரிகளைப் பார்த்திருக்கிறேன். அவர்களில் எஸ்.ஆர். சங்கரன் உடன் யாரெல்லாம் நெருக்கமாக இருந்தார்களோ, அவர்கள் எல்லாம் எனக்கு உதவத் தயாராக இருந்தார்கள். மற்றவர்கள் அப்படி

இல்லை. ஒரு பிரச்சினை தொடர்பாக நிலச் சீர்திருத்த ஆணையரைப் பார்க்கச் சென்றிருந்தேன். அவருடைய பெயர் இப்போது நினைவில் இல்லை. ஒரு தனிநபராக என் மீது அவருக்கு ஓர் ஆர்வம் இருந்ததே தவிர, நான் கொண்டு சென்ற பிரச்சினையைப் பற்றி காது கொடுத்துக் கேட்கவில்லை. என்னைப் பற்றியே நிறைய கேள்விகளைக் கேட்டார். அவற்றில் சிலவற்றுக்கு பதில் சொன்னேன். ஆனால், அந்தக் கேள்விகள் மிகவும் அந்தரங்கமானவையாக இருந்ததால், நான் சௌகரியமாக உணரவில்லை. கொஞ்ச நேரம் கழித்து, யாருக்கோ தொலைபேசி செய்து, 'மனா பிள்ளா. ஆம பணி சேஸிபேட்டு' (அவள் நம்ம பொண்ணு, அவங்க வேலையை உடனடியா முடிச்சிக் கொடுங்க) என்றார். அவர் புரிந்துகொண்டதெல்லாம், நான் ஒரு பிராமணர் என்பதும் அதனால் எனக்கு உதவ வேண்டும் என்பதும்தான்.

வேறு சில வகையான ஐ.ஏ.எஸ். அதிகாரிகளும் இருந்தனர். ரங்க ரெட்டி மாவட்டத்தில்தான் மிக மோசமான அதிகாரிகள் நியமிக்கப்பட்டார்கள். காரணம், அந்த மாவட்டத்துக்கு வழங்கப்பட்ட முக்கியத்துவம். அங்கிருந்த பணக்கார நிலக்கிழார்கள் எல்லாம் ஹைதராபாத்தில், அரசியல்வாதி களுடன் நெருக்கமாக இருந்தனர். எனவே தங்களுக்கு வேண்டிய அதிகாரிகளை இங்கே நியமனம் செய்துகொள்ள அவர்களால் முடிந்தது. காலம் செல்லச்செல்ல, ரியல் எஸ்டேட் மதிப்பு அங்கு உயரஉயர, அந்த மாவட்டம் மேலதிக முக்கியத்துவம் பெறத் தொடங்கியது. அங்கு 1993 முதல் 1995 வரை கலெக்டராகப் பணியாற்றிய சதிஷ் சந்திரா என்பவர்தான் அதுவரையிலான மோசமான அதிகாரிகளில், மிகவும் மோசமானவராக இருந்தார். அரசியல் ரீதியாக அவர் பேசுவது நியாயம் போலத் தோன்றும். ஆனால், எதையும் செய்யாமல் இருப்பதில் அவர் கில்லாடி. அவருக்கு முன்பு ஏ.ராமலக்ஷ்மன் என்ற மாலா சமூகத்தைச் சேர்ந்தவர் கலெக்டராக இருந்தார். அவரும் எதையும் செய்யவில்லை என்றாலும், நாங்கள் அவரை விமர்சிக்கக் கூடாது என்று எதிர்பார்த்தார். மாறாக, தான் மாலா சமூகத்தைச் சேர்ந்தவர் என்பதால் தன்னை மன்னிக்கும்படி வேண்டினார். 1988 முதல் 1990 வரையில் கலெக்டராக இருந்த சத்யபிரசாத் டக்கர், தன் அதிகார வரம்புக்கு உட்பட்டு என்ன செய்ய முடியுமோ அதைச் செவ்வனே செய்தார். அவரை ஏழைகளுக்கு ஆதரவானவர் என்று சொல்லிவிட முடியாது. ஆனால் சட்டங்கள் மீறப்பட்டிருப்பதைச் சுட்டிக் காட்டினால், அந்த மீறலைச் செய்தவர் எவ்வளவு அதிகாரம்மிக்கவராக இருந்தாலும் அதைப் பற்றிக் கவலைப்படமாட்டார். சட்டத்தின் படி, மாவட்ட

மாஜிஸ்திரேட் என்னவெல்லாம் செய்ய வேண்டுமோ அந்தப் பணிகளை அவர் சிறப்பாகச் செய்தார்.

பெரும்பாலும் வெளியூர் அதிகாரிகள் ஏழைகளிடத்தில் கரிசனத்துடன் நடந்துகொண்டார்கள். உதவி கலெக்டராகப் பணியமர்த்தப்படும் பயிற்சி ஐ.ஏ.எஸ். அதிகாரிகளும் அதற்கு நிகரான பொறுப்புகளில் இருந்தவர்களும் எல்லாம் ஆதரவாகவும் நட்பாகவும் இருந்தனர். அவர்களுக்கென்று எந்த அதிகாரமும் இல்லையென்றாலும்கூட, எங்களுக்குத் தேவையான கோப்புகளைப் பெற்றுத்தருவது, அவற்றை அவர்களுடைய அலுவலகத்திலேயே படித்துப்பார்ப்பது அல்லது வீட்டுக்கு எடுத்துச்சென்றுவிட்டு அடுத்த நாள் திருப்பித்தந்துவிடுவது போன்ற விஷயங்களை அனுமதித்தார்கள். நீதிமன்ற மனுகள் ஏதேனும் எழுதப்பட வேண்டுமென்றால், தவறுகள் இல்லாமல் இருக்க வேண்டும் என்பதற்காக, அதை அவர்களிடம் கொடுத்து எழுதித் தரச் சொல்வோம். நான் அந்தக் கோப்புகளை எல்லாம் வீட்டுக்கு எடுத்துவந்து, சிரிலிடம் கொடுப்பேன். அதை அவர் இரவு முழுவதும் படித்து, அடுத்த நாள் காலையில் மனுவாக எழுதித் தருவார். அந்த எல்லாக் கோப்புகளையும் மறைத்து வைப்பதற்கு என்னுடன் ஒரு பெரிய பை இருந்தது.

இன்னொரு பக்கம் வழக்கறிஞர்கள் எல்லாம் ரெட்டி சமூகத்தைச் சேர்ந்தவர்களாகவே இருந்தனர். நாங்கள் யாருக்கு எதிராக வழக்குகள் தொடுக்கிறோமோ அந்த நிலக்கிழார்களுடன் அவர்களின் வழக்கறிஞர்கள் நேரடியான உறவையோ அல்லது ரெட்டி குடும்பத்தினரோடு திருமண உறவையோ கொண்டிருந்தனர். தனது நிலப் பிரச்சினை தொடர்பான வழக்கை ஏற்று நடுத்துவதற்கு ஒருவர், ரெட்டி அல்லாத வழக்கறிஞரை நியமிக்க வேண்டும். ஆனால், எங்களால் முன்சீஃப் அல்லது மாவட்ட நீதிமன்றங்களில், எங்கள் ஆட்களை ஜாமீனில் எடுப்பதற்கு ஒரு வழக்கறிஞர்கூட இல்லை. அதிகாரமிக்கவர்களை எதிர்த்துப் போராடிய ஏழைகள் எல்லாம், ஆண்டுக் கணக்கில் சிறையில் இருக்கிறார்கள். எனவே, சலாஹா மூலம் அவர்களுக்கு இலவசமான, நம்பகமான உதவி கிடைத்தபோது, ஓர் அணை வெடித்துச் சிதறுவது போல, அந்த மக்களின் உள்ளத்தில் மேலும் போராடுவதற்கான உத்வேகம் பிறந்தது.

இப்ராகிம்பட்டின நீதிமன்றத்தில், குலாம் ஹைதர் என்பவரைத் தவிர, மற்றவர்கள் எல்லோரும் ரெட்டிகள். அதுதான் எங்களுக்குப் பெரிய தலைவலியாக இருந்தது. அவர் எங்களை ஏமாற்றவில்லை, ஆனால் சோம்பேறியாக இருந்தார். ஜாமீன்

கிடைத்தாலும், அதை அவரால் அன்று மாலையே பெற முடியாது. அதனால், அந்த நபர் மேலும் ஒரு நாள் சிறையில் கழிக்க வேண்டியிருக்கும். மேலும், எங்களோடு இணைந்து அவர் பணியாற்றுவதை மிக ஆபத்தானதாக உணர்ந்தார். எனவே, அடிக்கடி நான் அவரை நேரில் சந்திப்பதை விடுத்து, தொலைபேசியில் மட்டும் பேசினால் போதும் என்றார். ரெட்டிகளின் கட்டமைப்புகளுக்குள்தான் அவரும் பணியாற்ற வேண்டியிருந்தது. இதனால், சலாஹா வழக்கறிஞர்களான கொண்டவீட்டி அர்ஜுன் ரெட்டியும் நல்லப்பு பிரஹலாத்தும் அவ்வப்போது இப்ராகிம்பட்டினத்துக்கு வந்து செல்லுவார்கள்.

ரங்க ரெட்டி மாவட்ட நீதிமன்றத்திலும் இதே நிலைதான். அங்கிருந்த ரெட்டி வழக்கறிஞர்களை நம்ப முடியாது. ஆனால், அதிசயிக்கத்தக்க வகையில், உயர் நீதிமன்றத்தில், எங்களுக்கு ஆதரவாகத் திறமையான வழக்கறிஞர்கள் பலர் இருந்தனர். அதில் குறிப்பிட்டுச் சொல்ல வேண்டியவர் சி.வி. மோகன் ரெட்டி. அதே போல என் கிரிமினல் வழக்குகளை சி. பத்மநாபா ரெட்டி பார்த்துக்கொண்டார். அவரைப் போல அன்பான, திறமையான மனிதரை நான் காணவே இல்லை. என் மீது தொடரப்பட்ட எல்லா கிரிமினல் வழக்குகளையும் அவர் அவ்வளவு சுலபமாக உடைத்தெறிந்தார். ஒவ்வொரு நாள் காலையிலும், எஃப்.ஐ.ஆர். அறிக்கை ஒன்றைத் தூக்கிக்கொண்டு அவர் வீட்டில் நிற்க வேண்டிய சூழல் இருந்தது. அவற்றைப் படித்துப் பார்த்துவிட்டு, என் வழக்கு பட்டியலிடப்படும்போது எனக்குத் தெரிவிப்பதாக அமைதியாகச் சொல்வார். நான் எதிர்பார்த்திருக்காத சமயத்தில், அவரிடம் இருந்து அழைப்பு வரும். வழக்கு பட்டியலிடப்பட்டிருக்கிறது. ஆனால் நீங்கள் ஆஜராகாததைப் பற்றிக் கவலைப்பட வேண்டாம் என்றார். அந்த வழக்கை அவருக்குக் கொடுத்துவிட்டதால், அந்த வழக்கு குறித்து நான் மறந்துவிடுவேன். மாலையில் அவரது அலுவலகத்துக்குச் சென்று என் மீதான புகாரை நீக்கிய நீதிமன்றத்தின் உத்தரவைப் பெற்றுக்கொள்வேன். ஒவ்வொரு முறையும் உங்களுக்குப் பணம் வேண்டுமா என்று கேட்பார். நான் அவரை மிகவும் நேசித்தேன்.

ஜாமீனில் எடுப்பதற்குப் பிணை ஆவணங்களைச் சமர்ப்பிப்பதிலும் நாங்கள் பல பிரச்சினைகளை எதிர்கொண்டோம். நிலஉரிமைப் பத்திரங்கள், வீடு மற்றும் இதர சொத்துகளின் விவரங்கள் ஆகியவற்றில் பஞ்சாயத்துத் தலைவர் கையெழுத்திட வேண்டும். ஆனால் பெரும்பாலும் அந்தத் தலைவர்கள் எல்லாம் ரெட்டிகளாக இருப்பார்கள். அல்லது யாருடன் நாங்கள் மோதலில் இருக்கிறோமோ அவர்களிடமே

செல்ல வேண்டியதாக இருக்கும். அதனால், எந்தக் கிராமத்தில் போலீஸார் ஒரு வழக்கைப் பதிவு செய்திருக்கிறார்களோ, அந்தக் கிராமத்தில் பிணை ஆவணங்கள் பெறுவது எங்களுக்குச் சிரமமாக இருந்தது. இதனால் அருகில் உள்ள கிராமத்தினரை அழைத்துவந்து பிணை கொடுக்கச் சொன்னோம். தங்கள் வாழ்நாளில் அதுவரை முன்பின் பார்த்திராத மக்களுக்கு அவர்கள் பிணை கொடுத்தார்கள். எங்கள் பலவீனத்தை, பலத்துக்கான ஆதாரமாக மாற்றுவதன் மூலம் மக்களிடையே வலுவானதொரு ஒற்றுமையைக் கட்டமைக்க முடிந்தது.

21

குடும்பத்தில் ஒரு கொலை

1989ஆம் ஆண்டு, ஒரு கனவினைப் போல இருந்தது. கடந்த சில ஆண்டுகளாக எங்கள் சங்கம் மேற்கொண்டு வந்த பணிகள், பல கிராமங்களைத் தங்களுக்கான நில உரிமை சார்ந்த போராட்டங்களை முன்னெடுக்க உந்தித் தள்ளியது. அவற்றில் பல கிராமங்கள் ஹைதராபாத்திலிருந்து இப்ராகிம் பட்டினத்துக்குச் செல்லும் வழியில் இருந்தன. கிராமமும் அல்லாத நகரமும் அல்லாத, இரண்டுக்கும் இடைப்பட்ட ஊர்கள் அவை. அங்கிருந்து மக்கள் தங்கள் மனுக்களை எங்களிடம் கொண்டுவந்தனர். அவர்கள் அல்லாது, நாங்கள் இருக்கும் இடத்திலிருந்து சுமார் முந்நூறு கிலோமீட்டர் தொலைவிலிருந்த கல்வாகுர்தி போன்ற கிராமங்களில் இருந்தும் மக்கள் எங்களைப் பார்க்க வந்தார்கள். மனுக்கள், நம்பிக்கைகள், கோரிக்கைகள் என எங்கள் சங்கம் மூச்சுத் திணறிக்கொண்டிருந்தது. இப்ராகிம்பட்டினம், யச்சாராம், கண்டுக்கூர் என எங்கள் மையங்களுக்குப் பக்கத்தில் இருந்த எல்லாக் கிராமங்களும் எங்களிடம் வந்தன என்று சொல்லிவிட முடியாது.

தூரதூரமான கிராமங்களில் இருந்தெல்லாம் மக்கள் எங்களை வந்து சந்தித்தபோது, புலிமாமிடி, ஜப்பார்குடெம் போன்ற எங்களுக்கு அருகிலிருந்த கிராமங்களில் இருந்த மக்கள் ஏன் எங்களை அணுக வில்லை என்பதைப் புரிந்துகொள்ள மிகவும் கடினமாக இருந்தது. திம்மப்பூர் கிராமத்துக்குப் பக்கத்தில்தான் ஜப்பார்குடெம் இருந்தது. இந்தப் புத்தகத்தை எழுதிக் கொண்டிருக்கும் நேரத்தில், மோடி அமைச்சரவையில் சுற்றுலாத்துறை அமைச்சராக இருக்கும் ஜி. கிஷன்

ரெட்டி அங்கிருந்துதான் வந்திருக்கிறார். அங்கு நாங்கள் கூட்டங்கள், கலாச்சார நிகழ்ச்சிகள் போன்றவற்றை நடத்திய போதும், அங்கிருந்த மாதிகாக்கள் அதில் எல்லாம் கலந்து கொள்ளவே இல்லை. புலிமாமிடிக்கு அருகிலுள்ள கோட்லாபட்கல் எனும் பெரிய கிராமத்தில், குறிப்பிடத் தகுந்த அளவுக்கு மாதிகாக்கள் இருந்தனர். இந்தக் கிராமத்திலிருந்து வந்த மாதிகாவான சந்திரய்யா என்பவர், எங்கள் கூட்டங்களில் எல்லாம் கலந்துகொண்டதோடு மட்டுமல்லாமல், எங்களுடன் நட்பாகவும் இருந்திருக்கிறார். அவர் பின்னாளில் அந்தக் கிராமத்தின் பஞ்சாயத்துத் தலைவராகவும் வந்தார். இந்தக் கிராமத்தின் வழியே நாங்கள் பாதயாத்திரை மேற்கொண்டிருக்கிறோம். ஆனால் எங்கள் சங்கத்தின் கிளை இங்கே இல்லை. எங்கள் சங்க உறுப்பினர்கள் எல்லாம் எங்களின் பணிகள் குறித்து இதர கிராமங்களில் இருந்த தங்களது உறவினர்களுக்குத் தெரிவித்தபடி இருந்தார்கள். எல்லாக் கிராமத்து மக்களுக்கும் கொத்தடிமைத் தொழில்முறை, குறைவான கூலி, தீண்டாமை போன்றவற்றின் மீது வெறுப்பு இருந்தது என்றாலும், அந்த மக்களில் யாரேனும் ஒருவருக்குத்தான் அதிலிருந்தெல்லாம் மீள வேண்டும் என்ற எண்ணம் தோன்றி, மக்களைத் திரட்ட முயற்சிப்பார். அப்படி ஒருவர் வரும்வரை மக்கள் எந்த வித முயற்சியையும் மேற்கொள்ளாமல் இருந்தார்கள்.

சாதாரணமாக நாங்கள் முன்னெடுக்கும் போராட்டங்கள் எல்லாம் உண்ணாவிரதப் போராட்டம், தொடர் உண்ணாவிரதப் போராட்டம், திறந்தவெளியில் சமையல் செய்யும் போராட்டம் எனப் பலவிதமான போராட்ட வடிவங்களை மண்டல வருவாய் அலுவலகம், காவல்நிலையங்கள் ஆகியவற்றின் முன்பு மேற்கொண்டோம். தவிர, நாங்கள் பேரணிகளையும் தர்ணாக்களையும் நடத்தினோம். மண்டலத் தலைமை அலுவலகங்கள் முன்பு இதையெல்லாம் எங்களால் சுலபமாக மேற்கொள்ள முடிந்தது. ஆனால், இதேவிதமான போராட்டங்களை ஹைதராபாத்திலுள்ள ஊரக வளர்ச்சி அதிகாரியின் அலுவலகம் முன்போ அல்லது மாவட்ட ஆட்சியர் அலுவலகம் முன்போ நடத்துவது எங்களுக்குக் கடினமாக இருந்தது. ஹைதராபாத் நகரத்தில் பொதுக்கூட்டமோ அல்லது பேரணியையோ நடத்த வேண்டும் என்றால் காவல்துறையின் அனுமதி அவசியமாகும். ஆனால், அந்த அனுமதி எங்களுக்கு எப்போதும் கிடைத்ததில்லை. சிவப்பு நாடா வழக்கத்தினால், அனுமதி வாங்குவது என்பது மிகவும் சோர்வு தரக் கூடிய ஒன்றாக இருந்தது. எந்த ஒரு முன்னறிவிப்புமின்றி, மெல்லப் பதுங்கி, மக்களைத் திரட்டி, ஏதேனும் ஓர் இடத்தில் திடீரெனப் போராட்டம் நடத்துவோம். இதனால் போலீஸார் அவ்வப்போது 144 தடை உத்தரவைப்

பிறப்பித்து, மண்டலத் தலைமை அலுவலகத்தின் முன்பு கூடப் போராட்டம் நடத்தவியலாதபடிச் செய்துவிட்டார்கள்.

1989இல் சிரில் மஞ்சள் காமாலையிலிருந்து குணமடைந்து, ஹைதராபாத்துக்குத் திரும்பிவிட்டார். அங்கு அவர் 'ஹைதராபாத் புக் டிரஸ்ட்' அமைப்புக்கு உதவி வந்ததோடு, இன்னொரு முக்கியமான பணியையும் மேற்கொண்டார். 'நாலுபு' எனும் முதல் தெலுங்கு தலித் சிற்றிதழை அவர் தொடங்கினார். மாதமிருமுறை வெளிவந்த அந்த இதழின் அட்டைப் பட முகப்பில், 'ப்ரஜல பக்ஷ பத்ரிகா' (மக்களுக்காக மக்களால் நடத்தப்படும் இதழ்) என்ற வரிகள் இடம்பிடித்தன. தலித் பிரச்சினைகளை அது கவனப்படுத்தியதால், அது 'தலித் இதழ்' என்று அறியப்பட்டது. 1989 ஏப்ரல் மாதத்தில் அம்பேத்கர் ஜெயந்தி அன்று 'நாலுபு' முதல் இதழ் ஹெச்.பி.டி.யால் பதிப்பிக்கப் பட்டு வெளிவந்தது. எனக்கு எப்போதெல்லாம் நேரம் இருந்ததோ அப்போதெல்லாம் நான் ஹெச்.பி.டி.யின் புத்தகங்களையும், 'நாலுபு' இதழையும் நான் போகும் இடமெல்லாம் விற்பனை செய்துகொண்டு இருந்தேன். பொஜ்ஜா தாரகம், சிரில் ஆகியோரின் முயற்சியால் பிறந்ததுதான் 'நாலுபு'. அவர்கள் இருவரும் தலித்துகள் மீதான வன்கொடுமை வழக்குகள் மற்றும் வன்முறை நடந்த இடத்துக்குச் சென்று ஆராயும் உண்மை அறியும் குழு ஆகியவற்றில் இணைந்து பணியாற்றியிருக்கிறார்கள். அந்த இதழைத் தொடங்குவதற்குச் சில காலத்துக்கு முன்பே அதற்கான தயாரிப்புப் பணிகளை அவர்கள் மேற்கொண்டிருந்தனர். உதவி ஆசிரியர்களை நியமித்து, செய்திகளைச் சேகரித்து, சில முறை 'எடிட்டிங்' செய்யப்பட்டு அந்த இதழ் வெளிவந்தது. 'நாலுபு' என்றால் கருப்பும், கருமை சார்ந்தும் என்று பொருள். சமூகத்தில் கருப்பு நிறத்தின் மீது நிலவிய நிறவெறுப்பைச் சுட்டிக்காட்டும் விதமாக இதழுக்கு அந்தப் பெயர் வைக்கப்பட்டது. 'கருப்பு அழகின் நிறம்' என்று வெளிப்படையாக முழங்கியது 'நாலுபு'. "மக்கள் சந்திக்கும் பிரச்சினைகளை எல்லா விதமான கோணங்களில் இருந்தும், பின்னணியில் இருந்தும் நாங்கள் ஆராய்கிறோம். அந்தப் பிரச்சினைகளை மக்கள் புரிந்து கொள்வதற்கும், தீர்வு காண்பதற்கும் உதவி செய்கிறோம். இது முதல் இதழ் என்பதால், எங்களைப் பற்றி நாங்களே பேசுகிறோம். இனி, எங்களைப் பற்றி நீங்கள் பேசுவீர்கள்" என்று பிரகடனம் செய்தது, அந்த முதல் இதழின் தலையங்கம்.

தெலுங்கு பேசும் இரண்டு மாநிலங்களில் இருந்தும் தங்கள் பகுதிகளில் நடைபெறும் வன்முறை, போராட்டங்கள் போன்றவை குறித்து செய்தி அறிக்கை, கட்டுரைகள், புகைப்படங்கள் உள்ளிட்ட தங்களின் படைப்புகளை அனுப்பச்

சொல்லி '*நாலுபு*', தன் வாசகர்களிடம் கேட்டுக் கொண்டது. தாரகம் தான் ஆசிரியராக இருந்தார். அவருடன் ஆசிரியர் குழுவில் எழுத்தாளரும் செயற்பாட்டாளருமான காஞ்சா இலய்யா, பத்திரிகையாளர் ஆர்.அகிலேஷ்வரி, அவருடைய கணவரும் ஓஸ்மானியா பல்கலைக்கழகத்தின் பேராசிரியருமான பி.எல். விஸ்வேஸ்வர ராவ், மனித உரிமைச் செயற்பாட்டாளர் களான கே. பாலகோபால், சிரில், ஹைதராபாத் பல்கலைக் கழகத்தின் பொருளாதாரத் துறைப் பேராசிரியர் டி. நரசிம்ம ரெட்டி ஆகியோர் இருந்தனர். அந்த இதழின் முதல் உதவி ஆசிரியர்களாக குடிபதி வெங்கட் (பின்னாளில் '*பாலபிட்டா*' எனும் பெயரில் இதழும் பதிப்பகமும் நடத்தினார்), எஸ். ஜெயா (பின்னாளில் 'அன்வேஷி' அமைப்பின் ஒருங்கிணைப்பாளராக இருந்தார்) ஆகியோர் இருந்தனர்.

1980 முதல் நான் ஹெச்.பி.டி.யின் நிர்வாக அறங்காவலராக இருந்து வந்தேன். அந்தப் பொறுப்பில் எனக்கிருந்த வேலை என்பது காசோலைகளில் கையெழுத்திடுவது மட்டும்தான். இப்ராகிம்பட்டின வேலைகளில் இருந்து எனக்குக் கொஞ்சம் ஓய்வு கிடைக்கும்போது மட்டும்தான், '*நாலுபு*' மற்றும் ஹெச்.பி.டி. யின் புத்தகங்களை விற்பனை செய்துவந்தேன். '*நாலுபு*' இதழில் நான் எழுதவும் செய்தேன். இப்ராகிம்பட்டினத்தில் நான் இருந்த வரைக்கும் '*நாலுபு*' உடன் நான் தொடர்பில்தான் இருந்தேன். முடிந்தபோதெல்லாம் எழுதுவதுடன், அதை விற்பனை செய்தும், இதழுக்குச் சந்தாதாரர்களைச் சேர்த்தும் வந்தேன்.

'*நாலுபு*' மாதமிருமுறை இதழாக வெளிவந்து கொண்டிருந்தாலும், சில விசேஷ தருணங்களில் அது மாத இதழாகவும் மலர்ந்தது. தொடக்கத்தில் மூன்று ரூபாயாக இருந்த அந்த இதழின் விலை, பின்னாளில் ஐந்து ரூபாயாக உயர்ந்தது. 1991இல் பாபாசாகேப் அம்பேத்கரின் பிறப்பு நூற்றாண்டு மற்றும் மகாத்மா பூலேவின் நினைவு நூற்றாண்டு ஆகியவற்றை முன்னிட்டு வெளியிடப்பட்ட சிறப்பிதழ் ஆறு ரூபாய்க்கு விற்பனை செய்யப் பட்டது. தொடக்கத்தில் 3,000 பிரதிகள் அச்சடித்தோம். பிறகு அந்த எண்ணிக்கை 5,000 பிரதிகளாக உயர்ந்தது. காஞ்சா இலய்யாவின் தொடக்கக் கால எழுத்துகள் சில இந்த இதழில்தான் வெளிவந்தன. பின்னாளில் அவர் வெளியிட்ட '*ஒய் ஐ ஆம் நாட் எ ஹிந்து*' (நான் ஏன் இந்து அல்ல?) என்னும் புகழ்பெற்ற புத்தகத்துக்கு, 'நாலுபு'வில் வெளியான அவரது ஆரம்ப காலப் படைப்புகள்தான் அடித்தளமாக இருந்தன. தாரகம் எழுதிய மிக முக்கியமான கட்டுரைகள் பல (அவரது மறைவுக்குப் பிறகு,

அவை ஒருங்கே தொகுக்கப்பட்டு ஹெச்.பி.டி.யால் 2018, 2019ஆம் ஆண்டுகளில் புத்தகங்களாக வெளியிடப்பட்டன) முதன்முதலில் இந்த இதழில்தான் வெளியிடப்பட்டன. ஒவ்வொரு இதழிலும் தலையங்கப் பகுதியையும் தாரகமே எழுதினார். மாநிலம் முழுவதிலுமிருந்து பலர் செய்திஅறிக்கைகளையும், கட்டுரைகளையும் எழுதி அனுப்பினர். இதழின் ஒரு பாதி படைப்புகள், முழுநேர ஊழியராக அல்லாத பங்களிப்பாளர்களால்தான் எழுதப்பட்டன. மண்டல் ஆணையத்தின் அறிக்கை முழுமையாக மொழிபெயர்க்கப்பட்டு, 1991ஆம் ஆண்டு சிறப்பிதழாக வெளியிடப்பட்டது. அந்தப் புத்தகம் பெருமளவில் விற்பனையானது. அதன் பிறகு அந்தப் புத்தகம் மூன்று நான்கு முறை மறுபதிப்பும் கண்டுவிட்டது.

சுரண்டல், வன்முறை, பாரபட்சம், சமத்துவமின்மை போன்றவற்றால் பாதிக்கப்பட்டவர்கள்தான் இந்த இதழின் நாயகர்கள் என்று பகிரங்கமாக '*நாலுப்*' பறைசாற்றியது. அப்போது அந்த இதழின் ஆசிரியர் குழுவில் இருந்த அனைவருமே அந்தச் சமயத்தில் இயங்கிவந்த பல்வேறு முற்போக்கு இயக்கங்களில் ஈடுபட்டிருந்தவர்கள். அனைத்து சகோதர இயக்கங்களுக்கும் அந்த இதழ் குரல் கொடுத்தது மட்டுமல்லாமல், ஐந்து ஆண்டுகளுக்கு அவற்றை ஆதரித்து வளர்த்துவிடவும் செய்தது.

'*நாலுப்*' இதழ்ப் பணிகள் சிரிலை உற்சாகமாக வைத்திருந்தன. செய்திக் கட்டுரைகளை எழுத ஆட்களை நியமிப்பது, மொழிபெயர்ப்பாளர்கள், எழுத்தாளர்கள் ஆகியோரிடம் படைப்புகள் கேட்பது, நிருபர்களை வேலைவாங்குவது, அஞ்சல் துறை விதித்த கெடுவுக்குள் இதழ்களைக் கொண்டுபோய்ச் சேர்ப்பது (அப்படிச் செய்தால் அஞ்சல் செலவுகளில் சில தள்ளுபடிகள் வழங்கப்பட்டன) போன்ற பணிகளைச் சிரில் மேற்பார்வை செய்துகொண்டிருந்தார். நிருபர்களுக்கும், விற்பனைப் பிரதிநிதிகளுக்கும் சம்பளம் வழங்கப்பட்டது. ஓரளவுக்குச் சந்தாக்களும், விளம்பரங்களும் கிடைத்தன என்றாலும், பெரும்பாலும் ஹெச்.பி.டி.யிடமிருந்து நிதிஉதவி பெற்றே '*நாலுப்*' நடத்தப்பட்டது. அந்த இதழின் விற்பனையை சிரில்தான் மேற்கொண்டுவந்தார். காவல்துறையின் ஒடுக்குமுறைக்கு மத்தியிலும், அந்த இதழ், ஆந்திரப் பிரதேசத்தின் எல்லாப் பகுதிகளுக்கும் சேரும்படி அவர் பார்த்துக்கொண்டார். '*நாலுப்*'வை விற்பனை செய்வது கடினமாக இருந்தது. கொஞ்ச காலத்துக்கு சுதர்ஷன் ரெட்டி என்பவர்தான் எங்கள் இதழுக்கு முகவராக இருந்தார். எங்களின் புதிய இதழ்களை வழக்கமான புத்தகக் கடைகளுக்கு அனுப்பாமல், மாநிலம் முழுவதும்,

నలుపు
ప్రజల పక్ష పత్రిక

ఏప్రిల్ 1-15, 1989   రూ॥ 3.00

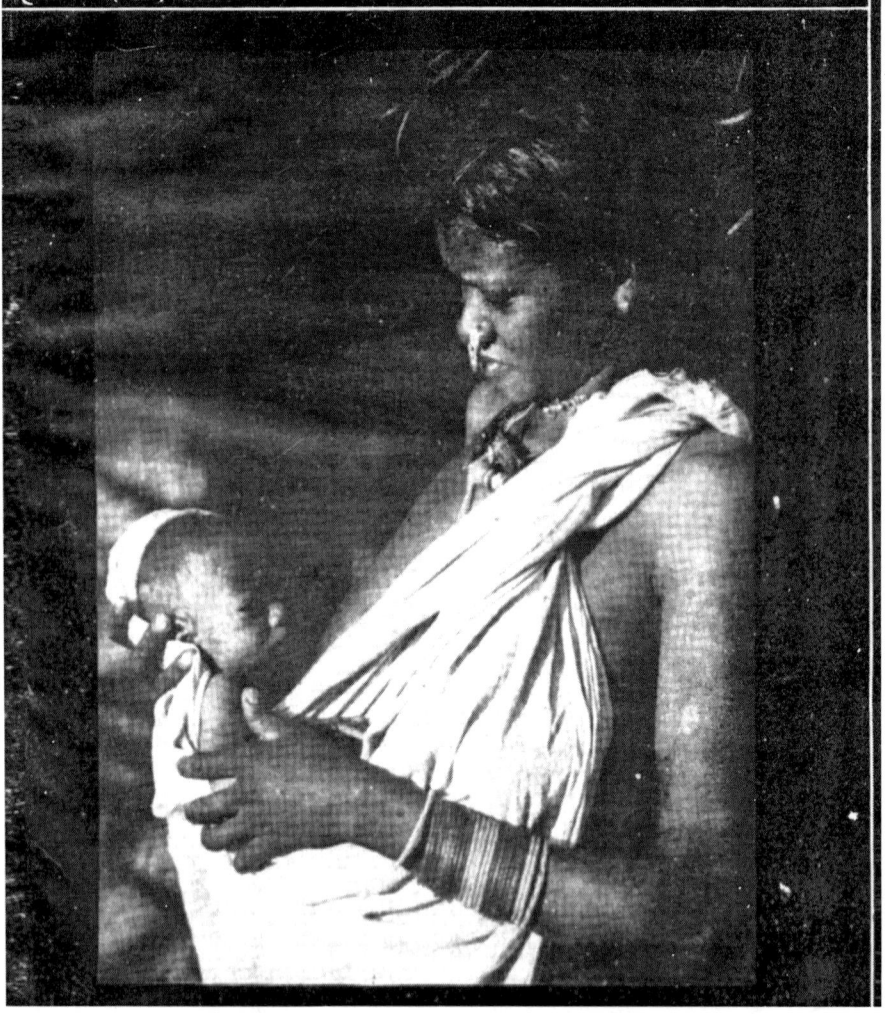

1991 ஏப்ரல் மாதம், அம்பேத்கர் பிறப்பு நூற்றாண்டு, பூலே நினைவு நூற்றாண்டு ஆகியவற்றின்போது கொண்டுவரப்பட்ட சிறப்பிதழ்

ప్రజల పక్ష పత్రిక
ఏప్రిల్ 16-30, 1989
రూ॥ 3.00

1992 ஜூன் மாத இதழ், பஞ்சாப் பிரிவினை பிரச்சினை தொடர்பாக வெளிவந்தது. அந்த ஆண்டு மே 27 அன்று, 'பப்பார் கால்ஸா' அமைப்பைச் சேர்ந்த உறுப்பினர்களால் பாட்டியாலா அனைத்திந்திய வானொலியின் இயக்குநர் எம்.எல். மன்சன்தா கடத்திக் கொல்லப்பட்டதைத் தொடர்ந்து பஞ்சாபில் பிரிவினைவாதப் பிரச்சினை எழுந்தது

ఏప్రిల్ 1991 వెల రూ. 6-00

నలుపు

ప్రజల పక్ష పత్రిక

డా॥ అంబేద్కర్ శత జయంతి
మహాత్మాఫులే శత వర్ధంతి

ప్రత్యేక సంచిక

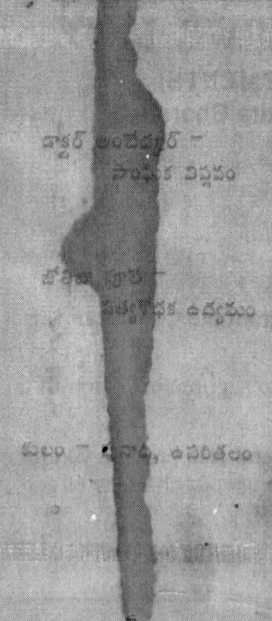

డాక్టర్ అంబేద్కర్ —
సాంఘిక విప్లవం

జోతిబా ఫూలే —
సత్యశోధక ఉద్యమం

కులం — పునాది, ఉపరితలం

‘స్ఫూర్తి’ వాదనలో మూర్తీభవించిన బ్రాహ్మణిజం
నలుపు
ప్రజల పక్ష పత్రిక
జూన్16-30, 1992
వెల: 4-00
పంజాబ్ భాషా సమస్య
మన్‌చందా హత్య

குறிப்பாக, தெலங்கானாவிலுள்ள பேருந்து மற்றும் ரயில் நிலையங்களில் செய்தித்தாள், பத்திரிகைகள் விற்கும் கடைகளுக்குத்தான் அனுப்பினோம்.

அந்தச் சமயத்தில், 'பீப்பிள்ஸ் வார் குரூப்' உள்ளிட்ட இதர எம்.எல். இயக்கங்கள் மீண்டும் எழுச்சி பெறத் தொடங்கின. அதனால் செயற்பாட்டாளர்களைக் கைது செய்து சிறையில் தள்ளுவதற்கான வாய்ப்புகளைக் காவல்துறை எதிர்பார்த்துக் கொண்டே இருந்தது. அவர்கள் விசாரிக்கச் சென்ற பல எம்.எல். குழுக்களின் இடங்களில், '*நாலுபு*' இதழின் பிரதிகளைக் கைப்பற்றினர். இதனால் தெலங்கானாவின் வெவ்வேறு இடங்களில் இந்த இதழை விநியோகித்துவந்த முகவர்கள் யாரேனும் போலீஸாரிடம் அவ்வப்போது மாட்டிக்கொள்வார்கள். நாங்கள் உடனடியாக அந்தக் காவல்நிலையத்துக்குச் சென்று, இது தடை செய்யப்பட்ட இயக்கத்தின் பத்திரிகை அல்ல. எனவே, அதை விற்பனை செய்ய அந்த முகவருக்கு முழுச் சுதந்திரமும் உண்டு என்று கூறி அவரை விடுவிப்போம். 1989இல் எங்கள் சங்க உறுப்பினர்களுக்காக இப்ராகிம்பட்டினத்தில் கோட்பாட்டு வகுப்புகளை நடத்தினோம். ஒரு முறை எலிமிநேடுவில் உள்ள பட்டியலினச் சமூகக் கூடத்தில் மூன்று நாள் நடைபெற்ற வகுப்பில், ஹைதராபாத் பல்கலைக்கழகப் பேராசிரியர் ஜி. ஹரகோபால், எழுத்தாளரும் மனித உரிமைச் செயற்பாட்டாளருமான கே.பாலகோபால், சி.பி.ஐ. கட்சியின் சந்திர ராஜேஷ்வர் ராவ் ஆகியோர் உரையாற்றினர். ராஜேஷ்வர் ராவ், தெலங்கானாவிலுள்ள நிர்வாகம் மற்றும் வருவாய் முறை பற்றியும், பல்வேறு வருவாய் ஆவணங்களைப் பற்றியும், அவற்றைப் பயன்படுத்துவது பற்றியும் உரை நிகழ்த்தினார். அடிப்படை மனித உரிமைகள் குறித்து ஹரகோபாலும், கைதுக்கு உள்ளான நபர்களின் உரிமைகள் குறித்து பாலகோபாலும் பேசினர். இது போன்ற சிறிய கூட்டங்களிலும் கூடத் தாரகம் கலந்துகொண்டார்.

அதேவேளையில், ஜப்பார்குடெம் போராட்டத்தின் நிலை என்னவாகும் என்று தெரியாத சூழல் இருந்தது. ஒரு பக்கம், வருவாய் அதிகாரிகள், பிரச்சினைக்குரிய நிலத்தை அரசு நிலங்கள் என்று அறிவித்துவிட்டார்கள். இன்னொரு பக்கம், 1975ஆம் ஆண்டிலேயே அந்த ஊரில் இருந்த பெரியவர்களுக்கு எதிராக, அந்த நிலத்தைப் பயன்படுத்துவதிலிருந்து தடைசெய்யும் உத்தரவை மஞ்சிரெட்டிகள் வாங்கிவிட்டிருந்தனர். அந்தப் பெரியவர்களை, அந்த நிலங்களுக்குத் தகுதியானவர்கள் என்ற பட்டியலில் இருந்து நீக்கினோம். இருந்தும், காவல்துறையின் உதவியோடு மஞ்சிரெட்டிகள் அந்தக் கிராமத்தினரை அச்சுறுத்தி வந்தனர். மக்களுக்கு ஆதரவாக வருவாய் அதிகாரிகள் எந்த

நடவடிக்கையையும் எடுக்கவில்லை. ஆனால் போலீஸார் தொடர்ந்து நிலக்கிழார்களுக்கு ஆதரவாகவே இருந்தனர்.

1989 ஏப்ரல் மாதத்தில், எலிமிநேடு, ஜப்பார்குடெம் கிராமங்களின் மாதிகாக்கள் சிலருடன் மதிய வேளையில், மாட்டு வண்டிகள் செல்லும் பாதையில் நடந்துகொண்டிருந்தேன். அந்தப் பாதை, பிரச்சினைக்குரிய நிலத்துக்குப் பக்கத்தில் இருந்தது. அப்போது என்னுடன் எங்கள் சங்கத்தைச் சேர்ந்த பண்டி மைசய்யா, மஸ்கு அப்பய்யா ஆகியோர் இருந்தனர். மற்றவர்கள் எல்லாம் உள்ளூர் ஆட்கள். அன்று எப்போதும்போல எங்கள் வழக்குகளுக்காக 'சர்வே' கற்களைத் தேடிக் கொண்டிருந்தோம். அப்போது திடீரென்று, பூபால் ரெட்டி, அவரது மகன்கள், உறவினர்கள் மற்றும் அடியாட்களுடன் டிராக்டரில் எங்களை நோக்கி வந்தார்கள். நாங்கள் தாக்கப்படப் போகிறோம் என்று தெரிந்தது. அவர்கள் எங்களை நெருங்கி வரவர, எங்களோடு இருந்த மக்கள் பாதுகாப்பு தேடி சிதறி ஓடத் தொடங்கினர். ஜப்பார்குடெமின் யச்சாராம் அஞ்சய்யா என்னை இழுத்துக் கொண்டு போய் பக்கத்தில் இருந்த கிணற்றில் பதுங்கச் செய்தார். நான் எங்கே போனேன் என்று கேட்டபடி அடியாட்கள் என்னைத் தேடிக் கொண்டிருப்பது கிணற்றில் இருந்த எனக்குக் கேட்டது. கிணற்றிலிருந்து நான் எட்டிப் பார்க்கக்கூட அஞ்சய்யா என்னை விடவில்லை. அவர்கள் எல்லோரும் கலைந்து சென்ற பிறகே நான் வெளியே வர அவர் அனுமதித்தார். எங்களைத் தாக்க வந்த கும்பல், ஜுட்டு நரசய்யா என்பவரைக் கீழே படுக்கப்போட்டு, அவரது உடலுக்கு மேலும் கீழும் தடிகளை வைத்து அழுத்தி, அவரிடம் என்னைப் பற்றி விசாரித்ததாகக் கேள்விப்பட்டேன். மாதிகாக்கள் தண்டு மல்லய்யாவும், தோட்லா ராமய்யாவும் தாக்குதலுக்கு ஆளானார்கள். அன்று மாலை, இப்ராகிம்பட்டின அரசு மருத்துவமனையில் நரசய்யா இறந்துவிட்டார். தாக்குதலுக்கு உள்ளான அந்த மூவரும் எலிமிநேடுவைச் சேர்ந்தவர்கள். மூவருமே வயதானவர்கள். நரசய்யாவுக்கு ஐம்பது வயதிருக்கும்.

தாக்குதல்காரர்கள் சென்றவுடன், நான் ஜப்பார்குடெமுக்குச் சென்றேன். நரசய்யாவுக்கு என்ன ஆனது என்பது எனக்குத் தெரியவில்லை. அது குறித்து உள்ளூர் போலீஸார் நடவடிக்கை எடுக்க மாட்டார்கள் என்பதும் எனக்குத் தெரியுமாதலால், நான் ஹைதராபாத்துக்குச் சென்று எஸ்.பி. அனுராக் ஷர்மாவிடம் புகார் அளித்தேன். அந்தப் புகாரின் அடிப்படையில் முதல் தகவல் அறிக்கை போடப்பட்டது. அப்போது பஹடிஷரீஃப் காவல்நிலையத்தின் தலைமை கான்ஸ்டபிள் எஸ்.பி.யிடம் நரசய்யா இறந்துவிட்ட செய்தியைக் கூறினார். உடனே நான் இப்ராகிம்பட்டினத்துக்கு விரைந்தேன். அப்போது பிரபல

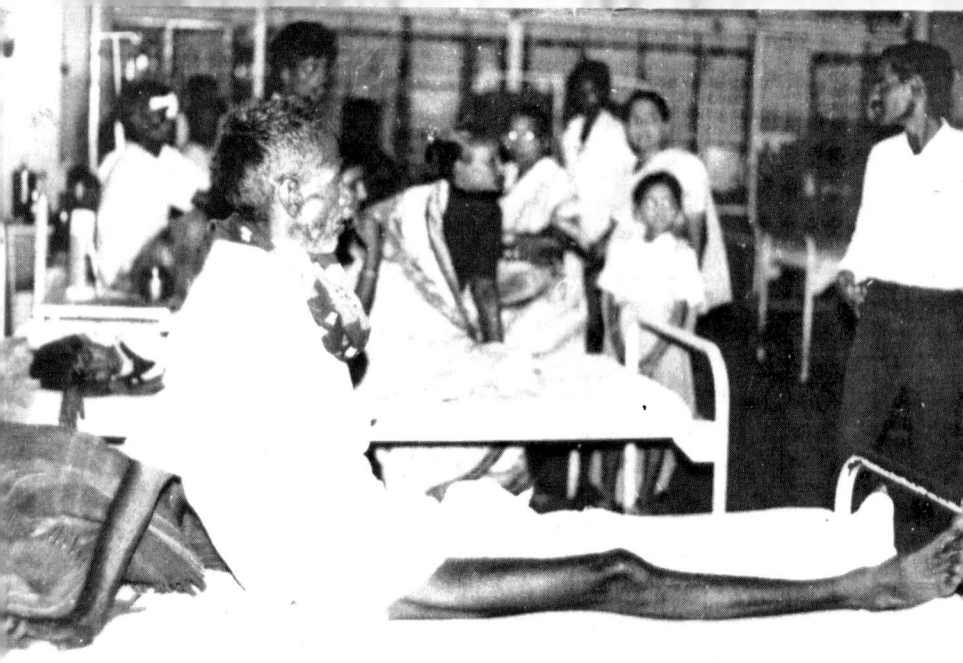

மருத்துவமனையில், எலிமினேடு தாக்குதலில் பாதிக்கப்பட்ட தண்டு மல்லய்யா

புகைப்படக்காரராக வளர்ந்து வந்த ரவீந்தர் ரெட்டி, நரசய்யாவின் பிரேதத்தையும், தாக்குதலில் காயமடைந்த இன்னொருவரையும் புகைப்படம் எடுத்துக்கொண்டிருந்தார். அன்று பிரேத பரிசோதனைக்கான புகைப்படக்காரர் இல்லாததால், அதையும் ரவீந்தர் ரெட்டியே புகைப்படம் எடுத்தார்.

நான் எங்கே இருக்கிறேன் என்பதைச் சொல்ல மறுத்ததால் தான் ஜூட்டு நரசய்யா இறந்து போனார். அதை யாரும் வெளிப்படையாகச் சொல்லவில்லை. எனினும், நிலக்கிழார்களிடம் மன்னிப்புக் கேட்டிருந்தாலோ அல்லது நான் எங்கே ஒளிந்திருக்கிறேன் என்பதைச் சொல்லியிருந்தாலோ அல்லது என்னைக் கூட்டிச் சென்ற ஐப்பார்குடெமின் மக்களில் யாரையாவது கைகாட்டியிருந்தாலோ அவர் சித்திரவதைக்கு உள்ளாகியிருக்க மாட்டார். அந்தச் சமயத்தில் நரசய்யா நான் எங்கே இருக்கிறேன் என்பதைச் சொல்லாமல் மறுத்தது சரிதான் என்று மாதிகாக்கள் நினைத்தார்கள். ஆனால் இது எப்போதும் நடக்கக் கூடிய விஷயம் அல்ல. அப்படி ஒரு சித்திரவதை தனக்கு நடக்கும்போது, யாராக இருந்தாலும் வலி தாங்க முடியாமல் உண்மையைச் சொல்லியிருப்பார்கள். அந்த இக்கட்டிலிருந்து

கீதா ராமசாமி

தான் தப்பித்துக்கொள்ள வேண்டும் என்பதுதான் அவருக்கு ஏற்படும் முதல் யோசனையாக இருக்கும். அதுதான் இயல்பும்கூட. ஆனால் ஜுட்டு நரசய்யா இவை எதையும் செய்யவில்லை. எங்களது போராட்டத்துக்கு அவர் ஆதரவளித்தார். தன் உயிரைக் கொடுத்து என் உயிரைக் காப்பாற்றியிருக்கிறார். நான் எம்.எல். இயக்கத்தில் இருந்தபோது, நாங்கள் காவல்துறையிடம் சிக்கினால் என்ன விதமான சித்திரவதைகளை எல்லாம் எதிர்கொள்ள நேரிடும் என்பதை அவ்வப்போது ஒத்திகை பார்த்திருக்கிறோம். ஆனால் நரசய்யாவோ, அப்படியான தயாரிப்புகள் ஏதுமின்றி, சித்திரவதைக்கு உள்ளாக்கப்பட்டு, காவல்துறையால் அல்லாமல் நிலக்கிழார்களால் கொல்லப்பட்டிருக்கிறார். நாங்கள் மேற்கொண்டிருந்த அமைதிவழிப் போராட்டத்தில் இப்படி ஒருவர் கொல்லப்படுவார் என்று நான் நினைத்துக்கூடப் பார்த்ததில்லை. நான் அதிர்ச்சியில் உறைந்துபோனேன். இங்கிருந்து நாம் எங்குச் செல்வது?

பிறகு ஈமச் சடங்குகள் நடைபெற்றன. பிரேதப் பரிசோதனை முடிந்த அடுத்த நாள் நரசய்யா புதைக்கப்பட்டார். அடுத்த இரண்டு நாட்களுக்கு கிராமமே சோகத்தில் மூழ்கியிருந்தது. போலீஸார் வந்து எங்கள் ஒவ்வொருவரிடமும் வாக்குமூலங் களைப் பெற்றுச்சென்றார்கள். எஃப்.ஐ.ஆரில் குறிப்பிடப் பட்டிருந்த சுமார் 15 பேர் கைதுசெய்யப்பட்டனர். பூபால் ரெட்டி யும் அவரது உறவினர் ராம்நாத் ரெட்டியும் தலைமறைவாகி விட்டனர். தெலுங்கு தேசக் கட்சியைச் சேர்ந்த இப்ராகிம்பட்டின எம்.எல்.ஏ. கே.சத்யநாராயனா, மாவட்ட அமைச்சர் சுரேந்தர் ரெட்டி ஆகியோர் அந்தக் கிராமத்துக்கு வரவோ அல்லது இந்தச் சம்பவம் குறித்துக் கேட்கவோ அல்லது இது தொடர்பாகக் கண்டன அறிக்கையோ கூட விடவில்லை. அரசியல்வாதிகள் வழக்கமாகச் செய்யும் அந்தக் குறைந்தபட்ச விஷயங்களைக் கூட அவர்கள் செய்யவில்லை. அந்தச் சம்பவம் நடநது ஒன்பது நாட்களுக்குப் பிறகு, புயலில் சேதாரமடைந்த விளைநிலங்களைப் பார்க்க சுரேந்தர் ரெட்டி இப்ராகிம்பட்டினத்துக்கு வந்தார். அவருடன் பூபால் ரெட்டியின் சகோதரர் ரகுநந்தன் ரெட்டியும் இருந்தார். அவரைச் சந்திக்க வந்த எலிமிநேடு மக்கள், தன்னைச் சுற்றி கொலைகாரர்களை வைத்திருக்கும்போது, அவரால் தங்களுக்கு எப்படி நியாயம் வழங்க முடியுமென்று அவரிடம் கேட்டார்கள்.

அந்த மரணம் தொடர்பாக, நாங்கள் உண்மை அறியும் குழு ஒன்றை உருவாக்கினோம். பல இயக்கங்கள் அந்தக் கொலையைக் கண்டித்து அறிக்கைகள் வெளியிட்டிருந்தன. பத்திரிகைகள் அதைப் பற்றி எழுதின. 1989 மே மாதம், மாவட்ட நீதிமன்றத்தில்

பூபால் ரெட்டியின் வழக்கறிஞர் முன்ஜாமீன் பெறுவதற்கு வந்திருந்தபோது, அந்த ரெட்டிக்கு ஆதரவு தெரிவிக்கும் வகையில் சுமார் 150 நிலக்கிழார்கள் அங்குத் திரண்டிருந்தனர். நண்பர்கள் சிலரின் யோசனைப்படி, எங்களுக்காக அரசு சிறப்பு வழக்கறிஞர் போனல கிருஷ்ண ராவ் ஆஜரானார். ஆனால், அதே வழக்கறிஞர்தான் 1950களில் ரகுநந்தன் ரெட்டி தொடர்பான பாலியல் வன்கொடுமை வழக்கில் அவருக்காக ஆஜரானார் என்பதைத் தெரிந்துகொண்டோம். மூன்று மாதங்களுக்குப் பிறகு, 1989 ஜூலையில் பூபால் ரெட்டி நீதிமன்றத்தில் சரணடைந்தார். பிறகு சில காலம் சிறையில் இருந்தார்.

அந்தக் காலத்தில் எனக்கு ஏற்பட்டிருந்த மனக் கொதிப்புகளை எல்லாம் *'எகனாமிக் அண்ட் பொலிட்டிக்கல் வீக்லி'* இதழுக்கு (1989 மே 27) 'லெட்டர் டு தி எடிட்டர்' பகுதிக்கு ஒரு நீண்ட கடிதத்தின் மூலம் வெளிப்படுத்தினேன். அந்தக் கடிதத்தை இப்படியாக முடித்திருந்தேன்: "நக்சலைட்டுகள் நிலக்கிழார்களைக் கொலை செய்தபோது, அவர்கள் மீது உடனடியாக போலீஸ் அடக்குமுறை ஏவிவிடப்பட்டது. மக்கள் கூட்டம்கூட்டமாகக் கைது செய்யப்பட்டு, வாரக் கணக்கில் சித்தரவதைக்கு உள்ளாக்கப்பட்டு, சுட்டுக் கொல்லப்படவும் செய்தனர். அதே நிலக்கிழார்கள் ஏழைத் தொழிலாளர்களைக் கொன்றுவிட்டால், அவர்களை ஏன் அரசியல்வாதிகள் காபந்து செய்கின்றனர்? ஏன் அவர்களைத் தொடர்ந்து சந்திக்கிறார்கள்? எந்தத் தண்டனையும் இல்லாமல் அவர்கள் எப்படித் தலைமறைவாகிவிடுகிறார்கள்? அவர்களுடைய குடும்பத்தினர் யாரும் போலீஸாரால் கைது செய்யப்பட்டு, அவர்கள் தலைமறைவாகி இருக்கும் இடத்தைக் கேட்டு சித்தரவதை செய்யப்படுவதில்லை. அவர்களுடைய வீடுகள் எல்லாம் சோதனையிடப்படுவதில்லை. அவர்களுடைய துப்பாக்கிகள் எல்லாம் கைப்பற்றப்படுவதில்லை. போலீஸாரை அப்படி எல்லாம் செய்யச் சொல்லி நாங்கள் கேட்கப்போவதில்லை. ஆனால், அவர்களது இரட்டை நிலையைத்தான் சுட்டிக்காட்ட நினைக்கிறோம். இப்படியான சூழ்நிலைகளில், அரசியலமைப்புக்கு உட்பட்டுப் பணியாற்றும் என் போன்ற செயற்பாட்டாளர்களுக்கு வருங்காலம் எப்படி இருக்கும்? நான் என்னுடைய பணிகளை எல்லாம் நிறுத்திவிட்டு, துப்பாக்கி தூக்கி, தனியார் படை ஒன்றை உருவாக்கிக்கொள்ள வேண்டுமா?"

❍

நிலக்கிழார்கள் செய்யும் சூழ்ச்சிகளின் ஓர் இருளடைந்த பக்கம்தான் நரசய்யாவின் கொலை. அவர்கள் பெரும்பாலும் நாசூக்கான முறையில்தான் மக்களிடையே பிரிவுகளை

விதைப்பார்கள். அதனால் ஒற்றுமையாக இருக்கும் மக்களிடையே வேறுபாடுகள் தோன்றிவிடுகின்றன. நிலப் போராட்டங்களில், இதுபோன்ற உள்ளடிவேலைகள் நிறைய நடக்கும் என்பது செயற்பாட்டாளர்களுக்குத் தெரியும் என்றாலும், அதைக் கண்டுகொள்ள மாட்டார்கள். இந்தச் சின்ன விஷயத்துக்காக, நாம் மேற்கொண்டிருக்கும் பெரிய லட்சியத்தைத் தொந்தரவு செய்ய வேண்டுமா? மக்களிடையே தோன்றும் அந்தப் பிரிவுகளை எல்லாம் கவனித்துச் சரிப்படுத்திக்கொண்டிருந்தால், நம்மால் வேறெந்த வேலையையும் செய்ய முடியாது. ஜப்பார்குடெம் போராட்டத்தில் நான் கற்றுக்கொண்ட விஷயம், ஒரு போராட்டத்தின் உயிர் நாடி என்பது மக்களின் ஒற்றுமைதான்.

இருந்தும் அப்படியான உட்கட்சிப் பூசல் ஒன்றை நாங்கள் நல்லபடியாக முடிவுக்குக் கொண்டுவந்ததை இப்போது நினைத்துப் பார்க்கிறேன். ஜப்பார்குடெம் சிறிய கிராமமாக இருந்தாலும், அங்குள்ள சமூகங்களுக்கிடையே நிகழும் மோதல்கள் பிரபலமானவை. கிராமத்தினர் ஒரு பாதி, இன்னொரு பாதியுடன் பேசிக் கொள்வதில்லை. அங்கு மாதிகாக்கள்தான் ஒரு பாதி கிராமத்தை நிறைத்திருந்தார்கள். இன்னொரு பாதியில் தெலகா, கொல்லா மற்றும் விரல் விட்டு எண்ணக் கூடிய அளவில் ரெட்டிகளும் இருந்தார்கள்.

இங்கே மிகவும் கசப்பான மோதல் என்றால் அது மாதிகா சமூகத்தவரான யச்சாராம் எல்லய்யாவுக்கும் கிராமத்தினருக்கும் இடையே நடைபெற்ற மோதல்தான். இந்தப் பிரச்சினையில் இரண்டு நிலங்கள் அடங்கியிருந்தன. பிரச்சினைக்குரிய 150 ஏக்கர் நிலம் ஒன்றில், மாதிகாக்கள் உட்பட எல்லாச் சமூகத்தினரும் விவசாயம் செய்துவந்தார்கள். இன்னொரு பிரச்சினைக்குரிய சிறிய நிலத்தில் மாதிகா மக்கள் மட்டுமே விவசாயம் செய்தார்கள். 1950களில், ஏழு மாதிகாக்கள், மூன்று கொரில்லாக்கள் மற்றும் இரண்டு தெலகாக்கள் என 12 குடும்பங்கள் மட்டுமே இருந்தன. அரசு நிலத்தில் இருந்த புதர்களை எல்லாம் களைந்து, அங்கே சாகுபடி செய்யத் தொடங்கினார்கள். அவர்கள் தாங்களாகவே கிணறு ஒன்றைத் தோண்டி, நெல் பயிரிட்டுவந்தார்கள்.

அந்தச் சமயத்தில், மஞ்சிரெட்டி குடும்பத்துக்குத் தேவையான கொத்தடிமைத் தொழிலாளர்களை யச்சாரம் எல்லய்யாவின் குடும்பம்தான் அனுப்பியது. அதற்குக் கைமாறாக, பூபால் ரெட்டி, எல்லய்யாவுக்கு மூன்று ஏக்கர் நிலங்களைப் பட்டா போட்டுக் கொடுத்தார். அந்த நிலத்தை மாதிகாக்கள் எல்லோரும் சேர்ந்து பண்படுத்தினர். அதனால், அந்த நிலம் அவர்கள் அனைவருக்கும் பொதுவானதாக இருந்திருக்க வேண்டும். ஆனால் பூபால் ரெட்டி,

எல்லய்யாவுக்கு நிலம் கொடுப்பதன் மூலம் மாதிகாக்ளுக்கு இடையிலான பிளவை உயிர்ப்புடன் வைத்திருக்க விரும்பினார். தொடர்ந்து அந்தப் பிரச்சினையில் எல்லா மாதிகாக்களும் இணைந்துகொண்டனர். அந்தச் சமயத்தில், இன்னொரு பெரிய நிலத்தில் தங்களுடைய மூன்று ஏக்கர் நிலங்களுக்கான பட்டா வைத்திருக்கும் மக்களும் போராட்டத்தில் குதித்தனர். அதனால் ஊர்ப் பெரியவர்கள், எல்லய்யாவிடம் இருக்கும் மூன்று ஏக்கர் நிலத்தில், ஒன்றரை ஏக்கர் நிலத்தை அவரே வைத்துக்கொள்ளலாம் என்றும், இன்னொரு ஒன்றரை ஏக்கர் நிலத்தை இதர 11 குடும்பங்கள் பயன்படுத்திக்கொள்ளலாம் என்றும் ஆலோசனை கூறினர். இந்த ஏற்பாடு, 'மாதா' எனும் புனிதமான வாக்கு நாணயத்தின் அடிப்படையில் மேற்கொள்ளப்பட்டிருக்கிறது. அது இன்றும் தெலங்கானாவில் வழக்கத்ததில் இருக்கிறது. 1980களில் நான் இந்தக் கிராமங்களில் பயணம் செய்து கொண்டிருந்தபோது, வாக்கு நாணயம் ஏற்றுக்கொள்ளப்பட்டது. ஒருவர் சொன்ன வாக்குப்படி அவர் நடந்துகொள்ளவில்லை என்றால், அவர் ஏழையானவராகவும், நடத்தைகெட்டவராகவும் அறியப்படுவார். ஆகவே, அந்த 12 குடும்பத்தினரும் பத்தாண்டுக் காலம் வரைக்கும் சேர்ந்தே வேளாண்மை செய்தனர். 1986இல் 12 குடும்பங்களாக இருந்த அந்த எண்ணிக்கை இன்று 75 குடும்பங்களாக உயர்ந்துவிட்டன.

மஞ்சிரெட்டிகள் 150 ஏக்கர் அரசு நிலத்தை ஆக்கிரமித்திருக்கிறார்கள் என்ற வழக்கு, நேரடியாக இந்தப் பிரச்சினைக்குரிய மூன்று ஏக்கர் நிலத்துடன் பிணைக்கப்பட்டிருந்தது. ரங்க ரெட்டி மாவட்ட இணைஆட்சியர், பூபால் ரெட்டி 1967ஆம் ஆண்டு பெற்ற நிலஉரிமையை ரத்து செய்தார். பிறகு அந்த நிலக்கிழார், எல்லய்யாவை அழைத்து, அந்த மூன்று ஏக்கர் நிலமானது எல்லய்யாவுக்குத்தான் சொந்தம் என்றும், எல்லய்யா அந்த நிலத்தில் விவசாயம் செய்தே தீர வேண்டுமென்றும் சொன்னார். ஆனால் எல்லய்யாவின் ஊர்ப் பெரியவர்களோ, அந்த மூன்று ஏக்கர் நிலத்தில், ஒன்றரை ஏக்கர் நிலத்தில் மட்டும்தான் எல்லய்யா பயிர் செய்ய வேண்டும் என்றும் உத்தரவு போட்டிருந்தார்கள். தொடர்ந்து பூபால் ரெட்டியின் சகோதரரும், வழக்கறிஞருமான மஞ்சிரெட்டி வெங்கட்ராம் ரெட்டி, எல்லய்யாவின் சார்பில் அந்த 11 குடும்பங்களை அந்த நிலத்திலிருந்து விரட்டி அடிக்க வழக்கு தொடர்ந்தார்.

இதனால் பெரிய நிலப் போராட்டம் ஒதுக்கி வைக்கப்பட்டு, அந்த மாதிகா குடும்பத்தினர் இரண்டு ஆண்டுகளை எந்தப் பயனும் இல்லாமல் செலவழித்து, தங்களுக்குள்ளே சண்டையிட்டு, சிறைகளில் தங்கள் வாழ்க்கையைக் கழித்தனர். இரண்டு

ஆண்டுகளின் முடிவில், நான்கு குடும்பங்கள் அந்த ஊரை வெறுத்துவிட்டு வேறொரு கிராமத்தில் குடியேறிவிட்டனர். அங்கு மஞ்சிரெட்டி குடும்பத்தினரின் கைகள் நீளாது. மீதமிருந்த எட்டு குடும்பங்களும் மூன்று நாள் கிராமப் பஞ்சாயத்து கூட்டம் கூட்டி, முன்பு போலவே அந்த ஒன்றரை ஏக்கர் நிலத்தில் சாகுபடி செய்வது என்றும் தீர்மானம் நிறைவேற்றின. கிராமத்தின் அமைதியைச் சீர்குலைத்ததற்காக, எல்லய்யாவுக்கு அபராதம் விதிக்கப்பட்டது. இந்தக் கூட்டத்துக்குப் பிறகு, 1972இல் மேலும் மூன்று குடும்பங்கள் தங்களது பங்கை எல்லய்யாவிடம் ஒப்படைத்துவிட்டன.

இதற்கிடையே, எல்லய்யா தனது சொந்த நிலத்தில் கிணறு தோன்டினார். பழைய பொதுக் கிணறு தூர்ந்துவிட்டதால், அதைச் சரிப்படுத்த எல்லய்யா ஆர்வம் காட்டவில்லை. ஆனால் இன்னொரு குழுதான் அந்தக் கிணற்றைச் சரிப்படுத்தி, மேலும் ஆழப்படுத்தியது. அந்தக் கிணற்றிலிருந்து நீர் எடுக்க சமூக வழக்கத்தின்படி எல்லய்யாவுக்குத் தடை விதிக்கப்பட்டிருந்தது. அதனால் ஆத்திரமடைந்த எல்லய்யா வழக்கு தொடுத்தார். அந்த வழக்கு இப்போது கொதிநிலையை அடைந்துள்ளது.

1986இல் எங்கள் சங்கம் அந்தப் பிரச்சினையைக் கையில் எடுத்து, அந்த 150 ஏக்கர் நிலத்தில் பயிரிட மக்களுக்குத் தைரியம் கொடுத்தபோது, அவர்களிடையே இருந்த ஒற்றுமையைக் குலைக்கும் வகையில், நிலக்கிழார்கள் தங்களால் முடிந்த எல்லாவற்றையும் செய்தார்கள். 1987இல், மாதிகா சமூகத்தைச் சேர்ந்த யச்சாரம் மல்லய்யா என்பவரை மஞ்சிரெட்டி சகோதரர்களில் ஒருவர் அழைத்து, அந்த நிலத்துக்குப் பக்கத்தில் பைரபுலா சமூகத்தைச் சேர்ந்த ஒரு பையன் மல்லய்யாவின் பெண்ணை அடிக்கடிச் சந்திக்கிறான் என்று கொளுத்திப் போட்டார். இப்ராஹிம்பட்டினத்தில் பைரபுலா சமூகத்தினர் அவ்வளவாக இல்லை. ஆனால் ஜப்பார்குடெமில் ஒரேயொரு குடும்பம் மட்டும்தான் இருந்தது. பைரபுலா என்பவர்கள் தெலங்கானா முழுக்க புராணக் கதைகளை நாடகம் போடுபவர்கள். அவர்கள் தோல்பாவைகளைத் தங்களின் நாடகங்களில் பயன்படுத்துவார்கள். 1980களில் அவர்கள் பல நெருக்கடிகளைச் சந்தித்தனர். சினிமாக்கள் காரணமாக அவர்களின் நாடகங்களுக்கு வரும் கூட்டம் குறையத் தொடங்கியது. அவர்களுக்கென்று நிலமோ அல்லது வேறு சொத்துக்களோ இருக்கவில்லை. ஒரு நாடோடிச் சமூகமாக அவர்கள் இருந்ததால், தங்களின் குழந்தைகளுக்குக் கல்வியறிவு புகட்ட முடியவில்லை. விவசாய வேலைகளும் அவர்களுக்குப் பரிச்சயமில்லை. அவர்களின் குழந்தைகள் எல்லாம் பகல் நேரத்தில் வீடுவீடாகச் சென்று

பிச்சை எடுத்துக்கொண்டிருந்தார்கள். தங்கள் மகள்களின் திருமணத்தின்போது, வரதட்சணையாகக் கொடுக்க பன்றிகளை வளர்த்துவந்தனர்.

தன்னைச் சந்தித்த மல்லய்யாவிடம், அவருக்கும் அவரது ஆட்களுக்கும் சாப்பிடச் சொல்லி சாராயம் கொடுத்தார் மஞ்சிரெட்டி சகோதரர். அதை வாங்கிக்கொண்ட அவர்கள், அந்த பைரபுலா குடும்பத்தைத் தேடிச் சென்றார்கள். அந்தச் சமயம், அவர்கள் வேறு இடத்துக்குப் போய்விட்டிருந்தார்கள். எனினும் ஒரு மணி நேரத்தில், ஓடு வேயப்பட்ட அவர்களது வீட்டை அடித்து நொறுக்கியது மல்லய்யாவின் கும்பல். அப்போது நான் சேர்லபடேல்குடெமுக்குப் பக்கத்தில் இருந்தேன். பைரபுலா குடும்பத்தினருக்கு இந்த விஷயம் தெரிந்தவுடன், அவர்கள் என்னிடம் வந்தார்கள். அடுத்த நாள் காலையில் நான் அந்தக் கிராமத்துக்குச் சென்றேன். அந்த நேரத்தில் மல்லய்யா ஏற்றியிருந்த போதை சுத்தமாக இறங்கியிருந்தது. அந்த பைரபுலா பையன் அவருடைய பெண்ணுடன் பாலியல் ரீதியாக உறவு கொண்டாரா? யார் அதைப் பார்த்தது? இடம் எங்கே? அந்தப் பெண்ணை அவளது குடும்பத்தினர் விசாரித்தனரா? ரகசியமாக மேற்கொள்ளப்பட்ட விசாரணைக்குப் பிறகு, அப்படி எதுவும் நடக்கவில்லை என்பது தெரிந்தது. அந்தப் பெண் கன்னி கழியவில்லை என்பதை அவர்கள் உறுதிசெய்துகொண்டார்கள். இதெல்லாம் தெரியவந்த பிறகு அதிர்ச்சியடைந்த மல்லய்யா, தனக்கு இந்த விஷயத்தை மஞ்சிரெட்டிதான் சொன்னதாகக் கூறினார். பிறகு பஞ்சாயத்து கூட்டப்பட்டு, மாதிகாக்களும் பைரபுலாக்களும் சமாதானமாகிக் கொண்டார்கள்.

அந்த வேளை, போலீஸ் வந்தது. பைரபுலாக்களின் வீட்டைச் சேதப்படுத்தியதாக மாதிகாக்களின் மீது வழக்கு போடச் சொல்லி போலீஸாருக்கு அழுத்தம் கொடுக்கப்பட்டிருக்கிறது என்பது தெளிவாகத் தெரிந்தது. இப்போது மாதிகாக்கள் பயந்து நடுங்கினர். கிராமத்தினர் அங்கு அசம்பாவிதம் ஏதும் நடக்கவில்லை என்று சொன்ன பிறகும், தாக்குதலுக்கு உள்ளான அந்த வீட்டைக் காட்டி, வழக்குப் பதிவு செய்தே ஆக வேண்டும் என்றது போலீஸ். அதைப் பார்த்த பைரபுலா ஜம்மய்யா, தானும் தனது குடும்பத்தாரும்தான் அந்த வீட்டை இடித்ததாகக் கூறினார். இதனால் போலீஸார் அமைதியாகச் சென்றனர். அடுத்த ஒரு வாரத்தில், மாதிகாக்கள் அந்த வீட்டைச் சரிப்படுத்திக் கொடுத்து விட்டார்கள். மக்களிடையே இருந்த ஒற்றுமை சற்று நிலைகுலைந்தாலும், அது மொத்தமாகச் சிதறிவிடவில்லை.

புரளிகளைக் கிளப்பிவிடுவதன் மூலம் கிராமத்தினரின் ஒற்றுமையைச் சிதறடித்துவிடலாம் என்று நினைத்த மஞ்சிரெட்டி

யின் நினைப்பில் மண் விழுந்தது. எனவே, எல்லய்யாவை அழைத்து, மீண்டும் அந்த மூன்று ஏக்கர் நிலம் குறித்து பிரச்சினை கிளப்புமாறு சொன்னார்கள். அந்த நிலம் தொடர்பாக, மஞ்சிரெட்டி வெங்கட்ராம் ரெட்டி மீண்டும் உள்ளூர் கோர்ட்டில் மக்களுக்கு எதிராகத் தடை உத்தரவு கேட்டு மனு செய்தார். கிராமத்தினர் எல்லய்யாவை முற்று முழுதாக சமூகவிலக்கம் செய்வது அப்போதுதான் தொடங்கியது. அந்த 150 ஏக்கர் அரசு நிலத்தில் முன்பு மீட்கப்பட்ட சில பகுதிகளைப் பயன்படுத்திக் கொள்ள எல்லய்யா அனுமதிக்கப்படவில்லை. அவர் வைத்திருந்த மோட்டார்கள் திடீரென்று காணாமல் போயின. அவரை எப்படியெல்லாம் உதாசீனப்படுத்த முடியுமோ அப்படியெல்லாம் உதாசீனப்படுத்தினார்கள். அவரையும் கிராமத்தினரையும் பஞ்சாயத்துக்கு அழைத்துச் சமரசம் பேச முயற்சித்தபோது, இரண்டு தரப்புமே அதற்கு ஒப்புக் கொள்ளவில்லை. இதுபோன்ற சின்னப் பிரச்சினை நிலக்கிழார்களுடனான பெரிய பிரச்சினையை எதிர்கொள்ளவதிலிருந்து நம்மைப் பின்னுக்கு இழுத்துவிடும் என்று நாங்கள் கவலை கொண்டோம். நிலக்கிழாரை எதிர்ப்பதில் காட்டும் வேகத்தைவிட கிராமத்தினர் எல்லய்யாவை எதிர்ப்பது மிகவும் வேகமாக இருந்ததையும் நாங்கள் கவனித்தோம்.

1989இல், ஜூட்டு நரசய்யாவின் மரணம் வேறுவிதமாகத் திரும்பியது. இப்போது காற்று எங்கள் பக்கமாக வீசத் தொடங்கியது. முதல்முறையாக உள்ளூர் நிர்வாகம் நடுநிலையோடு இயங்கியது. கிராமத்தினரைத் தாக்குவதை போலீஸார் நிறுத்தியிருந்தனர். எலிமிநேடுவிலிருந்து நிலக்கிழார்கள் துரத்தி யடிக்கப்பட்டார்கள். அவர்களின் மோட்டார்கள் திருடு போயின. வைக்கோல்போர்கள் கொளுத்தப்பட்டன. அவர்களுடைய சாதித் திமிர் ஒடுக்கப்பட்டது. அப்போதுதான் நிலக்கிழார்களுடன் இருப்பதால் தனக்கு எந்தப் பிரயோஜனமும் இல்லை என்பதை எல்லய்யா உணர்ந்துகொள்ளத் தொடங்கினார். 12 வீடுகளை மட்டும் கொண்டிருந்த அவரது கிராமம் இன்று 75 வீடுகளைக் கொண்டிருக்கிறது. ஆனால் அவருக்கு ஆதரவாகப் பேசக் கூடியவர்கள் என்று ஐந்து பேர்தான் இருந்தார்கள். மொத்தக் கிராமத்தையும் எதிர்க்க இந்த எண்ணிக்கை போதாது என்பது அவருக்குப் புரியத் தொடங்கியது.

மனத்தளவில் சோர்ந்துபோன அவர் எங்களிடம் உதவி கேட்டு வந்தார். ஆனால் கிராமத்தினர் அவர் சொல்லுவதைக் கேட்பதாக இல்லை. எல்லய்யாவை மண்டியிட வைக்கவே அவர்கள் விரும்பினார்கள். இறுதியாக 1990இல் அந்த நிலப் பிரச்சினைக்கு ஒட்டுமொத்தமாக முடிவுகட்டும் வகையில், நாங்கள் பெரிய போராட்டத்தை முன்னெடுக்கப் பக்கத்து

கிராமங்களில் இருந்து ஆட்களைத் திரட்டி, எல்லய்யா கிராமத்தினரின் கால்நடைகளைக் கவர்ந்துவந்தோம். அந்தப் பிரச்சினையைத் தீர்த்துவைக்க, பல கிராமங்களில் இருந்தும் பெரியவர்கள் வந்தார்கள். இப்படித்தான் நாங்கள் அந்தக் கிராமத்தினரைப் பணியவைத்தோம். தங்களுக்கு எதிரிகள் நிலக்கிழார்கள் தானே தவிர, எல்லய்யா அல்ல என்பதை அவர்கள் விளக்கினார்கள். தொடர்ந்து சில நாட்களுக்கு எல்லய்யாவுக்கும் அவரது கிராமத்தினருக்கும் இடையே பேச்சுவார்த்தைகள் நடந்து, இறுதியாக ஒரு சமரசத்துக்கு வந்தார்கள். எல்லய்யாவுக்கு அவரது மூன்று ஏக்கர் நிலமும், 150 ஏக்கர் நிலத்தில் ஒரு பகுதியும், அவரது திருடுபோன மோட்டார்களுக்காக ரூ.2,000 ரொக்கமும் வழங்குவதாக அந்தக் கிராமத்தினர் தெரிவித்தனர்.

இந்தச் சமரசம் நீதிமன்றத்தின் மூலம் செயல்படுத்தப்பட வேண்டும். அது அவ்வளவு சுலபமாக இருக்கவில்லை. ஏற்கெனவே நிலுவையிலுள்ள வழக்கின் ஒரு பகுதியாக இதைச் சேர்க்கலாம் என்று முடிவு செய்தோம். அதன் மூலம் அந்தச் சமரசத்தைச் சட்டப்பூர்வமாக்க நினைத்தோம். ஆனால் குறிப்பிட்ட தேதியில், இரண்டு தரப்பினருமே ஆஜராகவில்லை. அப்படி ஆஜராகாமல் போவது சிலமுறை தொடர்ந்தது. இறுதியில், நீதிமன்றம் எல்லய்யாவுக்குச் சாதகமாக அந்த மூன்று ஏக்கர் நிலங்களுக்கு அவரே உரிமையாளர் என்று தீர்ப்பளித்தது. அந்தத் தீர்ப்புக்கு எதிராக எல்லய்யாவையே மேல்முறையீடு செய்யச் செய்து, அந்தத் தீர்ப்பைச் செல்லாததாக்கினோம். வரலாற்றில் தனக்குச் சாதகமாகத் தீர்ப்பு பெற்ற ஒருவரே அதற்கு எதிராக மேல்முறையீடு செய்து அதற்குத் தடை வாங்குவது எந்த நீதிமன்றத்திலும் நடந்திருக்காது. கிராமத்தினருக்கு இடையேயான சிறுசிறு சச்சரவுகளை, இப்படியான சின்னச்சின்ன சமாதானங்கள் மூலம் முடித்துவைப்பதுதான் எங்களின் ஆகப் பெரிய வெற்றியாக இருந்தது.

22

தேர்தல் வெற்றி

1989 நவம்பரில் சட்டமன்ற, நாடாளுமன்றத் தேர்தல்கள் நடைபெற்றன. அது எங்களுக்கு முக்கியமானதாக இருந்தது. போலீஸாரை அடக்கி வைக்க வேண்டுமென்றால், எம்.எல்.ஏ. மற்றும் எம்.பி.க்களின் பற்களைப் பிடுங்க வேண்டும். ஏனென்றால், அவர்கள்தான் நிலக்கிழார்களின் சட்டைப் பைகளில் இருக்கிறார்கள். அவர்கள் சொல்லித்தான் போலீஸார் ஒடுக்குமுறையை ஏவிவிடுகிறார்கள். அவர்களை ஒன்றுமில்லாமல் ஆக்க வேண்டுமென்றால், நாங்கள் தேர்தலில் போட்டியிட வேண்டும். எங்களைத் தாக்காத மனிதரோ அல்லது குழுவோ தேர்தலில் தேர்ந்தெடுக்கப்பட வேண்டும். எங்களது போராட்டத்தை அவர்கள் புதைத்துவிடக் கூடாது என்பதற்காக, நாங்கள் அந்தத் தேர்தலில் குதித்தோம்.

1984இல் நான் முதன்முறையாக இப்ராகிம்பட்டினத்துக்கு வந்தபோது, மத்தியில் காங்கிரஸ் பெரும் வெற்றி பெற்று ஆட்சி அமைத்தது. மாநிலத்தில், என்.டி.ஆர். தலைமையிலான தெலுங்கு தேசக் கட்சி வெற்றி பெற்றிருந்தது. இப்ராகிம்பட்டின எம்.எல்.ஏ.வாக அந்தக் கட்சியின் கே. சத்திய நாராயணா வெற்றி பெற்றிருந்தார். அந்தக் கட்சியின் சார்பாக, எம். ரகுமா ரெட்டி, நல்கொண்டா தொகுதியிலிருந்து நாடாளுமன்றத்துக்குத் தேர்வு செய்யப்பட்டிருந்தார். 1989இல் என்.டி.ஆர். ஆட்சிக்கு பலத்த எதிர்ப்பு இருந்தது. அவருடைய மருமகன்கள் சந்திரபாபு நாயுடு, டக்குபாதி வெங்கடேஸ்வரா ராவ் ஆகியோரின் அரசியல் வருகை, அரசு வேலைவாய்ப்புகளில் தனது சொந்த சாதியான கம்மாக்களுக்கு முன்னுரிமை கொடுத்தது, ஊழல் எனப் பல

பிரச்சினைகளால் அந்தக் கட்சிக்கு எதிர்ப்பு அலை ஒன்று உருவாகியிருந்தது.

என்.டி.ஆர். கொண்டுவந்த மதுவிலக்கு காரணமாக, மக்களுக்கு அதிருப்தி ஏற்பட்டது மட்டுமல்லாமல், அரசுக்கும் பெரும் இழப்பு ஏற்பட்டதால், மக்கள்நலத் திட்டங்களில் வெட்டு விழுந்தது. கரம்சேடு வன்முறை, அவரது ஆட்சிக்கு எதிராக தலித்துகளின் எதிர்ப்பைச் சம்பாதித்துக்கொடுத்தது. விஜயவாடாவில் இருந்த தெலுங்குதேசக் கட்சியைச் சேர்ந்த கம்மா சமூகத் தலைவர் ஒருவரால் காங்கிரஸ் எம்.எல்.ஏ. வங்கவீதி மோகன ரங்கா ராவ் கொல்லப்பட்டதன் காரணமாக, கடலோரப் பகுதிகளில் என்.டி.ஆர். ஆட்சிக்கு எதிராக வெறுப்பு இருந்தது. மேலும், தெலுங்கு தேசக் கட்சித் தலைவர்கள் கே. ஜன ரெட்டி, கே.ஈ.கிருஷ்ணமூர்த்தி ஆகியோர் உட்கட்சிப் பூசலால் கட்சியிலிருந்து வெளியேறி 'தெலுங்கு நாடு' என்ற தங்கள் சொந்தக் கட்சியைத் தொடங்கியதும் என்.டி.ஆர். கட்சியைப் பலவீனப்படுத்தியது.

தீவிரமான இடதுசாரி அமைப்புகளில் இருந்து வந்த என் போன்றவர்களுக்குத் தேர்தல் என்பது சிக்கலுக்குரிய ஒன்றாகவே இருந்தது. 1987இல் உள்ளாட்சித் தேர்தலில் ஈடுபட்டுத் தோல்வியடைந்தது தவிர, எங்கள் சங்கத்துக்குத் தேர்தலில் போட்டியிடுவது குறித்துப் பெரிய அனுபவமெல்லாம் இருக்கவில்லை. என்னைப் பொறுத்தவரையில், நக்சலைட் இயக்கத்தில் நான் இருந்தபோது அதன் தலைவர்கள் தேர்தலைக் கேலிக்கூத்து என்றார்கள். இப்போது நான் காண்பதெல்லாம் அதை உறுதிப்படுத்துவது போலத்தான் இருந்தது. வாக்குரிமை பெற்ற ஐம்பதாண்டு காலத்தில் ஒரு முறைகூட நான் வாக்குச்சாவடிக்குச் சென்று, என் வாக்கைச் செலுத்தியதில்லை. 1977இல் அவசரநிலைக் காலகட்டம் முடிவு பெற்று, இந்திரா காந்திக்கு எதிராகச் சிரில் வாக்களிக்கச் சென்றபோதும்கூட, நான் வாக்களிக்க மறுத்துவிட்டேன். 1977 முதல் 1984 வரையில் இரண்டு முறையும், 1989 முதல் 1991 வரை மூன்றாவது முறையாகவும் எம்.பி. ஆக இருந்த ஏ.கே. ராய் போன்று, நாங்கள் மதித்த தலைவர்கள் வெகு சிலரே இருந்தனர். சில நல்லவர்களால், பெரிய அளவில் சீர்கெட்டிருக்கும் கட்டமைப்பின் மீது எந்தத் தாக்கத்தையும் ஏற்படுத்திவிட முடியாது.

தேர்தல் என்றால் பரவலாக அறியப்பட்ட அரசியல் கட்சியும், நிறைய பணமும் வேண்டும் என்பதுதான், நாங்கள் முன்பு பங்கெடுத்த தேர்தலின் மூலம் எங்களுக்குக் கிடைத்த பாடம். தேர்தலில் தேர்ந்தெடுக்கப்பட்டவர்கள் எல்லாம் நிலக்கிழார்கள்

கூப்பிட்ட குரலுக்கு ஓடிச் செல்பவர்களாக இருந்தனர். எங்கள் மீது பொய் வழக்குகள் போடச் சொல்லி போலீஸாருக்கு அவர்கள் அழுத்தம் கொடுத்தனர். எங்கள் வழக்குகளின் மீது எடுக்கப்பட வேண்டிய நடவடிக்கைகளைத் தாமதப்படுத்தும்படி வருவாய் நிர்வாகத்துக்கு நெருக்கடி கொடுக்கப்பட்டது. இவற்றால் எங்களுக்கு மூச்சுவிடக் கூட முடியாமல் இருந்தது. ஆளும் வர்க்கம் இந்த நிலத்தின் மீது முழுஉரிமையை எடுத்துக்கொள்வதை எங்களால் அனுமதிக்க முடியாது. எங்களுக்குத் தேவையான தெல்லாம், நடுநிலையாக நிற்கும் எம்.பி. அல்லது எம்.எல்.ஏ. தான். அவர்கள் எங்களுக்கு ஆதரவாக இல்லாமல் போனால் கூடப் பரவாயில்லை. இந்தத் தேர்தல்களினால் மிகப் பெரிய அளவில், புரட்சிகரமான மாற்றங்கள் ஏற்பட்டுவிடும் என்று நாம் எதிர்பார்க்க முடியாது.

மக்கள், கூட்டம்கூட்டமாகச் சென்று வாக்களித்தார்கள். மத்தியில் ஒரு கட்சி ஆட்சியிலிருந்தால் போதும் என்று சொல்லி விட்டு, தாங்கள் சிறந்த கட்சியென்று நினைக்கும் ஒரு கட்சிக்கு வாக்களித்துவிட்டு, மாநிலத்தில் முற்றிலும் வேறொரு கட்சிக்கு மக்கள் வாக்களித்தார்கள். ஊரிலுள்ள பெரியவர்களின் கருத்துகள், கட்சிகளால் தங்கள் வாக்குக்குக் கொடுக்கப்படும் பணம் ஆகியவை மக்களின் முடிவை உறுதி செய்தன. அடுத்து வரப்போகும் விஷயங்களுக்காக எங்கள் மக்களைத் தயார்ப் படுத்தியாக வேண்டும். எனவே, அவர்களுக்குப் பயிற்சி கொடுக்கப்பட வேண்டியதாக இருந்தது. எனவே, எங்களின் முழு பலத்தைப் பயன்படுத்தி தேர்தலில் யாரேனும் ஒருவரைத் தோல்வி பெற வைக்க வேண்டும். இதன் மூலம் எங்களால் வெற்றி பெற முடியாமல் போனாலும், எங்கள் முதுகுக்குப் பின்னால் நிற்கும் வில்லன்கள் சிலரை விலக்கிவிட முடியும். தேர்தலில் நிற்கும் கட்சிகள் எங்கள் மீது அச்சம் கொண்டிருக்க வேண்டும். எங்கள் மக்களைத் துன்புறுத்துவதற்கு முன்பு, அவை ஒன்றுக்கு இரண்டு முறையாவது யோசிக்க வேண்டும்.

1989 சட்டமன்றத் தேர்தலில் இப்ராகிம்பட்டினம் தொகுதியைத் தெலுங்கு தேசக் கட்சி, தனது கூட்டணியில் இருந்த சி.பி.எம். கட்சிக்கு ஒதுக்கியது. அங்கே காங்கிரஸ் வெற்றி பெற்றால் எங்கள் பணிகளுக்கு அது பெரும் இடையூறாக இருக்கும் என்பது சந்தேகத்துக்கு இடமில்லாமல் தெரிந்தது. எனவே, நாங்கள் சி.பி.எம். கட்சியின் வேட்பாளர் கொண்டிகிரி ராமுலுக்கு ஆதரவு தெரிவித்தோம். வருங்காலத்தில் அந்தக் கட்சி எங்களுக்கு ஆதரவாக இருக்காமல் போனாலும், நிச்சயமாக எங்களைத் துன்புறுத்த மாட்டார்கள். தவிர, அந்தப் பகுதியிலிருந்து அதுவரைக்கும் சி.பி.எம். எம்.எல்.ஏ. யாரும் வந்திருக்கவும் இல்லை.

சட்டமன்றத் தேர்தலில் சி.பி.எம். கட்சி வேட்பாளரையும், நாடாளுமன்றத் தேர்தலில் தர்ம பீக்ஷம் என்ற சி.பி.ஐ. வேட்பாளரையும் நாங்கள் ஆதரிப்பது என்று முடிவு செய்த பிறகு, எங்களின் முடிவைப் பற்றி இரண்டு கட்சிகளுக்கும் தகவல் அனுப்பினோம். அந்த இரண்டு கட்சிகளுக்கும் நாங்கள் தனித்தனியாகப் பிரச்சாரம் செய்கிறோம் என்றும், எங்கள் தொகுதி மக்கள் அவர்களை ஆதரிக்க வைக்க பணியாற்றுகிறோம் என்றும் சொன்னோம். ஆனால் சி.பி.எம். கட்சியோ அல்லது அதன் வேட்பாளர் கொண்டிகரி ராமுலுவோ உதவி நாடி எங்களிடம் வரவில்லை. அவர்கள் இன்னும் எங்களைச் சந்தேகமாகவே பார்த்தார்கள். தர்ம பீக்ஷம் இன்னும் ஒரு படி மேலே சென்று, ‘உங்களோடு நான் பொதுவெளியில் காணப்பட விரும்பவில்லை. அப்படிச் செய்தால், நான் ரெட்டிகளின் வாக்குகளை இழந்துவிடுவேன்’ என்று என்னிடம் சொன்னார். விசித்திரமாக, எங்களைத் தங்கள் பக்கம் இருக்க வேண்டாத இரண்டு கட்சி வேட்பாளர்களுக்கு, நாங்கள் பிரச்சாரம் செய்து கொண்டிருந்தோம்.

1989 அக்டோபரில் இரண்டு கட்சிகளுக்காகவும் நாங்கள் பிரச்சாரம் செய்யத் தொடங்கினோம். சி.பி.எம்., தெலுங்கு தேசக் கட்சியின் கூட்டணியில் இருந்தது. இப்ராகிம்பட்டினத்தில் எங்கள் போராட்டமோ கிஷன் ரெட்டிக்கு எதிரானது. ஆனால், அவர்தான் தெலுங்கு தேசக் கட்சியின் மாவட்டச் செயலாளராக இருந்தார். அமைச்சர், எம்.எல்.ஏ. உள்ளிட்டோர் கலந்துகொண்ட இப்ராகிம்பட்டினத் தேர்தல் பொதுக்கூட்டத்தில், என்னையும் பேசச் சொன்னது சி.பி.எம். கட்சி. பொதுவெளியில் தெலுங்கு தேசக் கட்சியுடன் நான் காணப்படுவதை விரும்பவில்லை. அதற்கு அவர்கள், ‘நீங்கள் பேசாவிட்டால், உங்கள் சங்க உறுப்பினர்களுக்கு, இந்தக் கட்சிக்குத்தான் நாம் ஓட்டுப் போட வேண்டும் என்பது எப்படித் தெரியும்?’ என்று கேட்டார்கள்.

அந்த மேடையில், ‘எங்களின் பெரிய எதிரியாக இருக்கும் அரசியல் கட்சி ஒன்றுடன் இணைந்து இந்த மேடையில் பேசுவது எனக்குக் கடினமாக இருக்கிறது’ என்று வெளிப்படையாகவே சொன்னேன். கிஷன் ரெட்டியின் பெயரைக் குறிப்பிட்டு, ‘நிலமற்ற ஏழைகளைத் தங்களின் பெரிய எதிரியாகப் பார்க்கும் ஒரு அரசியல் கட்சி, எங்களுடன் ஏன் இணைந்துகொள்ள வேண்டும்?’ என்று கேட்டேன். அது அந்த நிலக்கிழாருக்குப் பொதுவெளியில் ஏற்பட்ட பெரிய அசிங்கமாகப் போய்விட்டது.

ஒரு மாதம் முழுவதும் எங்கள் சங்கம் பிரச்சாரத்தை மேற்கொண்டது. எங்களின் ஒற்றைக் குறிக்கோள் சி.பி.எம். கட்சியின் கொள்கைகளோ அல்லது அவற்றின் பணிகளோ அல்ல.

அவர்கள் காங்கிரஸ் கட்சியைப்போல நம்மைக் கஷ்டப்படுத்த மாட்டார்கள் என்று மட்டும்தான் சொன்னோம். மாதிகா மற்றும் பிற்படுத்தப்பட்ட வகுப்பினர் ஆகியோரிடையே மட்டும்தான் எங்களது பிரச்சாரம் இருந்தது. கிராமம்கிராமமாக நாங்கள் நடந்து சென்றும், சமயங்களில் சலாஹா அமைப்பின் வேனைப் பயன்படுத்தியும் பிரச்சாரம் மேற்கொண்டோம். அந்த அமைப்பைச் சேர்ந்த என். பிரஹலாத் போன்றவர்கள், பைக்கில் வந்துகூடப் பிரச்சாரம் செய்தார்கள். நாங்கள் போகும் இடங்களி லெல்லாம் கிராமத்தினரே எங்களுக்குச் சமைத்துப்போட்டதால், உணவு ஒரு பெரிய பிரச்சினையாக இருக்கவில்லை. ஆண்களும் பெண்களும் தங்கள் உழைப்பையும் நேரத்தையும் எங்களுக்காக வழங்கினார்கள். வேனுக்கு டீசல் போடுவது தவிர, எங்களுக்கு வேறு பெரிய செலவுகள் எதுவும் இருக்கவில்லை. பிற்படுத்தப்பட்ட வகுப்புகளில் கல்விஅறிவு பெற்ற இளைஞர்கள் பூத் ஏஜென்ட்டு களாகப் பணிபுரிய எங்களிடம் வந்தார்கள். அந்தச் சமயத்தில் எங்களுக்கு நிறைய நண்பர்கள் கிடைத்தார்கள். கொடூரமான நிலக்கிழார்களை எதிர்த்துத் துணிவுடன் போராடும் எங்களுடன் அவர்கள் இணைந்துகொண்டார்கள். அவர்களில் சிலருக்கு வாக்குச்சாவடிகளில் பணியாற்றிய அனுபவம் இருந்தது. பிரச்சாரம் முடியும் தருவாயில், எனக்குக் குரலே போய் விட்டிருந்தது. அதிகமாகப் பேச வேண்டாமென்று மருத்துவர்கள் எனக்கு அறிவுறுத்தினார்கள். அந்த நேரத்தில் நான் பிறருடன் எழுத்து மூலமாகத்தான் தொடர்புகொண்டிருந்தேன்.

இறுதியில், சி.பி.எம். கட்சியின் கொண்டிகரி ராமுலு காங்கிரஸ் கட்சியின் ஏ.ஜி. கிருஷ்ணாவை நான்காயிரத்துக்கும் அதிகமான வாக்கு வித்தியாசத்தில் தோற்கடித்தார். அந்தப் பகுதியில் இடதுசாரி கட்சி ஒன்றினால் காங்கிரஸ் முதன் முறையாகத் தோலவியைத் தழுவியது. 1994இல் நடைபெற்ற தேர்தலிலும் ராமுலு வெற்றி பெற்றார். தங்களுடைய கொள்கைகள், வாக்குறுதிகள், பிரச்சாரம் ஆகியவற்றின் மூலமாகத்தான் தாங்கள் வெற்றி பெற்றோம் என்று சி.பி.எம். நினைத்துக்கொள்ளலாம். ஆனால் உண்மையில், காங்கிரஸுக்குப் போகவிருந்த மாதிகா வாக்குகள் பலவற்றை சி.பி.எம். கட்சிக்கு இழுத்துவர நாங்கள் பட்டபாடு எங்களுக்குத்தான் தெரியும். மாதிகா சமூகத்துக்குப் பெரியவர்கள் எவரும் இந்திராம்மாவைத் தவிர வேறு யாருக்கும் வாக்களித்ததில்லை. அவர்கள் என்னிடம், “நீங்கள் எங்களை இந்திராம்மாவின் கட்சியிலிருந்து வெளியே இழுக்கிறீர்கள். நாங்கள் கம்யூனிஸ்ட்டுகளை நம்புவதில்லை. இருந்தும் அவர்களுக்கு ஓட்டுப் போடுவதற்கான காரணம், நாங்கள் உங்களை நம்புகிறோம்” என்றார்கள். அந்த வட்டத்திலிருந்து சுமார் 28,000 வாக்குகளை சி.பி.எம். கட்சிக்குத் தள்ளிவிட்டோம்.

அந்தத் தேர்தலில், காங்கிரஸ் 287 சட்டமன்றத் தொகுதிகளில் போட்டியிட்டு 181 தொகுதிகளில் வென்று சென்னா ரெட்டியின் தலைமையில் ஆட்சி அமைத்தது. ஆனால், இப்ராகிம்பட்டினத்தில் அலை வேறுமாதிரியாக வீசியது. ஆனால், நல்கொண்டா நாடாளுமன்றத் தொகுதியில் காங்கிரஸின் சக்கிலம் ஸ்ரீநிவாச ராவ், சி.பி.ஐ. கட்சியின் தர்ம பீக்ஷ்மைத் தோற்கடித்தார். அந்தத் தோல்வி எங்களுக்கு வயிற்றெரிச்சலைக் கொடுத்தது. இருந்தும் எங்களுக்கு எதிராகச் செயல்படாத ஒரு எம்.எல்.ஏ.வைப் பெற்றிருக்கிறோம் என்பதே எங்களுக்குப் பெரிய ஆறுதலாக இருந்தது.

சென்னா ரெட்டி முதலமைச்சரானவுடன் புலிமாமிடி நிலப் போராட்டம் மீண்டும் கவனம் பெற்றது. இப்போது போலீஸார் எங்கள் மீது பயங்கரமாகத் தாக்குதல் நடத்தலாம் என்றாலும், இன்னொரு புறம், போலீஸ் அப்படிச் செய்வது அந்தக் கிராமத்தின் மாமனாருக்குப் பெரிய அவமானமாக இருக்கும். கிராமத்தினர் ஒற்றுமையாக இருந்து, அந்த நிலத்தில் சாகுபடி செய்துவந்தனர். சென்னா ரெட்டி முதலமைச்சராக வந்தது எனக்குத்தான் கிலியை உண்டாக்கியதே தவிர, கிராமத்தினருக்கு அது பெரிய பிரச்சினையாகத் தெரியவில்லை. அந்தக் கிராமம் தற்போது தங்கள் கட்டுப்பாட்டில் இருக்கிறது என்பது மட்டுமே அந்த மக்களைத் தெம்பாக உணரச் செய்தது. அவர்கள் கொடூர நிலக்கிழாரான ராமச்சந்திர ரெட்டியைத் தோற்கடித்திருக் கிறார்கள். அவர்தான் சென்னா ரெட்டியின் மகளைத் தன் குடும்பத்துக்குள் கொண்டு வந்தார். எனவே, சென்னா ரெட்டி அந்தக் கிராமத்தின் மீது போலீஸ் வன்முறையைக் கட்டவிழ்த்து விட்டால், அந்த அவமானம் ராமச்சந்திர ரெட்டிக்கே சேரும் என்று மக்கள் கருதினார்கள். எந்தத் திசையில் இருந்தும் தங்களுக்குக் கிடைக்கும் உதவியைப் புலிமாமிடி மக்கள் பயன்படுத்திக்கொண்டார்கள். இதுதொடர்பாக நான் எல்லாக் கட்சிகளைச் சேர்ந்த தலைவர்களையும் சந்தித்தேன். சி.பி.ஐ. கட்சி எங்களுக்கு எப்போதும் ஆதரவாக இருந்தார்கள். அதன் தலைவர் சூரவரம் சுதாகர் ரெட்டி எப்போதும் உதவி செய்யத் தயாராக இருந்தார்.

இந்த விஷயம் தொடர்பாக, 1985 முதல் 1998 வரை, மேட்பள்ளி தொகுதியின் பா.ஜ.க. எம்.எல்.ஏ.வாக இருந்த வித்யாசாகர் ராவையும் கொஞ்சம் தயக்கத்தோடுதான் சந்தித்தேன். 1970களில் ஓஸ்மானியா பல்கலைக்கழகத்தில் அகில பாரதிய வித்யா பரிஷத் அமைப்பின் தலைவராக வித்யாசாகர் ராவ் இருந்தார். அவருடைய பரம எதிரிகளாகச் சிரிலும் அவரது சகோதரர் ஜார்ஜும் இருந்தனர். ஒரு முறை சிரிலும் அவருடைய

நண்பர் மஹிபால் ரெட்டியும் பழைய எம்.எல்.ஏ. குடியிருப்பில் வைத்து வித்யாசாகர்ராவால் தாக்கப்பட்டனர். நான் சிரிலின் மனைவி என்று அவருக்குத் தெரிந்திருந்தாலும், அதை அவர் தனக்குத் தெரிந்ததுபோலக் காட்டிக் கொள்ளவில்லை. அவர் புலிமாமிடிக்கு வரவும் செய்தார். அப்போது அந்தப் பகுதியில் ஆர்.எஸ்.எஸ். பிரச்சாரகராக இருந்த பி.வேணுகோபால் ரெட்டி என்பவரிடம் நான் அறிமுகம் செய்து வைக்கப்பட்டேன். அவர் 'ஜக்ருதி' எனும் இதழின் ஆசிரியராக இருந்தார். தவிர, அந்தக் கட்சியின் விவசாயிகள் பிரிவுத் தலைவராகவும் இருந்தார். அவர் நீண்ட காலமாகக் கிராமங்களில் பணியாற்றிய அனுபவம் உடையவர் என்று கேள்விப்பட்டேன். நான் அவரைச் சில முறையே சந்தித்திருந்தாலும், எனக்கு அவரைப் பிடித்திருந்தது எனக்கே ஆச்சரியத்தைத் தந்தது. பெரிய அளவில் வசதிகளை எதுவும் கொண்டிருக்காமலும், திருமணம் செய்துகொள்ளாமலும் அவர் வாழ்ந்துவந்தார். மேலும் அவர் எளிமையானவராகவும் வெளிப்படையானவராகவும், எங்கள் சங்கத்துக்கு உதவத் தயாராக இருப்பவராகவும் இருந்தார்.

காங்கிரஸ் கட்சியிலிருந்து எம்.எல்.ஏ. வி.ஹெச். ஹனுமந்த ராவ், எம்.பி. சொக்கா ராவ், கோதண்ட ரெட்டி உள்ளிட்ட தலைவர்கள் எனக்கு உதவத் தயாராக இருந்தார்கள். அதற்குக் காரணம், அவர்கள் எல்லோரும் சென்னா ரெட்டியை வெறுத்தார்கள். ஆனால் யாரும் அதை வெளிப்படையாகக் காட்டிக்கொள்ளவில்லை. சி.பி.எம். கட்சியில் ஆறு எம்.எல்.ஏ.க்களும், சி.பி.ஐ. கட்சியில் எட்டு எம்.எல்.ஏ.க்களும் இருந்தனர். நான் அவர்கள் அனைவரையும் சந்தித்தேன். சி.பி.எம். கட்சி இப்ராகிம்பட்டினத்தை மிகவும் முக்கியத்துவம் வாய்ந்ததாகக் கருதியதற்குக் காரணம், அங்கிருந்துதான் அவர்களுக்கு ஒரு எம்.எல்.ஏ. கிடைத்திருக்கிறார். எனவே, தனது மாநிலச் செயலக உறுப்பினர்களில் ஒருவரான பி. மது என்பவரை எனக்குத் துணையாக அந்தக் கட்சி அனுப்பிவைத்தது. போலவே தெலுங்கு தேசக் கட்சி எம்.எல்.ஏ.க்களான வித்யாதர்ராவ், தேவேந்தர் கவுட் ஆகியோரையும் சந்தித்தேன். எனினும், நான் என்.டி. ராமா ராவின் மருமகன் சந்திரபாபு நாயுடுவைச் சந்திக்க வேண்டும் என்று மது வலியுறுத்தினார்.

1990களின் தொடக்கத்தில் சந்திரபாபு நாயுடு உடனான எனது சந்திப்பு மிகவும் குறுகியதாகவே இருந்தது. மது என்னை அவரிடம் அறிமுகப்படுத்திவைத்த பிறகு, நாங்கள் சந்திக்கும் பிரச்சினைகளைப் பற்றி அவருக்கு விளக்கினேன். எங்களது போராட்டங்கள் பற்றியும், செயல்பாடுகள் பற்றியும் அவருக்கு ஏற்கெனவே தெரிந்திருந்தது. "இந்தப் போராட்டங்களுக்காக

நீங்கள் எப்படி நிதி திரட்டுகிறீர்கள்? இந்தப் போராட்டத்துக்கு மக்களைத் திரட்ட வேண்டுமென்றால் பணம் தேவைதானே" என்றார் அவர். எனக்குக் கோபம் வந்துவிட்டது. எனினும் அதை வெளிக்காட்டிக் கொள்ளாமல், 'அது எங்களுக்குப் பெரிய பிரச்சினை இல்லை. நாங்கள் சமாளித்துக்கொள்கிறோம்' என்றேன். அதற்கு நாயுடு, "சென்னா ரெட்டி முதலமைச்சராக இருக்கும் வரைதான் உங்கள் போராட்டத்துக்கு முக்கியத்துவம் இருக்கும். அவர் போன பிறகு, அந்தப் போராட்டத்தைப் பற்றி யாருக்கும் அக்கறை இருக்காது. எனவே, இந்தக் குறுகிய காலத்தில் நீங்கள் மக்களைத் திரட்டிப் போராடுவதற்கு உங்களுக்குப் பெரும்தொகை தேவைப்படும். நான் அதற்கு ஏற்பாடு செய்கிறேன்" என்றார்.

அது என்னை மேலும் கோபப்படுத்தியது. "நான் பணத்துக்காக வரவில்லை. உங்கள் கட்சியின் ஆதரவைக் கேட்டு வந்திருக்கிறேன்" என்றேன். அப்போது மது குறுக்கிட்டு, "அவர் நல்ல எண்ணத்தோடுதான் பணம் தருகிறார். எனவே, அவரிடமிருந்து பணம் வாங்குவதில் தவறில்லை" என்று சொல்லி பணத்தை வாங்கிக்கொள்ள வற்புறுத்தினார். 'எங்களுக்குப் பணம் தேவையில்லை' என்று சொல்லிவிட்டு நான் அங்கிருந்து கிளம்பிவிட்டேன்.

23

கத்தார் பாடல்

1990 ஜனவரியில் எங்களது முறை சாராக் கல்வித் திட்டத்தில் உப்புலா லிங்கய்யா என்பவர் திட்ட அலுவலராகச் சேர்ந்தார். அவரது வருகைக்குப் பிறகு, எங்களுடைய முறை சாராப் பள்ளிகளின் எண்ணிக்கை நூறைத் தொட்டது. இளைஞரான அவர் தனது பட்ட மேற்படிப்புக்குப் பிறகு, ஆசிரியர் பயிற்சியும் முடித்திருந்தார். அவருக்குக் கிராமப் புறங்களில் பணியாற்ற வேண்டும் என்கிற விருப்பம் இருந்தது. எங்கள் ஆசிரியர்களும், திட்ட மேற்பார்வை யாளர்களும் மிகுந்த ஆர்வத்துடன் பணியாற்றினார்கள். அதைப் பார்த்த கிராம மக்கள் மிகுந்த ஆனந்தம் அடைந்தார்கள். எங்களது பெரும்பாலான பள்ளிகள் குக்கிராமங்களில் இருந்தன. அங்குப் பணியாற்ற எங்களின் ஆசிரியர்கள் நடந்தோ அல்லது சைக்கிளிலோ சென்றுவந்தார்கள்.

ஒவ்வொரு மாதமும் ஏதாவது ஒரு நாள் மாலை எங்களது ஆசிரியர்கள் எல்லாம் சந்திப்பார்கள். நூறு ஆசிரியர்களும், அவர்களை மேற்பார்வை செய்யும் ஆறு சூப்பர்வைசர்களும் அந்தக் கூட்டங்களில் அந்தத் திட்டம் தொடர்பாக உற்சாகத்துடன் விவாதிப்பதைப் பார்க்க, கண் கோடி வேண்டும். சமயங்களில் இரவு கடந்தும் நடக்கும் அந்தக் கூட்டங்களில் நான் பின் வரிசையில் அமர்ந்துகொண்டு பாடத்திட்டங்கள் குறித்து ஆசிரியர்கள் விவாதிப்பதைக் கேட்டுக்கொண் டிருப்பதில் எனக்கு அவ்வளவு ஆனந்தம். அந்தத் திட்டத்தின் ஆசிரியர்கள் சிலர், எங்கள் சங்கத்திலும் உறுப்பினர்களாக இருந்து, சங்கம் தொடர்பான வேலைகளையும் கவனித்துவந்தார்கள். ஆசிரியர்களின

திறன்களை மேம்படுத்திக்கொள்ளும் பொருட்டு அவர்களுக்குப் பயிற்சி அளிக்க சிறு தொகை ஒதுக்கீடு செய்யப்படும். அந்தப் பணத்தை எல்லாம் கொஞ்சம்கொஞ்சமாகச் சேமித்து, இரண்டு ஆண்டுகளுக்கு மாணவர்களுக்காகக் கோடை காலத்தில் கல்விச் சுற்றுலாவையும் அந்த ஆசிரியர்களே ஏற்பாடு செய்தனர். பெட்ரோமாக்ஸ் விளக்கு வெளிச்சத்தில், ஊட்டச்சத்து குறைபாடான ஏழைக் குழந்தைகள் தங்களுடைய 'ஸ்லேட்டு'களையும் பென்சில்களையும் வைத்துப் படித்துக் கொண்டிருப்பதைப் பார்ப்பது அவ்வளவு ஒன்றும் மகிழ்ச்சி தரக் கூடிய காட்சி இல்லை. அந்த முறை சாராக் கல்விக் கூடங்கள் எல்லாம், பின்னாளில் பள்ளிக்குச் சென்றிருக்காத, பள்ளி இடைநின்ற குழந்தைகள் போன்றவை, வழக்கமான பள்ளிகளில் சேர்ந்து படிக்க, அவர்களைத் தயார்ப்படுத்தும் வகையில் 'இணைப்புப் பள்ளிகளாக' செயல்பட்டு, இன்று இதர வழக்கமான பள்ளிகளைப் போலவே செயல்பட்டுவருகின்றன. தெலங்கானாவில் அந்தப் பள்ளிகளில் சில, சமூக நலத்துறையின் கீழ் மாணவர் விடுதிகளாக மாற்றம் கண்டுள்ளன.

மண்டல வளர்ச்சி அலுவலகங்களில், ஏழைகளுக்கான வீடு, கடன், பல்வேறு அரசுத் திட்டங்களின் கீழ் இளைஞர்களுக்கான வேலைவாய்ப்புப் பயிற்சிகள் போன்றவற்றைப் பெறுவதற்கான நடவடிக்கைகள் இப்போதெல்லாம் வேகமாக நடைபெறத் தொடங்கியிருந்தன. மண்டல வளர்ச்சி அதிகாரிகள் எங்கள் சங்க முழுநேர ஊழியர்களைத் தங்களின் கூட்டங்களுக்கு எல்லாம் வரவழைத்து அவர்களுடைய கருத்துகளை எல்லாம் கேட்டுக் கொண்டிருக்க, இன்னொரு பக்கம் காவல்துறையினர் தொடர்ந்து எங்களைத் துன்புறுத்திவந்தார்கள். எங்கள் மீது பதியப்பட்ட நூற்றுக்கணக்கான கிரிமினல் புகார்களை எதிர்த்து மட்டுமல்ல, நிலப் போராட்டம் தொடர்பாகத் தொடுக்கப் பட்டிருந்த சிவில் வழக்குகளையும் எதிர்த்து நாங்கள் போராட வேண்டியிருந்தது. முன்சீஃப் கோர்ட், செஷன்ஸ் கோர்ட், மெட்ரோபொலிட்டன் கோர்ட், ஹை கோர்ட் என எல்லா வகையான நீதிமன்றங்களிலும் எங்கள் வழக்கறிஞர்கள் வழக்குகளை நடத்திக்கொண்டிருந்தார்கள். புலிமாமிடி, கப்பாட் ஆகிய கிராமங்களின் வழக்குகள் உச்ச நீதிமன்றம் வரை சென்றன. அந்தச் சமயத்தில் உச்ச நீதிமன்ற வழக்கறிஞர்கள் ராஜீவ் தவான், கோபால் சுப்பிரமணியம் ஆகியோர் எங்களின் வழக்குகளை இலவசமாக நடத்திக் கொடுத்தனர். கப்பாட் வழக்கில் எங்களுக்கு முழு வெற்றியும், புலிமாமிடி வழக்கில் பாதி வெற்றியும் கிடைத்தன.

நான் பல வேலைகளில் சிக்கியிருந்தேன். ஆகவே ரங்க ரெட்டி, மகபூப்நகர் உள்ளிட்ட மாவட்டங்களில் நான் தொடர்ந்து

பயணம் மேற்கொள்ள வேண்டியதாக இருந்தது. காவல் நிலையங்கள் இருக்கிற ஊர்களில் நான் மிகவும் கவனத்துடன் செல்ல வேண்டியிருந்தது. எங்கே, எதற்காக நான் கைது செய்யப் படுவேன் என்று தெரியாது. விவசாய வேலைகளைப் புறக்கணித்து வேலை நிறுத்தத்தில் ஈடுபட்டார்கள் என்ற குற்றச்சாட்டுக்காகக் கைது செய்யப்பட்ட கூலித் தொழிலாளர்களை விடுவிப்பதற்காக நான் 1990இல் கல்வாகுர்த்தி நீதிமன்றத்துக்குச் செல்ல வேண்டியதாக இருந்தது. அவர்களை ஜாமீனில் வெளியே எடுக்க வழக்கறிஞர் ஒருவரைச் சந்தித்தேன். அவருடைய அறையிலிருந்து நான் வெளியே வரும்போது, கான்ஸ்டபிள் ஒருவர் என்னிடம், சர்க்கிள் இன்ஸ்பெக்டர் என்னைப் பார்க்க வேண்டும் என்று சொன்னார். தலைவிதியே! ‘உங்களைக் கைது செய்கிறோம்’ என்று வெளிப்படையாகச் சொல்லமாட்டார்கள். ‘எஸ்.ஐ. உங்களைக் கூப்பிடுகிறார், சர்க்கிள் இன்ஸ்பெக்டர் உங்களைப் பார்க்க வேண்டும் என்கிறார், டி.எஸ்.பி. உங்களை அழைத்துவரச் சொன்னார்’ என்று சொல்லித்தான் கைது செய்து கூட்டிப் போவார்கள்.

அரசு நிர்ணயித்த குறைந்தபட்சக் கூலியைத் தர வேண்டும் என்று சொல்லி கூலித் தொழிலாளர்களைப் போராடத் தூண்டியதற்காக என்மீது வழக்கு பதியப்பட்டிருப்பதாகக் காவல் நிலையத்தில் சர்க்கிள் இன்ஸ்பெக்டர் சொன்னார். முதல் தகவல் அறிக்கையிலும் அப்படியே இருந்தது. அப்போது மணி மாலை 4.45. நீதிமன்றம் இன்னும் சில நேரத்தில் மூடிவிடும். எனவே நான் ஜாமீனும் பெற முடியாது. எனில், அன்றைய இரவை நான் அந்த துர்நாற்றமடிக்கும் காவல்நிலையச் சிறையில்தான் கழித்தாக வேண்டும். நான் அழுதேன். அன்று முழுவதும் நான் ஓடிக்கொண்டே இருந்தேன். அந்தப் பணிச்சுமைக்கு நடுவே நான் அப்படிச் சிக்கிக்கொண்டேனே என்று நினைக்கும்போது என்னை அறியாமலே அழுது விட்டேன். அடுத்த நாள் ஜப்பார்குடெமில் ஏற்பாடு செய்யப்பட்டிருந்த ஒரு முக்கியமான கூட்டத்துக்கு வேறு நான் செல்ல வேண்டும். அந்தக் கூட்டத்தில் கலந்துகொள்வதற்காக இப்ராகிம்பட்டின தாலுகா முழுவதிலுமிருந்து மக்கள் வரத் தொடங்கியிருந்தார்கள். நான் அழுவதைப் பார்த்த சர்க்கிள் இன்ஸ்பெக்டர், “மேடம் இந்தாங்க. . . தண்ணி குடிங்க” என்று சொல்லி என்னிடம் ஒரு டம்ளரை நீட்டினார். ஆனால் எப்படியோ அன்று நான் நீதிமன்றம் முடிவடைவதற்குள் ஜாமீன் பெற்று விட்டேன். எனக்கு அறிமுகமில்லாத யாரோ ஒரு வழக்கறிஞர் எனது ஜாமீனுக்காக ஆஜரானார். அவர் எங்கள் இயக்கத்துக்கு ஆதரவானவர் என்று பின்னர் தெரிவித்தார். ஜோடிக்கப்பட்ட விஷயங்களைக் கொண்டு எஃப்.ஐ.ஆர் போடப்பட்டிருக்கிறது

ராஜமுந்திரி பகுதிக்குச் சுற்றுலா சென்றிருந்தபோது அங்குள்ள தௌலேஸ்வரம் பாலத்துக்கு முன்பு இப்ராகிம்பட்டினத்தைச் சேர்ந்த முறைசாராக் கல்வி ஆசிரியர்கள் புகைப்படம் எடுத்துக்கொண்டபோது

என்று சொல்லி ஒரு மாதத்தில் அந்த வழக்கை உயர்நீதிமன்றம் தள்ளுபடி செய்தது.

அதே ஆண்டில், தலகொண்டப்பள்ளி கூலித் தொழிலாளிகள் கைதுசெய்யப்பட்டதற்காக, மகபூப்நகர் மாவட்ட எஸ்.பி. ஏ. சிவ சிங்கரைச் சந்தித்தேன். இ.பி.கோ.வின் படி, விவசாய கூலித் தொழிலாளிகளைப் போராடத் தூண்டுவது குற்றம் என்று சாதித்தார் அவர். இந்தியன் பினல் கோடுதான் தன்னுடைய பகவத் கீதை என்றும், அதை மீறும் எவரையும் தான் எரித்துவிடுவதாகவும் அவர் கர்ஜித்தார். இத்தனைக்கும் அது 1860இல் பிரிட்டிஷாரால் இயற்றப்பட்டது. கொத்தடிமைத் தொழில்முறையும், குறைந்தபட்ச ஊதியமும் இ.பி.கோ.வின் கீழ் வராது. எனவே, அந்த விஷயங்களை உள்ளடக்கியிருக்கிற சட்டங்கள் ஏதாவது மீறப்பட்டிருக்கிறதா என்பதைப் பற்றி எல்லாம் அவர் கவலைப்படவில்லை.

மகபூப்நகர் போலீஸார் கொடுமையானவர்களாக இருந்தார்கள் என்றால், ரங்க ரெட்டி மாவட்ட போலீஸார்

இன்னும் மோசம். எங்கள் இயக்கத்தை முற்றுமுழுதாகத் துடைத்தெறிய, காங்கிரஸ் எம்.பி. சக்கிலம் ஸ்ரீநிவாச ராவ், சர்க்கிள் இன்ஸ்பெக்டர் முரளிதர் ராவை இப்ராகிம்பட்டினத்தில் பணியமர்த்தியிருப்பதாக எனக்குத் தகவல் கிடைத்தது. இப்ராகிம்பட்டினம், யச்சாராம் என இரண்டு ஊர்களின் காவல் நிலையத்தையும் தன் கட்டுப்பாட்டில் வைத்திருந்த முரளிதர் ராவ், எங்களைத் தாக்குவதற்கான எந்த ஒரு சிறு வாய்ப்பையும் நழுவவிட்டுவிடவில்லை. யச்சாராம் மண்டலத்தில் இருந்த ததிபர்த்தி கிராமத்தில் 105 ஏக்கர் நிலம் தொடர்பான போராட்டம் நடைபெற்று வந்தது. அங்கே மாதிகாக்களுக்கும் நிலக்கிழார்களின் அடியாட்களுக்கும் இடையே மோதல் வெடிக்க, போலீஸ் எங்கள் மக்கள் மீது கொலை முயற்சி வழக்கைப் பதிந்தனர். எனில், அவர்களுக்கு ஜாமீன் கிடைப்பது மிகவும் கடினம். நிலக்கிழார்களின் அடியாட்கள் மீதோ சிறிய வழக்குகள்தான் போடப்பட்டிருந்தன. தொடர்ந்து 1990 ஜூலையில் யச்சாராம் காவல் நிலையம் முன்பு நாங்கள் சுமார் 300 பேர் கையில் கருப்புக் கொடியுடன் போராட்டத்தில் ஈடுபட்டோம். ஆத்திரமடைந்த அந்தக் காவல் நிலையத்தின் எஸ்.ஐ., எங்கள் மீது லத்தி சார்ஜ் நடத்திக் கூட்டத்தைக் கலைய வைப்பதற்காக மத்திய ரிசர்வ் போலீஸ் படைக்குத் தகவல் தெரிவித்தார். போராட்டக்காரர்கள் போலீஸ்காரர் ஒருவர் மீது கல்லெறிந்ததால்தான் லத்தி சார்ஜ் நடத்தப்பட்டது என்று அதைப் பத்திரிகைகளிடம் நியாயப்படுத்தவும் செய்தார் அந்த எஸ்.ஐ. என்று எனக்குப் பின்னர்தான் தெரிந்தது. போராட்டத்தில் பங்கேற்ற பெண்கள் சிலர் மிளகாய்ப் பொடியைக் கொண்டு வந்திருந்தனர் என்றும் (இது ததிபர்த்தி சத்யம்மாவின் யோசனை), போராட்டத்தின்போது பெண் ஒருவர் போலீஸ்காரர் மீது மிளகாய்ப் பொடியைத் தூவியதாகவும், அதன் விளைவாகவே லத்தி சார்ஜ் நடத்தப்பட்டது என்பதும் தெரியவந்தது.

ஆனால் ஒரு பெண் மிளகாய்ப் பொடி தூவினார் என்பதை அந்த எஸ்.ஐ.யால் சகித்துக் கொள்ள முடியவில்லை. எனவேதான் கல்லெறியப்பட்டது என்ற குற்றச்சாட்டு. லத்தி சார்ஜின்போது மக்கள் சிதறி ஓட, அவர்களை டீக்கடை, ஹோட்டல்கள் என எல்லா இடங்களிலும் விடாமல் துரத்தி சி.ஆர்.பி.எஃப். தாக்கியது. வேடிக்கை பார்த்தவர்களும், ஹோட்டலில் சாப்பிட்டுக் கொண்டிருந்தவர்களும்கூடத் தாக்கப்பட்டனர். அந்தக் காவலர்கள் எங்களை யச்சாராம் அலுவலகத்தில் வைத்தும் தாக்கினர். மாதிகாக்களை மிகவும் கீழ்த்தரமாக மிரட்டினர். எஸ்.ஐ. தன் கையில் துப்பாக்கியை வைத்துக்கொண்டு சுட்டு விடுவேன் என்று பயமுறுத்திக்கொண்டிருந்தார். அன்று மாலை, மதுக்கர் ரெட்டி எனும் உள்ளூர் தெலுங்கு தேசக் கட்சிப் பிரமுகர்,

கைது செய்யப்பட்டு காவல் நிலையத்துக்குக் கொண்டுசெல்லப் பட்டு துன்புறுத்தலுக்கு உள்ளானார். அதற்குக் காரணம், அவர் மீது ஏற்கெனவே அந்த எஸ்.ஐ.க்கு முன்விரோதம் இருந்திருக்கிறது. இந்தச் சம்பவத்தை சாக்காகப் பயன்படுத்திக் கொண்டு அவரைத் துன்புறுத்தியிருக்கிறார். எங்களுக்கு மதுக்கர் ரெட்டி உதவி செய்யாதபோதும், அவர் எங்களுக்கு உதவியதாக அவர் மீது வழக்கு போடப்பட்டிருந்தது.

யச்சாராமில் எங்கள் சங்கம் வலுவாக இருந்தது. அதனால் அடுத்த நாளே போலீஸாரை நாங்கள் சமூகவிலக்கம் செய்யத் தொடங்கினோம். கொங்கரா மைசய்யா எனும் மாதிகா தனது தப்பு மேளத்தை எடுத்துக்கொண்டு, ஊரெல்லாம் சென்று, 'போலீஸாருக்கு வீடு வாடகைக்குக் கொடுக்காதே. ஹோட்டல், டீக்கடைகள் அவர்களுக்கு எதுவும் விற்பனை செய்யக் கூடாது. பால், காய்கறி, மளிகை எதுவும் கொடுக்கக் கூடாது. அவர்களின் வீடுகளைச் சுத்தப்படுத்தக் கூடாது' என்று அறிவித்தார். இதனால் காவல்துறை உயர் அதிகாரிகள் சற்றுப் பின்வாங்கினார்கள். எங்களுடன் கொஞ்சகாலம் சமாதானமாக இருந்தார்கள்.

1990இல், மஞ்சிரெட்டி குடும்பத்தராலும், அவர்களது அடியாட்களாலும் கொல்லப்பட்ட ஜூட்டு நரசய்யாவின் வழக்கு நீதிமன்றத்தில் விசாரணைக்கு வந்தது. விசாரணையின் முதல் நாள் எண்ணற்ற நிலக்கிழார்கள் நீதிமன்றத்தில் திரண்டார்கள். அண்ணன், மாமா, மாமனார் என அந்தக் குடும்பத்துக்குச் சொந்தக்காரர்கள் அனைவரும் வந்திருந்தனர். ரெட்டிக்களின் அந்தக் கூட்டத்தைப் பார்த்ததுமே, எங்கள் சாட்சியங்கள் மயக்கமடைந்து விழாத குறை!

எங்கள் பலத்தைக் காட்ட நாங்களும் முடிவெடுத்தோம். அடுத்த நாள் எங்கள் மக்கள் சுமார் இருநூற்றுக்கும் மேற்பட்டோர் நீதிமன்றத்தில் நிறைந்தனர். நீதிமன்ற அறை பெரிதானதாக இல்லை. எனவே, ரெட்டிக்கள் ஒன்று எங்கள் மக்களுடன் தோளுடன் தோளாக உரசி நிற்க வேண்டும், அல்லது அந்த அறைக்கு வெளியே இருக்க வேண்டும். எப்படியும் அவர்களால் எங்கள் ஆட்களுடன் சேர்ந்து நிற்க முடியாது. நீதிமன்றத்துக்கு வெளியே நின்றுகொண்டிருப்பதிலும் பயன் இல்லை என்று தெரிந்தவுடன் அவர்கள் எல்லோரும் கிளம்பிவிட்டனர். அதற்குப் பிறகு ரெட்டிக்கள் அப்படிக் கூட்டமாக வரவில்லை. எனினும், நாங்கள் எங்கள் மக்களைத் தொடர்ந்து நீதிமன்றத்துக்குக் கூட்டி வந்தோம். அதனால் எங்கள் சாட்சியங்களுக்குத் தைரியம் பிறந்து, உண்மையைப் பிசிறில்லாமல் சொன்னார்கள்.

அந்த வழக்குவிசாரணை நீதிமன்றத்தில் இருந்தபோது, ஒரேயொரு முறை மட்டும் நீதிமன்றத்துக்கு வந்துசென்ற பூபால் ரெட்டி, பிறகு பக்கவாதத்தால் பாதிக்கப்பட்டு 1990இல் இறந்தார். அவரது சகோதரர் ராமச்சந்திர ரெட்டி, விசாரணை தொடங்கும் முன்பே இறந்துவிட்டார். சிலர் அவருக்குக் கடவுள் தண்டனை கொடுத்துவிட்டதாகக் கருதினார்கள். வேறு சிலர் நான் அவர்களுக்குச் சூனியம் வைத்துவிட்டதாக நினைத்தார்கள். வழக்குவிசாரணையின்போது, கிராமத்தினர் அதிக அளவில் நீதிமன்றத்தில் திரண்டிருந்தது, நிலக்கிழார்களை வலுவிழக்கச் செய்தது மட்டுமல்லாமல், அவர்களது உலகத்தையே தலைகீழாகத் திருப்பிப் போட்டது.

அந்த வழக்கின் விசாரணையை எப்படி எதிர்கொள்வது, எங்களது பத்து சாட்சியங்களையும் வலுப்படுத்தி எப்படி அவர்களைப் பயமில்லாமல் பேச வைப்பது என்பனவற்றை யெல்லாம் நாங்கள் திட்டமிட வேண்டியதாக இருந்தது. எதிர்த்தரப்பு வழக்கறிஞர்கள் அவர்களை எப்படி எல்லாம் துருவித் துருவி கேள்விகள் கேட்கக் கூடும், அவற்றுக்கு எப்படி பதில் சொல்ல வேண்டும் என்று அந்தச் சாட்சியங்களுக்கு, சிக்கட்பள்ளியில் இருந்த என் வீட்டில் பயிற்சி வழங்கப்பட்டது. ஹெச்.பி.டி. அலுவலகமாகவும் செயல்பட்ட அந்த வீட்டில், ஒரு சின்ன அறையில் மக்கள் நிரம்பியிருந்தனர். நீதிமன்றத்தில் விசாரணை எப்படி நடக்கும் என்று ஒத்திகை பார்த்தோம். இத்தனைக்கும் பிறகும், நாங்கள் நீதிமன்றத்தில் நின்றபோது எங்களால் சரியாகப் பதில் சொல்ல முடியவில்லை. மூர்க்கமாக வெளிப்பட்ட குறுக்குவிசாரணைகளைக் கண்டு நானே கொஞ்சம் ஆடித்தான் போனேன். கரம்சேடு படுகொலை உள்ளிட்ட பல விஷயங்கள் குறித்து நான் எழுதிய கட்டுரைகளை எல்லாம் காட்டி, நான் ஒரு நக்சலைட் என்பதை நிறுவி, அதனாலேயே நிலக்கிழார்கள் மீது எனக்கு வஞ்சகம் இருக்கிறது என்று நிரூபிப்பதிலேயே எதிர்த் தரப்பு வழக்கறிஞர் குறியாக இருந்தார். எனது இணையர் சிரிலைப் பற்றிக் கூறும்போது அவரது பின்னொட்டான 'ரெட்டி' என்பதையும் சேர்த்து 'சிரில் ரெட்டி' என்று குறிப்பிட்ட அவர், என்னை என் முழுப் பெயரோடு அழைக்காமல், வெறுமனே 'ராமஸ்வாமி' என்று மட்டும் குறிப்பிட்டார். மேலும் நான் திருமணமாகாதவள் என்றும், பல ஆண்களுடன் உறவு வைத்திருப்பவள் என்றும் அவர் சொன்னார்.

இதனால் நான் அவ்வப்போது எனது நிதானத்தை இழக்க வேண்டியதாக இருந்தது. அதனால் நீதிபதி, 'கேட்கிற கேள்வி களுக்கு மட்டும் நீங்கள் பதில் சொன்னால் போதும். வேறெதுவும்

சொல்ல வேண்டாம்' என்றார். நிலக்கிழார் தரப்பு வழக்கறிஞர் கேட்டதெல்லாம் கேள்விகளே அல்ல. மறைமுகக் குத்தல் பேச்சுதான். அந்தக் குத்தல் கேள்விகளுக்கு நான் 'இல்லை' என்று பதில் சொன்னபோதும், அந்தக் குரூரமான பார்வை தொடர்ந்து கொண்டேதான் இருந்தது. 'ஆம்', 'இல்லை' என்று மட்டும்தான் நாங்கள் சொல்ல வேண்டும். நானே மிகவும் மோசமான சாட்சியாகத்தான் இருந்தேன் என்று நினைக்கிறேன். எல்லாமே நாடகம் போல இருந்தது. கொலை வழக்கில் இருந்து மஞ்சிரெட்டிகள் விடுவிக்கப்பட்டது, எனக்குக் கிடைத்த பெரிய அடியாக இருந்தது. என்னதான் ஒருவர் உயிரைக் கொடுத்து உழைத்தாலும், நீதி கிடைக்காது என்பது என்னைப் பல நாட்களுக்குத் தூங்கவிடவில்லை. ஒவ்வொரு முறையும் நாங்கள் அதிகாரத்தில் இருப்பவர்களை எதிர்த்து கிரிமினல் கோர்ட்டில் தனிநபர் வழக்கு தாக்கல் செய்யும்போதெல்லாம் நாங்கள் தோல்வி அடைந்துகொண்டே இருந்தோம். வழக்கு விவரங்களை மிக விரிவாகத் திரட்டி, சாட்சியங்களைப் பதிவுசெய்து, பல நாட்கள் நீதிமன்றத்தில் செலவழித்தும் நாங்கள் ஒவ்வொரு வழக்கிலும் தோற்றுக்கொண்டே இருந்தோம். அந்த வழக்குக்குப் பிறகு என்னிடம் யோசனை கேட்டு வரும் மக்களிடம் நான் இப்படித்தான் சொன்னேன்: "நீங்கள் ஒரு கொலையைச் செய்து விட்டு வந்தால் கூட, நான் உங்களுக்கு ஜாமீன் வாங்கித் தர முடியும். தண்டனையில் இருந்துகூட உங்களைத் தப்பிக்க வைக்க முடியும். ஆனால் இந்தியாவில் இருக்கும் கிரிமினல் சட்டமுறையை வைத்துக்கொண்டு, நீதிமன்றத்தில் நீதி கிடைக்கும் என்று நம்பிக்கொண்டிருக்காதீர்கள்".

அதே சமயத்தில், புலிமாமிடி கிராமத்தினரும் கடுமையான நெருக்கடியில் இருந்தனர். எனவே, ஒன்றிய அரசில் பட்டியலின மற்றும் பட்டியலினப் பழங்குடிகள் ஆணையராக இருந்த பி.டி.ஷர்மாவை அந்த கிராமத்துக்கு இரண்டாவது முறையாக வந்து பார்வையிடும்படிக் கேட்டுக்கொண்டோம். அவர் ஏற்கெனவே 1988 ஜூனில் அங்கு வந்திருந்தார். இந்த முறை மக்கள் தாங்கள் பயிர் செய்துகொண்டிருக்கும் வயல்களில் அவரைக் கூட்டிச் சென்று காண்பித்தார்கள். அப்போது அவருடன், ஊரக வளர்ச்சி அதிகாரிகளும், மண்டல வருவாய் அலுவலர்களும் இருந்தனர். அவர் வருவாய் ஆய்வாளரிடம், "பதிவேடுகளில் விவசாயி என்ற பெட்டியில் யாருடைய பெயர் எழுதப்படுகிறது?" என்று கேட்டார். அதற்கு ஆய்வாளர், "அப்படி யாருடைய பெயரும் எழுதப்படுவதில்லை" என்றார். உடனே ஷர்மா, "எனக்கு நில ஆவணங்களை எல்லாம் காட்டுங்கள்" என்றார். அவரிடம் அந்தப் பெரிய பதிவேட்டைக் கொடுத்த வுடன், அதில் 'விவசாயி' என்று இருந்த கட்டங்களில் எல்லாம்

அந்த மக்களின் பெயர்களை எழுதி, கையெழுத்திட்டு, தன்னுடைய அலுவல் முத்திரையைப் பதித்தார். "ஜமாபந்தியில் நாங்கள் இப்படித்தான் செய்வோம்" என்று ஷர்மா புன்னகைத்தார். வருவாய் ஆவணங்களை எல்லாம் ஆண்டுக்கு ஒரு முறை வருவாய்த்துறை உயர்அதிகாரிகள் சோதனையிடும் வழக்கத்துக்குப் பெயர்தான் ஜமாபந்தி. "அந்தச் சமயத்தில் நாங்கள் ஒவ்வொரு கிராமத்துக்கும் சென்று, 'விவசாயி' உள்ளிட்ட பல விதமான கட்டங்களை எல்லாம் சோதனையிடுவோம்" என்றார் ஷர்மா. இப்படித்தான் புலிமாமிடி மக்களின் பெயர்கள் நிலஆவணங்களில் இடம்பெற்றன.

அடுத்த நாள் மாநில வருவாய்த்துறை அமைச்சர் சமரசிம்ஹா ரெட்டி, மாவட்ட இணை ஆட்சியரான சித்ரா ராமச்சந்திரனை அழைத்து, அரசு நடைமுறையை மீறி இப்படி ஒரு நிகழ்வு நடந்ததற்காக ஏசியிருக்கிறார். "நிலஆவணங்களை எழுதுவதற்காகவே நியமிக்கப்பட்ட ஒருவரைத் தாண்டி, இன்னொருவர் எப்படி அதை எழுத முடியும்?" என்பது அவரது கேள்வியாக இருந்தது. அது நியாயமான கேள்விதான். சந்தேகமே இல்லை. நடந்தது நடந்துவிட்டது. அதனால் காலாகாலத்துக்கும் நிலக்கிழார்களுக்குப் பெரும் நஷ்டம் ஏற்பட்டுவிட்டது.

1990 ஜூனில் 'இருபத்தி ஒன்பதாவது (1987 – 90) பட்டியலின மற்றும் பட்டியலினப் பழங்குடிகள் ஆணையரகத்தின் அறிக்கை' வெளியானது. அதை எழுதிய ஷர்மா, புலிமாமிடி சம்பவத்தை நினைவுகூர்ந்திருந்தார். "ஆந்திரப் பிரதேச மாநிலத் தலைநகர் ஹைதராபாத்திலிருந்து இரண்டு மணி நேரப் பயணத் தூரத்தில் இருக்கிறது கண்டுக்கூர் மண்டலம். அங்குள்ள கிராமம்தான் புலிமாமிடி. சுதந்திரத்துக்குப் பிறகு, சட்டத்தைத் தங்கள் இஷ்டத்துக்கு வளைத்து அங்கிருந்த நிலக்கிழார்கள் மிகவும் வலுவாக இருந்தார்கள். பெரும்பாலும் பட்டியலினத்தைச் சேர்ந்த விவசாயிகள்தான் அந்த நிலக்கிழார்களால் மிகவும் பாதிக்கப்பட்டார்கள். அவர்கள் ரொம்பக் காலமாக உதவியின்றி தவித்துவந்தனர். ஆனால், இப்போது அவர்கள் தங்கள் உரிமைக்காகப் போராடத் தொடங்கிவிட்டார்கள். அந்த கிராமத்தின் கதை விதிவிலக்கு அல்ல என்று சொல்லப்படுகிறது. என்றாலும், ஆந்திரப் பிரதேசத்தில் தெலங்கானா பிராந்தியத்தில் உள்ள இந்த கிராமத்தின் கதை மிகவும் வியக்கத்தக்க ஒன்று" என்றார்.

பிஹாரில் உள்ள கிராமம் ஒன்றிலும், புலிமாமிடியிலுள்ள நிலைமையையும் பற்றி ஷர்மா தனது அறிக்கையில் மிக விரிவாகப் பேசுகிறார். "பிஹாரில் உள்ள சோல் கிராமம் மற்றும் ஆந்திரப் பிரதேசத்தின் புலிமாமிடி ஆகியவற்றிலுள்ள பிரச்சினை மிகவும்

எளிமையானது. மட்டுமல்ல, மிகவும் அடிப்படையான கேள்வியை எழுப்புகிற ஒன்று. ஒரு நிலத்தில், அதில் உண்மையாகவே விவசாயம் செய்கிற நபரின் பெயர், அரசு ஆவணத்தில் இடம்பெற வேண்டுமா அல்லது கூடாதா? ஆனால் களத்தில் நிலவும் எதார்த்தம் வேறு மாதிரியாக இருக்கிறது. அப்படி இருப்பதற்கான வாய்ப்பு நம்முடைய சட்ட நடைமுறைகளில் இல்லை என்று சொன்னால், நாம் ஒரே ஒரு முடிவுக்குத்தான் வர முடியும். ஏழைகளின் நியாயமான உரிமையைப் பறிப்பதற்கு, நமது சட்டங்கள் வழிவகுத்துள்ளன என்பதுதான் அது. அப்படிச் செய்வது, சட்டப்பூர்வமாகவே இருந்தாலும்கூட, அதை நாம் நியாயமானது என்றோ அல்லது நமது அரசியலமைப்பின் மனசாட்சிப்படியே இருக்கிறது என்றோ நாம் சொல்ல முடியாது. இதுபோன்ற சூழ்நிலையில்தான், சட்டம், நீதி மற்றும் அரசியலமைப்பு ஆகியவற்றுக்கிடையே கருத்தொற்றுமை இல்லாமல்போவது தெளிவாகிறது. மேற்கண்ட கிராமங்களில் மக்கள் எழுப்பிய கேள்வி, எல்லாக் கிராமங்களுக்குமான கேள்விதான். அது இந்தத் தேசம் முழுமைக்குமான கேள்விதான். விவசாயத்தை மட்டுமே நம்பி வாழும் அனைவரது வாழும் உரிமையுடன் தொடர்புடையது இந்தக் கேள்வி. இன்று அப்படி விவசாயம் செய்தும், தங்கள் நிலத்தின் மீது எந்த உரிமையும் இல்லாமலும் இருப்பவர்களின் எண்ணிக்கை மிகவும் அதிகம். அதிலும் பெரும்பான்மையாகப் பாதிக்கப்பட்டிருப்பது பட்டியலினத்தவர்கள்தான். மேலும் சிலர் பட்டியலினப் பழங்குடிகள். இந்த மக்களின் வாழ்க்கைப் போராட்டம்தான் மிகவும் கடினமான போராட்டம். வாழும் உரிமைக்கான இவர்களது போராட்டம்தான் மிகவும் முக்கியமான போராட்டம்".

❍

1990 ஏப்ரல் 14ஆம் தேதி, யச்சாராமில் வெண்கலத்தால் செய்யப்பட்ட பெரிய அளவிலான அம்பேத்கர் சிலையை நிறுவினோம். அண்ணலின் பிறந்தநாள் நூற்றாண்டை முன்னிட்டு, இப்படி ஒரு யோசனையை முன்வைத்தது உள்ளூரில் இருந்த 'அம்பேத்கர் யுவஜனா சங்கம்'தான். அதுவரையில், இப்ராகிம்பட்டினம், யச்சாராம், கண்டுக்கூர், மகேஷ்வரம் மற்றும் மஞ்ச்சல் என ஐந்து மண்டலங்களிலும் அம்பேத்கர் சிலை இருக்கவில்லை. அம்பேத்கர் சிலை என்பது மிகவும் முக்கியமான ஒரு குறியீடு. எங்களைப் பொறுத்தவரை, நிலக்கிழார்களின் கொட்டம் அடங்கி தலித் பகுஜன் மக்கள் மேலேறி வந்துகொண்டிருந்த காலத்தைச் சொல்வதாக இருந்தது அந்தச் சிலை. அந்தச் சிலையை நிறுவுவதற்கு, ஐந்து மண்டலங்களில் இருந்தும் நிதி திரட்டினோம். முறை சாரா கல்விக்கூடங்களின் ஆசிரியர்களும் தங்களின்

சம்பளத்தில் ஒரு பகுதியை இதற்காகக் கொடுத்தார்கள். அந்தச் சிலையின் விலை ரூ.50,000. அன்றைய காலகட்டத்துக்கு அது பெரிய தொகைதான். ஆனாலும் ஹைதராபாத்தில் டேங்க் பண்ட் பகுதியிலுள்ள அம்பேத்கரின் சிலைக்குச் சற்றும் குறையாத அளவில் இங்கு நிறுவப்படும் சிலையும் இருக்க வேண்டும் என்று எங்கள் சங்கத்தினர் வலியுறுத்தினர்.

ஹைதராபாத்திலிருந்து அந்த ஒன்பது அடி சிலை வந்திறங்கியது. உடனடியாக அந்தச் சிலையை நிறுத்துவதற்கு ஒரு தளம் எழுப்பப்பட்டு, அதன் மீது சிலையை நிலைநிறுத்த யச்சாராம் தலித் சமூகத்து எலக்ட்ரீசியன்கள் செயின் பிளாக் கருவி ஒன்றைக் கொண்டு வந்தனர். அந்தச் சிலைத் திறப்பு விழாவில் நல்கொண்டா தொகுதி சி.பி.ஐ., கட்சியின் முன்னாள் எம்.பி. தர்ம பீஷம், முற்போக்கு ஜனநாயக மாணவர் சங்கத் தலைவரும், பின்னாளில் சி.பி.ஐ. (மா.லெ) அமைப்பாளருமான வீரண்ணா, சி.பி.ஐ.(மா.லெ) கட்சியின் முன்னாள் அமைப்பாளரும் தற்போது 'இன்டி பார்டி' எனும் கட்சியின் தலைவராக இருக்கும் சேருக்கு சுதாகர், பிரபலத் திரைப்பட நடிகர் நாகபூஷணம் ஆகியோர் கலந்துகொண்டனர். அந்த நிகழ்வைக் கொண்டாடு வதற்கு, நாங்கள் மூன்று நாட்களுக்குக் கலாசார நிகழ்ச்சிகளை ஏற்பாடு செய்திருந்தோம்.

அந்த மாதத்தின் பிற்பகுதியில், மகேஷ்வரம் மண்டலத்தில் நாங்கள் அம்பேத்கர் பாதயாத்திரை ஒன்றை ஏற்பாடு செய்திருந்தோம். எங்கள் சங்கத்தின் நாடகக் குழு உட்பட, அதில் 70 பேர் பங்கேற்றோம். பாதயாத்திரைக்கான பாதையைத் திட்டமிட, லிங்கய்யாவும் சங்கரய்யாவும் ஸ்கூட்டர் மூலம் மகேஷ்வரத்துக்கு முன்பே வந்துவிட்டார்கள். மகேஷ்வரம் பஞ்சாயத்து சமிதி முன்னாள் தலைவரும், நிலக்கிழாருமான கோபால் ரெட்டி (அவருடைய மகன் ராம் ரெட்டி, இப்ராகிம்பட்டின நீதிமன்றத்தில் வழக்கறிஞராக இருக்கிறார்) கோலோச்சிய ஊரான சுபான்பூர் கிராமத்துக்கு லிங்கய்யாவும், சங்கரய்யாவும் வந்த போது, அங்கெல்லாம் இரட்டைக் குவளை முறை பின்பற்றப்படுவதைப் பார்த்தார்கள். அந்த டம்ளர்களை எல்லாம் உடைத்து நொறுக்கிவிட்டுத்தான் அவர்கள் இருவரும் மேலே சென்றார்கள். பாதயாத்திரை, கட்பள்ளியில் இருந்து தொடங்கி, மகேஷ்வரம் மண்டலத்தின் தெற்குப் பகுதிவரைக்கும் சென்றது. எங்களுடன், நல்லவெள்ளி கிராமத்தைச் சேர்ந்த 'ஜமிடிகே' (குச்சியில் ஒற்றை தந்தி கட்டபட்ட, வாளி போன்ற வடிவத்தில் இருக்கும் இசைக் கருவி) எனும் இசைக் கருவியை இசைக்கும் 'பைன்ட்லா' சமூகத்தவரும், கோலாட்டம் ஆடும் அய்யவாரிகுடெம் பகுதியைச் சேர்ந்த மாலாக்கள், கட்டேலா

முறைசாராக் கல்வி ஆசிரியர்கள் மேற்கொண்ட விழிப்புணர்வுப் பேரணி

நரசிம்ம பன்ட்டுலு என்பவரின் தலைமையில் யக்ஷகானம் அல்லது பாகவதம் நாடகத்தை நடத்தும் மொண்டிகுர்ரேல்லியைச் சேர்ந்த மாதிகாக்கள் ஆகியரோடு, அகுலமைலாரம் கிராமத்தைச் சேர்ந்த ராமுலு என்பவர் தனது 'தோல்' எனும் இசைக் கருவியில், 'பீரப்பா கதலு' (மேய்ச்சல் நில வீரர்களின் கதைகள்) பாடல்களைப் பாடிக் கொண்டும் வந்தார்.

நாங்கள் காலை 9 மணிக்கெல்லாம் கட்பள்ளியை அடைந்து, நாடகம் ஒன்றை மேடையேற்றி, முற்பகல் 11 மணிக்கெல்லாம் எங்கள் கூட்டத்தையும் முடித்துவிட்டோம். எங்களுக்குப் பசியாக இருந்தது. அந்தக் கூட்டத்துக்கு அந்த கிராமத்தைச் சேர்ந்த பலர் வந்திருந்தனர். அவர்களிடம், "நாங்கள், உங்கள் ஊருக்கு வந்திருக்கிறோம். எங்களுக்கு சாப்பிடக் கொடுப்பதற்கு உங்களிடம் எது இருந்தாலும் கொடுங்கள். எப்படி வேண்டுமானாலும் கொடுங்கள். உங்கள் வீட்டுக்கு, எங்களில் ஒருவரையோ அல்லது ஒன்றுக்கும் மேற்பட்டவர்களையோ கூட்டிச் சென்று சாப்பாடு கொடுங்கள்" என்றோம். எங்கள் எல்லோருக்கும் அன்புடன்

உணவு பரிமாறப்பட்டது. இப்படித்தான் நாங்கள் ஒவ்வொரு கிராமத்திலும் செய்தோம். நாங்கள் வருகிறோம் என்று தெரிந்து, சில கிராமங்களில் மக்கள் ஏற்கெனவே உணவைத் தயாரித்து வைத்திருப்பார்கள். இவ்வாறு நாங்கள் மேற்கொண்ட 15 நாள் பயணத்தில், நாங்கள் சென்ற இடத்தில் எல்லாம் எங்களுக்கு உணவு வழங்கப்பட்டது.

அருகிலிருந்த கண்டுக்கூர் மண்டலத்திலும் நாங்கள் பாதயாத்திரை ஒன்றை நடத்தினோம். புலிமாமிடியில் எங்களுக்கு பெருத்த வரவேற்பும், அதிக அளவில் உணவும் கிடைக்க, குடூர் கிராமத்திலோ எங்களுக்கு எதிர்ப்புதான் இருந்தது. அங்குக் கிராமத்தின் மத்தியில் எங்கள் ஆட்கள் நாடகம் நடத்த, ரெட்டிக்கள் தங்கள் வீட்டு பால்கனிகளில் இருந்து எங்களைக் கிண்டலடித்துக் கொண்டிருந்தார்கள். அது எங்களை ஆத்திரமடையச் செய்தது. ஆனால், நாங்கள் சிறு கூட்டம். எனவே அந்தக் கிராமத்திலிருந்து நாங்கள் வேகமாகக் கிளம்பினோம்.

இந்த நிகழ்ச்சிகளுக்காக நாங்கள் பல்வேறு வகைகளில் நிதி திரட்டினோம். அதில் ஒன்று, சைக்கிள் பயணம். எங்கள் ஆட்கள் பதினோரு பேர் ஹைதராபாத்துக்கு சைக்கிளில் சென்றார்கள். அதில் ஒருவர் மரபார்ந்த முறையில் 'கோச்சி' கட்டியிருந்தார் (அதாவது முழங்காலுக்கு மேலே வேட்டியைக் கட்டுவது). அவருடன் மோரா நரசிம்மா, பண்டி மைசய்யா, ராவுல ராமய்யா மற்றும் சிலர் அவருடன் இருந்தனர். அவர்கள் எல்லா அரசு அதிகாரிகளையும் சந்தித்து, எங்களது பணிகளைச் சொல்லி நிதி திரட்டினர். எங்கள் சங்கம் மற்றும் அதன் செயல்படுகள் பற்றித் தெரிந்த நலம் விரும்பிகள் எங்களுக்கு உதவினார்கள். அவர்கள் போலீஸ் அதிகாரிகளையும் (பத்ரா ரெட்டி மற்றும் கே. ராஜய்யா எனும் சரூர்நகர் கூடுதல் எஸ்.பி.), மருத்துவர்கள், நிருபர்கள் ஆகியோரிடமிருந்தும் உதவி கேட்டார்கள். இவ்வாறு அவர்கள் எங்களின் ஏழு நாள் பயணத்துக்காக ரூ. 20,000 நிதி திரட்டினார்கள்.

அதே மாதம், ராயலசீமா பகுதியில், சித்தூரின் அம்பேத்கர் நூற்றாண்டுக் கொண்டாட்டக் குழு ஏற்பாடு செய்திருந்த சித்தூர் அம்பேத்கர் பாதயாத்திரையில் நான் 1990இல் பங்கேற்றேன். பாதயாத்திரையின் வடிவில் 249 கிராமங்களில் வீடு வீடாகச் சென்று எங்கெல்லாம் தீண்டாமை கடைப்பிடிக்கப்படுகிறது என்று ஒரு 'சர்வே' எடுக்கப்பட்டது. பாதயாத்திரையில் கலந்து கொண்ட பலர், ஆதிக்கச் சாதியிலிருந்து வந்தவர்கள். இந்தப் பாதயாத்திரையில் சித்தூர் இயற்கை வேளாண்மை அறிஞரும், 'விவசாயத்தின் சிக்கல்கள்' என்ற நூலின் ஆசிரியரும், மனித

உரிமைச் செயற்பாட்டாளருமான கோர்ரிபதி நரேந்திரநாத் மற்றும் சி.கே.நாராயண ரெட்டி ஆகியோர் கலந்துகொண்டனர். கரம்சேடு படுகொலைக்குப் பிறகு, சவர்ணாக்கள் தங்கள் வாழ்க்கையின் மீது சாதியக் கட்டமைப்பு எப்படித் தாக்கம் செலுத்துகிறது என்பதை உணர்ந்துகொண்டார்கள். அதனால் தான் அந்தப் பாதயாத்திரையில் அதிக அளவில் ஆதிக்கச் சாதியினர் கலந்துகொண்டனர்.

அந்தச் சமயத்தில் மக்களை ஒன்றுதிரட்டுவதில் தலித் மக்கள் முன்னணியில் இருந்தனர். தலித் மகாசபையின் தலைவராக பொஜ்ஜா தாரகம் இருந்தார். அவர் எல்லோரையும் அரவணைத்துச் செல்லும் பண்பினராக இருந்தார். 1991 அம்பேத்கர் பிறந்தநாள் நூற்றாண்டுக் கொண்டாட்ட பாதயாத்திரைக்கான முன்னோட்டமாகச் சித்தூர் அம்பேத்கர் பாதயாத்திரை இருந்தது. அந்தப் பாதயாத்திரையானது தீண்டாமை, கூலி, நிலம் போன்ற பிரச்சினைகளுக்கு எதிராகத் தலித் மக்களை ஒன்று திரட்டியது. மேலும், தாங்களும் இந்தியாவின் குடிமக்கள்தான் என்றும், தங்கள் உரிமைகளை நிலைநாட்டுவதற்காகப் போராடுவோம் என்பதைத் தெரிவிக்கும் விதமாகவும் அந்தப் பாதயாத்திரை காட்டியது. மொத்தத்தில், அந்தப் பாதயாத்திரை என்பது ஆதிக்கச் சமூகங்களுக்கு எதிராக எழுப்பப்பட்ட குரல். இந்தப் பிரச்சினைகள் எல்லாவற்றையும் நீண்ட நாட்களுக்கு மறைத்துவைக்க முடியாது என்பதைக் காட்டிய நிகழ்வு அது. தலித்துகளின் சாதியை ஒழிக்க நினைக்கிற திட்டத்தில் யாருக்கெல்லாம் உடன்பாடு இருக்கிறதோ, அவர்கள் எல்லாம் அந்தப் பாதயாத்திரையில் இணையலாம் என்று அறிவிக்கப்பட்டது.

1990 மே 22ஆம் தேதி, ஜுட்டு நரசய்யாவின் முதலாமாண்டு நினைவு தினத்தில், ‘பீப்பிள்ஸ் வார் குரூப்’பைச் சேர்ந்த புரட்சிப் பாடகர் கத்தாரை எலிமிநேடுவுக்கு வரவழைத்தோம். ‘கத்தார் இங்கு வருவார், ஆனால் அவரது ஜன நாட்டிய மண்டலி சார்பாக அல்ல’ என்று அறிவித்தோம். அவரை ‘பீப்பிள்ஸ் வார் குரூப்’ அமைப்பிலிருந்து பிரித்துக் காட்ட எங்களால் முடிந்த சின்ன விஷயம் இது. நாங்கள் எங்களை அந்த எம்.எல். குழுவுடன் தொடர்புபடுத்திக்கொள்ள விரும்பவில்லை. அப்படிச் செய்தால், நிலக்கிழார்களின் கோபமும், போலீஸாரின் துன்புறுத்தலும் அதிகரிக்கவே செய்யும். ஜன நாட்டிய மண்டலி அமைப்பை நிறுவியவராக இருந்தாலும், எம்.எல். குழுவில் இருந்தாலும், கத்தார் அந்த அடையாளங்களை எல்லாம் தாண்டிச் செயல்பட்டவர். அவர் ஒரு மக்கள் கவிஞர். ஒரு தலைமுறை மக்களை ஈர்த்த தலைவன்.

நாங்கள் அவரை அழைத்தபோது, அந்த எம்.எல். குழுவிலிருந்து சில முணுமுணுப்புகளைச் சந்திக்க வேண்டியதாக இருந்தது. அவர் எங்களுடன் இருப்பது அந்தக் குழுவுக்குப் பிடிக்கவில்லை. அல்லது, அவரது பாதுகாப்பு குறித்து அஞ்சி யிருக்கலாம். இத்தனைக்கும் அவர் மாநிலம் முழுவதும் வேறுவேறு நிகழ்ச்சிகளில் கலந்துகொண்டு இருந்தார். எங்கள் நிகழ்ச்சியில் கலந்துகொள்ள தொடக்கத்தில் அவருக்கு அனுமதி வழங்கப்பட வில்லை. எனவே, எங்கள் தரப்பிலிருந்து முயற்சித்துக்கொண்டே இருந்தோம். இறுதியில் கத்தார் வந்தார். அவரது அடையாளங் களான லுங்கி, தடி மற்றும் காற்சிலம்பு போன்றவை இல்லாமல், சட்டையும் பேன்ட்டையும் அணிந்துவந்திருந்தார். ஒன்றிரண்டு பாடல்களை மட்டுமே அவர் பாடினார். இப்ராகிம்பட்டினத்தில் நடைபெற்ற இந்தக் கூட்டத்தில் மட்டும்தான் கத்தார் என்னைக் கேட்டுக்கொண்டதற்கு இணங்க, நான் உரையாற்றினேன். “அரசியலமைப்புச் சட்டத்துக்கு உட்பட்டு, அமைதியான வழியில்தான் நாங்கள் போராட்டங்களை முன்னெடுக்கிறோம். ஆனால் நாங்கள் சந்தித்தது எல்லாமே வன்முறைகள்தான். எனவே, இந்தப் பகுதியை ‘பீப்பிள்ஸ் வார் குரூப்’ அமைப்பினர் கைப்பற்றி, மக்களின் பிரச்சினைகளைத் தீர்த்து வைக்குமாறு கேட்டுக்கொள்கிறேன்” என்றேன். எனக்குப் பிறகு, எலிமிநேடு மாதிகாவினர் தோட்லா மல்லய்யா, ஜங்கய்யா ஆகியோரும், குங்கலில் இருந்து பண்டி ஸ்ரீராமுலு, கிராமணி ராமுலு ஆகியோரும் உரையாற்றினேன்.

மேடையிலிருந்து கத்தார் ஓர் எச்சரிக்கையை விடுத்தார். என்னை அவர், “இந்தக் கிராமம் முழுவதும் ஒரு பதினைந்து நாளுக்குத் தனி ஆளாகச் சுற்றி வா. எந்த நிலக்கிழார் உன் மீது கை வைக்கிறான் என்று பார்த்துவிடுவோம்” என்றார். அந்தக் கூட்டத்தில் சுமார் இரண்டாயிரம் பேர் கலந்துகொண்டார்கள். ஆனால் அந்தக் கூட்டத்தைச் சுற்றி வெறும் ஆயிரம போலீஸார்கள்தான் இருந்தனர். எலிமிநேடு ரெட்டிக்களை நாங்கள் தாக்கப் போகிறோம் என்று அவர்கள் நினைத்து விட்டார்களா என்ன? ரங்க ரெட்டி மாவட்டத்தின் எஸ்.பி. கமால் குமார், ஏ.எஸ்.பி. கே. ராஜய்யா ஆகியோரும் இருந்தனர். கத்தாருக்கு இருந்த வரவேற்பு காரணமாக, எங்கள் சங்கத்தில் உறுப்பினர்களாக அல்லாதோரும் அந்தக் கூட்டத்தில் கலந்து கொண்டனர். பக்கத்து கிராமங்களில் இருந்து கத்தாருக்காகப் பழங்களுடன் நிலக்கிழார்கள் வந்தபோது அது எனக்கு ஆச்சரியமாக இருக்கவில்லை.

1990 ஆகஸ்ட் 16ஆம் தேதி, ஆளுநர் கிருஷன் காந்த்திடம் மனு கொடுப்பதற்காக, ஹைதராபாத் நிஜாம் கல்லூரி முதல்

ராஜ் பவன் வரை சுமார் இரண்டாயிரம் பேர் கொண்ட பேரணி ஒன்றை நடத்தினோம். காங்கிரஸ் கட்சியைச் சேர்ந்த யாரையும் நாங்கள் சந்திக்காததற்குக் காரணம், சென்னா ரெட்டி முதலமைச்சராக இருந்ததுதான். அவர்தான் இந்தப் பிரச்சினைகள் எல்லாவற்றுக்கும் காரணம். ஆளுநர் விசாலமான பார்வையைக் கொண்டவர் என்று அறியப்பட்டதால், எங்கள் பிரச்சினைகளை அவரிடம் சொல்லுவதுதான் சரி என்று பட்டது. விஞ்ஞானியாக இருந்த அவர், தன்னை சோஷியலிசவாதியாகவும் அடையாளப்படுத்திக்கொண்டவர். ஆந்திரப் பிரதேசத்தில் அவர் இருந்த வரை, அவரால் ஒரு எஸ்.ஐ.யை இடமாற்றம் செய்யச் சொல்லிக் கூட மாநில அரசுக்கு அழுத்தம் தர முடியாமல் போனபோது, எங்கள் சங்கம் எழுப்பும் பிரச்சினைகளை மிகுந்த ஆர்வத்துடன் கவனித்துவந்தார்.

பேரணியின்போது ஆண்களும் பெண்களும் பிரமாதமாகப் பாடிக்கொண்டு வந்தார்கள். அதில் எங்களுடன், பேராசிரியர் சேக்கூரி ராம ராவ் உடனிருந்தார். ‘ஹைதராபாத் புக் டிரஸ்ட்’ பதிப்பகத்தின் ஆரம்பக் காலங்களில் அவர் எடிட்டராகப் பணிபுரிந்தார். அவர் மிகச் சிறந்த இலக்கிய விமர்சகர், கல்வியாளர் மற்றும் நல்ல நண்பர். அவரிடம், மக்கள் பாடிவரும் அந்தப் பாடல்கள் எல்லாம் ஏன் இலக்கியங்களாகக் கருதப்படுவதில்லை என்று கேட்டேன். அதற்கு அவர், தான் அந்தக் கிராமங்களை எல்லாம் பார்வையிட விரும்புவதாகச் சொன்னார்.சொன்னதோடு மட்டுமல்லாமல், என்னோடு புலிமாமிடிக்கும் வந்து, இரவு முழுவதும் மக்கள் பாடும் பாட்டுக்களைக் கேட்டுக் கொண்டிருந்தார். பின்னர் அவர், ‘ஜன பாதம் லோ ஜனபாதம்’ (மக்களின் காலடியில், மக்கள் கவிதை) என்ற தலைப்பில், 1990 அக்டோபர் 7ஆம் தேதி, ‘*ஆந்திரா ஜோதி*’யில் கட்டுரை ஒன்றை எழுதினார். வாய்வழிக் கதைகள் மற்றும் பாடல்கள் ஆகியவற்றிலிருந்து பிறக்கும் இலக்கியங்கள்கூட அங்கீகரிக்கப்படாத காலம் அது.

இந்தச் சமயத்தில், எந்த ஒரு அலங்காரப் பொருட்களோ, மைக்கோ அல்லது பகட்டான ஆடையோ இல்லாமலே வீதி நாடகம் நடத்தும் அளவுக்கு எங்களிடம் ஒரு குழு இருந்தது. ஹைதராபாத்தைச் சேர்ந்த பூர்ணச்சந்திர ராவ் என்பவர்தான் அவர்களுக்குப் பயிற்சியளித்தார். அவர் ‘ரூரல் டெவலப்மென்ட் அட்வைசரி சர்வீஸஸ்’ (ஊரக வளர்ச்சி வழிகாட்டுதல் கழகம்) என்ற அரசு சாரா நிறுவனத்துடன் இணைந்து பணியாற்றிய அவர், கிராம மக்களுக்கு வீதி நாடகப் பயிற்சி அளித்திருக்கிறார். அந்தக் குழு ஹைதராபாத்தில் கூட ஒருமுறை நாடகம் ஒன்றை மேடையேற்றி, எங்களுக்காக நிதி திரட்டினார்.

ஒவ்வொருவருக்கும் ஒவ்வொருவிதமான திறன்கள் இருந்தன. சிலருக்குக் கோலாட்டம் ஆடுவதில், சிலருக்கு நாடகத்தில் நடிப்பதற்கு, சிலருக்கு 'புர்ராகதா', 'ஒக்குகதா' போன்று தனியாகவோ அல்லது குழுவாகவோ இருந்து நடிக்க முடியும். 1991இல் அரசு சாரா அமைப்புகளின் கலாசார நிகழ்ச்சி நடைபெற்றது. அதில் கலந்துகொள்ள ஸ்ரீகாளஹஸ்தி போன்ற அமைப்புகளும் முன்வந்தன. எங்கள் மக்கள் அந்த அமைப்பிடம் தான் பயிற்சி எடுத்துக்கொண்டார்கள். ஆந்திரப் பிரதேசம் முழுவதிலும் இருந்த கலாச்சாரக் குழுவினர் இந்த நிகழ்ச்சியில் கலந்துகொண்டனர். இருந்தும், அந்தந்தச் சமயத்தில், எங்கள் பெண்கள் கற்பனை செய்து பாடிய பாடல்கள்தான் மிகவும் அழகானவை என்பேன்.

24

அடிபணிந்த ஆதிக்கம்

இப்ராகிம்பட்டினம், யச்சாரம், கண்டுக்சூர், மகேஷ்வரம், மன்ச்சல், ஹயாத்நகர், சௌத்துப்பல் ஆகிய ஏழு மண்டலங்களில் சுமார் 65 கிராமங்கள் எங்கள் சங்கம் முன்னெடுத்த நிலப் போராட்டங்களில் பங்கெடுத்தன. போராட்டம் உச்சத்திலிருந்த 1990இல் சுமார் 14,000 ஏக்கர்களுக்கு மேலான அரசு, குத்தகை, கோயில் மற்றும் நில உச்சவரம்புக்கு அதிகமாகச் சேர்க்கப்பட்ட நிலங்கள் எனப் பலவிதமான நிலங்களில், நிலமற்ற ஏழைகள் விவசாயம் செய்தனர். இந்த நிலத்தின் பெரும்பகுதி மக்களிடம் இருந்தன. மக்களுக்குப் பட்டாக்களை வழங்கியும் அல்லது குத்தகைதாரர் எனும் பாதுகாப்பை வழங்கியும் அந்த நிலத்தின் மீதான மக்களின் உரிமை சட்டப்பூர்வ மாக்கப்பட்டது.

சங்கத்துக்கு நிலப்போராட்டங்கள் ஒரு தீவிரத் தன்மையை வழங்கியிருந்தன. வலுவான தேர்தல் நடவடிக்கைகள் மூலம் ஏழைகளின் நலனுக்கு எதிராக இருந்தவர்களை உள்ளாட்சி, சட்டமன்றம் மற்றும் நாடாளுமன்றத் தேர்தல்களில் தோற்கடித்தோம். மாவட்ட நிர்வாகத்தின் கடுமையான முடிவுகளை எதிர்த்து எங்கள் சங்கம் நின்றிருக்கிறது. நிலக்கிழார் களைத் தங்கள் நிலங்களில் இருந்து வெளியேற்றியது. எந்தக் கிராமத்தில் எப்போது போராட்டம் நடந்தாலும், அதற்கு ஆதரவளிக்கப் பக்கத்து கிராமங்களும் போராட்டத்தில் ஈடுபடும் அளவுக்கு மக்களைத் திரட்டிவைத்திருந்தோம். நிலக்கிழார்களைப் போலவே இப்போதெல்லாம் பக்கத்துக் கிராமங்களில் இருந்து எங்களாலும் ஆதரவைத் திரட்ட முடிந்தது.

இந்தத் தருணத்தில், நிலக்கிழார்கள் மற்றும் போலீஸார் தூண்டிவிடும் வன்முறை ஆகியவற்றை எங்களால் இரண்டு காரணங்களால் சமாளிக்க முடிந்தது. ஒன்று, நாங்கள் முன்னெடுக்கும் போராட்டங்கள் அமைதியான முறையிலும், அதிக அளவில் பெண்களைக் கொண்டும் நடத்தப்பட்டன. நிலக்கிழார்களைக் கூனிக்குறுகிப் போகச் செய்ய, அவர்கள் புதுப்புது யோசனைகளோடு போராட்டங்களுக்கு வந்தார்கள். இரண்டாவது, பக்கத்து மாவட்டங்களில் இருந்த 'பீப்பிள்ஸ் வார் குரூப்' அமைப்பின் நடமாட்டம் நிலக்கிழார்களுக்கும், போலீஸாருக்கும் அச்சத்தைக் கொடுத்தது.

இப்போது ஏழைகள் தங்கள் பிரச்சினைகளை விவாதிப்பதற்கான ஓர் அரசியல்வெளியை ஏற்படுத்தி இருக்கிறோம். மாதிகா ஒருவர், வேறு கிராமத்தைச் சேர்ந்த இன்னொரு மாதிகாவைச் சந்தித்தால், சாதி மற்றும் குடும்பம் ஆகியவற்றைத் தாண்டி அவர்கள் இருவரும் தங்களுக்கிடையே தொடர்புகளை ஏற்படுத்திக்கொண்டார்கள். அதேவிதமான தொடர்புகளை மாதிகா ஒருவர் கூர்மா ஒருவரைச் சந்திக்கும் போதும், கொல்லா சமூகத்தவர் சக்கலியர்களைச் சந்திக்கும் போதும் ஏற்படுத்திக்கொண்டார்கள். பாபாசாகேப் அம்பேத்கர் தனது *'சாதியை ஒழித்தல்'* புத்தகத்தில், சக மனிதர்களுடன் சேர்ந்து வாழ்வதற்குச் சாதிதான் மிக முக்கியமான தடையாக இருக்கிறது என்கிறார். தன்னுடைய சமூகத்துக்குள் மட்டுமல்லாது, தன் சமூகத்துக்கு வெளியே இருக்கும் சமூகங்களுடன் நிகழும் சிந்தனைப் பரிமாற்றங்களால்தான் சகோதரத்துவம் மலரும் என்றும், சகோதரத்துவம் இல்லாமல் சமத்துவம் தோன்றாது என்றும் அவர் கூறுகிறார். அம்பேத்கர், ஜனநாயகம் என்பதை, "ஒன்றிணைந்த கருத்துப் பரிமாற்ற அனுபவத்துக்கான வழிமுறை" என்கிறார். அம்பேத்கரைப் படிக்காத, ஆனால் அவரைத் தங்களின் அடையாளமாக, ஆதர்சமாகப் பார்க்கும் மக்களுக்கு (நான உட்பட) இந்தச் சகோதரத்துவ உணர்வும், ஒற்றுமையும்தான் சமத்துவத்தைச் சாத்தியமாக்கி இருக்கிறது. உண்மையில் அறிந்துணரும் அனுபவமாக்கி இருக்கிறது. கடந்த காலத்தைத் திரும்பிப் பார்க்கும் போது, இதுபோன்ற ஒரு வரலாறு உங்களுக்குக் கிடைக்கும். ஆனால், சமத்துவம் உங்கள் கண் முன்பு ஒரு வரலாறாக நிகழ்ந்துகொண்டிருப்பதைப் பார்க்கும் அனுபவத்துக்கு நிகர் வேறெதுவும் இல்லை.

பொதுவாக, ஒரு கிராமத்தில் இருக்கும் மக்கள் இன்னொரு கிராமத்தில் உள்ள தங்களின் உறவினர்களை மட்டும்தான் தெரிந்து வைத்திருப்பார்கள். ஆனால் இப்ராகிம்பட்டினத்திலுள்ள மக்கள் இப்போது பக்கத்துக் கிராமங்களில் உள்ளவர்களைத்

தங்கள் அரசியலின் ஒரு பகுதியாகக் கருதுகிறார்கள். எங்கள் உதவியுடனோ அல்லது உதவி தேவைப்படாமலோ, அவர்களே தங்களுக்கான அரசியல் குறித்து விவாதிக்கிறார்கள். மாதிகா சமூகத்தினர் துணைப் பஞ்சாயத்துத்தலைவர்களாகவும், வார்டு உறுப்பினர்களாகவும் தேர்ந்தெடுக்கப்படுகிறார்கள். அவர்களை யாரும் இப்போதெல்லாம் ரெட்டிகளின் வேலைக்காரர்களாகப் பார்ப்பதில்லை. அந்தப் பகுதியில் சில முக்கியமான அரசு நலத்திட்ட அமைப்புகளை எங்கள் சங்கம் கொண்டுவந்திருக்கிறது. இப்ராகிம்பட்டினத்தில் நாங்கள் தொழிலாளர் நலத்துறை அலுவலகம் ஒன்றைக் கொண்டுவந்தோம். அதன் மூலம், அந்தப் பகுதியிலுள்ள உள்ள கடைகளில் அவ்வப்போது ஆய்வுகள் மேற்கொள்ளப்படுகிறது. போலவே, பட்டியலின ஆணையரகம், மாவட்ட ஊரக வளர்ச்சி முகமை, காதி வாரியம், மாற்றுத் திறனாளிகள் நல ஆணையரகம், ஒன்றிய ஊராட்சி அலுவலகம், ‘சர்வே’ அலுவலகம், பள்ளிக் கல்வித்துறை அலுவலகம், சமூக நலத்துறை உண்டுஉறைவிடப் பள்ளிகள், காவல்துறை டி.ஜி.பி. அலுவலகம், மகளிர் பாதுகாப்புப் பிரிவு, தொழுநோயாளி களுக்கான விக்டோரியா மருத்துவமனை, சரோஜினிதேவி கண்மருத்துவமனை உள்ளிட்ட அனைத்தும் ஹைதராபாத்திலோ அல்லது அந்தந்த மாவட்டத் தலைமையகங்களிலோதான் இருக்கின்றன. அவற்றை எல்லாம் எங்கள் மக்கள் இப்போது எந்தவிதமான அச்சமுமின்றிப் பயன்படுத்துகிறார்கள்.

எல்லாக் கிராமங்களிலும் பெண்தலைவர்கள் தோன்றிக் கொண்டே இருந்தார்கள். மிகுந்த தன்னம்பிக்கையுடன், எல்லா விதமான செயல்பாடுகளிலும் பங்கேற்று, எந்த ஓர் அச்சமும் இல்லாமல் மக்களைத் திரட்டினார்கள். அவர்களில் பெரும்பாலானவர்கள் சுய உதவிக் குழுக்களின் தலைவர்க ளானார்கள். அந்தக் குழுக்களை எல்லாம் பின்னாளில் மாநில அரசே ஏற்படுத்தியது. முன்பு, பஞ்சாயத்தில் ஒரு தீர்மானத்தைக் கொண்டு வர மக்கள் விரும்பினால், அதற்கு உதவும் விதத்தில் எங்களுடைய சங்கத்தைச் சேர்ந்த உறுப்பினர்கள் அனைவரும் இருந்தாக வேண்டிய சூழல் இருந்தது. ஆனால் இப்போது, எங்கள் சங்கத்தின் ஒன்றிரண்டு ஊழியர்கள் இருந்தால் போதும், மற்ற விஷயங்களை அவர்களே பார்த்துக்கொள்வார்கள்.

எந்த விஷயங்கள் மாறினாலும், நிலத்துக்கான போராட்டம் மட்டும் மாறவே இல்லை. இப்ராகிம்பட்டினத்துக்குப் பக்கத்தில், இருந்தது கப்பாபஹட் கிராமம். அந்தக் கிராமத்தின் கிழக்குப் பகுதியில் கூந்தலில் முடியும் கொண்டை வடிவத்தில் (தெலுங்கு மொழியில், ‘கொப்பு’) ஒரு குன்று இருந்தது. ஆகவே அந்தக் கிராமத்துக்கு அந்தப் பெயர். கிராமத்தின் ஒரு பகுதியினர்

சி.பி.எம். கட்சியின் ஆதரவாளர்களாக இருந்தனர். அதனாலேயே முன்பு அங்கிருந்த மக்கள் எங்களிடம் உதவி கேட்டு வரவில்லை. 1990இல் நாங்கள் அந்தக் கிராமத்துக்கு வந்த பிறகும் அந்த நிலை மாறவில்லை. நாங்கள் நடத்தும் கிராமக் கூட்டங்களில் ஒரு சாரார் எடுக்கும் எந்த முடிவானாலும், அதற்கு சி.பி.எம். ஆதரவாளர்கள் 'எங்கள் கட்சியிடம் ஒரு வார்த்தை கேட்டு வந்துவிடுகிறோம்' என்று சொல்லி அந்த முடிவுகளைச் செயல் படுத்த விடவில்லை. இதனால் கூட்டங்கள் நடத்துவதே அனாவசியம் என்ற நிலை உருவானது. தன்னுடைய எல்லைக்குள் இதர நபர்கள் அல்லது குழுக்கள் என யார் வந்தாலும் சி.பி.எம். கட்சி அதை அசௌகரியமாக உணர்ந்தது.

அந்தக் கிராமத்தின் பஞ்சாயத்துத் தலைவராகவும், பட்வாரியாகவும் பி.சுதர்ஷன் ரெட்டி என்பவர் இருந்தார். ஹைதராபாத்திலிருந்த ஓர் அரிசி ஆலை உள்ளிட்ட பல சொத்துகள் அவருக்கு இருந்தன. நிலஉச்சவரம்புச் சட்டத்தை மீறி, தன்னிடம் நூறு ஏக்கர் நிலம் இருக்கிறது என்பதை அவர் மறைத்து வைத்திருந்தார். அந்தச் சட்டத்தின் பிரிவு 50பி இன் கீழ், அந்த நிலங்களைத் தன்னுடைய மாமனார் மற்றும் தன் மாமாக்கள் இருவருக்கு விற்றுவிட்டதாகவும், அதே நிலத்தைப் பிறகு அவர்கள் தன்னுடைய மகன் ஜெயபாரத் ரெட்டிக்கு விற்றுவிட்டதாவும் போலியான ஆவணங்கள் தயாரிக்கப் பட்டிருந்தன. அவர்கள் கவனக்குறைவாக அந்த ஆவணங்களைத் தயாரித்திருந்தார்கள். எனவே, ஒரே பார்வையில் அந்த ஆவணங்கள் போலியானவை என்று சொல்லிவிட முடியும். சுதர்ஷன் ரெட்டியின் தந்தை ஏற்கெனவே அந்த நிலங்களை 1961ஆம் ஆண்டு கொண்டு வரப்பட்ட நில உச்சவரம்புச் சட்டத்தின் கீழ் பதிவு செய்திருந்தார். ஆனால், சுதர்ஷன் ரெட்டியின் ஆவணங்களோ அந்த நிலம் 1959ஆம் ஆண்டிலேயே தனது மாமனாருக்கும், மாமாக்களுக்கும் விற்கப்பட்டுவிட்டதாகக் கூறியது.

இது குறித்து நாங்கள் 1989ஆம் ஆண்டு முதல் கலெக்டருக்கு மனு போட்டுக்கொண்டே இருந்தோம். ஆனால் கிராமத்தினரிடையே நிலவிய ஒற்றுமையின்மை, எங்கள் முயற்சிகளை எல்லாம் நாசமாக்கியது. அவர்கள் ஒவ்வொரு முறை நிலத்தை உழும்போதும், அவர்கள் மீது வழக்கு பதியப்பட்டது. அவர்களை ஜாமீனில் எடுக்கும் முயற்சியில் கூட அந்தக் கிராமத்தினர் ஒற்றுமையாக இருக்கவில்லை. இந்நிலையில், சுதர்ஷன் ரெட்டிக்கு 1972இல், பிரிவு 50பிஇன் கீழ் வழங்கப்பட்டிருந்த சான்றிதழ்களை 1991இல் மாவட்ட இணை ஆட்சியர் ரத்து செய்தார். அந்த நிலங்களை மீட்க நில உச்சவரம்பு

அதிகாரிகளுக்கும் உத்தரவிட்டார். இதை எதிர்த்து உயர் நீதிமன்றத்தில் மேல்முறையீடு செய்திருந்த ரெட்டிக்கு, 1997இல் தோல்வியே கிடைத்தது. அந்தச் சமயத்தில், அந்த நிலம் ஏழைகளுக்கு வழங்கப்பட ஒதுக்கப்பட்டிருந்த நிலையில், ஹைதராபாத்திலிருந்து முப்பது கிலோமீட்டர் தொலைவு வரை உள்ள நிலங்களை விற்கக் கூடாது என்று அரசு புது சட்டத்தை இயற்றியது. இதனால், சுதர்ஷன் ரெட்டி தன்னுடைய நிலத்தை இழந்தாலும், அந்த நிலம் மக்களுக்கும் கிடைக்காது என்றானது. இந்தப் பெருமை சி.பி.எம். கட்சியின் தந்திரத்துக்கே சேரும்.

நாங்கள் மேற்கொண்ட நிலப் போராட்டங்களிலேயே மிகவும் துயரமான ஒன்று, அஜில்லாபுரம் கிராமத்தில் நடைபெற்ற போராட்டம்தான். இப்ராகிம்பட்டினத்திலிருந்து 51 கிலோமீட்டர் தூரத்தில் உள்ளது அது. அங்கே நாங்கள் செயல் பட்டதே இல்லை. அதுவரை நாங்கள் பணியாற்றியதிலேயே அதிக தூரத்தில் இருந்த கிராமம் தலகொண்டப்பள்ளிதான். அது இப்ராகிம்பட்டினத்தி லிருந்து 40 கிலோமீட்டர் தொலைவில் இருந்தது. கிராமத்திலுள்ள மக்கள் தங்கள் உறவினர்களிடம் எங்களைப் பற்றிச் சொல்லியிருந்த காரணத்தாலும், தொழில் மற்றும் தொழிலாளர் பரிவர்த்தனைகள் அதிகமாக நடைபெற்றுக் கொண்டிருந்த கிராமங்கள் காரணமாகவும்தான் எங்கள் சங்கத்தின் விஸ்தரிப்பு நடந்துகொண்டே இருந்தது. ஆனால் அஜில்லாபுரம் இவற்றில் எதிலும் சேராமல் இருந்தது.

மகபூப்நகர் மாவட்டத்தில் முன்பு கல்வாகுர்த்தி தாலுக்காவின் கீழ் அஜில்லாபுரம், இருவேன், செடூர்வல்லி ஆகிய கிராமங்கள் இருந்தன. இங்கெல்லாம் இருந்த பெரும்பாலான நிலங்கள் குந்தாராம் ரெட்டி எனும் ஒரே ஒரு ரெட்டி குடும்பத்திடம் இருந்தன. பெத்தா லக்ஷ்ம ரெட்டி, சின்ன லக்ஷ்ம ரெட்டி, சீதா ரெட்டி ஆகியோர்தான் அந்த ரெட்டி குடும்பத்தைச் சேர்ந்தவர்கள். அவர்களுடைய அதிகாரம் எதிர்க்கப்படாமல் இருந்தது. ஊரில் உள்ள எல்லா விவசாயக் கூலிகளும் அவர்களிடத்தில் கொத்தடிமைகளாக இருந்தனர். போலவே ஊரில் விவசாயம் செய்துவந்த அனைவரையுமே அவர்கள் குத்தகைக்காரர்களாகத்தான் வைத்திருந்தனர்.

1940களில் இந்தப் பகுதியில் தெலங்கானா விவசாயிகள் போராட்டம் கொழுந்துவிட்டு எரிந்தது. அந்தப் போராட்டத்துக்குப் பிறகுதான் வினோபா பாவே பூதான இயக்கத்தைத் தொடங்கினார். எனவே, அந்தப் போராட்டம் முடிவுக்கு வந்ததும், வினோபா பூதான இயக்கம் ஆரம்பித்ததும் எதேச்சையாக நடந்த நிகழ்வுகள் அல்ல. ஆளும் வர்க்கத்தினர் அந்தப் போராட்டத்தை முடிவுக்குக் கொண்டு வர முயற்சித்து,

அதற்குப் பயன்படுத்தப்பட்ட ஒரு கருவிதான் வினோபாபாவே. இப்ராகிம்பட்டினத்திலிருந்து ஒரு மணி நேரத் தூரப் பயணத்தில் இருந்தது போச்சம்பள்ளி. அங்குதான் 1951இல் பூதான இயக்கத்தை ஆரம்பித்தார் வினோபா. தாங்களாகவே முன்வந்து தங்களது நிலங்களை ஏழைகளுக்கு வழங்கச் சொல்லி நிலக்கிழார்களை, தான் சம்மதிக்கவைக்கப் போவதாக அவர் தெரிவித்தார். அதில் அவர் தோல்வியுற்றார் என்பது வேறு விஷயம். அவரால் தொடங்கப்பட்ட 'ஆந்திரப் பிரதேசப் பூதான வேள்வி வாரியம்' அமைப்புக்குச் சட்டப்பூர்வமான அங்கீகாரம் கொடுக்கப்பட்டிருந்தது. 1965இல் ஏற்படுத்தப்பட்ட பூதான இயக்கச் சட்டத்தின்படி, தானமாக வழங்கப்படும் நிலங்கள் அனைத்தையும் தாசில்தாரிடம் 'நான் இந்த நிலங்களை விட்டுக்கொடுக்கிறேன்' என்கிற ரீதியில் சான்றளித்து ஒப்படைக்க வேண்டும். இரண்டு மாதங்களுக்குப் பின்னர், அந்த நிலம் தொடர்புடைய அனைவருக்கும் முறையாகத் தகவல் கொடுத்துவிட்டு, தாசில்தார் அந்த தானத்தை ஏற்றுக்கொண்டு, அதை நிலமற்ற ஏழைகளுக்கு வழங்குவார்.

வினோபா பாவே 1951இல் பூதான வாரிய அலுவலர்களுடன் அஜில்லாபுரத்துக்கு வந்தார். அப்போது ரகுராம ரெட்டி என்பவரும் அவரது உறவினர்களும் ஆயிரம் ஏக்கர் நிலங்களை வினோபாவின் முன் எல்லா ஆவணங்களிலும் கையெழுத்திட்டுக் கொடுத்தார்கள். அன்று உடனிருந்த பூதான வாரிய அலுவலர்கள், ரகுராம ரெட்டி அன்றைய நாள் காலை மிகவும் குடித்திருந்ததாகச் சொன்னார்கள். அந்தக் கிராமத்தில் இருந்த தலித் பெரியவர் சல்வாடி சலய்யா, "அந்த நிலங்கள் எங்களுக்கு எப்போது கிடைக்குமென்று கேட்கவில்லை. அப்படிக் கேட்க நாங்கள் அஞ்சினோம். நிலக்கிழார்களிடம் ஒரு மாதிகா அது போலக் கேட்டுவிட முடியுமா?" என்றார். இருபது ஆண்டுகளுக்குப் பிறகு, அதுதொடர்பான முணுமுணுப்பு மக்களிடையே எழத் தொடங்கியது.

1971 ஜூன் 14ஆம் தேதி, நிலமற்ற ஏழைகளுக்கு, அதுவும் பெரும்பான்மையான தலித்துகளுக்கு 45 சான்றிதழ்கள் வழங்கப்பட்டன. ஒவ்வொருவருக்கும் இரண்டு ஏக்கர் நிலம் கொடுக்கப்பட்டது. அந்தச் சான்றிதழை வழங்கும்போது பட்வாரி, ஒவ்வொரு பயனாளரிடமிருந்தும் 25 ரூபாயைப் பெற்றுக் கொண்டார். இதற்கு எதிர்ப்பு தெரிவித்து, அந்த ஊர் நிலக்கிழார்கள் எல்லாம் பட்டா வழங்குவதை நிறுத்தச்சொல்லி, பூதான வாரியத்துக்குக் கடிதம் எழுதினார்கள். (1988இல் நான் அந்த வாரியத்துக்குச் சென்று பார்த்தபோது, அந்த நிலங்கள் தானம் கொடுக்கப்பட்டதற்கான உரிமையாளரின் 'விட்டுக்

கொடுத்தல்' சான்றிதழ் காணாமல் போயிருந்தது. ஆனால், தானம் செய்யப்பட்டதற்கான தகவல், பதிவேட்டில் இருக்கிறது. அதை நிலக்கிழார்கள் அல்லது அவர்களுக்குத் தொடர்பான வர்களால் அழிக்கப்பட முடியாமல் இருந்தது).

மக்களால் அதற்கு மேலும் பொறுத்திருக்க முடியவில்லை. 1971இல் அந்த நிலத்தில் இறங்கி, அங்கிருந்த புதர்களை எல்லாம் அகற்றத் தொடங்கினார்கள். அவர்கள் அனைவரும் போலீஸாரால் கைது செய்யப்பட்டு, தாக்கப்பட்டுச் சிறையில் அடைக்கப்பட்டார்கள். பிறகு, அவர்கள் ஒவ்வொருவரும் 25 ரூபாய் அபராதம் கட்ட வேண்டியதானது. அன்றைய நிலவரத்துக்கு அந்தத் தொகை பெரிய தொகை. 1971இல் ரகுராம ரெட்டி, முரளி ரெட்டி, புச்சி ரெட்டி என எல்லோரும் இறந்துவிட, உள்ளூரைச் சேர்ந்த மோகன் ரெட்டி என்பவர் மட்டும் தனி ஆளாக ஒட்டுமொத்தக் கிராமத்தையும் எதிர்த்தார். 1988இல், அந்த ரெட்டிகளின் ஆறு பிள்ளைகள் வெளிநாடுகளில் பணியாற்றிக்கொண்டிருந்தார்கள். மற்றவர்கள் ஹைதராபாத்திலும், இதர நகரங்களிலும் பணிபுரிந்துகொண்டிருந்தனர்.

அந்த நிலங்களுக்குப் பக்கத்து நிலங்களில் விவசாயம் செய்து வந்தவர்களைக் கூட, மோகன் ரெட்டி வெளியேற்றிவிட்டார். அவர்களில் ஒருவர், மாதிகா சமூகத்தைச் சேர்ந்த பெத்தசந்திரய்யா எனும் குத்தகைக்காரர். அந்தக் கிராமத்துக்கு, மோகன் ரெட்டி பீப்பாய் பீப்பாய் ஆக சாராயத்தைக் கொண்டு வந்தார். அதைக் கிராமத்தினர் சுமார் நூறு பேர் குடித்தனர். அவர்களில் பலர் தலித்துகள். குடித்து முடித்த பின், பெத்தசந்திரய்யாவின் நிலத்தில் பயிரிடப்பட்டிருந்த ஆமணக்குப் பயிர்களை எல்லாம் சேதப்படுத்தினார்கள். அதற்குக் கூலியாக அவர்களுக்கு எல்லாம் நெல் கொடுக்கப்பட்டது. அதனால் தங்களின் சொந்தச் சகோதரனுக்கே தீமை செய்ய அவர்கள் தயங்கவில்லை. அவர்களில் ஒருவர் சலய்யா. அந்தச் சம்பவம் குறித்து சலய்யா நினைவுகூரும்போது, "நான் அப்போது காவல்காரனாக (கிராம ஊழியன்) இருந்தேன். நான் மற்றவர்களுடன் இந்த விஷயத்தில் இணைந்துகொள்ளவில்லை என்றால், எனக்கு வழங்கப்படும் காவல்தானம் (கிராமத்துக்கு வேலை செய்வதால் வழங்கப்படும் ஊதியம்) வழங்கப்பட மாட்டாது என்று அச்சுறுத்தினார்கள். மாட்டுவண்டிகளில் பீப்பாய் பீப்பாய் ஆக சாராயம் கொண்டு வரப்பட்டபோது, 'ஐயோ, என் மக்கள் அவ்வளவுதான்' என்று அஞ்சினேன். 'போனால் போகட்டும். பெத்தசந்திரய்யா என்னுடைய சகோதரன்தானே. ஆனால் என் ஒருவனால் என்ன செய்துவிட முடியும்? பஞ்சாயத்துத் தலைவர் லக்ஷ்மிகாந்த் ரெட்டி, 'பல்லு

பல்லு கொட்டண்டி' (அவர்களை நல்லா சாத்து சாத்துங்க)' என்றார். பெத்தசந்திராய்யாவின் அப்பா கொடூரமாகத் தாக்கப் பட்டார். அவர்களது குடிசை கொளுத்தப்பட்டது. அவர்களின் ஏர் மற்றும் இதர கருவிகள் எல்லாம் களவாடப்பட்டன. இப்படித்தான் சகோதரர்கள் ஒருவருக்கொருவர் எதிரிகளாக மாற்றப்பட்டார்கள்" என்றார்.

1976இல் நடந்த இரண்டாவது மோதல் குறித்து கிருஷ்ணய்யா நினைவுகூர்ந்தார். "நிலக்கிழார்களிடம், எங்களுக்கு நிலம் கொடுக்குமாறு நாங்கள் திரும்பவும் கேட்டோம். எங்களுக்குப் பத்து ஏக்கர் நிலம் தருவதாக உறுதியளித்தார்கள். அந்த உறுதியை நிறைவேற்றும்விதமாக, எங்கள் பஞ்சாயத்துத் தலைவர் நீலா எடய்யா, வாரியத்து அலுவலர்களை எல்லாம் ஒரு ஜீப்பில் கூட்டிவந்தார். ஆனால் அலுவலர்கள் வந்தபோது கிராமத்தில் எந்த ரெட்டிக்களும் இருக்கவில்லை. ஒரு பத்து ஏக்கர் நிலத்தைக்கூட அவர்களால் விட்டுக்கொடுக்க முடியவில்லை. ஆத்திரமடைந்திருந்த நிலக்கிழார்கள் பஞ்சாயத்துத் தலைவரைக் கொன்றுவிடுவதாக மிரட்டி இருந்ததால், அவர் பயந்து காணாமல் போய்விட்டார். அந்த அலுவலர்கள் எல்லாம் பஞ்சாயத்து அலுவலகத்தில் இரண்டு மணி நேரம் காத்திருந்து விட்டு பிறகு கிளம்பிச் சென்றார்கள். அந்த அலுவலர்களுக்கு மூலச் சான்றிதழில் உள்ளபடி, நில உரிமையை நிலைநாட்ட விருப்பமில்லை. மாறாக, வெறும் பத்து ஏக்கர் நிலத்துக்காக நிலக்கிழார்களுடன் சமரசம் பேசவே நினைத்தார்கள்" என்றார்.

ஒவ்வோர் ஆண்டும், அந்த நிலத்தில் மக்கள் பயிர் செய்ய முற்பட்டபோதெல்லாம், நூற்றுக்கணக்கானவர்கள் கைது செய்யப்பட்டு, தொலைவில் இருந்த சிறைகளில் அடைக்கப் பட்டனர். 1985இல் 'பீப்பிள்ஸ் வார் குரூப்' அமைப்பினர் அந்தப் பகுதியைப் பார்வையிட்ட பிறகு, துக்கியாலா, இருவேன், அந்தரெட்டிகுடெம், ஜலால்கான்பள்ளி, அஜில்லாபுரம் ஆகிய ஐந்து கிராமத்து மக்கள் மீண்டும் ஒருமுறை அந்த நிலத்தில் இறங்கினார்கள். அவர்கள் இருபத்தி நான்கு ஏக்கரில் ஆமணக்குப் பயிரிட்டார்கள். மூன்று நாள் கழித்து கல்வாகுர்த்தி சர்க்கிள் இன்ஸ்பெக்டர் வந்து, "நிலத்தை ஏன் பயிரிடுகிறீர்கள் ?" என்றார். அதற்கு மக்கள், "வினோபா பாவே கொடுத்தார்" என்றார்கள். அன்று நள்ளிரவில் அந்த ஊருக்கு போலீஸ் வேன்கள் வந்தன. குடிசைகளின் கதவுகளை எட்டி உதைத்து, உள்ளிருந்த ஆண், பெண் எல்லோரையும் வெளியே இழுத்துவந்தார்கள். ஐந்து பெண்கள் உட்பட 89 பேர் மூன்று நாள் முழுவதும் சிறையில் வைக்கப்பட்டு, சித்திரவதைக்கு உள்ளானார்கள். "தேவடியா மகன்களா ... என்ன தைரியம் இருந்தா நிலக்கிழார்களின் நிலத்தில்

இறங்கி விவசாயம் செய்வீங்க?" என்று சொல்லிச்சொல்லி காவலர்கள் அவர்களைத் தாக்கினர். மாதிகாக்கள் பலருக்குத் தலையில் காயம் ஏற்பட்டது. இன்னும் பலருக்குக் கை, கால் எலும்புகள் முறிந்தன. அவர்களில் கொரன்ட்லா பென்டய்யா, கொரன்ட்லா முத்தம்மா, மைசய்யா ஆகியோர் அந்தக் காயங்கள் காரணமாக ஒரே மாதத்தில் இறந்துவிட்டார்கள்.

அந்தக் கிராமத்தினர் அனைவரும் மாஜிஸ்திரேட் முன்பு நிறுத்தப்பட்டனர். அவர்களுக்கு என்ன ஆனது, ஏன் உடம்பில் ரத்தம் வழிகிறது என எந்தக் கேள்வியையும் அவர் கேட்கவில்லை. 55பேர் இரண்டு வழக்குகளில் குற்றம்சாட்டப்பட்டு மகபூப்நகர் சிறைக்குக் கொண்டு செல்லப்பட்டனர். அங்கு அவர்கள் ஒரு வாரம் இருந்தனர். அவர்களை ஜாமீனில் எடுக்க, ரெட்டிகளே முன் வந்தார்கள். தங்களுக்கும் மக்களுக்கும் இடையே வெளிப்படையான உறவு தொடர்கிறது என்பதைக் காட்டு வதற்காக அவர்கள் அப்படிச் செய்திருக்கலாம். அன்றிலிருந்து அவர்கள் மாதத்துக்கு ஒரு முறை நீதிமன்றத்துக்குச் செல்ல வேண்டியதாக இருந்தது. "பேகு லேனி வால்லம் (நாங்கள் ஏழைகள், எங்களுக்கு இரைப்பைகூட இல்லை). எங்கள் கால்நடைகள், எங்கள் மனைவிகளின் தாலிகள், நகரத்தில் நாங்கள் ஓட்டிக் கொண்டிருந்த ஆட்டோக்கள் என எல்லாவற்றையும் இதோ, இப்படி கோர்ட்டுக்கு வருவதற்கும் போவதற்கும், வக்கீலுக்குக் கொடுக்கவுமாகச் செலவு செய்வதற்காகவே விற்றுவிட்டோம்" என்றார்கள்.

1987இல் நாங்கள் இப்ராகிம்பட்டினத்தில் நடத்திய கூட்டம் ஒன்றில்தான் அஜில்லாபுரத்து மக்களை முதன்முறையாகச் சந்தித்தேன். 1989ஆம் ஆண்டின் பிற்பகுதியில், என்னைச் சந்திப்பதற்காக அவர்கள் ஹைதராபாத்துக்கு வந்திருந்தார்கள். அஜில்லாபுரத்திலிருந்து ஹைதராபாத்துக்கு 85 கிலோமீட்டர் தூரம். பேருந்தில் வருவதற்குக் காசு இல்லாததால், சோள ரொட்டியையும் ஊறுகாயையும் கட்டிக்கொண்டு, அவ்வளவு தூரம் நடந்தே வந்து ஹைதராபாத்தை அடைந்தார்கள். அந்தப் பயணத்துக்கு இரண்டு நாட்கள் ஆனது. ஆக, சிக்கட்பள்ளியில் உள்ள என் வீட்டுக்கு வர வேண்டுமானால் அவர்களுக்கு ஒரு வாரம் பயணம் செய்ய வேண்டும். வினோபா பாவே இருந்த போது தானமளிக்கப்பட்ட அந்த நிலம் தொடர்பான கோப்பு ஒன்றை நான் ஹைதராபாத்தில் காந்தி பவனுக்குப் பின்னுள்ள பூதான வாரியத்தில் தேடினேன். பிறகு, அந்தப் பகுதியில் இருந்து நிலக்கிழார்கள் யாரேனும் அது தங்கள் நிலம் என்று உரிமை கோரி இருக்கிறார்களா என்பதை அறிய, மகபூப் நகரிலுள்ள

கூடுதல் ஊரக வளர்ச்சி அலுவலகத்தில் (நில உச்சவரம்பு) தேடினேன். போலவே கல்வாகுர்த்தியில் உள்ள ஊரக வளர்ச்சி அலுவலகம், இருவேனில் உள்ள மண்டல வருவாய் அலுவலகம் ஆகியவற்றிலும் தேடினேன். எந்த இடத்திலும் எனக்கு எதுவும் கிடைக்கவில்லை. என்னை அடிக்கடி தேடி வந்த மக்களுக்கு என்ன பதில் சொல்லுவதெனத் தெரியாமல் மனம் குமைந்து கொண்டிருந்தேன்.

அந்தச் சமயத்தில், நிலத்தைத் தானமளித்த ரகுராம ரெட்டி குடும்பத்திலிருந்து ஒரே ஒருவர் மட்டும்தான் அந்தக் கிராமத்தில் இருந்தார். மற்றவர்கள் எல்லாம் அமெரிக்காவுக்கோ அல்லது நாட்டின் வேறு இடங்களில் நல்ல வேலைகளிலோ இருந்தனர். தங்களுக்கு எந்த விதத்திலும் தேவைப்படாத அந்த நிலத்தை வைத்து, அந்த வாரிசுகள் எல்லாம் என்ன செய்யப் போகிறார்கள். அதை ஏழைகளுக்குக் கொடுத்து உதவலாமே? எங்களுக்கு எல்லா கதவுகளுமே அடைக்கப்பட்டபோது, நான் மக்களிடையே சொன்னேன். 'அவரைக் கொன்றுவிட்டு அந்த நிலத்தை நீங்கள் எடுத்துக்கொள்ளுங்கள். உங்களுக்காக நான் வாதாடுகிறேன்' என்றேன். 'நீதி கிடைக்கும் என்று காத்திருப்பதை விடவும், கொலைக் குற்றத்திலிருந்து சுலபமாக வெளியே வந்துவிட முடியும்' என்றேன். உங்களால் செய்ய முடியாவிட்டால், 'பீப்பிள்ஸ் வார் குரூப்'பை வரவழைத்துச் செய்யுங்கள் என்றேன். ஆனால் அப்படிச் செய்தால் சிக்கல் அதிகமாகவே செய்யும். அந்த மனிதனை எப்படிக் கொன்று அவனது பிடியிலுள்ள மக்களை எல்லாம் விடுவிப்பது என்று பல நாட்கள் நான் கற்பனை செய்து பார்த்திருக்கிறேன். ஆனால் நிஜத்தில் எதார்த்தம் வேறாக இருந்தது.

1994இல், அந்த மக்கள் உண்மையாகவே பீப்பிள்ஸ் வார் குரூப் அமைப்பைத் தொடர்புகொண்டார்கள் என்று கேள்விப் பட்டேன். அந்த நிலக்கிழாருக்கு என்ன நடந்தது அல்லது யாரேனும் கொல்லப்பட்டார்களா என்பது உள்ளிட்ட தகவல்கள் எனக்குத் தெரியவில்லை. பீப்பிள்ஸ் வார் குரூப் அமைப்புடனான அவர்களது தொடர்புகளுக்காக அந்த மக்கள் மீது கடுமையான வழக்குகள் பதியப்பட்டிருந்தன. நிலத்துக்காக நீண்ட போராட்டம் நடத்தி அதில் அவர்கள் வெற்றிபெற முடியாமல் இருப்பதைப் பார்த்து எனக்குள் துயரம் எழும். அவர்கள் போராடிய காலம் வேண்டுமானால் பொருத்தமற்றதாக இருக்கலாம். ஆனால் அவர்கள் போராட்டம் வீணானது அல்ல. விடாமுயற்சி, துணிச்சல், பொறுமை ஆகியவற்றின் மூலம் தங்கள் குழந்தைகளுக்கு அந்தப் போராட்டத்தைக் கடத்தியிருக்கிறார்கள். அதன் மூலம் ஒரு புதிய படையை உருவாக்கியதன் மூலம், அந்த மக்கள் தங்கள் முயற்சியில் வெற்றி பெற்றிருக்கிறார்கள் என்றே சொல்லுவேன்.

1990இல் புலிமாமிடி பிரச்சினை, மாநில காங்கிரஸ் ஆட்சிக்குப் பெருத்த அவமானத்தை ஏற்படுத்திவந்ததால், முதலமைச்சர் சென்னா ரெட்டியின் மகன்களான சசிதர் மற்றும் ரவீந்தர் ரெட்டி ஆகியோர், அந்த மக்களுடன் ஒரு சமாதானப் பேச்சு வார்த்தைக்குத் திட்டமிட்டனர். அந்தப் பேச்சுவார்த்தைக்கு மத்தியஸ்தர்களாக யச்சாராம் கிராமத்தைச் சேர்ந்த காங்கிரஸ் எம்.எல்.ஏ. கோதண்ட ரெட்டி, (இந்திய விவசாயிகள் சங்கங்களின் கூட்டமைப்பின் தலைவரும், சித்தூர் மாவட்டத்தின் செல்வாக்கு மிக்க, மறைந்த முன்னாள் காங்கிரஸ் தலைவர் பெத்திரெட்டி திம்மரெட்டியின் மகனுமான) பெத்திரெட்டி செங்கல் ரெட்டி ஆகியோர் இருந்தனர். இருவருமே எனக்கு நன்கு அறிமுக மானவர்கள். ஹைதராபாத்தில் உள்ள எங்கள் அலுவலகத்தில் நான், சிரில், சலய்யா, மங்கலி ராமுலு ஆகியோர் அவர்கள் இருவருடன் பலமுறை பேச்சுவார்த்தைகள் நடத்தினோம்.

அதே நேரத்தில், அனைத்துக் கட்சியினரையும் நான் சந்தித்து, புலிமாமிடியில் அனைத்துக் கட்சிக் கூட்டம் ஒன்றை ஏற்பாடு செய்யத் திட்டமிட்டேன். அதன் மூலம் முதலமைச்சர் சென்னா ரெட்டிக்கு குடைச்சல் கொடுக்க நினைத்தோம். புலிமாமிடியில் ஏப்ரல் 22ஆம் தேதி அனைத்துக் கட்சிக் கூட்டத்துக்கு எங்கள் சங்கம் ஏற்பாடு செய்திருந்தது. எங்களுக்கு மத்தியஸ்தம் செய்ய இருந்தவர்கள் முதலமைச்சரின் வீட்டில் ஒரு சந்திப்பை ஏற்பாடு செய்ததால், கடைசி நேரத்தில் அனைத்துக் கட்சிக் கூட்டத்தை ரத்து செய்ய வேண்டியதாகிவிட்டது. பிறகு நான், சிரில், சி.கே. நாராயண ரெட்டி ஆகியோர் முதலமைச்சர் வசித்து வந்த தர்நகா எனும் இடத்துக்குச் சென்றோம். மங்கலி ராமுலுவும், சலய்யா ஆகியோரும் எங்கள் அலுவலகத்தில் காத்திருந்தனர். நீண்ட விவாதத்துக்குப் பிறகு, 'பினாமி' நிலங்கள் எல்லாம் கொடுக்கப்பட்டுவிடும் என்றும், உயர் நீதிமன்றத்தில் மக்களுக்கு எதிராக உள்ள அனைத்து வழக்குகளையும் வாபஸ் பெறுதல் எனவும் சமாதானம் எட்டப்பட்டது. அந்த நிமிடத்திலேயே 684 ஏக்கர் நிலங்கள் வழங்கப்படுவதாக முடிவுசெய்யப்பட்டது. அந்தப் பேச்சுவார்த்தை முடியும்போது நான் விசும்பினேன். எங்களுடைய நீண்ட, கடினமான போராட்டம் முடிவுக்கு வந்து, எங்களின் உரிமைகள் நிலைநாட்டப்படுவதைப் பார்க்க நான் விசும்பினேன். உரிமைகளை நிலைநாட்டுவதைவிட சண்டை யிடுவது மிகவும் சுலபமாக இருக்கிறது.

இதனால் நாங்கள் ஏற்பாடு செய்திருந்த அனைத்துக் கட்சிக் கூட்டம் நடைபெறாமல் போய்விட்டது. எனினும், தெலுங்கு தேசக் கட்சியும், சி.பி.எம்., கட்சியும் அதை நடத்தின. அதில் தெலுங்கு தேசக் கட்சித் தலைவர் சந்திரபாபு நாயுடு, முன்னாள்

அமைச்சர் அஷோக் கஜபதி ராஜு (அவரும் தெலுங்கு தேசக் கட்சிதான்), மூத்த கம்யூனிஸ்ட் கட்சித் தலைவர் பி.என். ரெட்டி, சி.பி.எம். கட்சியின் எம்.எல்.ஏ. கொண்டிகரி ராமுலு ஆகியோர் உரையாற்றினர். அந்தக் கூட்டத்தில் நான் பங்கேற்கவில்லை. எனினும், எங்கள் மக்கள் அந்தக் கூட்டத்துக்கு வேடிக்கை பார்க்கப் போனார்கள்.

அந்த 684 ஏக்கர் நிலங்களை விட்டுக்கொடுப்பது மீண்டும் மீண்டும் தள்ளிப்போடப்பட்டுக்கொண்டே வரப்பட்டது. நடந்த பேச்சுவார்த்தைகள் எல்லாம் தோல்வியில் முடிந்துவிட்டன என்பது தெளிவானது. அந்தப் பேச்சுவார்த்தைகள் எல்லாம் அனைத்துக் கட்சிக் கூட்டம் நடப்பதைத் தடுத்துநிறுத்துவதற்காக நடத்தப்பட்டிருக்கலாம். அல்லது நிலக்கிழார்களில் சிலர் அந்த நிலங்களை விட்டுக்கொடுக்க மறுத்திருக்கிறார்கள். நான் அந்தப் பகுதியிலிருந்து வெளியேறிய பிறகு, கிராமத்தினர் சிலரை விலைக்கு வாங்கி, நிலக்கிழார்கள் அந்த நிலத்தின் சில பகுதிகளை இருபத்தியோராம் நூற்றாண்டின் முற்பகுதியில் ராயலசீமா ரெட்டிகளுக்கு விற்றுவிட்டார்கள். ஆனால், அந்த ரெட்டிகளால் அந்த நிலத்தைத் தங்கள் கட்டுப்பாட்டில் வைத்திருக்க முடியவில்லை. அது மக்களிடமே இருந்தது. சிலர் அந்த ரெட்டிகளுடன் பேசி சமாதானம் செய்துகொண்டு, அந்த நிலத்துக்கான இழப்பீடைப் பெற்றுக்கொண்டார்கள்.

காற்று இப்போது எங்கள் பக்கமாக வீசத் தொடங்கியது. புலிமாமிடி மத்தியஸ்தர்களுடனான பேச்சுவார்த்தைக்கு நாங்கள் காட்டிய ஈடுபாட்டை இதர அரசியல் தலைவர்கள் கவனித்தனர். அவர்களில் ஒருவரான காங்கிரஸ் எம்.எல்.ஏ. கோதண்ட ரெட்டி, எங்கள் சங்கத்துக்கும், இப்ராகிம்பட்டின நிலக்கிழார்களுக்கும் இடையில் மத்தியஸ்தம் செய்ய முன்வந்தார். மேலும், ரச்சகொண்டா பகுதியில் 'பீப்பிள்ஸ் வார் குரூப்' அமைப்பின் அச்சுறுத்தலும் இருந்தது. எனவே, இவை அனைததும் சேர்ந்து நிலக்கிழார்களை எங்களுடன் சமரசம் செய்துகொள்ள உந்தித் தள்ளியிருக்கலாம். சௌதாரிப்பள்ளியின் கிராமத் தலைவர் மோகன் ரெட்டி, சாலையோரம் இருந்த தனது ஒன்பது ஏக்கர் நிலத்தை விட்டுக்கொடுக்க முன்வந்தார். 1988இல் தலித் பெண்கள் எல்லாம் ஆனந்த் ரெட்டி எனும் நிலக்கிழாரின் வீட்டைச் சுற்றி அமர்ந்துகொண்டு தொடர்ந்து மூன்று நாட்கள் போராட்டம் நடத்தியதில், அவர் நகரத்துக்கு ஓடிவிட்டது போன்ற கதி தனக்கும் நேர்ந்துவிடக் கூடாதென்று மோகன் ரெட்டி அஞ்சியிருப்பார்.

தொடர்ந்து மாடப்பூரின் கிருஷ்ண ரெட்டி தன் நிலங்களை விட்டுக்கொடுத்தார். அந்தக் கிராமத்தில் மாதிகாக்களுடன் ஓரளவு நட்பாக இருந்த நிலக்கிழார் அவர்தான். அவரிடம் 26

ஏக்கர் 'பினாமி' நிலங்கள் இருக்கின்றன என்பது எங்களுக்குத் தெரியவந்தவுடன், மக்கள் அவரிடம் சென்று எங்களிடம் பேச்சுவார்த்தைகள் நடத்த அழைத்துவந்தார்கள். "நாங்கள் அவர் (கீதா ராமசாமி) சொல்லுவதை மட்டும்தான் கேட்போம். இப்போது நீங்கள் அவர் சொல்லுவதைக் கேளுங்கள்" என்று கிராமத்தினர் அவரிடம் சொல்லியிருக்கிறார்கள். அதே போல பெத்துலா கிராமத்தைச் சேர்ந்த ராதாகிருஷ்ண ரெட்டி என்பவரும் தன்னிடமிருந்த நிலத்தைக் கொடுக்க முன்வந்தார். இத்தனைக்கும் அவரது மகன் ஐ.பி.எஸ். அதிகாரி என்பது குறிப்பிடத்தக்கது. தொடர்ந்து சிக்கட்பள்ளியில் இருந்த என் வீட்டுக்கு அலை அலையாக நிலக்கிழார்கள் வந்தபடி இருந்தனர். அவர்களில் பலர் தங்கள் கிராமத்தின் மாதிகாக்களுடன் வந்தார்கள். இப்போது நான் வீட்டுக்குத் திரும்பும்போது என்னைச் சந்திக்கக் காத்திருக்கும் நிலக்கிழார்களை நான் நேரடியாகச் சந்திப்பதில்லை. அவர்களுடன் மாதிகாக்கள் வந்திருந்தால், அவர்களுடன் கலந்து பேசிவிட்டு, பிறகே நிலக்கிழார்களைச் சந்திக்கலாமா, வேண்டாமா என்று முடிவு செய்கிறேன்.

அந்தப் பேச்சுவார்த்தைகள் எல்லாம் நீண்டுகொண்டும், தாமதமாகிக்கொண்டும் இருந்தன. ஆனால் தோல்வியில் முடிய வில்லை. என்னைச் சந்திக்க சிக்கட்பள்ளிக்கு வருவதற்கு முன்பே அந்த நிலக்கிழார்கள் எல்லாம் தோற்றுப் போய்விட்டார்கள். அவர்களை மேலும் ஆத்திரப்படுத்திவிடாமல் இருப்பதே தற்போது என்னுடைய வேலை. ஆனந்த் ரெட்டிதான், தன்னுடைய 280 ஏக்கர் நிலங்களைக் கொடுக்க முன்வந்த கடைசி நிலக்கிழார். நிலக்கிழார்கள் தங்கள் நிலங்களைத் தானம் செய்யும்போதும், பிறகு அந்த நிலங்களை ஏழைகளுக்கு விநியோகிக்கும்போதும் நாங்கள் மிகவும் கவனத்துடன் இருந்தோம். இது சட்டப்பூர்வமாக நடைபெற வேண்டுமெனில், முதலில் நிலக்கிழார்கள் தங்கள் நிலங்களை விட்டுக்கொடுப்பதாக அரசுக்குத் தெரிவித்து, பிறகு அரசு மூலம் அந்த நிலங்கள் ஏழைகளுக்கு வழங்கப்பட வேண்டும். நிலங்களை நேரடியாக மக்களுக்கு மாற்றுவது என்பது அதிக அளவு பதிவுச் செலவுகளை உடையதாக இருந்தது. அதை யாரும் எதிர்கொள்ளத் தயாராக இல்லை. நக்சலைட்டுகளால் மக்களுக்கு விநியோகிக்கப்பட்ட நிலங்கள் எல்லாம், பிற்பாடு எவ்வாறு நிலக்கிழார்களால் திரும்ப எடுத்துக்கொள்ளப்பட்டது என்பதை நாங்கள் அறிந்திருந்ததால், சட்டப்பூர்வமாக நிலம் மாற்றப் படுவதையே நாங்கள் வேண்டினோம்.

இந்த விஷயங்கள் எல்லாமே 1991 பிப்ரவரி 15ஆம் தேதி, ஆளுநர் நிகழ்ச்சி ஒன்றில் வெற்றிக் கொண்டாட்டமாக நிறைவடைந்தன. இப்போது திரும்பிப் பார்க்கும்போது, அந்தக்

கொண்டாட்டங்கள், இப்ராகிம்பட்டினத்தின் நிலப் போராட்டச் செயல்பாடுகளுக்கு வைக்கப்பட்ட முற்றுப்புள்ளியாகவும் தோற்றம் கொள்கின்றன. சமூகச்செயற்பாட்டாளர்களைச் சந்தித்து அவர்களுடன் சமகால நிலவரங்கள் பற்றிப் பேசுவது ஆளுநர் கிருஷ்ண காந்த்துக்கு மிகவும் பிடிக்கும். நான் அவரைப் பலமுறை சந்தித்திருக்கிறேன். எங்கள் சங்கத்தின் பணிகளை அவர் கூர்ந்து கவனித்துவந்தார். நிலக்கிழார்கள் எங்களைச் சந்தித்து நிலங்களைத் தானமாகக் கொடுத்துக்கொண்டிருப் பதைப் பார்த்த அவர், 'ஏழைகளுக்குப் பட்டா வழங்கும் நிகழ்ச்சியை அரசு நிகழ்ச்சியாகச் செய்யலாம்' என்றார். அப்படி ஒரு நிகழ்ச்சி பல ஏற்றஇறக்கங்களைக் கண்டது. ஆனந்த் ரெட்டி, தான் அளித்த நிலங்கள் எல்லாம் தன்னிடம் பணியாற்றிய தொழிலாளிகளுக்குச் செல்ல வேண்டும் என்றார். ஆனால் நிலங்கள் எல்லாம் தகுதியானவர்களுக்கு மட்டுமே தேர்வு செய்து வழங்கப்பட வேண்டும் என்பதை நாங்கள் வலியுறுத்தினோம். இது தொடர்பாக ஆளுநருக்கும் எனக்கும் இடையில் நடந்த விவாதத்தில் அனல் பறந்தது. 'ஒருவேளை ஆனந்த் ரெட்டி சொல்லுவதுபோலத்தான் நிலங்கள் விநியோகிக்கப்பட வேண்டும் என்றால், நாங்கள் அந்த நிகழ்ச்சியைப் புறக்கணிப்போம்' என்றேன். பிறகு, ஆளுநர் என்னுடைய வழிக்கே வந்தார். ராஜ்பவனில் அந்த விவாதம் நடந்தபோது, கூட இருந்த அவரது அந்தரங்கக் காரியதரிசி பின்னர் என்னிடம், "நீங்கள் அவரிடம் மிகவும் கடுமையாகப் பேசிவிட்டீர்கள்" என்று தன் அதிர்ச்சியை வெளிப்படுத்தினார். அனைத்துக் கட்சித் தலைவர்களின் முன்னிலையில் அந்த நிகழ்ச்சி மிகவும் கோலாகலமாக நடைபெற்றது. ஆளுநர், தன் கையால் குடும்பத் தலைவிகளுக்குப் பட்டா வழங்கினார். அந்த நிகழ்ச்சியில் தெலுங்கு தேசக் கட்சியின் சந்திரபாபு நாயுடு, சி.பி.ஐ. கட்சி எம்.எல்.ஏ. சந்திர ராஜேஷ்வர் ராவ், சி.பி.எம். கட்சி எம்.எல்.ஏ. பி. வெங்கடேஸ்வர ராவ், மாநில காங்கிரஸ் தலைவர் வி. ஹனுமந்த ராவ் ஆகியோர் கலந்துகொண்டனர். அந்தச் சமயத்தில், துப்பாக்கி ஏந்திய நக்சலைட் போராட்டத்துக்கு மாற்று, அமைதியான முறையில் நடைபெற்ற இப்ராகிம்பட்டின போராட்டம் என்று ஊடகங்களால் பெரிதும் பாராட்டப்பட்டது. அது எனக்கு மிகவும் கூச்சத்தை ஏற்படுத்தியது. ஏனென்றால், நாங்கள் அப்போது வரை சோதனைமுறையில்தான் செயல்பட்டு வந்தோம். மேலும், எங்களது செயல்பாடுகளின் பின்னணியில், 'பீப்பிள்ஸ் வார் குரூப்' அமைப்பின் அச்சுறுத்தலும் நிலக்கிழார்களுக்கு இருந்தது.

1991ஆம் ஆண்டு நடைபெற்ற அம்பேத்கர் சைக்கிள் யாத்திரையில் சிரில்...

1991ஆம் ஆண்டு, அம்பேத்கரின் பிறப்பு நூற்றாண்டு. அது ஒரு கொண்டாட்டமான நிகழ்வு. அதையொட்டி சங்கம் நிறைய பேரணிகள், சைக்கிள் யாத்திரைகள், பாதயாத்திரைகள் ஆகியவற்றை நடத்தியது. அப்போது அம்பேத்கர் யுவஜனா சங்கம், ஆந்திரப் பிரதேச விவசாய கார்மிகா சமக்யா, நேரு யுவ கேந்திரா, தலித் மகாசபை ஆகிய இயக்கங்களை ஒருங்கிணைத்து, 1991இல் மாநில அளவில் யாத்திரை ஒன்று நடத்தப்பட்டது. அந்த யாத்திரையை ஒருங்கிணைக்கும் மைய ஒருங்கிணைப்புக் குழுவில் பால் திவாகர், பி. சென்னய்யா (தற்போது மக்கள் இயக்கங்களின் தேசியக் கூட்டணி அமைப்பில் இருக்கிறார்), சிரில் மற்றும் வேறு சிலரும் உறுப்பினர்களாக இருந்தனர். ஸ்ரீகாகுளம், கிருஷ்ணா, சித்தூர், அனந்தபூர், நெல்லூர், அதிலாபாத் ஆகிய இடங்களில் இருந்து ஐந்து யாத்திரைகள் தொடங்கி, ஹைதராபாத்தில் முடியுமாறு திட்டமிடப்பட்டது. இதில் ஸ்ரீகாகுளத்திலிருந்து தொடங்கப்பட்ட யாத்திரைக்கு சிரில் தலைமையேற்றார். 43 வயதில், உற்சாகமாக சைக்கிளை ஓட்டி வரும் சிரிலின் புகைப்படம் அழகிய சட்டமிடப்பட்டு எங்கள் வீட்டின் சுவற்றில் தொங்குகிறது. அவர், அவரது வாழ்க்கை மற்றும் எங்கள் இருவரின் மகிழ்ச்சியான தருணங்களை நினைவுபடுத்தும் ஒன்றாக அந்தப் படம் இருக்கிறது. 1991 பிப்ரவரி 19ஆம் தேதி, அம்பேத்கர் சைக்கிள் யாத்திரை புலிமாமிடிக்கு வந்து சேர்ந்தது. சுமார் 212 யாத்ரீகர்கள், அனந்தபூரில் இருந்து ஹைதராபாத் வரை 750 கிலோமீட்டர் தூரம் பயணித்துப் புலிமாமிடிக்கு வந்துசேர்ந்தனர். அங்கே அவர்களுக்கு மதிய உணவு வழங்கப்பட்டு, கலாசார நிகழ்ச்சி களும், பொதுக்கூட்டமும் நடத்தப்பட்டன.

1991 ஏப்ரலில் சங்கம், தனியாக ஒரு பாதயாத்திரையை ஒருங்கிணைத்தது. மர்ரிகுடெம், சின்டாபள்ளி ஆகிய மண்டலங் களில் இருந்து எங்கள் யாத்திரையைத் தொடங்கினோம். 17 பெண்கள் உட்பட மொத்தம் நாங்கள் 52 பேர். அவர்களில் நான் மட்டும்தான், அந்த இரண்டு கிராமங்களையும் சேராதவள். பாதயாத்திரைக்கு வந்தவர்களில் பெரும்பாலானோர் தலித்துகள், கால்நடை மேய்ப்பர்கள், விவசாயக் கூலித் தொழிலாளர்கள், இரவுப் பள்ளி ஆசிரியர்கள், ஒரு கிறித்துவ போதகர் உள்ளிட்டோர் இருந்தனர். மர்ரிகுடெமும், சின்டாபள்ளியும் யச்சாராம் மண்டலத்துக்கு அருகில் இருந்தாலும், அவை அதுவரை எங்கள் பார்வைக்கு வரவில்லை. அந்தக் கிராமங்களில் அம்பேத்கரின் செய்தியை, அவரது நூற்றாண்டில் எடுத்துச்சென்று கொண்டிருந்தோம். ஆனால் மக்கள் எங்களுக்குச் செவி கொடுப்பார்களா? எங்களுக்கு உணவிடுவார்களா? நாங்கள் இரவில் உறங்குவதற்கு இடம் தருவார்களா? அங்கிருக்கும் நிலக்கிழார்கள் எங்களைத் தாக்குவார்களா? இத்தனைக்

கேள்விகளுக்கு மத்தியில், நிலக்கிழார்களுக்கு எதிராகப் போராடியவர்கள் என்ற அடையாளத்துடன் நாங்கள் முன்னே சென்றுகொண்டிருந்தோம். அது அங்கிருந்த தலித் மக்களைக் கலக்கமுறச் செய்திருக்கலாம். கோடைக்காலத்தின் இந்த யாத்திரை நடத்தப்பட்டதால் எங்களில் பலர் 'சன் ஸ்ட்ரோக்' ஆல் பாதிக்கப்படச் செய்யலாம் என இப்படிப் பல்வேறு யோசனைகளால் நான் சூழப்பட்டிருந்தேன்.

நாங்கள் மகபூப் நகர் மாவட்ட எல்லையில் இருந்த உமந்தலப்பள்ளி கிராமத்துக்கு வந்தபோது, அங்கிருந்த வீடுகள் எல்லாம் பூட்டப்பட்டிருந்தன. விவசாயக் கூலிகள் எல்லாம் வேலைக்குச் சென்றுவிட்டிருந்தார்கள். நாங்கள் பார்த்த ஒரு பெண்ணிடம் குடிப்பதற்குக் கொஞ்சம் நீர் கேட்டோம். அவர் போர்வெல் இருக்கும் திசையைக் கை காட்டி, "அங்க போய் குடிச்சுக்குங்க" என்றார். அவருக்கு நாங்கள் எந்தச் சாதியைச் சேர்ந்தவர்களோ என்ற கேள்வி எழுந்திருக்கும். இன்னொரு வயதான அம்மா பானையில் நீர் கொண்டு வந்தார். அதிலிருந்து நீர் எடுத்துக் குடிக்க ஒரு கலயத்தையும் கொண்டுவந்தார். அம்பேத்கரின் பாடல்களைப் பாடியவாறே நாங்கள் அந்தக் கிராமம் முழுவதையும் சுற்றிவந்தோம். எங்கள் பின்னாலேயே அந்தக் கிராமத்துக் குழந்தைகள் வந்தார்கள். பெரியவர்கள் எங்களைத் தூரத்தில் இருந்து பார்த்தார்கள். "நீங்கள் யார்? எங்கிருந்து வருகிறீர்கள்?" என்று அவர்கள் கேட்டார்கள். அதற்குப் பதில் சொல்லும் விதமாக, நாங்கள் கிராமத்தின் மையப் பகுதிக்குச் சென்று, எங்கள் நாடகக் குழு தயாரித்த நாடகம் ஒன்றை மேடையேற்றினோம். கோலாட்டமும் ஆடினோம். மெல்லமெல்ல சுமார் இருநூறு பேர் கூடினார்கள். நிலக்கிழார்களின் சுரண்டல், அதற்கு எதிரான மக்களின் ஒற்றுமை, அவர்களின் விடாமுயற்சி ஆகியவை பற்றியது அந்த நாடகம். அந்த நாடகத்தில் சொல்லப்பட்ட விஷயங்களைக் கேட்டு, அந்த ஊரில் இருந்த முதியவர்கள் 'ஆமாம்' என்பது போலத் தலையசைத்தார்கள். நாடகமும், கூட்டமும் முடிந்த பிறகு, அங்கிருந்தவர்களைப் பார்த்து, "எங்களுக்குச் சாப்பாடு தருவீங்களா? ஒரு வீட்டுக்கு ஒருத்தர்னு சாப்பாடு கொடுத்தா போதும். நாங்க பசியா இருக்கோம்" என்றோம். அதற்கு அவர்கள், "உங்கள் எல்லோருக்காகவும் நாங்கள் சமைக்கிறோம்" என்று சொன்னார்கள். எங்களை அவர்களின் வீடுகளுக்குக் கூட்டிச் சென்றார்கள். அங்கு நடந்த நாடகம் ஒன்றில் அந்தக் கிராமத்தைச் சேர்ந்த இரண்டு வாலிபர்கள் நாடகத்தில் பங்கேற்கக் கூடாது என்று அந்த ஊரிலிருந்த ஆதிக்கச் சாதியினர் எதிர்ப்புத் தெரிவித்த சம்பவம் ஒன்றை எங்களிடம் சொன்னார்கள். அதைப் பற்றி,

இதர கிராமங்களில் சொல்லுமாறு அவர்கள் எங்களைக் கேட்டுக் கொண்டார்கள்.

அன்று மாலை நாங்கள் மல்லரெட்டிபேட் கிராமத்துக்கு வந்துசேர்ந்தோம். அந்த ஊரிலிருந்த மாதிகாக்கள் எங்களை ஊர்எல்லையில் தப்பு அடித்து வரவேற்று, ஊருக்குள் கூட்டிச் சென்றார்கள். அவர்கள் தப்பு அடித்த அடியில் எங்கள் காது ஜவ்வே அறுந்துவிடும் போல இருந்தது. தங்கள் ஊரிலிருந்த அரசு நிலங்களை நிலக்கிழார்கள் ஆக்கிரமித்திருப்பதாகவும், நக்சலைட்டுகள் தங்கள் கூலிகளை உயர்த்தியும், நாட்டுச் சாராயத்தின் விலையைக் குறைத்தும் இருப்பதாக அவர்கள் கூறினார்கள். ஒவ்வொரு கிராமத்திலும் ஒடுக்குமுறைகள், இடப்பெயர்வு, கொத்தடிமைத் தொழில்முறை, குறைந்த கூலி உள்ளிட்ட பிரச்சினைகள் இருந்தன. பற்களில் மஞ்சள் கறை படியும் 'ஃப்ளோரோசிஸ்' பாதிப்பு அதிக அளவில் அங்கு இருந்தது. சின்டாபள்ளி, கிருஷ்ணம்பள்ளி, கூர்மாபள்ளி, திரகலபள்ளி, வொட்டிபள்ளி, பட்டலபள்ளி, போலபள்ளி ஆகிய ஊர்களுக்கெல்லாம் எங்களின் யாத்திரை சென்றது. ஒரு நாளுக்கு இரண்டு அல்லது மூன்று கிராமங்கள் வீதம் நாங்கள் பயணித்தோம்.

போலபள்ளி கிராமத்தில்தான் மறைந்த நிலக்கிழார் அல்வால் ரெட்டி என்பவர் இருந்தார். அவரது பெயரைக் கேட்டாலே மக்கள் நடுங்கினார்கள். அவர் உயிரோடு இருந்த வரையில், கொத்தடிமைத் தொழிலாளர்களுக்கு நடந்த கொடுமைகளைப் பற்றி மக்கள் நினைவுகூர்ந்தார்கள். தொழிலாளர்களின் முதுகில் பாறையை வைத்துக் கட்டுவது, மணமாகி வந்த புதுமணப் பெண்ணை முதலிரவு அன்று தன் வீட்டுக்குத் தூக்கிச்செல்வது, இரும்புச் சங்கிலியால் அடிப்பது எனப் பல்வேறு கொடுமைகளை அவர் புரிந்திருக்கிறார். அந்தக் கிராமத்துக்கு ஒருமுறை இந்திரா காந்தி வந்தபோது, அவருடன் அல்வால் ரெட்டி இருந்திருக்கிறார். அவருடைய மகன் தற்போது கிராமத் தலைவராக இருக்கிறார். வாரத்துக்கு ஒருமுறை ஹைதராபாத்திலிருந்து வந்து கிராமத்திலிருக்கும் தன் சொத்துகளை எல்லாம் பார்த்துவிட்டுச் செல்வார். அங்கிருந்த மக்கள் உணவு கொடுத்து எங்கள் வயிற்றை மட்டும் நிறைக்க வில்லை. தங்களின் அன்பால் எங்கள் இதயங்களையும் நிறைத்தார்கள். நாங்கள் பாதயாத்திரை வருவது ஒவ்வொரு கிராமத்துக்கும் முன்கூட்டியே செவிவழியாகத் தெரிந்து விட்டிருந்ததால், அந்தக் கிராமங்களில் எல்லாம் தலித்துகள் எங்களைத் தப்பு அடித்து வரவேற்றார்கள்.

பீடித்த வர்க்கலக்கு நாயக்குடு அம்மோ
நகதரிலோ பாபாசாகேப் அம்பேத்கர் அமருடு ஆயே அம்மோ
மாரிந்தன்னவுரோ, எக்கட மாரிந்தி பே
எப்புடு மாரிந்தி பே, மாரிந்தனடனிக்கி சிக்கதெலா லேது பே

இந்தப் பாடல் கூறும் விஷயம் இதுதான்:

அவர் ஒடுக்கப்பட்டவர்களை விடுவித்தவர்
அவர் அமரர், அவர் நீல நிற உடை உடுத்தியவர்
இதோ வருகிறார் பாபா சாகேப், உங்கள் காலம் வந்துவிட்டது
எல்லாம் மாறிவிட்டதாக நீங்கள் சொல்கிறீர்கள்
எது மாறியிருக்கிறது வேசிமகனே?
ஆண்டானுக்கு அடிமைப்பட்டுக் கிடக்கும்போதும்
அப்படிச் சொல்ல உனக்கு வெட்கமாக இல்லையா?

பாதயாத்திரை காரணமாக வெயிலில் வெந்து, கால் பாதங்கள் காப்புக் காய்ச்சப்பட்டு, பதினைந்து நாட்கள் கழித்து நாங்கள் இப்ராகிம்பட்டினத்துக்குத் திரும்பியபோது, இப்ராகிம்பட்டினத்தைச் சுற்றி போலீஸாரின் கெடுபிடிகள் மிகவும் இறுக்கமாகிஇருந்தன. நிலக்கிழார்களின் புதிய தலைவராக நல்கொண்டா காங்கிரஸ் எம்.பி. சக்கிலம் ஸ்ரீநிவாச ராவ் இருந்தார். தன்னுடைய பகுதியிலிருந்து நக்சலைட்டுகளை வெற்றிகரமாக வெளியேற்றிவிட்டேன் என்று தம்பட்டம் அடித்துக்கொள்பவர் அவர். எங்கள் பகுதியில் அவரது இஷ்டத்துக்கு அதிகாரிகளை நியமிக்கச் செய்தார். மாவட்டக் காவல்துறை எஸ்.பி.யாக வி. பாஸ்கர் ரெட்டி, கூடுதல் எஸ்.பி. ஆக சரூர்நகரில் கே. ராஜய்யா, இப்ராகிம்பட்டின சர்க்கிள் இன்ஸ்பெக்டராக முரளிதர் ராவ் ஆகியோர் இருந்தனர். 1991 டிசம்பரில், 'உதயம்' எனும் நாளிதழின் நிருபர் குலாம் ரசூல் என்பவரைச் சுட்டுக்கொன்ற மூன்று போலீஸாரில் முரளிதர் ராவும் ஒருவர். ரசூல் நக்சலைட் அனுதாபியாக இருக்கலாம் என்று அவர்கள் சந்தேகித்தனர். அந்தச் சமயம் வனஸ்தலிபுரம் காவல்நிலையத்தில் சர்க்கிள் இன்ஸ்பெக்டராக முரளிதர் ராவ் இருந்தார். அங்கிருந்த போலீஸாரால் நாங்கள் மிகவும் கேவலமாக நடத்தப்பட்டோம். எங்களின் புகார்களை அளிக்கக் கூட அவர்கள் எங்களுக்கு நேரம் தரவில்லை.

1991 ஏப்ரல் 27ஆம் தேதி, 'கீதா ராமசாமியின் ஒடுக்குமுறை' என்கிற ரீதியில், சக்கிலம் ஸ்ரீநிவாச ராவ் பேரணி ஒன்றைத் தொடங்கி ராஜ்பவன் வரையிலும் சென்றார். நிலங்களை எடுத்துக்கொள்ள நான் மக்களைத் தூண்டுவதாகவும், அதன் மூலம் நிலக்கிழார்களை அச்சுறுத்துவதாகவும் புகார் வாசித்தார்.

அதேபோல கொத்தடிமைத் தொழிலில் இருந்து மீட்கப் பட்டவர்களிடம் ஆணையரகம் வழங்கும் நிவாரணம் மற்றும் மறுவாழ்வுத் தொகையில் எனக்கும் கமிஷன் கிடைக்கிறது என்று இன்னொரு குற்றச்சாட்டையும் வைத்தார். நிலம் வாங்கித் தருவதாகக் கூறி நான் ஒவ்வொருவரிடமும் 400 முதல் 500 ரூபாய் வரை வசூலிக்கிறேனாம். என்னைப் பற்றிக் காவல்நிலையத்தில் புகார் அளிப்பவர்களின் மோட்டார்களை நான் கொளுத்தச் சொல்கிறேனாம். நான் முன்பு இப்ராகிம்பட்டினத்துக்கு சைக்கிளில் வந்துகொண்டிருந்ததாகவும், இப்போது நான் ஜீப்பில் வந்துகொண்டிருப்பதாகவும் அடுக்கடுக்கான புகார்களை அவர் முன்வைத்தார்.

நான் அவற்றைக் கண்டுகொள்ளவில்லை. 1991 மே 1ஆம் தேதி, எங்களது அலுவலகத்தில் இருந்து மே தினப் பேரணியைத் தொடங்கினோம். அன்று சர்க்கிள் இன்ஸ்பெக்டர் முரளிதர் ராவ் எங்களுடன் வேண்டுமென்றே மிகவும் கடுமையாக நடந்துகொண்டார். சாலையின் ஓரத்தில் எங்கள் பேரணியும், இன்னொரு ஓரத்தில் சி.பி.எம். கட்சியின் ஊர்வலமும் சென்றன. அப்போது எங்கள் பேரணியின் மீது முரளிதர் ராவ் லத்தி சார்ஜ் செய்தார். அதனால் பலர் சிதறி ஓடினர். பலருக்குக் காயம் ஏற்பட்டது. அதில் சௌதாரிப்பள்ளியைச் சேர்ந்த திப்பார்த்தி போச்சம்மா என்ற எட்டு மாத கர்ப்பிணி கீழே விழுந்து தனது கையை உடைத்துக்கொண்டது மட்டுல்ல, தனது சிசுவையும் இழந்தார். தொழிலாளர்கள் பலருக்குக் கால்களில் காயம் ஏற்பட்டது. முரளிதர் ராவே லத்தியை எடுத்துக்கொண்டு எங்களைத் தாக்கினார். அவர் என்னைப் பார்த்தாலும், என் மீது எந்தத் தாக்குதலையும் நிகழ்த்தவில்லை. “அடுத்த முறை உன்னை தர்ணாவில் பார்த்தேன், உன்னை அம்மணமாக்கி அடிப்பேன்” என்று மிரட்டினார். அந்தப் பக்கமாக ‘மே தினம் வாழ்க’, ‘உலகத் தொழிலாளர்களே ஒன்றுபடுங்கள்’ என்று கோஷமெல்லாம் எழுப்பிப் பேரணியை நடத்திச்சென்ற சி.பி.எம். கட்சியின் ராமகிருஷ்ண ரெட்டியைப் பார்த்து, எங்களுக்கு ஆதரவு அளிக்குமாறு கெஞ்சினேன். “நாங்கள் இங்கே தாக்கப்பட்டுக் கொண்டிருக்கும்போது அதைக் கண்டிக்காமல் நீங்கள் அமைதியாக தொழிலாளர் ஒற்றுமைக்குக் கோஷம் போட்டுச் செல்வதால் என்ன பயன்?” என்று கேட்டேன். அவரும் அவரது தோழர்களும் எங்களை ஏறெடுத்துக்கூடப் பார்க்கவில்லை. அன்று போலீஸ் எங்கள் அலுவலகத்தைச் சோதனையிட்டது. சாலையோரத்தில் நாங்கள் அமைத்திருந்த ஷாமியானா பந்தலைச் சாய்த்தது. எங்கள் அலுவலகத்தில் இருந்த கோப்புகள், ஆவணங்களை எல்லாம் எடுத்துச்சென்றது. தடை உத்தரவு இருப்பதாலும், அதனை மீறி நாங்கள் சென்றதாலும் எங்கள் மீது

தாக்குதல் நடத்தப்பட்டதாக எஸ்.பி.வி. பாஸ்கர ரெட்டி சொன்னார். ஆனால் அதே தடை உத்தரவு ஏன் சி.பி.எம். கட்சிக்குப் பொருந்தவில்லை என்ற கேள்விக்கு அவர் பதில் சொல்லவில்லை.

1991 மே 13ஆம் தேதி, புத்த பூர்ணிமாவின்போது கூட்டம் ஒன்றை நடத்தினோம். அதில் இப்ராகிம்பட்டினத்தில் நிலவி வரும் போலீஸ் அடக்குமுறையை எதிர்த்து, அடுத்து வரும் நாடாளுமன்றத் தேர்தலை நாங்கள் புறக்கணிக்கிறோம் என்று அறிவித்தோம். சர்க்கிள் இன்ஸ்பெக்டர் முரளிதர் ராவைப் பழிவாங்கியே ஆக வேண்டும் என்ற வெறி எங்களுக்கு இருந்தது. அவருடைய ஒவ்வொரு நகர்வையும் நாங்கள் நோட்டமிட்டோம். அவர் அடிக்கடி தொம்மாரி (தெலங்கானாவின் இந்தப் பகுதியில் தொம்மாரி என்பவர்கள் பரம்பரைபரம்பரையாகப் பாலியல் தொழிலில் ஈடுபட்டு வருபவர்கள்) சமூகப் பெண்களைக் காவல் நிலையத்துக்கு அழைத்தார். அதைத் தொடர்ந்து, பாலியல் தொழிலாளர்களுக்குப் பணம் கொடுக்காமல் அவர் எப்படி அவர்களைத் துன்புறுத்துகிறார் என்று சொல்லி, கைப்பிரதி களை அச்சிட்டு விநியோகித்தோம். வனஸ்தலிபுரத்தில் தான் கட்டி வந்த வீட்டுக்கு இலவசமாக சிமெண்ட், செங்கல் போன்ற வற்றை அனுப்பச் சொல்லி எப்படி அவர் ஒப்பந்ததாரர்களைக் கட்டாயப்படுத்துகிறார் என்பதையும் வெளிக் கொண்டு வந்தோம். எந்த போலீஸ்காரரும் எதற்காகவும் காசு கொடுக்க மாட்டார்கள் என்பது எல்லோருக்குமே தெரிந்த விஷயம்தான். ஆனாலும் ஒப்பந்ததார்கள் அடிக்கடிப் புகார் அளித்துவந்தார்கள். அவர்களுடன் நாங்களும் சேர்ந்துகொண்டோம். முரளிதர் ராவை வேறெங்கும் இடமாற்றக் கூடாது என்று கோரிக்கை வைத்தோம். ஏனென்றால், அவர் இடமாற்றலுக்கு ஆளானால், போகும் இடமெல்லாம் அவர் இப்படித்தான் நடந்துகொண்டிருப்பார். எனவே, அவரைப் பணியிடை நீக்கம் செய்யச் சொல்லி வற்புறுத்தினோம். டி.ஐ.ஜி. உட்பட போலீஸ் உயர்அதிகாரிகள், இந்த விஷயத்தில் தங்களால் எதுவும் செய்ய முடியாது என்று சொல்லிவிட்டார்கள். “நீங்கள் பேசாமல் அரசியல்வாதி யாரையாவது பிடியுங்கள்” என்றார்கள். இந்த விஷயத்தில் ஆளுநர் கிருஷ்ண காந்த் கூட, தன்னால் எந்த நடவடிக்கையும் எடுக்க முடியாத நிலையைச் சொல்லிவிட்டார்.

❍

இதே காலகட்டத்தில் என் தனிப்பட்ட வாழ்க்கையில் நான் சறுக்கல்களைச் சந்தித்தேன். சலாஹா அமைப்பில் என். பிரகலாத் எனும் வழக்கறிஞர் பணியாற்றிவந்தார். ஓராண்டு முழுவதும் சங்கத்துடன் இணைந்து பணியாற்றினார். தேர்தல்களின்போது,

எங்களுடன் சேர்ந்து பிரசாரம் கூடச் செய்தார். ஆனால் 1991இல் அவர் மீது புகார் ஒன்று வந்தது. சலாஹா அமைப்பின் ஊதியம் பெற்றவரும் ஊழியராக இருந்தபோதும், நிலமற்ற ஏழைகள் தங்கள் வழக்குகளைக் கொண்டுவரும்போது, அவர்களிடமிருந்து கட்டணம் வாங்கினார் என்பதுதான் அந்தப் புகார். அதற்குத் தண்டனையாக, அவர் சலாஹாவை விட்டு வெளியேறி, அவரே சொந்தமாக வழக்கறிஞர் தொழில் செய்யட்டும் என்று எதிர்பார்க்கப்பட்டது. கோபம் கொண்ட அவர் என்னிடம் வந்தார். எந்த ஒரு காரணமும் இல்லாமல் அவர் ஏன் என் மீது ஆத்திரம்கொள்கிறார் என்று முதலில் நினைத்தேன். அவர் ஒரு முறை 'உதயம்' நாளிதழுக்கு (அன்று தெலுங்கில் முன்னணிப் பத்திரிகை) பேட்டி அளித்திருந்தார். அவர் ஒரு கைப்பிரதியையும் அச்சிட்டு வைத்திருந்தார். அவருடைய வாதம் எல்லாம் இதுதான்: வழக்குகளை முடிவுக்குக் கொண்டுவர நான் நிலக்கிழார்களிடமிருந்து பணம் வாங்கினேன் என்றும், நான் லாபம் பார்ப்பதற்காகவே தொழிலாளர்களுக்கு வெற்றி கிடைக்காமல் பார்த்துக்கொள்கிறேன் என்றும் கூறப்பட்டிருந்தது. மேலும் எஸ்.ஆர்.சங்கரன், பி.டி. ஷர்மா ஆகியோருடன் நான் பாலுறவு கொண்டதாகவும், அதனால்தான் அதிகாரிகள் எனக்கு ஆதரவாகச் செயல்பட்டார்கள் என்றும் சொல்லப்பட்டிருந்தது.

நிலக்கிழார்கள் பரப்பிய அந்தக் கசடுகளை எல்லாம் பார்த்து நான் அதிர்ச்சி அடைந்தேன். நான் மிகவும் துயரமடைந்திருந்த தால் ஹைதராபாத்திலேயே தங்கிவிட்டேன். கிராமங்களுக்குப் போவதையும் நிறுத்தியிருந்தேன். எனக்கு எல்லாமே அர்த்த மற்றதாக இருந்தது. எந்தக் காரணமும் இல்லாமலேயே மக்கள் என்னைக் காயப்படுத்தி துயரத்துக்கு ஆளாக்கினார்கள். சிரிலும், எனது நண்பர்களும் அந்தப் பொய்களை எல்லாம் நம்ப வில்லை என்று என்னிடம் கூறினார்கள். அவற்றை எல்லாம் புறந்தள்ளிவிட்டு வாழ்க்கையில் முன்னேறிச்செல்ல வேண்டும் என்றார்கள். ஆனால் என்னால் முடியவில்லை. கிராமத்தினர் என்னை வந்து சந்தித்தார்கள். நடந்தவற்றையெல்லாம் மறந்து விடச் சொன்னார்கள். நான் கிராமங்களுக்கு வர மறுத்தபோது, மக்கள் கூட்டம்கூட்டமாக பாக் அம்பர்பேட் பகுதியிலுள்ள பிரகலாத்தின் வீட்டு முன்பு மூன்று அல்லது நான்கு நாட்களுக்குப் போராட்டம் நடத்தினர். மக்கள் அவரிடம் விளக்கம் கேட்க அவர் எல்லாவற்றையும் மறுத்தார்.

ஒரே வாரத்தில், நான் பத்மனாபா ரெட்டியிடம் சென்று, சிவில் மற்றும் கிரிமினல் சட்டங்களின் கீழ் நான் தொடரும் அவதூறு வழக்கில் ஆஜராகச் சொல்லிக் கேட்டேன். அவர் உடனடியாகப் பிரகலாத்துக்கும், அவரது நேர்காணலை

வெளியிட்ட நாளிதழுக்கும் நோட்டீஸ் அனுப்பினார். 'உதயம்' நாளிதழ், உடனடியாக மன்னிப்பை வெளியிட்டது. நகரத்தில் இருந்த சிவில் கோர்ட்டில் சிவில் வழக்கு தாக்கல் செய்தேன். அதில் சூரியநாராயணா என்ற வழக்கறிஞர் ஆஜரானார். மேலும் இப்ராகிம்பட்டின கோர்ட்டில், தனிநபர் கிரிமினல் வழக்கு ஒன்றையும் தொடர்ந்தேன். சிரில் உட்பட எல்லோரும் என்னிடம், இவ்வாறு வழக்கு தொடர்வதற்கு எதிராக அறிவுறுத்தியதோடு அல்லாமல், அவற்றால் நான் தொடர்ந்து கஷ்டப்பட நேரிடும் என்றும் சொன்னார்கள். பிரகலாத்தின் குற்றச்சாட்டுகள் எவையுமே உண்மையானவை அல்ல என்பதையே திரும்பத் திரும்பச் சொன்னார்கள். அவர்கள் சொன்னது போலவே, வழக்கு இழுத்துக்கொண்டே சென்றது. ஆனாலும் நான் விடவில்லை.

பிரகலாத்தின் குற்றச்சாட்டுகளை நான் சும்மா விட்டுவிடப் போவதில்லை என்று தெரிந்ததும், 1991இல், 'பீப்பிள்ஸ் வார் குரூப்' அமைப்பின் தலைவர்களில் ஒருவரான பிரபாகர், என்னை என் வீட்டில் சந்தித்தார். ஒரு நாள் காலை எங்கள் வீட்டு நுழைவுவாயிலில் வந்து நின்று தன்னை அறிமுகப்படுத்திக் கொண்ட அவர், பிரகலாத் சொல்லித் தான் அங்கு வந்திருப்பதாகச் சொன்னார். ஒரு சமயத்தில், பிரகலாத் மாவோயிஸ்ட்டுகளுடன் நெருக்கமாக இருந்தார். நான் அவரிடம், "ஆக நீங்கள் என்னைப் பயமுறுத்த வந்திருக்கிறீர்களா? நானும் பயந்துவிடுவேன் என்று நினைக்கிறீர்களா?" என்றேன். நான் கோபமாக இருக்க, பிரபாகரோ மிகவும் அமைதியாக இருந்தார். அதற்கு அவர், "சிஸ்டர் ... நீங்க ஏன் அப்படியெல்லாம் நினைக்கிறீங்க? உங்களைப் பற்றி நிறைய கேள்விப்பட்டவுடன் உங்களைப் பார்க்க வந்தேன்" என்றார். அதற்குப் பிறகு எங்கள் வீட்டுக்கு அவர் அடிக்கடி வரும் விருந்தினர் ஆனார். அதனால் அவர் மீது என் மரியாதை அதிகரித்தது. அவர் எங்களுடன் சாப்பிட்டார். 'சமைத்தார்.' பாத்திரங்களைக் கழுவி வைத்தார். அவர் சார்ந்திருக்கும் அமைப்பு குறித்தும், அதன் வன்முறை குறித்தும் நீண்ட விவாதங்களை அவருடன் நடத்தி இருக்கிறோம். அவர் மூலமாக, அவரது அமைப்பின் இதர தோழர்களையும் சந்தித்து, அவர்களுடன் விவாதங்கள் மேற்கொண்டோம். அவர்கள் புத்திசாலிகளாக, அக்கறையுள்ளவர்களாக, மரியாதை தெரிந்தவர்களாக இருந்தனர். அவர்களுடன் 'பீப்பிள்ஸ் வார் குரூப்' அமைப்பு ஏழைகளுக்கு எதிராக மேற்கொள்ளும் வன்முறை பற்றியும், சாதி தொடர்பான பிரச்சினைகளை அவர்கள் கண்டுகொள்ளாதது பற்றியும் எந்த மனச்சிக்கலும் இல்லாமல் அவர்களுடன் பேச முடிந்தது. நான் எவ்வளவுதான் அவர்கள் மீது குற்றம்சாட்டினாலும் அதற்கு அவர்கள் தங்கள் நிதானத்தை

இழந்துவிடாமல் இருந்தனர். எப்படி ஓர் அமைப்பின் தலைவர்கள் மட்டும் அகங்காரம் பிடித்தவர்களாக இருக்க, அந்த அமைப்பின் தொண்டர்கள் எல்லாம் ஆச்சரியப்படும் விதத்தில் இருக்கிறார்கள் என்பதை நினைத்து நான் பல முறை அதிசயித்திருக்கிறேன். பிரபாகர் உட்பட இவர்களில் யாருமே, பிரகலாத்தின் விஷயத்தை எடுக்கவில்லை. எனவே, நாங்கள் தொடர்ந்து நட்பு பாராட்டி வந்தோம்.

கிரிமினல் வழக்கில் பிரகலாத் சார்பாக வி. பட்டாபி என்ற வழக்கறிஞர் ஆஜரானார். அதை விமர்சித்து பட்டாபிக்கு நான் நீண்ட கடிதம் எழுதியதோடு, அவரைத் தொலைபேசியில் அழைத்து, அந்த வழக்கை எடுத்துக்கொண்டதற்காக மிகவும் மோசமாகத் திட்டினேன். அவர் அதிர்ச்சியடைந்தார். பிறகு பிரகலாத், முன்னணி சிவில் உரிமை வழக்கறிஞராக இருந்த கே.ஜி. கண்ணபிரானிடம், உயர்நீதிமன்றத்தில் இடைக்காலத் தடை உத்தரவு வாங்க அணுகினார். 1985இல் கண்ணபிரானின் மனைவி என் கணவர் சிரிலைத் தாக்கிய சம்பவத்தின் காரணமாக நான் அவரிடம் பேசவில்லை. உயர்நீதிமன்றத்தில் நீதிபதி, "பிரகலாத்தின் மன்னிப்பை ஏற்றுக்கொள்ளும்படி நான் தயை கூர்ந்து உங்களைக் கேட்டுக் கொள்கிறேன். அவர் சார்பாக, கண்ணபிரானும் மன்னிப்புக் கேட்கத் தயாராக இருக்கிறார்" என்றார். நீதித்துறையைச் சார்ந்த எல்லோருமே நீதித்துறை சார்ந்த ஒருவருக்காக அணிதிரண்டு நின்றார்கள். நான் தொடக்கத்தில் அதை ஏற்றுக்கொள்ள மறுத்தேன். என்றாலும், பத்மனாபா ரெட்டியே என்னிடம் வந்து அந்த மன்னிப்பை ஏற்றுக் கொள்ளுங்கள் என்று சொன்னபோது, நான் உடைந்துபோனேன். நீண்ட நேரம் நீதிமன்றத்தில் உட்கார்ந்து அழுதேன். பிறகு அந்த மன்னிப்பை ஏற்றுக்கொண்டேன். வழக்கறிஞர்கள் என்ற இனம், இனத்தோடுதான் சேரும்.

பிரகலாத் சிவில் கோர்ட்டிலும் மனனிப்புக் கேட்டார். அதை ஒரு தொகைக்கு ஏற்றுக்கொண்டேன். எனக்கு இழைக்கப் பட்ட பாதிப்புகளுக்கான இழப்பீடாக அதை நான் கருதினேன். அந்தத் தொகையை மனோகர் என்பவர் நடத்தி வந்த 'ஸ்வயம் க்ருஷி' எனும் அமைப்புக்கு நான் தந்துவிட்டேன். நான் பட்ட துயரம் 1994 வாக்கில் முடிவு பெற்றது. எந்தக் காரணத்துகாகவும் நீதிமன்றத்தை அணுக வேண்டாம் என்று நான் கிராம மக்களிடம் சொல்லியிருக்கிறேன். அங்குத் தங்களுடைய எதிர் மனுதாரர் வெற்றி பெறுவதற்கு நிறைய வாய்ப்புகளுள்ளன. ஆனால், என்னுடைய அறிவுரையை நானே பின்பற்றவில்லை. நீதி பெறுவதற்கான ஆர்வம், நமது அறிவை மறைத்துவிடுகிறது.

1991இல், தேசிய கிராம வளர்ச்சி நிறுவனத்துடன் இணைந்து, நிலச் சீர்திருத்தம் பற்றி ஆய்வு செய்தோம். ஆந்திரப் பிரதசேத்தில் உள்ள முப்பத்தி மூன்று மண்டலங்களில் நில உரிமை தொடர்பான பிரச்சினை இருப்பதை நாங்கள் சுட்டிக்காட்டி இருந்தோம். டாக்டர் டி. ஹேக் எனும் விவசாயப் பொருளாதார நிபுணர் மேற்கொண்ட முயற்சியின் விளைவாகத்தான் மேற்கண்ட வாய்ப்பு எங்களுக்குக் கிடைத்தது. ஹேக், பின்னாளில் சர்வதேச தொழிலாளர் அமைப்பு, உலக வங்கி போன்ற அமைப்புகளில் பணியாற்றிருக்கிறார். அதன் பிறகு வந்த காலங்களில், நிலச் சீர்திருத்தம் தொடர்பாக அவர் பயிலரங்குகள் நடத்தினார். அதில் நான் தவறாமல் கலந்துகொண்டேன். அவருக்கு அதில்தான் அதிக நாட்டம் இருந்தது. எங்களுக்கு எப்போதாவதுதான் மிகவும் பழமையான, அரிதான நில ஆவணங்கள் கிடைக்கும். எனவே, எங்களுக்குத் தேவையான ஆவணங்களை அணுகுவதற்கு அதில் சேர்ந்துகொண்டோம். பிறகு 1991ஆம் ஆண்டு முதல் பணியாற்றத் தொடங்கினோம்.

அந்த ஆய்வுக்குத் தலைமையேற்ற நான், ‘காங்ரிகேஷன் ஆஃப் சிஸ்டர்ஸ் ஆஃப் செயின்ட் ஆன்’ (1871இல் செகந்திரபாத்தில் தொடங்கப்பட்டது) உள்ளிட்ட சில அமைப்புகளை இணைத்துக் கொண்டு ஆய்வைத் தொடங்கினோம். அந்த ஆய்வில், அரசு நிலங்களை ‘சர்வே’ செய்வது (ஆவணங்களிலும், களத்திலும் சோதனை செய்வது), உச்சவரம்புக்கு அதிகமாக உள்ள நிலங்கள், குத்தகைதாரர் நிலங்கள் ஆகியவற்றைச் சரிபார்ப்பது உள்ளிட்ட பல அம்சங்கள் இருந்தன. எங்களுடன், சித்தூரைச் சேர்ந்த பால் திவாகர் தலைமையிலான பிரஜ்வாலா, அனந்தபூரைச் சேர்ந்த நரேந்தர் பேடி தலைமையிலான ‘யங் இந்தியா பிராஜெக்ட்’, மகபூப்நகரைச் சேர்ந்த ஈ.வெங்கடரமணய்யா தலைமையிலான ‘யூத் ஃபார் ஆக் ஷன்’, ரவுலபாலெம் பகுதியைச் சேர்ந்த சலேசியன் டான் பாஸ்கோவின் ரெவரெண்ட் தாமஸ் பள்ளிதானம் தலைமையிலான ‘பீப்பிள்ஸ் ஆக்ஷன் ஃபார் ரூரல் அவேக்கனிங்’, பதேரு பகுதியைச் சேர்ந்த பி.எஸ். அஜய் குமார் தலைமையிலான ஒரு குழு, பெங்களூருவிலிருந்து சிஸ்டர்ஸ் ஆஃப் செயின்ட் ஆன் கோடாட் கிளையின் கன்னியாஸ்திரிகள் குழு உள்ளிட்ட பல தொண்டுநிறுவனங்கள் இந்த ஆய்வில் பங்கேற்றன. ரங்க ரெட்டி மாவட்டத்தில் இருந்த பல மண்டலங்களில் ‘சேயுதா’ அமைப்புதான் ஆய்வை மேற்கொண்டது. ஆவணங்களுக்காக வருவாய் அதிகாரிகளை நாடினால் எங்களுக்கு அவை கிடைக்காது என்று நினைத்தோம். அதனால், மேற்கண்ட அமைப்பு களுக்கெல்லாம் நில ஆவணங்கள் தொடர்பாகப் பயிற்சி அளித்தோம். அவர்கள் எல்லோருக்குமே வருவாய் நிலங்கள் சார்ந்த சட்டங்கள் நன்றாகவே தெரிந்திருந்தது. நாங்கள் தேர்வு

செய்திருந்த மண்டலங்களில் எல்லாம் எண்ணற்ற பயிலரங்குகள் நடத்தப்பட்டன. 700 கிலோமீட்டர் தொலைவிலிருந்த பதேரு போன்ற பகுதிக்குக் கூட சங்கரய்யா போன்றவர்கள் சென்று, அங்கிருந்த செயற்பாட்டாளர்களுக்குப் பயிற்சி அளித்தனர்.

அந்த ஆய்வின் முடிவில், அதிர்ச்சியளிக்கத் தக்க வகையில் ஆக்கிரமிக்கப்படாத அரசு நிலம், ஆக்கிரமிக்கப்பட்ட அரசு நிலம், தகுதியற்றவர்களுக்கு ஒதுக்கப்பட்ட அரசு நிலம், பாதுகாக்கப்பட்ட குத்தகைதாரர் நிலம், உச்சவரம்புக்கு மீறிய நிலம், இனாம், குன்டா சிகாம், கோயில் நிலம் எனப் பல்வேறு வகையான நிலங்களில், அதிக அளவு ஏக்கர்களை நிலக்கிழார்கள் தங்கள் கட்டுப்பாட்டில் வைத்திருப்பது தெரிய வந்தது.

அந்த ஆய்வுக்குப் பிறகு, எங்கள் சங்கம் இதர மண்டலங்களில் தனது செயல்பாடுகளை விஸ்தரித்தது. ஆய்வின் அடிப்படையில் கிடைத்த தகவல்களைக் கொண்டு டோமா, குல்காசேர்லா, பர்கி, விகாராபாத் போன்ற பகுதிகளில் போராட்டங்களை முன்னெடுத்தோம். இந்த மண்டலங்கள் எல்லாம் ஹைதராபாத்திலிருந்து மேற்காகச் சில நூறு கிலோமீட்டர்கள் தொலைவில் இருந்தன. எங்கள் சங்கச் செயற்பாட்டாளர்கள் அங்குள்ள கிராமங்களுக்குச் சென்று, கூட்டங்கள் நடத்தி, எங்கள் ஆய்வின் முடிவுகளை எடுத்துக் கூறி, நிலமற்ற ஏழைகளைத் தங்கள் பிரச்சினைகளுக்காகக் குரல் கொடுக்க ஊக்கப்படுத்தினார்கள்.

25

இதயம் அறுக்கும் அன்பு

1985இல் நடந்த கரம்சேடு படுகொலை என்னை மிகவும் பாதித்தது. நான் இப்ராகிம்பட்டினம் மாதிகாக்களுடன் நெருக்கமாக இருப்பதால் அந்தப் படுகொலையைத் தொடர்ந்து எழுந்த விவாதங்கள் என்னை நிறையவே யோசிக்க வைத்தன. ஒவ்வொரு நிகழ்வையும், பிரச்சினையையும் நான் தலித்துகளின் கண்ணோட்டத்தில் இருந்து பார்க்கத் தொடங்கினேன். அதன் காரணமாக என் வாழ்க்கையில் ஒரு ஒழுங்கின்மை ஏற்பட்டது. என் நண்பர்களுடன் என் உறவு முறியத் தொடங்கியது. நான் எந்தப் பின்னணியில் இருந்து வந்தேனோ அந்தப் பழைய உலகத்துக்கு நான் ஒரு வெளியாளாக உணர்ந்தேன். 1990இல் வெளியான மண்டல் ஆணையத்தின் அறிக்கை அந்த உணர்வை இன்னும் கூர்மைப்படுத்தியது. அப்போது என் நண்பர்கள் சிலர் இடஒதுக்கீட்டுக்கு எதிராக இருப்பதைக் கண்டுகொண்டேன். அது தொடர்பாகக் காலையும், மாலையும், சாப்பிடும்போது, வேலை செய்யும் இடத்தில் என எங்கும், எப்போதும் விவாதங்கள் மேற்கொண்டோம். சில சமயம் சண்டை கூடப் போட்டோம். இப்போது என் முன் உள்ள உலகம், தலித், அவர்களை ஆதரிக்கும் ஆதிக்கச் சாதியினர், அவர்களை ஆதரிக்காத ஆதிக்கச் சாதியினர் என மூன்றாகப் பிரிந்திருந்தது. இதில் இன்று நான்காவதாக ஒரு பிரிவும் வேகமாக அதிகரித்து வருகிறது. எந்த நிலைப்பாடும் எடுக்காதவர்கள்தான் அந்தப் பிரிவினர். அரசியல் ரீதியாக எது சரியோ அதை ஆதரிப்பவர்கள். அதாவது, தலித்துகளுக்கு வழங்கப்படும் இடஒதுக்கீடு மற்றும் இதர சலுகைகளை

ஆதரிக்கும் அவர்கள், தலித் மக்களுடன் தங்களை இணைத்துக் கொண்டு பணியாற்றவோ அல்லது அவர்களிடமிருந்து கற்றுக் கொள்ளவோ எந்த முயற்சியும் மேற்கொள்ளாதவர்களாக இருக்கிறார்கள்.

அம்பேத்கரைப் படித்துவிட்டு, நான் தலித்துகளின் போராட்டங்களுக்கு ஆதரவு தெரிவிக்க வந்தவள் இல்லை. ஹெச்.பி.டி.யின் தொடக்கக் காலத்தில் அம்பேத்கரின் வாழ்க்கைச் சரிதம் மற்றும் அவரது எழுத்துகள், புலேவின் எழுத்துகள் ஆகியவற்றை நாங்கள் பதிப்பித்தபோது, அவர்களது சிந்தனை களை எல்லாம் வாசித்திருக்கிறேன். ஆனால், முழுவதுமாகப் புரிந்துகொண்டேனா என்றால், இல்லை. அப்போது, அம்பேத்கர் என்பவரை இதர தலைவர்களைப் போல அவரும் ஒரு தலைவர் என்கிற ரீதியில்தான் பார்த்தேன். மேலும், அப்போது எனக்கு எந்தத் தலைவர்கள் மீதும் பெரிய ஆர்வமும் இருந்ததில்லை. நான் அறிந்த தலைவர்களிடத்தில் அடிப்படையாகச் சில குறைகள் இருந்தன. அதனால் நான் அவர்களைப் பின்தொடரவில்லை. மக்களுடன் பணியாற்றுவதே மாற்றத்துக்கான வழி என்று உணர்ந்தேன். இப்ராகிம்பட்டினத்தின் விவசாயக் கூலித் தொழிலாளர்களுடன் நான் பணியாற்றியபோது தலித் இளைஞர்கள் மத்தியிலே கூட அம்பேத்கரைப் பற்றிய விழிப்புணர்வு பெரிதாக இல்லை. நான் மாதிகாக்களுடன் தங்கி, அவர்களுடன் இணைந்து பணியாற்றியதற்குக் காரணம், அவர்கள்தான் இருப்பதிலேயே அடிமட்ட ஏழைகளாக இருந்தார்கள். என் பணிகளுக்காக சி.பி.எம். கட்சியிடமிருந்து வந்த எதிர்ப்பு, என்னுடைய புரிதலை இன்னும் தெள்ளத் தெளிவாக்கியது. தலித் வாடாவில் தங்கி, அவர்களுடன் பணியாற்றி, அங்குக் கூட்டங்கள் நடத்துவதற்காக சி.பி.எம். கட்சியினர் என்னை விமர்சித்தார்கள். "தலித் பகுதியில் மட்டும் நடத்தாமல், கிராமத்தில் வந்து நடத்துங்கள்" என்பார்கள். அப்படி நான் நடத்தினால், அங்குத் தலித்துகள் வரமாட்டார்கள். அல்லது அவர்களின் பங்கேற்பு முறைமுகமாகவோ அல்லது நேரடி யாகவோ தடுக்கப்படும் என்பது எனக்குத் தெரியும். அப்படியான சமயத்தில் நாம் எதைத் தேர்வு செய்ய வேண்டும் என்பதை நாம் தான் முடிவு செய்ய வேண்டும். தலித் இயக்கங்களுடனான உரையாடல்கள் எனக்கு மிகவும் உதவி புரிந்துள்ளன. அதே அளவுக்குக் கிராமங்களில் தலித்துகளிடமிருந்து கற்றுக்கொள்வதும் முக்கியமானதாக இருந்தது. இருந்தும் என்னைக் கிராமங்களில் தக்கவைத்தது, மாதிகாக்களின் அசாதாரணமான தன்மைதான்.

நானாகக் கிராமத்துக்குச் சென்று அங்கிருந்த மாதிகாக்க ளுடன் சுலபமாக வாழ்க்கையை மாற்றிக்கொள்ளவில்லை. காலம்

செல்லச்செல்ல, என் வாழ்க்கையில் முதன்முறையாக, நான் அன்பு காட்டுவதற்கும், என் மீது அன்பு காட்டுவதற்கும் ஒரு சமூகம் இருந்தது. அதற்காக நான் காசியாபாத்தில் இருந்தபோது அங்கிருந்த வால்மீகி சமூகத்தினர் என் மீது அன்பு செலுத்த வில்லை என்று அர்த்தம் அல்ல. ஆனால், எனக்கு இதுதான் வீடாக இருந்தது. தெலங்கானாவில் இந்தப் பகுதியை, அதன் கலாச்சாரத்தை நான் சுவீகரித்துக்கொண்டேன். அதன் வரலாற்றைக் கற்றேன். அதன் நிலப்பரப்பை நேசித்தேன். எனக்கு மட்டுமல்லாமல் என் நண்பர்கள் பலருக்கும் இதுதான் வீடு. துயரம், வறட்சி, சுரண்டல் ஆகியவற்றோடு, உணவு, மருத்துவம் இல்லாமல் இறந்துபோன குழந்தைகள்; நிலக்கிழார்கள் தங்கள் அதிகாரத்தைக் காட்டுவதற்காகப் பாலியல் பலாத்காரத்துக்கு உள்ளான தங்கள் மனைவிகள், மகள்கள்; முறையான ஊட்டச்சத்து இல்லாத காரணத்தால் நாற்பது வயதுகளில் இறந்துபோன தங்கள் பெரியவர்கள்; தொடர்ந்த கடும் உழைப்பு, அதனால் உடல்நலம் பற்றிய கவனமின்மை என இத்தனை விஷயங்களைக் கண்ட பிறகும், மாதிகாக்கள் உணர்வுப்பூர்வமானவர்களாகவும், மன்னிக்கக் கூடியவர்களாகவும் இருந்தார்கள். அவர்கள் வாழ்க்கையை, மனிதர்களை நேசித்தார்கள். அவர்களுக்கு உரிமையாய் இருக்கிற ஒரு வெளியை ஏற்படுத்தித் தர நீங்கள் உதவுங்கள். அவர்கள் நிச்சயம் உங்களை நேசிப்பார்கள்.

அவர்களுக்கு அபாரமான திறமைகள் இருந்தன. இசை, பாடல், நாடகம் என நீங்கள் எந்த விஷயம் கேட்டாலும், அது அவர்களிடம் இருக்கும். திருமணம் போன்ற கொண்டாட்டங் களுக்கும், இறப்பு போன்ற துக்க நிகழ்வுகளுக்கும் தப்பு அடிப்பார்கள். அது சமயத்துக்கு ஏற்றாற் போன்று தாளகதி மாறும். அந்தத் தப்பு இசை, என் முதுகை சில்லிடச் செய்யும். ஏழு வயது சிறுவர்கள் தப்பு அடித்துக்கொண்டு முன்னே செல்ல, அவர்களோடு எழுபது வயது பெரியவர்கள் ஊர்வலங்களில் சென்றுகொண்டிருப்பார்கள். அவர்கள் மனது வைத்துவிட்டால், எந்தக் கலையிலும் அவர்கள் திறமை பெற்றுவிடுவார்கள். கையில் கம்பு வைத்துக்கொண்டோ அல்லது தப்பு அடித்துக் கொண்டோ அவர்கள் ஆடுவார்கள். தேனொழும்படியோ அல்லது தேளைப்போல கொட்டும் தன்மையுடனோ அவர்களால் பிரமாதமான பாடல்களைப் புனைந்துவிட முடியும். அதிகாரி களுடன் வாதம் செய்யும்போதோ அல்லது தங்களுக்குள்ளேயே அவர்கள் சண்டையிட்டுக்கொள்ளும்போதோ, நான் அவர்களோடு இருக்க விரும்புகிறேன்.

நான் அறிந்த வேறு எந்தப் பெண்களை விடவும், மாதிகா பெண்கள் மிகவும் சுதந்திரமானவர்கள். மாதிகா ஆண்கள் தங்கள்

மனைவிமார்களை அடிக்கிறார்கள்தான். ஆனால் அந்தப் பெண்கள் அதைத் தங்களுக்கு நேர்ந்த அவமானமாக நினைப்ப தில்லை. அவர்கள் திருப்பித் தங்கள் கணவர்களை அடிப்பதில்லை. மாறாக வீட்டை விட்டு வெளியே வந்து, தெருவின் நடுவே நின்று வாய்க்கு வந்தபடி எல்லாம் கணவர்களை ஏசுவார்கள். ஒரு முறைக்கு மேல் தனது மனைவியின் மீது கணவன் கை ஓங்கினால், உடனடியாகப் பெண்ணின் பெற்றோர் ஆட்களைத் திரட்டிக் கொண்டு வந்துவிடுவார்கள். உடனே பஞ்சாயத்து கூடிவிடும். அது முடிவதற்குச் சில நாட்களேனும் ஆகும். தங்களுக்குத் திருப்தி ஏற்படும் வகையில் அந்தப் பிரச்சினை முடிவுக்கு வரும்வரை அவர்கள் எல்லோரும் அங்கேயே தங்கி இருப்பார்கள். அதனால் அவர்கள் வேலை இழக்க நேர்ந்தால், அந்தக் கிராமமே அவர்களுக்குச் சமைத்துப் போட்டு, சாராயம் தரும்.

மாதிகா பெண்கள் எனக்குப் பாலின ரீதியாக அழுத்தம் தரவும் செய்தார்கள். அடிக்கடிக் 'குழந்தை பெத்துக்கோ' என்றார்கள். 'இந்திரா காந்தி மாதிரி துணி போட்டுக்கோ' என்றார்கள். மன்ச்சல் பகுதி மாதிகா தலைவர் மந்திரி ராமுலு என்பவர், இந்திரா காந்தி தன் சேலை முந்தானையால் தலையில் முக்காடிட்டிருப்பது போல, என்னையும் அப்படி முக்காடிட்டுக் கொள்ளச் சொல்லி வற்புறுத்தினார். போலவே, தெலுங்குக்குப் பதிலாக ஆங்கிலத்தில் பேசவும் அவர் நிர்பந்தித்தார். சிரிலுக்கும் எனக்கும் திருமணமாகி பல ஆண்டுகளுக்குப் பிறகும் குழந்தை இல்லை என்பதை அறிந்து மக்கள் விசனப்பட்டார்கள். இந்தியாவின் இதர பகுதிகளில் நடப்பது போல, நாங்கள் குழந்தை இல்லாமல் இருந்ததால், எல்லோரும் நாங்கள் கேட்காமலேயே அறிவுரைகளை வாரி இறைத்தார்கள். சிலர் தங்களின் கைக்குழந்தைகளை என் மடியில் கொடுத்து, 'உனக்கு சீக்கிரமா குழந்தை பிறக்கட்டும்' என்று வாழ்த்துவார்கள். இன்னும் சிலர் அன்பு மிகுதியால், 'சிரிலுக்கு இரண்டாவது திருமணம் செய்து வைத்துவிட்டால், உங்களுக்குக் குழந்தை கிடைக்கும்' என்று பரிதாபப்பட்டார்கள். ஆனால் யாராலும் எங்களுக்குக் குழந்தை வேண்டாம் என்று நாங்கள் எடுத்திருந்த முடிவைப் புரிந்து கொள்ள முடியவில்லை. இருந்தும் என்னால் அந்தப் பேச்சுக்களை எல்லாம் கேட்டுக்கொண்டிருக்க முடிந்தது.

நாங்கள் நடத்தும் கூட்டங்களில் என்னைப் பேசாமல் இருக்கச் சொன்னார்கள் மக்கள். அதுவும் குறிப்பாக, லங்கா பஞ்சாயத்து (பாலியல் உறவு தொடர்பான விஷயங்களை விசாரிக்கும் சாதிப் பஞ்சாயத்து) கூடும் போதும், இதர பஞ்சாயத்து களின் போதும் நான் பேசக் கூடாது என்றார்கள். இரண்டு அல்லது மூன்று நாட்களுக்கு நீளும் இந்தப் பஞ்சாயத்துகள்

எல்லாம் ஒவ்வொரு நாள் மாலையிலும் எல்லோரும் குடிப்பதற் காகக் கலையும். ஆண்களும் பெண்களும் குடித்தார்கள் எனினும், ஆண்கள் மிக அதிகமாகக் குடித்தார்கள். நான் ஒரே ஒரு முறை சுவைத்துப் பார்த்தேன். அதன் பிறகு அதைத் தொடவே இல்லை. சில சமயம் லங்கா பஞ்சாயத்துகள் என்னை மிகவும் பாதித்தன. பாதிக்கப்பட்ட ஒரு பெண்ணுக்கு அந்த மொத்த அமைப்புமே ஒரு பெரும் அநியாயம்தான். பலமுறை நான் கோபமடைந்து பஞ்சாயத்தாருடன் சண்டைக்குப் போயிருக்கிறேன். அப்போது என் பக்கத்தில் இருக்கும் யாரேனும், 'வாயை மூடிட்டு உட்காரு ...இல்லன்னா இந்தக் கூட்டம் உன்னை மதிக்காது' என்று காதில் கிசுகிசுப்பார்கள். ஆனாலும் நான் அங்கே இருப்பதை அவர்கள் வரவேற்கவே செய்தார்கள். பாலியல் நடத்தையை ஆணுக்கு ஒருமாதிரியாகவும் பெண்ணுக்கு ஒருமாதிரியாகவும் வைத்துப் பார்ப்பதை எதிர்த்தேன். அப்போதெல்லாம் பெரிய மனுஷி ஒருவர் என் கையைப் பிடித்து ஓரமாக இழுத்துப்போய், என்னைச் சாந்தப்படுத்தி, பொறுமையாக எனக்கு விளக்குவார். நிச்சயமாகப் பாதிக்கப்பட்டவர்களுக்கு அநீதி செய்யப்படாது என்று உறுதி கூறுவார். பாதிக்கப்பட்ட எல்லோருக்கும் தீர்வு கிடைக்க ஊர்ப் பெரியவர்கள் முயற்சிப்பார்கள்.

அங்கே என்னுடைய நிலை எது சரி, எது தவறு என்பதை ஆராய்வது மட்டும்தான். ஆனால் அங்கிருந்த மக்களோ எல்லோருடனும் சேர்ந்து வாழ வேண்டும். அதனால் எல்லோருக்கும் ஏற்ற தீர்வை எதிர்பார்த்தார்கள். அந்தத் தருணங்களில் எல்லாம் என்னுடைய கடந்தகால இயக்க வாழ்க்கையில், நாங்கள் வெளிப்படுத்திய வேகத்தை நினைத்துப் பார்த்தேன். எது சரி, எது தவறு என்பதை மட்டுமே நாம் பார்க்கிறோம். ஆனால் மக்கள் அப்படி அல்ல. எது ஆகக் கூடிய காரியம் என்பதைத் தான் பார்க்கிறார்கள். நான் இந்த இரண்டுக்கும் இடையே ஒரு சமநிலையைக் கொள்ள முயற்சி செய்தேன். சமூகத்தில் எது சமத்துவமாகவும், மனிதத்தன்மை யுடனும் இருக்கிறதோ அதைச் செய்கிற அதேவேளையில், சரி, தவறு, நியாயம், அநியாயம் என்பதை எல்லாம் நாம் விட்டுவிடக் கூடாது. எது ஆகக்கூடிய காரியமோ அதை மட்டும் செய்வதால் மாற்றம் வந்துவிடாது. அதே போல ஒரு விஷயம் ஆகக் கூடிய காரியமா என்பதைப் பற்றித் தெரியாமல் செயல்படுவது விவேகமாகாது. நீதி என்பதை மக்கள், இரண்டு தரப்புக்கும் சமரசத்தைக் கொண்டு வருவதுதான் என்று புரிந்து வைத்திருக்கிறார்கள். எனவே அப்படி ஒரு சமரசத்தைக் கொண்டு வர நாட்கணக்கில் உழைத்து, அந்த விஷயத்தை மீண்டும் மீண்டும் பொதுவெளியில் பேசி, அதே நேரம் பக்கச் சார்பு இல்லாமலும் பார்த்துக்கொள்ள வேண்டும்.

நிலக்கிழார்களைத் தாக்கலாம் என்ற யோசனையை நான் முன்வைத்திருக்கிறேன். அவர்களுடைய வைக்கோல்போர்களை எரிக்க, தொலைபேசி இணைப்புகளைத் துண்டிக்க, மோட்டார்களைக் கிணற்றில் வீச உள்ளிட்ட பல சின்னச் சின்ன வன்முறைகளை நாமும் நிகழ்த்தலாம் என்று மக்களிடம் சொல்லியிருக்கிறேன். இப்படிச் சொல்வதற்கு நான் நக்சலைட் பின்னணியில் இருந்து வந்தது மட்டுமே காரணமல்ல. நிலக்கிழார்கள் மக்கள் மீது தொடர்ந்து நிகழ்த்திய கொடூரங்களைப் பார்த்தபோது நாங்களும் வன்முறையில் இறங்குவதைத் தவிர வேறு வழி எங்களுக்குத் தெரியவில்லை. ஆனால் நான் சொன்ன யோசனைகளை மக்கள் ஏற்றுக் கொள்ளவில்லை. ஒருவேளை அவர்கள் கைது செய்யப்பட்டால் நான் ஜாமீன் எடுக்கிறேன் என்று சொன்னபோதும், மக்கள் அதற்கு அசைந்து கொடுக்கவில்லை. பிறகு மெல்லமெல்ல எனக்குப் புரிய ஆரம்பித்தது. வன்முறையை நிகழ்த்துவதற்கான உந்துதல் எனக்கு எங்கிருந்து வந்ததென்று பார்த்தால், மாற்றுவழிகளை யோசிக்காமல், நிலக்கிழார்கள் கொடுத்த முடியவே முடியாத அநீதிக்கு எதிராக நான் எதிர்வினை மட்டுமே ஆற்றிக்கொண்டிருந்ததுதான். ஆனால் மக்களுக்குப் பொறுமை இருந்தது. அதனால் அவர்கள், வன்முறைக்கு மாற்றுகளைச் செய்தார்கள்; மாற்றுகளை உருவாக்கினார்கள்.

அந்நியர்களுடன் சச்சரவுகள் ஏற்பட்ட போது, நான் என்ன செய்ய வேண்டும் என்று மக்கள் எதிர்பார்த்தார்கள்? அந்தச் சச்சரவின்போது போலீஸ் எப்படி நடந்துகொள்ளும், அரசு நிர்வாகம் அதை எப்படிப் பார்க்கும், நீதிமன்றங்கள் மற்றும் பத்திரிகைகளிடமிருந்து அவர்களுக்கு என்ன விதமான ஆதரவுகள் கிடைக்கும் என்பது குறித்தெல்லாம் அவர்களிடம் சொல்லுவேன். அதன் அடிப்படையில் அவர்கள் முடிவுகளை எடுப்பார்கள்.

காவல்துறையுடன் எங்களுக்கு ஏற்பட்ட தொடக்கக் கால மோதல்நிகழ்வு ஒன்று எனக்கு நினைவுக்கு வருகிறது. ஒரு முறை சங்கரய்யா, கான்ஸ்டபிள் ஒருவரால் தாக்கப்பட்டார். அதனால் அவர் மனமுடைந்து போயிருந்தார். அவரைத் தேற்ற எனக்குத் தெரியவில்லை. போலீஸ் குறித்த என் கடந்தகால அச்சம் இப்போது மீண்டும் மனதில் மேலெழும்பிவந்தது. போலீஸார் இப்படித்தான் நடந்துகொண்டார்கள். அவர்களை யார்தான் மாற்றுவது? அன்று இதைப் பற்றி விவாதித்த கிராமத்தினர் வேறு மாதிரியான முடிவு ஒன்றை எடுத்தார்கள். இருபது கிலோமீட்டர் தொலைவில் இருந்த காவல் நிலையத்துக்குச் சென்று போராட்டம் நடத்தினோம். கோஷங்கள்

எழுப்பி, அந்த கான்ஸ்டபிளின் பெயரைச் சொல்லி வசைபாடி னோம். இதைப் பார்த்த எஸ்.ஐ. வெளியே வந்து, அந்த கான்ஸ்டபிளை அழைத்து, சங்கரய்யாவிடம் மன்னிப்புக் கேட்கச் செய்தார். அந்த நாள் எனக்குக் கற்றுக் கொடுத்த ஒரு பாடத்தை நான் என்றும் மறக்கவே மாட்டேன். நாம் பாதிக்கப் பட்டவர்களாக இருப்பதற்காக, நாம் ஒருபோதும் வெட்கப் படவோ அல்லது குற்றவுணர்வு கொள்ளவோ கூடாது. மாறாக, நாம் திரும்பச் சண்டை செய்ய வேண்டும். போலீஸ் போன்ற வெறும் சவங்களை நினைத்துப் பயந்தால், நம்மால் வாழ முடியாது.

○

அரசு அமைப்புகளுடன் நீண்ட காலமாக இணைந்து போராடியதால் சங்கம் நிகழ்த்தியிருக்கும் சாதனைகளைப் பார்த்து, அதேவிதமான தந்திரோபாயங்களை பெரிய அளவிலான அரசியல் செயல்பாட்டுக்குப் பயன்படுத்தலாம் என்று எண்ணிவிடக் கூடாது. 1993இல் சங்கத்தின் பணிகள் எல்லாம் முடிவுக்கு வந்தன என்று சொல்லலாம். அதுவரையில் அது நிர்ணயித்த, அளவில் குறைந்த இலக்குகளை அது அடைந்திருந்தது. மாற்றங்களுக்கான மேலதிக நடவடிக்கைகள் எதையும் எங்களால் மேற்கொள்ள இயலவில்லை.

1991இல் ஆளுநர் நிகழ்ச்சியின்போது, பத்திரிகைகளில், 'அமைதியான வழியில் நிலச் சீர்திருத்தம்' என்பது பற்றி நிறைய பேச்சுக்கள் அடிபட்டன. இந்த வழி, நக்சலைட்டுகள் தேர்வு செய்த ஆயுதப் புரட்சி வழிக்கு எதிரானதாக இருந்தது. இன்று எங்கள் இயக்கத்தைத் திரும்பிப் பார்க்கும்போது, துப்பாக்கி யேந்திய எம்.எல். வழிக்கு உண்மையிலேயே ஒரு மாற்று இருப்பதை உணர முடிகிறது. இதுதான் அரசியலமைப்பு ரீதியான அம்பேத்கரின் மாற்றுப் பாதையா? இந்த அம்பேத்கரின் பாதை மூலமாகத்தான் சட்டம், நீதி, ஊடகம் ஆகியவற்றை முழுமையாகப் பயன்படுத்தி நமக்கான சட்டப்பூர்வமான வெளியை விஸ்தரித்துக்கொள்ள முடியுமா? அம்பேத்கருக்கும் அம்பேத்கரியர்களுக்கும் என்றுமே மையநீரோட்டத்தில் இருக்கும் சட்டவெளியோ அல்லது ஊடகங்களின் ஆதரவோ கிடைத்த தில்லை. அவை எல்லாமே ஆதிக்கச் சாதியினரால் கட்டுப் படுத்தப்படுகின்றன. ஆனால் அவர்களால் அந்த அமைப்பு களிடமிருந்து ஆதரவு பெற முடிந்தால், அது மாற்றத்துக்கு அடிகோலும் இல்லையா? அப்படி எனில், என்னுடைய காலத்தில், எம்.எல். அமைப்புகளுக்கான இடம் என்ன?

1980களின் மத்தியில் நான் கிராமங்களுக்கு வந்தபோது, தலித் குரல்கள் மெல்லமெல்ல எழத் தொடங்கியிருந்தன.

கரம்சேடு படுகொலை, தலித்துகளுக்கும் தலித் அல்லாத வர்களுக்கும் இடையேயான விரிசலை இன்னும் ஆழப் படுத்தியது. அன்று முதல் யாராலும் சாதியையும், தீண்டாமையை யும் ஒதுக்க முடியவில்லை. எல்லா எம்.எல். அமைப்புகளுமே அந்தத் தருணத்தில் எழுந்த தலித் குரல்களைக் கவனிக்கத் தவறிவிட்டார்கள் என்றே நினைக்கிறேன். கொண்டபள்ளி சீத்தாராமையாவின் தலைமையிலான துணிச்சலும் தீவிரமும் கொண்ட நடவடிக்கைகளால் 'பீப்பிள்ஸ் வார் குரூப்' அமைப்புக்குக் கவனம் கிடைத்தது என்பது உண்மைதான். சிறையில் இருந்து தப்பித்தல், பிரபலமான அரசியல்வாதிகளைக் கடத்துதல் ஆகியவை மக்களின் கவனத்தை ஈர்த்தன. ஆனால் கிராம அளவிலான அரசியல்வாதி ஒருவர் கடத்தப்பட்டாலோ அல்லது கொல்லப்பட்டாலோ, கிராமத்தில் இருக்கும் 'இன்ஃபார்மர்'களின் கை, கால்கள் உடைக்கப்பட்டாலோ, இயக்கத்தின் முன்னணித் தலைவர்கள் பெரும் பணத்துடன் ஓட்டம் பிடித்தாலோ, 'கான்ட்ராக்டர்கள்' மற்றும் அரசியல் வாதிகளுடன் பணத்துக்காகவும் ஓட்டுக்காகவும் ஒப்பந்தம் ஏற்பட்டாலோ, இயக்கத்தின் தொண்டர்கள் கிராம அளவிலான சச்சரவுகளைத் தீர்த்துவைத்தாலோ, ஒரு எம்.எல். இயக்கத்தின் தொண்டர் ஒருவரை இன்னொரு பிரிவு எம்.எல். அமைப்பினர் கொன்றாலோ, அப்போதெல்லாம் மக்கள் எம்.எல். அரசியல் மீது அருவெறுப்பு கொண்டார்கள்.

எல்லாவற்றுக்கும் மேலாக, அரசியல் நியாயத்தன்மையை யும், சட்டத்தின் ஆட்சியையும் தங்களுக்கும் நீட்டிக்கப்பட வேண்டும் என்ற தலித்துகளின் கோரிக்கைக்கு எம்.எல். இயக்கங்கள் எந்த பதிலையும் சொல்ல முடியவில்லை. புரட்சிக்குப் பிறகான வாழ்க்கை எப்படியானதாக இருக்கும்? அவர்களால் சொல்ல முடியவில்லை. அவர்கள் மறைமுகமாகச் சாதி மற்றும் பெண்ணியம் தொடர்பான விஷயங்களைத் தொட்டுச் சென்றார்கள். ஆனால், நேரடியாக அவற்றைப் பற்றி விவாதிக்க வில்லை. 1980களில் எழுந்த பெண்ணிய இயக்கமும், 1990களில் தோன்றிய தலித் எழுச்சியும் அவர்களால் கவனிக்கப்படாமல் போயின. அவர்களிடமிருந்த அடிப்படையான பிரச்சினைகளில் ஒன்று, வெளிப்படைத்தன்மை இல்லாமல் இருந்தது. அவர்கள் ஒருபோதும் தங்களின் தவறுகளை ஒப்புக்கொண்டதில்லை. எப்போதும் பொதுவெளி உரையாடலுக்கு வந்ததில்லை. தாங்கள் எல்லாம் ஒற்றுமையாக இருக்க வேண்டும் என்று சொல்லும் கட்சிகளைப் பார்த்து மக்கள் ஆயாசமடைந்து விட்டார்கள். ஆனால், அப்படிச் சொன்ன கட்சிகளே இன்று பலவாக உடைந்துவிட்டன. அவை எல்லாவற்றுக்கும் ஒரே மாதிரியான இலக்குகள், ஒரே மாதிரியான தேர்தல் வாக்குறுதிகள்

இருந்தன. ஆனால் ஒரு பொதுப்பிரச்சினைக்காக எந்தப் பெரிய மக்கள் இயக்கங்களும் ஒற்றுமையுடன் சேர்ந்து இயங்குவதை அவை அனுமதிக்கவில்லை.

அறம் என்ற நிலையில் இருந்து வன்முறையைக் கேள்வி கேட்பதைத் தவிர, அதை ஒரு போராட்ட வழிமுறையாகவும், தந்திரோபாயமாகவும் போதுமான அளவில் இரண்டு தெலுங்கு மாநிலங்களிலும் விவாதிக்கப்படவே இல்லை. எம்.எல். அரசியலின் வன்முறை சார்ந்த கொள்கையைக் கிராமத்தினரால் கேள்வி கேட்கவே முடியவில்லை. பல்வேறு எம்.எல். பிரிவுகளும் தங்களின் செயல்களை மார்க்சியமும், லெனினியமும் எப்படி நியாயப்படுத்துகின்றன என்பதைப் பற்றிக் கவலைப்படவே இல்லை. சில எம்.எல். அமைப்புகள் நம்புவதைப் போல, வன்முறை என்பது ஒருவகையான தந்திரோபாயம் என்று கொண்டால், அது அந்தக் குழுவை எதை நோக்கிச் செலுத்துகிறது? ஒருவேளை அந்த வன்முறை, அந்தக் குழுவை அதிகாரத்துக்குக் கொண்டு வந்து உட்காரவைத்தாலும், அந்தப் புதிய அதிகாரச் சூழலுக்கு என்ன வகையான மதிப்பு இருக்கும்? மாற்றம் என்பது அதிகாரத்துக்கு வருவது மட்டும்தானா அல்லது அன்றாட வாழ்க்கையில் மாற்றத்தை ஏற்படுத்துவதுதான் முழுமையான மாற்றமா?

இன்னும் சில எம்.எல். பிரிவுகள் சொல்வதுபோல வன்முறை என்பது போராட்ட வடிவங்களில் ஒன்று எனில், அதிகாரமிக்க இந்திய அரசு என்பதற்கு என்ன பொருள்? இந்திய மக்கள் அடைந்த பலன்களுக்கு அவர்கள் கொடுத்த விலைதான் என்ன? எத்தனை எம்.எல். போட்டிக் குழுக்கள் வெறுமனே வழிப்பறி செய்யும் கும்பலாக அழிந்துபோயிருக்கின்றன?

இருந்தும், வன்முறைக்கு மாற்று ஒன்றை ஏற்படுத்தும்வரை, வன்முறையை நாம் ஒட்டுமொத்தமாக ஒதுக்கித் தள்ளிவிட முடியாது. வன்முறை வேண்டாம் என்று சுலபமாகச் சொல்வதன் மூலம், மாற்றத்தை விரும்பும் இயக்கங்கள் சந்திக்கும் சிக்கல்களை நாம் நிராகரிக்கிறோம் என்பதே பொருள். எம்மலின் பங்க்ஹர்ஸ்ட் (பிரித்தானிய அரசியல் செயல்பாட்டாளர் – மொழிபெயர்ப்பாளர்) சொன்ன பிரபலமான வாக்கியம் இது: "நவீனகால அரசியலில் உடைந்த ஒரு கண்ணாடித் துண்டுதான் மிகவும் மதிப்பு வாய்ந்த வாதம்." எந்த வகையான போராட்ட வடிவங்கள் என்றாலும் அதில் வாழ்க்கைக்கான மரியாதை இருக்க வேண்டும். நம்மால் அமைதியையும் நீதியையும் எப்போதும் ஒருங்கே கொண்டிருக்க முடியுமா? வன்முறையை ஒதுக்கி, அமைதியை வலியுறுத்துவதன் மூலம் நியாயமற்ற சமூக அமைப்பில், நமது உரிமையை அடகு வைப்பது போலாகும்.

ஒருசெயற்பாட்டாளராக, மக்களின் பார்வையில், மனப்பான்மையில் நீங்கள் மாற்றத்தை ஏற்படுத்த விரும்பினால் நாம் அரசுடன் மோத வேண்டியது இல்லை. குடிமைச் சமூகத்தில் நாம் வேலை செய்யலாம். பெண்ணியவாதிகள், பால்புதுமையர், தலித்துகள் ஆகியோர் அப்படித்தான் செய்கிறார்கள். ஆனால் நம்முடைய இலக்கு அரசியலில் அடிப்படைச் சமநிலையையே மாற்ற வேண்டும் என்பதாக இருந்தால், அதன் பொருள் அரசின் சட்டை 'காலரைப்' பிடித்துக் கேள்வி கேட்பதாகும். நாங்கள் எங்கள் சங்கத்தின் மூலம் இரண்டையுமே செய்யப் பார்த்தோம். ஆனால், இரண்டிலும் தோல்விதான். எங்களுக்கென்று சுயமாக ஒரு கட்சியைத் தொடங்க முடியாது என்று எங்களுக்குத் தெரியும். தற்போது இருக்கும் அரசியல்அமைப்பு எந்தவொரு பெரிய மாற்றத்துக்கும் எதிராக இருக்கிறது. நம்மால் செய்யக் கூடியது எல்லாம், பெரிய கட்சிகளிடத்தில் நம்முடைய கோரிக்கைகளை வைத்து, அவற்றை விவசாயக் கூலித் தொழிலாளர்கள், தலித்துகள், பெண்கள் ஆகியோருக்கு ஆதரவாக முன்நகர்த்தச் சொல்லி வலியுறுத்த வேண்டும். அதற்கு விலையாக, நமது ஓட்டுகளைக் கொடுக்கலாம். இந்தக் காரணங்களால், ஒரு பெரிய திட்டத்தை எங்களால் செயல்படுத்த முடியாது என்று தெரிந்து உள்ளுக்குள் உடைந்துபோனோம்.

நீண்ட கால மாற்றங்கள் எப்படியிருக்கும் என்பதை அறிந்து, அதற்கு ஏற்றாற்போல இலக்குகளை வைத்துச் செயல்படும் திறமை பொதுவுடைமைக் கட்சிகளுக்கு உண்டு. அதுதான் 1940களில் அவர்களுக்குப் பெரிய ஆதரவைப் பெற்றுத் தந்தது. அவர்கள் இந்தியாவை மாற்ற நினைத்தார்கள். மோசமான அரசியல் அமைப்பில், நடைமுறை அவசரங்களுக்கேற்ப ஓர் உலகளாவிய பார்வையை வைத்துக்கொள்வது என்பது மிகவும் கடினமானது. கம்யூனிஸ்ட் இயக்கங்களில், அதன் தலைவர்கள் முதுமை வயதை அடைந்ததும், புதிய கட்டமைப்பின் ஒரு பகுதியாக மாறிவிடுகிறார்கள். அதன் பிறகு அந்த இயக்கங்களால் புதிய முயற்சிகளை மேற்கொள்ள முடிவதில்லை. நிஜமான, தொடர்ந்து அரசுக்கு அழுத்தம் தரும் நகர்வுகள் எதுவும் இல்லை. 1940களில் இருந்த இளம் செயற்பாட்டாளர்கள், 1970களில் தாராளவாதிகளாகிவிட்டார்கள். 1975இல் அவசர நிலையை ஆதரித்ததோடு சி.பி.ஐ. கட்சியின் கதை முடிந்துவிட்டது.

❍

1992இல் நான் மிகவும் சோர்ந்துவிட்டேன். தேசிய ஊரக வளர்ச்சி நிறுவனத்தின் ஆய்வு, இதர பகுதிகளில் அரசியலமைப்புச் சட்டத்தின் வழியே தீர்வுகளைத் தர உதவி புரியும் என்று நம்பினேன். தொண்டுநிறுவனங்களைச் சந்திப்பது, பயிற்சி

வகுப்புகள் நடத்துவது, அவர்கள் பணிபுரியும் பகுதிகளுக்குச் சென்று வருதல் ஆகியவற்றோடு, எம்.எல். குழுக்களைச் சேர்ந்த பலரையும் நான் சந்தித்தேன். அவர்களது நடமாட்டம் உள்ள கிராமங்களிலும் கூட்டங்கள் நடத்தினோம். நான் அதிருப்தி அடைந்து வெளியே வந்தேன். இதுபோன்ற வலி மிகுந்த போராட்டங்களில் எல்லாம் அவர்களுக்கு ஆர்வம் இருந்த தில்லை. செங்கொடியை நாட்டுவது மட்டும் அவர்களுக்கு மிகவும் சுலபமான காரியமாகும். போலீஸ் வரக்கூடிய வாய்ப்புள்ள எந்தப் பிரச்சினைக்கும் தொண்டுநிறுவனங்கள் வரவில்லை. மனு செய்வது மட்டுமே அவர்களால் செய்ய முடிந்த சுலபமான காரியமாக இருந்தது. முப்பத்து மூன்று மண்டலங்களில் நிலங்களை மீட்க ஏழைகளால் நடத்தப்பட்ட போராட்டத்தை இரண்டு தெலுங்கு மாநிலங்களிலும் கொண்டு செல்லலாம் என்று அந்த ஆய்வின்முடிவு சொல்கிறது. ஆனால் மீண்டும் முதலில் இருந்து போராட்டங்களை முன்னெடுக்க எனக்குப் பலமில்லை.

தங்களது கிராமங்களை விட்டு, வேறு எங்காவது சென்று உழைக்க வேண்டும் என்கிற ஈடுபாடு உள்ள எந்தத் தொண்டர் படையையும் சங்கம் உருவாக்கவில்லை. சங்கத்தின் பெரும்பான்மையான தொண்டர் படை என்பது விவசாயக் கூலிகளும், குறு விவசாயிகளும்தான். வீடுகளில் தாங்கள் ஆற்ற வேண்டிய பணிகள் நிறைய இருந்ததால், மேற்கொண்டு எந்த நடவடிக்கையை எடுக்கவும் அவர்கள் விரும்பவில்லை. அல்லது அவர்கள் போதுமான அளவுக்கு அரசியல்மயப்படுத்தப்பட விலை என்பதால்கூட அந்தக் கூட்டம் எந்த முயற்சியும் எடுக்காமல் இருந்திருக்கலாம். அல்லது நான் அவர்களுக்குப் போதுமான அளவு பயிற்சியளிக்கவில்லை. பாட்டாளிகளே ஆட்சியாளர்களாக வரும்போது முன்னணித் தலைவர்கள், தொண்டர்கள் என்ற பிரிவுகள் எல்லாம் அழிக்கப்பட்டு விடுகின்றன. அமைதியான வழியில் களத்தில் செய்யும் பணியால்தான், காகிதத்தில் இருக்கும் கொள்கை வகுக்கப் படுகின்றதே தவிர, ஏதேனும் ஒரு 'இசம்' என்று பெயர் வைத்துக்கொண்டு, துப்பாக்கியைக் கையில் எடுப்பதால் அல்ல. அது ஒரு சூழ்ச்சி. எம்.எல். இயக்கங்கள் மட்டுமே ஊர் விட்டு ஊர் வந்து பணிபுரியும் இளைஞர் கூட்டங்களை உருவாக்கினார்கள். ஆனால் எம்.எல். சித்தாந்தமோ, சட்டத்துக்கு உட்பட்ட தீர்வுகளை விஸ்தரிக்கச் செய்ய அனுமதிக்கவில்லை.

என்னை நானே மீட்டெடுத்து, புதிய களங்களைத் தேர்வு செய்தால் ஒழிய, இப்ராகிம்பட்டினத்திலும், அதைச் சுற்றியுள்ள பகுதிகளிலும் நான் செய்வதற்குப் பெரிய பணிகள் எதுவும் இருப்பதாக எனக்குத் தெரியவில்லை. ஒரு சிறிய பகுதியில்

இருந்துகொண்டு ஒருவரால் தன்னைத்தானே எப்படிப் புதுப்பித்துக்கொள்ள முடியும்? இப்ராகிம்பட்டின மக்கள் நிலக்கிழார்களின் ஆட்சியை முடிவுக்குக் கொண்டு வந்து விட்டார்கள். எனினும், இப்போதும் அவர்கள், கொஞ்சம் நிலங்களை வைத்திருக்கிற சிறு விவசாயிகளாக இருக்கிறார்கள். விவசாயத்தை ஒரு தொழிலாக நம்பி இங்குப் பலர் இருக்க முடியாது. அதற்காக, நம்முடைய இயற்கைவளங்களைச் சுரண்டும் தொழிற்சாலைகளை நிறைய ஏற்படுத்தி அதன் காரணமாக சுற்றுச்சூழல் சீர்கேடு அடைவது, நீண்ட காலத்துக்கான பதிலாக இருக்க முடியாது. அரசாட்சியில் மக்களின் பங்கு என்பது மிகவும் குறைவு. அதை மாற்ற வேண்டுமானால் அதற்கு வேறுவிதமான புரட்சி தேவைப்படும். ஒரு எம்.எல். இயக்கத்தின் தலைமையிலான புரட்சி அதற்கு விடையாக இருக்க முடியாது. எனில், ஏற்கெனவே இருக்கும் அமைப்பில் சின்னச் சின்ன மாற்றங்களைச் செய்வதைத் தவிர, வேறு யாரிடமும் அதற்கான மாற்றுத் திட்டங்கள் எதுவும் இல்லை. நான் சந்தித்த தலித் ஆளுமைகள் கூட இடஒதுக்கீட்டின் மூலம் கல்வி மற்றும் வேலை ஆகியவற்றுக்குத்தான் கவனம் அளித்தார்களே தவிர, ஊரகப் பகுதிகளில் வாழ்வாதாரத்துக்கு என்ன வழி என்பதில் கவனம் செலுத்தவில்லை. (அதற்கு கவனம் செலுத்தும் வகையில், தற்போது தெலங்கானாவின் ஊரகப் பகுதிகளில் ‘தலித் பந்து’ எனும் திட்டம் செயல்படுத்தப்பட்டு வருகிறது). இன்று இருக்கும் போராட்டங்கள் எல்லாம் மிகவும் பெரிய அளவில் இருப்பதால், அவற்றில் என்னால் பங்கேற்க முடிவதில்லை. பகுத்தறிவு அடிப்படையிலான தீர்வுகள், திட்டங்கள் போன்றவை எனக்குத் தென்படுவதில்லை. என் அனுபவங்களின் அடிப்படையில் யோசித்துப் பார்க்கும்போதும், பல செயற்பாட்டாளர்களுடன் நான் உரையாடும்போதும் பிற்காலத்தில் நாம் சந்திக்க இருக்கும் பெரிய கேள்வி வளங்குன்றா வளர்ச்சி பற்றியதாகத்தான் இருக்குமென்று தோன்றுகிறது. உலக அளவில் இது மிகப்பெரும் பிரச்சினையாக இருக்கும்போது அதை எதிர்கொள்ளத் திராணியில்லாமல் தேசங்களும் மாநிலங்களும் இருக்கும்போது ஒருவர் எப்படி முன்நகர்ந்து செல்ல முடியும்? வளங்களைச் சூறையாடுவதன் மூலம் அதிகம் பாதிக்கப்படுவது ஏழைகள்தான். அதை எதிர்க்கும் போராட்டத்தில், நிராயுதபாணிகளாக நிற்பவர்களும் அவர்கள்தான்.

இந்தச் சமயத்தில் என் தலைக்குப் பின்னால் பிரபலத்துவம் எனும் வெளிச்சம் படரத் தொடங்கியிருந்தது. நான் எவ்வளவு முயற்சித்தாலும், நான் விளம்பரத்துக்கு உள்ளாவதை என்னால் தவிர்க்க முடியவில்லை. புகைப்படங்கள் எடுக்கப்படும்போது என்னால் தலைகவிழ்ந்து இருக்க முடியவில்லை. என்னைப்

பேட்டி எடுக்க, என்னைப் பற்றி எழுத நிருபர்கள் என்னைத் துரத்திக் கொண்டே இருந்தார்கள். 'ஈநாடு' குழுமத் தலைவர் ராமோஜி ராவ் என்னைத் தன் அலுவலகத்துக்கு அழைத்து, என்னைப் பற்றி ஒரு படம் எடுக்க ஆவலாக இருப்பதாகத் தெரிவித்தார். அதற்காக வடிவமைக்கப்பட்ட போஸ்டர் ஒன்றையும் எனக்குக் காட்டினார். நான் அதிர்ந்தேன். 'மக்களின் போராட்டங்கள் ஒதுக்கப்பட்டு வெளியிலிருந்து வந்த ஒரு சவர்னா பெண்ணை கவனப்படுத்துவது சரியல்ல' என்று அவரிடம் கண்டிப்புடன் சொன்னேன். நிலச்சீர்திருத்தம் மற்றும் தொழிலாளர் பிரச்சினைகள் தொடர்பான அரசின் பல்வேறு ஆலோசனைக் கூட்டங்களுக்கு நான் அழைக்கப்பட்டேன். பயிற்சி ஐ.ஏ.எஸ். அதிகாரிகள், காவல்துறை உயர்அதிகாரிகள் ஆகியோரிடையே உரையாற்ற முறையே, முசோரியில் உள்ள லால்பகதூர் சாஸ்திரி தேசிய நிர்வாக நிறுவனம் மற்றும் ஹைதராபாத்தில் உள்ள தேசிய போலீஸ் அகாடெமி ஆகியவற்றிலிருந்து எனக்கு அழைப்புகள் வந்தன. அதே போல ஹைதராபாத்தின் தேசிய ஊரக மேம்பாட்டு நிறுவனம் மற்றும் அகமதாபாத்தின் இந்திய மேலாண்மை நிறுவனம் போன்ற நிறுவனங்கள் நடத்திய பல்வேறு கருத்தரங்குகளுக்கு நான் உரையாற்ற அழைக்கப்பட்டிருந்தேன். அந்த அழைப்புகளில் சிலவற்றை நான் ஏற்றுக்கொண்டதற்குக் காரணம், என் அனுபவங்களை மாணவர்களுடன் பகிர்ந்துகொள்ள முடியுமே என்பதால்தான். அவர்களுக்கு வேறெங்கும் கிடைக்காத சில பார்வைகளை என்னால் வழங்க முடியும் என்று நம்பினேன். தாய்லாந்தில் நடைபெற்ற ஐக்கிய நாடுகள் மேம்பாட்டுத் திட்டம் (யு.என்.டி.பி. – யுனைட்டட் நேஷன்ஸ் டெவலப்மென்ட் புரொகிராம் – மொழிபெயர்ப்பாளர்) தொடர்பான ஒரு கூட்டத்துக்கு இந்திய அரசின் சார்பாகக் கலந்துகொள்ள நான் தேர்வு செய்யப்பட்டிருந்தேன். ஆனால், நான் அந்த அழைப்பை மறுத்துவிட்டேன். எனக்குத் தேவைக்கு அதிகமாகவே அங்கீகாரங்கள் கிடைப்பதாக உணர்ந்தேன். எனவே, பல அழைப்புகளை மறுத்துவிட்டேன்.

இப்போது இப்ராகிம்பட்டினம் மற்றும் அதைச் சுற்றியுள்ள பகுதிகளுக்குச் சென்றால், நான் சாப்பிடுவதற்கு மக்கள் எனக்குச் சோள ரொட்டியும், ஊறுகாயும் தருவதில்லை. மாறாக, கோழி அடித்து உணவு சமைத்துப் போடுகிறார்கள். நான் எங்குச் சென்றாலும், என்னைச் சுற்றி மக்கள் கூட்டம் சேர்ந்து விடுகிறது. அதுவே எனக்குப் பெரிய அயர்ச்சியைத் தந்துவிடுகிறது. மக்களுக்கு ஏகப்பட்ட பிரச்சினைகள் இருந்தன. முதியோர்களுக்கு, 'பென்சன்' கிடைக்கவில்லை, கண்புரை அறுவைச் சிகிச்சை செய்ய வேண்டும், பிள்ளைகள் தங்களைப் பார்த்துக்கொள்ள

வேண்டும், கொஞ்சம் கள்ளும் பீடியும் வேண்டும்; இளைஞர்களுக்கு வேலை வேண்டும், இளம்பெண்களுக்குத் தையல்மெஷின் வேண்டும், இல்லத்தரசிகளுக்கு தங்கள் குடும்பத்துக்கான தேவைகள் என ஒவ்வொருவருக்கும் பிரச்சினைகள் இருந்தன. இவை அல்லாமல், சகோதரச் சண்டை, தம்பதியர் இடையிலான சண்டை, திருமணத்துக்கு வெளியே யான உறவு தொடர்பான பிரச்சினைகள், அங்கிருந்த நிலங்களில் மேற்கொள்ளப்பட்ட புதிய 'சர்வே' உருவாக்கிய பிரச்சினை, தேர்தல் முடிவுகளால் ஏற்படும் சச்சரவுகள் எனப் பல பிரச்சினைகள். நான் மிகவும் சோர்வாக உணர்ந்தேன். நான் எதற்கும் தலைமையேற்க விரும்பவில்லை. எங்காவது ஓடிவிட வேண்டும் போல இருந்தது.

அந்த நாள் எனக்குச் சரியாக நினைவில் உண்டு. 1992 டிசம்பரின் இறுதி. பஞ்சாரா ஹில்ஸ் பகுதியில் இருந்த என் நண்பரின் வீட்டுக்கு மதியஉணவு விருந்துக்கு அழைக்கப் பட்டிருந்தேன். சற்றே தாமதமாக இரண்டு மணி போல அங்கு சென்றிருந்தேன். வெயில் காலம் அது. முன்பக்கக் கதவைத் திறந்தவுடன், கொஞ்சம் இருட்டாக இருந்தது. அப்போது விழுந்த கொஞ்சம் சூரிய வெளிச்சம் என் கண்களைக் கவர்ந்தது. அந்தக் கதவுக்குப் பக்கத்தில் ஒரு வயதுக் குழந்தை விளையாடிக் கொண்டிருந்தது. சுருள் முடியுடன் கூடிய பிரகாசமான கண்கள். என்னைப் பார்த்ததும் அது பயந்து ஓடி, 'தத்தகா பித்தகா' என்று ஓடித் தன் அம்மாவின் பின்னால் ஒளிந்துகொண்டது. அந்தக் காட்சி என் இதயத்தைப் பிழிந்தது. என் கிராமத்தினர் என்னை நேசித்தார்கள், வழிபட்டார்கள். அப்படியே என் நண்பர்களும், கணவரும். ஆனால் அந்த நிமிடம், அந்தக் குழந்தைக்கு அதன் அம்மா தேவைப்பட்டதுபோல, என்னை அள்ளி எடுத்துக் கொள்ளவும், என் மீது அன்பு காட்டவும், நான் யாருக்குமே தேவைப்படாமல் போனேன். அந்த அன்பு எனக்கு வேண்டும். அந்த நிமிடத்தில் இருந்து என் வாழ்க்கை மாறியது. எனக்கு ஒரு குழந்தை வேண்டும். நான் குழந்தை பெற்றுக்கொள்ள வேண்டும்.

என் வாழ்க்கையில் எனக்கொரு குழந்தை இருப்பது பெரும் இடைஞ்சலாக இருக்கும் என்று ஆண்டுக்கணக்கில் நான் கொண்டிருந்த எண்ணம் சுத்தமாக மாறியது. அல்லது எனக்குள் ஓடிக்கொண்டிருக்கும் உயிரியல் கடிகாரம், என் உடலில் இருந்த மரபணுக்களைத் தூண்டியிருக்கலாம். நான் குழந்தை பெற்றுக் கொள்ள வேண்டும் என்ற எண்ணம் இன்னும் உறுதிப்பட்டது. ஒரே ஆண்டில் என் மடியில் லீலா இருந்தாள்.

பின்குறிப்பு

கடினமான பிரசவக் காலத்துக்குப் பிறகு 1993இல் லீலா பிறந்தாள். அதன் காரணமாக என்னால் தொடர்ந்து செயல்பட முடியவில்லை. என் குழந்தை கடத்தப்படலாம் என்று நம்பகமான ஒருவர்மூலம் எனக்குத் தகவல் சொல்லப்பட்டது. அப்போது இப்ராகிம்பட்டின மாதிகாக்கள் என்னைப் பார்க்க வந்தார்கள். "நாங்கள் உன் குழந்தையை வளர்க்கிறோம். அவளுக்கு நாங்கள் இமையாக இருந்து எங்கள் கண்போல் காப்போம். எங்களுடன் தொடர்ந்து நீங்கள் வேலை செய்யுங்கள்" என்றனர். என்னைப் பெற்ற தாயும், என் சகோதரிகளும்கூட இதுபோன்ற அன்பைக் காட்டியதில்லை. ஆனால் அவர்களின் அந்த அன்பை நான் மறுத்துவிட்டேன். அவர்கள் சென்றுவிட்டனர்.

இன்று இப்ராகிம்பட்டின தாலுக்காவின் கீழ் உள்ள கிராமங்கள் எல்லாம் அடையாளம் தெரியாத அளவுக்கு மாறிவிட்டன. "நீ காலு மொக்குதா பன்சனா தோரா" (முதலாளி உங்கள் காலில் விழுகிறோம்) என்ற கூக்குரல்கள் எல்லாம் அங்கு இப்போது கேட்பதில்லை. சட்டமன்ற உறுப்பினரிடமோ அல்லது நாடாளுமன்ற உறுப்பினரிடமே ஆகியோரிடம் தங்களுக்கு ஏதேனும் வேலை ஆக வேண்டும் என்றால், மண்டல பரிஷத் உறுப்பினர் ஒருவரிடம் செல்வார்கள். அவருடைய வேலையே சட்டமன்ற உறுப்பினரிடமோ அல்லது நாடாளுமன்ற உறுப்பினரிடமே ஆகியோரிடமிருந்து தேவையான கையெழுத்தைப் பெற்றுத் தருவதுதான். ஒருவேளை அவர் அப்படிக் கையெழுத்து வாங்கித் தரமுடியாமல் போனால் அவரைக் கிராமத்தில் இருக்கும் ஒரு வீட்டில் போட்டு அடைத்து வைத்துவிடுவார்கள். அதனால் தனக்கு மேலிருக்கும்

ஜில்லா பரிஷத் உறுப்பினருக்கு அவர் அழுத்தம் தருவார். அவர் அந்த எம்.எல்.ஏ.வுக்கோ, எம்.பி.க்கோ அழுத்தம் தருவார்கள். இப்படித்தான் வேலை நடக்கிறது. இப்போதெல்லாம் அழுத்தம் கீழிருந்து மேலே கொடுக்கப்படுகிறது.

கிராமத்தினருக்கு இப்போது சட்டங்கள் குறித்தும், சட்ட விதிகள் குறித்தும் தெரிந்திருக்கின்றன. தங்களுக்கு என்ன தேவை என்பது அவர்களுக்குச் சரியாகத் தெரிந்திருக்கிறது. எங்கள் சங்கத்தின் தலைவர்களாக இருந்தவர்கள் எல்லோரும் இன்று முக்கியமான ஆட்களாக அங்கு இருக்கிறார்கள். அவர்கள் எல்லோரும் பா.ஜ.க. உட்பட வேறுவேறு கட்சிகளில் இருக்கிறார்கள். அவர்களின் நோக்கம் சி.பி.எம். மாஃபியாவை எதிர்ப்பதுதான். தேசிய ஊரக வேலைவாய்ப்புத் திட்டத்தின் கீழ் போடப்படும் உள்ளூர்ச் சாலைகள், இதர பணிகள் எல்லாம் ஏற்கெனவே மக்களிடத்தில் இருப்பவைதான். இன்று அந்த மக்களால் பெற முடியாத ஒன்று, எம்.எல்.ஏ.க்கள் போன்றவர்களால் அரசிடமிருந்து பெறும் பெரிய ஒப்பந்தங்கள்தான். அதாவது, மின்சார கேபிள்கள் நிறுவுவது உள்ளிட்ட பெரிய வேலைகளுக்கான ஒப்பந்தங்களை மக்களால் இன்னும் பெற முடியவில்லை. பிற்படுத்தப்பட்ட வகுப்பிலிருந்து இரண்டு பேர் ரியல் எஸ்டேட் வியாபாரத்தில்கூட வெற்றிகரமாகச் செயல்பட்டுவருகிறார்கள்.

திருமண வைபவங்களில் எல்லாம் மக்கள் தரையில் உட்கார்ந்து, பச்சிபுளுசு அல்லது புளி ரசம் மட்டுமே சாப்பிட்ட காலங்கள் இன்று மலையேறிவிட்டன. இன்று திருமணங்கள் எல்லாம் மண்டபங்களில் மட்டன் பிரியாணி, சிக்கன் கறி, பாலக் பன்னீர், வெஜிடபிள் புலாவ் (சைவர்களுக்கு), சாம்பார், பொரியல், தயிர், ஐஸ்கிரீம், குலோப் ஜாமூன் என உணவு வகைகளுடன் நிகழ்த்தப்படுகின்றன. முன்பு இரண்டு நாட்களுக்குச் சாப்பிட எதுவும் இல்லாதிருந்த நிலை மாறி, இன்று மலையளவு உணவைக் குழந்தைகள் வீணாக்குவதைப் பார்க்க முடிகிறது. மாதிகா திருமணங்கள் எல்லாம் இப்போது 'பைந்தலா' தலைமையில் நடப்பதில்லை. மாறாகப் பூணூல் அணிந்த தொந்தி பிராமணர்களால், மந்திரம் ஓதி நடத்தப்படுகின்றன.

இந்தப் புத்தகத்தின் இறுதி வரைவை எழுதிக் கொண்டிருந்தபோது, என் சங்கத்தின் ஊழியர்கள் சிலரிடம் பேசினேன். அங்கு என் செயல்பாடுகளை எல்லாம் விட்டு நான் வந்த பிறகு, அவர்கள் எல்லோரும் நிர்க்கதியாக விடப்பட்டது போல் உணர்கிறார்கள் என்பதைக் கேள்விப்பட்டதும் அதிர்ந்து போனேன். "நாங்கள் மேற்கொண்ட பெரும்பாலான நிலப் போராட்டங்களில் வெற்றி பெற்றிருக்கிறோம். வேறுவேறு இடங்களிலும் எங்கள் பணிகளை விஸ்தரித்திருக்கிறோம்.

எங்களுடைய கல்விப் பணிகள் ஐந்துக்கும் மேலான மண்டலங்களில் செயல்படுத்தப்படுகிறது. இதர மாவட்டங்களில் இருந்தும் எங்களை அழைக்கிறார்கள். இந்த தாலுக்காவில் ரெட்டிகளின் கொட்டத்தை நாங்கள் முறியடித்துவிட்டோம். இன்னும் ஒரு ஐந்து ஆண்டுகள் எங்கள் பணியைச் செய்தால், நாங்கள் தனி வட்டமாக அங்கீகாரம் பெற்றிருப்போம். அந்த தாலுக்காவிலேயே மிகவும் வலுவான ஒரு பகுதியாக வந்திருப்போம். இன்று அங்குத் தனித்து இயங்கும் அமைப்புகள் எல்லாம் உள்ளாட்சியில் அதிகாரம் பெற்றுவிட முடியும். 'பாம்செஃப்' அமைப்பிலிருந்து (அனைத்திந்திய பிற்படுத்தப்பட்ட மற்றும் சிறுபான்மையினர் பணியாளர் பேரவை) உருவான மிக முக்கியமான அரசியல்வாதியாக கன்ஷிராம் இருந்தார். இப்ராகிம்பட்டினத்தில், பெரும்பாலான தலித்துகளும், பிற்படுத்தப்பட்ட வகுப்பினரும், ஏழை ரெட்டிகளும்கூட எங்களுக்குப் பின்னால் அணி திரண்டார்கள். நாம் வெற்றியடைந்து வந்த சமயத்தில், நீங்கள் ஏன் எல்லாச் செயல்பாடுகளையும் நிறுத்திவிட்டீர்கள் என்று எங்களுக்குப் புரியவில்லை. சுமார் ஒரு ஆறு மாதத்துக்கு நாங்கள் எல்லாம் சோர்வாக இருந்தோம். கிராமத்தினர் அதிர்ச்சியில் இருந்து மீளாமல் இருந்தார்கள். இங்கிருந்து நாங்கள் எங்கு செல்வது என்று குழம்பி நின்றோம். அதிலிருந்து மீள எங்களுக்குக் கொஞ்ச நாட்கள் ஆனது" என்றார்கள்.

எங்களுக்கு வேறுவேறு இலக்குகள் இருந்தன இப்போது எனக்குப் புரிகிறது. அந்த மக்களும், அவர்கள் சார்ந்த சமூகமும் அரசியல்ரீதியாகப் பெரிய இடத்துக்கு வந்திருக்க முடியும். அதன் மூலம் அவர்களது பொருளாதார, சமூக நிலையில் பெரிய மாற்றங்கள் ஏற்பட்டிருக்கும். ஆனால் அதிகாரம் படைத்தவர்கள் அவர்களைச் சுரண்டுவதைப் பார்த்தேன். வேறு எதையும்விட அதுதான் எனக்குப் பெரிய அச்சத்தைத் தந்தது. வேறு இலக்குகளை வைத்துக்கொண்டு என்னால் மீண்டும் சங்கத்தை உயிர்ப்பிக்க முடியும் என்று தோன்றவில்லை. நான் தவறிழைத்து விட்டேன்.

❍

ஆண்டுகள் சென்றன. 2012 அல்லது 2013 என்று நினைக்கிறேன். மணிகொண்டாவில் இருந்த எங்கள் வீட்டுக்கு, மீர்கான்பேட்டி லிருந்து மக்கள் ஒரு லாரியில் வந்து இறங்கினார்கள். விடுமுறைக்காக டெல்லியில் இருந்து லீலா இங்கு வந்திருந்தாள். மீர்கான்பேட் மக்களுக்காக நிலக்கிழார்கள் சட்டத்துக்குப் புறம்பாக வைத்திருந்த சுமார் 200 ஏக்கர் நிலங்களை எங்கள் சங்கம் மீட்டுத் கொடுத்திருந்தது. அந்த நிலங்களை 'பவர் கிரிட்

கார்ப்பரேஷன் ஆஃப் இந்தியா' எனும் பொதுத்துறை நிறுவனத்துக்கு நல்ல விலைக்கு விற்றுவிட்டு, கல்வாகுர்த்தி பகுதியில் குறைவான விலைக்கு நிலம் வாங்கியிருப்பதாக அந்த மக்கள் சொன்னார்கள். அவர்கள் எங்கள் வீட்டுக்கு வந்து, சால்வை அணிவித்து, நன்றி தெரிவித்துக் கொஞ்ச நேரம் எங்களுடன் பேசிக்கொண்டிருந்தார்கள். அவர்கள் சென்ற பிறகு, என் மகள், "அம்மா... இங்க பாரேன். அவங்க எனக்கு என்ன கொடுத்துட்டுப் போயிருக்காங்கன்னு?" என்றார்.

"என்ன?" என்றேன்.

"என் பெயர் எழுதின செக் ஒன்னு கவருக்குள்ள இருக்கு"

"அப்படியா... சரி நீயே வெச்சுக்கோ"

"அதுல எவ்வளவு ரூபா எழுதியிருக்கு தெரியுமா?"

"ஐந்தாயிரமா?"

"மூன்று லட்சம்."

நான் அவர்களைத் துரத்திக்கொண்டு ஓடி, கிளம்பத் தயாராக இருந்த லாரியை நிறுத்தினேன். "என்ன நீங்க இப்படி எல்லாம் பண்றீங்க" என்றேன். "பணத்துக்காக எல்லாம் நான் உங்ககூட சேர்ந்து வேலை செய்யலை. உங்களுக்குப் பணம் கிடைச்சிருக்கிறது எனக்கு சந்தோஷம். ஆனா நீங்க எனக்குப் பணம் தரக் கூடாது" என்றேன். கொஞ்ச நேரம் எங்களுக்குள் விவாதம் நடந்தது. பிறகு அவர்கள், "நாங்கள் உங்களுக்குப் பணம் தரவில்லை. உங்க உணர்வுகளை மதிக்கிறோம். நாங்கள் உங்க மகளுக்குத்தான் கொடுத்தோம். அவளுடைய படிப்புக்காக. அவ எங்களுக்கும் மகள்தான்" என்றவர்கள் இறுதியாக இப்படிச் சொன்னார்கள்: "சரி... நாங்க அதைத் திரும்ப வாங்கிக்கிறோம். ஆனா இப்ப நீங்க எங்களை மிகப்பெரிய கஷ்டத்துல தள்ளிட்டீங்க. நாங்க எல்லோரும் ரொம்ப நாள் உட்கார்ந்து எங்களுக்குள்ளாற சரிசமமா இந்தப் பணத்தைச் சேர்த்தோம். எங்க ஒவ்வொருத்தரோட பங்களிப்பும் இருக்கணும்னு நினைச்சோம். இப்ப நாங்க மறுபடியும் உட்கார்ந்து, இதை சரிசமமா எங்களுக்குள்ளாற பிரிச்சுக்கணும். அதுல ஏதாச்சும் சண்டை வந்தா, அதுக்கு நீங்கதான் காரணம்."

பிறகு நான் சம்மதித்தேன். அந்தக் காசோலையை என் மகள் தன் வங்கிக் கணக்கில் போட்டுவிட்டாள்.

வெளியே என்னதான் நான் கொள்கைகளைப் பேசினாலும், உள்ளே நான் மிகவும் நெகிழ்ந்தேன். எல்லாவற்றையும் கடந்து, இருபத்தியைந்து ஆண்டுகளுக்குப் பிறகு, இப்போதும் நிறைய அன்பு இருக்கிறது. அன்பு மட்டுமே!